தற்காலத் தமிழ் மரபுத்தொடர் அகராதி

தமிழ் – தமிழ் – ஆங்கிலம்

உருவாக்கம்

மொழி

அடையாளம்

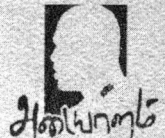

Tarkālat Tamiḻ Maraputtoṭar Akarāti (Tamiḻ-Tamiḻ-Aṅkilam)
Dictionary of Idioms and Phrases in Contemporary Tamil (Tamil-Tamil-English)
First Adaiyaalam edition 2004
Third Reprint 2017

© Mozhi Trust 1997. All rights reserved.

Tarkālat Tamiḻ Maraputtoṭar Akarāti (Tamiḻ-Tamiḻ-Aṅkilam) was originally published by Mozhi in March 1997. This edition is republished with permission from Mozhi Trust.

Published by Adaiyaalam, 1205/1 Karupur Road, Puthanatham 621 310
Tel: 04332 273444, email: info@adaiyaalam.net

Printed at Adaiyaalam Press, India

ISBN 978 81 7720 032 4

Price: ₹ 340

பேராசிரியர் வி.எஸ். சேதுராமன் நினைவுக்கும்
பேராசிரியர் ஏ.கே. ராமானுஜன் நினைவுக்கும்

அடையாளம்

தற்காலத் தமிழ் மரபுத்தொடர் அகராதி

தமிழ் – தமிழ் – ஆங்கிலம்

சமூகத்தின் விளிம்புநிலையினர், ஒடுக்கப்பட்டவர்கள் நோக்கில் தேவையான நூல்களை உருவாக்குவதையும், பார்வைக்குப் புதிய வெளிச்சம் தரும் கலை, இலக்கியப் பிரதிகளை வெளியிடுவதையும் குறிக்கோளாகக் கொண்ட நாங்கள் தற்போது இக்காலத் தமிழுக்குத் தேவையான பின்வரும் இரண்டு முக்கிய நூல்களை வெளியிடுகிறோம்.

தற்காலத் தமிழ் மரபுத்தொடர் அகராதி (1997)

தமிழ் நடைக் கையேடு (2001)

மொழி அறக்கட்டளை முதலில் வெளியிட்ட இவ்விரு நூல்களும் தற்போது எங்கள் வெளியீடாக வெளிவருகிறது.

1989ஆம் ஆண்டு மொழி, பண்பாட்டுத் துறைகளில் அடிப்படை வளங்களை உருவாக்குவதை நோக்கமாகக் கொண்டு மொழி அறக்கட்டளை சென்னையில் தொடங்கப்பட்டது. இந்நிறுவனம் தற்காலத் தமிழுக்கான இலக்கணம் உருவாக்க, மாறிக்கொண்டிருக்கும் தமிழ்ச் சொற்களின் பொருண்மைக் கூறுகளை இனம்காண உதவும் அடிப்படைப் பணிகளை மேற்கொண்டிருக்கிறது.

மேற்கூறிய இரு நூல்களும் சமூகத்தின் எல்லாப் பிரிவினரையும் சென்றடைய வேண்டும் என்ற நோக்கில் அவற்றை மீண்டும் வெளியிடுவதில் அடையாளம் மகிழ்ச்சி அடைகிறது. வெளியிட இசைவு தந்த மொழி அறக்கட்டளையினருக்கு எங்கள் நன்றி.

The Dictionary Team

Chairperson

Dr E Annamalai
Formerly Director, Central Institute of Indian Languages
(Government of India), Mysore

Chief Editor

Dr P R Subramanian

Managing Editors

S Ramakrishnan
Editor, Publisher, Cre-A:, Chennai

K Narayanan
Department of Tamil, Government Arts College,
Nandanam, Chennai

P Sankaralingam
Director, Roja Muthiah Research Library, Chennai
Presently on lien from the Department of Library and
Information Science, University of Madras

Research Assistants

T K Regunathan, Dr D Devadas, Dr K Pajanivelou, Dr T Rajeswari,
Dr G Bakyavathy, K A Jothi Rani

Computer Assistants

K Parimalam, M Latha, R Kumari
B Rajendran

Consultants for English

Dr T K Gopalan
(Formerly of Indian Foreign Service;
Consultant, Data Analysis, Chennai)

T Jayaraman
(Department of English, Government Arts College, Mannargudi)

Dr C T Indra
(Head, Department of English, University of Madras, Chennai)

Prof S Padmanabhan
(Formerly Head, Department of English, Thyagarajar College, Madurai)

N Sivaraman
(Department of English, Thyagarajar College, Madurai)

அகராதிக் குழு

தலைவர்

டாக்டர் இ.அண்ணாமலை
முன்னாள் இயக்குநர், இந்திய மொழிகளின் மைய நிறுவனம்
(இந்திய அரசு), மைசூர்

முதன்மை ஆசிரியர்

டாக்டர் பா.ரா.சுப்பிரமணியன்

நிர்வாக ஆசிரியர்கள்

எஸ்.ராமகிருஷ்ணன்
பதிப்பாசிரியர், க்ரியா, சென்னை

கி.நாராயணன்
தமிழ்த் துறை, அரசினர் ஆடவர் கலைக் கல்லூரி, நந்தனம், சென்னை

ப.சங்கரலிங்கம்
நூலக, தகவலியல் துறை, சென்னைப் பல்கலைக்கழகம்; அயல் பணி அனுமதியுடன்
தற்போது: இயக்குநர், ரோஜா முத்தையா ஆராய்ச்சி நூலகம், சென்னை

அகராதிப் பணி உதவியாளர்கள்

டி.கே.ரகுநாதன், டாக்டர் டி.தேவதாஸ், டாக்டர் பி.பழனிவேலு,
டாக்டர் டி.ராஜேஸ்வரி, டாக்டர் ஜி.பாக்யவதி, கே.ஏ.ஜோதி ராணி

கணிப்பொறி உதவியாளர்கள்

க.பரிமளம், மு.லதா, ரா.குமாரி, பா.ராஜேந்திரன்

ஆங்கில மொழி ஆலோசகர்கள்

டாக்டர் டி.கே.கோபாலன்
(ஆலோசகர், தரவு ஆய்வு, சென்னை)

த.ஜெயராமன்
(ஆங்கிலத் துறை, அரசினர் கலைக் கல்லூரி, மன்னார்குடி)

டாக்டர் சி.டி.இந்திரா
(தலைவர், ஆங்கிலத் துறை, சென்னைப் பல்கலைக்கழகம், சென்னை)

பேராசிரியர் எஸ்.பத்மநாபன்
(முன்னாள் தலைவர், ஆங்கிலத் துறை, தியாகராஜர் கல்லூரி, மதுரை)

என்.சிவராமன்
(ஆங்கிலத் துறை, தியாகராஜர் கல்லூரி, மதுரை)

Consultants

The Late Prof V S Seturaman
(Formerly Head, Department of English, Krishnadevaraya University, Ananthapur)

The Late Prof A K Ramanujan
(The University of Chicago, Chicago, U S A)

Dr Francois Gros
(E P H E, Sorbonne, Paris
Formerly Director, Ecole Francaise d'Extreme - Orient, Paris)

Dr A Dhamotharan
(Institute of South Asian Studies, Heidelberg University, Germany)

Dr Rm Sundaram
(Head, Department of Scientific Tamil,
Tamil University, Thanjavur)

Dr K Rangan
(Head, Department of Linguistics, Tamil University, Thanjavur)

Dr Pon Kothandaraman
(Head, Department of Tamil Literature, Chennai)

Dr P Mathaiyan
(Department of Compilation, Tamil University, Thanjavur)

Dr K Balasubramanian
(Centre for Advanced Study in Linguistics, Annamalai University, Annamalainagar)

Dr K Nachimuthu
(Professor, Department of Tamil, Kerala University, Kerala)

N Ramani
(District Institute of Education and Training, Manjoor, Ramanathapuram District)

Kamala Krishnamoorthy
(Department of Tamil, Government Arts College, Nandanam, Chennai)

Administrative Assistants

V Saraswathi, P Rajamani

Computer Software Development and Consultancy

Balkrishna Isvaran
(Isvaran Consultancy Services (P) Ltd , Chennai)

ஆலோசகர்கள்

மறைந்த பேராசிரியர் வி.எஸ்.சேதுராமன்
(முன்னாள் தலைவர், ஆங்கிலத் துறை, கிருஷ்ணதேவராயர் பல்கலைக்கழகம், அனந்தபூர்)

மறைந்த பேராசிரியர் ஏ.கே.ராமானுஜன்
(சிகாகோ பல்கலைக்கழகம், சிகாகோ, அமெரிக்கா)

டாக்டர் ஃபிரான்ஸ்வா குரோ
(இ.பி.ஹெச்.இ., சோர்போன், பாரிஸ்
முன்னாள் இயக்குநர், தூரக் கிழக்கு நாடுகளுக்கான பிரெஞ்சு ஆய்வு நிறுவனம், பாரிஸ்)

டாக்டர் அ.தாமோதரன்
(தெற்காசிய ஆய்வு நிறுவனம், ஹைடல்பர்க் பல்கலைக்கழகம், ஜெர்மனி)

டாக்டர் இராம.சுந்தரம்
(தலைவர், அறிவியல் தமிழ், தமிழ்ப் பல்கலைக்கழகம், தஞ்சாவூர்)

டாக்டர் கி.ரங்கன்
(தலைவர், மொழியியல் துறை, தமிழ்ப் பல்கலைக்கழகம், தஞ்சாவூர்)

டாக்டர் பொன்.கோதண்டராமன்
(தலைவர், தமிழ்த் துறை, சென்னைப் பல்கலைக்கழகம், சென்னை)

டாக்டர் பொ.மாதையன்
(தொகுப்பியல் துறை, தமிழ்ப் பல்கலைக்கழகம், தஞ்சாவூர்)

டாக்டர் க.பாலசுப்பிரமணியன்
(மொழியியல் உயர் ஆய்வு மையம், அண்ணாமலை பல்கலைக்கழகம், அண்ணாமலை நகர்)

டாக்டர் கி.நாச்சிமுத்து
(தலைவர், தமிழ்த் துறை, கேரளப் பல்கலைக்கழகம்)

நா.ரமணி
(மாவட்டக் கல்விப் பயிற்சி நிறுவனம், மஞ்சூர், இராமநாதபுரம் மாவட்டம்)

கமலா கிருஷ்ணமூர்த்தி
(தமிழ்த் துறை, அரசினர் ஆடவர் கலைக் கல்லூரி, நந்தனம், சென்னை)

நிர்வாக உதவி

வா.சரஸ்வதி, பி.ராஜாமணி

கணிப்பொறிக் கட்டளைநிரல் உருவாக்கம், ஆலோசனை

பால்கிருஷ்ண ஈஸ்வரன்
ஈஸ்வரன் கன்சல்டன்சி சர்வீஸஸ் (பி) லிட், சென்னை

அறிமுகம்

தற்காலத் தமிழுக்கு இரு அகராதிகள்

1992ஆம் ஆண்டு 'க்ரியாவின் தற்காலத் தமிழ் அகராதி' (தமிழ்-தமிழ்-ஆங்கிலம்) வெளிவந்தது. அந்த அகராதியின் தரவுமூலம் தற்காலத் தமிழ் உரைநடை. அதில் அடங்கியுள்ள 15,875 சொற்களும் தற்காலத் தமிழில் வழங்குபவை. தற்காலத் தமிழின் பொதுத் தரமான உரைநடையில் நிலை பெற்று வழங்கும் சொற்களைக் கொண்டதால் அது ஒரு பொது அகராதி.

அந்த அகராதியின் தொடர்ச்சியாக மொழி அறக்கட்டளை இப்போது மரபுத்தொடர் அகராதியை வெளியிடுகிறது. இதன் தரவுமூலமும் தற்காலத் தமிழே. 'தற்காலத் தமிழ் அகராதி'யில் முக்கியப் பங்காற்றிய ஆசிரியர் குழுவே இந்த மரபுத்தொடர் அகராதியையும் உருவாக்கி யிருப்பது அகராதித் தொகுப்புக் கொள்கையில் தொடர்ச்சியைத் தருகிறது. 'தற்காலத் தமிழ் அகராதி'க்கு உதவிய தரவுமூலங்களோடு அதிகப்படியாகச் சேர்க்கப்பட்ட தரவுமூலங்களையும் பயன்படுத்தித் தற்காலத் தமிழில் உள்ள மரபுத்தொடர்களைத் தேர்ந்தெடுத்துத் தருகிறது இந்த அகராதி. சில வரையறைகளுக்கு உட்பட்டுத் தேர்ந்தெடுத்த மரபுத் தொடர்களை மட்டும் கொண்டிருப்பதால் இது ஒரு சிறப்பு அகராதி.

மரபுத்தொடரின் பண்புகள்

மொழியில் மரபுத்தொடர்கள் தனித்தன்மை வாய்ந்தவையாக இருந்தாலும் அவை கலைச்சொற்கள் போலல்லாமல், எல்லாரும் வழங்கும் பொது மொழியைச் சார்ந்தவை. கருத்தையும், உணர்வையும், கற்பனையையும் வெளியிடும் கருவியான மொழி, ஒரு மரபுச் சாதனம். மொழியானது மரபு வழிப்பட்டதாக இருந்தாலும் குறிப்பிட்ட சூழ்நிலையில் சொற் பிரயோகமும், சொற்சேர்க்கையும் தனிநபர்களின் செயற்பாடுகளாக இருக் கின்றன. இந்தச் செயற்பாடுகள் மொழியின் சமூக மரபிலிருந்து தனித்து நிற்பவை. இருப்பினும் சில சொற்சேர்க்கைகளும் அதாவது தொடர்களும் அவற்றின் பொருளும் தனிநபர் செயற்பாட்டு நிலையிலிருந்து வளர்ந்து மரபாகப் பொதுமைப்பட்டு வழங்குகின்றன. இத்தகைய தொடர்களே மரபுத்தொடர்கள். தனிச் சொற்களைப் போல மரபுத்தொடர்களும் குறிப் பிட்ட பொருளை உணர்த்துகின்றன.

மரபுத்தொடருக்குச் சில தனிப் பண்புகள் இருக்கின்றன. பல மரபுத் தொடர்கள், வாழும் வாழ்க்கை அனுபவத்தை வெளிப்படுத்தும் சொற் கட்டாக அமைந்திருக்கும். அவை கருத்தோடு உணர்வையும் வெளிப்படுத் தக்கூடியதாக இருக்கும். மரபுத்தொடர் சுட்டும் பொருளோடு உணரக் கூடிய பொருளும் அதில் தொக்கி நிற்கும். இதனாலேயே மரபுத்தொடர் களை அறிவியல் மொழியில் காண முடிவதில்லை. சொல்பவரும் கேட்ப வரும், எழுதுபவரும் படிப்பவரும் நேருக்கு நேர் உறவாடுவது போன்ற மொழி நடையில் பெரும்பாலான மரபுத்தொடர்கள் இருக்கின்றன. பல மரபுத்தொடர்கள் சுட்டும் பொருளுக்கு இணையான பொருளைத் தரும் நேர்சொற்கள் மொழியில் இருக்கலாம். ஒரே பொருளுக்கு மரபுத்தொடர்

களும் நேர்சொற்களும் இருந்தாலும் மரபுத்தொடர்கள் உணர்வு வெளிப் பாட்டுக்குத் தேவையாகின்றன.

மரபுத்தொடர்களின் வரையறை

அனைத்து மரபுத்தொடர்களும் மேற்கூறிய பண்புகளைக் கொண்டிருக்கும் என்று சொல்ல முடியாது. மேலும் மரபுத்தொடருக்குப் புறவயமான வரையறைகளும் கூறப்படுகின்றன. அவை கீழே தரப்பட்டிருக்கின்றன. இருப்பினும், எல்லா மரபுத்தொடர்களுக்கும் பொருந்தும் வரையறை ஒன்றைத் தருவதும், அந்த வரையறையின் அடிப்படையில் மரபுத்தொடரை இனம்கண்டு கொள்வதும் கடினம்.

1. மரபுத்தொடர், ஒன்றுக்கு மேற்பட்ட சொற்களைக் கொண்டதாக இருக்கும்.
2. அதிலுள்ள சொற்கள் மாறாத வரிசையில் வரும்.
3. அதிலுள்ள சொற்களுக்கு அதே பொருளை உடைய வேறு ஒரு சொல்லைப் பதிலீடாகத் தர முடியாது. மாறாத வரிசை, பதிலீடு இல்லாதது என்னும் இந்த இரண்டு பண்புகளால் மரபுத்தொடருக்கு இறுக்கமான கட்டுக்கோப்பும் மரபுத்தன்மையும் ஏற்படுகின்றன.
4. மரபுத்தொடரின் பொருள் அதிலுள்ள சொற்களின் கூட்டுப் பொரு ளாக இருக்காது; அதனால் தொடர் வேறு பொருளைத் தரும்.

இந்த நான்கு வரையறைகளுமே பிரச்சினைக்கு உரியவை.

ஒன்றுக்கு மேற்பட்ட சொற்கள்

முதலாவதாகக் கொடுத்திருக்கும் 'ஒன்றுக்கு மேற்பட்ட சொற்களைக் கொண்டது' என்ற கருத்தைப் பார்க்கலாம்.

மொழியில் இரு சொற்கள் சேர்ந்துவந்து ஒருசொல்லைப் போல வழங் கினால் அது தொகைச்சொல் (compound). 'உறுதிமொழி' என்பது ஒருசொல் தன்மையுடன் வழங்குகிற ஒரு தொகைச்சொல். இது ஒருசொல்லாகக் கருதப்படுவதால் பொது அகராதியில் இடம்பெறுகிறது. இது மரபுத் தொடராகக் கருதப்படுவதில்லை. 'நீலிக்கண்ணீர்' என்பது ஒருசொல் தன்மையுடன் வழங்குகிற ஒரு தொகைச்சொல்லானாலும் அதிலுள்ள சொற்களிலிருந்து வேறுபட்ட பொருளைத் தருவதால் மரபுத் தொடராகக் கொள்ளப்படுகிறது.

தமிழில் பெயர்ச்சொல்லோடும் வினையெச்சத்தோடும் சேர்க்கப்படும் துணைவினைகளால் உருவாகும் கூட்டுவினைகள் ('வாயெடு', 'தூக்கியடி) மரபுத்தொடரா அல்லவா என்பதை முடிவுசெய்வதும் பொருளை வைத்துத்தான். ஆகவே சில தொகைகளும் கூட்டுவினைகளும் பொது அகராதியான 'தற்காலத் தமிழ் அகராதி'யிலும் இடம்பெற்றன.

தமிழ், மொழி அமைப்பில் ஒட்டுநிலை வகையைச் சார்ந்தது என்பதால் வேற்றுமை உருபுகளும், இடைச்சொற்களும், துணை வினைகளும் அடிச்

சொற்களுடன் இயல்பாக இணைகின்றன. அடிச்சொல்லுடன் இணைந்த நிலையில் அடிச்சொல்லின்பொருளை அவை இழக்கச்செய்து வேறொரு பொருளை ஏற்கும்படி செய்வதுண்டு. 'மருந்து' என்ற பெயர்ச்சொல்லுடன் 'கு' வேற்றுமை உருபு சேர்ந்து அதன்பின் 'கூட' அல்லது 'உம்' என்னும் இடைச்சொல் இணைந்துவரும் 'மருந்துக்கும்/மருந்துக்குக்கூட' என்பது முற்றிலும் வேறுபொருளைத் தருகிறது. 'மருந்துக்கும்' என்பது ஒன்றுக்கு மேற்பட்ட சொற்களைக் கொண்டது அல்ல என்றாலும் அது தனிச் சொல்லைவிடக் கூடுதலாக இருப்பதாலும் முற்றிலும் வேறு பொருளைத் தருவதாலும் மரபுத்தொடர் ஆகிறது. இங்கு 'ஒன்றுக்கு மேற்பட்ட சொற்கள்' என்ற வரையறை பொருந்தவில்லை.

சொற்களின் மாறாத வரிசை

இரண்டாவதாகக் கூறிய 'மரபுத்தொடரிலுள்ள சொற்கள் மாறாத வரிசையில் வரும்' என்ற கருத்தும் பொதுவாக ஒப்புக்கொள்ளக்கூடியதாக இருந்தாலும் சில மரபுத்தொடர்களுக்குப் பொருந்தாமல் இருக்கிறது. சில மரபுத்தொடர்களில் சொற்கள் இடம் மாறிவந்தாலும் இந்த மாற்றத்தால் அவற்றின் மரபுப் பொருள் மாறுவதில்லை.

'வயிற்றில் ஈரத்துணியைப் போட்டுக்கொள்' என்ற தொடரிலுள்ள முதல் இரு சொற்களும் இடம் மாறி 'ஈரத்துணியை வயிற்றில் போட்டுக்கொள்' என்று வந்தாலும் அதே பொருளையே தருகின்றன. 'கண் காது மூக்கு (ஒட்ட)வை' என்ற தொடரில் முதல் மூன்று சொற்களும் இடம் மாறிவந்தாலும் ஏதேனும் ஒரு சொல் விடுபட்டு ('கண் மூக்கு வை'/'கண் காது வை') வந்தாலும் மரபுப்பொருள் மாறுவதில்லை. 'செட்டும்கட்டுமாக' போன்ற இருசொல் இணை, கட்டுண்ட நிலையில் இல்லாமல் 'கட்டும் செட்டுமாக' என்று மாறிவருவதும் ஏற்புடையதாக இருக்கிறது.

சொற்களுக்குப் பதிலீடு

மூன்றாவது கருத்து, 'தொடரில் எந்தச் சொல்லுக்கும் அதே பொருளை உடைய வேறு ஒரு சொல்லை மாற்றாகத் தர முடியாது' என்பதாகும். ஆனால் சில தொடர்களில் ஒரு சொல்லுக்குப் பதிலாக மற்றொரு சொல் வந்தாலும் மரபுப் பொருள் சிதைவதில்லை.

'அரைக் கிணறு தாண்டு' என்ற தொடரில் 'அரை' என்ற சொல்லுக்கு மாற்றாக 'பாதி' என்ற சொல் வருவது மரபுப் பொருளை மாற்றவில்லை. 'எரிகிற நெருப்பில் எண்ணெய் ஊற்று' என்ற தொடரில் 'நெருப்பில்' என்ற சொல் வரும் இடத்தில் 'தீயில்', 'கொள்ளியில்' என்பவை பதிலீடாக வருகின்றன; 'ஊற்று' என்ற வினைக்குப் பதிலாக 'வார்', 'விடு' என்னும் வினைகளும் இடம்பெறுகின்றன. ஆகவே பொருள் மாற்றத்தை ஏற்படுத்தாத, பதிலீடுகளைக் கொண்ட தொடர்களும் மரபுத்தொடர்களாக இருக்கலாம்.

முற்றிலும் வேறு பொருள்

மரபுத்தொடரைப் பிற தொடர்களிலிருந்து வேறுபடுத்திக் காண்பதற்கு மிகவும் அடிப்படையாக அமைவது 'மரபுத்தொடரின் பொருள் அதிலுள்ள

சொற்களின் கூட்டுப் பொருளாக இருக்காது, வேறுபட்ட பொருளாக இருக்கும்' என்ற கருத்தாகும்.

தொடர்கள் நேர்பொருளில் (அதாவது தொடரில் உள்ள ஒவ்வொரு சொல்லும் தத்தமக்கு உரிய பொருளில்) வழங்கலாம். இதே தொடர்கள் நேர்பொருளில் அல்லாமல் மரபாக வேறு பொருளில் வழங்கும்போது இரண்டையும் வேறாக இனம்காண வேண்டும். 'கைகழுவு', 'காதுகுத்து' போன்ற தொடர்கள் நேர்பொருளிலும் மரபுப்பொருளிலும் வழங்கும்போது நேர்பொருளா மரபுப் பொருளா என்பதை அவை வழங்கும் சூழலைப் பொறுத்து முடிவுசெய்ய வேண்டும். இதனால் எல்லா மரபுத் தொடர் களுக்கும் நேர்பொருள் உண்டு என்று சொல்லிவிட முடியாது. சில தொடர் களுக்கு மரபுப்பொருள் மட்டுமே உண்டு; நேர்பொருள் இருப்பதில்லை. 'வாயெடு' என்பதில் 'வாய்' என்பதும் 'எடு' என்பதும் மிகவும் பழக்கமான சொற்களானாலும் நேர்பொருளில் வழங்குவதில்லை, மரபுப்பொருளிலேயே வழங்குகின்றன.

மரபுத்தொடர்கள் பல வகை

ஒன்றுக்கு மேற்பட்ட சொற்கள், மாறாத சொல்வரிசை (மாறினாலும் பொருள் மாறாத தன்மை), இறுக்கமான கட்டுக்கோப்பு (பதிலீடாகச் சொற்கள் வந்தாலும் பொருள் மாறாத தன்மை), நேர்பொருள் அல்லாத மரபுப் பொருள் (நேர்பொருள் இருந்தாலும் அதிலிருந்து வேறுபட்ட மரபுப் பொருள்) ஆகிய அம்சங்கள் அனைத்தையும் கொண்ட தொடர்கள் உடனடியாக மரபுத்தொடர் எனத் தேர்ந்தெடுக்கப்படக்கூடியவை.

'காதுகுத்து' என்ற தொடரும் 'எரிகிற நெருப்பில் எண்ணெய் ஊற்று' என்ற தொடரும் மேற்சொன்ன அம்சங்களின் அடிப்படையில் அமைந் தவை. இந்த இரு தொடர்களிலும் 'காதுகுத்து' என்பது மாறாத வரிசை யிலும், பதிலீடாக எந்தச் சொல்லையும் அனுமதிக்காத நிலையிலும், மரபுப் பொருளை நேர்பொருளிலிருந்து பெற முடியாத வகையிலும் இருப்பது. 'எரிகிற நெருப்பில் எண்ணெய் ஊற்று' என்ற தொடரில் உள்ள இரு சொற்களுக்குப் பதிலீடாக வேறு சொற்கள் வந்தாலும் பொருள் மாறாமல் இருந்து ஏனைய அம்சங்களை நிறைவேற்றும் முறையில் இருப்ப தால் அது மரபுத்தொடர் தகுதியைப் பெறுகிறது.

முற்றிலும் வேறு பொருளைத் தருபவை மட்டுமே மரபுத்தொடர்கள் என்றில்லாமல் தொடரின் சொற்பொருளை ஓரளவு சார்ந்திருப்பவையும், தொடரிலுள்ள சொல்லின் நேர்பொருளை விரிப்பதாகவோ குறுக்குவ தாகவோ இருப்பவையும் மரபுத்தொடர் ஆகலாம். 'மாடாக உழை', 'கல் நெஞ்சு', 'அரைமனது', 'கடைகண்ணி', 'வேலைவெட்டி' முதலிய தொடர் கள் ஓரளவு வெளிப்படையான பொருளைத் தருவனவாக இருந்தாலும் அவற்றில் மரபுப் பொருளும் இருக்கக் காணலாம். மேலும் இவை சொல் நிலையில் மரபாகக் கட்டுண்டவை; பதிலீடுகளாக வேறு சொற்களை ஏற்காதவை. இக்காரணங்களால் இவை மரபுத்தொடர் என்ற தகுதியைப் பெறுகின்றன.

எழுதத் தொடங்குமுன் 'உ' என்னும் 'பிள்ளையார்சுழி' போட்ட பின்னரே எழுதத் தொடங்கும் வழக்கம் உண்டு என்பதை அறிந்தவர்களுக்கு

யனவாக இருக்கும்போது அது பலபொருள்-ஒருசொல் எனப்படும். பொது அகராதியில் பல பொருள் கொண்ட ஒருசொல் பதிவுகள் அதிகம். மரபுத் தொடர் அகராதியில் ஒரு தொடருக்குப் பல பொருள் (polysemous idioms) பதிவுகள் மிகக் குறைவாகவே உள்ளன. 220 மரபுத்தொடர்களே இந்த அகராதியில் ஒன்றுக்கு மேற்பட்ட பொருள்கள் கொண்ட தொடர்கள். பெரும்பாலான மரபுத்தொடர்களுக்கு ஒரு பொருளே உள்ளது.

பொது அகராதிக்கும் சிறப்பு அகராதிக்கும் உள்ள தொடர்பு

பொது அகராதியிலும் மரபுத்தொடர்கள் உண்டு. ஆனால் அவை எந்த அளவிற்கு இடம்பெறும் என்பது வகுத்துக்கொண்ட அகராதிக் கொள்கை யையும் அகராதியின் அளவையும் பொறுத்து அமையும்.

'தற்காலத் தமிழ் அகராதி'யிலும் இந்த மரபுத்தொடர் அகராதியிலும் 500க்கு மேற்பட்ட பதிவுகள் பொதுவாக இருப்பதைக் காணலாம். ஆனால் அவை தரப்பட்ட முறையில் குறிப்பிடத் தக்க சில வேறுபாடுகள் உண்டு.

'தற்காலத் தமிழ் அகராதி'யில் சில தொடர்களுக்கு நேர்பொருளை ஒட்டிய பொருளும், நேர்பொருளிலிருந்து விலகிவரும் மரபுப் பொருளும் தரப் பட்டிருக்கும்.

> தந்தியடி வி. 1: (இயந்திரப் பொறியில் குறியீட்டு முறையில் செய்தியை) விரல்களால் கடகடவென்று தட்டி அனுப்புதல். 2: (ஒரு இடத்திலிருந்து மற்றொரு இடத்திற்கு விரைவாக) தந்தி வழியாகச் செய்தி அனுப்புதல். 3: (ஒருவரின் பற்கள், உதடுகள், கை, கால் ஆகியவை பயத்தால் அல்லது குளிரால்) கடகடவென்று ஆடுதல்; நடுங்குதல்.

இந்த மூன்று பொருளில் மூன்றாவது பொருள் மட்டுமே மரபுப்பொருளாக எடுக்கப்பட்டு இந்த அகராதியில் ஒரு பதிவாகத் தரப்பட்டிருக்கும். முதல் இரு பொருளும் 'தந்தி' என்ற தனிச் சொல்லின் பொருளை ஒட்டியே இருப்பதால் மரபுத்தொடர் அகராதியில் இடம்பெறவில்லை.

'தற்காலத் தமிழ் அகராதி'யில் ஒரு தனிச் சொல்லின் பதிவில் அந்தத் தனிச் சொல் வேறொரு சொல்லுடன் இணைந்துவரும்போது கிடைக்கும் பொருள் தனிச் சொல்லின் பல பொருளுள் ஒன்றாகத் தரப்பட்டிருக்கும்.

> மூலை பெ. 4: ('எந்த மூலைக்கு' என்று வரும்போது) (எதிர்கொள்ள வேண்டிய பிரமாண்டமானதோடு ஒப்பிடுகையில்) சமாளிக்கக் கிடைத் திருப்பது சற்றும் போதாத சிறு அளவு.

அத்தகைய தனிச் சொல், இணைந்துவரும் சொல்லோடு மரபுத்தொடர் அகராதியில் இடம்பெற்றிருக்கும். அதாவது, 'எந்த மூலைக்கு' என்றே இந்த அகராதியில் தரப்பட்டிருக்கும்.

'தற்காலத் தமிழ் அகராதி'யில் ஒரு தொடரின் நேர்பொருள் உவமைத் தன்மையில் பயன்படுத்தப்படும்போது உரு வழக்கு என்று காட்டப்பட் டிருக்கும். மரபுத்தொடர் அகராதிக்குச் சேகரிக்கப்பட்ட மேற்கோள் தொகுப்

தமிழில் வினையெச்சம் இரட்டித்துப் பயன்படுத்தப்படுவதை மற்றொரு இலக்கண அமைப்பாகக் கூறலாம். 'படித்துப்படித்துக் கண் வலிக்கிறது' என்பதில் 'படித்து' என்ற வினையெச்சம் இரு முறை வருவது 'படித்தல்' என்ற செயல் பல முறை நிகழ்ந்தது என்பதைக் காட்டப் பயன்படுகிறது. 'மலைப் பாதை வளைந்துவளைந்து செல்கிறது' என்பதில் 'வளைந்து' இரு முறை வருவது பாதை பல இடங்களில் வளைந்து செல்கிறது என்பதைக் காட்டப் பயன்படுகிறது. ஆனால் வினையின் பொருளை இழந்து வினையெச்சம் இரட்டித்து வந்தால் அது மரபுத்தொடராக ஏற்கப்படும். 'விழுந்துவிழுந்து' என்பது இதற்கு ஒரு எடுத்துக்காட்டு. பொது இலக்கண விதியால் பெறப்படும் தொடர்கள் மரபுத்தொடர்கள் அல்ல; அவற்றில் விதிவிலக்காக இருப்பவையே மரபுத்தொடர்களாக ஏற்கப்பட்டுள்ளன.

ஒருவரைத் திட்டுவதற்காகவும் சபிப்பதற்காகவும் ('இடி விழ') பயன்படுத்தப் படும், சேர்ந்தே வரும் சொற்களைக் கொண்ட தொடர்கள் மரபுத்தொடர் அம்சமாகிய மாறாத சொல்வரிசை, பதிலீட்டுச் சொல் இல்லாத நிலை என்பனவற்றோடு ஒத்துவந்தாலும் அவை வசைப் பொருள் என்ற பொதுப் பொருளைக் கொண்டிருப்பதால் மரபுத்தொடராக ஏற்கப்படவில்லை.

II

தனிச் சொல்லுக்கும் மரபுத்தொடருக்கும் உள்ள ஒற்றுமைகள்

ஒரே பொருளைக் குறிப்பதற்கு ஒன்றுக்கு மேற்பட்ட தனிச் சொற்கள் இருப்பது போல மரபுத்தொடர்களிலும் ஒரே பொருளைத் தரும் ஒன்றுக்கு மேற்பட்ட தொடர்கள் இருக்கின்றன. 'அபூர்வமாக' என்ற பொருளை 'அத்தி பூத்தாற் போல்' என்ற தொடரும் 'ஆடிக்கு ஒரு முறை அமாவாசைக்கு ஒரு முறை' என்ற தொடரும் தருகின்றன. 'கண்ணில் மண்ணைத் தூவு', 'காலை வாரு', 'தலையில் மிளகாய் அரை' 'தோலிருக்கச் சுளை விழுங்கு' முதலிய தொடர்கள் 'ஏமாற்றுதல்' என்ற ஒரே பொருளைத் தருகிற பல தொடர் களாக இருக்கின்றன.

வடிவத்தில் ஒத்திருந்து பொருளில் வேறுபடும் சொற்களை வேறுவேறு சொற்களாகக் கருதுவது அகராதியியல் வழக்கம். இவ்வகைச் சொற்கள் பொது அகராதியில் தலைஎண் இடப்பட்டுத் தனித்தனிப் பதிவுகளாகத் தரப்பட்டிருக்கும். வடிவத்தில் ஒன்றுபோல் இருந்து பொருளில் வேறு படும் மரபுத்தொடர்களும் (homonymous idioms) உண்டு. 'ஒரு கை பார்' என்ற தொடர் இரு பதிவுகளாகத் தலைஎண் இடப்பட்டுத் தரப்பட்டி ருக்கிறது. இதன் இரண்டாவது பதிவின் பொருள் முதல் பதிவின் பொரு ளிலிருந்து முற்றிலும் வேறுபட்டது. வடிவத்தில் ஒத்தும் வினைத்திரிபில் வேறுபட்டும் இருக்கும் வினைச்சொற்கள் தலைஎண் இடப்பட்டுத் தனித் தனியே பொது அகராதியில் தரப்படுவது போலவே வடிவத்தில் ஒத்த மரபுத்தொடர்களும் அவற்றின் வினைத்திரிபில் வேறுபட்டால் தனித்தனி யாகத் தரப்படும். ('கரைசேர்' என்பது இதற்கு எடுத்துக்காட்டு.)

ஒரு சொல்லுக்கு ஒன்றுக்கு மேற்பட்ட பொருள் இருப்பது இயல்பு. ஒரு சொல்லின் பல பொருள் தம்முள் ஏதேனும் ஒரு வகையில் தொடர்புடை

‘வெறும் வாயை மெல்’, ‘(வெறும்) வாய்க்கு (மெல்ல) அவல்’ என்னும் இரு வடிவங்கள் மரபுத்தொடர்களாக வழங்கிவருகின்றன. பொதுப் பொருள் பெற முடியாத பழமொழிகளின் குறுகிய வடிவங்களுக்கு மரபுத்தொடராக வழங்கும் வாய்ப்பு இருக்கிறது என்று சொல்லத் தோன்றுகிறது.

மரபுத்தொடர் அல்லாத தொடர்கள்

எந்தத் தொடர் மரபுத்தொடர் இல்லை என்று பார்ப்பதன்மூலமாகவும் மரபுத்தொடரை இனம்காண்பதில் உள்ள சிக்கல்களை அறியலாம்.

இரு சொற்கள் என்ற தன்மை இல்லாத, ஒருசொல்லாகிவிட்ட சொற் சேர்க்கைகளை மரபுத்தொடர் என்று கருத முடியாது. ‘உட்கை’, ‘கண்ணடி’ போன்றவற்றை உள்+கை, கண்+அடி என்று பிரித்து மரபுத்தொடர்கள் என்று சொல்ல முடியாது. இவை தொகைச்சொற்கள்.

பொது மொழியில் வழங்காமல் சிறப்புத் துறையில் கலைச்சொற்களாக வழங்கும் தொடர்களும் மரபுத்தொடர்கள் அல்ல. ‘வெள்ளை அறிக்கை’, ‘பசுமைப் புரட்சி’ போன்ற தொடர்களில் சொற்கள் சேர்ந்தே வந்தாலும், நேர்பொருளில் அல்லாமல் வேறு பொருளில் வழங்கினாலும் அவை கலைச் சொற்கள் என்பதால் மரபுத்தொடர்கள் அல்ல.

‘நகையை அடகுவைத்தான்’ என்ற வாக்கியத்தில் உள்ள ‘அடகுவை’ என்ற தொடர் ‘மானத்தை அடகுவைத்தான்’ என்ற வாக்கியத்தில் நேர்பொருளின் உவமைத் தன்மையில் கையாளப்படுகிறது. பொருளை அடகு வைப்பது போல் மானத்தையும் அடகுவைத்திருப்பதை ஒப்புமை வாயிலாகப் பெறு கிறோம். இது உரு வழக்கு, மரபுத்தொடர் அல்ல.

மாறாத சொற்சேர்க்கையில் வந்தாலும் வெளிப்படையான உவமையும் மரபுத்தொடர் ஆகாது. ‘அடிபட்ட புலி போல்’, ‘அனலிடை மெழுகென’ போன்றவை உவமைத் தொடர்கள். இவை ‘அத்தி பூத்தாற் போல்’ என்ற தொடரைப் போல் வேறு பொருளில் வருவதில்லை.

ஒரு குறிப்பிட்ட இலக்கண அமைப்பில் குறிப்பிட்ட முறையில் அமைந்த சொற்களாலான தொடர்கள் இருக்கலாம். ‘சிரிசிரி என்று சிரித்தான்’ என்ற தொடர் அதில் வரும் சொற்களில் இல்லாத மிகைத் தன்மையைப் பொருளுக்குத் தருகிறது. எனினும், அது மரபுத்தொடர் அல்ல. ஏனென்றால் இந்தத் தொடர் தரும் மிகைத் தன்மை மரபாகப் பெறப்படாமல் அதன் இலக்கண அமைப்பால் பெறப்படுகிறது. இந்த இலக்கண அமைப்பில் ஒரே வினைச்சொல் முதலில் இருமுறையும், ‘என்று’ என்பதன்பின் மீண்டும் ஒரு முறையும் வரும். அவ்வாறு வருமானால் பொருளுக்கு மிகைத் தன்மை கூடும். இதே அமைப்பில் வேறு வினைகளும் வரும். (‘போடுபோடு என்று போடு’ என்ற தொடரில் மிகைத் தன்மையோடு ‘போடு’ என்ற சொல்லின் பொருளுடன் தொடர்பு இல்லாத ‘நிகழ்ச்சியை நடத்து’ என்ற பொருள் இருப்பதால் அது மரபுத்தொடராக ஏற்கப்பட்டிருக்கிறது).

‘வீடுவீடாக’ என்பது மற்றொரு இலக்கண அமைப்பில் வரும் தொடர். இந்த அமைப்பில் வரும் தொடருக்கு ‘ஒவ்வொரு வீடாக’ என்பது பொருள். இது மரபுத்தொடர் அல்ல.

'பிள்ளையார்சுழி போடு' என்ற தொடரின் பொருள் வெளிப்படையாக இருக்கலாம். பிள்ளையார்சுழி போடும் வழக்கம் குறைந்து 'பிள்ளையார் சுழி' என்பது வெறும் குறியீடு என்னும் நிலை தோன்றும்போது இந்தத் தொடர் மரபுத்தொடர் ஆகிவிடுகிறது. 'அகலக்கால் வை' என்ற தொடர் அகலமாகக் காலை வைத்தல் என்ற நேர்பொருளின் உவமைத் தன்மையில் வழங்குவதாக (உரு வழக்காக) எடுத்துக்கொண்டால் மரபுத்தொடர் ஆகாது. ஆனால் அந்தத் தொடர் வெவ்வேறு சந்தர்ப்பங்களில் பயன்படுத்தப்படும்போது உரு வழக்கு என்ற நிலையிலிருந்து மாறி, தனியாக ஒரு பொருள் ஏற்று மரபுத்தொடர் ஆகிறது.

சில தொடர்கள் உடல்ரீதியான செயல்பாட்டைக் காட்டுவதாக இருந்தாலும் வேறு பொருளைக் குறிப்பாக உணர்த்துவனவாக உள்ளன. தொடர் காட்டும் உடல்ரீதியான செயல்பாடு நாளடைவில் மறக்கப்பட்டு அதனால் குறிக்கப்பட்ட பொருள் மரபுப் பொருளாக ஆகிவிடுகிறது. 'கை நீட்டு' என்ற தொடர் உடல்ரீதியான (கையை நீட்டுதல் என்னும்) செயல்பாட்டைக் காட்டாமல் 'லஞ்சம் வாங்குதல்' என்ற பொருளையே நேராக உணர்த்தும்போதுதான் மரபுத்தொடர் என்ற தகுதியைப் பெறுகிறது. 'அடுப்பில் பூனை தூங்குகிறது' போன்ற தொடர் பூனை அடுப்பில் தூங்கும் செயல் இல்லாமலேயே மரபாக, வருமானம் இல்லாத நிலை என்ற பொருளைத் தருவதால் மரபுத்தொடர் ஆகிறது.

தமிழில் பல தொடர்கள் 'போல/போல்' என்னும் உவமை உருபுடன் சேர்ந்து வழங்குகின்றன. இவ்வாறு வழங்கும்போது இந்தத் தொடர்கள் உவமை என்ற அளவில் இல்லாமல் அடையாக வந்து புதிய பொருள் தருகின்றன. 'அத்தி பூத்தாற் போல்' என்பது உவமைப் பொருளை இழந்து 'அபூர்வமாக' என்ற பொருளில் மரபுத்தொடர் ஆகிறது. 'மாதிரி' என்பதும் அது சார்ந்த தொடரை அடையாக மாற்றுகிறது. 'கன்னத்தில் அறைந்த மாதிரி' என்பது 'மனத்தில் சுரீர் என்று உணரும்படியாக' என்ற பொருளில் மரபுத்தொடர் ஆகிறது.

பழமொழியும் மரபுத்தொடரும்

சில மரபுத்தொடர்கள் பழமொழியோடு தொடர்புகொண்டவை. ஆயினும் பழமொழியும் மரபுத்தொடரும் வேறானவை. பழமொழிக்கும் மரபுத் தொடருக்கும் ஒரு முக்கிய வேறுபாடு உண்டு. பழமொழியிலுள்ள சொற்களின் நேர்பொருள் சூழ்நிலைக்குத் தகுந்தவாறு விளங்கிக்கொள்ளப்படும். பழமொழி பல சூழ்நிலைக்கு ஏற்றவாறு பயன்படுத்தக்கூடியது. 'சட்டியில் இருந்தால்தானே அகப்பையில் வரும்' என்ற பழமொழிக்கு, 'கம்பி நீட்டு' என்ற மரபுத்தொடரின் பொருள் போல் ஒரே பொருள் கூற முடியாது. பழமொழியின் பொதுவான பொருள் சூழ்நிலைக்குத் தகுந்தபடி புரிந்து கொள்ளப்படுகிறது. இருந்தாலும் பழமொழிகளில் பொதுப் பொருள் பெற முடியாதவையும் உண்டு.

ஒரு பழமொழியின் குறுகிய வடிவம் மரபுத்தொடராக மாறலாம். 'தலைக்குமேல் வெள்ளம் போகும்போது சாண் போனால் என்ன முழம் போனால் என்ன' என்ற பழமொழியில் உள்ள 'தலைக்குமேல் வெள்ளம்' என்ற தொடர் மரபுத்தொடராக வழங்கிவருகிறது. 'வெறும் வாயை மெல்லுகிறவனுக்கு அவல் கிடைத்தாற் போல' என்ற பழமொழியிலிருந்து

பில் உரு வழக்கின் ஆட்சி மிகுதியாக இருந்தால் அது தொடரில் உரு வழக்குத் தன்மை மறைந்து மரபுப்பொருள் உருவாவதைக் காட்டும். எனவே அது மரபுத்தொடராக இந்த அகராதியில் ஏற்கப்பட்டிருக்கும். 'தற்காலத் தமிழ் அகராதி'யில் 'மரண அடி' என்ற தொடரின் பதிவில் 'மரணம் ஏற்படுவதற்குக் காரணமாகும் விதத்தில் விழும் பலத்த அடி' என்ற நேர் பொருள் தரப்பட்டு ஒரு மேற்கோள் வாக்கியத்தின்முன் '(உரு வ.)' என்று காட்டப்பட்டிருக்கிறது. மரபுத்தொடர் அகராதியில் 'மரண அடி' என்ற பதிவில் "(ஒருவருடைய செயல்பாடுகளை முடக்கிவிடக் கூடிய) பெரும் பாதிப்பு" என்ற மரபுப்பொருளே கொடுக்கப்பட்டிருக்கிறது.

ஒரே பதிவு இரண்டு அகராதிகளிலும் இடம்பெறும்போது அது இரண் டிலும் எல்லா அம்சங்களிலும் ஒன்றுபோலவே தரப்படாமலிருக்கலாம். மரபுத்தொடர் அகராதிக்குப் பயன்படுத்திய அதிகப்படியான தரவின் அடிப்படையில் தேவையான மாற்றங்கள் செய்யப்பட்டிருக்கலாம்.

இந்த மாற்றங்கள் தலைத்தொடர் மாற்றங்களாக இருக்கலாம். 'தற்காலத் தமிழ் அகராதி'யில் 'அகராதி பிடித்தவன்' என்ற தலைத்தொடர் இந்த அகராதியில் 'அகராதி பிடித்த' என்ற வடிவில் தரப்பட்டதற்குக் காரணம், அகராதி பிடித்த ஆள்/ஆசாமி/பெண் என்று பல பெயர்களோடு இந்த அடை வருவதுதான்.

'தற்காலத் தமிழ் அகராதி'யில் 'மேலெழுந்தவாரியாக/மேலெழுந்தவாரியான' என்று தரப்பட்டிருக்கும் தலைத்தொடர் மரபுத்தொடர் அகராதியில் 'மேலெழுந்தவாரியாக' என்று மட்டுமே தரப்பட்டு 'மேலெழுந்தவாரியான' என்பது இந்த அகராதியின் கொள்கையின்படி ஒரு இலக்கண வடிவ வேறுபாடாக (இ.வே.) வலது பக்கத்தில் குறிக்கப்பட்டிருக்கும்.

'தற்காலத் தமிழ் அகராதி'யில் தலைச்சொல் எந்த இலக்கண வகையை (word class or part of speech) சேர்ந்தது என்ற குறிப்புத் தரப்பட்டிருக்கும். இந்த அகராதியில் தொடர்களுக்கான இலக்கணக் குறிப்புத் தரப்பட வில்லை. இதற்கு இரு காரணங்கள் உண்டு. தொடர்களின் இலக்கண வடிவத்தைக் குறிப்பிடுவதால் சிக்கல்கள் எழுகின்றன. சில மரபுத் தொடர்கள் முழு வாக்கியமாகவே இருக்கின்றன. கூற்று வாக்கியமாகவோ ('அப்பனுக்கு மகன் தப்பாமல் பிறந்திருக்கிறான்'), வினா வாக்கிய மாகவோ ('வீட்டில் சொல்லிக்கொண்டு வந்துவிட்டாயா') இருக்கலாம். இவை போன்ற முழு வாக்கியங்கள் இலக்கண உறுப்பு ஆகாது. மற்றொரு காரணம், மரபுத்தொடர்களுக்கு ஒன்றுக்கு மேற்பட்ட இலக்கண வடிவங் கள் இருப்பது. 'எச்சில் கையால் காக்காய் ஓட்டாத' என்ற மரபுத்தொடர் எச்ச வடிவில் இருக்கிறது; அது '... ஓட்ட மாட்டான்' என்ற இலக்கண வடிவிலும் வரும்போது வினைமுற்றுத் தொடராகிவிடுகிறது. தலைத் தொடருக்கு இலக்கணக் குறிப்புத் தந்தால் அது அந்தத் தொடரின் இலக்கண மாற்று வடிவத்திற்குப் பொருந்தாமல் போய்விடுகிறது. இக் காரணங்களால் மரபுத்தொடர்களுக்கு இலககணக் குறிப்புத் தரப்பட வில்லை. இருந்தாலும் தொடர்களுக்குப் பொருள் தலைத்தொடரின் இலக்கண வகை அடிப்படையிலேயே தரப்பட்டிருக்கிறது.

தொடர்களுக்குத் தரப்பட்டிருக்கும் பொருளிலும் இரு அகராதிகளுக் கிடையே வேறுபாடு இருக்கும். 'ஒற்றைக் காலில் நில்' என்ற தொடருக்கு

‘தற்காலத் தமிழ் அகராதி’யில் “ஒன்றைச் செய்தே அல்லது அடைந்தே தீர்வது என்று இருத்தல்; பிடிவாதம் பிடித்தல்” என்று பொருள் தரப்பட்டிருக்கும். இந்தப் பொருள் மரபுத்தொடர் அகராதியில் “(ஒருவர் தான்) எடுத்த முடிவில் பிடிவாதமாக இருத்தல்” என்று பொதுமைப்படுத்தப் பட்டுத் தரப்பட்டிருக்கிறது. இந்த அகராதிக்குப் பயன்படுத்திய அதிகப் படியான தரவு பொதுமைப்படுத்துவதற்குக் காரணமாக இருந்திருக்கிறது.

மரபுத்தொடர் அகராதிக்குப் பயன்படுத்திய அதிகப்படியான தரவுகளில் ஒரு தொடருக்குப் புதிய பொருள் இருக்குமானால் அந்தப் பொருளும் இந்த அகராதியில் சேர்க்கப்பட்டிருக்கும். ‘அடிதடி’ என்ற தொடருக்கு இந்த அகராதியில் தரப்பட்டிருக்கும் “(ஒன்றைப் பெறுவதில் அல்லது செய்வதில்) மும்முரமான போட்டி” என்னும் இரண்டாவது பொருள் ‘தற்காலத் தமிழ் அகராதி’யில் இல்லாதது.

III

மரபுத்தொடர்களின் தரவுமூலங்கள்

‘தற்காலத் தமிழ் அகராதி’யின் சொல்தொகுப்பிற்குத் தரவுமூலங்களாகப் பயன்படுத்தப்பட்ட 40,000 அச்சிட்ட பக்கங்களிலிருந்து 15,875 சொற்கள் தேர்ந்தெடுக்கப்பட்டன. மரபுத்தொடர் அகராதிக்குத் தரவுமூலங்கள் பக்கக் கணக்கில் ஏறத்தாழ இரு மடங்காகும். அவற்றிலிருந்து தெரிவு செய்யப்பட்டு இந்த அகராதியில் தலைத்தொடர்களாகத் தரப்பட்டிருக்கும் மரபுத்தொடர்கள் 1930. மரபுத்தொடர்களின் மாற்று வடிவங்களையும் சில மரபுத்தொடர்களின் பதிவுகளிலேயே காட்டப்பட்டிருக்கும் தொடர்புடைய வடிவங்களையும் தனித்தனித் தொடர்களாகக் கணக்கிட்டால் இந்த எண்ணிக்கை கணிசமாகக் கூடும். இத்தனை மரபுத்தொடர்களை உள்ளடக்கிய மேற்கோள் வாக்கியங்கள் ஏறத்தாழ 14,500. மரபுத்தொடர்களுக்கான மேற்கோள்களைத் தேடிக் கண்டுபிடிப்பது எளிதாக இருக்கவில்லை. மரபுத்தொடரை எவ்வாறு இனம்கண்டுகொள்வது என்பதும், எப்படிப்பட்ட எழுத்துகளில் மிகுதியான மரபுத்தொடர்கள் கையாளப்பட்டிருக்கும் என்பதை ஊகித்து அறிய முடியாமல் இருப்பதுமே இதற்குக் காரணங்கள். இவை இரண்டையும் குறித்து மேலும் சிறிது கூற வேண்டும்.

மரபுத்தொடர் அகராதி தொடங்கியபோது ‘காதுகுத்து’, ‘கம்பி நீட்டு’ போன்ற, எல்லா அம்சங்களையும் கொண்டவையாகவே மரபுத்தொடர்கள் இருக்கும் என்ற எண்ணம் பிற வகையான தொடர்களை எதிர்கொள்ள நேரிட்டபோது மாற்றத்துக்கு உள்ளாயிற்று. மரபுத்தொடர் அகராதிக்காகக் கூட்டப்பட்ட வல்லுநர் குழுக் கூட்டங்களில் மரபுத் தொடர்களில் காணப்படும் வேறுபாடுகள் விரிவாக விவாதிக்கப்பட்ட பின்னர் மரபுத்தொடர்கள் அவற்றின் எல்லா அம்சங்களையும் கொண்டவையாகவோ, ஒரு சில அம்சங்களை மட்டும் கொண்டவையாகவோ இருக்கலாம் என்ற கருத்து ஏற்றுக்கொள்ளப்பட்டது. இந்தக் கருத்து மரபுத் தொடர்களைத் தேடுவதை மேலும் கடினமாக்கியது.

பொது அகராதிக்குப் பயன்படுத்திய தரவுமூலங்களில் மரபுத்தொடர்கள் போதிய அளவில் இல்லை என்பதை உணர்ந்ததும் தரவுமூலங்களை அதிகப்படுத்த வேண்டியதாயிற்று. எந்த வகையான எழுத்துகளில் மரபுத் தொடர்கள் மிகுதியாகக் கையாளப்பட்டிருக்கும் என்பதைக் கணிக்கவும் வேண்டியிருந்தது. பல வகை உரைநடை எழுத்துகளை மேலோட்டமாகப் பார்த்ததில் படைப்பிலக்கியங்களில் மரபுத்தொடர்கள் வருமளவிற்குத் தகவல் தரும் செய்தித்தாள் போன்றவற்றில் மரபுத்தொடர்கள் இடம்பெறு வதில்லை என்று கணிக்க முடிந்தது. எனவே மரபுத்தொடர்களுக்கான தரவுமூலங்களில் சிறுகதை, நாவல் போன்ற படைப்பிலக்கியங்கள் கணிச மான இடத்தைப் பெற்றன. பார்வையிடப்பட்ட இலக்கியங்களிலும் மரபுத்தொடர்கள் ஒரே அளவில் கிடைக்கவில்லை. சில சமயம் ஒரு முழு நாவலிலிருந்து ஓரிரு மரபுத்தொடர்களே கிடைத்தன. சில ஆசிரியர்கள் மரபுத்தொடர்களைப் பொருள் புதுமை இல்லாதவையாக (cliche) கருதி அவற்றைத் தம் எழுத்துகளில் எடுத்தாள்வதைத் தவிர்த்திருக்கிறார்கள்; இதற்கு மாறாக வேறு சில ஆசிரியர்கள் மரபுத்தொடர்களை உயிர்ப் புடையவையாகக் கருதி மிகுதியாகப் பயன்படுத்தியிருக்கிறார்கள்.

ஒருசில வார, மாத இதழ்கள் படிப்பவர்களின் கவனத்தைக் கவர்வதற்காக மரபுத்தொடர்களை மாற்றியும் மிகைப்படுத்தியும் வழங்குவதைக் காண லாம். இருந்தபோதிலும் இத்தகைய தொடர்கள் மூல மரபுத்தொடர்களை அடையாளம் காட்டத் தவறவில்லை; மூல மரபுத்தொடர் என்ன என்பது தெரிந்திருந்தாலொழிய மாற்றங்களுக்கு உட்படுத்தப்பட்ட இந்தத் தொடர் களைப் புரிந்துகொள்ள முடியாது. கவர்ச்சிக்காகச் செய்யப்பட்ட இந்த மாற்றங்கள் மரபுத்தொடர்களின் நிலைபெற்ற மாற்று வடிவங்களோடு சேர்த்துவைத்து எண்ணத் தகுந்தவை அல்ல.

சில மரபுத்தொடர்களுக்கு மேற்கோள்கள் மிகுதியாகவும் சிலவற்றிற்கு மிகக் குறைவாகவும் கிடைத்தன. சில தொடர்களுக்குக் கிடைத்த மிகுதியான மேற்கோள்களிலிருந்து தொடர்களின் சொல்வரிசை மாற்றம், பதிலீடுகள் முதலியவற்றைத் தொகுக்க முடிந்தது. ஒரு மரபுத்தொடர் எந்த முறையில் தலைத்தொடராகத் தரப்பட வேண்டும் என்பதைத் தீர்மானிப்பதற்கும் மிகுதியான மேற்கோள்கள் உதவியாக இருந்தன. குறைவான மேற்கோள்கள் கிடைத்த தொடர்களுக்குத் தந்துள்ள தகவல்களுக்கு அகராதிக் குழுவின ரின் மொழி உணர்வும், மொழிப் பயிற்சியுமே அடிப்படையாக அமைந்தன.

IV

மரபுத்தொடர் அகராதி அமைப்பு

தலைத்தொடர்

இந்த அகராதியில் குறிப்பிட்ட சில முறைகளைப் பின்பற்றித் தலைத் தொடர் தரப்பட்டிருக்கிறது. ஒரு மரபுத்தொடர் எந்த வடிவத்தில் அதிக மாகப் புழங்கிவருகிறதோ அந்த வடிவத்தில் தலைத்தொடரை அமைப்பதே முறையானது. 'சுட்டுப்போட்டாலும்' என்ற இயல்பான வடிவத்தில் வழங்குகிற தொடரை 'சுட்டுப்போடு' என்று வினையடியாகத் தருவது மரபுத்

தொடரை உணர்த்துவதாக இருக்காது. 'திறந்த மனத்துடன்' என்று வழங்கு வதை 'திறந்த மனம்' என்று பெயர்த்தொடராக மாற்றித் தருவது இயல் பாக இல்லை என்பதோடு மரபுத்தொடரைக் கண்டுகொள்வதற்கு உதவியாக வும் இருக்காது. 'கரும்பு தின்னக் கூலியா' என்ற தொடரின் இறுதியில் 'ஆ' என்னும் இடைச்சொல்லைச் சேர்த்துத் தருவதே இயற்கையாக இருக்கிறது.

வேறு சில தொடர்கள் பெரும்பாலும் எதிர்மறை வடிவங்களிலேயே வழங்கு கின்றன. 'ஏணி வைத்தாலும் எட்டாது', 'கைக்கு எட்டியது வாய்க்கு எட்ட வில்லை', 'திறந்த வாய் மூடாமல்' போன்ற தொடர்கள் எதிர்மறை வடிவத்திலேயே வழங்கிவருகின்றன. எனவே அவை வழங்கும் அதே எதிர் மறை வடிவத்திலேயே தலைத்தொடர் இருக்கும்.

'நான் பிடித்த முயலுக்கு மூன்று கால்' என்பது 'தான் பிடித்த முயலுக்கு மூன்று கால்' எனச் சில இடங்களில் வந்தாலும் 'நான்' என்னும் தன்மை இடப்பெயரே வழக்கில் மிகுதி.

மரபுத்தொடருக்கு எது இயல்பான வடிவமோ அந்த இயல்பான வடிவத் தில் தருவது மரபுத்தொடர்களின் பொருள் வேறுபாடுகளைக் காட்டவும் உதவியாக இருக்கிறது. 'கண்ணை மூடிக்கொண்டு' என்பது 'எந்தவிதத் தயக்கமும் இல்லாமல்; யோசனை செய்யாமல்' என்னும் பொருளில் வழங்குகிற ஒரு மரபுத்தொடர். 'கண்ணை மூடிக்கொள்' என்பது 'கவனிக்காமல் விடுதல்; கண்டுகொள்ளாமல் இருத்தல்' என்னும் பொரு ளில் வழங்குகிற வேறொரு மரபுத்தொடர். 'கண்ணை மூடிக்கொண்டு' என்பதை 'கண்ணை மூடிக்கொள்' என்பதன் வினையெச்சமாகக் கருதக் கூடாது. இது போன்றே 'கொடுத்துவைத்த மாதிரி' என்பது தனிப் பதிவாகவும் 'கொடுத்துவை' என்பது தனிப் பதிவாகவும் அமைய வேண்டியது அவசியம்.

தலைத்தொடரில் அடைப்புக்குறி

'பெற்ற வயிறு பற்றி எரி' என்னும் தொடரில் இடம்பெற்றிருக்கும் 'பற்றி' என்னும் சொல் தொடரின் உறுப்பாக இருந்தாலும், சில சமயங்களில் விடுபட்டு, 'பெற்ற வயிறு எரி' என்று வருவதும் உண்டு. தலைத்தொடர் களில் சில சமயங்களில் விடுபட்டும் வரும் சொல் அடைப்புக்குறிக்குள் தரப்பட்டிருக்கும்.

சில நீண்ட தொடர்கள் இரு பகுதிகள் கொண்டதாக இருந்தாலும், சில இடங்களில் ஒரு பகுதி விடுபட்டு வருவதும் உண்டு. 'யானை விலை குதிரை விலை' என்ற தொடரில் 'யானை விலை' என்ற பகுதி மட்டுமே வழங்கிவருவதுண்டு. எனவே தலைத்தொடரில் 'குதிரை விலை' என்பது அடைப்புக்குறிக்குள் இருக்கும்.

தொடர்களில் மாற்றங்கள்

பல மரபுத்தொடர்கள் பொருளில் வேறுபடாமல் சிலவகை வடிவ மாற்றங்களோடு வழங்குகின்றன. இந்த மாற்றங்கள் அந்தத் தொட ர்களுக்கு இயல்பானவை என்பதாலும் இந்த மாற்றங்களோடும் தொடர்கள் வழங்கிவருவதாலும் அவற்றைப் பதிவுகளில் காட்டவேண்டியது அவசி

மாயிற்று. மாற்றங்கள் பலவகைப்பட்டனவாக இருந்தாலும, அவை பெரும்பாலும் ஒழுங்கான முறையில் வகைப்படுத்தக்கூடியனவாகவே இருக்கின்றன. மரபுத்தொடர்களின் மாற்றங்கள் இரு பெரும் பிரிவில் அமைகின்றன. ஒன்று, சொல் மாற்றங்கள்; மற்றது இலக்கண மாற்றங்கள்.

சொல் மாற்றங்கள் இரு வகை. ஒன்று, ஒரே பொருட்பரப்பில் வரும் மாற்றுச் சொற்கள்; மற்றொன்று, மாற்று வடிவங்கள். 'கிழித்த கோட்டைத் தாண்டு' என்ற தொடரில் 'கிழித்த' என்பதற்கு 'கீறின' என்ற சொல் பதிலீடாக வருகிறது. 'குழி பறி' என்ற தொடரில் 'பறி' என்பதற்குப் பதில் 'தோண்டு' என்பது பதிலீடாக வருகிறது. 'இடித்த புளி மாதிரி' என்பதில் 'புளி மாதிரி' என்பதற்குப் பதிலீடாக 'புளியாட்டம்' என்று வருகிறது. 'ஒரு பயல் இன்னும் பிறக்கவில்லை' என்ற தொடரில் 'ஒரு பயல்' என்ற இரு சொற்களுக்குப் பதிலாக 'ஒருத்தன்' என்ற ஒரு சொல் வருகிறது. 'கட்டிய துணியோடு' என்ற தொடரில் 'துணியோடு' என்ற பொதுச் சொல் பெண்ணுக்கு வரும்போது 'புடவையோடு' என்ற சொல்லாக, ஆணுக்கு வரும்போது 'வேட்டியோடு' என்ற சொல்லாக மாறுதல் அடைகிறது. இவையனைத்தும் ஒரே பொருட்பரப்பில் வரும் மாற்றுச் சொற்கள். பெரும்பாலான மரபுத்தொடர்களில் எந்த ஒரு சொல்லுக்கும் மாற்றுச் சொற்கள் மிகக் குறைவாகவும் ஒரே பொருள் வரையறைக்குள் வருபவை யாகவும் உள்ளன. தலைத்தொடரில் எந்தச் சொல்லுக்குப் பதிலீடாக மாற்றுச் சொல் வருகிறதோ அந்தச் சொல்லில் * என்னும் உடுக்குறி இடப்பட்டிருக்கும். மாற்றாக வரும் சொல், பதிவின் வலப்பக்க ஓரத்தில் காட்டப்பட்டிருக்கும்.

வேறு சில தொடர்களில் மாற்றுச் சொற்கள் மேலே காட்டியவாறு குறைவாகவோ ஒரு பொருள் வரையறைக்குள் வருபவையாகவோ இருக்காது. 'அவன் குடுமி என் கையில்' ்என்ற தொடரில் 'அவன்' என்பது வரும் இடத்திலும், 'என்' என்பது வரும் இடத்திலும் பயன் படுத்துபவர் எந்த இரு நபரையும், பெயர் குறிப்பிட்டும்கூட, வழங்கலாம். எனவே இந்தத் தொடரின் நான்கு உறுப்புச் சொற்களில் இரண்டில் இன்ன சொல்தான் வரும் என்று வரையறுக்க முடியாதபடி இருப்பதால் அந்த இரு இடங்களிலும் சிறு கோடுகள் இடப்பட்டிருக்கும்: '— குடுமி — கையில்.'

மரபுத்தொடர்களில் ஒரு சொல்லுக்கு மற்றொரு சொல் பதிலீடாக வருவது போல் ஒரு தொடருக்கு மற்றொரு தொடர் பதிலீடாக வரலாம். 'சிவ பூஜை யில் கரடி' என்ற தொடருக்கு 'பூஜை வேளையில் கரடி' என்ற தொடர் மாற்றாக வழங்குகிறது. 'நெஞ்சில் கை வைத்துச் சொல்' என்ற தொடருக்கு 'நெஞ்சைத் தொட்டுச் சொல்' என்பது மாற்றாக இருக்கிறது. 'அன்று கண்ட மேனிக்கு அழிவு இல்லாமல்' என்பதற்கு 'அன்றிருந்த மேனிக்கு அழிவு இல்லாமல்' என்பதும், 'அன்றிருந்த மேனி அழியாமல்' என்பதும் மாற்று வடிவங்களாக வழங்குகின்றன.

'விடிந்தது போ' என்ற தொடரில் உள்ள 'விடிந்தது' என்ற சொல்லின் இடத்தில் 'வாழ்ந்தது' என்பது மாற்றாக வந்தாலும் பொருள் மாறுவ தில்லை. ஆனாலும் 'விடிந்தது/வாழ்ந்தது' என்பவை 'கிழித்த/கீறின' போன்ற ஒரே பொருள் தரும் இரு சொற்கள் அல்ல. 'விடிந்தது போ' என்ற

தொடரின் பொருளிலேயே 'வாழ்ந்தது போ' வருவதால் இது மாற்று வடிவமாக ஏற்கப்பட்டிருக்கிறது.

இலக்கண மாற்றங்களையும் இரு வகையாகப் பிரிக்கலாம். பொது விதிகளுக்கு உட்பட்டுவரும் மாற்றங்கள் ஒரு வகை; பொது விதிகளுக்கு உட்படாமல் வரும் மாற்றங்கள் இன்னொரு வகை.

'அத்தி பூத்தாற் போல்' என்னும் தொடர் 'அத்தி பூத்தது போல்/மாதிரி என்றும், 'அத்தி பூத்த மாதிரி' என்றும் வருவதுண்டு. இந்த மரபுத் தொடரில் உள்ள 'பூ' என்னும் வினைச்சொல் 'பூத்தால்' என்ற (-ஆல் விகுதி வினையெச்ச) வடிவத்தில் இருந்தால் 'போல்' என்ற சொல்லோடு மட்டும் இணைந்து வரும்; 'பூத்தது' என்ற (-து விகுதி பெற்ற வினையாலணையும் பெயர்) வடிவத்தில் இருந்தால் 'போல்' அல்லது 'மாதிரி' என்ற இரு சொற்களில் ஒன்றை ஏற்று வரும்; 'பூத்த' என்ற (பெயரெச்ச) வடிவத்தில் இருந்தால் 'மாதிரி' என்ற சொல்லை மட்டும் ஏற்று வரும். மேற்சொன்ன மூன்று வகை இலக்கண வடிவங்களில் ஏதேனும் ஒரு வடிவத்தில் மரபுத்தொடரின் தலைத்தொடர் தரப்பட்டிருந்தாலும் அது ஏனைய இலக்கண வடிவங்களிலும் வழங்கக்கூடியதாகவே இருக்கும். இது போன்று வெவ்வேறு இலக்கண வடிவ அமைப்புகளில் ஒரு தொடர் வரும் என்பதைப் பொது விதியாக்கலாம். இந்த அகராதியில் இது முதல் பொது விதியாகிறது. இந்த விதியைத் தவிர மேலும் மூன்று பொது விதிகள் இந்த அகராதியில் தரப்பட்டுள்ளன. இந்த நான்கு பொது விதிகளும் 'அகராதியைப் பயன்படுத்த உதவும் குறிப்புகளி'ல் தரப்பட்டுள்ளன.

சில மரபுத்தொடர்கள் ஓரிரு இலக்கண மாற்றங்களுடன் மட்டும் வழங்கி வரும். இந்த மாற்றங்கள் பொது விதிகளில் அடங்காதவை. 'நாக்கு வழிக்கவா' என்பதில் உள்ள 'வழிக்கவா' என்ற வினை வடிவம் 'வழிப்பதா' என்றும் வரும். 'தலையும் புரியவில்லை காலும் புரியவில்லை' என்பதில் 'புரியவில்லை' என்பது வரும் இரு இடங்களிலும் 'புரியாமல்' என்ற (எதிர்மறை வினையெச்ச) வடிவம் வருகிறது. இது போன்ற மாற்றங்களெல்லாம் வகைப்படுத்த முடியாதவை; எனவே பொது விதிக்கு உட்படாதவை. இவை போன்ற ஓரிரு இலக்கண வடிவ மாற்றங்கள் இந்த அகராதியில் இ.வே. என்ற சுருக்கெழுத்தால் குறிக்கப்பட்டிருக்கும்.

சில சொற்கள் எழுத்து வழக்கில் ஒரு வகையாகவும் பேச்சு வழக்கில் வேறு வகையாகவும் வழங்கிவருகின்றன. ஒரு சொல்லின் எழுத்து வடிவமும் பேச்சு வடிவமும் சம அளவில் ஒரு மரபுத்தொடரில் வழங்கி வரும்போது ஏதேனும் ஒரு வடிவம் மட்டும் ஏற்கப்பட்டு மற்ற வடிவம் அம்புக்குறியிடப்பட்டுத் தொடர்புபடுத்தப்பட்டுக் காட்டப்பட்டிருக்கும். 'தண்ணீர்பட்ட பாடு' என்ற தொடரின் பதிவில் 'தண்ணீர் → தண்ணி' என்று காட்டப்பட்டதற்கு 'தண்ணி' என்ற பேச்சு வடிவமும் இந்தத் தொடரில் மிகுதியாகவும் இயல்பாகவும் வழங்கிவருகிறது என்பதே காரணம். 'அறுபது நாழிகையும்' என்ற பதிவில் 'நாழிகை → நாழி' என்று காட்டப்பட்டிருப்பது 'நாழி' என்ற வடிவமும் மிகுதியாக வழங்கிவருகிறது என்பதால்.

மரபுத்தொடர்களுக்குப் பொருள் தருதல்

ஒரு மரபுத்தொடர் குறிப்பிடும் பொருளுக்கு இணையாகப் பொது மொழியில் அனைவரும் அறிந்த சொல் இருக்கும்போது அந்த மரபுத்தொடருக்குப் பொருள் தருவதில் எவ்விதச் சிக்கலும் இல்லை. 'கைவை' என்ற மரபுத்தொடருக்கு 'தாக்குதல், அடித்தல்' என்று பொது மொழியில் அறியப்பட்ட சொற்கள் பொருளாகின்றன. 'ஒருநாளைப் போல' என்ற வட்டார வழக்கிற்கு 'தினமும்' என்ற பொது மொழிச் சொல்லைப் பொருளாகத் தருவது போதுமானது. 'ஒரே குரலில்' என்ற தொடர் வினையடையாக வருவதால் 'ஏகோபித்து' என்று வினையெச்ச வடிவில் ஒரு சொல்லும் பொருளாகத் தரப்படுகிறது.

எல்லா மரபுத்தொடர்களுக்கும் ஒரு சொல்லால் பொருள் தர முடிவதில்லை. 'வழிமேல் விழி வைத்து' என்ற மரபுத்தொடருக்கு '(ஒருவரை எதிர்பார்த்து) கவலையுடனும் ஆர்வத்துடனும்' என்று விரிவாகப் பொருள் தர வேண்டியிருக்கிறது. 'மாலைமாலையாக' என்ற தொடருக்கும் '(கண்ணீர்) நிற்காமல் பெருமளவில்' என்று விரித்துப் பொருளை உணர்த்த வேண்டியிருக்கிறது.

மரபுத்தொடர்கள் பொருளை மட்டுமல்லாமல் உணர்வுகளையும் மனோபாவங்களையும் (attitudes) வெளிப்படுத்துகின்றன. பல தொடர்கள், பயன்படுத்துவோரின் உணர்வுகளையும் தன்வயமான கண்ணோட்டத்தையும் காட்டக்கூடியனவாக இருக்கின்றன. அந்த இடங்களில் 'இந்தச் சூழ் நிலையில், இந்த உணர்வை, இந்த உணர்வு சார்ந்த நிலையைக் காட்ட அல்லது உணர்த்தப் பயன்படுத்தும் தொடர்' என்பன போன்ற குறிப்புகள் தேவைப்படுகின்றன. 'மண்டையைப் போடு', 'வாயைப் பிள' முதலிய தொடர்கள் 'இறத்தல்' என்பதையே பொருளாகக் கொண்டிருந்தாலும் பயன்படுத்துவோரின் உணர்வுகளையும் காட்டக்கூடியவை. 'மண்டையைப் போடு' என்பதற்கு 'இறத்தல்' என்ற பொருள் தந்து அடைப்புக் குறிக்குள் 'இயல்பான அனுதாபம் இல்லாதது போல் ஒருவர் கூறுவது' என்றும், 'வாயைப் பிள' என்பதற்கு 'மரணம் அடைதல்' என்ற பொருளோடு அடைப்புக்குறிக்குள் 'மரியாதையோ அனுதாபமோ இல்லாத முறையில் கூறுவது' என்றும் தந்துள்ள குறிப்பு, பொருளுக்கு மேலதிகமாக இருக்கும் மனோபாவத்தை உணர்த்துகிறது.

'கடவுளுக்குக் கண் இல்லை' என்ற தொடருக்கு 'மனிதர்களுடைய துன்பத்தைக் கடவுள் கண்டுகொள்வதில்லை' என்ற பொருளோடு அடைப்புக்குறிக்குள் 'தனக்கு அநியாயமாகப்படுவதைப் பொறுத்துக் கொள்ள முடியாமல் கூறுவது' என்ற குறிப்பும் தர வேண்டியிருக்கிறது. 'கடலில் கரைத்த பெருங்காயம்' என்ற தொடரின் பொருள் 'எவ்விதப் பயனையும் ஏற்படுத்தாது' என்ற முறையில் இருந்தாலும்கூட அது எந்தச் சூழ்நிலையில் வழங்குகிறது என்பதையும் காட்டினால்தான் பொருளுக்கு ஒரு முழுமை கிடைக்கிறது. எனவே, 'தேவை அதிகமாகவும் அதை நிறைவுசெய்யக் கிடைத்திருப்பது குறைவாகவும் இருக்கும்போது கூறப்படுவது' என்ற தகவல் தரப்படுகிறது. பொது அகராதியில் இல்லாத அளவிற்கு மரபுத்தொடர் அகராதியில் இந்த விளக்கக் குறிப்புகள் அதிகமாகவும் அவசியமாகவும் இருக்கின்றன.

சில மரபுத்தொடர்கள் உடன்பாட்டு வடிவத்தில் தரப்பட்டிருந்தாலும் அவை எதிர்மறைச் சொற்களுடனோ எதிர்மறைத் தொனியிலோ வழங்கி வருகின்றன. இந்தத் தொடர்களுக்குப் பொருள் உடன்பாட்டில் தரப் பட்டாலும் அதன்பின் அடைப்புக்குறிக்குள் தொடர் எதிர்மறையில் வழங்கும் என்ற தகவல் தெரிவிக்கப்பட்டிருக்கும். '**ஈடிணை**: ... சரிசமம் அல்லது ஒப்பு (இல்லை என்ற குறிப்பில் கூறுவது)' என்பதும் '**அல்லா அசலா**: (ஒருவர்) வேற்று மனிதரா அல்லது முன்பின் தெரியாதவரா (அப்படிப்பட்டவர் இல்லை என்பதை உணர்த்தும் முறையில் கூறுவது)' என்பதும் இதற்கு எடுத்துக்காட்டுகள்.

சில தொடர்களுக்கு அவை பயன்படும் விதமே பொருளாக அமைகிறது. எடுத்துக்காட்டாக 'கிள்ளிப்பார்த்துக்கொள்' என்ற தொடருக்கு 'நம்ப முடியாத ஒன்று நடக்கும்போது அல்லது நடந்தது நம்ப முடியாத அளவில் இருக்கும்போது தான் சுய நினைவுடன்தான் இருக்கிறோமா என்பதைச் சோதித்துக்கொள்வதாகக் கூறப் பயன்படுத்தும் தொடர்' என்பது விளக்கமாக அமைகிறது.

'சுரைக்காய்க்கு உப்பு இல்லை' என்ற தொடரிலும் அதன் பயன்பாடுதான் சுட்டப்பட வேண்டியிருக்கிறது: 'கூறப்பட்டதை அலட்சியப்படுத்தும் நோக்கில், எரிச்சலடைந்த மனநிலையில் இருக்கும் ஒருவர் பயன்படுத்தும் தொடர்' என்று விளக்கப்பட்டிருக்கிறது. 'மகிழ்ச்சியான மனநிலையில் பாராட்டிப் பயன்படுத்தப்படும் தொடர்' என்ற குறிப்பு, 'வாய்க்குச் சர்க்கரை போட வேண்டும்' என்ற தொடருக்குத் தேவையாகிறது.

வழக்குக் குறிப்பு

'தற்காலத் தமிழ் அகராதி'யில் சொற்களுக்குப் பலவகையான வழக்குக் குறிப்புகள் தரப்பட்டன. சொற்களின் குறைவான அல்லது மிகுதியான வழக்கு அடிப்படையிலும், அவை இடம்பெறும் நடை முதலியவற்றின் அடிப்படையிலும், அவை வழங்கும் இடம், மதம், சமூகம், துறை முதலிய வற்றின் அடிப்படையிலும் இந்தக் குறிப்புகள் தீர்மானிக்கப்பட்டன. மரபுத்தொடர் அகராதியில் மிகக் குறைவான வழக்குக் குறிப்புகளே தரப்பட்டுள்ளன. அருகிவரும் வழக்கு (அ.வ.), உயர் வழக்கு (உ.வ.), தகுதியற்ற வழக்கு (த.வ.), வட்டார வழக்கு (வ.வ.) ஆகிய நான்கும் இரு அகராதியிலும் பயன்படுத்தப்பட்டிருக்கும் வழக்குக் குறிப்புகள். மரபுத் தொடர் அகராதியில் புதிதாக ஒரு வழக்குக் குறிப்புப் பயன்படுத்தப் பட்டிருக்கிறது. பொதுவான எழுத்து வழக்கிலும் பொதுவான பேச்சு வழக்கிலும் தயக்கம் இல்லாமல் பயன்படுத்தப்படுவதற்குரிய தகுதி சில தொடர்களுக்குச் சற்றுக் குறைவாகவே இருக்கும். 'உள்ளதும் போச்சுடா நொள்ளைக்கண்ணா', 'கொட்டாப்புளி மாதிரி', 'புகுந்து விளையாடு', 'வாயில் மண் விழு' போன்றவை சில எடுத்துக்காட்டுகள். இம்மாதிரியான தொடர்களுக்கு "பொதுப் பயன்பாடு பெறாதது" (பொ.பெ.) என்ற வழக்குக் குறிப்புக் கொடுக்கப்பட்டிருக்கிறது.

எடுத்துக்காட்டு வாக்கியங்கள்

கொடுத்துள்ள பொருளைப் புரிந்துகொண்டு மட்டுமே ஒரு மரபுத் தொடரைச் சரியான முறையில் எழுத்திலோ பேச்சிலோ பயன்படுத்தி விடலாம் என்று கூற முடியாது. இங்குதான் எடுத்துக்காட்டு வாக்கியங்கள் தேவையாகின்றன. 'காலில் கட்டி அடிக்க' என்ற தொடருக்கு 'எந்த விதத்திலும் ஒப்பிட (முடியாது, காணாது)' என்று பொருள் தரப்பட்டிருக் கிறது. இந்தப் பொருளைப் புரிந்துகொள்வதில் எவ்விதச் சிக்கலும் இல்லை. அடைப்புக்குறிக்குள் தந்திருக்கும் 'முடியாது, காணாது' என்னும் இரு முற்று வடிவங்கள் இந்த மரபுத்தொடர் இந்த இரு வடிவங்களோடு இணைந்து வரும் என்பதைக் காட்டுகின்றன. பொருளைப் புரிந்துகொண்டு, பொருத்த மாக இணையும் முற்று வடிவத்தையும் கையாண்டு 'அவனை உன்னோடு காலில் கட்டி அடிக்க முடியாது/காணாது' என்று வாக்கியத்தை அமைக்க முடியாது. இந்தத் தொடருக்குத் தரப்பட்டிருக்கும் 'இந்தக் கோயில் சிற்பங்களின் காலில் கட்டி அடிக்க முடியாது, நீ புகழும் அந்தச் சிற்பத்தை' என்ற எடுத்துக்காட்டு வாக்கியத்தைப் படித்த பின்னர்தான் அதன் பொருளும் அது மொழியில் வழங்கும் விதமும் தெளிவாக விளங்கும்.

சில எடுத்துக்காட்டு வாக்கியங்களில் # என்னும் குறியீடு பயன்படுத்தப் பட்டிருக்கிறது. மரபுத்தொடர்களிலுள்ள சொற்களின் இறுக்கமும் கட்டுக் கோப்பும் அவற்றைப் பிற தொடர்களிலிருந்து வேறுபடுத்திக் காட்டுவன வாக இருக்கின்றன. ஒரு பெயர்ச்சொல்லில் வேற்றுமை உருபு வெளிப் பட்டும் மறைந்தும் வருவது பொது மொழியில் ஏற்கக்கூடியது. 'பால்/ பாலைக் குடி' என்று வேற்றுமை உருபு வெளிப்பட்டும் வெளிப்படா மலும் வருவது சாதாரணமானது. மரபுத்தொடர்களில் இது போன்று இல்லை. 'ஊருக்காகப் பால் குடி', 'தலையால் தண்ணீர் குடி', 'மனப்பால் குடி' ஆகிய மரபுத்தொடர்களில் 'ஐ' உருபு வெளிப்பட்டு வருவதே இல்லை. 'தலையைத் தடவு' என்ற மரபுத்தொடரில் உருபு வெளிப்பட்டு வழங்குமே தவிர விடுபட்டு வருவதில்லை. பொது மொழியில், செய் வினை வடிவில் இருக்கும் வாக்கியத்தைச் செயப்பாட்டு வினை வடிவிற்கு மாற்றலாம். 'விளக்குக்குத் திரி திரித்தாள்' என்பதை 'விளக்குக்குத் திரி திரிக்கப்பட்டது' என்று மாற்றலாம். ஆனால் 'கயிறு திரி' என்பது போன்ற மரபுத்தொடர்கள் செயப்பாட்டு வினையாக மாற்றம் பெறுவதில்லை.

பொதுவாக வேற்றுமை உருபு வெளிப்படாமல் இருக்கும் தொடர்களுள் சிலவற்றில் உருபு வெளிப்பட்டும், வேற்றுமை உருபு வெளிப்பட்டு நிற்கும் தொடர்களுள் சிலவற்றில் உருபு விடப்பட்டும் வருகின்றன. பொது மொழியின் தொடர்களைப் போல உருபு வெளிப்பட்டும் விடுபட்டும் வரும் தொடர்களைப் பயன்படுத்துபவரின் கவனத்திற்குக் கொண்டுவர வேண்டியிருக்கிறது. இந்தத் தகவல் மேற்கோள் வாக்கியங்கள் வழியாகத் தெரிவிக்கப்படுகிறது. '(முகத்தில்) கரி பூசு' என்ற தலைத்தொடரில் 'ஐ' உருபு வெளிப்பட்டும் வரும்; எனவே அதன் பதிவில் ஒரு மேற்கோள் வாக்கியத்தில் # என்னும் குறியீடு தரப்பட்டு 'கரியைப் பூசு' என உருபு வெளிப்பட்டு வந்தது காட்டப்படுகிறது. 'கையைக் கட்டிக்கொண்டு' என்ற தலைத்தொடரில் 'ஐ' உருபு விடுபட்டு 'கைகட்டிக்கொண்டு' என்று வருவது அதன் பதிவில் ஒரு மேற்கோள் வாக்கியத்தில் # என்னும் குறி யீட்டால் காட்டப்பட்டிருக்கிறது. வேற்றுமை உருபுகள் மட்டுமல்லாமல்

சில இடைச்சொற்களும் (ஆ, ஏ, ஓ, தான் போன்றவையும்), -கள் என்னும் பன்மை விகுதியும் தலைத்தொடர்களின் இடையில் சேர்க்கப்படுவதும் உண்டு. இந்தத் தகவலும் மேற்கோள் வாக்கியங்களில் # என்னும் குறியிடு தரப்பட்டுப் பயன்படுத்துவோரின் கவனத்திற்குக் கொண்டுவரப்பட்டிருக்கிறது. தலைத்தொடரின் இறுதிச் சொல்லில் வேற்றுமை உருபோ இடைச்சொல்லோ சேர்வது பெரும்பாலும் எதிர்பார்க்கக்கூடிய முறையில் இருப்பதால் இறுதிச் சொல்லில் அவை சேர்க்கப்படுவது காட்டப்படவில்லை. தலைத்தொடர்களின் இடையில் சேர்க்கப்படுவதும், விடுபடுவதும் மட்டுமே பயன்படுத்துவோரின் கவனத்திற்குக் கொண்டுவரப்பட்டுள்ளன. வேற்றுமை உருபுகள், இடைச்சொற்கள் முதலியவை சேர்வதும் விடுபடுவதும் காட்டப்பட்டது போலவே தலைத்தொடரில் சொற்கள் இடம் மாறி வருவதும், வாக்கிய மாற்றங்களும் (செயப்பாட்டு வினை மாற்றம், பிறவினை மாற்றம் போன்றவையும்) மேற்கோள் வாக்கியங்களின் வழியாகக் காட்டப்பட்டுள்ளன.

ஆங்கிலப் பொருள்

'தற்காலத் தமிழ் அகராதி'யில் ஆங்கிலப் பொருள் தந்ததற்கான நோக்கம் தமிழை இரண்டாவது மொழியாகப் பயில்வோருக்கும் அகராதி துணையாக இருக்க வேண்டும் என்பதாகும். அதே நோக்கத்துடன்தான் இந்த மரபுத்தொடர் அகராதியிலும் ஆங்கிலப் பொருள் பிரிட்டிஷ் ஆங்கில வழக்கை ஒட்டிக் கொடுக்கப்பட்டிருக்கிறது. தமிழ் மரபுத்தொடர்களுக்கு ஆங்கிலத்தில் பொருள் தருவது இரு மொழியிலும் நல்ல பயிற்சி உடையவர்களுக்கும் ஒரு கடுமையான பணிதான். ஆங்கில மொழியிலும் ஏராளமான மரபுத்தொடர்கள் வழங்குகின்றன. ஆங்கில மரபுத்தொடர்களுக்குப் பல அகராதிகளும் வெளிவந்துள்ளன. தமிழ் மரபுத்தொடர்களுக்கு ஏற்ற ஆங்கில மரபுத்தொடர்களை அவற்றிலிருந்து எளிதில் தேர்ந்தெடுத்து விடலாம் என்ற எண்ணம் இயல்பாகவே எழும். ஆனால் தேர்வுசெய்யும் பணி அவ்வளவு எளிதல்ல.

ஓர் எடுத்துக்காட்டின் மூலம் இதை விளக்கலாம். 'வலது கை கொடுப்பது இடது கைக்குத் தெரியாது' என்ற மரபுத்தொடரைப் போன்றே ஆங்கிலத்திலும் 'someone's left hand does not know what his right hand is doing' என்ற தொடர் இருக்கிறது. ஆனால் தமிழ் மரபுத்தொடர் 'ஒருவர் செய்யும் நன்மை அவரைத் தவிர வேறு யாருக்கும் தெரியாது' என்ற பொருளைத் தந்து அப்படிப்பட்ட நபரின் அடக்கமான நடத்தையைப் பாராட்டிக் கூறப் பயன்படுத்தும் தொடராக இருக்கிறது. ஆங்கில மரபுத்தொடரோ 'ஒரு நிறுவனத்தின் ஒரு பிரிவின் செயல்பாடுகள் அதே நிறுவனத்தின் மற்றொரு பிரிவுக்குத் தெரியாததால் குழப்பம் ஏற்படுகிறது' என்ற பொருளில் பயன்படுத்தப்படுகிறது. தமிழ், ஆங்கிலத் தொடர்களில் காணப்படும் சொல்லொற்றுமை தற்செயலானது; அவற்றிடையே பொருளொற்றுமை இல்லை. இவை போன்ற தற்செயலான ஒற்றுமைகள் குழப்பத்தை ஏற்படுத்தக்கூடியவை.

சில தமிழ்த் தொடர்கள் ஆங்கில மரபுத்தொடர்களின் மொழிபெயர்ப்புப் போல் தோன்றுகின்றன; அல்லது ஆங்கிலத் தொடர்களுக்கு ஒத்தவையாக இருக்கின்றன. எடுத்துக்காட்டாக, 'மண்ணின் மைந்தர்' என்ற தொடர்

'son of the soil' என்ற தொடரின் நேரடியான மொழிபெயர்ப்பாக எண்ணத் தோன்றுகிறது. ஆனால் இவற்றின் பொருள் மிகவும் வேறுபடுகிறது. தமிழில் இந்தத் தொடர் 'தன் மூதாதையர் வாழ்ந்த இடத்திலேயே தானும் பிறந்து வாழ்ந்துவருபவர்' என்ற பொருளில் வழங்குகிறது. தாம் வாழும் மண்ணில் தமக்கு இருக்கும் உரிமையை நிலைநாட்டும் விதத்தில் இந்தத் தொடர் தற்போது பயன்படுத்தப்படுகிறது. ஆங்கிலத்தில் 'son of the soil' என்பது 'கிராமப்புறப் பகுதியில் பிறந்து வளர்ந்தவன்' என்ற பொருளில் வழங்குகிறது. மேலும் நகரத்தில் வாழ்ந்தாலும் அவருடைய கிராமப்புறப் பழக்கவழக்கம் மாறவில்லை என்பதைக் குறிப்பிடப் பயன்படுத்தப்படுகிறது. இரு தொடர்களின் பின்னணியும் வேறாக இருப்பதால் 'மண்ணின் மைந்தர்' என்பதற்கு 'son of the soil' என்பது ஆங்கிலத்தில் இணையான தொடராகத் தரப்படவில்லை. பொருள் வேறுபாடு காரணமாகவே தவிர்க்கப்பட்டது.

தமிழ் மரபுத்தொடர்கள் அனைத்திற்கும் இணையான ஆங்கில மரபுத் தொடர்கள் இருக்கும் என்று எதிர்பார்க்கவும் முடியாது. இதனால் ஆங்கிலத்தில் பொருள் தருவதற்குச் சில முறைகளை இந்த அகராதியில் கைக்கொள்ள வேண்டியதாயிற்று. தமிழ் மரபுத்தொடரின் பொருளைத் தரக்கூடிய ஆங்கிலப் பொது மொழிச் சொல்லைத் தருவது ஒரு முறை. 'அடக்கி வாசி' என்பதற்குத் தந்துள்ள தமிழ்ப் பொருளையே 'show restraint' என்பதும் 'underplay' என்பதும் தருகின்றன. இவை இரண்டும் ஆங்கிலத்தில் பொது மொழிச் சொற்கள்; மரபுத்தொடர்கள் அல்ல.

தமிழ்ப் பொருளை ஆங்கிலத்தில் ஓரிரு சொற்களால் காட்ட முடியாத போது சற்று விளக்கமாகத் தருவது மற்றொரு வழியாகும். 'கிணற்றுத் தவளை' என்பதற்குத் தமிழில் 'தான் வாழும் சூழலுக்கு அப்பால் இருப்பது எதையும் அறியாத நபர்; பரந்த உலக அனுபவம் இல்லாத நபர்' என்று தரப்பட்டிருப்பது 'one who has no knowledge of things outside his own small sphere; one who is insular' என்று ஆங்கிலத்தில் மொழிபெயர்க்கப்பட்டிருக்கிறது.

தமிழ் மரபுத்தொடருக்கு ஒப்பான ஆங்கில மரபுத்தொடர் இருந்தாலும் அது எளிமையான ஆங்கில விளக்கத்தை அடுத்தே தரப்பட்டிருக்கும். 'காட்டிய இடத்தில் கையெழுத்துப் போடு' என்பதற்கு 'agree (to comply with one's wishes) unquestioningly' என்ற விளக்கத்தின்பின் **'sign on the dotted line'** என்ற ஆங்கில மரபுத்தொடரும் கொடுக்கப்பட்டிருக்கும். தமிழ்த் தொடர்களுக்கு இணையாகக் காட்டப்பட்டிருக்கும் ஆங்கில மரபுத்தொடர்கள் அனைத்தும் தடித்த எழுத்தில் அச்சிடப்பட்டிருக்கும்.

மரபுத்தொடர்களில் இடம்பெற்றிருக்கும் சொற்களுக்கு அடைவு

இந்த அகராதியில் மரபுத்தொடர்கள் அகரவரிசையில் தரப்பட்டிருக்கின்றன. ஒரு மரபுத்தொடரை நினைவுகூரும்போது முழுத் தொடரும் நினைவுக்கு வராமல் தொடரில் உள்ள ஏதேனும் ஒரு சொல் மட்டும் நினைவுக்கு வருமானால் அந்தச் சொல்லை அகராதியில் பின்னிணைப்பாகத் தரப்பட்டுள்ள இந்தச் சொல்லடைவில் பார்த்தால் அந்தச் சொல் இடம்பெற்றிருக்கும் அத்தனை தொடர்களையும் அகரவரிசையில் காண

லாம். தலைத்தொடரின் முதல் சொல்லைத் தவிர ஏனைய சொற்களே இந்தச் சொல்லடைவில் இடம்பெற்றிருக்கும். முதல் சொல்லுக்குப் பதிலீடாக மற்றொரு சொல் பதிவில் காட்டப்பட்டிருக்குமானால் பதிலீடாக வரும் அந்தச் சொல் எந்தத் தொடரில் எந்தச் சொல்லுக்குப் பதிலீடாக வந்திருக்கிறது என்ற குறிப்போடு சொல்லடைவில் இடம்பெற்றிருக்கும். தொடரின் பிற சொற்களுக்குப் பதிலீடாக வரும் சொற்களும், சில தொடர்களுக்கு மாற்று வடிவமாகக் காட்டப்பட்டவற்றிலுள்ள சொற்களும் இந்த அடைவில் இடம்பெற்றுள்ளன. சொல்லடைவின் அமைப்பும் அதைப் பயன்படுத்தும் முறையும் சொல்லடைவின் தொடக்கத்தில் விளக்கப்பட்டுள்ளன.

கணிப்பொறியின் பங்கு

இந்த அகராதியை உருவாக்குவதில் – தரவுகளைத் தொகுப்பதிலிருந்து அகராதி அச்சாகும்வரை – கணிப்பொறி பயன்படுத்தப்பட்டிருக்கிறது. 'தற்காலத் தமிழ் அகராதி'க்கு உருவாக்கப்பட்ட கட்டளைநிரல் மரபுத் தொடர்களின் தன்மைகளைப் பதிவுசெய்வதற்கு ஏற்ற வகையில் மாற்றங்கள் செய்யப்பட்டுப் பயன்படுத்தப்பட்டது.

1991ஆம் ஆண்டின் நடுப்பகுதியில் தொடங்கப்பட்ட இந்த அகராதி 1996இல் முடிக்கப்பட்டு 1997இல் வெளியாகிறது.

இ. அண்ணாமலை   பா. ரா. சுப்பிரமணியன்

அகராதியில் பயன்படுத்தியிருக்கும் சுருக்கக் குறியீடுகள்

அ.வ.	அருகிவரும் வழக்கு
இ.வே.	இலக்கண வடிவ வேறுபாடு
உ.வ.	உயர் வழக்கு
த.வ.	தகுதியற்ற வழக்கு
பொ.பெ.	பொதுப் பயன்பாடு பெறாதது
பொ.வி.	பொது விதி
மா.வ.	மாற்று வடிவம்
வ.வ.	வட்டார வழக்கு
s.o.	someone
sth.	something

அகராதிப் பதிவின் அமைப்பு

கால் (எடுத்து) வை		தலைத்தொடரிலுள்ள சொல் விடுபட்டும் வரும்
அட்சரம் பிசகாமல் *	* மாறாமல்/ விடாமல்	தலைத்தொடரில் மாற்றுச் சொல்/ சொற்கள் வரும்; மாற்றுச் சொற்கள்
— கொக்கா		மாற்றுச் சொற்களை வரையறுத்துக் கூற முடியாது என்பதைக் காட்டும்
ஒரு கை பார் 1		ஒத்த வடிவத் தொடர்: தலைஎண்
அன்று கண்ட மேனிக்கு அழிவு இல்லாமல்	மா.வ. அன்றிருந்த மேனிக்கு அழிவு இல்லாமல்; அன்றிருந்த மேனி அழியாமல்	தலைத்தொடரின் மாற்று வடிவம்/வடிவங்கள்
அத்தி பூத்தாற் போல்	பொ.வி. 1	தலைத்தொடரின் இலக்கண மாற்றங்களை வகைப்படுத்தும் பொது விதி
கூட்டிக் கழித்துப் பார்த்தால்	இ.வே. பார்க்கிறபோது	தலைத்தொடரிலுள்ள ஒரு சொல் பெறும் இலக்கண வடிவ வேறுபாடு

தண்ணீர்பட்ட பாடு பேர்சொல் (தண்ணீர் → தண்ணி; பேர் ← பெயர்)	தலைத்தொடரில் இடம்பெறும் பேச்சு வடிவம் எந்த எழுத்து வடிவத்திலிருந்து வருகிறது என்பதைக் காட்டும்
தொடை நடுங்கு: . . . ~ தொடை நடுங்கி: . . . ~ தொடை நடுக்கம்: . . .	தலைத்தொடரிலிருந்து பெறப்படும் தொடர்கள்
ஈருடல் ஓருயிர் (உ.வ.)	வழக்குக் குறிப்பு
குப்பை கொட்டு **1:** வேலைபார்த்தல். . . **2:** (குறைகள் இருந்தாலும்) வாழ்க்கை நடத்துதல்;	பொருள் வரிசை எண்ணும் பொருளும்
ஏழைக்கேற்ற எள்ளுருண்டை: (குறிப்பிடும் ஒன்றை அல்லது ஒருவரை அடைவது தன் சக்திக்கு மீறியதாக இருக்கும்போது) நிலைமைக்குத் தகுந்த வசதி (இருப்பதைக் கொண்டு மனநிறைவு பெற வேண்டும் என்பது குறிப்பு)	பொருள் விளக்கம்: பயன்பாட்டுச் சூழல்; பொருள்; பொருளுக்கு மேலதிகமான குறிப்பு
செத்த பாம்பை அடி: . . . ; try to revive an issue that is dead; **flog a dead horse**	ஆங்கிலப் பொருள்: எளிமையான விளக்கம்; ஆங்கில மரபுத்தொடர்
கண்களை நம்ப முடியவில்லை: . . . ஆச்சரியம் அடையாமல் இருக்க முடியவில்லை; . . . cannot believe one's eyes. . . . யாரோ என்று நினைத்துக் கதவைத் திறந்து பார்த்ததும் என் # கண்ணையே என்னால் நம்ப முடியவில்லை. . . (# -கள் விகுதி இல்லாமல்)	எடுத்துக்காட்டுகளில் தலைத்தொடரைக் குறித்த கூடுதல் தகவல்களுக்கான குறியீடு

அகராதியைப் பயன்படுத்த உதவும் குறிப்புகள்

இந்த அகராதியில் மரபுத்தொடர் குறித்த சில செய்திகள் வலது பக்கத்தில் பதிவை ஒட்டிச் சிறு இடைவெளி விட்டுத் தரப்பட்டிருப்பதைப் பயன்படுத்துபவரின் கவனத்திற்கு முதலில் கொண்டுவர வேண்டியுள்ளது.

அகரவரிசை

மரபுத்தொடர்கள் அகரவரிசைப்படி தரப்பட்டிருக்கின்றன. கிரந்த எழுத்துகளில் தொடங்கும் தொடர்கள் தமிழ் நெடுங்கணக்கின் கடைசி எழுத்தான வகரத்தின்பின் தரப்பட்டிருக்கின்றன. அராபிய எண்களை முதலில் கொண்ட ஒரே ஒரு தொடர் கிரந்த எழுத்துகளின்பின் தரப்பட்டிருக்கிறது.

தலைத்தொடரில் அடைப்புக்குறிக்குள் தரப்பட்டிருக்கும் சொல் அகரவரிசைக்குக் கணக்கில் எடுத்துக்கொள்ளப்படவில்லை.

    (அடி)வயிற்றைக் கலக்கு

இந்தத் தொடர் அகரவரிசையில் 'அடி' என்ற சொல் வரும் இடத்தில் இடம்பெற்றிருக்காது; வகர வரிசையில் 'வயிற்றை' என்ற சொல் வரும் இடத்தில்தான் தரப்பட்டிருக்கிறது.

அடைப்புக்குறிக்குள் தரப்பட்டிருக்கும் சொல், தொடரின் இடையில் வந்தாலும் மேற்கூறியவாறே அகரவரிசைக்குக் கணக்கில் எடுத்துக்கொள்ளப்படவில்லை.

    கால்மேல் கால் போட்டுக்கொண்டு
    கால்(எடுத்து) வை

தலைத்தொடரில் சிறு கோடு இடப்பட்டிருக்குமானால் அந்தக் கோட்டை அடுத்து வரும் சொல்லே அகரவரிசைக்கு எடுத்துக்கொள்ளப்பட்டிருக்கிறது.

    குடியைக் கெடு
    — குடுமி — கையில்

தலைத்தொடர்

ஒரு மரபுத்தொடரின் உறுப்பாக இருந்தாலும் சில சமயங்களில் விடுபட்டு வரும் சொல் அடைப்புக்குறிக்குள் தரப்பட்டிருக்கிறது.

    (முகத்தில்) கரி பூசு
    (வெறும்) கையை வீசிக்கொண்டு
    (அடி)வயிற்றைக் கலக்கு

பயன்படுத்துபவர் தம் தேவைக்கேற்ப இட்டு நிரப்பிக்கொள்ளும் தன்மையை ஒரு தொடர் கொண்டிருக்குமானால் அது தலைத்தொடரில் சிறு கோடு இட்டுக் காட்டப்பட்டிருக்கும்.

— கொக்கா
— குடுமி — கையில்

ஒரு தலைத்தொடரில் ஒரு சொல்லுக்குப் பதிலீடாக மற்றொரு சொல் மரபுப்பொருள் மாறாமல் வருமானால் அந்தத் தகவல் உடுக்குறியிட்டுக் காட்டப்பட்டிருக்கும். தலைத்தொடரில் எந்தச் சொல்லுக்கு மாற்றுச் சொல் வருமோ அதன் மேலோரத்திலும், பதிவுக்கு வலது பக்கத்தில் அதன் பதிலீடான சொல்லின் தொடக்கத்திலும் உடுக்குறி இருக்கும்.

கிழித்த* கோட்டைத் தாண்டு * கீறின
கொடி பிடி* * தூக்கு

ஒரு தொடரில் இரு இடங்களில் மாற்றுச் சொல் வருமானால் முதல் சொல்லில் ஒரு உடுக்குறியும், இரண்டாவதில் இரு உடுக்குறிகளும் இடப் பட்டிருக்கும். ஒரு சொல்லுக்குப் பதிலீடாக இரு சொற்கள் வரும்போது அவை ஒரு சாய்வுக் கோட்டின்மூலம் பிரித்துக்காட்டப்பட்டிருக்கும்.

எரிகிற நெருப்பில்* எண்ணெய் ஊற்று** * தீயில்/
கொள்ளியில்
** வார்/விடு

ஒரு தொடரில் இரு முறை வரும் ஒரு சொல்லுக்கு மாற்றுச் சொல் (அல்லது சொற்கள்) இருக்கும்போது இரண்டு இடங்களிலும் ஒரு உடுக் குறியே இடப்பட்டிருக்கும்.

ஆடிக்கு ஒரு முறை* அமாவாசைக்கு ஒரு முறை* * தடவை/தரம்

ஒரு தலைத்தொடர் ஒருசொல் போல் சேர்த்து எழுதப்பட்டிருக்கலாம். அந்தத் தொடரில் ஏதேனும் ஒரு சொல்லுக்குப் பதிலீடாக மற்றொரு சொல் வருமானால் தலைத்தொடரைப் பிரிக்காமல் அதன் இறுதியில் உடுக்குறி தரப்பட்டிருக்கும். அந்தத் தொடரின் முதல் சொல்லுக்குப் பதிலீடாக வரும் சொல்லின் பின்னால் ஒரு சிறு கோடும், தொடரின் இரண்டாவது சொல்லுக்குப் பதிலீடாக வரும் சொல்லின் முன்னால் ஒரு சிறு கோடும் இடப்பட்டிருக்கும்.

இரவுபகலாக* * இராத்திரி-
கண்வை* * -போடு

ஒரு தலைத்தொடருக்கு மாற்று வடிவம் ஒரு தொடராக இருக்குமானால் அது பதிவின் வலது பக்கத்தில் மா.வ. என்ற சுருக்கக்குறி இடப்பட்டுக் காட்டப்பட்டிருக்கும்.

நகமும் சதையும் போல் மா.வ. இரத்தமும்
சதையுமாக

விவரம் தெரிந்த நாளிலிருந்து	மா.வ. விவரம்/ நினைவு தெரிந்தது முதல்
அன்று கண்ட மேனிக்கு அழிவு இல்லாமல்	மா.வ. அன்றிருந்த மேனிக்கு அழிவு இல்லாமல்; அன்றிருந்த மேனி அழியாமல்

ஒரு தலைத்தொடரின் இலக்கண வடிவ மாற்றங்கள் பொது விதிக்கு உட்பட்டவையாக இருக்குமானால் பதிவின் வலது பக்கத்தில் பொ.வி. என்ற சுருக்கக் குறியீடும் ஒரு எண்ணும் தரப்பட்டிருக்கும்.

பொது விதி 1

அத்தி பூத்தாற் போல் — *பொ.வி. 1*

பொது விதி 1 என்பது ஒரு தொடர் பின்வரும் இலக்கண வடிவங்களில் வரும் என்பதைக் காட்டும். தொடரிலுள்ள வினைச்சொல் -ஆல் விகுதி வினையெச்ச வடிவத்தில் ('பூத்தால்') இருந்தால் 'போல்' என்பதோடும், -து விகுதி கொண்ட வினையாலணையும் பெயராக இருந்தால் ('பூத்தது') 'போல்' அல்லது 'மாதிரி' என்ற சொல்லோடும், பெயரெச்ச வடிவத்தில் இருந்தால் ('பூத்த') 'மாதிரி' என்ற சொல்லோடும் வரும்.

பொது விதி 2

எச்சில் கையால் காக்கை ஓட்டாத — *பொ.வி. 2*

பொது விதி 2 என்பது தொடரில் இருக்கும் பெயரெச்சம் (ஓட்டாத) ஆண்பால், பெண்பால், பலர்பால் விகுதி ஏற்று (ஓட்டாதவன், ஓட்டா தவள், ஓட்டாத்வர்கள் என்று) வரும் என்பதைக் காட்டுவதற்காகத் தரப் பட்டிருக்கிறது.

பொது விதி 3

காசு கேட்பான் — *பொ.வி. 3*
வாய்செத்தவள் — *பொ.வி. 3*
நாலும் தெரிந்தவர் — *பொ.வி. 3*

பொது விதி 3 என்பது தலைத்தொடரில் ஆண்பாலைக் காட்டும் வடிவம் ('கேட்பான்') இடம்பெற்றிருந்தாலும் இந்தத் தொடர் பெண்பாலுக்கும் பலர்பாலுக்கும் வரும், பெண்பால் வடிவம் இடம்பெற்றிருந்தால் ('செத்தவள்') ஆண்பாலையும் பலர்பாலையும் காட்டும் வடிவத்தில் வரும், பலர்பால் காட்டும் வடிவத்தில் இருந்தால் ('தெரிந்தவர்') ஆண்பாலையும் பெண்பாலையும் காட்டும் வடிவத்திலும் வரும் என்பதைக் காட்டத் தரப் பட்டிருக்கிறது.

பொது விதி 4

ஏணி வைத்தாலும் எட்டாது — பொ.வி. 4

கால் தரிக்கவில்லை — பொ.வி. 4

பொது விதி 4 என்பது தலைத்தொடரில் இடம்பெற்றிருக்கும் எதிர்மறை வடிவம் ('எட்டாது', 'தரிக்கவில்லை') மட்டுமல்லாமல் பிற எதிர்மறை வடிவங்களும் (எட்டாத, எட்டாமல்; தரிக்காது, தரிக்காமல்), எதிர்மறையை உணர்த்தும் வினாவடிவ உடன்பாட்டுவடிவங்களும் ('எட்டுமா', 'தரிக்குமா') இத்தொடர்களில் வரும் என்பதைச் சுட்டுகிறது.

தலைத்தொடருக்கும் அதன் மாற்று வடிவத்திற்கும் ஒரே பொது விதி பொருந்துகிறபோது அந்தப் பொது விதி மாற்று வடிவத்தின் பின்னால் குறிக்கப்பட்டிருக்கும்.

காதும் காதும் வைத்தாற் போல் — மா.வ. காதோடு காது வைத்தாற் போல் பொ.வி. 1

கடைகெட்ட — மா.வ. கேடு கெட்ட பொ.வி. 2

நெஞ்சு வேகாது — மா.வ. கட்டை வேகாது பொ.வி. 4

ஒரு தலைத்தொடருக்கு இலக்கண வடிவ வேறுபாடு காட்டப்பட்டிருக்கும் போது தலைத்தொடருக்குப் பொருந்தக்கூடிய பொது விதி முதலில் தரப் பட்டிருக்கும். அதன் இலக்கண வடிவ வேறுபாட்டிற்குப் பொது விதி இருந்தால் அந்தப் பொது விதியின் எண் மாற்று இலக்கண வடிவத்தின் பின்னால் அடைப்புக்குறிக்குள் தரப்பட்டிருக்கும்.

துரும்பை(கூட) தூக்கிப்போடாத — பொ.வி. 2 இ.வே. தூக்கிப் போட மாட்டான் (பொ.வி. 3) தூக்கிப்போட் டிருப்பாயா (பொ.வி. 4)

தலைத்தொடரிலுள்ள ஒரு சொல்லுக்குக் கிடைக்கும் ஓரிரு இலக்கண வடிவ வேறுபாடுகள் பொது விதிக்கு உட்படாமல் இருக்குமானால் பதிவின் வலது பக்கத்தில் இ.வே. என்ற சுருக்கக் குறியீட்டோடு காட்டப் பட்டிருக்கும்.

கூட்டிக் கழித்துப் பார்த்தால் — இ.வே. பார்க்கிற போது

கையால் பிடிக்க முடியாது — இ.வே. கையில்

கையும் ஓடவில்லை காலும் ஓடவில்லை — இ.வே. ஓடாது

மூன்றாவது எடுத்துக்காட்டில் 'ஓடாது' என்ற இலக்கண வடிவம் 'ஓட வில்லை' இருக்கும் இரு இடங்களிலும் வரும்.

ஒரு சொல்லின் எழுத்து வடிவமும் பேச்சு வடிவமும் மரபுத்தொடரில் வழங்கிவரும்போது ஒரு வடிவம் தலைத்தொடரில் ஏற்கப்பட்டு மற்ற வடிவம் வலது பக்கத்தில் காட்டப்பட்டிருக்கும்.

தண்ணீர்பட்ட பாடு	தண்ணீர் → தண்ணி
பேர்சொல்	பேர் ← பெயர்

தலைத்தொடரில் எழுத்து வடிவம் இருக்குமானால் அம்புக்குறி அதன் பேச்சு வடிவத்தை நோக்கியிருக்கும்; தலைத்தொடரில் பேச்சு வடிவம் இருக்கும்போது அது எந்த எழுத்து வடிவத்திலிருந்து வருகிறது என்பதைக் காட்டும் முறையில் அம்புக்குறி இருக்கும்.

தலைத்தொடரிலிருந்து உருவாகும் சொற்கள்

ஒரு மரபுத்தொடர் வினையாக இருந்து அந்த வினையிலிருந்து உருவாகும் பெயர்ச்சொல் (அல்லது பெயர்ச்சொற்கள்) மிகுதியாக வழங்கிவருமானால் அந்தச் சொல் தனித் தலைத்தொடராகத் தரப்படாமல் அந்தப் பதிவிலேயே தரப்பட்டிருக்கும். அந்தச் சொல்லின் முன் ஒரு நெளிகோடு இடப்பட்டிருக்கும். ஒரு எடுத்துக்காட்டு வாக்கியம் மட்டுமே தரப்பட்டிருக்கும். அதன் பொருளை வினைக்குத் தந்திருக்கும் பொருளிலிருந்து பெற வேண்டும்.

தொடை நடுங்கு

. . .

. . .

. . .

~ தொடை நடுங்கி:

~ தொடை நடுக்கம்:

இது போன்றே தலைத்தொடரிலிருந்து பெறப்படும் தொடர்கள் அந்தந்தப் பதிவுகளிலேயே இடம்பெற்றிருக்கும்.

கருமமே கண்ணாக

. . .

. . .

. . .

~ கருமமே கண்:

துதிபாடு

. . .

. . .

. . .

~ துதிபாடி:

ஒத்த வடிவத் தலைத்தொடர்கள்

வடிவத்தில் ஒத்து வினைத்திரிபில் வேறுபடும் தொடர்கள் அல்லது ஒரே வினைத்திரிபில் பொருள் வேறுபாடு கொண்ட தொடர்கள் தலைஎண் இடப்பட்டுத் தனிப் பதிவுகளாகத் தரப்பட்டிருக்கும்.

வினைத்திரிபில் வேறுபடுபவை:

கரைசேர்[1]
கரைசேர்[2]

பொருளில் வேறுபடுபவை:

ஒரு கை பார்[1]
ஒரு கை பார்[2]

வடிவத்தில் ஒத்த, ஆனால் பொருளில் வேறுபடும் பிற வகைத் தொடர்களும் தலைஎண் இடப்பட்டுத் தரப்பட்டிருக்கும்.

இவ்வளவு தூரம்[1]
இவ்வளவு தூரம்[2]

வழக்குக் குறிப்பு

வழக்குக் குறைந்து வரும் மரபுத்தொடர்களுக்கு அருகிவரும் வழக்கு (அ.வ.) என்னும் குறிப்புத் தரப்பட்டிருக்கிறது.

ஏட்டைத் திருப்பு (அ.வ.)
கச்சைகட்டு (அ.வ.)

அலங்கார அல்லது புலமைமிக்க நடையில் வழங்கிவரும் தொடர்கள் உயர் வழக்கு (உ.வ.) என்று சுட்டிக்காட்டப்பட்டிருக்கின்றன.

திருவாய் மலர்ந்தருள் (உ.வ.)
வெள்ளிடை மலை (உ.வ.)

நாகரிகமாக நடந்துகொள்ள வேண்டிய சூழ்நிலையில் பயன்படுத்துவதற்குத் தகுதி இல்லாதவை என்று கருதப்படும் தொடர்களுக்குத் தகுதியற்ற வழக்கு (த.வ.) என்னும் குறிப்புப் பயன்படுத்தப்பட்டிருக்கிறது.

ஊர் மேய் (த.வ.)
கைபோடு (த.வ.)

சில வட்டாரங்களில் வழங்கினாலும் வேறு சில வட்டாரங்களிலும் புரிந்து கொள்ளப்பட்டுப் பொது எழுத்துத் தமிழில் வழங்கிவரும் தொடர்கள் வட்டார வழக்கு (வ.வ.) என்ற குறிப்பைப் பெறுகின்றன.

ஒருநாளைப் போல *(வ.வ.)*
தலையால் தண்ணீர் குடி *(வ.வ.)*

இந்தக் குறிப்பு ஒரு மரபுத்தொடரின் ஏதேனும் ஒரு பொருளுக்கு முன்பும் தரப்பட்டிருக்கலாம்.

***உயிர் வெல்லக்கட்டி* 2:** *(வ.வ.)*

ஒரு தலைத்தொடரின் மாற்றாகக் காட்டப்பட்டிருப்பதன்பின் அடைப்புக் குறிக்குள் 'சில வட்டாரங்களில்' என்ற முறையிலும் இந்தத் தகவல் தரப் பட்டிருக்கிறது.

வேலையைப்* பார்த்துக்கொண்டு போ — * சோலியை *(சில வட்டாரங்களில்)*

பழித்துக்காட்டு — மா.வ. வலித்துக் காட்டு *(சில வட்டாரங்களில்)*

பேச்சுத் தமிழில் பரவலாகவும், எழுத்து வழக்கில் – தரமானதாகக் கருதப் படாததால் – குறைவாகவும் பயன்படுத்தப்படும் தொடர்களுக்குப் பொதுப் பயன்பாடு பெறாதது *(பொ.பெ.)* என்ற குறிப்புக் கொடுக்கப்பட்டுள்ளது.

உள்ளதும் போச்சுடா நொள்ளைக்கண்ணா *(பொ.பெ.)*
புகுந்து விளையாடு *(பொ.பெ.)*

பொருள் விளக்கம்

தலைத்தொடர் இன்ன இலக்கண வகையைச் சார்ந்தது என்ற குறிப்பு பதிவில் தரப்படாவிட்டாலும் அதன் இலக்கண வகையைப் பெரிதும் ஒட்டியே பொருள் தரப்பட்டிருக்கும்.

பருப்பு இல்லாமல் கல்யாணமா: *முக்கியமான நபர் பங்கேற்காமல் ஒரு நிகழ்ச்சியா?*
ஒரு பாவமும் அறியாத: *எந்தத் தீங்கும் செய்தறியாத; வெள்ளை உள்ளம் படைத்த;*

ஒரு தலைத்தொடருக்கு ஏதேனும் இலக்கண வடிவ வேறுபாடு காட்டப்பட் டிருக்குமானால் தலைத்தொடரின் பொருளை அந்த இலக்கண வடிவ வேறு பாட்டிற்குப் பொருந்தும்படி பயன்படுத்துபவர் எடுத்துக்கொள்ள வேண்டும்.

கவைக்குதவாத: *நடைமுறைக்குப் பயன்படாத அல்லது ஒத்துவராத* — இ.வே. -**உதவாது**

'**உதவாது**' என்பதற்குத் தகுந்தபடி பொருளை '... பயன்படாது அல்லது ஒத்துவராது' என்று பொருள் கொள்ள வேண்டும்.

தலைத்தொடரில் இருக்கும் ஒரு உடன்பாட்டுச் சொல்லுக்குச் சரியான எதிர்ச்சொல்லும் மரபுத்தொடரில் ஏற்கப்படும்போது அது பதிவுகளில் இலக்கண வடிவ வேறுபாடாகக் காட்டப்பட்டிருக்கிறது.

விவரம் தெரிந்த   இ.வே. தெரியாத

தலைத்தொடருக்குத் தந்திருக்கும் பொருளை எதிர்மறை வடிவத்திற்குத் தகுந்தபடி '... நன்றாக அறியாத' என்று மாற்றிக்கொள்ள வேண்டும்.

ஆங்கிலப் பொருள்

ஆங்கிலப் பொருள் பிரிட்டிஷ் ஆங்கில வழக்கை ஒட்டிக் கொடுக்கப்பட்டிருக்கிறது. தமிழ்ப் பொருளை அடுத்து முதலில் எளிமையான ஆங்கிலத்தில் பொருள் தரப்பட்டிருக்கும். தமிழ்த் தொடருக்கு ஏற்ற ஆங்கில மரபுத் தொடர் இருக்குமானால் அது ஆங்கிலப் பொருளின்பின் தடித்த எழுத்தில் தரப்பட்டிருக்கும்.

காட்டிய இடத்தில் கையெழுத்துப் போடு: . . .
agree (to comply with one's wishes) unquestioningly; **sign on the dotted line.**

ஆங்கில விளக்கத்தின் பகுதியாக ஒரு மரபுத்தொடர் இருந்தால் அது மட்டும் தடித்த எழுத்தில் காட்டப்பட்டிருக்கும்.

பூவோடு சேர்ந்த நார்: . . .
one who basks in the **reflected glory.**

சில மரபுத்தொடர்களுக்கு ஆங்கிலத்தில் மொழிபெயர்ப்பு இணையைத் தர முடிந்திருக்கிறது. இந்த மொழிபெயர்ப்பு இணைகள் மேற்கோள் குறிக்குள் தரப்பட்டிருக்கின்றன.

பருப்பு வேகாது: . . .
(s.o.'s) tricks will not work; 'no one would buy that'.
கேட்க வேண்டுமா: . . .
'it is not surprising (that...)'; 'it is no surprise (that...)'; 'needless to say'.

ஒரு மரபுத்தொடர் எதிர்மறைச் சொற்களோடு வழங்கும்போது அல்லது எதிர்மறையை உணர்த்தும் உடன்பாட்டு வினா வடிவத்திலும் வரும் போது அந்தத் தகவல் ஆங்கிலத்தில் அடைப்புக்குறிக்குள் காட்டப்பட்டிருக்கும்.

கணக்குவழக்கு: . . .
(with negative) limits; reckoning.

கண்ணெடுத்துப் பார்: . . .
show concern for (with negative, expressed or implied).

சில தொடர்களுக்குத் தமிழில் தந்திருக்கும் பயன்பாடுபற்றிய விளக்கக் குறிப்பு ஆங்கிலத்திலும் தரப்பட்டிருக்கும்.

வாயைப் பிள²: *மரணம் அடைதல் (மரியாதையோ அனுதாபமோ இல்லாத முறையில் கூறுவது);* (an impolite and unsympathetic way of saying) die;

எடுத்துக்காட்டு வாக்கியங்கள்

மரபுத்தொடரின் ஒவ்வொரு பொருளுக்கும் ஒரு எடுத்துக்காட்டு வாக்கியம் தரப்பட்டிருக்கிறது. தொடரின் பொருள்வீச்சைப் பொறுத்து ஒன்றுக்கு மேற்பட்ட வாக்கியங்கள் தரப்பட்டிருக்கின்றன. பொது அகராதியில் ஒரு சொல்லின் பொருளைச் சுருக்கமான எடுத்துக்காட்டுமூலம் வெளிக்கொண்டு வர முடிகிறது. சில மரபுத்தொடர்களின் பொருளை அவற்றின் சூழல் அமைத்துத் தருவதால் அந்தச் சூழலை எடுத்துக்காட்டு வாக்கியங்கள் பிரதி பலிக்க வேண்டியிருக்கின்றன. இந்தக் காரணத்தால் சில தொடர்களுக்குச் சற்று நீண்ட வாக்கிய எடுத்துக்காட்டுகள் தரப்பட்டிருக்கின்றன.

எடுத்துக்காட்டு வாக்கியங்களின் மூலமாகப் பல இலக்கணத் தகவல்களும் தெரிவிக்கப்பட்டிருக்கின்றன. எடுத்துக்காட்டு வாக்கியங்களில் # என்ற குறி தலைத்தொடரில் இல்லாத வடிவத்தில் தொடர் வருவதைக் குறிக்கும்.

1 வேற்றுமை உருபு வெளிப்படாமல் இருக்கும் தொடரில் உருபு வெளிப் பட்டு வருவதைக் காட்டுவதற்கு:

கைவிரி: . . .

தபால்காரரும் # கையை விரித்துவிட்டார், — # -ஐ உருபுடன்

வேற்றுமை உருபு வெளிப்பட்ட தொடரில் உருபு விடுபட்டு வருவதைக் காட்டுவதற்கு:

மண்ணைக் கவ்வு: . . .

நடந்து முடிந்த தேர்தல் அரசியல் நோக்கர்களை # மண் கவ்வவைத்துவிட்டது! — # -ஐ உருபு இல்லாமல்

2 பன்மை விகுதி -கள் சேர்க்கப்படாத தொடரில் -கள் விகுதி சேர்ந்து வரலாம் என்பதையும், சேர்ந்து வரும் தொடரில் அது விடுபட்டு வரலாம் என்பதையும் காட்டுவதற்கு:

மனக்கோட்டை கட்டு: . . .

அவன் எத்தனையோ # மனக்கோட்டைகள் கட்டியிருந்தான், — # **-கள்** விகுதியுடன்

கண்களை நம்ப முடியவில்லை: . . .

. . . என் # கண்ணையே என்னால் நம்ப முடியவில்லை! . . . — # **-கள்** விகுதி இல்லாமல்

3 தொடரில் -ஆ, -ஆவது, -உம், -ஏ, -ஓ, -கூட, -தான், -படி ஆகிய இடைச்சொற்கள் சேர்ந்து வருவதைக் காட்டுவதற்கு (மேற்கூறிய எல்லா இடைச்சொற்களும் அகராதிப் பதிவுகளில் வருகின்றன; ஆனால் இங்கு

மூன்று இடைச்சொற்களுக்கு மட்டுமே எடுத்துக்காட்டுகள் தரப் பட்டிருக்கின்றன.)

கொம்பு முளை: . . . அக்காவுக்குக் # கொம்பா முளைத்திருக்கிறது. . .	# -ஆ இடைச் சொல்லுடன்
ஊருக்காகப் பால் குடி: . . . # ஊருக்காகவாவது பால் குடிக்க வேண்டாமா?	# -ஆவது இடைச் சொல்லுடன்
கண்ணெடுத்துப் பார்: . . . பிடிக்காத உறவினர்களை அவர் # கண்ணெடுத்தும் பார்ப்பதில்லை	# -உம் இடைச் சொல்லுடன்

4 தொடரில் உள்ள சொற்கள் இடம் மாறிவருவதைக் காட்டுவதற்கு:

வாயிலும் வயிற்றிலும் அடித்துக்கொள்: . . . . . . # வயிற்றிலும் வாயிலும் அடித்துக்கொண்டார்.	# சொற்களின் இடம் மாற்றம்
மனக்கோட்டை கட்டு: . . . . . . அவர் # கட்டியிருந்த மனக்கோட்டை	# சொற்களின் இடம் மாற்றம்

5 செயப்பாட்டுவினையாக மாற்றம்பெற்றும் தொடர் வழங்கும் என்பதைக் காட்டுவதற்கு:

ஓரம்கட்டு: . . . # கட்சியால் இதுவரை ஓரம்கட்டப்பட்டிருந்த முன்னாள் அமைச்சர். . .	# செயப்பாட்டு வினை வடிவம்

6 தொடரில் 'வை' என்னும் வினை சேர்க்கப்பட்டு அந்தத் தொடர் பிறவினையாக மாற்றம்பெறுவதைக் காட்டுவதற்கு:

இரத்தம் உறை: . . . # இரத்தத்தை உறையவைக்கும் பல காட்சிகள்	# பிறவினை மாற்றம்

பா.ரா.சுப்பிரமணியன்

அக்குவேறு ஆணிவேறாக: (ஒரு பொருள் தொடர்பான) அனைத்தையும் ஒன்றுவிடாமல்; (ஒன்றை) பலவாறாக; in great detail. *தன் மகன் இன்றைய அரசியல் நிலைமையைப்பற்றி அக்குவேறு ஆணிவேறாக அலசுவதைக் கேட்டு ஆச்சரியமடைந்தார்./ புதிய தொழில் தொடங்குவதில் இருக்கும் பிரச்சினைகளை அக்குவேறு ஆணிவேறாக எடுத்து விளக்கினார்.*

அகராதி பிடித்த: பிறர் எது சொன்னாலும் அதைக் குதர்க்கமாகப் பார்க்கிற; பிறர் சொல்வதை மதிக்காமல் திமிராகப் பேசுகிற; argumentative; perverse (in attitude). *இது ஒரு சாதாரண விஷயம், ஆனாலும் அந்த அகராதி பிடித்த ஆளிடம் இதைச் சொன்னால் அவர் வேண்டாததை யெல்லாம் கிளப்புவார்./ நாம் சொல்வது எதையும் ஒத்துக் கொள்ள மாட்டான், அகராதி பிடித்தவன்.*

பொ.வி. 2

அகலக்கால் வை: (செலவழிப்பதில், முதலீடுசெய்வதில்) நியாயமான அளவிற்குமேல் போதல்; சக்திக்கு மீறிச் செய்தல்; attempt sth. beyond one's ability or means; **bite off more than one can chew**. *அப்பாவைப் பொறுத்தவரையில் வீடு வாங்குவது என்பது அகலக்கால் வைப்பதுதான்./ யாரையும் கலந்து ஆலோசிக்காமல் வியாபாரத்தில் அகலக்கால் வைத்துவிட்டுத் திணறிக்கொண்டிருக்கிறார்.*

அச்சு அசல்: (எதனுடன் ஒப்பிடுகிறோமோ அதிலிருந்து) சிறிதும் வேறுபடுத்திப் பார்க்க முடியாதபடி ஒரே மாதிரி; exactly alike; spitting image of (s.o.); **dead ringer** (for s.o.). *அவன் சிரித்தால் அச்சு அசல் அவன் தந்தையேதான்./ அச்சு அசல் என் வீட்டைப் போலவே இருக்கிறதே உன் வீடும்./ அவர் ஆங்கிலத்தில் பேசினால் அச்சு அசல் ஆங்கிலேயர் பேச்சுப் போலவே இருக்கும்.*

அசைபோடு: (நடந்த நிகழ்ச்சிகளை) திரும்பத்திரும்ப நினைத்துப்பார்த்தல்; மீண்டும்மீண்டும் சிந்தித்தல்; go over (sth. past); chew the cud (of sth. past). *நேற்று நடந்த நிகழ்ச்சிகளை அசைபோட்டவாறு நடந்தேன்./ பழைய நினைவுகளை மனம் அசைபோடத் தொடங்கியது./ இந்த நாவலின் மையக் கருவைப் பல வருடங்களாக மனத்திற்குள் அசை போட்டுவந்தேன்.*

அஞ்ஞாத வாசம்: (பலருடைய கவனத்திலிருந்து விலகி வாழும்) ஒதுங்கிய வாழ்க்கை; (keeping a) low profile; voluntary exile. *சில ஆண்டுகளாக அரசியலில் அஞ்ஞாத*

வாசம் மேற்கொண்டிருந்தவர் மீண்டும் கட்சிப் பணிகளில் ஈடுபடத் தொடங்கிவிட்டார்./ இந்த நடிகர் ஓராண்டு காலம் அஞ்ஞாத வாசம் மேற்கொண்டிருந்தார் என்பது உண்மைதான்.

அட்சரம் பிசகாமல்*: (சொன்னது) சிறிதளவும் மாறாமல்; அப்படியே வார்த்தைக்கு வார்த்தை; word for word. அன்று நீ சொன்னதை இன்று அப்படியே அட்சரம் பிசகாமல் உன்னிடமே சொல்லிவிட்டானே!

* மாறாமல்/ விடாமல்

அட்சர லட்சம் பெறும்: (பாராட்டிக் கூறும் முறையில்) மிக உயர்வாக மதிக்கத் தகுந்தது; worth a million. இவர் பத்தே கதைகள்தான் எழுதியிருக்கிறார், ஒவ்வொன்றும் அட்சர லட்சம் பெறும்./ இந்தக் கீர்த்தனையை அவர் தோடி ராகத்தில் பாடிய விதம் அட்சர லட்சம் பெறும்.

அடக்கவொடுக்கம்: (நடத்தையில்) மிகுந்த பணிவு; being humble or modest. புதிதாகக் கடையில் சேர்ந்திருக்கும் பையன் அடக்கவொடுக்கமாக வேலைசெய்கிறான்./ அவர்களுடைய அடக்கவொடுக்கமெல்லாம் மிகவும் பொய் யானது என்பதை நான் அறிவேன்.

அடக்கி வாசி: (சூழ்நிலை கருதி) நிதானமாக நடந்து கொள்ளுதல்; (வரம்பு கடந்துபோகாமல்) கட்டுப்பாட்டைக் கடைப்பிடித்தல்; show restraint; underplay. போராட்டத் திட்டத்தை அவர் கைவிட்டுவிடவில்லை, நிலைமை தனக்குச் சாதகம் ஆகும்வரை அடக்கி வாசிக்கத் தீர்மானித்திருக்கிறார்./ உள்நாட்டில் பிரச்சினையைப் பெரிதுபடுத்தும் அரசியல்வாதிகள் வெளிநாடு சென்றால் #அடக்கியே வாசிக்கிறார்கள்.

#-ஏ இடைச் சொல்லுடன்

அடித்தால் அழத் தெரியாது: ஒருவர் தனக்கு ஏற்பட்ட பாதிப்பைக்கூட இயல்பான உணர்ச்சியுடன் வெளிப் படுத்தத் தெரியாத அளவிற்கு அப்பாவியாக இருப்பதைத் தெரிவிக்கப் பயன்படுத்தும் தொடர்; an expression used to describe a person too innocent to react to a harm or wrong. அடித்தால் அழத் தெரியாது, அவனையா கைதுசெய் திருக்கிறார்கள்?/ அடித்தால் #அழக்கூடத் தெரியாத ஆளுக்குத்தான் தொல்லைக்குமேல் தொல்லை!

இ.வே. தெரியாத (பொ.வி. 2)

#-கூட இடைச் சொல்லுடன்

(தலையால்) அடித்துக்கொள்: (ஒன்றைச் செய்ய வேண்டாம் என்றோ செய்யச் சொல்லியோ) பல முறை வற்புறுத்திச் சொல்லுதல் (ஆயினும் பயன் இல்லை

மா.வ. முட்டிக் கொள்

என்பது குறிப்பு); tell (s.o.) again and again (to do or not to do sth. but in vain). நன்றாகச் சளி பிடித்துக்கொண்டுவிட்டதா, நான்தான் மழையில் நனைந்துகொண்டு போக வேண்டாம் என்று தலையால் அடித்துக்கொண்டேனே./ மரத்தில் ஏறாதே, மரத்தில் ஏறாதே என்று முட்டிக்கொண்டேன், கேட்காமல் ஏறிக் காலை ஒடித்துக்கொண்டு வந்திருக் கிறாய்./ நான் குறித்துக்கொடுத்த பாடங்களைப் படி, படி என்று அடித்துக்கொண்டேன், படிக்கவில்லை, இன்றையத் தேர்வில் அந்தப் பாடங்களிலிருந்துதான் நிறையக் கேள்வி கள் வந்திருக்கின்றன.

அடித்துப்பிடித்து(கொண்டு): (போட்டியாக வருபவர் களுடன்) போராடிச் சிரமப்பட்டு; in a madly scrambling manner. எவ்வளவோ போட்டி இருந்தபோதிலும் அடித்துப் பிடித்து வேலை வாங்கிவிட்டான்./ வண்டியில் ஒரே கூட்டம், எப்படியோ அடித்துப்பிடித்துக்கொண்டு ஏறி ஊர் வந்து சேர்ந்தோம்.

அடித்துப்போட்டாற் போல்: களைப்பால் அயர்ந்து; (sleep) like a log (exhausted); **dog-tired**; **dead beat**. தொடர்ந்து இரண்டு நாட்கள் கண்விழித்துப் படித்ததால் இப்போது அடித்துப்போட்டாற் போல் தூங்குகிறான். பொ.வி. 1

அடித்துவைத்த சிலை போல: எவ்வித உணர்ச்சிப் பாதிப்பும் வெளித் தெரியாமல்; எவ்விதச் சலனமும் இல்லாமல்; (stand) in stunned silence. ஒரு நொடியில் நடந்துவிட்ட அந்தக் கோரச் சம்பவத்தால் அவர் அடித்து வைத்த சிலை போல நின்றார்.

அடிதடி **1:** ஒருவரை ஒருவர் அடித்துக்கொள்ளும் சண்டை; கைகலப்பு; exchange of blows; violent fight. பேசிக்கொண்டே இருந்தவர்கள் திடீரென்று அடிதடியில் இறங்கிவிட்டார் கள். **2:** (ஒன்றைப் பெறுவதில் அல்லது செய்வதில்) மும்முரமான போட்டி; scramble (for sth.). உலகக் கோப்பை கிரிக்கெட் போட்டிகள் நடைபெறும் விளையாட்டு மைதானங்களில் விளம்பரம்செய்ய நிறுவனங்களிடையே அடிதடி.

அடிபோடு: (ஒன்றைப் பெறுவதற்கு அல்லது செய்வதற்கு) முன்னேற்பாடு என்பது ஓரளவு தெரியும்படி நடந்து கொள்ளுதல்; broach (sth.) cleverly; itch for (a quarrel). அவன் கும்பிடுபோட்டால் பணத்திற்கு அடிபோடுகிறான் என்று அர்த்தம்./ என் வேலை நிரந்தரமாகிவிட்டது என்று

தெரிந்தவுடனே அம்மா என் திருமணத்திற்கு அடி போட்டாள்./ அவன் பேச்சும் செய்கையும் அவன் சண்டைக்கு அடிபோடுகிறான் என்பதை உணர்த்தின.

அடி மடியில் கை வை:* (ஒருவரின்) உதவும் எண்ணத்தைப் பயன்படுத்திக்கொண்டு (அவருக்கு) பெரும் பாதிப்பு ஏற்படுத்துதல்; exploit a helpful person and deprive him of sth. essential. வாணிபம்செய்ய வந்த ஆங்கிலேயர்கள் கடைசியில் நம் அடி மடியில் கை வைத்து நம்மை அடிமையாக்கிவிட்டனர்./ உதவிசெய்கிறேன் என்று நான் சொன்னது உண்மை, ஆனால் நீ கேட்கிற உதவி அடி மடியில் கை போடுவது போல் அல்லவா இருக்கிறது! * போடு

அடிமாட்டு விலை: (பொருளின் உண்மையான மதிப்புக்கு எந்த வகையிலும் ஏற்றதாக இல்லாத) மிகக் குறைந்த விலை; unreasonably low price; rock-bottom price. பையனின் மேற்படிப்பிற்காக நிலத்தை விற்கலாம் என்று பார்த்தால், அடிமாட்டு விலைக்குக் கேட்கிறார்கள்./ உனக்குப் பணம் அவசரமாகத் தேவை என்பது வெளியே தெரிந்தால் உன் வீடு அடிமாட்டு விலைக்குத்தான் போகும்!

அடிவயிற்றைப் பிடித்துக்கொண்டு: சக்தியையெல்லாம் ஒன்றுதிரட்டி (கத்துதல்); (shout) mustering one's strength. நியாயவிலைக் கடையில் தான் வாங்கிய பொருளின் எடை குறைந்திருப்பதைக் கண்டு 'இப்படி அநியாயம் செய்கிறார்களே, பாவிகள்' என்று அடிவயிற்றைப் பிடித்துக் கொண்டு கத்தினாள்.

அடிவருடு: (ஒருவரிடமிருந்து சலுகைகள் பெறுவதற்காக) சுயமரியாதையைப் பாதிக்கும் செயல்கள் செய்தல்; fawn upon; **lick s.o.'s boots**. பணம் பதவிக்காக அதிகார வர்க்கத்தை அடிவருடத் தயங்காதவர்.
~ *அடிவருடி:* சர்வாதிகாரிகளின் அடிவருடிகள்.

அடுப்பில் பூனை தூங்குகிறது: வருமானம் இல்லாததால் வீட்டில் சமையலுக்காக அடுப்புப் பற்றவைக்கப் படாததைத் தெரிவிக்கப் பயன்படுத்தும் தொடர்; an expression used for saying that there has been no cooking in the house for want of means. மூன்று நாட்களாக மழை, எந்த வேலையும் கிடைக்கவில்லை, அடுப்பில் பூனை தூங்குகிறது./ வேலைக்குப் போகாமல் சும்மா உட்கார்ந் திருந்துவிட்டு அடுப்பில் பூனை தூங்குகிறது என்றால் என்ன செய்வது?

(வீட்டில்) அடுப்பு எரி: *(குடும்பத்திற்கு)* உணவு கிடைத்தல்; (of family) get its food. என் மூத்த பையன் கொண்டு வருவதை வைத்துத்தான் அடுப்பு எரிகிறது./ நாங்கள் கூலிவேலைசெய்பவர்கள், ஒரு நாள் வேலைக்குப் போகா விட்டால் வீட்டில் # அடுப்பே எரியாது. # -ஏ இடைச் சொல்லுடன்

அடுப்பூது: *(பெண்களின் முக்கிய வேலை இதுவே என்பது போல்)* சமையல் வேலையில் ஈடுபட்டிருத்தல்; drudge at cooking. நான் என் மகளை அடுப்பூதும் பெண்ணாக வளர்க்கவில்லை.

அண்டை அயல்: சுற்றுவட்டாரம்; அக்கம்பக்கம்; neighbourhood. அவரைப்பற்றி அண்டை அயலில் என்ன பேசிக்கொள்கிறார்கள்?/ அண்டை அயலில் இருப்பவர்கள் யார் என்றுகூட அவருக்குத் தெரியாது.

அத்தி பூத்தாற் போல்: அபூர்வமாக; எப்போதாவது ஒரு முறை; very rarely; **once in a blue moon**. என்ன அத்தி பூத்தாற் போல் வந்திருக்கிறாய்?/ தமிழ்ப் பத்திரிகை உலகில் அத்தி பூத்தாற் போல் இப்படி ஒரு பத்திரிகை./ இக் காலத்திலும் அத்தி பூத்தாற் போல் ஓரிரு மகான்கள். பொ.வி. 1

அத்தைபாட்டிக் கதை: காலத்துக்கு ஒவ்வாத கருத்துகள்; outmoded or obsolete ideas; **old wives' tale**. ராமன் மாதிரி ஏகபத்தினி விரதனாக இருக்க வேண்டும் என்பதை அத்தைபாட்டிக் கதையாக நினைத்துப் புறக்கணித்து விடக் கூடாது./ உன் அத்தைபாட்டிக் கதையெல்லாம் எனக்குத் தேவையில்லை.

அதிர்ச்சி வைத்தியம்: (தான் எதிர்பார்க்கும் முறையில் விளைவு இருக்க வேண்டும் என்பதற்காக மற்றவருக்கு) அதிர்ச்சி தரும் கடுமையான நடவடிக்கை; shock therapy. இரண்டு மாதமாக அவர் வாடகை தரவில்லை, 'ஒரு வாரத்தில் எனக்கு வீடு வேண்டும், காலிசெய்யுங்கள்' என்று சொல்லி ஒரு அதிர்ச்சி வைத்தியம் செய்து பார்க்கலாமா?

அதிர்ஷ்டக்கட்டை: அதிர்ஷ்டம் இல்லாதவன்/ள்; unlucky person. என்னோடு படித்தவர்களுக்கெல்லாம் வேலை கிடைத்துவிட்டது, நான்தான் அதிர்ஷ்டக்கட்டை!

அதுதானே கேட்டேன்: தான் அறியவந்த செய்தி தனக்கு விளக்கம் அளித்துத் தன் குழப்பத்தையும் வியப்பையும் மா.வ. அதுதானே பார்த்தேன்

அகற்றியதை வெளிப்படுத்தப் பயன்படுத்தும் தொடர்; 'that explains it'; 'no wonder'. 'நீ தேடுகிற ஆங்கிலச் சொல் இப்போது வழக்கில் இல்லை, பழைய அகராதியில்தான் பார்க்க முடியும்'. 'அதுதானே கேட்டேன், நான் வைத் திருக்கும் அகராதியில் இல்லையே என்று பார்த்தேன்'./ 'அம்மா வளையலைத் தொலைத்துவிட்டாள்' என்று என்னிடம் பையன் ரகசியமாகச் சொன்னதும் நான் 'அதுதானே பார்த்தேன், நேற்று இரவு பத்து மணிக்கு நான் வீட்டுக்கு வந்தபோது அம்மா கோபித்துக்கொள்ள வில்லையே' என்றேன்.

அதோகதி: இரங்கத் தக்க அல்லது கைவிடப்பட்ட நிலை; utter helplessness; miserable plight. திடீரென்று தொழிற் சாலை மூடப்பட்டுவிட்டதால், தொழிலாளர்கள் அதோ கதியாய் நிற்கிறார்கள்./ இந்த வருடமும் மழை பெய்யா விட்டால், நம் கதி அதோகதிதான்.

அப்பன் பாட்டன்: மூதாதையர்; பரம்பரை; ancestors; ancestral. அப்பன் பாட்டன் தொழில்/ அப்பன் பாட்டன் காலத்து வீடு.

அப்பனுக்கு மகன்* தப்பாமல் பிறந்திருக்கிறான்: பிள்ளைகளின் (பெரும்பாலும் விரும்பத்தகாத) செயல் தந்தையின் இயல்பை நினைவுபடுத்துவதாக இருக்கும் போது 'சரியான வாரிசு' என்று கூறும் முறையில் பயன் படுத்தும் தொடர்; an expression used for observing that the son takes after the father unfailingly (used mostly for undesirable traits). இவனுக்கும் வாய்த்துடுக்கு உண்டா, சரிதான், அப்பனுக்கு மகன் தப்பாமல் பிறந்திருக்கிறான்./ ஒரு வேலையில்கூட ஒரு வருஷம் நிலைத்திருந்ததில்லை, அப்பனுக்குப் பிள்ளை தப்பாமல் பிறந்திருக்கிறான்.

* பிள்ளை

அப்பா பிள்ளை: அப்பாவின் பிரியத்திற்கு உரிய பிள்ளை; அப்பாவிடம் ஒட்டுதலாக இருக்கும் பிள்ளை; father's darling; a child very much attached to the father. அவன் அப்பா பிள்ளை, அவர் எங்கே போனாலும் அவனையும் அழைத்துக்கொண்டுதான் போவார்./ நீ என்ன அம்மா பிள்ளையா? எது வேண்டுமானாலும் அம்மாவிடமே கேட்கிறாயே?

இ.வே. அம்மா
மா.வ. அப்பா
செல்லம்

அர்ச்சுனன் பேர் பத்து (அ.வ.): இடியையும் மின்னலை யும் கண்டு பயப்படுபவர் தன் பயத்தைப் போக்கிக் கொள்ளும் முறையில் ஒரு கவச மந்திரம் போல் பயன்

படுத்தும் தொடர்; an expression used as a charm against fright during thunder and lightning. இந்த முரடனும் இடியும் ஒன்றுதான், இவனைக் கண்டாலும் அர்ச்சுனன் பேர் பத்து என்று சொல்ல வேண்டியதுதான்!

அரசன்முதல் ஆண்டிவரை: சமூகத்தில் உயர்நிலையில் இருப்பவர்முதல் எளிய நிலையில் இருப்பவர்வரை; prince to pauper; **great and small**. என் தொழில் காரணமாக நான் அரசன்முதல் ஆண்டிவரை அனைவருடனும் பழக வேண்டியிருக்கிறது./ பசி என்பது அரசன் முதல் ஆண்டிவரை எல்லாருக்கும் பொதுவானது.

அரணைப் புத்தி: ஞாபக மறதி; நினைவுக் குறைவு; scatterbrain. வீட்டைப் பூட்டிவிட்டுச் சாவியை எடுக்காமல் வந்துவிடுகிறாயே, இப்படி ஒரு அரணைப் புத்தியா உனக்கு./ அவள் சுத்த அரணைப் புத்திக்காரி ஆயிற்றே, எது சொன்னாலும் 'ஐயோ, மறந்துவிட்டேன்' என்பாளே.

அருமை பெருமை: சிறப்பு அல்லது மேன்மை (அது புறக்கணிக்கப்படும்போதோ தெரியவராமல் இருக்கும் போதோ கூறுவது); worth and merit (of sth. or s.o. esp. when ignored or not realized by the concerned people). அவர் உயிரோடு இருந்தபோது அவருடைய அருமை பெருமை யாருக்கும் தெரியவில்லை./ சுற்றுப்புறத் தூய்மையின் அருமை பெருமையையெல்லாம் எடுத்து விளக்கினார்.

அரைக்* கிணறு தாண்டு: (முழுமையாக நிறைவேற்றினால்தான் பலன் கிடைக்கும் என்றிருப்பதை ஓரளவுக்கு நிறைவேற்றுதல்); reach a halfway point. முழுக்க முழுக்கச் சிரிப்புப் படம் என்ற குறிக்கோளில் இயக்குநர் அரைக் #கிணறுதான் தாண்டியிருக்கிறார்./ 'நாங்கள் 550 உறுப்பினர்களைச் சேர்த்திருக்கிறோம்' என்று மாவட்டச் செயலர் சொன்னதும் தலைவர் 'பாதிக் கிணறு தாண்டி விட்டீர்கள்' என்று கூறினார்.

* பாதி

\# -தான் இடைச் சொல்லுடன்

அரைகுறை 1: எந்த அளவில் இருக்க வேண்டுமோ அந்த அளவுக்கு இல்லாதது; முழுமை பெறாதது; hastily done without regard to details; deficient. அரைகுறை அலங்காரம்/ அரைகுறை ஞானம்/ #அரையும்குறையுமாகச் சாப்பிட்டு விட்டுப் போகாதே. **2:** (ஒன்றின்) முழு விவரமும் அறியப் படாத நிலை; incomplete; not possessing full knowledge (of sth.). அரைகுறையாகக் கேள்விப்பட்டதையே சொல்கிறேன்./ நீ கேட்டதோ அரைகுறை, அதை வைத்துக்

\# -உம் இடைச் சொல்லுடன்

கொண்டு ஒரு முடிவுக்கு வராதே. **3:** *(விஷயங்களை) சரிவரத் தெரிந்துகொள்ளாமல் நடந்துகொள்பவன்;* greenhorn. ஊரில் இருக்கும் அரைகுறைகள் எதையாவது சொல்லும், அதைப்பற்றியெல்லாம் கவலைப்படாதே.

அரை டிக்கெட் *(பொ.பெ.): சிறுவன் அல்லது சிறுமி;* kid. இந்த அரை டிக்கெட்டுகளையெல்லாம் அறையிலிருந்து போகச் சொல், பிறகு நம் விஷயத்தைப் பேசலாம்./ கல்யாணப் பத்திரிகையை ஒரு அரை டிக்கெட்டிடம் கொடுத்து அனுப்பியிருக்கிறாரே!

அரைத்த மாவையே அரை: *(சலிப்பு ஏற்படும் அளவிற்கு) பழைய செய்தியையே மீண்டும் தருதல்;* present stock ideas, thoughts, etc. in a tedious manner; trot out the same old thing. தலையங்கத்தில் ஆசிரியர் அரைத்த மாவையே அரைத்திருக்கிறார்./ இந்தத் திரைப்படத்தில் புதிதாக எதுவும் இல்லை, # அரைத்த மாவே அரைக்கப்பட்டிருக்கிறது.

செயப்பாட்டு வினை வடிவம்

அரைப் பைத்தியம்*: *இயல்பாக நடந்துகொள்ளாமல் எரிச்சலூட்டக்கூடிய விதத்திலோ விநோதமாகவோ நடந்துகொள்ளும் நபர்;* cranky person. கடைக்கு வந்து அரை மணி நேரம் பேரம்பேசிவிட்டு, ஒன்றும் வாங்காமல் போகிறது அந்த அரைப் பைத்தியம்.

* கிறுக்கு

அரைமனது: *(செயலைச் செய்வதில்) தயக்கம்; (செய்யும் செயலில்) முழு ஈடுபாடு இல்லாமை;* half-heartedness. தொழிலாளர்களே, அரைமனதோடு போராட்டத்தில் இறங்காதீர்கள்!/ ஆயிரம் ரூபாய் கொடுத்து அந்தக் கடிகாரத்தை வாங்குவதில் அவருக்கு அரைமனசுதான்.

மனது→ மனசு

அரைவயிறு: *பசியைப் போக்கப் போதுமான சிறிதளவு (உணவு);* starvation diet. அரைவயிற்றுக் கஞ்சிக்கே இந்தப் பாடு பட வேண்டியிருக்கிறது.

அரைவயிறும் கால்வயிறுமாக: *(போதுமான அளவு சாப்பாடு இல்லாமல்) பசியோடு;* hardly sufficient for one's hunger. இந்தச் சம்பளத்தில் அரைவயிறும் கால்வயிறுமாகத் தான் வாழ முடியும்!

அரைவேக்காடு **1:** *(எண்ணம், கருத்து) பக்குவமற்றது; (செய்தது) அரைகுறையானது;* (of ideas, etc.) half-baked; (of work done) slovenly. அரைவேக்காட்டுக் கருத்துகள்./ அவசரமாக எடுக்கப்பட்ட அரைவேக்காட்டுப் படம்.

2: பக்குவமோ முதிர்ச்சியோ இல்லாத நபர்; immature person. இந்த அரைவேக்காடுகளால் உங்கள் கட்சி சீரழிகிறது.

அல்லா அசலா (வ.வ.): (ஒருவர்) வேற்று மனிதரா அல்லது முன்பின் தெரியாதவரா (அப்படிப்பட்டவர் இல்லை என்பதை உணர்த்தும் முறையில் கூறுவது); strangers to s.o. (asked rhetorically). அவசரம் என்றால் எங்களிடம் பணம் கேட்டிருக்கக் கூடாதா, நாங்கள் என்ன அல்லா அசலா?

அல்லி ராஜ்ஜியம் 1: பெண்களின் ஆதிக்கம்; domination by women. அவர் வீட்டில் அல்லி ராஜ்ஜியம்தான். **2**: பெண்களின் எண்ணிக்கை அதிகம்; women being predominant in number. ஆண்களின் கோட்டையாக இருந்த எங்கள் அலுவலகம் இப்போது அல்லி ராஜ்ஜியம் ஆகி விட்டது.

அல்லும்பகலும் (உ.வ.): எல்லா நேரத்திலும்; எப்போதும்; night and day; all the time. அல்லும்பகலும் அயராது உழைப்பவர்.

அல்வா சாப்பிடுவது போல: விருப்பமான ஒன்று; (ஒன்றைச் செய்வது) ஈடுபாட்டின் காரணமாக எளிது; as sth. done with ease and relish. குழந்தைகளுக்குக் கதை கேட்பது என்றால் அல்வா சாப்பிடுவது போல./ நடிகை களின் தனிப்பட்ட வாழ்க்கையைப்பற்றி எழுதுவது இந்தப் பத்திரிகையாளருக்கு அல்வா சாப்பிடுவது போல.

பொ.வி. 1

அலறிப்புடைத்துக்கொண்டு*: பதற்றத்துடனும் பரபரப் புடனும்; கலவரத்துடன்; in panic and alarm. பள்ளிக் கூடத்தின் அருகில் விபத்து நடந்தது என்பது தெரிந்ததும் தாய்மார்கள் அலறிப்புடைத்துக்கொண்டு ஓடிவந்தனர்./ ஏதோ உள்நாட்டுப் போரே மூண்டுவிட்டது போல் அல்லவா அலறியடித்துக்கொண்டு கிளம்புகிறாய்?

* -அடித்துக் கொண்டு

அலையக்குலைய: தாறுமாறாக (ஓடுதல்); (run) helter-skelter. திடீரென்று மழை பிடித்துக்கொண்டது, எல்லாரும் அலையக்குலைய ஓடினார்கள்.

அவசரக்குடுக்கை: (விளைவுகளைப்பற்றி நினைக்காமல்) ஒரு செயலை அவசரப்பட்டுச் செய்துவிடுபவர்; s.o. who rushes into action without reflection. அவரிடம் போய் உடனே

அவலை நினைத்து ... 10

சொல்லிவிட வேண்டுமா? சரியான அவசரக்குடுக்கை யாக இருக்கிறாயே./ இந்த அவசரக்குடுக்கைகளால்தான் காரியம் கெட்டது.

அவலை நினைத்து(கொண்டு) உரலை இடி (பொ.பெ.): இலக்குத் தவறிச் செயல்படுதல்; இல்லாததை இருப்பதாக நினைத்துக்கொண்டு செயல்படுதல்; spend one's anger or effort on a unintended target; do sth. ridiculous prompted by a delusion. அவருக்கு என் அப்பாமீது கோபம், அதை என்னிடம் காட்டி அவலை நினைத்துக்கொண்டு உரலை இடிக்கிறார்!/ ஒரு நாள் உன்னைப் பார்த்துச் சிரித்தாள் என்பதற்காக அவள் உன்னைக் காதலிக்கிறாள் என்று நினைப்பது அவலை நினைத்து உரலை இடிப்பதாக இருக்கிறது.

அழகு காட்டு: (நாக்கை நீட்டுதல், முகத்தைக் கோணுதல் போன்ற செய்கைகளால்) கேலிசெய்தல்; பழித்துக்காட்டு தல்; make faces (at s.o.). அவன் குழந்தையைத் திட்டிய போது அம்மாவுடன் இருக்கும் தைரியத்தில் அது அவனுக்கு அழகு காட்டியது./ பெரியவர் என்ற மரியாதை இல்லாமல் # அழகா காட்டுகிறாய்?

-ஆ இடைச் சொல்லுடன்

அழுக்குமூட்டை: அழுக்கேறிய உடலும் உடையுமாகக் காணப்படுபவர்; person of unkempt and shabby appearance. பேருந்தில் என் இருக்கைக்கு அருகில் ஒரு அழுக்குமூட்டை வந்து உட்கார்ந்தது./ என் வீட்டுக்காரர் ஞாயிற்றுக்கிழமை களில் அழுக்குமூட்டைதான்!

அழுத்தம்திருத்தம்: (பேச்சில், கருத்தில்) உறுதியும் தெளிவும்; மிகுந்த தெளிவு; being firm and clear; loud and clear. பேச்சில் இருந்த அழுத்தம்திருத்தம் அவன் தன்னம்பிக்கையைக் காட்டியது./ 'நீ சொல்வது பொய்' என்றான் அழுத்தம்திருத்தமாக./ இந்தக் கருத்தைத் தன் நூலில் பல இடங்களில் அழுத்தம்திருத்தமாகக் கூறி யிருக்கிறார்.

அழுத கண்ணும் சிந்திய மூக்குமாக: எப்போதும் அழுதபடியே; மிகவும் சோகமாக; very weepy. வெளிநாடு சென்ற மாப்பிள்ளையிடமிருந்து கடிதம் வரவில்லை என்று என் பெண் அழுத கண்ணும் சிந்திய மூக்குமாக இருக்கிறாள்.

அழுத பிள்ளைதான் பால் குடிக்கும்: மற்றவர்கள்

தானாக உதவுவார்கள் என்று இருந்துவிடாமல் நமக்கு வேண்டியதைப் பெற நாம்தான் முயற்சிசெய்ய வேண்டும் என்பதைத் தெரிவிக்கப் பயன்படுத்தும் தொடர்; an expression used for saying that only the person who demands gets his needs (implying that one should raise one's voice to be heard). அவரிடம் அடிக்கடி உதவி கேட்டுப் போக வேண்டியிருக்கிறதே என்று கூச்சப்படாதே! அழுத பிள்ளைதான் பால் குடிக்கும்./ அழுத பிள்ளைதான் பால் குடிக்கும் என்பதை மறந்துவிடாதீர்கள் தோழர்களே! சம்பள உயர்வு வேண்டுமென்றால் நாம் அனைவரும் ஒன்றுசேர்ந்து போராட வேண்டும்.

அழுத பிள்ளை வாய் மூடும்: மிகுந்த செல்வாக்கும் அதிகாரமும் உடைய நபரின் பெயரைக் கேட்ட அளவிலேயே மக்கள் அச்சத்தால் அடங்கிவிடுவார்கள் என்பதைத் தெரிவிக்கப் பயன்படுத்தும் தொடர்; an expression used for saying that s.o.'s name inspires awe and fear. அந்தக் காலத்தில் எங்கள் ஊர் ஜமீன்தார் பெயரைக் கேட்டால் சுற்றுவட்டாரத்திலுள்ள பதினெட்டு கிராமங் களிலும் அழுத பிள்ளை வாய் மூடும்./ கொள்ளைக்காரன் ஜம்புலிங்கம் என்றால், அழுத #பிள்ளையும் வாய் மூடும். # -உம் இடைச் சொல்லுடன்

அழுதுவடி: (விளக்கின்) ஒளி குறைந்து காணப்படுதல்; (ஒன்றிற்கே அல்லது ஒருவருக்கே உரிய) பொலிவு குறைந்து காணப்படுதல்; be dull; be cheerless. விளக்கு இப்படி அழுதுவடிந்தால் எப்படிப் படிக்க முடியும்?/ மாதக் கடைசி என்பதை அழுதுவடியும் கடைத்தெரு நினைவுபடுத் தியது./ உன் அழுதுவடியும் முகத்தைப் பார்த்தால் உன் னிடம் யாராவது வியாபாரம்செய்வார்களா?

அற்பசொற்பம்: குறைவானது; சிறிதளவு; a very small amount; a modicum (of sth.). அவருடைய வருமானம் ஒன்றும் அற்பசொற்பம் இல்லை./ நான் அவன்மேல் வைத்திருந்த அற்பசொற்ப நம்பிக்கையும் போய்விட்டது.

அறிவுக்கொழுந்து: (கேலியாக) அறிவாளி; (sarcastically) genius. அவன் பெரிய அறிவுக்கொழுந்து! எல்லாரும் அவனிடம் போய் ஆலோசனை கேட்க ஆரம்பித்து விட்டார்கள்.

அறுந்த கைக்குச் சுண்ணாம்பு தராத: அவசர நேரத்தில்கூட உதவாத; இரக்கமில்லாத; unhelpful even to a person in danger; pitiless. அறுந்த கைக்குச் சுண்ணாம்பு பொ.வி. 2 இ.வே. அறுத்த; தர மாட்டான்

தராத ஆட்கள்தானே நமக்குச் சொந்தக்காரர்களாக இருக்கிறார்கள்!/ அறுத்த கைக்குச் சுண்ணாம்பு தராதவனிடம் போய் நன்கொடை கேட்கிறாயே?/ 'உன் பக்கத்து வீட்டுக்காரர்கள் எப்படி?' 'கேட்காதே, அறுந்த கைக்குச் # சுண்ணாம்புகூடத் தர மாட்டார்கள்!' (பொ.வி. 3) # -கூட இடைச் சொல்லுடன்

அறுபது நாழிகையும்: *எப்போதும்;* all the time; always. அவரது கையில் அறுபது நாழிகையும் புத்தகம் இருக்கும்./ விடுமுறை நாட்களில் அறுபது நாழியும் தூங்கிக்கொண்டு தான் இருப்பான். நாழிகை→ நாழி

அன்று கண்ட மேனிக்கு அழிவு இல்லாமல்: *(தோற்றத்தில்) முன்பு இருந்ததைப் போலவே இப்போதும்; பொலிவு குறையாமல்;* without the traces of aging; free from the ravages of time. இருபது வருஷமாக நான் அவனைப் பார்த்துவருகிறேன், அன்று கண்ட மேனிக்கு அழிவு இல்லாமல் இருக்கிறான்./ காவிரிக் கரையோரத்தில் இன்றும் அந்தக் கிராமம் அன்றிருந்த மேனிக்கு # அழிவே இல்லாமல் இருக்கிறது. மா.வ. அன்றிருந்த மேனிக்கு அழிவு இல்லாமல்; அன்றிருந்த மேனி அழியாமல்

-ஏ இடைச் சொல்லுடன்

அன்ன ஆகாரம்: *(துயரம், நோய் போன்ற சூழ்நிலையில்) உணவு;* (in situations of grief, sickness, etc.) food. மகன் இறந்த கவலையில் அவருக்கு அன்ன ஆகாரம் இறங்கவில்லை./ அன்ன ஆகாரத்தில் கட்டுப்பாடு எதுவும் இல்லை, என்ன வேண்டுமானாலும் சாப்பிடலாம்.

அன்னக்காவடி (பொ.பெ.): *எவ்வித வசதியும் இல்லாதவன் (மதிப்பற்ற முறையில் கூறுவது);* (disparagingly) person having no means; pauper. இந்தக் கல்லூரியில் பணக்கார வீட்டுப் பிள்ளைகளும் படிக்கிறார்கள், என்னைப் போன்ற அன்னக்காவடிகளும் படிக்கிறார்கள்.

அன்ன நடை: *மிகவும் மெதுவான நடை;* a rather slow pace of walking. இப்படி அன்ன நடை நடந்தால், ரயிலை நாளைக்குப் பிடித்துவிடலாம்!/ என்னப்பா, குதிரை அன்ன நடை போடுகிறது!

அனல் கக்கு: *(பேச்சு, பார்வை முதலியவற்றில்) கடும் கோபம் வெளிப்படுதல்;* be fiery; show violent anger. சமூக அநீதிகளை ஒழிக்க வேண்டும் என்று அனல் கக்கப் பேசினார்./ ஆசிரியரின் அனல் கக்கும் விழிகளைச் சந்திக்க முடியாமல் தலையைத் தாழ்த்திக்கொண்டான்.

அனா ஆவன்னா: (ஒரு விஷயத்தில்) மிக அடிப்படை யாகத் தெரிந்துகொள்ள வேண்டியது; the ABC (of a subject). நாடகத் துறையில் அனா ஆவன்னாத் தெரியாத வர்கள் நாடகம் தயாரிக்க வந்துவிடுகிறார்கள்./ கணிப் பொறியில் ஆனா ஆவன்னாவாவது தெரிந்துகொள்ள வேண்டும் என்று பலர் நினைக்கத் தொடங்கிவிட்டனர். அனா→ ஆனா

அஸ்தியில் ஜுரம்*: உள்ளூர உணரும் அளவுகடந்த பயம்; குலைநடுக்கம்; chill in the pit of one's stomach. ஆங்கில ஆசிரியர் வகுப்புக்குள் நுழைகிறார் என்றால், மாணவர்களுக்கு அஸ்தியில் ஜுரம் வந்துவிடும்./ தான் செய்த மோசடி வெளியாகிவிடும் என்று தெரிந்ததும் அவனுக்கு அஸ்தியில் குளிர் கண்டுவிட்டது. * குளிர்

ஆகாயக்கோட்டை கட்டு: (விரும்புவது நிறைவேறு வதற்கான வாய்ப்பு உண்டா என்பது தெரியாமல்) பெரிதாகக் கற்பனையை வளர்த்தல்; **build castles in the air**. அவள் உன்னை விரும்புகிறாளா என்பதைத் தெரிந்துகொள் வதற்கு முன்பே ஆகாயக்கோட்டை கட்டுகிறாயே./ ஓரளவுக்காவது நடக்கக்கூடியதைச் சொல், ஆகாயப்பந்தல் போட வேண்டாம். மா.வ. ஆகாயப் பந்தல் போடு

ஆகாயத்திலிருந்து குதித்தவன்: தனிச் சிறப்பிற்கு உரியவன் (அப்படிப்பட்டவன் இல்லை என்ற குறிப்பில் கூறுவது); descended from heaven (with the implied sarcasm that the person spoken of is shown undue privilege). எங்களை யெல்லாம் விட்டுவிட்டு அவனுக்கு மட்டும் கொடுக் கிறாயே, அவனென்ன ஆகாயத்திலிருந்து குதித்தவனா?/ எல்லாம் தனக்குத்தான் வேண்டும் என்கிறாளே, இவள் ஆகாயத்திலிருந்து குதித்தாளா என்ன? பொ.வி. 3 இ.வே. குதித்தான்

ஆட்டம்காட்டு: (எதிர்பார்த்தபடி ஒன்றைச் செய்யாமல்) அலைக்கழித்தல்; கஷ்டப்படுத்துதல்; harass by dodging. ஆறு மாதமாகியும் கொடுத்த வேலையை முடித்துத் தர வில்லை, வந்து பார்க்கச் சொன்னாலும் பார்ப்பதில்லை, ஏன் இப்படி ஆட்டம்காட்டுகிறான்?/ வாங்கின கடனை இதோ தருகிறேன் அதோ தருகிறேன் என்று ஆட்டம் காட்டுகிறான்.

ஆட்டம்காண்: (ஒன்று இனியும்) நிலைப்பது உறுதி என்று கூற முடியாத நிலை அடைதல்; (இதுவரை இருந்த கட்டுக்கோப்புக் குலைந்து) பலவீனம் அடைதல்; வலு விழத்தல்; become shaky or weak. அமைச்சருக்கே தெரியும்

தன் பதவி ஆட்டம்காணத் தொடங்கிவிட்டது என்று!/ மக்களின் போராட்டங்களால் சர்வாதிகார அரசு ஆட்டம் கண்டுவிட்டது.

ஆட்டிப்படை: *தன் அதிகாரத்தால் தான் விரும்பியபடி யெல்லாம் பிறரை நடக்கச்செய்தல்;* boss (s.o.) around; **lord it over**. இந்த ஊரையே ஆட்டிப்படைத்துக்கொண்டிருந்த ரௌடியைக் கைதுசெய்த காவல் அதிகாரிக்குப் பெரும் பாராட்டு! — மா.வ. **ஆட்டிவை**

ஆட்டைக் கடித்து மாட்டைக் கடித்து: *(வெற்றி தந்த தைரியத்தில்) வரிசையாக ஒவ்வொருவரையும் பாதித்துக் கொண்டே வந்து (இறுதியில் பாதிக்கப்பட மாட்டார் என்ற நிலையில் இருப்பவரையே பாதிக்கிற நிலை வந்துவிட்டதாகக் கூறுவது);* claiming greater victims (emboldened by earlier success). இந்த முற்றுகைப் போராட்டம் ஆட்டைக் கடித்து மாட்டைக் கடித்துக் கடைசியில் அமைச்சர்களையும் பயமுறுத்த ஆரம்பித்திருக்கிறது.

ஆட்டைத் தூக்கி மாட்டில் போட்டு மாட்டைத் தூக்கி ஆட்டில் போட்டு: *(அவசர நடவடிக்கையாக) ஒன்றிற்கான பணத்தை மற்றொன்றிற்காகச் செலவழித்துச் சமாளித்து; கையிருப்பையெல்லாம் எடுத்துப்போட்டு;* juggling with one's finances. வங்கியில் வாங்கிய கடனுக்கு வட்டி கட்டுவதற்கே ஆட்டைத் தூக்கி மாட்டில் போட்டு மாட்டைத் தூக்கி ஆட்டில் போட்டுத்தான் பணம் திரட்ட வேண்டியிருந்தது./ என்னால் இந்தத் தொழிலில் பெருமளவு முதலீடுசெய்ய முடியவில்லை, ஏதோ ஆட்டைத் தூக்கி மாட்டில் போட்டு மாட்டைத் தூக்கி ஆட்டில் போட்டு வியாபாரம்செய்கிறேன்.

ஆடி அசைந்து: *(அவசரத்தை உணர்ந்துகொள்ளாமல்) மெதுவாக (வருதல்);* (walk) in a leisurely way (unmindful of the need for urgency). ஆறு மணிக்கு வீட்டுக்கு வந்துவிடு என்று சொன்னேன், நீ ஆடி அசைந்து எட்டு மணிக்கு வருகிறாயே.

ஆடிக்கு ஒரு முறை* அமாவாசைக்கு ஒரு முறை*: *எப்போதாவது ஒரு முறை; அபூர்வமாக;* infrequently; **once in a blue moon**. ஆடிக்கு ஒரு முறை அமாவாசைக்கு ஒரு முறை ஊருக்கு வந்துகொண்டிருந்தவன் இப்போது வருவதேயில்லை./ சங்கீதம் கற்றுக்கொள்ள விரும்புகிற நீ பாட்டு வாத்தியாரிடம் ஆடிக்கு ஒரு தரம் அமாவாசைக்கு — * தடவை/தரம்

ஒரு தரம் போய்க்கொண்டிருந்தால் எப்படி?

ஆடு திருடின கள்ளன் போல: *(பிறருக்குத் தெரியாமல் செய்தது வெளிப்பட்டுவிட்ட நிலையில்) மறைக்க முடியாமல் சங்கடத்துடன்; திருதிருவென்று;* (look) as a surprised thief. என் அறைக்குள் எதையோ குடைந்துகொண்டிருந்தவன் என்னைப் பார்த்ததும் ஆடு திருடின கள்ளன் போல விழித்தான்.

ஆண்டவன் கண் திற (பகவான், கடவுள் என்ற சொற்களோடும் சில குறிப்பிட்ட தெய்வங்களின் பெயர்களோடும்): *(கஷ்டத்துக்கு இரங்கி) இறைவன் அருள் புரிதல்;* (of God) regard (s.o. in distress) with mercy. ஐந்து வருஷமாக என் மகன் வேலை தேடிக் கொண்டிருக்கிறான், ஆண்டவன் கண் திறக்க மாட்டேன் என்கிறானே!/ மருதமலை முருகன் கண் திறந்தால் என் மகன் உடல்நலம் பெற்று எழுந்து நடமாட ஆரம்பித்து விடுவான்.

ஆண்டவன் கூலிகொடு* (பகவான், கடவுள், தெய்வம் என்ற சொற்களோடும் சில குறிப்பிட்ட தெய்வங்களின் பெயர்களோடும்): *(அக்கிரமத்திற்கு , அநியாயத்திற்கு) இறைவன் தண்டனை தருதல்;* (imploring God's intervention) let (s.o.) get (his) just deserts. பெற்ற தாயை வீட்டைவிட்டு விரட்டிவிட்டாரா, இதற்கெல்லாம் ஆண்டவன் கூலிகொடுப்பான்./ தெரிந்தே இப்படியெல்லாம் மோசடிசெய்கிறார்களே, இந்தப் பாவிகளுக்குத் #தெய்வம்தான் கூலிகொடுக்க வேண்டும்./ இந்தச் சம்பவத்துக்குக் கொஞ்சமும் சம்பந்தப்படாத என்னை இழிவுபடுத்த முனையும் இந்த அயோக்கியர்களுக்குப் பெருமாள் •படியளக்காமல் இருக்க மாட்டார்.

* படியள

-தான் இடைச் சொல்லுடன்

ஆண்டவனுக்குத்தான் வெளிச்சம் (கடவுளுக்கு, பகவானுக்கு என்ற சொற்களோடும்): *இறைவன் ஒருவனே அறிவான் (நடந்ததைப் புரிந்துகொள்வது அல்லது ஒன்றை விளங்கிக்கொள்வது மனித ஆற்றலுக்கு அப்பாற்பட்டது என்ற முறையில் கூறுவது);* beyond one's comprehension; **God / Goodness knows**. வியாபாரத்தில் அவர் போட்ட பணம் எங்கே போயிற்றோ, அது ஆண்டவனுக்குத்தான் வெளிச்சம்./ உன்னை வளர்த்து ஆளாக்க உன் தாய் என்ன கஷ்டப்பட்டாளோ, அது ஆண்டவனுக்கே வெளிச்சம்

இ.வே. ஆண்டவனுக்கே

ஆண்டிகள் கூடி மடம் கட்டினாற் போல: *(பொருள் வசதி இல்லாதவர்கள் போடும் திட்டம் போல்) நடைமுறைச் சாத்தியம் இல்லாதது;* as absurd as persons of no means getting together to undertake sth. big; pauper playing the millionaire. ஐம்பது லட்ச ரூபாயாவது இல்லாமல் புதிய பத்திரிகை தொடங்குவதுபற்றி நாம் பேசுவது ஆண்டிகள் கூடி மடம் கட்டினாற் போலத்தான். பொ.வி. 1

ஆண்பிள்ளைச் சிங்கம்: *(சற்றே கேலியாக) தைரியம் மிகுந்த ஆண்மகன்;* (jocularly) lion of a man. சிறுவன் 'எனக்கென்ன பயம், நான் தனியாகப் போவேன்' என்றதும் 'அப்படிச் சொல்லடா ஆண்பிள்ளைச் சிங்கம்' என்றார் மாமா.

ஆணி அடித்தாற்* போல **1:** *(ஒரே இடத்தில்) அசையாமல்; நகராமல்;* as one riveted (to a place). ஐந்து நிமிஷத்தில் வருகிறேன் என்று சொல்லிவிட்டு அடுத்த வீட்டுக்குப் போனவர் ஆணி அடித்தாற் போல அங்கேயே உட்கார்ந்துவிட்டாரே! **2:** *மனத்திலிருந்து அகலாதபடி;* registering strongly in the mind; as firm as a nail driven home. அவர் சொன்ன அறிவுரை என் மனத்தில் ஆணி அறைந்தாற் போலப் பதிந்துவிட்டது.

* அறைந்தாற் பொ.வி. 1

ஆத்திர அவசரம்: *எதிர்பாராத நெருக்கடி;* emergency; the hour of need. ஆத்திர அவசரம் என்றால்கூட யாரும் வர மாட்டார்கள்./ சம்பாதிக்கிற பணத்தில் கொஞ்சமாவது சேமித்துவை, ஒரு ஆத்திர அவசரத்திற்கு வேண்டுமல்லவா.

ஆதியோடந்தம்: *ஆரம்பம்முதல் முடிவுவரை; முழுவதும்;* from the very beginning till the end. உனக்கு எதையும் ஆதியோடந்தம் சொன்னால்தான் புரியுமா?/ திருச்செந்தூர்க் கோயிலின் மகிமையை ஆதியோடந்தமாக எடுத்துரைத்தார்.

ஆபத்துக்குத் தோஷம்* இல்லை: *(குறிப்பிட்ட சூழ்நிலையில்) அவசரம் கருதி ஒன்றைச் செய்வதில் தவறு இல்லை (சாதாரணமான சூழலில் அது ஏற்றுக்கொள்ளப் படாது என்பது குறிப்பு);* crisis knows no propriety. மாடிப் படிக்கட்டிலிருந்து விழவிருந்த பெண்ணை, ஆபத்துக்குத் தோஷம் இல்லை என்று தாங்கிப் பிடித்துக் காப்பாற்றினான்./ பையனுக்குக் குளிர் காய்ச்சல் வந்து உளற ஆரம்பித்துவிட்டதால் ஆபத்துக்குத் தோஷம் இல்லை என்று நடுராத்திரியானாலும் பக்கத்து வீட்டுக்காரரை

* பாவம்

உதவிக்கு அழைக்கச் சென்றார்.

ஆமாம் சாமி போடு: (உயர்நிலையில் உள்ளவர்களை மகிழ்விப்பதற்காக அவர்கள் செய்வதெல்லாம்) சரி என்று ஆமோதித்தல்; say yes to everything (in abject servility); be a yes-man. உன் மேலதிகாரிக்கு ஆமாம் சாமி போடா விட்டால் நீ இங்கே அரை நாள்கூட இருக்க முடியாது.

ஆமை புகுந்த வீடு: நலன் அழிந்து சிறப்பற்றுப் போகும் இடம் (ஆமை வீட்டுக்குள் வந்தால் வீட்டுக்குக் கேடு என்ற நம்பிக்கையின் அடிப்படையில் கூறுவது); a house come to ruin (based on the belief that a house where a tortoise has entered will lose its prosperity). அவன் ராசி இல்லாதவனாம், அவன் போகும் இடம் ஆமை புகுந்த வீடாகுமாம்.

ஆயிரத்தில்* ஒருவர்: மிக அரிய மனிதர் (ஒருவருடைய இயல்பு, தன்மை முதலியவற்றைக் கண்டு பாராட்டிக் கூறுவது); a rare person; one in a million. இவரைப் போல் மனித நேயம் கொண்டவரைப் பார்க்க முடியாது, ஆயிரத்தில் ஒருவர் இவர்./ ஆயிரத்தில் ஒருத்தி என் மருமகள் என்று பெருமைப்பட்டுக்கொண்டாள் என் தாயார்.

* லட்சத்தில் இ.வே. ஒருத்தி

ஆயிரத்தில்* ஒரு வார்த்தை: மிகவும் சரியானது (ஒருவர் கூறியதை ஆமோதித்துக் கூறுவது); too true (said in approval). சூழ்நிலைக்குத் தகுந்தபடி நடந்துகொள்வதுதான் புத்திசாலித்தனம் என்று சொன்னீர்களே அது ஆயிரத்தில் ஒரு வார்த்தை.

* நூற்றில்

ஆயிரம்(தான்) இருந்தாலும்: (ஒருவரோடு) சண்டை சச்சரவோ மனத்தாங்கலோ இருந்தாலும் அல்லது (ஒருவரிடம்) என்னதான் குறைகள் இருந்தாலும் (அவற்றைச் சில சந்தர்ப்பங்களில் பொருட்படுத்தக் கூடாது என்ற முறையில் கூறுவது); whatever differences or shortcomings there may be (implying that on certain occasions one should not mind them). பெரியப்பாவிற்கும் எங்களுக்கும் ஆயிரம் இருந்தாலும் இந்தத் துக்ககரமான வேளையில் அதைக் காட்டிக்கொள்வது நன்றாக இருக்காது./ ஆயிரம் தான் இருக்கட்டும், பெற்ற பிள்ளை என்கிற பாசம்கூடவா இல்லாமல் போய்விடும்?

இ.வே. இருக்கட்டும்

ஆயிரம் காலத்துப் பயிர்: (திருமணம், நட்பு) நீண்ட காலம் நிலைத்து நிற்பது; (of marriage) sth. which affects the generations to come; (of friendship) long lasting. திருமணம் என்பது ஆயிரம் காலத்துப் பயிர், அவசரப்பட்டு நடத்தி விட முடியாது, யோசித்துத்தான் செய்ய வேண்டும்./ எங்கள் இரு குடும்பங்களுக்கிடையே உள்ள நட்பை ஆயிரம் காலத்துப் பயிராகவே நினைக்கத் தோன்றுகிறது.

ஆரம்ப சூரத்தனம்: தொடக்கத்தில் காட்டும் (தொடர்ந்து நீடிக்காத) துடிப்பான உற்சாகம்; initial enthusiasm. இவனிடம் ஆரம்ப சூரத்தனம் அதிகம், அதைக் கண்டு நாம் ஏமாந்துவிடக் கூடாது./ ஓட்டப் பந்தய வீரர்களில் சிலர் ஆரம்ப சூரத்தனமாக முதல் சுற்றில் முதலாவதாக வருவார்கள், ஆனால் இறுதிச் சுற்றில் கடைசியாக வருவார்கள்!

ஆலாய்ப் பற: (ஒன்றைப் பெற) தவிப்புடன் அலைதல்; தவித்தல்; hanker after; be impatient (for sth.). பணம் பணம் என்று ஏன் இப்படி ஆலாய்ப் பறக்கிறீர்கள்?/ ஒரு வேலை கிடைக்காதா என்று ஆலாய்ப் பறக்கிறான்./ இனிப்புப் பொட்டலத்தைப் பிரிப்பதற்குமுன் 'எனக்கு, எனக்கு' என்று குழந்தைகள் ஆலாய்ப் பறந்தனர்.

ஆழம் தெரியாமல் காலை விடு: விளைவுகளை எண்ணிப்பார்க்காமல் ஒரு செயலில் இறங்குதல்; enter upon (sth.) rashly. இந்த வியாபாரம் உனக்குப் புதிது, ஆழம் தெரியாமல் காலை விட்டுவிடாதே./ இரண்டாம் உலகப் போரில் ஜெர்மனி ரஷ்யாமீது படையெடுத்தது ஆழம் தெரியாமல் காலை விட்டதாக ஆயிற்று.

ஆழம் பார்: (ஒருவரைப்பற்றி அல்லது ஒன்றைப்பற்றி) மறைமுகமாக அறிய முயலுதல்; size (one) up; try to gauge; **feel the waters.** உன்னிடம் அவர் கேள்வி கேட்டது தெரிந்து கொள்வதற்காக அல்ல, உனக்குத் தெரிந்திருக்கிறதா என்று ஆழம் பார்க்கவே./ நாம் என்ன திட்டம் வைத்திருக்கிறோம் என்பதையும் நம்மையும் ஆழம் பார்க்கவே இவர் வந்திருக்கிறார்.

ஆள் அம்பு: ஆள் துணை; ஊழியர் பரிவாரம்; a host of servants; an army of assistants. பணம் பங்களா, ஆள் அம்பு எல்லாம் இருந்தும் நிம்மதியில்லை.   மா.வ. ஆள் படை/அம்பாரம்

ஆள் தேள் 1: (வீட்டில்) ஆட்கள் (ஒருவரும் இல்லை என்பதை உணர்த்தப் பயன்படுத்துவது); (with negative) creature or soul (around). வீட்டில் ஆள் தேளைக் காணோம்,

எல்லாரும் எங்கே போய்விட்டார்கள்? **2:** வேலையாட்கள்; servants; domestic help. பெரிய வீட்டிலிருந்து சிறிய வீட்டிற்குக் குடிவந்துவிட்டேன், இனிமேல் எனக்கு எதற்கு # ஆளும் தேளும்?

-உம் இடைச் சொல்லுடன்

ஆளை (தூக்கி) அடிக்கிற மாதிரி: கண்ணை உறுத்துகிற அல்லது கவனத்தை நிலைகுலையச் செய்கிற வகையில்; (of colours) loud; (of beauty) striking. ஆளை அடிக்கிற மாதிரியான சிவப்பில் ஒரு சட்டை போட்டிருந்தான்./ ஆளைத் தூக்கி அடிக்கிற மாதிரி ஒரு அழகு.

ஆளை விடு: (தொல்லையிலிருந்து விடுபட விரும்புகிற படியால்) இக்கட்டான நிலையில் மாட்டாமல் விட்டுவிடு; leave me alone. மறுபடியும் அவருக்குக் கடன் கொடுக்கச் சொல்கிறாயா? ஆளை விடு! ஒரு முறை கொடுத்துக் கஷ்டப்பட்டது போதும்./ எனக்குச் சொத்திலும் பங்கு வேண்டாம், கடனிலும் பங்கு வேண்டாம், ஆளை விட்டால் போதும்!

ஆளை விழுங்கு*: (செலவு) சமாளிக்க முடியாத அளவுக்குப் போய்விடுதல்; (of expenditure) swallow s.o. up. என் மகனும் மகளும் மருத்துவக் கல்லூரியில் படிக் கிறார்கள், செலவு ஆளை விழுங்கிவிடும் போலிருக்கிறது.

* சாப்பிடு

ஆற்றில் ஒரு கால் சேற்றில் ஒரு கால்: எதில் உறுதியாக இருப்பது என்பதை முடிவுசெய்ய முடியாத நிலை; விரும்பிய ஒன்றைத் தேர்ந்தெடுக்க முடியாத நிலை; engaged in two activities at the same time hence unable to commit oneself to either wholly; **have a foot in both camps**. படிப்பை முடி அல்லது வியாபாரத்தில் இறங்கு, ஆற்றில் ஒரு கால் சேற்றில் ஒரு கால் என்று இருக்க வேண்டாம்./ பிழைப்புக்காகப் பார்த்துவந்த வேலையை விட்டுவிட்டு முழு நேரக் கலைஞன் ஆகி விட்டான், ஆற்றில் ஒரு #காலும் சேற்றில் ஒரு காலும் வைத்திருந்த நிலை இனி அவனுக்கு இல்லை.

-உம் இடைச் சொல்லுடன்

ஆறஅமர: அவசரம் இல்லாமல்; நிதானமாக; not in haste; at leisure. ஆறஅமரச் சாப்பிட்டுவிட்டுப் புறப்பட்டேன்./ உடனே முடிவுசெய்ய வேண்டாம், ஆறஅமர யோசித்துச் செய்.

ஆறப்போடு: (ஒரு பிரச்சினைக்கு உடனடியாகத் தீர்வு காணாமல்) ஒத்திப்போடுதல்; put off or defer (a decision, etc. in order to allow things to cool down). உணர்ச்சிக் கொந்தளிப்பான இந்த நிலையில் ஒரு முடிவெடுக்க முடியாது, சற்று ஆறப்போடுவோம்./ ஏன் இந்தக் காரியத்தை ஆறப்போட்டுக்கொண்டிருக்கிறாய், சீக்கிரம் முடித்துவிடு.

ஆறி அவலாகப்போ: (சமைத்த உணவு) சில்லிட்டுப் போதல் *(அதனால் உணவு சுவையாக இருக்காது என்பது குறிப்பு);* (of food) get cold. சீக்கிரம் குளித்துவிட்டு வாருங்கள், சாப்பாடு ஆறி அவலாகப்போகிறது.

ஆறின கஞ்சி: (உடனடியாகக் கவனிக்காமல் தள்ளிப் போடப்பட்டதால்) தீவிரத் தன்மை இழந்த ஒன்று; sth. that has been allowed to lose its momentum. தொடங்கிய வேகத்திலேயே போராட்டத்தை நடத்திவிட வேண்டும், ஒத்திப்போட்டால் ஆறின கஞ்சிதான்.

இக்கரைக்கு அக்கரை பச்சை: தன் நிலைமையைவிட மற்றவர் நிலைமை சிறப்பானது அல்லது தான் அறிந்த ஒன்றைவிடத் தான் அறியவருவது விரும்பத் தகுந்தது என்ற மனப்பான்மை; other people's situations seem better than one's own; (it is) better elsewhere; **the grass is greener on the other side of the hill**. 'நம் வீட்டைப் போல் அவர்கள் வீட்டில் தண்ணீர்த் தட்டுப்பாடு அவ்வளவாக இல்லை' என்று கூறிய மனைவியிடம் 'எல்லாம் இக்கரைக்கு அக்கரை பச்சைதான்' என்றார்./ 'வெளிநாட்டுக்குப் போனால் நிம்மதியாக இருக்கலாம் என்று சொல்லு கிறாயே, அது இக்கரைக்கு அக்கரை பச்சை' என்று அடித்துச் சொன்னார் வெளிநாட்டில் இருந்துவிட்டு வந்த நண்பர்.

இஞ்சி தின்ற குரங்கு போல்: எரிச்சல் அடைந்து வெறுப்பாக; like one visibly irritated; like one peeved about sth. அவர்கள் அதிகமாகக் கிண்டல்செய்ய ஆரம்பித்த வுடன் அவன் இஞ்சி தின்ற குரங்கு போலாகி 'நிறுத்துங்கள்' என்று கத்தினான்./ அவன் ஏன் இஞ்சி தின்ற குரங்கு போல் உட்கார்ந்திருக்கிறான்? அவனுக்குப் பிடிக்காத எதையாவது செய்தாயா?

இடத்தைக் காலிபண்ணு: (தொல்லை தரும் நபர் ஓரிடத்தை விட்டு) வெளியேறுதல் அல்லது போதல் (மற்றவர் அதை வேண்டுகிறார் அல்லது வரவேற்கிறார் என்பது குறிப்பு); clear off; beat it. கேட்ட பணத்தைக்

கொடுத்துவிட்டேன், பேசிக்கொண்டிருக்காதே, இடத்தைக் காலிபண்ணு./ வம்பு பேசிக்கொண்டிருந்தவர்கள் ஒருவழியாக இடத்தைக் காலிபண்ணினார்கள், நான் நிம்மதிப் பெருமூச்சு விட்டேன்.

இடத்தைக் கொடுத்தால் மடத்தைப் பிடுங்கு: *நல்லெண்ணத்தின் அடையாளமாக (ஒருவர்) செய்யும் உதவியை (மற்றவர்) தனக்குச் சாதகமாகப் பயன்படுத்திக்கொள்வதோடு மேலும் ஆதாயம் பெற முயலுதல்;* exploit one's benefactor; **give s.o. an inch and he will take a mile**. அவர் பெண்ணுக்கு ஒரு வரன் பார்த்துக்கொடுத்தேன், இப்போது கல்யாணச் செலவிற்கும் என்னிடமே கடன் கேட்கிறார், இடத்தைக் கொடுத்தால் மடத்தைப் பிடுங்குகிற ஆசாமியாக இருக்கிறாரே!

இடம்கொடு: *(கண்டிப்புடன் இருக்காமல் ஒருவருக்கு) சலுகை காட்டுதல் (அவர் பொறுப்பாக நடந்துகொள்வதில்லை என்பதால் அந்தச் சலுகை தேவையில்லை என்பது குறிப்பு);* allow a little freedom (only to find oneself exploited); be indulgent. அடுத்த வீட்டுப் பையனுக்குக் கொஞ்சம் இடம்கொடுத்தால் போதும், நம் குழந்தையின் விளையாட்டுச் சாமான்களையெல்லாம் எடுத்துக்கொண்டு போய்விடுவான்.

இடம் பொருள் ஏவல்: *(அததற்கு) பொருத்தமான சூழல்;* the circumstances suitable for sth. under consideration; context. இடம் பொருள் ஏவல் தெரியாமல் பேசாதே!/ சரி என்பதும் தவறு என்பதும் இடம் பொருள் ஏவலை ஒட்டி நிர்ணயிக்கப்படும்.

இடித்த புளி மாதிரி* (பொ.பெ.): *(உணர்ச்சியே இல்லாதது போல்) அசைவற்று;* showing no reaction where one is expected to react; unresponsively. உன் குடும்பத்தின்மேல் பழி சுமத்திவிட்டுப் போகிறான், நீயும் கேட்டுக்கொண்டு இடித்த புளி மாதிரி உட்கார்ந்திருக்கிறாயே?/ இடித்த புளியாட்டம் நிற்காதே, சொல்ல வேண்டியதைச் சொல்லிவிட்டுப் போ.

* புளியாட்டம்

இடித்துக்காட்டு: *(குறையாகக் கருதுவதை) மனம் புண்படும்படி சுட்டிக்காட்டுதல்; (மனசாட்சி) உறுத்துதல்;* gibe at; (of conscience) prick. 'உன் புத்தி உன்னைவிட்டுப் போகாது' என்று வாய் தவறிப் பேசியதை அவன் மறக்கவில்லை, சந்தர்ப்பம் கிடைக்கும்போதெல்லாம் இடித்துக்காட்டுகிறான்./ நான் அவனுக்கு இந்தப் பொறுப்பைக் கொடுத்

இடி முழக்கம் ...

திருக்கக் கூடாதுதான், அதற்காக நீ இடித்துக்காட்டிக் கொண்டே இருப்பதும் சரியல்ல./ 'வாய் கூசாமல் பொய் சொல்லிவிட்டாயே' என்று மனசாட்சி என்னை இடித்துக் காட்டிக்கொண்டே இருந்தது.

இடி முழக்கம் செய்: (பொதுக்கூட்டங்களில்) உரத்த குரலில் ஆவேசமாகப் பேசுதல்; make a rousing speech; thunder. லட்சக்கணக்கானோர் கூடியிருந்த கூட்டத்தில் அவர் இடி முழக்கம் செய்தார்.

இடிமேல் இடி: (தாங்க முடியாத அளவிற்குத் துன்பம், கஷ்டம் முதலியவை) ஒன்றைத் தொடர்ந்து மற்றொன்று; (of misfortunes, disasters) striking (s.o.) one after another. துயரச் சம்பவங்கள் இடிமேல் இடியாக வந்து தாக்கி அவரை நிலைகுலையவைத்துவிட்டன./ வாழ்க்கையில் இடி மேல் இடி எனப் பல சோதனைகள்.

இடியோசை கேட்ட நாகம் போல் (உ.வ.): அச்சத்தால் அதிர்ந்துபோய்; as one struck with terror. நேர்மையான அதிகாரி எனப் பெயரெடுத்த தன்மீது ஊழல் குற்றச் சாட்டா என்று இடியோசை கேட்ட நாகம் போல் கலங்கி நின்றார்.

இடி விழு: கடும் அதிர்ச்சியை எதிர்கொள்ள நேரிடுதல்; receive a severe jolt. அந்த வீட்டை எப்படியும் வாங்கி விடலாம் என்று எண்ணியிருந்தார், அவருக்குத் தெரியுமா அந்த எண்ணத்தில் இடி விழும் என்று!/ மருத்துவ மனையில் தம்பியைச் சேர்த்துவிட்டு வந்தவனுக்குத் தந்தை விபத்துக்கு உள்ளானார் என்பதைக் கேட்டதும் இடி விழுந்தது போலாயிற்று.

இடுப்பு* ஒடி: உடல் வருந்துதல் அல்லது களைத்துப் போதல்; break one's back (doing sth.). நாள் முழுவதும் இடுப்பு ஒடிய வேலைசெய்தாலும் கிடைப்பதென்னவோ இருபது ரூபாய்தான்./ வீட்டு வேலைகளில் துணி துவைக்கும் வேலை #இடுப்பை ஒடியவைத்துவிடும்!

* முதுகு

\# பிறவினை மாற்றம்

இடுப்பு* வளை: உடலை வருத்தி உழைக்க மனம் வருதல்; கடுமையாகப் பாடுபடுதல்; be inclined to do physical work; exert oneself. வீட்டுவேலைசெய்ய மட்டும் உனக்கு இடுப்பு வளையாது./ நீங்கள் எதிர்பார்க்கிறபடி இவன் உடம்பு வளைந்து வேலைசெய்யமாட்டான்./ சின்னப் பையன்தானே, கொஞ்சம் இடுப்பு வளைந்து

* உடம்பு

வேலை செய்யட்டுமே.

இண்டுஇடுக்கு: *சிறு இடைவெளி;* narrow gap; crevice; cranny. நாற்காலியின் இண்டுஇடுக்குகளிலெல்லாம் மூட்டைப்பூச்சி!/ மூக்குத்தியின் திருகாணி ஏதேனும் இண்டுஇடுக்கில் விழுந்திருக்கும்.

இதுவும் வேண்டும் இன்னமும் வேண்டும்: *(நன்றியற்ற செயலால் வெறுப்படைந்த நிலையில்) இந்த அனுபவம் ஒரு பாடம் என்கிற முறையில் வேண்டியதுதான்;* (said as a reproach) deserve this and much more; it is not enough of a punishment. நான் எவ்வளவு கஷ்டப்பட்டு உன்னைப் படிக்கவைத்தேன், நீ இப்போது நல்ல வேலையிலிருந்தும் மாதம் நூறு ரூபாய்கூட அனுப்புவதில்லை, எனக்கு இதுவும் வேண்டும் இன்னமும் வேண்டும்./ அவர்களுக்கு உதவிசெய்யப்போய் உனக்குக் கிடைத்ததோ முட்டாள் பட்டம், உனக்கு இதுவும் வேண்டும் இன்னமும் வேண்டும்.

இந்தக் காதில் வாங்கி அந்தக் காதில் விடு: *(ஒருவர் சொல்வதை) பொருட்படுத்தாமல் இருத்தல் அல்லது கவனிக்காமல் விடுதல்;* pay no attention to (sth.); ignore; **go in one ear and out the other**. அவர் குறைகூறிக்கொண்டே இருப்பார், அதையெல்லாம் இந்தக் காதில் வாங்கி அந்தக் காதில் விட வேண்டியதுதான்./ உன் அறிவுரைகளை யெல்லாம் இந்தக் காதில் வாங்கி அந்தக் காது வழியாக விட்டுவிடுவான்.

மா.வ. ஒரு காதில் வாங்கி மற்றொரு காது வழியாக விடு

இந்தப் பழம் புளிக்கும்: *இது ஒன்றும் அவ்வளவு விரும்பத் தக்கதில்லை (முயன்றது அல்லது விரும்பியது கிடைக்காதபோது ஒருவர் தன் ஏமாற்றத்தை வெளிக் காட்டிக்கொள்ளாமல் கூறுவது);* 'this is not very much desirable' (used by s.o. to disparage the thing which he has failed to get); **sour grapes**. அந்த வேலை தனக்குக் கிடைக்க வேண்டும் என்பதற்காக அவன் என்னவெல்லாம் செய்தான், கிடைக்கவில்லை என்றதும் இந்தப் பழம் புளிக்கும் என்கிறான்.

இந்தப் பூனையும் பால் குடிக்குமா: *இந்தச் சாதுவால் இப்படி ஒரு செயலைச் செய்ய முடியுமா (அப்பாவியாகக் காணப்படுபவர்தான் தவறுசெய்தவர் என்பது தெரிய வரும்போது கூறப்படுவது);* (of a person's appearance) deceptively innocent; **look as if butter would not melt in one's mouth**. தங்கையின் பொம்மையை உடைத்துவிட்டு இந்தப்

பூனையும் பால் குடிக்குமா என்பது போல் திண்ணையில் வந்து உட்கார்ந்திருக்கிறான், பார்!/ முகத்தைப் பார்த்தால் இந்தப் பூனையும் பால் குடிக்குமா என்று தோன்றுகிறது, ஆனால் அவன் செய்யாத அக்கிரமங்கள் இல்லை என்று சொல்கிறார்கள்.

இந்திரன் சந்திரன்: *ஒருவர் மற்றொருவரை வானளாவ உயர்த்திப் பேசுவதைச் சுருக்கமாகத் தெரிவிக்கப் பயன் படுத்தும் தொடர்;* an expression used as a disparaging summary of inordinate terms of praise. இன்று உன்னை இந்திரன் சந்திரன் என்று புகழ்வான், நாளை அவனே உன்னைத் தூற்றவும் செய்வான், அவன் குணமே அப்படித் தான்./ விழாவில் அவரை எல்லாரும் #இந்திரனே சந்திரனே என்று புகழ்ந்தார்கள். # -ஏ இடைச் சொல்லுடன்

இரட்டைத் தலைவலி: *(ஏற்கனவே உள்ள தொல்லை யோடு) கூடுதலாக மற்றொரு தொல்லை;* one more problem (to tackle); an added headache. வரி ஏய்ப்புக் குற்றத்திற்காக நிறுவனத்தின்மீது அரசு வழக்குத் தொடுத் திருக்கிற நேரத்தில், இரட்டைத் தலைவலியாகப் பங்குதாரர் களும் சில குற்றங்களைச் சுமத்தியிருக்கிறார்கள்.

இரட்டைத் தாழ்ப்பாள் போடு: *(அறிவுரை முதலிய வற்றை) பிடிவாதமாகக் கேட்க மறுத்தல்;* close one's mind firmly to (opinion, request, etc.). அவனுக்கு நான் புத்திமதி சொல்ல வேண்டும் என்கிறீர்கள், அவனோ நான் எதைச் சொன்னாலும் இரட்டைத் தாழ்ப்பாள் போட்டுக் கொள்கிறான்./ நாம் சொல்ல வேண்டியதைச் சொல்லி விடுவோம், அவன் மனம் மாறி ஏற்றுக்கொண்டாலும் சரி அல்லது இரட்டைத் தாழ்ப்பாள் போட்டுக் கொண்டாலும் சரி.

இரட்டை நாக்கு: *(மனசாட்சி இல்லாமல்) மாற்றிப் பேசும் பேச்சு;* the tendency to say unabashedly the opposite of what one said earlier. இரட்டை நாக்கு ஆசாமிகளால்தான் இப்படிக் கூசாமல் பொய் சொல்ல முடியும்./ அவரை ஊரில் யாரும் நம்பாததற்குக் காரணம் அவருடைய இரட்டை நாக்குதான்!

இரட்டை வேடம்: *வேறுபட்டு நிற்கும் இரு தரப்புக்கும் உண்மையாக இருப்பது போன்ற நடிப்பு;* pretending to be loyal to both the opposing parties; a double game. தொழிற் சங்கப் பணிகளில் அவன் இரட்டை வேடம் போடு

கிறானோ என்று எனக்கு ஒரு சந்தேகம்./ எனக்கு நண்பனாகவும் எனக்கு வேண்டாதவர்கள் மத்தியில் என்னைத் தூற்றிப் பேசுபவனாகவும் இருக்கும் அவனுடைய இரட்டை வேடத்தைக் கண்டு வெறுத்துப்போனேன்.

இரண்டறக் கல (உ.வ.): (தனித்தனியான இரண்டு) ஒன்றிப்போதல்; ஐக்கியமாதல்; merge. அவர்கள் இருவரது மனமும் இரண்டறக் கலப்பதற்கு மதம் ஒரு தடையாக இருக்கவில்லை./ அரசியலும் ஊழலும் இரண்டறக் கலந்து விட்டதைப் பார்க்கிறோம்./ ஆன்மா இறைவனோடு இரண்டறக் கலப்பதாகக் கூறும் தத்துவக் கொள்கையும் உண்டு.

இரண்டிலொன்று: (நழுவிச்செல்வதற்கு வழியேதும் இல்லாத) தீர்மானமான முடிவு; an unequivocal 'yes' or 'no'; a straight reply. பணத்தைத் திருப்பித் தரப்போகிறாயா இல்லையா, இரண்டிலொன்று எனக்குத் தெரிந்தாக வேண்டும்./ அவர் உன் புத்தகத்தை வெளியிடப் போகிறாரா இல்லையா, இரண்டிலொன்று கேட்டுவிடு.

இரண்டிலொன்று பார்: (விளைவு எதுவானாலும் சரி என்று) தீர்மானமான நடவடிக்கை எடுத்தல்; risk everything to have an issue, etc. settled conclusively; fight sth. out. பண்ணையாருடைய மாடு எல்லாருடைய வயலிலும் மேய்கிறது, பஞ்சாயத்தைக் கூட்டி இரண்டிலொன்று பார்த்துவிட வேண்டும்./ வேலைநிறுத்தத்தில் இறங்க வேண்டாம் என்று நினைத்தோம், நிர்வாகம் ஒத்துவருவதாகத் தெரியவில்லை, இனி இரண்டிலொன்று பார்க்காமல் விடப்போவதில்லை.

இரண்டுக்கு வா: (பெரும்பாலும் குழந்தைகள் பேச்சில்) மலம் கழித்தல்; (child's word for) feel the urge to defecate. 'பாடம் படி' என்று சொன்னால் போதும், 'இரண்டுக்கு வருகிறது' என்று சொல்லிவிட்டு ஓடிப்போய்விடுகிறான்.

இரண்டு கை தட்டினால்தானே சப்தம்*: இருவர் காரணமாகத்தான் ஒன்று நிகழ்கிறது (ஒருவரால் மட்டும் நிகழ்வதில்லை என்பது குறிப்பு); it takes two to do sth. அவர்கள் எனக்குக் கோபமூட்டப் பார்த்தார்கள், நான் பேசத் தெரியாத ஊமை போல் இருந்துவிட்டேன், இரண்டு கை தட்டினால்தானே சப்தம்!

* ஓசை

இரண்டுங்கெட்டான் 1: (எதுபற்றிப் பேசப்படுகிறதோ அதன் இருவேறு நிலைகளிலும் பொருந்தாமல்) இடைப்

பட்டு நிற்கிற; not assignable to either of two alternatives (hence forfeiting the advantages of both); **neither fish nor fowl**. பதினான்கு வயது என்பது ஒரு இரண்டுங்கெட்டான் வயது, அந்த வயதில் இருப்பவர்கள் சிறுவர்களுடன் சேர முடியாமலும் பெரியவர்களுடன் சேர முடியாமலும் தவிப்பார்கள். **2**: புத்திசாலித்தனம் குறைந்த; half-witted. இரண்டுங்கெட்டான் கணவனுடன் வாழ்க்கை நடத்த வேண்டியிருக்கிறதே என்ற கவலை அவள் முகத்தில் தெரிந்தது. **3**: (இருவேறு நிலைகளிலும் பொருந்தாமல்) இடைப்பட்டு நிற்கும் நபர்; one who is undecided between two alternatives. விவசாயத்தையும் கவனிக்க முடியவில்லை, கடையில் வியாபாரத்தையும் நடத்த முடியவில்லை, இரண்டுங்கெட்டானாய்த் தவிக்கிறேன். **4**: புத்திசாலித்தனம் குறைந்த நபர்; nitwit. இந்த இரண்டுங்கெட்டான் எப்படி நடந்துகொள்வான் என்று சொல்ல முடியாது.

இரண்டு பக்கமும் இடி: இரு (அல்லது பல) தரப்பிலிருந்தும் உண்டாகும் தொல்லைகளைச் சமாளிக்க வேண்டிய இக்கட்டான நிலை; a state where one receives buffets from both (or all) sides (unable to please any). இரு பெரிய நாடுகளுக்கிடையே போர் மூண்டால் அவற்றோடு உறவு வைத்திருக்கும் சிறு நாடுகளுக்கு இரண்டு பக்கமும் இடி./ கட்டுப்பாடு இல்லாத மாணவர்கள், ஒழுங்காகச் சம்பளம் தராத நிர்வாகம், ஆசிரியர்களுக்கு இரண்டு பக்கமும் இடி.

இரண்டுபடு 1: (ஊர், குடும்பம் போன்றவை ஒற்றுமை இல்லாததால்) பிளவுபடுதல்; get split into factions. சிறு பிரச்சினை பெரிதாகி ஊர் இரண்டுபட்டுக் கிடக்கிறது. **2**: (ஓர் இடம்) அமர்க்களப்படுதல்; (of a place) be tumultuous (because of riotous revelry or celebration). ஊர்க் குழந்தைகளின் கும்மாளத்தால் தோப்பு இரண்டுபட்டது.

இரண்டுபண்ணு: (ஆர்ப்பாட்டம்செய்து) கலங்கடித்தல்; cause an uproar; **kick up a dust**. உன் காதல் விஷயம் அம்மாவுக்குத் தெரிந்தால் வீட்டை இரண்டுபண்ணிவிடுவாள்./ கட்சியின் பெயரால் ஊரை இரண்டுபண்ணிக்கொண்டிருக்கிறது ஒரு கும்பல்.

இரண்டும் இரண்டும் நாலு: (ஒன்றின் காரணத்தை, இருவருக்கிடையே உள்ள தொடர்பை) ஊகித்தறிவது மிக எளிது; **two and two make four**. பெரும் தொகையைத் தேர்தல் நிதியாகத் தொழிலதிபர்கள் தருவதற்கான

காரணத்தைச் சொல்லித்தான் தெரிய வேண்டுமா? இரண்டும் இரண்டும் நாலுதானே./ திருமணமாகாத ஒரு பெண்ணும் ஆணும் பேசிக்கொண்டிருந்தாலே இரண்டும் இரண்டும் நாலு என்று சொல்லிவிடுவதா?

இரத்தக் கண்ணீர் வடி*: *(கொடுமையை, அநீதியைக் கண்டு) மனம் நொந்து வேதனைப்படுதல்;* be much moved (by undeserved suffering or injustice). சுதந்திரப் போராட்ட வீரர் வறுமையில் வாடுவதைப் பார்த்து இரத்தக கண்ணீர் வடித்தான்./ இந்தக் கிழக்கு ஐரோப்பிய நாடு உள்நாட்டுச் சண்டையில் மாட்டிக்கொண்டு இரத்தக் கண்ணீர் விட்டுக் கொண்டிருக்கிறது.

* விடு

இரத்தம் உறை: *உடல் சில்லிட்டுப்போகும் அளவுக்குப் பயம் உண்டாதல்;* chill or freeze one's blood; make one's blood run cold. கொலையைப்பற்றிப் பத்திரிகைகளில்தான் படித்திருக்கிறேன், நேரில் பார்த்தபோது எனக்கு இரத்தம் உறைந்துபோயிற்று./ # இரத்தத்தை உறையவைக்கும் பல காட்சிகள் நிறைந்த திகில் படம்.

பிறவினை மாற்றம்

இரத்தம் கொதி: *(செயலின் அநியாயத்தை உணரும்போது) கடும்கோபம் உண்டாதல்;* make one's blood boil. வயதான பெரியவரைக் கீழே தள்ளிவிட்டுக் கண்டுகொள்ளாமல் சைக்கிளில் போனவனைப் பார்த்து அவனுக்கு இரத்தம் கொதித்தது./ அவன் கேவலமாகப் பேசியதைப் புரிந்து கொள்ளாமல் நீ சிரிக்கிறாய், ஆனால் எனக்குக் # கொதிக்கிறது இரத்தம்.

சொற்களின் இடம் மாற்றம்

இரவுபகலாக*: *முழுநேரமும்; எல்லா நேரத்திலும்;* all the time; night and day. இரவுபகலாகக் கட்சிக்கு உழைத்துத் தன் உடல்நலத்தைக் கெடுத்துக்கொண்டார்.

* இராத்திரி-மா.வ. இரவுபகல் பாராமல்

இருக்கும் இடம் தெரியாது: *(ஒருவருடைய) அமைதி யான இயல்பால் (அவர்) இருப்பதே வெளியில் தெரியாது;* (one who) is of a quiet disposition. எங்கள் அலுவலகத்தில் வேலை பார்க்கும் இரு பெண் ஊழியர்களுள் ஒருவர் மிகவும் கலகலப்பாக இருப்பார், மற்றொருவர் இருக்கும் இடம் தெரியாது.

இருக்கும் இடம் தெரியாமல் செய்*: *(அதிகாரத்தைக் குறைத்து) முக்கியத்துவம் இழக்கச்செய்தல்;* reduce s.o. to a mere cipher; consign to oblivion. நேற்றுவரை கட்சியில் முக்கியப் பதவி வகித்தவரை இன்று இருக்கும் இடம்

* ஆக்கு

தெரியாமல் செய்துவிட்டார்கள்.

இரு கண்கள்: *(குறிப்பிடப்படும் இரண்டுமே) சமமான மதிப்பு உடையன;* (both are of) equal value. கலையும் விஞ்ஞானமும் சமுதாயத்தின் இரு கண்கள்.

இரு கரம் நீட்டி: *மிகுந்த விருப்பத்தோடு; மிகுந்த ஆர்வத் தோடு;* (welcome, receive) wholeheartedly; **with open arms**. எங்கள் சமூக சேவைப் பணிகளில் பங்குகொள்ள விரும்பினால் உங்களை இரு கரம் நீட்டி வரவேற்போம்./ புதுப்புதுக் கருத்துகளை இரு கரம் நீட்டி வரவேற்க அவர் பின்வாங்கியதில்லை.

இருதலைக்கொள்ளி எறும்பு: *எந்தத் தரப்பின் சார்பிலும் தீர்வுகாண முடியாதபடி இருக்கும் (தவிப்பான) நிலை;* as one caught in a predicament; **on the horns of a dilemma**. பாசம் ஒருபுறம் கடமை ஒருபுறம், இருதலைக்கொள்ளி எறும்பு போல் தவித்தார்./ வேலையும் போய்விட்டது, வீடும் ஏலத்திற்குப் போகப்போகிறது, அவர் நிலைமை இருதலைக்கொள்ளி எறும்பாகிவிட்டது.

இருந்தாற் போல் (இருந்து): *சற்றும் எதிர்பாராத விதமாக; திடீரென்று;* quite unexpectedly; suddenly. அவள் என்ன நினைத்தாளோ தெரியவில்லை, இருந்தாற் போல் அழ ஆரம்பித்துவிட்டாள்./ அவரிடம் பார்த்துப் பேசு, இருந்தாற் போல் இருந்து சண்டைக்கு வந்துவிடுவார்.

இரும்புக் கரம்கொண்டு: *கடுமையான நடவடிக்கை களை மேற்கொண்டு (அடக்குதல்);* taking stern measures; **with an iron hand**. சமூக விரோதிகளை இரும்புக் கரம் கொண்டு அடக்குவோம் என்றார் காவல்துறையின் உயர் அதிகாரி./ ஜனநாயக முறையில் எழும் எதிர்ப்புகள்கூட இரும்புக் கரம்கொண்டு ஒடுக்கப்படுகின்றன.

இல்லாததும் பொல்லாததும்: *தவறான எண்ணம் ஏற் படுத்துவதற்காக இட்டுக்கட்டிய செய்தி; பொய்யும் புரளி யும்;* false and scandalous reports; fabrications. அவன் ஏன் உன்னைப்பற்றி இல்லாததும் பொல்லாததுமாகப் பேசி வருகிறான்?/ உனக்கு அவரைப் பிடிக்கவில்லை என்பதற் காக அவர்மேல் #இல்லாததையும் பொல்லாததையும் சொல்வதா? # -ஐ உருபுடன்

இலவு காத்த கிளி: *உறுதியாகக் கிடைக்கும் என்று எதிர்*

பார்த்துக் காத்திருந்தது கிடைக்காமல் போவது; வீணான எதிர்பார்ப்பு; (as one) waiting with a vain hope. நம்பியிருந்த வேலையும் கிடைக்கவில்லை, காதலித்த பெண்ணையும் திருமணம்செய்துகொள்ள முடியாமல்போய்விட்டது, இரண்டிலும் இலவு காத்த கிளி ஆகிவிட்டேன்./ இதுவரை அவர் நினைத்ததெல்லாம் கிடைத்தது, ஆனால் நிறுவனத்தின் தலைமைப் பதவியைப் பொறுத்தமட்டும் அவர் இலவு காத்த கிளியானார்.

இலை போட்டுச் சாப்பிடலாம்: மிகமிகச் சுத்தமாக இருக்கிறது (*மிகவும் தூய்மையாக வைத்திருக்கும் இடத்தைப் பார்த்துப் பாராட்டிக் கூறுவது*); (of a place, esp. floor) neat and clean; **clean as a new pin.** தினமும் நூற்றுக்கணக்கில் ஆட்கள் வந்துபோகிற இந்த மருத்துவமனையின் தாழ்வாரத்தைப் பாருங்கள், இலை போட்டுச் சாப்பிடலாம்!

இலை போடு: (*பெரும்பாலும் பலர் பங்குகொள்ளும் நிகழ்ச்சியில்*) இலையில் உணவு பரிமாறுதல்; (usually in feast) start serving food. சரியாகப் பன்னிரண்டு மணிக்கு இலை போட்டுவிட வேண்டும் என்று சமையல்காரரிடம் சொல்லிவிட்டாயா?/ இதோ இலை போட்டாயிற்று, சாப்பிட்டுவிட்டுப் போங்கள்.

இலைமறைவு காய்மறைவாக 1: சற்றுத் தெரிந்தும் தெரியாமலும்; not revealing (itself) fully. முதலில் இலை மறைவு காய்மறைவாக இருந்த இந்த விஷயம், நாளடைவில் ஊரறிந்த விஷயமாகிவிட்டது. **2:** மறை முகமான குறிப்புடையதாக; (broach) discreetly. அம்மாவின் கேள்வி இலைமறை காயாக இருந்தாலும் அது எனக்கு வேலை கிடைக்காததுபற்றித்தான் என்பது புரிந்தது.

மா.வ. இலைமறை காய்மறையாக/ காயாக

இலை விழு: (*பலர் உண்பதற்காக வரிசையாக*) இலை போடுதல் (*அதன்மூலம் உண்பவர்களின் எண்ணிக்கையைக் கணக்கிடுதல்*); (of food) be served on leaf (a way of referring to the number of guests in terms of the leaves required for serving food). 'இன்று இரவுச் சாப்பாட்டிற்கு எத்தனை இலை விழும் என்று எதிர்பார்க்கிறீர்கள்?' 'இருநூறு இலை விழுந்தால் அதிகம்'./ அவர் வீட்டில் எப்போதும் விருந்தினர்கள் கூட்டம், ஒவ்வொரு நாளும் # விழும் இலை நாற்பதைத் தாண்டும்.

சொற்களின் இடம் மாற்றம்

இவ்வளவு தூரம்[1]: அதிகம் என்று சொல்லும் அளவுக்கு; to this extent (implying that it is a great or critical extent).

இது உன்னையும் பாதிக்கிற விஷயம் என்பதால்தான் நான் இவ்வளவு தூரம் உன்னிடம் பேசுகிறேன்./ பிரச்சினை இவ்வளவு தூரம் போன பிறகு கவலைப்பட்டு என்ன பயன்?

இவ்வளவு தூரம்[2]: ஒருவரைப் பார்க்கும்போது பேச்சைத் தொடங்கும் முறையிலும் அவர் வந்ததன் நோக்கத்தை அறிந்துகொள்ளும் முறையிலும் பயன்படுத்தும் தொடர்; (used as a phatic enquiry for beginning a chat) 'so, what brings you here!' எங்கே இவ்வளவு தூரம் வந்திருக்கிறீர்கள்?

இழுக்கப் பறிக்க 1: பற்றாக்குறையாக; போதும் போதாமல்; (of money and resources) barely sufficient (for one's needs). வாங்குகிற சம்பளம் இழுக்கப் பறிக்க இருப்பதால் ஒவ்வொரு செலவையும் யோசித்துத்தான் செய்ய வேண்டியிருக்கிறது. **2:** உயிர் பிரியும் நிலையில்; (of a dying person) in a critical condition. 'அவர் உடல் நிலை எப்படி?' 'எதுவும் சொல்வதற்கில்லை, இழுக்கப் பறிக்க இருக்கிறது'.

இழுத்த இழுப்புக்கு: (நபரைக் குறிக்கையில்) ஒருவருடைய போக்குக்கு வளைந்துகொடுத்து; (வாகனத்தைக் குறிக்கையில்) கையாளப்படும் விதத்திற்குத் தகுந்தவாறு; yielding to all one's demands; as it pleases s.o. நீங்கள் இழுத்த இழுப்புக்கு அவர் வருவார் என்று எப்படி எதிர்பார்க்கிறீர்கள்?/ புதிய கார் ஒருசில நாட்களிலேயே நான் இழுத்த இழுப்புக்கெல்லாம் ஓடத் தொடங்கியது.

இழுத்தடி 1: (தொல்லை தரும் நோக்கத்தோடு ஒருவரை) அலையவைத்தல்; அலைக்கழித்தல்; drive a person to near despair (by dragging out a matter concerning him); give a person the run-around. என்னை மூன்று வருஷம் இழுத்தடித்த பிறகுதான் வாங்கிய பணத்தைத் திருப்பிக்கொடுத்தார்./ அவருடைய ஓய்வுக்கால ஊதியம் தொடர்பான கோப்புகளைச் சீக்கிரம் முடித்துவிடுங்கள், அவரை இழுத்தடிக்காதீர்கள். **2:** (ஒன்றை முடிவுக்குக் கொண்டுவராமல் வேண்டுமென்றே) காலம் தாழ்த்துதல்; delay (deliberately); drag out. தொழிற்சாலை நிர்வாகத்தினர் வழக்கை இழுத்தடிக்கிறார்கள்./ இந்த வேலையையாவது இழுத்தடிக்காமல் சீக்கிரம் முடித்துக்கொடுங்கள்.

இழுத்துக்கொண்டு போ (பொ.பெ.): (தான் விரும்பும் பெண்ணை அல்லது ஆணைத் திருமணம்செய்து கொள்வதற்கோ அவருடன் வாழ்வதற்கோ) யாருக்கும்

தெரியாமல் அழைத்துச்செல்லுதல்; run away (with a lover). அவருடைய மகன் யாரோ ஒரு பெண்ணை இழுத்துக் கொண்டு போய்க் கல்யாணம்செய்துகொண்டானாம்./ உங்கள் பெண் ஒருவனை இழுத்துக்கொண்டு போய் விட்டாள் என்ற கெட்ட பெயர் உங்களுக்கு வராது.

இழுத்துக்கொள் பறித்துக்கொள் என்று **1:** *மிகவும் சிரமப்பட்டுச் சமாளிக்க வேண்டியதாக;* find it difficult to cope; just about manage (with limited resources). ஐந்து லட்சம் கையில் இருந்தும் வீடு கட்டி முடிப்பதற்குள் இழுத்துக்கொள் பறித்துக்கொள் என்று ஆகிவிட்டது./ எங்கள் பிழைப்பே இழுத்துக்கொள் பறித்துக்கொள் என்று இருக்கிறது, உனக்கு எப்படி எங்களால் உதவிசெய்ய முடியும்? **2:** காண்க: **இழுக்கப் பறிக்க, 2**.

இழுத்துப்பறி **1:** *தாக்குப்பிடித்தல்; ஈடுகொடுத்தல்;* withstand; hold out (with difficulty). அடியும் உதையும் கிடைக்கிற அந்த வீட்டில் அவன் இத்தனை நாள் இழுத்துப்பறித்ததே பெரிய காரியம். **2:** *முடிவுக்கு வராமல் தள்ளிப்போதல்;* protract; linger on. நோய் வந்து படுத்த படுக்கையாகி இழுத்துப்பறித்துக்கொண்டிருக்காமல் ஒரு நொடியில் உயிர் போய்விட வேண்டும்.

இழுத்துப்பிடி **1:** *(தாராளமாகச் செலவுசெய்யாமல்) கட்டுப் பாட்டுடன் இருத்தல்;* control expenditure; **tighten the purse-strings**. ஒவ்வொரு மாதமும் கொஞ்சம் இழுத்துப் பிடித்துச் செலவுசெய்தால் சிறிது சேமிக்கலாம். **2:** *(ஒருவரை) கட்டுப்படுத்திவைத்தல்;* keep s.o. under control. உரிய நேரத்தில் நீங்கள் கொஞ்சம் இழுத்துப்பிடித்திருந் தால் பையன் இப்படிக் கெட்டுப்போயிருக்க மாட்டான்.

இழுத்துப்போட்டுக்கொள்: *(பிறரின் பொறுப்பாக இருப் பதைத் தானே வலியச் சென்று) ஏற்றுக்கொள்ளுதல்;* take upon oneself (needlessly). வீட்டில் வேலைக்காரி இருந் தாலும் எல்லா வேலைகளையும் என் மனைவி இழுத்துப் போட்டுக்கொண்டு செய்வாள்./ தேவையற்ற பிரச்சினை களையெல்லாம் ஏன் இழுத்துப்போட்டுக்கொள்கிறாய்?

இளரத்தம் **1:** *துணிச்சலுடன் எந்தச் செயலிலும் இறங்கி விடக் கூடிய இளம் வயது;* impetuous young age. இள ரத்தத்தின் வேகத்தால் நீ அடிக்கடி சண்டையில் இறங்கி விடுகிறாய். **2:** *துணிச்சலும் துடிதுடிப்பும் நிறைந்த இளைஞன்;* an impetuous young person. நீ இளரத்தம்,

அதனால்தான் பலரும் முதலீடுசெய்யத் தயங்குகிற தொழிலை மேற்கொண்டிருக்கிறாய்.

இறக்கை கட்டிக்கொண்டு பற 1: *(ஓரிடத்திலிருந்து போக வேண்டும் என்பதில்) அவசரப்படுதல்; பரபரத்தல்;* show undue haste (to leave a place). *எதற்காக இறக்கை கட்டிக்கொண்டு பறக்கிறாய், பத்து நிமிடம் இரு, சாப்பாடு தயாராகிவிடும்.* **2:** *(இடங்களுக்கு) போவதும் வருவதுமாக இருத்தல்;* be extremely busy (attending to several things at a time). *தேர்தலுக்கான தேதி அறிவிக்கப்பட்டதிலிருந்து கட்சித் தொண்டர்கள் இறக்கை கட்டிக்கொண்டு பறக்கிறார்கள்./ அவரை எங்கு போய்த் தேடுவது? அவர்தான் இறக்கை கட்டிக்கொண்டு பறக்கிறவராயிற்றே!*

இன்று நேற்று: *அண்மைக் காலத்தில் ('நீண்ட காலமாக' என்பதைக் காட்ட எதிர்மறையான முறையில் பயன் படுத்துவது);* of recent origin (used to show the opposite of it). *அவரோடு இன்று நேற்று ஏற்பட்ட பழக்கமாக இருந்திருக் குமானால் நட்பின் முறிவு அதிக வேதனை தந்திருக்காது./ உங்கள் குடும்பத்தை எனக்கு இன்று நேற்றா தெரியும்?*

இன்று மழை பெய்யப் போகிறது: *சாதாரணமாக நடக்காத ஒன்று நடந்துவிடுகிறபோது ஒருவர் தன் வியப்பையும் மகிழ்ச்சியையும் வெளிப்படுத்தும் முறையில் பயன்படுத்தும் தொடர்;* an expression of pleasant surprise at sth. happening contrary to what one is used to. *அலுவலகம் விட்டதும் நேரே வீட்டுக்கு வந்துவிட்டீர்களே, இன்று மழை பெய்யப் போகிறது./ அப்பாவும் படம் பார்க்க நம்முடன் கிளம்பிவிட்டாரா? இன்றைக்கு மழைதான்!*

மா.வ. இன்றைக்கு மழைதான்

இன்றைக்கெல்லாம் இருந்தால்: *மிக அதிகமாகக் கணக்கிட்டால்;* at the highest reckoning; at (the) most. *அற்புத மாகப் பாடும் இந்தச் சிறுவனுக்கு, இன்றைக்கெல்லாம் இருந்தால் வயது பத்து அல்லது பன்னிரண்டு இருக்கலாம்./ இன்றைக்கெல்லாம் இருந்தால் நஷ்டம் பத்தாயிரம் இருக்கலாம்.*

இன்றைக்கோ நாளைக்கோ என்றிரு: *எந்த நேரத்திலும் இறந்துபோகலாம் என்ற நிலையில் இருத்தல்;* be close to death; **be on one's last legs**. *இனி மருந்து கொடுத்துப் பயனில்லை, இன்றைக்கோ நாளைக்கோ என்றிருக்கிறார்.*

இன்னொருவர் பிறந்துதான் வர வேண்டும்: *குறிப்*

பிடப்படும் நபரைத் தவிரக் குறிப்பிட்ட துறையில் சிறந்தவர் வேறு யாரும் இல்லை என்று பாராட்டிக் கூறப் பயன்படுத்தும் தொடர்; an expression of appreciation for s.o. who is considered unrivalled in a particular field of activity. இந்தத் திரைப்பட நடிகரைப்பற்றி என்ன சொல்ல? இவரைப் போல் நடிக்க இன்னொருவர் பிறந்துதான் வர வேண்டும்!

(ஒரு) ஈ காக்கை: *(ஓரிடத்தில்) ஆட்கள் (ஆள் நடமாட்டம் இல்லை என்பதை உணர்த்தப் பயன்படுத்துவது);* (with negative) a single soul. கோடை விடுமுறையில் பள்ளிக் கூடத்துப் பக்கம் ஈ காக்கை வராது./ ரயில் வருவதற்கு மூன்று மணி நேரம் இருக்கிறது, எங்களைத் தவிர அங்கு ஒரு ஈ எறும்பு இல்லை. மா.வ. ஈ எறும்பு

ஈடிணை (உ.வ.): *(ஒருவருக்கு அல்லது ஒன்றிற்கு) சரிசமம் அல்லது ஒப்பு (இல்லை என்ற குறிப்பில் கூறுவது);* (with negative) match or equal. இந்த ஓவியத்திற்கு ஈடிணை இல்லை./ ஒலிம்பிக் விளையாட்டுப் போட்டிகளில் # ஈடும் இணையுமற்ற சாதனைகள் நிகழ்த்தியவர்./ நடிப்பில் இவருக்கு ஈடிணை யார்? # -உம் இடைச் சொல்லுடன்

ஈயடிச்சான் காப்பி (பொ.பெ.): *(சொந்தமாக எழுதாமல்) ஒருவர் எழுதியதைப் பார்த்து அவ்வாறே எழுதுதல்; (ஒன்றைப் பார்த்து) கண்மூடித்தனமாகச் செய்யும் செயல்;* blind copying; slavish imitation. நீங்கள் இருவரும் ஒரே மாதிரி விடை எழுதியிருக்கிறீர்களே, யார் ஈயடிச்சான் காப்பி அடித்தது?/ கிராமத்தில் பலரும் கோழிப் பண்ணை வைத் திருக்கிறார்கள் என்பதற்காக நீயும் ஈயடிச்சான் காப்பி யாகக் கோழிப் பண்ணை வைக்காமல், யோசித்து வேறு ஏதாவது செய்.

ஈயோட்டு 1: *(வேலை இல்லாததால்) சும்மா இருத்தல்;* (forced to) idle away time; **twiddle one's thumbs**. மதியம் மணி இரண்டு, வாடிக்கைக்காரர்கள் யாரும் வரவில்லை, அவன் கடையில் ஈயோட்டிக்கொண்டிருந்தான்./ கடையில் நான் என்ன ஈயோட்டிக்கொண்டிருக்கிறேன் என்றா நினைக் கிறாய், எனக்கு உட்காரக்கூட நேரம் இல்லை. **2:** *(ஒரு இடத்திற்கு உரிய தொழில்) மந்த கதியில் நடத்தல்;* (of business) be dull. பிரபல நடிகர் நடித்த படமாக இருந்தும் ஏன் திரையரங்கு ஈயோட்டுகிறது?

ஈருடல் ஓருயிர் (உ.வ.): இருவராக இருந்தாலும் ஒருவர்

(எண்ணத்தாலும் உணர்வாலும் ஒன்றாக இணைந்த இருவரைக் குறிப்பதற்குப் பயன்படுத்துவது); an expression denoting two friends, etc. who think and feel alike; **two hearts that beat as one**. ஈருடல் ஓருயிர் என்று இருந்த நண்பர்களா இன்று எலியும் பூனையுமாக ஆகிவிட்டார்கள்!/ #ஈருடலும் ஓருயிருமாக வாழ்ந்துவரும் இத்தம்பதியரின் மணிவிழா சிறப்பாக நடைபெற வாழ்த்துகிறோம். # -உம் இடைச் சொல்லுடன்

ஈவிரக்கம்: *(அடிப்படை மனிதத் தன்மைகளான) இரக்கம், பரிவு போன்றவை (ஒருவரிடம் இல்லை என்ற குறிப்பில் கூறுவது);* (with negative) pity. நெஞ்சில் ஈவிரக்கம் இல்லாத கொடுமைக்காரன் என்று என்னை நினைத்துவிடாதீர்கள்.

உச்சாணிக் கொம்பில்* இரு: *எளிதில் எட்ட முடியாத நிலையில் இருத்தல்;* be beyond reach. அந்தஸ்திலே உச்சாணிக் கொம்பில் இருக்கிறவர்கள் வீட்டுச் சம்பந்தம் நமக்கு வேண்டாம்./ புதிய காரின் விலை இப்படி உச்சாணிக் கொம்பில் இருந்தால் யார் வாங்குவார்கள்? * கிளையில்

உச்சாணிக் கொம்பில் ஏறு: *(தான் உயர்ந்தவன் என்ற எண்ணத்தில்) கர்வத்தோடு நடந்துகொள்ளுதல்;* assume airs (so as to appear inaccessible). அவனிடம் போய் உதவி கேட்டால் உச்சாணிக் கொம்பில் ஏறிக்கொள்வான். மா.வ. உச்சாணிக் கொம்பிற்குப் போ

உச்சிகுளிர்: *(புகழ்ச்சியால் எளிதில்) பெரும் மனமகிழ்ச்சி அடைதல்;* feel flattered. அவர் உனக்கு வேலை தருவதாகச் சொன்னதும் நீ உச்சிகுளிர்ந்துபோய் என்ன சம்பளம் என்றுகூடக் கேட்காமல் வந்துவிட்டாயாக்கும்./ நான் பாராட்டிப் பேசியதும் அவனுக்கு உச்சிகுளிர்ந்துவிட்டது என்பது அவன் முகத்திலேயே தெரிந்தது.

உட்கார்ந்து சாப்பிடு: *(வசதியான நிலையில் இருப்பதால்) உழைக்காமல் வாழ்க்கை நடத்துதல்;* (be so affluent as to) have no need to work for a living; do nothing and have a cushy life. அவருக்கு இருக்கும் சொத்துக்கு அவர் உட்கார்ந்து சாப்பிடலாம்./ குடும்ப நிலைமை தெரியாமல் இருக்கிறாயே, நாமெல்லாம் உட்கார்ந்து சாப்பிடுகிற குடும்பத்திலா பிறந்திருக்கிறோம்?

உடம்பில் நல்ல ரத்தம் ஓடுகிறது: *(ஒருவரிடம்) பாரம்பரியமான நற்குணம் அல்லது தன்மான உணர்வு நிறைந்திருக்கிறது (அது இருப்பதை அறிவுறுத்தும் அல்லது உணர்த்தும் முறையில் கூறுவது);* be possessed of இ.வே. ஓடினால்

self-respect and dignity; come of good stock. நான் நன்றி கெட்டவன் இல்லை, இன்னும் என் உடம்பில் நல்ல ரத்தம் ஓடுகிறது./ உன் உடம்பில் நல்ல ரத்தம் ஓடினால் அவனுடைய தரக்குறைவான பேச்சைக் கேட்டு இப்படிச் சும்மா இருப்பாயா?

உடம்பில் வெயில் படாமல்: *உடலை வருத்தி உழைக்காமல்; சுகமாக;* without exerting oneself; in ease and comfort. உங்களைப் போல உடம்பில் வெயில் படாமல் வளர்ந்தவர்களுக்கு எங்களுடைய கஷ்டம் தெரியாது./ உடம்பில் வெயில் படாமல் சம்பாதிப்பது எப்படி என்று என்னிடம் கேட்காதே!

உடம்புக்கு முடியாமல்: *உடல்நலம் இல்லாமல்;* be ill. போன வாரம் எனக்கு உடம்புக்கு முடியாமல் போய் மருத்துவமனையில் சேர வேண்டியதாகிவிட்டது./ பெரியப்பாவுக்கு #உடம்பு ரொம்ப முடியாமல் இருக்கிறதாம், ஒரு முறை பார்த்துவிட்டு வர வேண்டும்.

-கு உருபில்லாமல்

உடம்புக்கு வா: *நோய் வருதல்; உடல்நலக் குறைவு ஏற்படுதல்;* fall ill; be ill. போன முறை எனக்கு உடம்புக்கு வந்தபோது அம்மா வந்திருந்து கவனித்துக்கொண்டாள்./ அவன் உடம்புக்கு என்ன வந்தது, நன்றாகத்தானே இருக்கிறான்.

உடம்பு பூராவும் மூளை: *(ஒருவரிடம் நிறைந்திருக்கும்) வியக்கத்தக்க அறிவுக் கூர்மை;* extraordinarily clever. அவருக்கு உடம்பு பூராவும் மூளை! சட்டங்களும் தெரியும், சட்டங்களில் உள்ள ஓட்டைகளும் தெரியும்./ விதவிதமான மோசடிகள் செய்திருப்பதைப் பார்த்தால் இவருக்கு உடம்பு பூராவும் மூளை என்றுதான் கூற வேண்டும்.

உடம்பு முழுவதும் விஷம்:* *(வெறுக்கத் தகுந்த அளவுக்கு) கெடுதல்செய்யும் புத்தி;* full of viciousness; devil incarnate. இராமாயணத்தில் வரும் கூனியைப் போல இவளுக்கு உடம்பு முழுவதும் விஷம்.

* பூராவும்

உடம்பைச் செருப்பாகத் தைத்துப் போடு (பொ.பெ.):* *(ஒருவருக்கு) எந்த அற்பமான வேலையும் செய்யத் தயாராக இருத்தல் (தன் நன்றியை அவருக்கு மிகப் பணிவான முறையில் வெளிப்படுத்தப் பயன்படுத்துவது);* be a menial to s.o. (used when speaking of one's overwhelming sense of gratitude). நீங்கள் செய்த உதவிக்கு என் உடம்பை

* தோலை

உங்களுக்குச் செருப்பாகத் தைத்துப் போட்டாலும் தகும்.

உடல் பொருள் ஆவி (உ.வ.): உயிர், உடமை முதலானவை (அவற்றைத் தியாகம்செய்வது என்ற நிலையில் கூறுவது); one's all. சமூகத்தின் அடிமட்டத்தில் இருப்போர் நலனைக் காக்க உடல் பொருள் ஆவி அனைத்தையும் தந்தவர்.

உடும்புப் பிடியாக: (ஒருவர் தன் நிலையில்) சிறிதும் விட்டுக்கொடுக்காமல்; பிடிவாதமாக; holding on to sth. adamantly. சினிமாவுக்கு அழைத்துப்போகிறேன் என்று சொன்னதைப் பையன் உடும்புப் பிடியாகப் பிடித்துக் கொண்டான்./ வீட்டை விற்பதில்லை என்பதில் உடும்புப் பிடியாய் இருக்கிறார்.

உடைப்பில் போடு*: ஒன்றால் எந்தப் பயனும் இல்லை என்பது தெரியவரும்போது அது குறித்த வெறுப்பைத் தெரிவிக்கப் பயன்படுத்தும் தொடர்; an expression for contemptuous dismissal; 'to hell with ...!' உன் மன்னிப்பு யாருக்கு வேண்டும், அதை உடைப்பில் போடு./ சரியான நேரத்தில் கைவிட்டுவிடுகிற என் மூளையைக் கொண்டு போய் # உடைப்பில்தான் போட வேண்டும்.

* வை மா.வி. உடைப்பில் போட வேண்டும்

\#-தான் இடைச் சொல்லுடன்

உண்ட வீட்டுக்கு இரண்டகம்செய்: (ஆதரவு காட்டிய நபருக்கு) துரோகம்செய்தல்; (ஒருவரிடம்) நன்றிகெட்ட தனமாக நடந்துகொள்ளுதல்; be treacherous to a benefactor; **bite the hand that feeds one**. உங்கள் வீட்டில் திருட்டுப் போவதற்கு நான் உடந்தையாக இருந்தேன் என்று சொல்லாதீர்கள்! உண்ட வீட்டுக்கு இரண்டகம்செய்ய நினைக்கிறவன் நான் இல்லை./ கட்சிதான் உன்னை வளர்த்தது, ஆனால் உன் பேச்சும் செய்கையும் உண்ட வீட்டுக்கு இரண்டகம்செய்வதாக இருக்கிறது.

உண்டு இல்லை என்று: (ஒன்றிற்கு அல்லது ஒருவருக்கு) ஒரு முடிவு ஏற்படும்படி; (to resolve an issue) one way or the other; make an end of sth. அன்றைக்கே இந்த விஷயத்தை உண்டு இல்லை என்று செய்திருக்க வேண்டும்./ என்னையா ஏமாற்றினான், வரட்டும் இன்று அவனை உண்டு இல்லை என்று ஆக்கிவிடுகிறேன்.

உத்திராட்சப் பூனை: சாதுவான புறத்தோற்றமுடைய தீய நபர்; கபடம் நிறைந்தவர்; pious or sanctimonious hypocrite. அவரைப் பெரிய மகான் என்று நினைத்து வணங்குகிறாய்,

உத்திராட்ச ←உருத்திராட்ச

ஆனால் அவர் உத்திராட்சப் பூனை என்பது உனக்குத் தெரியுமா?/ இந்த உருத்திராட்சப் பூனையா நமக்கு நேர்மையைப்பற்றி உபதேசிப்பது?

உதட்டளவில்: வெறும் வாய் வார்த்தையாக; without sincerely meaning (what one says); mere lip service. பரிவான சொற்கள் அவனுடைய உள்ளத்திலிருந்து வந்ததாகத் தோன்றவில்லை, அந்தச் சமயத்துக்கு உதட்டளவில் பேசப் பட்டதாகவே நினைக்கிறேன்./ 'வீட்டுக்கு வாருங்கள்' என்று அடிக்கடி அழைப்பார், வீட்டுக்குப் போயிருந்த போது சாப்பிடக்கூடச் சொல்லவில்லை, அவருடைய உபசாரமெல்லாம் உதட்டளவில்தான்!

உதட்டில் ஒன்று உள்ளத்தில் ஒன்று: பேசுவது நினைப்பதற்கு நேர்மாறாக இருப்பது; say one thing and mean another. என்ன மனிதர்கள் இவர்கள்! உதட்டில் # ஒன்றும் உள்ளத்தில் ஒன்றுமாக உலா வருகிறார்களே.

\# -உம் இடைச் சொல்லுடன்

உதட்டைக்* கடித்துக்கொள்: சொல்லியது தவறு என்பதை உணர்ந்ததும் தன்னையறியாமல் உதட்டைக் கடித்துக்கொள்ளுதல்; bite one's lower lip involuntarily after realizing that one has just uttered sth. improper. 'நீங்களே இப்படி முட்டாள்தனமாகப் பேசலாமா' என்று கூறிவிட்டு உதட்டைக் கடித்துக்கொண்டாள்./ 'உங்களுக்குப் பணம் தான் முக்கியம் ...' என்று சொல்ல ஆரம்பித்தவன் சட்டென நாக்கைக் கடித்துக்கொண்டான்.

* நாக்கை

உதட்டைப் பிதுக்கு: (உதட்டைப் பிதுக்குதல்மூலம்) எதிர் பார்ப்பிற்கு மாறான பதிலை உணர்த்துதல்; signify a negative answer or disappointment (by protruding one's lower lip). தாத்தாவின் நாடியைப் பார்த்துவிட்டு மருத்துவர் உதட்டைப் பிதுக்கிவிட்டார்./ 'பணம் கிடைத்ததா' என்று கேட்டதற்கு இல்லை என்று அவன் உதட்டைப் பிதுக்கினான்.

உப்புக்கல்லுக்குப்* பிரயோஜனம் இல்லை: சிறிதும் பயன் அல்லது நன்மை இல்லை; of no use; **not worth a damn**. இத்தனை பேச்சும் ஒரு உப்புக்கல்லுக்குப் பிரயோ ஜனம் இல்லை./ ஒரு உப்புக்கல்லுக்குப் பிரயோஜனம் இல்லாத ஆளாகப் போய்விட்டான்.

* உப்புக்கு இ.வே. இல்லாத (பொ.வி. 2)

உப்புக்குமில்லை புளிக்குமில்லை: எதற்கும் உதவாதது; worthless. அவர் பையனைப்பற்றி என்ன சொல்ல, உப்புக்கு

மில்லை புளிக்குமில்லை.

உப்புச்சப்பு: (ஒன்றில் இருக்க வேண்டிய) சுவாரஸ்யம் அல்லது (ஒன்று புலப்படுத்த வேண்டிய) அர்த்தம் (குறிப்பிடப்படுவதில் இல்லை என்பது குறிப்பு); (with negative) interest; sense. பேச்சில் உப்புச்சப்பு இருந்தால் அல்லவா இன்னும் சிறிது நேரம் கேட்கத் தோன்றும்./ திரைப் படத்தை உப்புச்சப்பு இல்லாமல் முடித்திருந்தார்கள்./ பள்ளிக்கூடம் போகாததற்கு ஏதேதோ உப்புச்சப்பு இல்லாத காரணங்கள் சொல்லுகிறாய்.

உப்புப் புளி: (குடும்பத்திற்கு வேண்டிய) சிறுசிறு தேவைகள்; the little necessaries (of life); bare necessaries. இந்த இருபது வருடக் குடும்ப வாழ்க்கையில் உப்புப் புளிக்காகக்கூட என் மனைவி என்னுடன் சண்டைபோட்டதில்லை./ கணவனுக்குச் சரியான வேலை இல்லை, உப்புப் புளிக்குக்கூடப் பெற்றோரை எதிர்பார்க்க வேண்டிய நிலையில் அவள் இருக்கிறாள்.

உப்புப் பெறாத: எந்தச் சிறு முக்கியத்துவமும் இல்லாத; முக்கியத்துவம் தரப்பட வேண்டாத; of no importance; petty; trifling. கடிதத்தைத் தபாலில் சேர்க்க மறந்துவிட்டேன், இந்த உப்புப் பெறாத விஷயத்திற்குப்போய் ஒரு நாள் சம்பளத்தைப் பிடித்துவிட்டார்./ உப்புப் பெறாத காரணங்களைச் சொல்லி நெசவாலையை மூடிவிட்டார்கள்.

உப்புப் போட்டுச் சாப்பிடு*: தன்மான உணர்வு இருத்தல் (ஒருவருக்கு இல்லை என்று கருதும்போது பயன்படுத்தப்படுவது); have a modicum of self-respect (used when one is faulted as not possessing it). பெற்ற தாய் பிச்சையெடுக்க எப்படி அனுமதித்தான்? இவன் உப்புப் #போட்டுத்தானே சாப்பிடுகிறான்?/ எவ்வளவு சொல்லியும் கேட்க மாட்டேன் என்கிறாயே, உப்புப் போட்டுத் தின்றால்தானே உனக்கெல்லாம் உறைக்கப்போகிறது.

* தின்னு

-தான், -ஏ இடைச்சொற்களுடன்

உப்பைத் தின்னு: (ஒருவரிடமிருந்து பல வழிகளிலும்) ஆதரவு பெறுதல் (அதனால் நன்றிக்கடன் பட்ட நிலையில் இருக்கிறார் என்பது குறிப்பு); owe one's very existence to s.o.'s generosity. இத்தனை வருஷமாக உங்கள் உப்பைத் தின்று வளர்ந்தவன் நான், உங்களுக்கே துரோகம் நினைப்பேனா?/ உங்கள் வீட்டு உப்பைத் தின்று படித்துப் பட்டம் பெற்று இன்று நல்ல நிலையில் இருக்கிறேன்.

உயிர்ப்பிச்சை: *(சாகப்போவது உறுதி என்ற நிலையிலிருந்து) மீண்டும் கிடைத்த வாழ்வு;* new lease of life (as the charity of s.o.); gift of life. *மரணத்தின் பிடியிலிருந்த எங்களைக் காப்பாற்றி உயிர்ப்பிச்சை அளித்தீர்கள்./ 'நான் என்ன கடவுளா, என்னிடம் உயிர்ப்பிச்சை கேட்கிறீர்களே' என்றார் மருத்துவர்.*

உயிர் போ: *(பசி, தாகம் போன்றவற்றின் மிகுதியால், அதிகச் சிரிப்பு, உழைப்பு போன்றவற்றால்) உயிர் நீங்குவது போல் உணர்தல்;* (nearly) die (of hunger, pain, strenuous work, etc.). *காலையிலிருந்து ஒன்றுமே சாப்பிடவில்லை, பசியால் உயிர் போகிறது./ நேற்று சார்லி சாப்ளின் படம் பார்த்தேன், சிரித்துச்சிரித்து #உயிரே போய்விட்டது!/ இந்தப் பழைய சைக்கிளை மிதித்து ஓட்டுவதற்குள் உயிர் போய்விடும்.* # -ஏ இடைச் சொல்லுடன்

உயிர் போய் உயிர் வந்தது: *ஆபத்து எதிர்பாராத விதத்தில் நீங்கியதும் மனம் அமைதியடைந்ததைத் தெரிவிக்கப் பயன்படுத்தும் தொடர்;* an expression of one's sense of relief when an imminent danger passes off; **breathe again**. *வேகமாக வந்த கார் நடுத்தெருவில் விளையாடிக்கொண்டிருந்த குழந்தையின் அருகில் சடாரென்று நின்றது, அவளுக்கு உயிர் போய் உயிர் வந்தது.* மா.வ. போன உயிர் (திரும்பி) வந்தது

உயிர் போனாலும்: *எத்தகைய இழப்பு நேரிட்டாலும்;* even at the cost of one's life. *உயிர் போனாலும் அவன் என்னைக் காட்டிக்கொடுக்க மாட்டான்./ #உயிரே போனாலும் சரி, இந்த முடிவிலிருந்து நான் பின்வாங்கப்போவதில்லை.* # -ஏ இடைச் சொல்லுடன்

உயிர்மேல் ஆசை: *(ஆபத்து வராமல் தவிர்ப்பதன்மூலம்) உயிரைக் காப்பாற்றிக்கொள்ளும் விருப்பம்;* hold one's life dear. *'உனக்கு உயிர்மேல் ஆசையிருந்தால் கிட்டே வராதே!' என்றான் கத்தியைக் கையில் வைத்துக்கொண்டு./ அவருக்கு நீச்சல் தெரியாததால் நீர்நிலைப் பக்கமே போக மாட்டார், அந்த அளவுக்கு உயிர்மேல் ஆசை.*

உயிர் வந்தது: *(களைப்பு நீங்கி) புத்துணர்ச்சி வந்தது;* felt refreshed. *கடும் வெயிலில் அலைந்துவிட்டு வந்த எனக்கு ஒரு குவளை மோர் குடித்ததும்தான் உயிர் வந்தது.*

உயிர் வெல்லக்கட்டி 1: *(கேலியாக) உயிர் மிக அருமையானது (ஒருவர் சிறிய துன்பத்தைக்கூட ஏற்றுக்கொள்ளத் தயங்கும்போது கூறுவது);* (jocularly) life is so precious for s.o. *தாத்தா சிறிய அறுவைச் சிகிச்சைக்குக்கூடச்*

சம்மதிக்க மாட்டார், அவருக்கு உயிர் வெல்லக்கட்டி!
2: *(வ.வ.)* உயிர் மதிப்பில்லாத ஒன்று *(அவ்வாறு இல்லை என்பது குறிப்பு);* (used in the negative to deny or challenge the idea that) life is cheap. அவன் கத்தியைக் காட்டி மிரட்டும்போது பயப்படாமலிருக்க உயிர் என்ன வெல்லக் கட்டியா?/ ஆபத்தான இந்த வேலையை நான் செய்கிறேன், எனக்கு உயிர் ஒன்றும் வெல்லக்கட்டி இல்லை.

உயிருக்கு உயிராக: மிகுந்த பிரியத்தோடு அல்லது விருப்பத்தோடு; intimately; very dearly. உயிருக்கு உயிராகப் பழகிய நண்பனைப் பிரிய நேர்ந்தபோது கண்ணீரைக் கட்டுப்படுத்த முடியவில்லை./ உயிருக்கு உயிராக வளர்த்த நாய்.

உயிருக்கு மன்றாடு: மரணத்தின் பிடியில் இருத்தல்; struggle for one's life. மூளைக்காய்ச்சலால் பாதிக்கப்பட்டுக் குழந்தை உயிருக்கு மன்றாடிக்கொண்டிருக்கிறது./ விபத்தில் சிக்கி உயிருக்கு மன்றாடிக்கொண்டிருந்தவர்கள் உடனடி யாக மருத்துவமனைக்கு எடுத்துச்செல்லப்பட்டார்கள்.

உயிரைக் குடி: *(நோயோ பிறவோ ஒருவரின்)* இறப்புக்குக் காரணமாக இருத்தல்; cost s.o. his life; take one's life. சாதாரணக் காய்ச்சல் என்று அலட்சியமாக இருந்து விட்டார், அது அவர் உயிரைக் குடித்துவிட்டது./ போதைப் பொருள்களுக்கு அடிமையாகிவிடாதீர்கள், அவை உங்கள் # உயிரையே குடித்துவிடும்.   # -ஏ இடைச் சொல்லுடன்

உயிரைக் கையில் பிடித்துக்கொண்டிரு: *(சோதனை மிகுந்த கட்டத்தில் ஒருவர் தனது)* உயிர் போய்விடக் கூடாது அல்லது போய்விடுமோ என்ற பதைப்புடன் இருத்தல்; hold on to one's life (withstanding great anxiety or suffering); **be on edge.** குழந்தையை நல்லபடியாகப் பெற் றெடுக்கும்வரைக்கும் உயிரைக் கையில் பிடித்துக்கொண் டிருந்தாள் போலும்./ கலவரம் ஒடுக்கப்படும்வரை மக்கள் உயிரைக் கையில் பிடித்துக்கொண்டிருந்தார்கள்./ அம்மா வின் உடல்நிலை அபாயக் கட்டத்தைத் தாண்டிவிட்டது என்று மருத்துவர் சொல்லும்வரை நான் உயிரைக் கையில் பிடித்துக்கொண்டிருந்தேன்.

உயிரைக் கையில் பிடித்துக்கொண்டு: *(எந்தக் கணமும் தனக்கு எதுவும் நேர்ந்துவிடலாம் என்ற பயத்தினால்)* உயிர்மீது கவனமாக; (in imminent danger) for dear life; (anxious) for one's safety. கூட்டத்தின் நடுவில் குண்டு

வெடித்ததும் அனைவரும் உயிரைக் கையில் பிடித்துக் கொண்டு ஓடினார்கள்./ பலரும் சாலை விதிகளை மீறுவ தால் உயிரைக் கையில் பிடித்துக்கொண்டுதான் சாலை யைக் கடக்க வேண்டியிருக்கிறது.

உயிரைக் கொடுத்து 1: *(ஆர்வ மிகுதியால்) மிகுந்த சிரமப் பட்டு;* most unsparing in one's efforts; putting one's heart and soul into (sth.). ஒவ்வொரு படத்தையும் உயிரைக் கொடுத்து வரைந்திருக்கிறேன்./ மற்றவர்களுக்காக நீங்கள் ஏன் உயிரைக் கொடுத்து உழைக்கிறீர்கள்? **2:** காண்க: **உயிரை விட்டு.**

உயிரை* வாங்கு: *பொறுமை போய்விடும் அளவுக்கு நச்சரித்தல்;* pester (s.o.); worry (s.o. about sth.). எங்கள் பத்திரிகையில் ஒரு பக்க விளம்பரம் கொடுங்கள் என்று கேட்டுக் கடந்த மூன்று நாட்களாக என் உயிரை வாங்கி விட்டார்./ உங்களுக்குத் தூக்கம் வராவிட்டால் ஏதாவது புத்தகம் படியுங்கள், என் உயிரை ஏன் எடுக்கிறீர்கள்?

* பிராணனை மா.வ. உயிரை யெடு

உயிரை விட்டு: *முழுச் சக்தியையும் பயன்படுத்தி;* taking great pains. மாணவர்கள் உயிரை விட்டுப் படிக்கிறார்கள், ஆனாலும் ஒரு சிலரால்தான் அதிக மதிப்பெண் பெற முடிகிறது.

உயிரை விடு: *(குறிப்பிட்ட ஒன்றிற்காகவே) வாழ்க்கையைக் கழித்தல்; வாழ்க்கையே (குறிப்பிடப்படும்) ஒன்றிற்காக என்பது போல் இருத்தல்;* be dying for; give oneself up (to sth.). இவ்வளவு சொத்துச் சேர்த்தாகிவிட்டது, இன்னும் ஏன் பணம் பணம் என்று உயிரை விடுகிறாய்?/ சங்கீதம் என்றால் உயிரை விடுகிற ஆசாமிகளுள் இவரும் ஒருவர்.

உயிரை வைத்திரு 1: *(ஒருவருக்காக) வாழ்க்கையை நடத்துதல்; உயிர் வாழ்தல்;* live for (s.o.). இவ்வளவு கஷ்டத்திலும் இந்த உயிரை வைத்திருப்பது உனக்காகத் தான். **2:** *அளவற்ற அன்பு செலுத்துதல்;* be deeply attached to. அவன் உன்மீது உயிரை வைத்திருக்கிறான், அதைப் புரிந்துகொள்ளாமல் நீ அவனைச் சந்தேகப்படுகிறாயே?/ குழந்தை நாயிடம் # உயிரையே வைத்திருக்கிறது.

-ஏ இடைச் சொல்லுடன்

உரித்துவை: *(ஒருவர் மற்றொருவரைத் தோற்றம், குணம் முதலியவற்றில்) பெரிதும் ஒத்திருத்தல்;* take after (s.o.); **be the spitting image of (s.o.).** உன் தாத்தாவுக்குச் சற்று இடுங்கிய கண்கள், அதைத் தவிர நீ அப்படியே உன் தாத்தாவை

உரித்துவைத்திருக்கிறாய்./ அவளுடைய பொறுமையைப் பார்க்கும்போது, அவள் அம்மாவை உரித்துவைத்தது போல் இருக்கிறது.

உருட்டித்திரட்டி *(பொ.பெ.): (பணம், பொருள் முதலிய வற்றை) பல வழிகளிலும் சேகரித்து; சேமித்து;* scraping together (money); gathering up. *வாரிசு இல்லாத பெரியம்மா உருட்டித்திரட்டி வைத்திருப்பது யாருக்குப் போகப் போகிறதோ!*

உருட்டிப்புரட்டி: *(செயல் நிறைவேறத் தேவையான) எல்லாவித வழிமுறைகளையும் கையாண்டு;* adopting ingenious ways and means. *உருட்டிப்புரட்டிப் பத்தாயிரம் ரூபாய் சேர்த்துவிட்டேன், இதை வைத்துத்தான் கல்யாணத்தை நடத்த வேண்டும்./ எப்படியோ உருட்டிப் புரட்டிக் காரியத்தை முடித்துவிட்டாய்.*

உருட்டிமிரட்டி: *(அதிகாரத் தோரணையில்) அதட்டிப் பய முறுத்தி;* by browbeating. *எத்தனை நாள்தான் இப்படித் தொழிலாளர்களை உருட்டிமிரட்டி வேலை வாங்க முடியும்?*
~ உருட்டல்மிரட்டல்: *உன்னுடைய உருட்டல்மிரட்டலை யெல்லாம் என்னிடம் காட்டாதே.*

உருட்டுப்புரட்டு: *(செயல் நிறைவேறக் கையாளும்) முறை கேடான வழிமுறை; பித்தலாட்டம்;* hanky-panky; wheeling and dealing. *இந்தக் காலத்தில் உருட்டுப்புரட்டுப் பண்ணாமல் இவ்வளவு சொத்துச் சேர்க்க முடியுமா?/ அவர் நேர்மையானவர், எந்த # உருட்டும்புரட்டும் அவரிடம் கிடையாது.* # -உம் இடைச் சொல்லுடன்

உருண்டுதிரண்டு: *(பெரும்பாலும் குழந்தையைக் குறிப் பிடும்போது) சதைப்பற்றோடு திடமாக;* (of child) chubby; roly-poly. *குழந்தை உருண்டுதிரண்டு வாளிப்பாக இருந்தது.*

உலக்கைக்கொழுந்து **1:** *புத்திக்கூர்மை இல்லாத நபர்; மந்தப்புத்தி உள்ளவர்;* stupid person; dullard. *சரியான உலக்கைக்கொழுந்து! கடிதத்தைப் பிரித்துப் படித்ததும் செய்தியை என்னிடம் சொல்ல வேண்டும் என்று உனக்குத் தோன்றவில்லையா?* **2:** *(புத்தி) மந்தமானது அல்லது மழுங்கிப்போனது;* (of a person's intelligence) dull. *காலை பத்து மணிக்கு அவரைப் போய்ப் பார் என்றால் இரவு பத்து மணிக்குப் போயிருக்கிறாயே, உன் புத்தி உலக்கைக்*

கொழுந்துதான்!

உலகம் தெரியாத*: உலக நடப்புப்பற்றிய அறிவும் அனுபவமும் இல்லாத; credulous; naive. என் தந்தை காலமானபோது நானும் சிறுவன், என் தாயாரும் உலகம் தெரியாத பெண்மணி./ வேலை உன்னைத் தேடி வருமா? உலகம் தெரியாத பிள்ளையாக இருக்கிறாயே!

* அறியாத பொ.வி. 2

உலைவை: கேடு விளைவித்தல்; ஆபத்து உண்டாக்குதல்; ruin; lead to one's undoing; **cook s.o.'s goose**. மேலதிகாரியின் கையெழுத்தை விளையாட்டாய்ப் போடப்போய், தன் வேலைக்குத் தானே உலைவைத்துக்கொண்டான்./ பண ஆசை குடும்ப ஒற்றுமைக்கு உலைவைத்துவிட்டதே!

உழக்கில் கிழக்கு மேற்கு: (வேறுபடுத்திக் காண அவசியம் இல்லாததிலும்) வேறுபடுத்திக் காண முற்படுவது; distinctions not worth making. உழக்கில் கிழக்கு மேற்கு என்று ஆகிவிடாமல் அப்பாவும் பிள்ளையும் ஒற்றுமையாக இருக்க வேண்டாமா?/ அறையில் இருப்பதோ இரண்டு பேர். இதில் நீதான் செய்ய வேண்டும், நான்தான் செய்ய வேண்டும் என்ற பேச்சுத் தேவையா? உழக்கில் கிழக்கு மேற்கா பார்ப்பது?

உள்ளங்கால் வெள்ளெலும்பு தேய: (மிகைப்படுத்திக் கூறும் முறையில்) கால் தேய்ந்து புண்ணாகும் அளவுக்கு; (exaggeratedly) wearing out the sole of one's foot. ஆறு மாதம் வீட்டுக்கும் ஆஸ்பத்திரிக்கும் உள்ளங்கால் வெள்ளெலும்பு தேய நடந்திருப்போம்./ கடன் வாங்கியவனைக் கண்டு பிடிப்பதற்கு உள்ளங்கால் வெள்ளெலும்பு தேய நடந்தது தான் மிச்சம்./ உள்ளங்காலில் வெள்ளெலும்பு தெரியப் பாடுபடத் தயாராக இருந்தால் விவசாயம் செய்யலாம்.

மா.வ உள்ளங் காலில் வெள்ளெலும்பு தெரிய

உள்ளங்கை நெல்லிக்கனி: எளிதில் புலப்படுவது; மிகவும் வெளிப்படையானது; கண்கூடு; that which is obvious; plain to see; **clear as day**. பிரச்சினைகளைத் தீர்க்கத் திட்டங் களை மட்டும் தீட்டிவிட்டால் போதாது என்பது உள்ளங் கை நெல்லிக்கனி./ இந்த நேரத்தில் அரசியல் கட்சிகள் தேர்தலைச் சந்திக்கத் தயாராக இல்லை என்பது உள்ளங் கை நெல்லிக்கனியாய்த் தெரிகிறது./ கொலை எவ்வாறு நடந்தது என்பதை உள்ளங்கை நெல்லிக்கனி போல் விளக்கிவிட்டது அந்தச் சிறுமியின் சாட்சியம்.

உள்ளங்கையில் வைத்துத் தாங்கு: (ஒருவரை) மிக

அருமையாகக் கவனித்துக்கொள்ளுதல்; look after s.o. in every possible way; be supportive or protective of (s.o.). உனக்கென்ன கவலை! உன்னைத்தான் உன் கணவர் உள்ளங்கையில் வைத்துத் தாங்குகிறாரே./ தவறுசெய்தால் திட்டாமல் உள்ளங்கையில் வைத்துத் தாங்கவா செய்வார்கள்?

உள்ளதும் போச்சுடா நொள்ளைக்கண்ணா *(பொ.பெ.): இதுவரை ஏதோ ஒரு வகையில் தேவையை நிறைவேற்றுவதாக இருந்ததற்கும் வந்தது கேடு என்பதைத் தெரிவிக்கப் பயன்படுத்தும் தொடர்;* an expression saying that one has lost in the bargain the little one had. ஏதோ ஒப்புக்கு ஓடிக்கொண்டிருந்த கடிகாரத்தைப் பழுதுபார்த்துத் தருகிறேன் என்று எடுத்துக்கொண்டு போனாய், இப்போது என்னடாவென்றால் உள்ளதும் போச்சுடா நொள்ளைக் கண்ணா என்று சுத்தமாக ஓடவில்லை.

உள்ளும் புறமும் *(உ.வ.)* **1;** *எண்ணத்திலும் செயலிலும்;* in word and (in) deed. உள்ளும் புறமும் ஒத்துப்போகிறவர்களைக் காண்பது அரிதாகிவிட்டது. **2:** *முழுமையாக; முற்றாக;* through and through. அவரை உள்ளும் புறமும் நன்கு அறிந்தவர்கள் ஒரு சிலரே.

உள்ளே தள்ளு 1: *சிறைக்கு அனுப்புதல்;* put behind bars. கள்ளச் சாராயம் காய்ச்சிப் பிடிபட்டதால் போலீஸ் அவனை உள்ளே தள்ளிவிட்டது./ நீ செய்த இந்த ஒரு குற்றமே போதும் உன்னை உள்ளே தள்ள! **2:** *(வேகமாக) விழுங்குதல்;* gulp down; bolt down; gobble up. வெங்காய சாம்பார் ருசியாக இருந்தது, எட்டு இட்லிக்கு மேல் உள்ளே தள்ளிவிட்டேன்./ இந்த மாத்திரையை உள்ளே தள்ளு, தலைவலி பறந்துவிடும்.

உறைபோடக் காணாது: *சிறிதும் சமமாகாது; ஈடாகாது;* does not compare (with sth.); be nowhere near as good as sth. கதைகளில் படித்திருக்கும் அரண்மனைச் சதி வேலைகளெல்லாம், இந்தக் குடும்பத்தவர் செய்யும் சதி வேலைக்கு உறைபோடக் காணாது./ இந்தச் சமையல்காரரின் சமையல் எங்கள் பாட்டியின் சமையலுக்கு உறைபோடக் காணுமா? பொ.வி. 4

உன் தலை *(பொ.பெ.): ஒருவருடைய கேள்விக்கு நேரடியாகப் பதில் சொல்லாமல் தன் எரிச்சலைக் காட்டுவதற்குப் பயன்படுத்தும் தொடர்;* an expletive used by one who is too peeved to reply to a question asked of him. 'சோற்றுக்குத் தொட்டுக்கொள்ள என்ன வைத்திருக்கிறாய்?'

'உன் தலை! நீ குடித்தது போகத் தருகிற காசுக்கு எட்டு வகைக் கறியா செய்துவைக்க முடியும்.'

உனக்காயிற்று எனக்காயிற்று: போராடிப் பார்த்து விடுவது என்ற முடிவுக்கு வருவது; be determined to fight to the finish. நிலத் தகராறு காரணமாக இருவரும் உனக்காயிற்று எனக்காயிற்று என்று நிற்கிறார்கள்./ ஒருவரும் விட்டுக்கொடுப்பதாக இல்லை, உனக்காயிற்று எனக்காயிற்று என்ற மனப்பான்மையிலேயே இருக் கிறார்கள்.

உனக்கு ஆயுசு* நூறு: நீண்ட காலம் வாழ்க (ஒருவரைப் பற்றி நினைக்கும் அல்லது பேசும் அந்த நேரத்தில் அவர் வந்துவிடுகிறபோது மற்றவர் அவரை வாழ்த்தித் தன் மகிழ்ச்சியைத் தெரிவிக்கப் பயன்படுத்துவது); 'you will live for a hundred years' (a customary expression of good wish for one who turns up at a time he is being thought or talked about). உன்னைததான் நினைத்துக்கொண்டிருந்தேன், நீயும் வந்துவிட்டாய். உனக்கு ஆயுசு நூறு!/ உங்களுக்கு #நூறு வயது! இப்போதுதான் உங்களைப்பற்றிப் பேசிக்கொண் டிருந்தோம்.

* வயது
இ.வே. உங்களுக்கு

\# சொற்களின் இடம் மாற்றம்

உனக்கும் பெப்பே உன் அப்பனுக்கும் பெப்பே (பொ.பெ.): ஒருவர் யாருக்கும் கட்டுப்படாமல் ஏமாற்றி நழுவிவிடுவதை அல்லது சாமர்த்தியமாகச் சமாளிப் பதைத் தெரிவிக்கப் பயன்படுத்தும் தொடர்; an expression for the cleverness of a person who outsmarts anyone. நீ அவனிடமிருந்து கடனை வசூலித்துவிடுவாயா! அவன் உனக்கும் பெப்பே உன் அப்பனுக்கும் பெப்பே காட்டுகிற ஆசாமியாயிற்றே./ வீட்டில் அம்மா, பாட்டி, வேலைக்காரர் கள் இருந்தாலும் இந்தக் குழந்தை உனக்கும் பெப்பே உன் அப்பனுக்கும் பெப்பே என்று வெளியே ஓடிவிடுகிறது!

ஊசிக் காது: சிறு ஒலியையும் கேட்கக்கூடிய கூர்மையான செவி; sharp ear. அம்மாவுக்கு ஊசிக் காது, பூனை போல் நடந்துவந்தாலும் அவளுக்குக் கேட்டுவிடும்!

ஊசி குத்த இடம் இல்லை*: வெற்றிடம் சிறிதும் இல்லை; there is not even an inch of space left. சுவரில் ஊசி குத்த இடம் இல்லை, குழந்தை எல்லா இடத்திலும் கரித் துண்டால் கிறுக்கிவைத்திருக்கிறது.

* கிடையாது

ஊசித் தொண்டை 1: உணவைச் சிறிதுசிறிதாகவே

விழுங்கக்கூடிய அளவில் இருக்கும் தொண்டை; narrow gullet (used for a person who eats in very small morsels). இவனுக்கு ஊசித் தொண்டை, ஒரு பிடி சாதம் சாப்பிட ஒரு மணி நேரமாகும். **2:** காதைத் துளைக்கும் கீச்சுக் குரல்; shrill voice. மூத்த பையனுக்கு வெண்கலக் குரல், இளையவனுக்கு ஊசித் தொண்டை.

ஊசி நுழைய இடம் இல்லை: (ஓரிடத்தில் ஆட்கள் நிறைந்து நிற்பதால்) இடைவெளி சிறிதும் இல்லை; (of a place with people) jam-packed. *படப்பிடிப்பு நடந்த இடத்தில் சரியான கூட்டம், ஊசி நுழைய இடம் இல்லை!*

ஊதுகிற சங்கை ஊது: (ஏற்றுக்கொள்ளப்படுமா, ஏற்றுக் கொள்ளப்படாதா என்பதைப்பற்றிக் கவலைப்படாமல்) சொல்ல வேண்டியதைச் சொல்லிவிடுதல்; express one's views (without caring whether people act upon them or not); **say one's piece**. *நீங்கள் ஊதுகிற சங்கை ஊதிவிட்டீர்கள், அவர் அதைக் கேட்டுத் திருந்தி நடப்பார் என்று எதிர்பார்ப் போம்./ இன்றையக் கல்வி முறையில் ஏற்பட வேண்டிய மாற்றம்பற்றி யாருமே பேசுவதில்லை, நாமாவது ஊதுகிற சங்கை ஊதிவைப்போம்.*

ஊமை ஊரைக் கெடுக்கும்: தன் கருத்தைத் தெரிவிக் காமல் அப்பாவி போல் காணப்படுபவர் கெடுதல் செய்யக்கூடும்; one who keeps mum can do harm. *நாம் அவனைக் கேட்டபோது பதிலே சொல்லவில்லை பார்த்தாயா? ஜாக்கிரதை, ஊமை ஊரைக் கெடுக்கும்.*

ஊமைக்கோட்டான்: அதிகம் பேசாமல் அமுக்கமாக இருக்கும் நபர் (நம்பத் தகுந்தவர் இல்லை என்பது குறிப்பு); taciturn person (implying that he is not to be trusted). *அப்பா வீட்டுக்கு வந்ததும் இந்த ஊமைக்கோட்டான் நம்மைப் பற்றி என்னென்ன அவரிடம் சொல்லுமோ?/ ஊமைக் கோட்டானே! வாயைத் திறந்து என்ன நடந்தது என்று சொல்!*

ஊமை கண்ட கனா: பிறரிடம் வெளிப்படுத்த முடியாத விருப்பம்; something unexpressed; **mute as the dreams of the dumb**. *கோழைகளின் ஆசைகள் ஊமை கண்ட கனாக்களே!*

ஊர் கூடித் தேர் இழு: பலதரப்பட்டவர்களும் ஒன்றுகூடி ஒன்றைச் செய்தல் (அவ்வாறு ஒன்றுகூடுவது மிகவும்

கடினமானது என்பது குறிப்பு); get all the people together for a common cause (implying that it is difficult). எந்தப் பொதுக் காரியத்துக்குக் கூப்பிட்டாலும் அவர் 'ஊர் கூடித் தேர் இழுக்க நம்மால் ஆகாது' என்று கூறி ஒதுங்கிக் கொள்வார்./ நம் ஊர்க் கோயில் குளத்தைச் சுத்தப் படுத்துவது என்பது ஊர் கூடித் தேர் இழுக்கிற விவகாரம் ஆயிற்றே.

ஊர் சுற்று: நோக்கம் எதுவும் இல்லாமல் வீணாகத் திரிதல்; roam the streets. படிக்காமல் ஊர் சுற்றுகிறாயே என்று அப்பா திட்டினார்.

ஊர் மேய் (த.வ.): (ஆணோ பெண்ணோ தன் விருப்பப்படி) பலருடன் உடலுறவுகொள்ளுதல்; be licentious. அழகான மனைவி இருந்தும் ஊர் மேய்கிறானே?/ தினமும் இரவு பத்து மணிக்குமேல் வீட்டுக்குப் போனால் #ஊரை மேய்கிறவள் என்று புரளி கிளப்பிவிடுவார்கள்.   # -ஐ உருபுடன்

ஊர்மேல் போ (த.வ.): (பெண்) பலருடன் உடலுறவு கொள்ளுதல்; (of a woman) have sexual relationship with many; **be on the streets**. பணம் இல்லை என்பதற்காக ஊர்மேல் போய்ச் சம்பாதிக்க முடியுமா?

ஊர்வம்பு: (தனக்கு) சம்பந்தம் அல்லது தேவை இல்லாத விவகாரம்; gossip; someone else's affairs. எனக்கு உன்னோடு ஊர்வம்பு பேச நேரம் இல்லை./ அது அடுத்த வீட்டு விவகாரம், நமக்கு இந்த ஊர்வம்பெல்லாம் கொஞ்சமும் வேண்டாம்.

ஊர்வாய்: (குறைகூறுவதாக இருக்கும்) பிறருடைய பேச்சு; people's talk; gossip. ஊர்வாயில் அகப்பட்டுக்கொள்ளக் கூடாது என்பதில் கவனமாக இருந்தார்./ ஊர்வாய்க்குப் பயப்பட்டால் எந்தக் காரியமும் செய்ய முடியாது.

ஊர்வாயை மூடு: பிறரை வம்பு பேசாமல் இருக்கச் செய்தல் *(அது முடியாத செயல் என்ற தொனியில் கூறுவது)*; stop people from talking (with the implication that gossip cannot be checked); stop being talked about. நாம் வேண்டுமானால் இதைப்பற்றிப் பேசாமல் இருக்கலாம், ஆனால் ஊர்வாயை மூட முடியுமா?/ நடந்தது ஒரு சிலருக்குத் தெரிந்துவிட்டது, இனிமேல் ஊர்வாயை மூடுவது கடினம்.

ஊரறிந்த ரகசியம்: (சம்பந்தப்பட்டவர் ரகசியமாக வைத் திருந்தாலும்) எல்லாரும் அறிந்த ஒன்று; an open secret. அவர் இந்தத் தேர்தலில் வெற்றி பெறக் கிட்டத்தட்ட ஒரு கோடி ரூபாய் செலவழித்தார் என்பது ஊரறிந்த ரகசியம்./ அவருக்குக் குடிப் பழக்கம் உண்டு என்பதுதான் ஊரறிந்த ரகசியமாயிற்றே.

ஊருக்காகப் பால் குடி: (தன்னால் செய்ய முடியாததை) மற்றவர்கள் எதிர்பார்க்கிறார்கள் என்பதற்காகச் செய்தல்; do sth. which one cannot afford (out of a desire for status); (do sth. to) **keep up with the Joneses.** பட்டுப் புடவை எடுத்துத் தரத் தற்போது வசதியில்லை, ஊருக்காகப் பால் குடிக்க என்னால் முடியாது./ நமக்கு என்ன கஷ்டங்கள் இருந்தாலும் பெற்றோருக்குப் பணம் அனுப்பத்தான் வேண்டும், #ஊருக்காகவாவது பால் குடிக்க வேண்டாமா?

\#-ஆவது இடைச் சொல்லுடன்

ஊருக்கு உபதேசம்: (தான் கடைப்பிடிக்காமல்) பிறருக்கு (தாராளமாக) வழங்கும் அறிவுரை; one's preaching is for others only. 'அலுவலகத் தொலைபேசியைச் சொந்த விஷயங்களுக்குப் பயன்படுத்தக் கூடாது' என்று அதிகாரி கூறிவிட்டுப் போனதும் 'எல்லாம் ஊருக்கு உபதேசம்' என்றார்கள் ஊழியர்கள்.

ஊருக்கு முன்னால்: எல்லாவற்றுக்கும் முதலில் அல்லது எல்லாரையும் முந்திக்கொண்டு; முதல் வேலையாக (ஒருவர் ஒரு செயலில் காட்டும் அவசரம் தேவை இல்லாதது என்ற கருத்தில் பிறர் கூறுவது); (as though sth. is) the very first thing to be done or (as though s.o. ought to be) the first one to do sth. (implying an unseemly hurry). மோதிரத்தைக் காணவில்லை என்று வீடெல்லாம் தேடிக் கொண்டிருக்கும்போது அப்படி என்ன அவசரம் என்று ஊருக்கு முன்னால் குப்பையைக் கொண்டுபோய்க் கொட்டிவிட்டு வருகிறாய்?/ சினிமாவுக்குப் போகலாம் என்று சொல்லிவிட்டால் போதும், ஊருக்கு முன்னால் புறப்பட்டுவிடுவான்!

ஊரைக் கூட்டு: கூட்டம் சேரும்படி செய்தல்; cause a crowd to gather (by shouting, etc.); collect an unwanted crowd. நீ உடனே வீட்டைவிட்டு வெளியே போகாவிட்டால் கூச்சல் போட்டு ஊரைக் கூட்டிவிடுவேன்./ நினைவு அஞ்சலிக் கூட்டத்திற்குத் தெரிந்தவர்களை மட்டும் கூப்பிட்டால் போதும், பத்திரிகையில் போட்டு ஊரைக் கூட்ட வேண்டாம்.

ஊரை விற்றுவிடு: *(எல்லாரையும் அயரவைக்கும் அளவுக்கு)* சாமர்த்தியமாக நடந்துகொள்ளுதல் *(ஒருவரைக் குறைத்து மதிப்பிடும்போது அதை மறுத்து மற்றவர் அவருடைய சாமர்த்தியத்தை மிகைப்படுத்திக் கூறுவது)*; be far too clever (to be taken for an innocent one or to be trusted with some liberty). உன் பையனுக்குப் பத்து வயதுதான் ஆகிறது, அவனுக்கு ஒன்றும் தெரியாது என்று நினைக்கிறாயா, அவன் ஊரை விற்றுவிடுவான்!/ உன் இஷ்டப்படி உன்னை நடக்கவிட்டால் நீ #ஊரையே விற்றுவிட மாட்டாய்?   #-ஏ இடைச் சொல்லுடன்

எக்கேடு கெட்டுப் போ: *(ஒருவர் அல்லது ஒன்று) எந்த மோசமான நிலைக்கும் உள்ளாதல் (இனி அவர்மேல் அல்லது அதன்மேல் தனக்கு அக்கறை இல்லை என்று ஒருவர் கூறுவது)*; not give a damn (about s.o. or sth.); **go to the dogs.** அந்த அயோக்கியனிடமிருந்து நமக்கு வர வேண்டிய பணம் வந்துவிட்டது, இனிமேல் அவன் எக்கேடு கெட்டுப் போனால் நமக்கென்ன?/ என்னதான் தவறுசெய்தாலும் #எக்கேடாவது கெட்டுப் போகட்டும் என்று நம் பையனை விட்டுவிட முடியுமா?/ இந்தச் சங்கத்தை நம்மால் சரிப்படுத்த முடியாது, அது #எக்கேடும் கெட்டுப் போகட்டும்.   #-ஆவது இடைச் சொல்லுடன் #-உம் இடைச் சொல்லுடன்

எங்கள் அப்பன் குதிருக்குள் இல்லை: ஒன்றை மறைக்க அல்லது மறுக்க நினைத்துச் சொல்லியது அந்த ஒன்றையே காட்டிக்கொடுத்துவிடுவதாக அல்லது உறுதிப்படுத்துவதாக இருக்கும்போது பயன்படுத்தும் தொடர்; an expression used when an uncalled for denial betrays or affirms what was sought to be concealed or denied. மக்களாட்சியை முடிவுக்குக் கொண்டுவந்ததற்கும் ராணுவத்திற்கும் சம்பந்தமில்லை என்று ராணுவத் தளபதி அடிக்கடி கூறுவதை எல்லாரும் எங்கள் அப்பன் குதிருக்குள் இல்லை என்பதாகத்தான் கருதுவார்கள்./ பணத்தைக் காணவில்லை என்று நான் சொன்னவுடன் எங்க அப்பன் குதிருக்குள் இல்லை என்பது போல் 'நான் வைத்திருப்பது அந்தப் பணம் இல்லை' என்கிறாயே.   எங்கள் → எங்க

எங்கள் வீட்டுக்காரரும் கச்சேரிக்குப் போகிறார்: மற்றவரைப் போல் தானும் உருப்படியாக எதையோ செய்வதாகக் காட்டிக்கொள்பவரைக் கேலிசெய்யும் தொடர்; an expression used to mock an attempt at keeping up appearances. எங்கள் வீட்டுக்காரரும் கச்சேரிக்குப் போகிறார் என்பது போல் தினமும் கடையைத் திறந்து

வைத்துவிடுகிறார், ஆனால் வியாபாரம் என்னவோ சரியாக நடப்பதாகத் தெரியவில்லை./ நீயும் தினம் புத்தகங்களை எடுத்துக்கொண்டு எங்கள் வீட்டுக்காரரும் கச்சேரிக்குப் போகிறார் என்பது போல் கல்லூரிக்குப் போய்வருகிறாய், தேர்வு முடிவுகள் வந்தால் அல்லவா உன் லட்சணம் தெரியும்?

எங்கே ஓடிவிடப் போகிறது: *(குறிப்பிடப்படுகிற ஒன்று) இல்லாமல் போய்விடாது (அதனால் நிதானமாகச் செயல் படலாம், அவசரப்படத் தேவை இல்லை என்பது குறிப்பு);* (the object of reference will) continue to remain (hence there is no need for hurry); will not **take wing**. *நீங்கள் எனக்குத் தர வேண்டிய பணம் எங்கே ஓடிவிடப் போகிறது./ உன் நண்பன் ஓடிவிடவா போகிறான், நாளைக்கு வரச் சொல்லேன்./ கோயில் ஓடியா போகிறது? நாளைக்குப் போய்க்கொள்ளலாமே.* — இ.வே. போகிறான் (பொ.வி. 3) மா.வ. ஓடிவிடவா /ஓடியா போகிறது

எங்கே போய் முட்டிக்கொள்வது: *குறையை எங்கே அல்லது யாரிடம் முறையிடுவது (நடப்பதைப் பார்த்து மனம் நொந்துபோனவர் கூறுவது);* have nobody to turn to for complaining (an expression of despair). *மக்களின் குறை களைக் கேட்பதற்கென்றே நியமிக்கப்பட்ட அதிகாரிகளுக்கு அவற்றைக் கேட்கக்கூடப் பொறுமை இல்லை, எங்கே போய் முட்டிக்கொள்வது?/ பட்டப் படிப்பு முடித்துவிட்ட பையனுக்கு ஒரு வரிகூடத் தமிழில் எழுதத் தெரியவில்லை, யாரிடம் போய் முட்டிக்கொள்ள?* — மா.வ. யாரிடம் போய் முட்டிக் கொள்ள

எச்சில் கையால் காக்கை ஓட்டாத: *கஞ்சத்தனத்தால் எதையும் பிறருக்குக் கொடுக்க விரும்பாத;* stingy; niggardly. *அவரிடம் ஏராளமாகப் பணம் இருந்து என்ன பயன்? எச்சில் கையால் காக்கை ஓட்டாத ஆளாக இருக் கிறாரே./ அவர் எப்படி இவ்வளவு பணம் சேர்த்தார் என்று ஆச்சரியப்படாதே! அவர் எச்சில் கையால் காக்கை ஓட்ட மாட்டார்.* — பொ.வி. 2 இ.வே. ஓட்ட மாட்டான் (பொ.வி. 3)

எச்சில் விழுங்கினால் தொண்டையில் இறங்குவது தெரியும்: *ஒருவர் சிவந்த நிறமாக இருப்பதை மிகைப் படுத்தித் தெரிவிக்கப் பயன்படுத்தும் தொடர்;* an exaggeration referring to a person's fair complexion. *அவருடைய பெண் நல்ல சிவப்பு! எச்சில் விழுங்கினால் தொண்டையில் இறங்குவது தெரியும்.*

— எட்டடி பாய்ந்தால் — பதினாறடி பாய்: *(ஒரே*

துறையில் இருப்பவர்கள் ஒருவரை ஒருவர்) விஞ்சுதல்; (ஒன்று மற்றொன்றோடு) போட்டிபோட்டுக்கொண்டு (ஒன்றை) செய்தல்; (of the performance of two in the same field of activity) if one goes so far, the other goes even farther; outdo. இந்தச் சிறுவனின் தந்தை சிறந்த பாடகராயிற்றே, எனவே இவன் அருமையாகப் பாடுவதில் ஆச்சரியமில்லை, அப்பா எட்டடி பாய்ந்தால் பிள்ளை பதினாறடி பாய்கிறான்!/ குளிர்பானங்களை விளம்பரம்செய்வதில் உள்நாட்டு நிறுவனம் எட்டடி பாய்ந்தால் வெளிநாட்டு நிறுவனம் பதினாறடி பாய்கிறது.

எட்டாக் கனி: *முயன்றாலும் கிடைக்காத ஒன்று;* sth. beyond one's reach; sth. which one despairs of attaining. பெரிய தொழிலதிபரின் மகளாகிய அவள் தனக்கு எட்டாக் கனி என்ற எண்ணம் அவனைச் சோர்வடையவைத்தது./ சுதந்திரம் கிடைத்து இத்தனை ஆண்டுகள் ஆகியும் அடிப்படை வசதி என்பது சாதாரண மக்களுக்கு எட்டாத கனியாகவே இருக்கிறது.

இ.வே. எட்டாத

எட்டிப்பார் 1: *(கிடைத்திருப்பது குறைந்த நேரமானாலும் ஒருவரை) பார்க்க வருதல்;* look in; drop by. இவ்வளவு தூரம் வந்துவிட்டோம் அவரையும் எட்டிப்பார்த்துவிடுவோமே!/ அடிக்கடி எங்கள் ஊருக்கு வருகிறாயே ஒருமுறையாவது எங்களை எட்டிப்பார்த்தாயா? **2:** *(ஓரிடத்துக்கு) திரும்பி வருதல் (திரும்பி வர வேண்டாத அல்லது திரும்பி வராத நிலையில் பயன்படுத்தப்படுவது);* set foot in (with negative expressed); pay casual visit. இனிமேல் இந்தப் பக்கம் எட்டிப்பார்க்காதே!/ நகரத்துக்குப் போய்விட்டவர்கள் கிராமத்தை # எட்டிக்கூடப் பார்ப்பதில்லை! **3:** *(கோபம் முதலியவை) வெளிப்படுதல்; தலைகாட்டுதல்;* (of anger, etc.) begin to show; surface. அவர் பேச்சில் எரிச்சல் சற்றே எட்டிப்பார்த்தது.

-கூட இடைச் சொல்லுடன்

எட்டு ஊருக்குக் கேட்கும்: *பொறுத்துக்கொள்ள முடியாத அளவுக்குச் சத்தம் இருக்கும்;* be unusually or unbearably loud. அவர் குறட்டை விட்டால் எட்டு ஊருக்குக் கேட்கும்./ நான் செய்தது தப்புதான், அதற்காக எட்டு ஊருக்குக் # கேட்கும்படியாகவா கத்துவது?

கேட்கும் என்னும் எச்ச வடிவத்திலும்

எடுக்கப்பிடிக்க: *சிறுசிறு வேலைகள் செய்ய; எடுபிடி வேலை செய்ய;* for doing odd jobs. வீட்டில் எடுக்கப்பிடிக்க ஆட்கள் இருந்தாலும் என்னால் வேலைசெய்யாமல் சும்மா

இருக்க முடியாது.

எடுத்த எடுப்பில்: *பீடிகை எதுவும் இல்லாமல்; ஆரம்பத்திலேயே; முதலில்;* without any preliminaries; at the outset. 'நீ என்ன சம்பளம் எதிர்பார்க்கிறாய்?' என்று எடுத்த எடுப்பில் கேட்டுவிட்டார்./ கூட்டம் தொடங்கியது, வரவேற்புரை நிகழ்த்தியவர் சுற்றிவளைக்காமல் #எடுத்த எடுப்பிலேயே விஷயத்திற்கு வந்துவிட்டார்./ இந்த நிறுவனம் மற்ற நிறுவனங்களிலிருந்து முற்றிலும் வேறுபட்டது என்பதை அவன் எடுத்த எடுப்பிலேயே புரிந்து கொண்டான்.

-ஏ இடைச் சொல்லுடன்

எடுத்ததற்கெல்லாம்: *எந்த ஒரு சிறு விஷயத்திற்கும்; ஒவ்வொன்றுக்கும்;* at the slightest excuse; every time; **at the drop of a hat**. எடுத்ததற்கெல்லாம் கோபப்படுகிற நீ, பொறுமையைப்பற்றி உபதேசம் பண்ணுகிறாயா?/ எடுத்ததற்கெல்லாம் தலையாட்டிவிடாதே, சற்று யோசித்து முடிவு சொல்./ எதற்கெடுத்தாலும் தன் பிறந்த வீட்டுப் பெருமையைப் பேச ஆரம்பித்துவிடுவாள்.

மா.வ. எதற்கெடுத்தாலும்

எடுத்து விடு: *(பல செய்திகளை ஒன்றன்பின் ஒன்றாக) வர்ணிப்புத் திறனுடன் சொல்லுதல்; அளத்தல்;* reel off. தன் வெளிநாட்டுப் பயணத்தைப்பற்றி எடுத்து விட ஆரம்பித்தால் நிறுத்த மாட்டார்./ உன் பெருமைகளை என்னிடம் எடுத்து விடாதே.

எடுத்தெறிந்து: *பொருட்படுத்தாமல் அல்லது அலட்சியப் படுத்தும் வகையில் (பேசுதல்);* (talk) insolently or inconsiderately. பெற்றோருக்கு ஒரு துளி மதிப்புத் தருவதில்லை, எடுத்தெறிந்து பேசுகிறான்./ எடுத்தெறிந்தாற் போல் பேசினாலும் ஒரு உதவி என்று போனால் கட்டாயம் செய்யக்கூடியவர்.

மா.வ. எடுத்தெறிந்தாற் போல் (பொ.வி. 1)

எடுத்தேன் கவிழ்த்தேன் என்று: *(எத்தகைய பாதிப்பு ஏற்படும் என்பதுபற்றி) யோசிக்காமல் அவசரப்பட்டு (ஒன்றைச் செய்துவிடுவது);* without due deliberation or consultation; in a rash manner; huffily. எங்கள் மேலதிகாரி எடுத்தேன் கவிழ்த்தேன் என்று நடந்துகொள்கிற பேர்வழியாக இருப்பதால் என்ன உத்திரவு எப்போது வரும் என்று தெரியாது./ எடுத்தேன் கவிழ்த்தேன் என்கிற பாணியில் தான் நாட்டில் எல்லாம் நடக்கிறது.

இ.வே. என்கிற

எடுப்பார் கைப்பிள்ளை: *எளிதாகப் பிறர் வசப்படக்*

கூடியவர்; சுயமாகச் சிந்திக்காமல் பிறர் சொல்கிறபடியெல்லாம் நடப்பவர்; one who is easily influenced; **putty in s.o.'s hands**. தன் கணவர் இப்படி எடுப்பார் கைப்பிள்ளையாக இருப்பதைப் பார்க்கப்பார்க்க அவளுக்கு வருத்தம் மேலிட்டது./ பொறுப்பான பதவியில் இருப்பவர்கள் எடுப்பார் கைப்பிள்ளைகளாக இருக்க முடியுமா?/ அவர் நிறையப் படித்தவர், ஆனாலும் எடுப்பார் கைப்பிள்ளை!

எண் சாண் உடம்பும் ஒரு சாணாகக் குறுகு: *(அவமானத்தால்) உடல் சிறுத்துவிட்டது போல் உணர்தல்;* feel small (out of humiliation). தன் மகன் திருடினான் என்பது நிரூபிக்கப்பட்டதும் அந்தக் கோடீஸ்வரர் எண் சாண் உடம்பும் ஒரு சாணாகக் குறுக நின்றார்./ அவமானத்தைப் பொறுத்துக்கொள்ள முடியாமல் அவளுக்கு எண் சாண் உடம்பும் ஒரு சாணாகக் குறுகிவிட்டது.

எதிர்நீச்சல்போடு: *(இடையூறுகளுக்குப் பணிந்துவிடாமல்) எதிர்த்துப் போராடுதல்; சிரமங்களைக் கடந்து மேற்செல்லுதல்;* brave adversities; **swim against the stream**. இளம் வயதில் கணவனை இழந்ததால் வாழ்க்கையில் எதிர்நீச்சல் போட்டுத்தான் குழந்தைகளை வளர்க்க வேண்டியிருந்தது./ முன்னேற விரும்புகிறவர்கள் எதிர்நீச்சல்போட்டே ஆக வேண்டும்.

எதிரும்புதிருமாக: *ஒருவருக்கொருவர் எதிர்ப்பாக;* opposed to each other. போன தேர்தலில் எதிரும்புதிருமாக இருந்தவர்கள் இந்தத் தேர்தலில் ஒரே கூட்டணியில் இருக்கிறார்கள்.

எதைத் தின்றால் பித்தம் தெளியும்*: *(ஒருவருடைய தவிப்பைக் காட்டும் முறையில்) எதைச் செய்தால் தன் பிரச்சினைக்குத் தீர்வு கிடைக்கும்;* (be) desperate for a remedy. நானே எதைத் தின்றால் பித்தம் தெளியும் என்று தெரியாமல் இருக்கிறேன், நீ என்னிடம்போய் யோசனை கேட்கிறாயே./ அவருடைய மனைவிக்கு ஐந்து வருடங்களாக முதுகில் வலி, பார்க்காத வைத்தியம் இல்லை, எத்தைத் தின்றால் பித்தம் தெளியும் என்று இருக்கிறது.

* தீரும்
எதை→ எத்தை

எந்தக் கணக்கில் சேர்த்தி: *எந்த வகையில் நியாயம் (தான் கட்டுப்பட வேண்டும் என்று எதிர்பார்க்கிற நியாயத்துக்குத் தன்னை ஒத்தவர் கட்டுப்படாமலிருப்பதைச் சுட்டிக்காட்டுவது);* 'how do you justify that?' என்னைப் பத்து மணிக்குள் வீட்டுக்கு வர வேண்டும்

மா.வ. எதில் சேர்த்தி

என்கிறீர்கள், அண்ணன் பன்னிரண்டு மணிக்கு வருகிறானே, அது எந்தக் கணக்கில் சேர்த்தி?

எந்தக் கோயிலில் போய்ச் சொல்ல: எங்கே போய் முறையிடுவது (நடைபெறுகிற கொடுமையைக் கட்டுப்படுத்த முடியாமல் இருப்பதால் ஆற்றாமை மேலிடக் கூறுவது); whom to complain to (said despairingly). குடிநீரில் சாக்கடை நீர் கலப்பதைத் தடுக்க முடியவில்லையா, இந்தக் கொடுமையை எந்தக் கோயிலில் போய்ச் சொல்ல?

எந்தப் புற்றில் எந்தப் பாம்பு இருக்குமோ: எப்படிப் பட்டவராக இருப்பார், எப்படிப்பட்டதாக இருக்கும் (வெளியில் தெரியக்கூடிய இயல்பை மட்டும் கொண்டு துணிந்து கூற முடியாத நிலையில் தன் சந்தேகத்தை வெளிப்படுத்திக்கொள்வது); an expression advising or justifying cautious suspicion; **you never know.** அவர் எங்கள் ஊர்க்காரர் என்பதால் வேலை கொடுத்திருக்கிறேன், இருந்தாலும் அவரைக் கண்காணித்து வா, எந்தப் புற்றில் எந்தப் பாம்பு இருக்குமோ?/ அவன் நல்லவன் என்று சொல்கிறாய், அதற்காக அவனை முழுக்கமுழுக்க நம்பிவிடாதே, எந்தப் புற்றில் எந்தப் பாம்பு இருக்குமோ?/ மக்கள் எல்லாத் திட்டங்களையும் அவநம்பிக்கையோடு பார்க்கிறார்கள், நல்ல திட்டம் தயாரித்தாலும்கூட எந்தப் புற்றில் எந்தப் பாம்பு இருக்குமோ என்று சந்தேகப்படுகிறார்கள்.

எந்த முகத்தோடு: (தன்னுடைய முந்தைய நடத்தை வெட்கப்படத் தக்கதாக இருப்பதால்) எதைக் காரணமாகக் காட்டி; how to do sth. specified without losing face. ஊர் பிடிக்கவில்லை என்று கிளம்பி வந்துவிட்டேன், இப்போது எந்த முகத்தோடு ஊருக்குத் திரும்பிப் போவது?/ முன்னால் வாங்கிய கடனையே நீ திருப்பித் தரவில்லை, இப்போது எந்த முகத்தை வைத்துக்கொண்டு மீண்டும் கடன் கேட்டு வந்திருக்கிறாய்?/ அன்று கோபத்தில் அவரைக் கண்டபடி திட்டிவிட்டேன், இப்போது எந்த முகத்தோடு போய் அவருக்குக் கல்யாணப் பத்திரிகை வைப்பது?

மா.வ. எந்த முகத்தை வைத்துக் கொண்டு

எந்த மூலைக்கு: (தேவையோடு ஒப்பிடுகையில்) சற்றும் போதாத ஒன்று; (மற்றவரோடு ஒப்பிடுகையில்) சற்றும் பயன் இல்லாதவர்; too insignificant (in comparison with sth. or s.o.); nowhere near enough. கல்யாணச் செலவுக்கு இந்த ஆயிரம் ரூபாய் எந்த மூலைக்கு?/ பணமும் செல்வாக்கும்

உடையவர்களே அவனை எதிர்க்க முடியாதபோது நீ எந்த மூலைக்கு?

எந்த விலை கொடுத்தாவது: (ஒன்றை) எந்த வழியிலாவது முயன்று (அடைதல்); at any cost. விரும்பியதை எந்த விலை கொடுத்தாவது அடைந்துவிட வேண்டும் என்பதே அவர் கொள்கை.

எரிகிற நெருப்பில்* எண்ணெய் ஊற்று:** மோசமாக இருக்கும் நிலை மேலும் மோசமாகும்படி ஒன்றைச் செய்தல்; மேலும் கொதிப்படையும்படி செய்தல்; do sth. that makes an already bad situation worse; **add fuel to the flames**. அவர் ஏற்கனவே கோபமாக இருக்கிறார், நீ பணம் தொலைந்துவிட்டதை வேறு சொல்லி எரிகிற நெருப்பில் எண்ணெய் ஊற்றாதே./ அவர் தனியாக நாடகம் பார்க்கக் கிளம்பியது மட்டுமல்லாமல் என்னைப் பார்த்து 'வீட்டிலேயே இரு, எங்கும் போய்விடாதே' என்று சொன்னது எரிகிற நெருப்பில் #எண்ணெயை வார்ப்பதாகவும் இருந்தது./ நாட்டைப் பொருளாதாரப் பிரச்சினை பயமுறுத்திக்கொண்டிருக்கிற வேளையில், இந்த வங்கி ஊழல் விவகாரம் எரிகிற நெருப்பில் எண்ணெய் ஊற்றுவது போல் ஆகிவிட்டது.

* தீயில்/ கொள்ளியில்; ** வார்/விடு

-ஐ உருபுடன்

எரிந்து விழு: பொறுமை இழந்து கடுமையாகப் பேசுதல்; கோபத்தைக் காட்டுதல்; show temper; be petulant. நான் என்ன சொல்லிவிட்டேன் என்று இப்படி எரிந்து விழுகிறாய்?/ எதற்கெடுத்தாலும் நீ எரிந்து விழுந்தால் யார் உன்னிடம் பேசுவார்கள்?

எருமை மாட்டின்மேல் மழை பெய்த மாதிரி (பொ.பெ.): சுரணைகெட்டதனமாக; எதையும் உணர்ந்துகொள்ளாமலும் பொருட்படுத்தாமலும்; insensitive when reaction is called for; **like water off a duck's back**. முன்பின் தெரியாதவர் உன்னைத் திட்டுகிறார், நீ எருமை மாட்டின் மேல் மழை பெய்த மாதிரி நிற்கிறாய்./ நம்மைச் சுற்றி நடக்கும் சீர்கேடுகளை நாம் கண்டுகொள்வதே இல்லை, எருமை மாட்டின்மேல் மழை பெய்த மாதிரி போய் வருகிறோம். பொ.வி. 1

எலியும் பூனையும்: ஒத்துப்போகாமல் சண்டைபோட்டுக் கொள்பவர்கள்; இணக்கம் இல்லாமல் பிணக்குடன் இருப்பவர்கள்; persons who always quarrel with each other; **like cat and dog**. வெளியில் அன்டான தம்பதி. வீட்டில்

எலியும் பூனையும்!/ அண்ணனும் தங்கையும் ஏன்தான் இப்படி எலியும் பூனையுமாக இருக்கிறீர்களோ?

எலும்பும் தோலுமாக: *மெலிந்து எலும்பு தெரியும்படியாக;* (be/become) skin and bones. ஏன் குழந்தைகள் எல்லாரும் எலும்பும் தோலுமாக இருக்கிறார்கள்?/ மேய்ச்சல் நிலங்கள் காய்ந்துகிடப்பதால் கால்நடைகள் எலும்பும் தோலுமாகக் காட்சியளிக்கின்றன.

எலும்பை எண்ணு: *(மிகைப்படுத்திக் கூறும் முறையில்) அடித்து நொறுக்குதல்;* batter; **knock s.o.'s block off**. இனி மேல் என் மகளைக் கேலி செய்தால் உன் எலும்பை எண்ணிவிடுவேன்./ கல்யாண வீட்டில் திருடி மாட்டிக் கொண்டால் சும்மா விடுவார்களா? எலும்பை எண்ணி விடுவார்கள்!

எழுத்தெண்ணிப் படி: *நுணுக்கமாகக் கற்றல்; மிகத் தெளிவாக அறிதல்;* learn (a text) in (its) minute details; **know backwards**. பண்டைத் தமிழ் இலக்கியங்களை எழுத் தெண்ணிப் படித்திருக்கிறார்.

என் என்பதற்குள் எண்ணெயாக: *கேட்ட அளவிலேயே செய்து முடிப்பதற்காகச் செயலில் இறங்கி (பிறருடைய குறிப்பறிந்து அவருடன் மிகவும் இணங்கி நடந்து காரியமாற்ற ஒருவர் தயாராக இருப்பதைக் குறிப்பது);* doing the bidding sooner than it is uttered; instantly obeying one's bidding. என் என்பதற்குள் எண்ணெயாக நின்ற வேலையாள் போய்விட்டதால் மிகவும் கஷ்டப்படுகிறேன்./ கொஞ்சம் பொறுமையாக இருங்கள், நீங்கள் எதிர் பார்க்கிறபடி எல்லாரும் என் என்பதற்குள் எண்ணெயாக இருக்க மாட்டார்கள்./ என் என்பதற்கு முன் நான் எண்ணெயாக நின்றாலும்கூட நீ குறைபட்டுக்கொள்வது குறையவில்லையே. இ.வே. என்பதற்குமுன்

என் போட்டால் என் விழாது: *இடைவெளி இல்லாமல் ஆட்கள் நெருங்கி அடைந்து நிற்பதைத் தெரிவிக்கப் பயன்படுத்தும் தொடர்;* an expression used to describe a place which is thick with people. கோயிலின் உள்ளே என் போட்டால் என் விழாது, அப்படி ஒரு கூட்டம்./ கப்பலின் அடித்தளத்தில் பிரயாணிகள் கூட்டம், என் போட இடம் இல்லை. மா.வ. என் போட/விழ இடம் இல்லை

என்ளளவும்: *சிறிதும்;* (with negative) an iota or a jot. மா.வ.

கொள்கையிலிருந்து அவர் எள்ளளவும் மாற மாட்டார்./ கணவன்மேல் அவளுக்கு எள்ளத்தனையும் சந்தேகம் கிடையாது./ அவருடைய முயற்சிக்கு எள்ளளவும் பயன் இல்லாது போயிற்று. எள்ளத்தனை

எள்ளும் தண்ணீரும் தெளி*: *(இனி உறவு, உரிமை கொண்டாடுவது தேவையே இல்லை என்று கருதி) முற்றிலுமாக விட்டுவிடுதல்;* renounce (s.o. as unworthy of one's care, love, etc.); treat s.o. as dead; give up sth. for good. 'என்றைக்கு என் பேச்சைக் கேட்காமல் வீட்டை விட்டுப் போனாயோ அன்றைக்கே உனக்கு எள்ளும் தண்ணீரும் தெளித்துவிட்டேன்' என்று இரைந்தார்./ அப்பா சிலருக்குக் கொடுத்திருந்த கடனை இனி வசூலிக்க முடியாது, அந்தப் பணத்திற்கு எள்ளும் தண்ணீரும் இறைத்துவிட வேண்டியதுதான். * இறை/விடு

என் பெயர் — இல்லை: *தான் கூறுவதற்கு மாறாக நடக்குமானால் தனக்கு அடையாளமாக இருக்கக்கூடிய பெயர்கூட வேண்டியதில்லை என்று சவால்விடும் முறையில் பயன்படுத்தும் தொடர்;* expression used by the speaker who is betting on the strong possibility of sth. happening; **I will eat my hat**. இன்னும் இருபத்துநான்கு மணி நேரத்திற்குள் உங்கள் முன் அவனைக் கொண்டுவந்து நிறுத்தாவிட்டால் என் பெயர் சுந்தரம் இல்லை./ அவனை இந்த ஊரைவிட்டு விரட்டாவிட்டால் என் பெயரை மாற்றிவைத்துக் கொள்கிறேன். மா.வ. (ஒருவர் தன் பெயரைக் குறிப்பிடாதபோது) என் பெயரை மாற்றி வைத்துக்கொள்கிறேன்

என்னடா என்றால்: *ஒருவருடைய செய்கை அல்லது ஒன்றின் செயல்பாடு சூழ்நிலையை அனுசரித்துப் போகாதபோது அவர்மேல் அல்லது அதன்மேல் தனக்குள்ள அதிருப்தியைத் தெரிவிக்கப் பயன்படுத்தும் தொடர்;* an expression used to refer to s.o.'s insensitivity to the speaker's situation or predicament; 'whereas'. உனக்காக என் வேலையையெல்லாம் போட்டுவிட்டு வந்திருக்கிறேன், நீ என்னடா என்றால் சாவகாசமாக வருகிறாய்./ தாத்தா என்னடா என்றால் பூஜை பண்ண வேண்டும் என்று குதிக்கிறார், அப்பா என்னடா என்றால் ஆபீசுக்கு நேரமாகிவிட்டது என்று கத்துகிறார், நான் என்ன மனுஷியா, இயந்திரமா?/ நான் வீடு இல்லாத விவசாயி, வங்கி என்னடா என்றால் வீட்டின் பேரில்தான் கடன் தர முடியும் என்கிறது.

என்ன பண்ணுவாயோ ஏது பண்ணுவாயோ: எந்த இ.வே. பண்ணு

வழியில் முயன்றாலும் சரி (அதுபற்றிக் கவலை இல்லை, குறிப்பிட்ட காரியம் நடந்து தீர வேண்டும் என்பது குறிப்பு); by fair means or foul; **by hook or by crook**. நீ என்ன பண்ணுவாயோ ஏது பண்ணுவாயோ எனக்குத் தெரியாது, இந்த முறை தேர்வில் நீ வெற்றி பெற்றுவிட வேண்டும்./ அவன் என்ன பண்ணுவானோ ஏது பண்ணுவானோ, நாளைக் காலையில் இரண்டாயிரம் ரூபாயுடன் வந்து விட வேண்டும்.

வானோ
(பொ.வி. 3)

என்னவோ ஏதோவென்று: *ஆபத்து எதுவும் நேர்ந்து விட்டதோ என்று*; thinking that sth. untoward had happened. நாய் பலமாகக் குரைத்தவுடன் என்னவோ ஏதோவென்று ஓடிவந்து பார்த்தோம்./ எலியைக் கண்டா இப்படி அலறினாய்? நான் என்னவோ ஏதோவென்று பயந்து விட்டேன்.

ஏகவசனம்: *(வாய்ச்சண்டையின்போது இதுவரை மரியாதைச் சொல்லால் அழைத்துவந்த) ஒருவரை ஒருமையில் குறிப்பிடுதல்*; disrespectful form of address or reference. 'அவன்', 'இவன்' என்று ஏகவசனத்தில் பேசி விட்டான்./ சண்டை ஆரம்பித்துவிட்டால் ஏகவசனம் வந்துவிடுகிறது.

ஏட்டிக்குப் போட்டி: *தேவை கருதிச் செய்யாமல் போட்டி யாகச் செய்வது*; sth. done especially deliberately in rivalry. கேள்வி கேட்டால் ஏட்டிக்குப் போட்டியாக அவனும் கேள்வி கேட்கிறான்./ அவர் கார் வாங்கிவிட்டதால் ஏட்டிக்குப் போட்டியாக நீயும் கார் வாங்க வேண்டுமா?

ஏட்டுச் சுரைக்காய் 1: *நடைமுறைக்குப் பயன்படாத அறிவு; அனுபவத்தோடு ஒட்டாத கல்வி*; mere theory; book learning. பள்ளிப் படிப்பு ஏட்டுச் சுரைக்காயாக இருந்து விடக் கூடாது./ விவசாயிகள் வேளாண்மைச் செய்திகளை வெறும் ஏட்டுச் சுரைக்காய் என்று நினைப்பதில்லை. **2**: *நடைமுறையில் இல்லாமல் எழுத்தளவில் இருப்பது*; sth. on paper (not implemented). மதுவிலக்குச் சட்டம் தற்போது ஏட்டுச் சுரைக்காயாகத்தான் இருக்கிறது.

ஏட்டைத் திருப்பு (அ.வ.): *(தன்மீது சாட்டப்பட்ட குற்றத்தை அப்படியே) மற்றவர்மேல் சுமத்துதல்*; shuffle off (sth. onto s.o.); shift the blame. நடந்தது எதற்கும் தான் பொறுப்பில்லை, அவரே பொறுப்பு என்று ஏட்டைத் திருப்பிவிட்டான்./ 'ஏன் கள்ளக் கையெழுத்துப்

போட்டாய்' என்று கேட்டால் 'நீங்கள்தானே போடச் சொன்னீர்கள்' என்று # ஏட்டையே திருப்புகிறான்.

-ஏ இடைச் சொல்லுடன்

ஏணி வைத்தாலும் எட்டாது: (ஒப்பிடும்போது உயர் நிலையில் அல்லது மதிப்பில்) சமம் இல்லை என்பதால் அடைய முடியாது; எந்த வகையிலும் ஈடாகாது; beyond one's reach; not stand comparison (with s.o. or sth.). அவர்களும் நம்மைப் போன்ற சாதாரண நிலையில் இருந்தவர்கள்தான், ஆனால் இப்போது அவர்களுக்கும் நமக்கும் ஏணி வைத்தாலும் எட்டாது./ சில துறைகளில் வளர்ச்சியடைந்த நாடுகள் நாம் ஏணி வைத்தாலும் எட்டாத தூரத்தில் இருக்கின்றன./ நீ என்ன சொல்கிறாய்! பருத்தி விலைக்கும் பவுன் விலைக்கும் ஏணி வைத்தாலும் எட்டுமா?

பொ.வி. 4

(விழுங்கி) ஏப்பம் விடு: (பணத்தை, சொத்தை) அபகரித்தல்; கபளீகரம்செய்தல்; swindle. கோவில் திருவிழாவுக்காக வசூலித்த பணத்தை ஏப்பம் விட்டவர்கள் பலர்./ லட்சக் கணக்கான ரூபாய் மதிப்புள்ள சொத்துகளை விழுங்கி ஏப்பம் விட்டுவிட்டதாகத் தன் உதவியாளர்மீது வழக்குப் போட்டிருக்கிறார் நடிகர்.

ஏமாந்த சோணகிரி (பொ.பெ.): எளிதில் ஏமாறக் கூடியவர்; a sucker. நான்கு மாதத்துப் பத்திரிகை எட்டுக் கிலோ இருந்திருக்கும், வாங்க வந்தவன் இரண்டு கிலோ தான் என்று சொன்னதை நம்பிக் கொடுத்துவிட்டாயா? சரியான ஏமாந்த சோணகிரி!

ஏழரை நாட்டுச் சனி: தொல்லைகள் மிகுந்த நேரம்; கெட்ட நேரம்; bad times (for s.o.). என்றைக்கு நம் அலுவலகத்திற்கு இந்த மேலாளர் வந்தாரோ, அன்றையிலிருந்து நமக்கு ஏழரை நாட்டுச் சனிதான்!

ஏழை எளிய: வருமானக் குறைவால் நலிவடைந்திருக்கிற; வாழ்க்கை வசதிகள் இல்லாத; the poor and the helpless. ஏழை எளிய மக்கள்/ ஏழை எளியவர்களுக்கு உதவுங்கள்.

பொ.வி. 2

ஏழைக்கேற்ற எள்ளுருண்டை: (குறிப்பிடும் ஒன்றை அல்லது ஒருவரை அடைவது தன் சக்திக்கு மீறியதாக இருக்கும்போது) நிலைமைக்குத் தகுந்த வசதி (இருப்பதைக் கொண்டு மனநிறைவு பெற வேண்டும் என்பது குறிப்பு); what suits the person of limited means. நம் வருமானத்தைப் பார்க்கும்போது நகராட்சிப் பள்ளியில்தான் நம்

பையனைச் சேர்க்க முடியும், ஏழைக்கேற்ற எள்ளுருண்டை.

ஏற இறங்கப் பார்: *(ஒருவரை அறிந்துகொள்ளும் நோக்கத்துடன் அவரை) மேலும்கீழுமாகப் பார்த்தல்;* look (a person) up and down. *ஊருக்குப் புதிதாக வந்திருந்தவரை உள்ளூர்க்காரர்கள் ஏற இறங்கப் பார்த்தார்கள்.*

ஏறி இறங்கு: *(ஏதேனும் ஒன்றை வேண்டி) பல இடங்களுக்குப் போய் வருதல்;* visit several places (seeking job, help, etc.); make (endless) visits. *வேலை கேட்டு இன்னும் எத்தனை அலுவலகங்களிலும் தொழிற்சாலைகளிலும் ஏறி இறங்க வேண்டுமோ?/ ஓட்டுக் கேட்டு இந்த வேட்பாளர் ஏறி இறங்காத வீடுகளே இல்லை.*

ஏறி மேய் *(பொ.பெ.): (அடங்கியிருக்க வேண்டியவர்கள்) அதிகாரம்செய்தல்;* become impudent and try to dominate. *நான் அவர்களை இப்படித் திட்டவில்லை என்றால் அவர்கள் என்னை ஏறி மேய்ந்துவிடுவார்கள்.*

ஏறி வந்த ஏணியை எட்டி உதை: *தன் முன்னேற்றத்திற்கு உதவியாக இருந்தவரை அல்லது இருந்ததைப் புறக்கணித்தல்; நன்றிகெட்டதனமாக நடந்துகொள்ளுதல்;* be ungrateful to a benefactor. *இன்று பிரபலமாக இருக்கும் நடிகையை நான்தான் சினிமா உலகிற்கு அறிமுகம் செய்துவைத்தேன், ஆனால் அவளோ ஏறி வந்த ஏணியை எட்டி உதைத்துவிட்டாள்./ எனக்கு உதவிசெய்தவர்களை நான் மறப்பதில்லை, ஏறி வந்த ஏணியை உதைத்துத் தள்ளும் குணம் என்னிடம் இல்லை.*

மா.வ. ஏறி வந்த ஏணியை உதைத்துத் தள்ளு

ஏன் என்று கேட்க ஆள் இல்லை: *(ஒருவரின்) தேவையை விசாரித்து அறிந்து அக்கறையோடு உதவ முன்வருபவர் யாரும் இல்லை;* no one to care for s.o. *தாத்தா உயிரோடு இருந்தவரையில் ஏன் என்று கேட்க ஆள் இல்லை, இறந்த பிறகு அவருடைய சொத்தைப் பிரித்துக்கொள்ள மட்டும் எல்லாரும் வந்துவிட்டார்கள்./ உன்னை அடித்துப்போட்டால்கூட ஏன் என்று கேட்க நாதி இருக்காது, இப்படியொரு இடத்திலா வீடு கட்டுவது?*

மா.வ. ஏன் என்று கேட்க நாதி இருக்காது

ஐஸ் வை: *(ஒரு நோக்கத்துடன் ஒருவரை) மகிழ்ச்சி ஏற்படும்படி புகழ்தல்;* flatter s.o.; **soft-soap**. *'இன்று உன் சமையல் பிரமாதம்' என்றதும் 'என்ன, ஐஸ் வைக்கிறீர்களா எனக்கு' என்றாள் மனைவி./ நான் அவருக்கு நன்றாக ஐஸ் வைத்துவிட்டு வந்திருக்கிறேன், இனி நம்முடைய*

காரியம் என்றால் உடனடியாக முடித்துத்தருவார்!

ஒடிந்து விழுபவன் போல்: (ஒருவர்) உயரமாகவும் மெலிந்த உடம்புடனும்; (of a person) lean and fragile; **as thin as a rake**. அவன் உயரமாக, ஒல்லியாக, ஒடிந்து விழுபவன் போல் இருக்கிறான். பொ.வி. 3

ஒத்துப்பாடு: (தனக்கு ஆதாயமாக இருக்கும் என்பதால் ஒருவர் கூறுவதற்கு) இசைந்துபோதல்; (சுயநலத்திற்காக) அப்படியே ஆமோதித்தல்; agree with (what s.o. says out of self-interest). 'தலைவர் சொன்னபடியே செய்துவிடலாம்' என்று எல்லாரும் ஒத்துப்பாடினார்கள்.

ஒத்தூது: (ஒருவர் சொல்வதை) கண்மூடித்தனமாக ஒப்புக் கொண்டு ஆதரித்தல்; blindly support (s.o.). மேலதிகாரிக்கு என்னைப் பிடிக்காது, ஏனென்றால் நான் அவருக்கு ஒத்தூத மாட்டேன்.

ஒப்பாரி வை: குறைகூறிப் புலம்புதல்; whine about (sth.). மற்றவர்களைப்பற்றி ஒப்பாரி வைப்பதை விட்டுவிட்டு வந்த விஷயத்தைச் சொல்./ தன்னைக் கட்சியிலிருந்து வெளி யேற்றுவதற்குத் திட்டமிட்டு வேலை நடப்பதாகப் பேட்டி யில் ஒப்பாரி வைத்திருக்கிறார்.

ஒப்புக்குச் சப்பாணி: (ஒரு அணியில், அமைப்பில்) ஏதோ இருந்துவிட்டுப்போகட்டும் என்று சேர்த்துக்கொள்ளப்படும் ஒருவர்; one included in an organization or team but is given no role; dummy. விளையாட்டில் சேர்த்துக்கொள்ளவில்லை என்றால் அழுவான், ஒப்புக்குச் சப்பாணியாக வைத்துக் கொள்ளுங்கள்./ நான் அந்த அமைப்பிலிருந்து வெளியேறி விட்டதற்குக் காரணம் நான் அதில் ஒப்புக்குச் சப்பாணி யாக இருக்க விரும்பாததுதான்.

ஒரு கண்ணில் வெண்ணெய் மற்றொரு கண்ணில் சுண்ணாம்பு தடவு*: சமமாகப் பாவிக்க வேண்டிய இடத்தில் பாரபட்சம் காட்டுதல்; (of two equally entitled) favour one and discriminate against the other; **make fish of one and flesh of another**. நீங்கள் இருவரும் என் குழந்தை களாக இருக்கும்போது எப்படி நான் ஒரு கண்ணில் #வெண்ணெயும் மற்றொரு கண்ணில் சுண்ணாம்பும் வைப்பேன்?
~ ஒரு கண்ணுக்கு வெண்ணெய் இன்னொரு கண்ணுக்குச் சுண்ணாம்பு: இருவரும் சேர்ந்துதான் இந்த

* வை

\# -உம் இடைச் சொல்லுடன்

வேலையைச் செய்தோம், அவனுக்கு மட்டும் பரிசு, ஒரு கண்ணுக்கு வெண்ணெய் இன்னொரு கண்ணுக்குச் சுண்ணாம்பா?

ஒரு கண் வை 1: *(விரும்பும் நபரை, பொருளை அடைந்துவிட) கருத்தாக அல்லது குறியாக இருத்தல்;* desire (s.o. or sth.); **have one's eye on** (s.o. or sth.). தன்னுடன் கல்லூரியில் படிக்கும் பெண்மேல் ஒரு கண் வைத்திருக் கிறான்./ தோட்டத்துடன் கூடிய என் வீட்டின்மீது ஒரு கண் வைத்திருந்ததால்தான் எனக்குக் கடன் தந்திருக்கிறார். **2:** *(ஒருவர்மீது அல்லது ஒன்றன்மீது) கவனத்தைச் செலுத்துதல்; எச்சரிக்கை உணர்வுடன் இருத்தல்;* keep watch; look after (s.o. or sth.); **keep an eye on**. அடிக்கடி வெளிநாடு சென்றுவரும் அந்த வியாபாரிமீது சுங்கத்துறை ஒரு கண் வைத்திருக்கிறது./ ஒரு வாரம் ஊருக்குப் போகிறேன், வீட்டின்மேல் ஒரு கண் வைத்துக்கொள்.
~ஒரு கண்: அந்த அழகான வீட்டின்மீது பலருக்கும் ஒரு கண்.

ஒரு கல்லில் இரண்டு மாங்காய் அடி*: *இரு நோக்கங்களுக்குப் பயன்படும்படியாக இருக்கும் ஒரு செயல் செய்தல்; ஒரு குறிப்பிட்ட செயல்மூலம் ஒன்றிற்கு மேற்பட்ட பலன்களை அடைதல்;* achieve two aims with one action; **kill two birds with one stone**. அமெரிக்காவில் நடக்கும் மாநாட்டில் கலந்துகொள்வது, அப்படியே அறுவைச் சிகிச்சையும் செய்துகொள்வது என்று ஒரு கல்லில் இரண்டு மாங்காய் அடிக்கத் திட்டமிட்டார்./ தன்னை வஞ்சித்த நண்பனையும் அவன் திருமணம் செய்துகொண்ட தன் காதலியையும் பழி வாங்கக் கூடியதாக #ஒரே கல்லில் இரண்டு மாங்காய் வீழ்த்தும் திட்டத்தைத் தீட்டினான்.
~ஒரு கல்லில் இரண்டு மாங்காய்: 'உன் சகோதரியின் ஒரே மகளைத் திருமணம்செய்துகொள்வதன்மூலம் ஒரு கல்லில் இரண்டு மாங்காய் என்று சொல்கிறாயே, எப்படி?' 'உறவும் விட்டுப்போகாது, சொத்தும் பிரியாது'.

* வீழ்த்து

\# -ஏ இடைச் சொல்லுடன்

ஒரு குட்டையில் ஊறிய மட்டை: *ஒரே சூழலில் இருப்பதால் தனித்தன்மையை இழந்து மோசமான தன்மையை அடைந்துவிடுகிற ஒருவர் அல்லது ஒன்று;* one who shares the same undesirable qualities; **tarred with the same brush**. வரதட்சணை கேட்பதில் படித்தவர்கள் என்ன, படிக்காதவர்கள் என்ன? எல்லாரும் ஒரு குட்டை யில் ஊறிய மட்டைகள்தான்./ என்னைப் பொறுத்தவரை

எல்லாக் கட்சிகளையும் போலத்தான் இந்தக் கட்சியும், # ஒரே குட்டையில் ஊறிய மட்டையே!

-ஏ இடைச் சொல்லுடன்

ஒரு குடைக்கீழ் (உ.வ.): ஒரே அரசின் ஆட்சிக்குள்; under the rule of a single sovereign. ராஜராஜன் காலத்திலும் அவன் மகன் காலத்திலும் இன்றையத் தமிழகம் ஒரு குடைக்கீழ் இருந்தது.

ஒரு கை கொடு: தூக்குதல், நகர்த்துதல் போன்றவற்றிற்கு உதவிசெய்தல்; help (to move, lift, etc.); **lend a hand**. காய்கறிக் கூடைக்காரி 'என்னால் தூக்க முடியவில்லை, ஒரு கை கொடேன்' என்று கேட்டாள்./ எல்லாரும் கீழே இறங்கிவந்து ஒரு கை கொடுங்கள், அப்போதுதான் பஸ் கிளம்பும்.

ஒரு கை பார்[1] 1: (தன் சக்திக்கு உட்பட்டதையெல்லாம் செய்து) அடக்கி ஒடுக்குதல் அல்லது பணியவைத்தல்; contain (a person who is a menace). ஊரில் இவன் செய்யும் அட்டூழியங்களுக்கு அளவில்லை, இவனை ஒரு கை பார்த்துவிட வேண்டியதுதான்./ எதிர்ப்பவர்களையெல்லாம் ஒரு கை பார்த்துவிட வேண்டும் என்பது முடிகிற காரியமா? **2**: (முடிந்த அளவு) எதிர்கொள்ளுதல் அல்லது எதிர்த்துப் போராடுதல்; face (a challenge); take on (s.o. or sth.). இயற்கையின் சீற்றத்தை ஒரு கை பார்க்கும் துணிச்சல் மனிதனுக்கே உண்டு./ படிப்பில் இவள் என்னை மிஞ்சிவிடுவாளா, # பார்க்கிறேன் ஒரு கை. **3**: (வலிமை யைப் பரிசோதிக்கும் விதத்தில்) மோதிப்பார்த்தல்; clash and fight to a finish. இரு தரப்பினருமே ஒரு கை பார்த்து விடத் தயாராக இருந்தார்கள்./ உனக்காயிற்று எனக்கா யிற்று, வா, ஒரு கை பார்ப்போம்.

சொற்களின் இடம் மாற்றம்

ஒரு கை பார்[2]: வேண்டிய மட்டும் சாப்பிடுதல் அல்லது குடித்தல்; eat or drink to one's fill; feast (upon). நல்ல பசி, பிரியாணியை ஒரு கை பார்த்தோம்./ முதல் பந்தியில் உட்கார்ந்து கல்யாணச் சாப்பாட்டை ஒரு கை பார்த்து விட வேண்டியதுதான்!

ஒருகையாயிரு (வ.வ.): ஒற்றுமையாயிருத்தல்; ஒன்றுபட் டிருத்தல்; band together. உன் நடத்தை காரணமாக ஊரே நம் குடும்பத்திற்கு எதிராக ஒருகையாயிருக்கிறது./ மேட்டுத் தெருக்காரர்கள் ஒருகையாயிருக்கிறவரை நம்மால் அவர் களை ஒன்றும் செய்ய முடியாது.

ஒரு சாண் வயிறு: *அளவில் வயிறு சிறிதாக இருப்பதால் அதைப் பெரிதாகப் பொருட்படுத்த வேண்டாம் என்றாலும் அதற்காகவே வேலைசெய்ய வேண்டியிருக்கிறது என்று அலுப்புடன் கூறும் தொடர்;* reference to the belly as an insignificant part of the human body (a deprecating reference to the body's need for food). இந்த ஒரு சாண் வயிற்றுக்காகக் கடல் கடந்தும் போய்ச் சம்பாதிக்கத் தயாராக இருக்கிறோம்./ ஒரு சாண் வயிற்றை வளர்க்க இந்த வேலை போதாதா?

ஒரு நாள் கூத்துக்கு மீசையை எடு*: *வழக்கமாகச் செய்யாததைத் தற்காலிகத் தேவை கருதிச் செய்தல்;* do sth. unusual for a day's show (implying disapproval). சட்டையே போடாத தாத்தாவிடம் 'புகைப்படம் எடுக்க வேண்டும் சட்டை போட்டுக்கொள்ளுங்கள்' என்றதும் 'ஒரு நாள் கூத்துக்கு மீசையை எடுப்பதா' என்று கேட்டார்./ விருந்தாளிகளுக்கு வாடகைக்கு மின்விசிறி எடுத்து வந்திருக்கிறாய், ஒரு நாள் கூத்துக்கு மீசையை எடுக்கிற காரியம் எதற்கு?

* சிரை

ஒரு நாளும் இல்லாத திருநாளாக: (ஆச்சரியப்படும்படி) *வழக்கத்துக்கு மாறாக; அசாதாரணமாக;* contrary to the usual (implying surprise). ஒரு நாளும் இல்லாத திருநாளாக அமைச்சர் கிராமத்திற்கு வந்து எங்கள் குறைகளைக் கேட்டார்./ அம்மா ஒரு நாளும் இல்லாத திருநாளாக இரவு ஏழு மணிக்கே படுக்கப் போய்விட்டாள்.

ஒருநாளைப் போல (வ.வ.): *தினமும்;* day in, day out; every day. காலையில் எங்கள் வீட்டில் ஒருநாளைப் போல இட்லி./ ஒருநாளைப் போலக் குடித்துவிட்டு வந்து ஏன் கூத்தடிக்கிறாய்?

ஒரு படி மேலே: (சொல்லப்பட்டதற்கு மேல்) *அடுத்த நிலைக்கு;* (go) one step further; (be) one step ahead. உன் அப்பாவே கண்டிப்பானவர், அதற்கு ஒரு படி மேலே உன் அம்மா./ நாட்டில் ஏற்பட்டுள்ள நெருக்கடி நிலையைச் சமாளிக்க எல்லாரும் ஒத்துழைக்க வேண்டும் என்று பாதுகாப்பு அமைச்சர் கூற, எதிர்க் கட்சித் தலைவர் ஒரு படி மேலே போய் 'இந்த நேரத்தில் ஆளும் கட்சி, எதிர்க் கட்சி என்ற வேறுபாட்டையே மறந்துவிட வேண்டும்' என்றார்.

ஒரு பயல்* இன்னும் பிறக்கவில்லை: (குறிப்பிடப்

* ஒருத்தன்

படுகிற) செயலைச் செய்யும் துணிச்சல் உடையவர் அல்லது ஒரு துறையில் ஒருவரை மிஞ்சுகிறவர் யாரும் இல்லை; an expression claiming one to be unbeatable; there is none to challenge (s.o.). என்னை ஒருவன் கை நீட்டி அடிப்பதா, அதற்கு ஒருத்தன் இன்னும் பிறக்கவில்லை./ இந்த விளையாட்டில் இவரை ஜெயிப்பதற்கு #இன்னும் ஒரு பயல் பிறக்கவில்லை என்றுதான் சொல்ல வேண்டும். # சொற்களின் இடம் மாற்றம்

ஒரு பாவமும் அறியாத: எந்தத் தீங்கும் செய்தறியாத; வெள்ளை உள்ளம் படைத்த; innocent; harmless. ஒரு பாவமும் அறியாத மக்களை அடித்துத் துன்புறுத்துகிற கொடுங்கோலாட்சி./ ஒரு பாவமும் அறியாதவனைப் போய்ச் சந்தேகப்படுகிறீர்களே! பொ.வி. 2

ஒரு பேச்சுக்கு: (வேறு வகையில் அர்த்தப்படுத்திக் கொள்ளத் தேவையில்லாமல்) சாதாரணமாக; without any great thought; casually. ஒரு பேச்சுக்குக் கேட்டேன், இதற்குக் கோபித்துக்கொள்கிறாயே.

ஒருபொழுது*: (விரதத்தின் காரணமாக) ஒரு நாளில் ஒரு முறை மட்டும் உண்ணுதல்; (observance of the custom of) eating one meal only. அவர் இன்றைக்கு ஒருபொழுது, மதியம் மட்டுமே சிறிது சாப்பிடுவார். * -வேளை

ஒரு முழக் கயிறு: தூக்குப்போட்டுக்கொள்வதற்குத் தேவைப்படும் கயிறு (உயிரைப் போக்கிக்கொள்வது அவசியம் என்ற சூழ்நிலை உருவாகுமானால் அதற்குச் சிறு அளவு கயிறே போதும் என்பது குறிப்பு); a length of rope for hanging oneself (implying that a short rope is enough for that purpose). மானம் போனால் ஒரு முழக் கயிற்றை நாட வேண்டியதுதான்./ ஒரு முழக் கயிற்றுக்குப் பஞ்சம் வந்து விடவில்லை என்றார் விரக்தியாக.

ஒரு மூச்சு: (கட்டுப்படுத்த முடியாமல்) தொடர்ந்து சிறிது நேரம்; (for) a short unbroken period of time; a spell. அம்மா எப்போதுமே இப்படித்தான், ஒரு மூச்சு திட்டித்தீர்த்த பின்தான் ஓய்வாள்./ ஒரு மூச்சு அழுத பிறகு வேதனை சற்றுக் குறைந்தது.

ஒரு வழி பண்ணு 1: தீர்வு கிடைக்கும்படி செய்தல்; (தீர்வுக்கு ஒருவரை) உடன்படும்படிசெய்தல்; bring to an end; make one agree (to a decision). அந்தப் பிரச்சினையை எங்களிடம் விடுங்கள், நாங்கள் ஒரு வழி பண்ணிவிடு

கிறோம்./ அம்மாவை ஒரு வழி பண்ணிவைத்திருக்கிறேன், நம் கல்யாணத்திற்குச் சம்மதித்துவிடுவாள். **2:** *(தவறாகப் பயன்படுத்தி) வீணடித்தல்; (ஒருவரை) ஒழித்துவிடுதல்;* leave (s.o. or sth.) in shambles; finish off. இந்தக் குடிகாரனுக்கா சொத்தை எழுதிவைத்திருக்கிறார்? சரிதான், அவன் அதை ஒரு வழி பண்ணிவிடுவான்./ 'அந்தத் துரோகியை ஒரு வழி பண்ணாமல் விடமாட்டேன்' என்று சொல்லிக்கொண்டு திரிகிறான்.

ஒருவழியாக **1:** *(பல சிரமங்கள் பட்டாலும்) எப்படியோ முடிவில்;* (after much difficulties) at last; finally. பத்து வருடமாக இருந்துவந்த குடிநீர்ப் பிரச்சினை ஒருவழியாகத் தீர்ந்தது./ இயந்திரத்தில் என்ன கோளாறு என்பதை ஒருவழியாகக் கண்டுபிடித்துவிட்டேன். **2:** *தாமதம்தான் என்றாலும் (இப்போதாவது ஒன்று முடிவுக்கு வந்தது அல்லது நடந்தது நிம்மதி தருவதாக இருக்கிறது என்பது குறிப்பு);* at long last (implying relief). ஒருவழியாக பஜனை முடிந்து சுவாமிக்குத் தீபாராதனை நடந்தது./ ஊர்க் கதை யெல்லாம் பேசிவிட்டு ஒருவழியாக இரவு பத்து மணிக்கு வீட்டுக்கு வந்துசேர்ந்தார்.

ஒரு வாய்: *(உணவு அல்லது பானம்) சிறிதளவு; கொஞ்சம்;* a small quantity (of food or drink); one or two mouthfuls. என்ன அவசரமாக இருந்தாலும் ஒரு வாய் சாப்பிட்டுவிட்டுப் போகக் கூடாதா?/ வீடு தேடிப் போய் அவருக்குச் சொந்த ஊருக்கே மாற்றல் கிடைத்திருக்கும் விபரத்தைச் சொன்னேன், ஒரு வாய்க் காப்பிகூட அவர் தரவில்லை.

ஒரு வார்த்தை கேள்: *(ஒப்புதலைத் தெரிவிக்கும்முன் ஒருவரை) கலந்தாலோசித்தல்;* consult; **have a word (with s.o.)**. உங்கள் யோசனை எனக்குப் பிடித்திருக்கிறது, இருந்தாலும் என் மேலதிகாரியை ஒரு வார்த்தை கேட்டுப் பதில் சொல்கிறேன்./ எதற்கும் என் மனைவியை ஒரு வார்த்தை கேட்டுக்கொள்கிறேன்.

ஒரே குரலில்: *ஒரே கருத்துடையவர்களாக ஒன்றுபட்டு; ஏகோபித்து;* with one voice. நாட்டிற்கு ஆபத்து நேரிடும் போது நாம் அரசியல் மற்றும் மத வேறுபாடுகளை மறந்து ஒரே குரலில் பேசுகிறோம்.

ஒரே மூச்சில்: *(ஒரு செயலை ஆரம்பித்தபின்) இடையில் நிறுத்தாமல் வேகத்துடன்;* at a stretch; **at one go**. தான் சொல்ல வேண்டிய அனைத்தையும் ஒரே மூச்சில் சொல்லி

முடித்தான்./ வீட்டுக்குள் வந்ததும் தாகம் பொறுக்க முடியாமல் ஒரு செம்புத் தண்ணீரையும் ஒரே மூச்சில் குடித்தார்./ எனக்கே ஆச்சரியமாக இருக்கிறது, முழு நாவலையும் எப்படி ஒரே மூச்சில் எழுதி முடித்தேன் என்று!

ஒளிவுமறைவு: *சொல்லாமல் அல்லது வெளியிடாமல் மறைப்பது; ரகசியம்;* secretiveness. அவரிடம் ஒளிவுமறைவு என்பதே கிடையாது, மனத்தில் பட்டதைக் கூறிவிடுவார்./ சித்தி கலகலப்பானவள், எதையும் ஒளிவுமறைவாய்ப் பேசத் தெரியாதவள்./ நாகரிகம் என்ற பெயரால் பல அசிங்கங்கள் ஒளிவுமறைவு இல்லாமல் நடக்கின்றன.

ஒற்றைக் காலில் நில்: *(ஒருவர் தான்) எடுத்த முடிவில் பிடிவாதமாக இருத்தல் (பிறர் கருத்துகளை ஏற்கும் நிலையில் இல்லை என்பது குறிப்பு);* be adamant; be bent on (sth.). 'நான் விரும்பும் பெண்ணைத்தான் திருமணம் செய்துகொள்வேன்' என்று அவன் ஒற்றைக் காலில் நிற்கிறான்./ என் நாத்தனாரை மேலே படிக்கவைக்கக் கூடாது என்று என் வீட்டுக்காரர் ஏன் ஒற்றைக் காலால் நிற்கிறார் என்று தெரியவில்லை./ கட்சி தன் எதிரியைத் தேர்தலில் வேட்பாளராக நியமித்துவிடுவதைத் தடுத்துவிட அவர் ஒற்றைக் காலில் நின்றார். இ.வே. காலால்

ஒன்றிரண்டாக: *(அரிசி போன்ற தானியங்களை, பயறுகளை) சற்றே சிறிதும் பெரிதுமாக அல்லது பொடிப் பொடியாக (உடைத்தல்);* (grind grains, pulses, etc.) coarsely. உப்புமாவிற்கு அரிசியை ஒன்றிரண்டாக உடைத்துக் கொண்டுவா.

ஒன்றுக்கிரு (பொ.பெ.): *சிறுநீர் கழித்தல்;* pee; piss. குழந்தை பாயில் ஒன்றுக்கிருந்துவிட்டது. மா.வ. ஒன்றுக்குப் போ

ஒன்றுக்குப் பத்தாக: *வேண்டுமென்றே மிகைப்படுத்தி;* blowing out of proportion. நடந்ததை ஒன்றுக்குப் பத்தாகச் சொல்லி அவள் மனத்தைக் கலைத்திருக்கிறார்.

ஒன்றுக்குப் பாதியாக: *நியாயமாக எதிர்பார்ப்பதை விட மிகவும் குறைவாக;* lower than one's reasonable expectation; unconscionably low. நாமாக வீட்டை விற்கப் போனால் ஒன்றுக்குப் பாதியாக விலை கேட்பார்கள்./ நிலத்திலிருந்து ஒன்றுக்குப் பாதியாகவாவது வருமானம் வந்துகொண்டிருந்தது, அதையும் விற்றுவிட்டீர்கள்.

ஒன்றுக்குள் ஒன்று: *நெருங்கிய உறவு வட்டம்;* close circle of relations. சொத்துப் பிரிந்துபோகக் கூடாது என்பதற்காக அவர்கள் ஒன்றுக்குள் ஒன்றாகத் திருமணம் செய்துகொள்கிறார்கள்./ நாம் எல்லாரும் ஒன்றுக்குள் ஒன்று, நமக்குள் எதற்கு இந்தப் போலிச் சம்பிரதாயம்?

ஒன்று கிடக்க ஒன்று (பொ.பெ.): *அசம்பாவிதம்; முறைக்கு மாறானது;* something untoward or incorrect. குழந்தையின் கையைப் பிடித்துத் தூக்கி ஒன்று கிடக்க ஒன்று பண்ணிவிடாதே./ எனக்குத் திடீரென்று ஒன்று கிடக்க ஒன்று ஆகிவிட்டால் என் குழந்தைகள் கதி என்ன?/ பூஜை நியமம் உனக்குத் தெரியாது, ஒன்று கிடக்க ஒன்று செய்து தாத்தாவிடம் திட்டுவாங்காதே.

ஒன்றும் இல்லாததற்கு(எல்லாம்): *சரியான காரணம் இல்லாமல்; மிகவும் சாதாரணமான ஒன்றிற்கு;* for no reason. ஒன்றும் இல்லாததற்குப்போய்க் கோபித்துக்கொள்கிறாயே./ ஒன்றும் இல்லாததற்கெல்லாம் அழுது ஆர்ப்பாட்டம் செய்கிறவனுக்கு இந்தச் சிறு நிகழ்ச்சி போதாதா?

ஒன்று விடாமல் 1: *எதையும் விட்டுவிடாமல்;* not omitting anything. படித்த பாடங்களை ஒன்று விடாமல் ஒப்பித்தாள்./ நான் சொன்னது அனைத்தையும் ஒன்று விடாமல் கேட்டுவிட்டுப் பதிலே பேசாமல் போய் விட்டார். **2:** *விதிவிலக்கு இல்லாமல்;* without exception. சுவரில் எங்கு பார்த்தாலும் படங்கள் ஒட்டப்பட்டிருந்தன, ஒன்று விடாமல் எல்லாம் சாமி படங்கள்.

ஒன்றே ஒன்று கண்ணே கண்ணு: *அருமையான ஒரு பிள்ளை; அருமையான ஒருவர் அல்லது ஒன்று;* (of a child) only darling; only one of its kind. நாமென்ன எட்டுக் குழந்தைகளா பெற்றுவைத்திருக்கிறோம், நமக்கு இருப்பதோ ஒன்றே ஒன்று கண்ணே கண்ணு./ இந்த வகை வாத்தியம் வாசிப்பதில் ஒன்றே ஒன்று கண்ணே கண்ணு என்று இருப்பவர் இவர் மட்டும்தான்./ ஒண்ணே ஒண்ணு கண்ணே கண்ணு என்று இருக்கும் இந்தச் சோழர் காலச் சிலையும் வெளிநாட்டுக்குப் போய்விடக் கூடாது.

ஒன்றே ஒன்று→ ஒண்ணே ஒண்ணு

ஒன்றைப் பத்தாக்கு: *வேண்டுமென்றே மிகைப்படுத்துதல் அல்லது பெரிதுபடுத்துதல்; திரித்துக் கூறுதல்;* blow out of proportion. நீ நினைப்பதைப் போல் நான் ஒன்றைப் பத்தாக்கிப் பேசவில்லை, நடந்ததைத்தான் சொல்கிறேன்./ ஊசியை உலக்கையாக்கிக் காட்டுவது போல் ஒன்றைப்

பத்தாக்கிப் பேசுவதுதான் அவன் இயல்பு.

ஓசைப்படாமல்: *(ஒரு செயலைச் செய்யும்போது) பிறர் அறியாதவாறு;* without attracting notice. *ஓசைப்படாமல் கடிதத்தை எடுத்த இடத்தில் வைத்துவிட்டாள்./ அலுவலக முறைகேடுகளையெல்லாம் ஓசைப்படாமல் மேலிடத்திற்கு எழுதிவிட்டார்.*

ஓட்டைக் கை (பொ.பெ.): *பணத்தைத் தாராளமாகச் செலவு செய்துவிடும் இயல்பு;* (the quality of) being a spendthrift. *சேமிப்பதைப்பற்றி என் வீட்டுக்காரரிடமா பேசுகிறீர்கள், அவருக்கு ஓட்டைக் கை ஆயிற்றே!*

ஓட்டையுடைசல்: *(ஓட்டை விழுதல், உடைதல் போன்ற காரணங்களால்) உபயோகப்படுத்த முடியாத வீட்டுப் பாத்திரம் அல்லது தட்டுமுட்டுச் சாமான்கள்;* scrap; junk. *ஓட்டையுடைசலையெல்லாம் தூக்கியெறியாமல் இன்னும் ஏன் வைத்திருக்கிறீர்கள்?*

ஓட்டைவாய் (பொ.பெ.) **1:** *எல்லாவற்றையும் எல்லாரிடமும் எளிதாகச் சொல்லிவிடுகிற இயல்பு;* blabbing. *உன் ஓட்டைவாயால்தான் வீட்டில் நடப்பதெல்லாம் வெளியே தெரிந்துவிடுகிறது.* **2:** *உளறிக்கொட்டிவிடும் நபர்;* blabbermouth. *இந்த ஓட்டைவாயிடமா ரகசியங்களையெல்லாம் சொல்லுகிறாய்?*

ஓடாகத் தேய்: *(பிறருக்காக உழைத்து) உடலில் சக்தி குறைதல் (தன் உடல்நலத்தைத் தியாகம்செய்யும் அளவுக்குப் போதல் என்ற குறிப்பில் கூறுவது);* wear oneself out. *நான் ஓடாகத் தேய்ந்தாவது என் குழந்தைகளைப் படிக்கவைக்க வேண்டும்./ கட்சிக்காக உழைத்தே ஓடாகத் தேய்ந்துபோனவர்.* மா.வ. ஓடாக (தேய்ந்து)போ

ஓடிஒளி: *(ஒருவரை) சந்திப்பதைத் தவிர்க்கும் பொருட்டு விலகிப்போதல்;* make oneself scarce; avoid. *ஏன் சில நாட்களாக அவன் என்னைக் கண்டதும் நின்று பேசாமல் ஓடிஒளிகிறான்?*

ஓடிஓடி: *சுறுசுறுப்பாக இயங்கி;* exerting oneself unsparingly. *விருந்தினர்களை ஓடிஓடி உபசரித்தார்./ நீங்கள் ஓடிஓடிப் பாடுபட்டுக் கண்ட பலன்தான் என்ன?*

ஓடிப்போ: *(வீட்டிலிருந்து அல்லது ஊரிலிருந்து யாரும்*

அறிந்துவிடாதபடி) வெளியேறுதல்; (காதலிப்பவருடன்) ரகசியமாக வெளியேறுதல்; run away; elope. எங்கள் ஊரில் சீட்டுக் கம்பெனி நடத்திக்கொண்டிருந்தவர் பணத்தையெல்லாம் சுருட்டிக்கொண்டு ஓடிப்போய்விட்டார்./ கடன் தொல்லை தாங்காமல் ஊரை விட்டே ஓடிப்போய் விட்டாராம்./ ஓடிப்போன மகளை நினைத்துக் கண்ணீர் விடாத நாள் இல்லை.

ஓடியாடி: *மிகவும் பாடுபட்டு; (வேலையை) மிகச் சுறுசுறுப்பாக;* exerting oneself; briskly. நாற்பது வயதுவரை அவர் ஓடியாடிச் சம்பாதித்தார்./ கல்யாண வேலைகளை ஓடியாடிச் செய்ய ஆள் வேண்டுமே!

ஓய்வு ஒழிச்சல்*: *ஓய்வாக இருக்கும் நேரம் (ஓய்வு கிடைக்காது என்ற குறிப்பில் கூறுவது);* (with negative) respite. ஓய்வு ஒழிச்சல் இல்லாமல் இப்படியே எத்தனை நாளைக்குத்தான் வேலை செய்துகொண்டிருப்பீர்கள்?/ தேர்தல் வந்துவிட்டால் அதிகாரிகளுக்கு ஓய்வு ஒழிவு ஏது?

* ஒழிவு

ஓயாமல் ஒழியாமல் 1: *எந்த நேரமும்; எப்போதும்;* incessantly. ஓயாமல் ஒழியாமல் சினிமாவைப்பற்றியே என்ன பேச்சு. **2:** *ஓய்வு இல்லாமல்;* without respite. ஓயாமல் ஒழியாமல் பாடுபட்டு என்ன பயன்?

ஓரம்கட்டு 1: *(ஒரு அமைப்பின் பணியில் ஒருவரை) பங்கு பெற விடாமல் ஒதுக்குதல்;* marginalize; sideline. என்ன காரணத்திற்காக நீங்கள் அவனை அலுவலகத்தில் ஓரம் கட்டிவிட்டீர்கள்?/ #கட்சியால் இதுவரை ஓரம்கட்டப் பட்டிருந்த முன்னாள் அமைச்சர் மீண்டும் கட்சிக் கூட்டங்களில் காணப்படுவதற்குக் காரணம் இருக்கிறது. **2:** *பங்கெடுத்துக்கொள்ளாமல் ஒதுங்குதல்;* be standoffish. உன்னைக் கண்டால் நின்று இரண்டு வார்த்தை பேசி விட்டுப் போகிறவன், இப்போதெல்லாம் ஏன் ஓரம்கட்டு கிறான்?/ எப்போதும் நம் கூடவே வருகிறவன், ஒரு வாரமாக ஓரம்கட்டுகிறானே ஏன்?

\# செயப்பாட்டு வினை வடிவம்

கங்கணம்கட்டு: *உறுதிபூணுதல்; உறுதிகொள்ளுதல்;* be determined; resolve. என்ன எதிர்ப்பு வந்தாலும் சங்கக் கூட்டத்தை நடத்தியே தீர்வது என்று அவர் கங்கணம்கட்டியிருப்பது போல் அல்லவா தெரிகிறது./ பெற்ற மகனுடன் கூடப் பேசுவதில்லை என்று கங்கணம்கட்டிவிட்டீர்களா?

கங்குகரை: *(மகிழ்ச்சி, அன்பு முதலியவை பெருக்கெடுத்து*

வருவதாக உருவகிக்கப்படும்போது) வரம்பு அல்லது எல்லை (அது இல்லாமல் போகும் என்பது குறிப்பு); (with negative) bounds; restraint. அன்று அவர் அடைந்த மகிழ்ச்சிப் பெருக்குக்குக் கங்குகரை கிடையாது./ தாயின் அன்புக்குக் கங்குகரை உண்டோ?

கச்சைகட்டு (அ.வ.): (ஒன்றைச் செய்ய) முனைந்து நிற்றல்; வரிந்துகட்டிக்கொண்டு நிற்றல்; prepare for action; ready oneself (for a fight, etc.); **gird up one's loins**. சிறு விஷயங்களுக்குக்கூடக் கச்சைகட்டிக்கொண்டு சண்டைக்குப் போகிறார்கள்./ இந்த இளைஞர்கள் ஊருக்கு நல்லது செய்ய வேண்டும் என்று கச்சைகட்டிக்கொண்டிருப்பதாகத் தெரிகிறது.

கசக்கிப் பிழி: பெருமளவில் வருத்துதல்; extract the maximum (from s.o.); **put the squeeze on** (s.o.). தேர்தல் செலவுக்கு நன்கொடை தரும்படி வியாபாரிகளைக் கசக்கிப் பிழிகிறார்கள்./ சாலை அமைக்கும் பணியை ஏற்றுக்கொண்ட ஒப்பந்தக்காரர்கள் வேலைசெய்பவர்களைக் கசக்கிப் பிழிந்துவிடுவதோடு அவர்களுக்குக் கூலியும் குறைவாகத்தான் தருகிறார்களாம்.

கசரத்து வாங்கு (அ.வ.): கடுமையாக உழைக்கும்படி செய்தல்; make heavy demands on one's energy ; be exacting. வீடுகளுக்குப் பத்திரிகை போடும் வேலை சுலபமாக இருக்கும் என்று நினைத்தேன், ஆனால் அந்த வேலை என்னைக் கசரத்து வாங்கிவிட்டது.

கஞ்சி ஊற்று* **1:** (பசிக்குச் சிறிதளவாவது) உணவு தருதல்; feed s.o. (at least minimally). 'முதலில் இந்தச் சிறுவர்களின் காய்கிற வயிற்றுக்குக் கஞ்சி ஊற்றுங்கள்' என்று ஆவேசமாகப் பேசினார். **2:** (உணவு முதலிய அடிப்படைத் தேவைகளை நிறைவுசெய்து) ஆதரவு தருதல்; பிழைப்பிற்குக் காரணமாக இருத்தல்; provide for. எனக்கு ஏதாவது ஆகிவிட்டால் யார் என் அம்மாவுக்குக் கஞ்சி ஊற்றுவார்கள்?/ நிலத்திலிருந்து பெரிதாக வருமானம் ஏதுமில்லை, இருந்தாலும் அதுதான் அவர் குடும்பத்திற்குக் கஞ்சி வார்க்கிறது.

* வார்

கஞ்சிகாய்ச்சு (வ.வ.): (பலர் ஒன்றாகச் சேர்ந்துகொண்டு ஒருவரை) அளவுக்கு அதிகமாகக் கிண்டல்செய்தல்; rag (s.o.); **make game of**. அந்தச் சின்னப் பையனை ஏன் இப்படிக் கஞ்சிகாய்ச்சுகிறீர்கள்?

கட்டவிழ்த்துவிடு: *(வன்முறை போன்ற அழிவுச் சக்திகளை வேண்டுமென்றே) ஏவுதல்;* let loose; unleash. சர்வாதிகார அரசு பத்திரிகையாளர்மீது அடக்குமுறையைக் கட்டவிழ்த்துவிட்டது./ # குறிப்பிட்ட சமூகத்தினர்மீது வன்முறை கட்டவிழ்த்துவிடப்பட்டது மிகவும் கண்டிக்கத் தக்கது.   # செயப்பாட்டு வினை வடிவம்

கட்டி(கொண்டு) அழு* 1: *விட்டுவிட முடியாமல் வைத்துக்கொண்டு சிரமப்படுதல்;* suffer (sth.); stick it out (with sth.). ஒரு வருடமாகப் பாடப் புத்தகங்களை நான் கட்டி அழுதாகிவிட்டது, இனி ஒரு மாதமாவது நிம்மதியாக இருக்க வேண்டும்./ அவருக்கு வேண்டிய அளவு பணம் இருக்கிறது, பின் ஏன் இந்தப் பழைய காரைக் கட்டிக்கொண்டு மாரடிக்கிறார்?/ சில துறைகளில் இன்னும் பழைய முறைகளையே கட்டிக்கொண்டு அழுகிறோம். 2: *(ஒன்றுடன்) முழு நேரத்தையும் கழித்தல்;* spend all one's time on; be stuck on (sth.). கணிப்பொறி வாங்கிக் கொடுத்துவிட்டீர்களா? இனிமேல் அதையே கட்டிக் கொண்டு அழுவான்.   * மாரடி

கட்டிக்கொடு: *(பெண்ணை) திருமணம்செய்துகொடுத்தல்;* give (one's daughter) in marriage; marry off. இரு பெண்களையும் நல்ல இடத்தில் கட்டிக்கொடுத்திருக்கிறார்./ கிராமத்து வீட்டை விற்றுக் கிடைத்த பணம் ஒரு பெண்ணைக் கட்டிக்கொடுக்கத்தான் போதுமானது.

கட்டிப்போடு 1: *வசப்படுத்துதல்; தன்வயப்படுத்துதல்;* hold s.o. spellbound. தொலைக்காட்சியில் ஒளிபரப்பாகிய மகாபாரதத் தொடர் இந்திய மக்கள் அனைவரையும் கட்டிப் போட்டது. 2: *கட்டுப்பட்டு நடக்கச் செய்தல்;* bind. தாய்க்குத் தந்த வாக்குறுதிதான் அவரைக் கட்டிப் போட்டது.

கட்டிமேய்: *கட்டுப்பாட்டிற்குள் இருக்குமாறு அடக்கி நடத்துதல் (மேற்பார்க்கும் பொறுப்பில் இருப்பவரின் சிரமத்தை உணர்த்தப் பயன்படுத்துவது);* manage (persons, especially where it is usually difficult); control. இத்தனை மாணவர்களை எப்படித்தான் கட்டிமேய்க்கிறீர்களோ!/ வேலையாட்களைக் கட்டிமேய்ப்பதற்கே பாதி நேரம் சரியாக இருக்கிறது.

கட்டிய துணியோடு*: *(வசித்துவரும் இடத்திலிருந்து வெளியேறும் ஒருவர் தான் அணிந்திருப்பதைத் தவிர)*   * புடவையோடு/ சேலையோடு

வேறு எந்த உடமையும் இல்லாமல் அல்லது எதுவும் எடுத்துக்கொள்ளாமல் (சௌகரியங்களை இழக்க வேண்டியிருப்பதுபற்றியும், தொல்லைகளை எதிர்கொள்ள வேண்டியிருப்பதுபற்றியும் கவலைப்படாமல் என்பது குறிப்பு); (leaving a place) with no possessions other than what one has on; empty-handed. இப்போது பல கடைகளுக்குச் சொந்தக்காரராக இருக்கிறவர் முப்பது வருஷங்களுக்கு முன் கட்டிய துணியோடு கிராமத்திலிருந்து சென்னைக்கு வந்தவர்தான்!/ நீ கட்டிய சேலையோடு வந்தாலும் நான் உன்னை மனைவியாக ஏற்றுக்கொள்ளத் தயார்.

(பெண்ணைக் குறிப்பிடும்போது); வேட்டியோடு (ஆணைக் குறிப்பிடும்போது)

கட்டுக்கழுத்தி (வ.வ.): சுமங்கலி; married woman who has her husband living. கட்டுக்கழுத்தி எதிரே வந்தால் நல்ல சகுனம் என்பார்கள்.

கட்டையை நீட்டு (பொ.பெ.): (வயதானவர்) காலமாதல் (பெரும்பாலும் அலட்சியமாகக் கூறப் பயன்படுத்துவது); die (flippant reference to old people dying). குளிர் தாங்காமல் கிழம் கட்டையை நீட்டிவிட்டது.

மா.வ. கட்டையைப் போடு

கடல் போல: மிகப் பெரிய அளவில் (கட்டடங்கள்); palatial (buildings). அவருக்குக் கடல் போல மூன்று வீடுகள்!

கடலில்* கரைத்த பெருங்காயம் **1:** எவ்விதப் பயனையும் ஏற்படுத்தாது (தேவை அதிகமாகவும் அதை நிறைவு செய்யக் கிடைத்திருப்பது குறைவாகவும் இருக்கும்போது கூறப்படுவது); too little compared with what is required; **a drop in the ocean**. அவனுக்குப் பணத் தேவை அதிகம், நாம் அவனுக்குக் கொடுக்கிற இந்த ஆயிரம் ரூபாய், கடலில் கரைத்த பெருங்காயம்தான்./ என் சம்பளமான இரண்டாயிரம் ரூபாய், எட்டுப் பேர் கொண்ட என் குடும்பத்துக்குக் கடலில் கரைத்த பெருங்காயமாகப் போய் விடுகிறது. **2:** திரும்பப் பெற முடியாமல் போய் விடுவது; sth. not recoverable; sth. as good as lost. அவனுக்குப் பணம் கொடுத்தால் திரும்பி வருமா என்றா கேட்கிறாய், அது கடலில் பெருங்காயம் கரைத்தாற் போலத்தான்!

* சமுத்திரத்தில்
மா.வ. கடலில் பெருங்காயம் கரைத்தாற் போல (பொ.வி. 1)

கடவுள் விட்ட வழி: ஒன்றிற்குத் தீர்வு என்பது மனித ஆற்றலுக்கு அப்பாற்பட்டுவிட்டது என்ற நிலையில் நடக்கப்போவதைத் தெய்வத்தின் முடிவாக ஏற்றுக்கொள்ள வேண்டியதுதான் என்ற முறையில் பயன்படுத்தும் தொடர்; let God's will be done (used as an expression of resignation). எங்களால் ஆன முயற்சியையெல்லாம் சய்து

விட்டோம், இனி கடவுள் விட்ட வழி, வேறு என்ன செய்ய முடியும்?

கடவுளுக்குக் கண் இல்லை: *மனிதர்களுடைய துன்பத்தைக் கடவுள் கண்டுகொள்வதில்லை (தனக்கு அநியாயமாகப்படுவதைப் பொறுத்துக்கொள்ள முடியாமல் கூறுவது);* God is blind (as an expression of frustration at what one considers unjust). கடவுளுக்குக் கண் இல்லை! இல்லாவிட்டால் என்னை இப்படிப் பரம ஏழையாகப் படைத்திருப்பானா?/ இளம் மனைவியை இழந்தவர் 'கடவுளுக்குக் கண் இல்லை' என்று சொன்னபோது யாருக்கும் எதுவும் பேசத் தோன்றவில்லை./ அவளுக்கு ஆதரவாக இருந்த ஒரே மகனையும் சாவு பறித்துக்கொண்டதென்றால் கடவுளுக்குக் கண் இல்லை என்றுதானே சொல்ல வேண்டும்.

கடன் உடன்: *கடனும் கடன் வாங்குதல் போன்ற பிறவும்;* debts and loans. இதுவரை கடன் உடன் இல்லாமல் வாழ்ந்துவிட்டேன்./ # கடனோ உடனோ வாங்கி மருத்துவம்பார்க்க வேண்டியதுதான்.

-ஓ இடைச்சொல்லுடன்

கடித்துக் குதறு: *மிகக் கடுமையாகத் திட்டுதல்; திட்டித் தீர்த்தல்;* scold severely; **tear s.o. off a strip**. என் சிறுபிள்ளைத்தனமான தவற்றைக் கண்டு மேலாளருக்கு வந்த கோபத்தில் அவர் என்னைக் கடித்துக் குதறிவிட்டார்.

கடிவாளம்* போடு: *கட்டுப்பாடு ஏற்படுத்துதல்;* restrain; put a curb on (sth.). இந்தத் தொழிலுக்கு நிதானம் தேவை, உன் வேகத்திற்குக் கடிவாளம் போடு./ பொருளாதாரத்தைத் தாராளமயமாக்கும் நடவடிக்கைக்கு உள்நாட்டு உற்பத்தியாளர்களின் எதிர்ப்பானது கடிவாளம் போடுவதாக இருக்கும்.

* லகான்

கடுக்காய் கொடு: *(ஒருவரை) ஏமாற்றித் தப்புதல்;* escape from (s.o.); **give (s.o.) the slip**. சந்தன மரக் கடத்தல்காரர்கள் வனக்காவல் அதிகாரிகளுக்குக் கடுக்காய் கொடுத்துவிடுகிறார்கள்./ தன்னைக் கடத்திக்கொண்டு போனவனுக்கே கடுக்காய் கொடுத்துவிட்டு வீட்டுக்கு வந்து சேர்ந்துவிட்டாள்!/ வைரஸ் கிருமிகளால் பரவும் நோய் மருத்துவப் பரிசோதனைகளுக்குக் கடுக்காய் கொடுக்கிறது.

கடைகண்ணி: *கடையும் கடை போன்ற பிறவும்;* shops in general; business. கடைகண்ணிக்குப் போய்வர ஒரு பையன் இருந்தால் நல்லது./ நீயும் ஊருக்குப் போய்விட்டால்

கடைகண்ணியை யார் பார்த்துக்கொள்வது?

கடைகெட்ட: *மிகவும் மோசமான; மிக இழிந்த;* ignoble; contemptible. *'இது என்ன பிறவி, கடைகெட்ட பிறவி' என்று சலித்துக்கொண்டான்./ பெண்களை வெறும் போகப் பொருளாகவே பார்ப்பவன் கேடுகெட்டவன் அல்லவா?* மா.வ. கேடுகெட்ட பொ.வி. 2

கடைந்த மோரில் வெண்ணெய் எடு: *(முடியாது என்று நினைப்பதிலிருந்தும்) மிகுந்த சாமர்த்தியத்துடன் ஆதாயம் பெற முயலுதல்;* be clever enough to derive benefit even out of an impossible situation. *அவரிடமிருந்து நன்கொடையாகப் பத்து ரூபாயாவது வாங்கிவிடலாம் என்று பார்க்கிறாயா, அவர் கடைந்த மோரில் வெண்ணெய் எடுக்கிற ஆளாயிற்றே!/ விலை மோரில் வெண்ணெய் எடுக்க முடியுமா என்று பார்க்கிற ஆசாமியா இதையெல்லாம் இவ்வளவு காசு கொடுத்து வாங்கப்போகிறான்?* மா.வ. விலை மோரில் வெண்ணெய் எடு

கடைந்தெடுத்த: *(எதிர்மறைக் குணங்களுக்கு அடையாக) முழுக்கமுழுக்க மோசமான;* downright; rank. *கடைந்தெடுத்த அயோக்கியன்/ கடைந்தெடுத்த சுயநலம்/ கடைந்தெடுத்த அசடாக இருக்கிறாயே!*

கடையைக் கட்டு 1: *(ஒரு இடத்தில் மேலும் தொடர்ந்து இருக்க வேண்டிய அவசியம் இல்லாததால்) புறப்படுதல்;* go away; pack off. *வந்த வேலை முடிந்துவிட்டதல்லவா, நீ உடனே கடையைக் கட்டு.* **2:** *தொழிலை நிறுத்துதல்;* close down; wind up. *இந்த நிறுவனம் நஷ்டக் கணக்குக் காட்டிக் கடையைக் கட்டப்பார்க்கிறது என்று தொழிற்சங்கம் குற்றம்சாட்டியது.*

கடை விரி* **1:** *(பொருள்களை விற்பனைக்கு வைப்பது போல்) பிறர் பார்க்கும்படி வைத்தல்;* spread out; display. *நான் அறையைக் கூட்டிவிட்டுத் திரும்புவதற்குள் பையன் புத்தகங்களைக் கடை விரித்துவிட்டான்./ வாங்கிவந்த சேலைகளை மெதுவாகப் பார்க்கலாம், உடனே கடை பரப்ப வேண்டாம்.* **2:** *(தன் கருத்தை, விஷயங்களை) விரிவாகக் கூறுதல் (விளம்பரத் தன்மையுடன் கூறுதல் என்பது குறிப்பு);* make a parade of. *எதற்காக நம் வீட்டு விஷயங்களை அவரிடம் கடை விரிக்கிறாய்?/ தன் கருத்துகளைக் கடை விரிப்பதில்தான் அவருடைய கவனமெல்லாம் இருந்தது.* * பரப்பு

கண் அவிந்தா போயிற்று *(பொ.பெ.):* *நடந்துவரும்போது*

ஒன்றில் கால் இடறுவதும், ஒரு ஆள்மேல் மோதிக் கொள்வதும் ஒருவருடைய கவனக் குறைவைக் காட்டுவதாக இருக்கும்போது அருகில் இருப்பவரோ பாதிப்புக் குள்ளானவரோ எரிச்சலடைந்து கூறும் தொடர்; an expression of annoyance at s.o. who trips over sth. or hurts s.o. because of his carelessness; 'couldn't you be more careful?'. முறத்தில் கால் இடறி அதிலிருந்த அரிசி சிதறியதும் 'உனக்கென்ன கண் அவிந்தா போயிற்று' என்று கத்தினாள் பாட்டி./ காலை மிதித்துவிட்டுப் போகிறாயே, உனக்குக் கண் அவிந்தா போயிற்று?/ உனக்கென்ன #கண்ணா அவிந்து போயிற்று, இப்படி வந்து ஆள்மேல் மோது கிறாயே? #-ஆ இடைச் சொல் இடம் மாற்றம்

கண்கண்ட தெய்வம்: ஒருவர் தன் அனுபவத்தில் உணரும் தெய்வம்; personal God whose presence is felt through personal experience. எங்களுக்கு முருகன்தான் கண்கண்ட தெய்வம்.

கண்கலங்கு: (துன்பத்தால் கண்ணீர் சிந்தி) வருந்துதல்; be unhappy; be visibly sad. நீ கண்கலங்குவதைப் பார்த்துக் கொண்டு என்னால் எப்படிச் சும்மா இருக்க முடியும்?/ 'என் மகள் கண்கலங்காமல் நீங்கள் பார்த்துக்கொள்ளுங் கள்' என்று மாப்பிள்ளை வீட்டாரிடம் சொல்லாத பெற்றோர் உண்டோ?/ எப்போதும் தைரியமாக இருக்கும் தாத்தா ஏனோ அன்று கண்கலங்கிவிட்டார்.

கண்களை நம்ப முடியவில்லை: (சற்றும் எதிர்பார்க்காத ஒன்று நடந்துவிடுகிறபோது உண்மைதானா என்று) ஆச்சரியம் அடையாமல் இருக்க முடியவில்லை; **cannot believe one's eyes**. தான் அனுப்பிய சிறுகதைக்கு முதல் பரிசு கிடைத்திருக்கும் செய்தியைப் பத்திரிகையில் பார்த்ததும் அவளால் தன் கண்களை நம்ப முடியவில்லை!/ யாரோ என்று நினைத்துக் கதவைத் திறந்து பார்த்ததும் என் #கண்ணையே என்னால் நம்ப முடியவில்லை! வெளி நாட்டில் வேலைபார்க்கும் என் நண்பர் நின்றிருந்தார். #-கள் விகுதி இல்லாமல், -ஏ இடைச் சொல்லுடன்

கண்காணாத: (எளிதில் போய்வர முடியாதபடி) தொலை தூரத்தில் இருக்கிற; remote; far away. கண்காணாத இடத்துக்குப் போய்விட வேண்டும் போல் இருக்கிறது./ முன்பு இங்கிலாந்துக்குப் போவதை ஏதோ கண்காணாத சீமைக்குப் போவதாக நினைத்தார்கள்.

கண் காது மூக்கு (ஒட்ட)வை ('கண் காது மூக்கு'

என்பதில் ஒரு சொல் விடுபட்டும் இடம் மாறியும் வரும்): (தெரிந்த ஒன்றுடன்) கற்பனையான விஷயங்களைச் சேர்த்தல்; add spicy details (to an otherwise plain account). உண்மைச் சம்பவங்களுக்குச் சிறிது கண் காது மூக்கு வைத்துக் கதை எழுதலாம், ஆனால் அது இலக்கியமாகிவிடுமா?/ நீ அவர்களுடன் பேசுவதை நான் தவறாக நினைக்காவிட்டாலும் மற்றவர்கள் காது மூக்கு வைத்துப் பேச ஆரம்பித்துவிடுவார்கள் என்று பயப்படுகிறேன்./ சந்தேகம் வராதபடி அவனைப்பற்றி விசாரி, மற்றவர்களுக்குத் தெரியவந்தால் கண் மூக்கு ஒட்டவைத்துப் பெரிதாக்கிவிடுவார்கள்.

கண்குத்திப்* பாம்பு போல்: (தவறாக எதுவும் நடந்து விடக் கூடாது என்பதில்) மிகவும் விழிப்புடன்; vigilantly; **keeping a weather eye open**. ஊருக்குப் புதியவனான என்னுடைய நடமாட்டத்தைக் கண்குத்திப் பாம்பு போல் கவனித்துவந்தனர் ஊரார்./ எந்த ஒரு சிறு விஷயத்திலும் கண்கொத்திப் பாம்பாக இருந்து பழக்கப்பட்டவர் அவர். * -கொத்தி

கண்கொண்டு பார்க்க முடியவில்லை: மனம் பொறுக்கவில்லை (ஒருவர் தன் அனுதாபத்தை வெளிப்படுத்திக்கொள்ளப் பயன்படுத்துவது); can't bear looking at. ஓடியாடி விளையாட வேண்டிய வயதில் முடமாகிவிட்ட அந்தச் சிறுவனைக் கண்கொண்டு பார்க்க முடியவில்லை./ விமான விபத்து நடந்த இடத்தில் உடல்கள் கருகிக் கிடந்தது கண்கொண்டு பார்க்க முடியாத காட்சியாக இருந்தது. பொ.வி. 4

கண்டதே காட்சி கொண்டதே கோலம்: குறிக்கோள் அல்லது கொள்கை எதுவும் இல்லாமல் அப்போதைக்கப் போது நிலையை மாற்றிக்கொள்வது அல்லது நினைத்ததைச் செய்வது; being guided by circumstances rather than by values; following one's own inclinations. நீங்கள் முன்பு இருந்ததைப் போல் கண்டதே காட்சி கொண்டதே கோலம் என்று இனியும் இருந்தால் எல்லாரும் உங்களை ஏமாற்றிவிடுவார்கள்./ வாழ்க்கையின் மதிப்பீடுகளைப்பற்றிக் கவலைப்படாமல் நாம் இன்று கண்டதே காட்சி கொண்டதே கோலம் என்று திரிகிறோம்.

கண்டும் காணாமலும்: (பிறரின் குறை, துன்பம் போன்றவற்றை) அறிந்திருந்தாலும் பெரிதுபடுத்தாமல் அல்லது பொருட்படுத்தாமல்; pretending not to notice; **turning a blind eye to**. நூறு பேர் வேலைசெய்யும் இடத்தில் ஒருவருக்

கொருவர் சண்டைபோட்டுக்கொள்வார்கள், அந்தச் சண்டைகளைக் கண்டும் காணாமலும் போவதே நல்லது./ எங்கள் மேலதிகாரி நாங்கள் செய்யும் சிறுசிறு தவறுகளைக் # கண்டும் காணாமல் விட்டுவிடுவார்./ நம் நாட்டினர் அயல்நாட்டில் தொல்லைக்கு உள்ளாவதைக் கண்டும் காணாமலும் இருந்துவிட முடியுமா?

-உம் இடைச் சொல் இல்லாமல்

கண்ணாக இரு: *(ஒரு செயலில்) சிதறாத கவனத்துடன் இருத்தல்; (ஒன்றில்) குறியாக இருத்தல்;* be intent on. அவனைச் சுற்றி என்ன குழப்பம் நடந்தாலும் சரி, அவன் தன் காரியத்தில் கண்ணாக இருப்பான்./ நீ கஷ்டப்பட்டு எல்லா வேலைகளையும் செய்கிறாய், ஆனால் அவரோ குறை கண்டுபிடிப்பதிலேயே கண்ணாக இருக்கிறார்.

கண்ணாமூச்சி காட்டு: *(கிடைப்பது போல் இருந்து) கிடைக்காமல் போதல்; நழுவுதல்;* be elusive. திரையுலகில் பல ஆண்டுகளாக இருந்தும் கதாநாயகனாக நடிக்கும் வாய்ப்பு அவருக்குக் கண்ணாமூச்சி காட்டுகிறது./ அவரும் அமைச்சராகிவிட வேண்டும் என்று பார்க்கிறார், அந்தப் பதவி என்னவோ அவருக்குக் கண்ணாமூச்சி காட்டிக் கொண்டே இருக்கிறது.

கண்ணில் ஒற்றிக்கொள்: *(ஒன்றின் அழகால் கவரப்பட்டு) மிக அருமை என்று பாராட்டுதல்;* (feel impelled to) adore sth. for its loveliness. அவருடைய கையெழுத்து முத்து முத்தாக இருக்கும், கண்ணில் ஒற்றிக்கொள்ளலாம்./ தறியில் பட்டுச்சேலை தயாராகிக்கொண்டிருந்தது, அதைப் பார்த்த வுடன் கண்ணில் ஒற்றிக்கொள்ள வேண்டும் போல் இருந்தது.

கண்ணில் காட்டு 1: *(ஒன்றை) பார்க்க விடுதல் (பார்க்க வாய்ப்புத் தருவதில்லை என்று குறைபட்டுக்கொள்ளும் போது கூறுவது);* allow a fleeting glance (with negative, expressed or implied). புது சைக்கிள் வாங்கியிருக்கிறாயாமே, இன்னும் என் கண்ணில் காட்டவே இல்லையே!/ இத்தனை புகைப்படம் எடுத்தாயே, ஒன்றையாவது என் கண்ணில் காட்டியிருக்கிறாயா? **2:** *தரவோ பங்கிட்டுக் கொள்ளவோ அனுமதித்தல் (அவ்வாறு செய்வதில்லை என்று குறைபட்டுக்கொள்ளும்போது கூறுவது);* let s.o. have a share (with negative expressed). வாங்குகிற சம்பளத்தைக் கண்ணில் காட்டுவதே இல்லை./ அக்காவுக்காகக் குங்குமப் பூவும் கற்கண்டும் போட்டுக் காய்ச்சிய பாலை வேறு யார் # கண்ணிலும் காட்டவில்லை.

-உம் இடைச் சொல்லுடன்

கண்ணில் படு* 1: (ஒருவருடைய) பார்வைக்கு இலக்காதல்; தென்படுதல்; be seen (by s.o.). வீட்டைப் பூட்டிவிட்டுச் சாவியை மற்றவர்கள் கண்ணில் படும்படியான இடத்தில் வைக்கக் கூடாது./ புதிய ஊரில் தெரிந்தவர்கள் யாராவது கண்ணில் படமாட்டார்களா என்று சுற்றிச்சுற்றி வந்தான்./ 'குடி குடியைக் கெடுக்கும்' என்னும் வாசகம் குடிகாரர்களின் கண்ணில் படுவதில்லை. 2: கவனத்திற்கு வருதல்; be noticed; **catch s.o.'s eye**. எப்படியாவது மேலதிகாரியின் கண்ணில் விழுந்துவிட வேண்டும் என்று அலைகிறான்.   * விழு

கண்ணில் மண்ணைத்* தூவு: சாமர்த்தியமாக ஏமாற்றுதல்; dodge; **throw dust in s.o.'s eyes**. அவனை உள்ளே போக விடக் கூடாது என்று நாம் வாசலில் நிற்கிறோம், நம் கண்ணில் மண்ணைத் தூவிவிட்டுச் சாப்பாட்டுப் பந்தியில் போய் உட்கார்ந்துவிட்டானே!/ வாங்கிய கடனைத் திருப்பிக் கொடுக்காமல் என் கண்ணில் மிளகாய்ப் பொடியைத் தூவிவிடலாம் என்று பார்க்கிறாயா?/ மூன்று வீரர்களின் #கண்களிலும் மண்ணைத் தூவிப் புயல் வேகத்தில் பந்தைக் கடத்திச் சென்றார்.   * மிளகாய்ப் பொடியை

\#-கள் விகுதியுடன், -உம் இடைச் சொல்லுடன்

கண்ணில் ரத்தம் வருகிறது: மிகுந்த வேதனை ஏற்படுகிறது (பிறருடைய துன்பத்திற்கு இரங்கிக் கூறுவது); (be) greatly distressed. வியாபாரம் நொடித்துப்போய் இன்று ஒரு வேளைச் சோற்றுக்காக அவன் அலைந்துகொண்டிருப்பதைப் பார்க்கும்போது கண்ணில் ரத்தம் வருகிறது./ அவன் அனுபவித்த கொடுமைகளைக் கேட்கும்போது கண்ணில் ரத்தம் வரும்!   இ.வே. வரும்

கண்ணில் விரலை விட்டு* ஆட்டு: பொறுக்க முடியாத தொல்லை தந்து வருத்துதல்; மிகக் கடுமையாக நடந்து கொள்ளுதல்; **make one's life miserable**. எடுத்த படம் தோல்வியடைந்ததும் கடன்கொடுத்தவர்கள் பணத்தைத் திருப்பிக் கேட்டுக் கண்ணில் விரலை விட்டு ஆட்டுகிறார்கள்./ அவரிடம் வேலை பார்ப்பது மிகவும் கடினம், சிறு தவறுசெய்தாலும் கண்ணில் விரலைக் கொடுத்து ஆட்டிவிடுவார்.   * கொடுத்து

கண்ணில் விளக்கெண்ணெய் ஊற்றிக்கொண்டு*: மிகவும் உன்னிப்பாக; மிகுந்த விழிப்புடன்; **extremely watchful; keeping one's eyes skinned for** (sth.). நான் கண்ணில் விளக்கெண்ணெய் ஊற்றிக்கொண்டுதான் அச்சுப் படிவங்களைப் பார்த்தேன், இருந்தாலும் நூலில் அச்சுப் பிழைகள் இருக்கின்றன./ அவர் எப்போது தவறுசெய்வார் என்று   * போட்டுக் கொண்டு

கண்ணில் வைத்து

அவருடைய அரசியல் எதிரிகள் கண்ணில் விளக்கெண்ணெய் போட்டுக்கொண்டு காத்திருக்கிறார்கள்.

கண்ணில் வைத்து: *(ஒருவரை) அருமை பாராட்டிக் கருத்துடன்;* with protective care. அவன் நல்ல பையன், தங்களைக் கண்ணில் வைத்துக் காப்பாற்றுவான் என்பதில் அவர்களுக்குச் சந்தேகமே இல்லை./ தந்தை இல்லை என்ற எண்ணமே அந்தப் பெண்ணுக்கு வராமல் கண்ணுக்குள் வைத்து வளர்த்திருக்கிறாய். இ.வே. கண்ணுக்குள்

கண்ணிலேயே காணோம்: *(சிறிது காலமாக ஒருவரை அல்லது ஒன்றை) பார்க்க முடியவில்லை;* not to be seen. என்ன, ஒரு வாரமாக உன்னைக் கண்ணிலேயே காணோம்./ உன் அப்பாவைக் கண்ணிலேயே காணோமே, ஊரில்தானே இருக்கிறார்?/ முன்பெல்லாம் இந்த வழியில் ஓடிக்கொண்டிருந்த 23ஆம் எண் பேருந்தை இப்போது கண்ணிலேயே காணோம்.

கண்ணீரும் கம்பலையுமாக: *கண்ணீர் வழிய சோகத் துடன்; சோகமே உருவாக;* distraught with grief. கண்ணீரும் கம்பலையுமாக வந்து நின்ற தங்கையைப் பார்த்துத் திடுக்கிட்டார்./ தங்களைக் காப்பாற்ற வேண்டிய மகனை இழந்துவிட்ட வயோதிகப் பெற்றோர் கண்ணீரும் கம்பலையுமாக நின்றனர்.

கண்ணுக்குக் கண்ணாக: *(ஒருவரை அல்லது ஒன்றைப் பேணுவதில்) மிகவும் கவனமாக;* with care and tenderness. தன் குழந்தைகளைப் போலவே தன் தோட்டத்திலிருந்த தென்னங்கன்றுகளைக் கண்ணுக்குக் கண்ணாக வளர்த்து வந்தார்.

கண்ணும் கருத்துமாக: *முழுக் கவனத்துடன்; மிகுந்த பொறுப்புடன்;* diligently. கடையைக் கண்ணும் கருத்து மாகக் கவனித்து நடத்திவந்தாள்./ தனக்குப் பின் தன் பிள்ளைகள் எல்லாப் பொறுப்புகளையும் கண்ணும் கருத்து மாகக் கவனிப்பார்களா என்று கவலைப்பட்டார்./ வேலை யில் கண்ணும் கருத்துமாக இருந்து நீ நல்ல பெயரெடுக்க வேண்டும்.

கண்ணெடுத்துப் பார்: *அக்கறை கொண்டிருப்பதற்கு அடையாளமாக (பரிவுடன்) பார்த்தல் (அவ்வாறு பார்ப்ப தில்லை என்று குறைபட்டுக் கூறுவது);* show concern for (with negative, expressed or implied). கணவர் ஏன் தன்னை

யும் குழந்தையையும் சில நாட்களாகக் கண்ணெடுத்துப் பார்க்காமல் போகிறார்?/ பிடிக்காத உறவினர்களை அவர் கண்ணெடுத்தும் பார்ப்பதில்லை./ கடவுளே, என்னை ஏன் இப்படிச் சோதிக்கிறாய், கண்ணெடுத்துப் பார்க்க மாட்டாயா?

-உம் இடைச் சொல்லுடன்

கண்ணை உறுத்து* 1: *(ஒருவருக்கு)* பொறாமையை அல்லது எரிச்சல் உணர்வை ஏற்படுத்துதல்; *(ஒருவரின்)* மனத்தில் நெருடல் உணர்வை ஏற்படுத்துதல்; provoke jealousy; be an eyesore. நாம் வீடு கட்டுவது எல்லாருக்கும் கண்ணை உறுத்துகிறது./ நான் போட்டிருக்கும் கிழிந்த சட்டை உன் கண்ணைக் குத்தினால் அதற்கு நான் என்ன செய்ய முடியும்?/ அழகான ஓவியத்தில் விழுந்திருந்த சிறு பொத்தல் கண்ணை உறுத்தியது. 2: *(காணும்படி இருப்பதால்)* சபல உணர்வை ஏற்படுத்துதல்; tempt. பெரியவரின் சட்டைப்பையிலிருந்து நீட்டிக்கொண்டிருந்த நூறு ரூபாய் நோட்டு அவன் கண்ணை உறுத்தியது.

* குத்து

கண்ணை எடுக்க முடியவில்லை: *(அழகாக, கவர்ச்சியாக இருக்கும் ஒன்றால்)* ஈர்க்கப்பட்ட நிலையிலிருந்து விடுவித்துக்கொள்ள முடியவில்லை; cannot take one's eyes off. தங்க விக்கிரகம் போன்ற அந்தக் குழந்தையின் மீதிருந்து கண்ணை எடுக்க முடியவில்லை.

கண்ணைக் கசக்கு: *(ஏதேனும் குறை காரணமாக)* கண்ணீர் ததும்ப வருத்தத்தை வெளிப்படுத்துதல்; be in tears. மேலே படிக்கவைக்க முடியாது என்று சொன்னதற்காகவா நீ கண்ணைக் கசக்க ஆரம்பித்துவிட்டாய்?/ 'நான் என்ன தவறுசெய்துவிட்டேன்' என்றாள், கண்ணைக் கசக்கிக்கொண்டே.

கண்ணைக் கட்டிக் காட்டில் விட்டது போல: எதுவும் புரியாததால் குழப்பமாக; totally perplexed; completely **at sea**. முதல் தடவை இங்கிலாந்து போயிருந்தபோது அவருக்குக் கண்ணைக் கட்டிக் காட்டில் விட்டது போல இருந்தது./ பங்கு மார்க்கெட்பற்றி எனக்கு ஒன்றும் தெரியாது, முதல் ஒரு வாரம் கண்ணைக் கட்டிக் காட்டில் விட்டது போலத் தான் இருந்தது.

பொ.வி. 1

கண்ணைக் கட்டிக்கொண்டு* வா: தவிர்க்க முடியாத படி தூக்கம் வருதல்; feel terribly drowsy. மூன்று நாட்கள் சரியாகத் தூங்காததால் சாப்பிட்டவுடன் கண்ணைக் கட்டிக்கொண்டு வந்தது.

* சுழற்றிக் கொண்டு

கண்ணைக் காட்டு: *கண்ணால் குறிப்பாக உணர்த்துதல்; (கண்ணால்) ஜாடை காட்டுதல்;* signal by an eye movement. மகன் கேட்ட பணத்தைக் கொடுக்க நினைத்தேன், மனைவி கண்ணைக் காட்டவே பணம் இல்லை என்று கூறி விட்டேன்./ என்னைப் பின்தொடரும்படி அவனுக்குக கண்ணைக் காட்டிவிட்டு வேகமாக நடந்தேன்.

கண்ணைக் கெடுத்துக்கொள்: *(தனக்கு) கேடு தேடிக் கொள்ளுதல்; (தன்னைச் சார்ந்தவருக்கு) மோசம் ஏற்படும் படி செய்தல்;* hurt oneself. பிறருக்கு உதவிசெய்ய வேண்டியதுதான், அதற்காக நாம் கண்ணைக் கெடுத்துக் கொள்ள முடியுமா?/ அந்தக் குடும்பத்தில் ஒரு பெண்ணைக் கொடுத்துக் கண்ணைக் கெடுத்துக் கொண்டது போதாது என்று இன்னொரு பெண்ணையும் கொடுக்கப் போகிறீர்களா?

கண்ணைத் திற: *(இதுவரை கொண்டிருந்த கருத்தை மாற்றி) உண்மையை உணரச்செய்தல்; உண்மையைப் புலப்படுத்துதல்;* be revealing; **open s.o.'s eyes (to sth.)**. பணத்தால் எதையும் சாதித்துவிட முடியும் என்று இறுமாப்புடன் இருந்தேன், நேற்று நடந்த நிகழ்ச்சி என் கண்ணைத் திறந்தது./ ஆங்கிலப் பற்றுக் காரணமாகத் தாய்மொழிமீது வெறுப்புக்கொண்டவர்களின் # கண்களைத் திறக்க இந்தக் கட்டுரை உதவும். # -கள் விகுதியுடன்

கண்ணைப் பறி 1: *(பிரகாசமான ஒளி) கண்களைக் கூசச் செய்தல்;* dazzle. சூரிய ஒளி பட்டுத் தங்கக் கலசம் கண்ணைப் பறித்தது./ ஆயிரக்கணக்கான எவர்சில்வர் பாத்திரங்களில் விளக்கொளி பட்டுக் கண்ணைப் பறித்தது. **2:** *பார்வையைக் கவர்தல்;* be eye-catching; be dazzling. கண்ணைப் பறிக்கும் அழகு அவளுடையது./ அவர் கட்டி யிருந்த தும்பைப் பூப் போன்ற வெண்மையான வேட்டி எல்லாருடைய # கண்ணையும் பறித்தது. # -உம் இடைச் சொல்லுடன்

கண்ணை மறை: *உண்மையைக் காணவிடாமல்செய்தல்;* blind (s.o. to sth.). பணமும் பதவியும் கண்ணை மறைக்கவே நண்பர்களும் வேண்டாதவர்கள் ஆகிவிட்டார்கள்./ பாசம் உங்கள் # கண்களை மறைப்பதால் நீங்கள் அவனைக் கண்டிப்பதில்லை. # -கள் விகுதியுடன்

கண்ணை மூடிக்கொண்டு 1: *எந்த விதத் தயக்கமும் இல்லாமல்; யோசனைசெய்யாமல்;* without hesitation; readily. இந்தப் புடவைக்குக் கண்ணை மூடிக்கொண்டு

ஐநூறு ரூபாய் கொடுக்கலாம்./ அவன் நீட்டுகிற காகிதத்தில் கண்ணை மூடிக்கொண்டு கையெழுத்துப் போட்டு விடாதே. **2:** எவ்விதத் தடங்கலும் இல்லாமல்; மிக எளிதாக; **easily; with one's eyes closed.** பல முறை இந்தப் பாதையில் பயணம்செய்திருக்கிறேன், அதனால் கண்ணை மூடிக்கொண்டு கார் விடுவேன். **3:** காண்க: கண்மூடி.

கண்ணை மூடிக்கொள்: கவனிக்காமல் விடுதல்; கண்டு கொள்ளாமல் இருத்தல்; **take no notice of** (sth.); **close one's eyes** (to sth.). பிறரிடம் குற்றம்குறைகளைக் கண்டுபிடிக்கிற நீங்கள் உங்கள் தம்பி தவறுசெய்தால் மட்டும் கண்ணை மூடிக்கொள்கிறீர்களே!/ அடுத்த வீட்டில் என்ன வெல்லாமோ நடக்கிறது, நாம் கண்ணை மூடிக்கொள்ள வேண்டியதுதான்.

கண்ணை மூடு: இறந்துபோதல்; **die.** பேத்தியின் கல்யாணத்தைப் பார்த்துவிட்டுத்தான் கண்ணை மூடுவேன் என்று பாட்டி சொல்லிக்கொண்டிருக்கிறாள்./ 'யாருக்கும் தொந்தரவு தராமல் கண்ணை மூடிவிட வேண்டும்' என்றார் தொண்டு கிழவர்.

கண் திட்டம்*: பார்வையால் கணக்கிடும் அளவு; **by or from the look of sth.** இந்த நெற்குவியல் கண் திட்டத்தில் எவ்வளவு தேறும்?/ ஏதோ ஒரு கண் மதிப்பில் இந்தச் சட்டையை வாங்கிவந்துவிட்டேன், சரியான அளவுதானா என்று சொல்லுங்கள்.

* மதிப்பு

கண் திற: (இதுவரை கொண்டிருந்த கருத்து மாறி) உண்மை புலப்படுதல்; **be enlightened; be an eye opener.** நேற்று நடந்த நிகழ்ச்சியால் என் கண் திறந்தது, அதிகாரத்தால் சாதிக்க முடியாததை அன்பு சாதித்துவிட்டது.

கண்துடைப்பு: நம்பவைப்பதற்காகச் சொல்லப்படுவது அல்லது செய்யப்படுவது; போலித்தனமானது; **eyewash.** நிலம் இல்லாதவர்களுக்கு நிலம் கொடுப்போம் என்று சொல்வதெல்லாம் கண்துடைப்பாக இருந்துவிடக் கூடாது!/ இது வெறும் கண்துடைப்பு விசாரணை என்பதை மக்கள் புரிந்துகொண்டுவிட்டார்கள்.

கண் தெரிந்து: பயன் எதுவும் இல்லை என்பதை அறிந்த பிறகு (ஒன்றைச் செய்யக் கூடாது என்ற குறிப்பில் கூறப்படுவது); **with one's eyes open.** கண் தெரிந்து எவனாவது இந்தக் குதிரைமேல் பணம் கட்டுவானா?/ கண் தெரிந்து

கண் தெரியாது

இந்த ஓட்டைப் பாத்திரத்தை வாங்குவார்களா?

கண் தெரியாது: மற்றவர்களை மதிக்கத் தோன்றாது (தன் நிலை உயர்ந்துவிட்டது போல் நினைத்து மற்றவர்களை உதாசீனப்படுத்துவதைக் குறிக்கப் பயன்படுத்துவது); have little regard for others (because of one's newly acquired status). எத்தனையோ முறை என்னிடம் உதவி கேட்டு வந்திருக்கிறான், இப்போது பணக்காரனாகிவிட்டான், இனி அவனுக்குக் கண் தெரியாது./ பணக்காரர்களோடுதான் அவனுக்கு இப்போது பழக்கமெல்லாம், அவனுக்கு இனி மேல் கண் தெரியுமா என்ன? — பொ.வி. 4

கண் நிறைந்த: மகிழ்ச்சியும் நிறைவும் தருகிற; pleasing (to the eyes and mind). கண் நிறைந்த கணவன்/ கண் நிறைந்த அழகு.

கண் பஞ்சடை: (பசியால், களைப்பால்) கண் பார்வை மங்குதல்; (of vision) be blurred (because of hunger, exhaustion). கடும் பசியால் கண் பஞ்சடைந்து நடை தடுமாறியது.

கண்பூ: (ஒருவரை அல்லது ஒன்றை வெகு நேரம் பார்த்துக் கொண்டிருப்பதால் அல்லது எதிர்பார்த்துக்கொண்டிருப்பதால்) பார்வை மங்குவது போல் உணர்தல்; (of vision) become dim (by looking out for s.o. or sth.); wear one's eyes out. அவர் வருவார் என்று வழியைப் பார்த்துப் பார்த்துக் கண்பூத்துப்போய்விட்டது./ எல்லாரும் கண் பூத்துப்போகும் அளவுக்குப் பேருந்து வரும் சாலையை நோக்கியபடி நின்றார்கள்./ பேரனைப் பத்து நாள் பார்க்காவிட்டால் பாட்டிக்குக் கண்பூத்துவிடும்.

கண்மண் தெரியாத: கட்டுப்பாடு இல்லாத; அளவுக்கு மீறிய; reckless; blind. குடித்துவிட்டுக் கண்மண் தெரியாத வேகத்தில் வாகனத்தை ஓட்டியவர் கைது./ மகள்மேல் அப்படியொரு கண்மண் தெரியாத பாசம்!

கண் மூக்குத் தெரியாமல் 1: சிறிதளவு எச்சரிக்கை உணர்வுகூட இல்லாமல்; indiscriminately. அவருக்குக் கோபம் வந்துவிட்டால் குழந்தைகளைக் கண் மூக்குத் தெரியாமல் அடிப்பார். **2:** கட்டுப்பாடு இல்லாமல்; in an uncontrolled way. வாகனத்தைக் கண்மண் தெரியாமல் ஓட்டிவந்தவர் குடிபோதையில் இருந்தாராம். — மா.வ. கண்மண் தெரியாமல்

கண்மூடி: சுயசிந்தனை இல்லாமல்; thoughtlessly; blindly.

உனக்கென்று ஒரு கருத்தும் கிடையாதா, மற்றவர்களைக் கண்மூடிப் பின்பற்றுகிறாயே?

கண்மூடிக் கண் திறப்பதற்குள்: *நொடிப்பொழுதில்; மிக விரைவாக;* in a split second; in the twinkling of an eye. *கண்மூடிக் கண் திறப்பதற்குள் அந்த விபத்து நடந்து விட்டது./ கண்மூடிக் கண் திறப்பதற்குள் ஓடும் ரயிலி லிருந்து குதித்துவிட்டான்.*

கண்வை*: *(பார்வையால்) கெடுதி விளைவித்தல் (பொறாமை கொண்ட ஒருவரின் பார்வை இவ்வாறு செய்துவிடும் என்று நம்புதல்);* give s.o. the evil eye. *யாரோ கண்வைத்து விட்டார்களாம், அதனால்தான் அவருக்கு உடல்நலம் கெட்டுவிட்டதாம்./ குழந்தைமேல் நீ கண்போட்டுவிடாதே!*

* -போடு

கணக்கில் சேர்: *பொருட்படுத்துதல்; (ஒருவர் அல்லது ஒன்று) ஏற்புடைய முறையில் இருப்பதாகக் கொள்ளுதல்;* consider; take into account. *நீ எதைச் சொன்னாலும் அவர் அதை மறுத்துத்தான் பேசுவார், அவர் பேச்சைக் கணக்கில் சேர்க்க வேண்டாம்./ இந்தப் புத்தகத்திற்கு வெளியாகி யிருக்கும் மதிப்புரைகளில் ஒன்றிரண்டைத்தான் கணக்கில் எடுத்துக்கொள்ளலாம், ஏனையவை மதிப்புரைகளே அல்ல.*

மா.வ. கணக்கில் எடு

கணக்குத் தீர் 1: *(ஒருவர் செய்த தீமைக்கு) பழிவாங்குதல்; (தீமைசெய்தவருக்குச் சந்தர்ப்பம் கிடைக்கும்போது) தீமை செய்தல்;* take revenge; **settle an old score**. *இரண்டு தலை முறையாக இருந்துவந்த பகைக்கு இவன் இன்று கணக்குத் தீர்த்துக்கொண்டான்./ அவர் பகையை மறந்துவிடுகிற ஆள் இல்லை, என்றாவது ஒரு நாள் கணக்குத் தீர்க்காமல் இருக்க மாட்டார்.* **2:** *(ஒருவருடைய) உயிரைப் போக்கு தல்; (ஒருவரை) கொலைசெய்தல்;* kill; finish off. *அவனை வெளியே விட்டால் தங்களை எதிரிகளிடம் காட்டிக் கொடுத்துவிடுவான் என்பது தெரிந்ததால் அவன் # கணக்கைத் தீர்த்துவிட்டார்கள்./ தன்னைக் கணக்குத் தீர்க்கத் திட்டம் தீட்டிவிட்டார்கள் என்பதை அறிந்ததும் அவன் தலைமறைவாகிவிட்டான்.*

-ஐ உருபுடன்

கணக்குப்பண்ணு *(பொ.பெ.): (ஒரு பெண்ணை) வசப் படுத்துவதற்கு முயலுதல்;* try to attract (a woman); **eye s.o. up (and down)**. *அவன் பல மாதங்களாகவே எதிர்வீட்டுப் பெண்ணைக் கணக்குப்பண்ணிவந்திருக்கிறான் என்பது இப்போதுதான் தெரிந்தது.*

கணக்குப் போடு: (ஒன்றின் விளைவு அல்லது போக்கு குறிப்பிட்ட முறையில் இருக்கலாம் என்று) ஓரளவுக்கு முடிவுகட்டுதல்; அனுமானித்தல்; expect (sth. to happen as a result of something else); reckon. அவருக்குப் பதவி உயர்வு தந்தால் நிர்வாகத்திற்குத் தொல்லையாக இருக்கும் தொழிற் சங்கத்திலிருந்து விலகிவிடுவார் என்று கணக்குப் போட்டனர் நிர்வாகத்தினர்!

கணக்குவழக்கு: (இவ்வளவு என்ற) அளவு அல்லது வரையறை (அது பின்பற்றப்படுவதில்லை என்பது குறிப்பு); (with negative) limits; reckoning. குடித்துவிட்டு வந்து இரவில் இவன் செய்யும் அக்கிரமங்களுக்குக் கணக்குவழக்கு இல்லை./ இப்படிக் கணக்குவழக்கு இல்லாமல் செலவழிக் கிறாயே./ நகர்ப்புறங்களில் புதிதாகத் தோன்றும் காலனி களுக்குக் கணக்குவழக்குக் கிடையாது!

கத்திகபடா: கத்தியும் அது போன்ற பிறவும்; knife and similar weapons. ஏதாவது சின்னத் தகராறு என்றாலும் கத்திகபடாவைத் தூக்கிக்கொண்டு வந்துவிடுவார்கள்.

கத்திமேல் நட: (எந்த நேரத்திலும் ஆபத்து நேரலாம் என்ற நிலையில்) மிக விழிப்பாகச் செயல்படுதல்; balance oneself (in a situation of danger); be in a ticklish situation; be on **a razor's edge**. கட்சிக்குப் பெரும்பான்மை இல்லாதபோதும் ஆட்சியை அமைத்திருக்கிறார், இனி அவர் கத்திமேல் நடக்க வேண்டிவரும்./ நாளுக்கு நாள் கொலை கொள்ளைகள் அதிகரித்துவரும் நிலையில், போதிய ஆள் பலமும் ஆயுதபலமும் இல்லாத காவல் துறையினர் கத்தி மேல் நடக்க வேண்டியவர்களாக இருக்கின்றனர்.

கத்திரிக்காய் என்றால் பத்தியம் முறிந்துவிடாது: பொ.வி. 4 (ஒன்றை) சொல்லிய அளவிலேயே மோசமான பலன் விளைந்துவிடாது (எனவே கலங்கவோ தயங்கவோ தேவை இல்லை என்பது குறிப்பு); mentioning an evil does not by itself bring evil (an expression of reassurance to a person who is excessively wary). 'கல்லிலா கடவுள் இருக்கிறார்' என்று விளையாட்டாகக் கேட்டாலும் பாட்டி 'தெய்வ நிந்தனை' என்று நடுங்கிவிடுவாள், கத்திரிக்காய் என்றால் பத்தியம் முறிந்துவிடாது என்று அவளைச் சமாதானப் படுத்த வேண்டும்./ இந்த அறுவைச் சிகிச்சையால் உயிருக்கு ஆபத்து எதுவும் இருக்காது என்பதையெல்லாம் கேட்டுத் தெரிந்துகொள்வதில் தவறு என்ன? கத்திரிக்காய் என்றால் பத்தியம் முறிந்துவிடுமா?

— **கத்திரிக்காயாவது:** எதனுடைய முதன்மை அல்லது முக்கியத்துவம் குறைக்கப்பட வேண்டுமோ அதனை அடுத்துப் பயன்படுத்தும் தொடர்; a combining word used to speak slightingly of what is represented by the preceding word. அமைச்சர் தொலைபேசியில் கூப்பிட்டுப் பேசினால் போதும், மாற்றலாவது கத்திரிக்காயாவது./ ஆராய்ச்சியாவது கத்திரிக்காயாவது, எல்லாவற்றையும் மூட்டைகட்டிவைத்து விட்டு வேலை தேடு./ காதலாம் கத்திரிக்காயாம், இதெல்லாம் படிக்கிற பையனுக்கு எதற்கு? — இ.வே. கத்திரிக்காயாம்

கதவைத் தட்டு: (வாய்ப்பு முதலியவை) பயன்படுத்திக் கொள்ளும்படி முன்நிற்றல்; முயற்சிசெய்யாமலேயே தேடி வருதல்; (opportunity, etc.) come one's way. திரைப்படத்தில் ஒரு சிறு பாத்திரத்தில் நடிப்பதற்குக்கூடப் பலர் நடையாக நடந்துகொண்டிருக்கும்போது உனக்கோ கதாநாயகியாக நடிக்கும் வாய்ப்பு வந்து கதவைத் தட்டுகிறது!/ ஆரம்பத்திலேயே இருபதாயிரம் ரூபாய் சம்பளம், கார் முதலிய வசதிகள், இந்த மாதிரி சந்தர்ப்பம் வாழ்க்கையில் ஒரு முறைதான் கதவைத் தட்டும்.

கதிகலங்கு 1: (மோசமான விளைவு ஒன்றின் பாதிப்பால்) சமநிலையை இழத்தல்; நிலைகுலைதல்; be rattled. மகன் பள்ளியிலிருந்து வராததையும் பள்ளியில் தீ விபத்து என்பதையும் சேர்த்துப்பார்த்துக் கதிகலங்கிப்போனேன்./ ஆற்றில் மிதந்துவந்த இளைஞர்களின் சடலங்கள் கதி கலங்கச்செய்தன. **2:** (ஒருவருக்கு) பயமும் கலக்கமும் உண்டாதல்; get unnerved. அப்பாவின் கோபத்தை நினைத்தாலே எனக்குக் கதிகலங்குகிறது.

கதை அள 1: நம்ப முடியாத அளவில் கூறுதல்; தேவை இல்லாததையெல்லாம் எழுதுதல்; bluff; bluff it out. எனக்கு அந்த அலுவலகத்தில் யாரையும் தெரியாது, ஆனால் எல்லாரையும் தெரியும் என்று கதை அளந்தேன்./ ஊரில் ஐம்பது ஏக்கர் நிலம் இருப்பதாகக் கதைவிட்டால் நான் நம்பிவிடுவேனா?/ தேர்வில் ஒரு வினாவுக்கு விடை தெரியவில்லை, ஏதோ கதை அளந்திருக்கிறேன். **2:** வீண் பேச்சுப் பேசுதல்; அரட்டையடித்தல்; chit-chat. உன்னோடு கதையடித்துக்கொண்டிருக்க எனக்கு நேரமில்லை. — மா.வ. கதைவிடு; கதையடி

கதை கட்டு: பொய்ச் செய்தி கிளப்புதல்; வதந்தியைப் பரப்புதல்; make up a gossipy story. ஒரு பெண்ணோடு பேசிக்கொண்டிருந்தாலே காதல் என்று கதை கட்டிவிடுகிற ஊர் இது./ எங்களைப்பற்றித் தவறான அபிப்பிராயம்

உண்டாகும்படி கதை கட்டிவிட்டார்.

கதைபண்ணு: (ஒருவரைத் தெரியாதது போல் அல்லது ஒன்றைச் செய்வது போல்) பாவனை காட்டுதல்; feign. இவர் உன் பக்கத்து வீட்டுக்காரர் என்பது தெரியாதா? என்ன கதைபண்ணுகிறாயா?/ வேலையை ஒழுங்காகச் செய், சும்மா கதைபண்ணிக்கொண்டிருக்காதே.

கதை முடி: (ஒருவரின்) வாழ்க்கை முடிவுக்கு வருதல்; (of one's life) come to an end. ஊரைப் பகைத்துக்கொண்டு நாற்பது வருடம் வாழ்ந்தவரின் # கதையும் முடிந்தது.

-உம் இடைச் சொல்லுடன்

கதையை முடி: (ஒருவரின்) வாழ்க்கையை முடிவுக்குக் கொண்டுவருதல்; உயிரைப் போக்குதல்; end one's life; finish (s.o.) off. அவமானம் தாங்காமல் கிணற்றில் குதித்துக் கதையை முடித்துக்கொண்டார்./ அவர் கதையை முடிக்கப் பணம் கைமாறியிருக்கிறதாம்.

கப்பம் கட்டு: லஞ்சம் கொடுத்தல்; give bribes. 'இந்தத் திரைப்பட அரங்கில் தைரியமாக ஆபாசப் படம் காட்டு கிறார்களே அது எப்படி?' 'யாருக்குக் கப்பம் கட்ட வேண்டுமோ அவர்களுக்குக் கட்டியிருப்பார் உரிமை யாளர்!'/ இந்தப் பேட்டையில் கடைவைத்திருப்பவர்கள் ரௌடிகள் தொல்லை தராமல் இருக்க வேண்டும் என்பதற் காக அவர்களுக்குக் கப்பம் கட்டிவிடுகிறார்களாம்!

கப்பல் கவிழ்ந்துவிட்டது போல்: பெரும் நஷ்டம் அல்லது துன்பம் ஏற்பட்டுவிட்டது போன்று; as though a calamity has struck; (look) as though ruined or wrecked. அம்மாவுக்கு வந்திருக்கிற நோய் கடுமையானதுதான், ஆனால் அதற்காகக் கப்பல் கவிழ்ந்துவிட்டது போல் அழுது அரற்றுவதில் என்ன பயன்?/ என்ன, காலையி லிருந்து கப்பல் கவிழ்ந்துவிட்டது போல் உட்கார்ந்திருக் கிறீர்கள்?

கப்பல் மாதிரி: மிகப் பெரிய அளவில்; (as) capacious (as a ship). கப்பல் மாதிரி வீடு/ கப்பல் மாதிரி ஒரு கார்.

கபட நாடகம்: தீய உள்நோக்கத்தைக் கொண்டிருக்கும் பேச்சு அல்லது செயல்; dissembling. அவனுடைய சொத்தைப் பறிக்கவே இந்தக் கபட நாடகம் ஆடியிருக் கிறான்!/ பலருடைய கபட நாடகத்தைப் பார்த்துப்பார்த்து வெறுத்துப்போய் மனிதர்கள்மேல் நம்பிக்கையே இல்லாமல்

போகிறது.

கம்பி எண்ணு (பொ.பெ.): சிறைத் தண்டனை பெறுதல்; சிறையில் இருத்தல்; go to prison; **do time**. இந்த விவகாரத்தில் மாட்டிக்கொண்டால் நீ கம்பி எண்ணப்போவது நிச்சயம்./ இரண்டு வருடம் கம்பி எண்ணிவிட்டு விடுதலையாகி வந்திருக்கிறான்./ உன்னைக் கம்பி எண்ணவைக்க வேண்டும் என்று கறுவிக்கொண்டிருக்கிறார்கள்.

கம்பி நீட்டு: (பிறருடைய கவனத்திலிருந்து) தப்பித்துப் போய்விடுதல்; நழுவுதல்; slip away; decamp; **do a bunk**. அவனை இப்போதுதானே பார்த்தேன், அதற்குள் எங்கே கம்பி நீட்டிவிட்டான்./ கடையில் முழு அளவில் பாதுகாப்பு ஏற்பாடுகள் செய்திருந்தும் நகை வாங்க வந்தது போல் நடித்துச் சிலர் நகைகளுடன் கம்பி நீட்டிவிடுகிறார்கள்.

கயிற்றில் தொங்கு: தூக்குப்போட்டுக்கொள்ளுதல்; hang oneself. மானம்போன பின்னர் வாழ விரும்பாமல் கயிற்றில் தொங்கினார்.

கயிற்றின்மேல் நட: (நிலைமையைச் சமாளிப்பது கடினமாக இருக்கும்போது) மிகுந்த கவனத்துடன் நடந்து கொள்ளுதல்; act with care (in a situation which allows little room for manoeuvre); **walk a tightrope**. இந்தச் சம்பளத்தில் விலைவாசி உயர்வுக்கு ஈடுகொடுத்து வாழ்க்கை நடத்துவது கயிற்றின்மேல் நடப்பதுதான்.

கயிறு திரி: (உண்மையோடு) கற்பனை கலந்து கூறுதல்; மிகையான செய்திகளைச் சேர்த்துச் சொல்லுதல்; invent a story; make up; **spin a yarn**. அவர் உண்மையைத்தான் சொல்கிறாரா அல்லது கயிறு திரிக்கிறாரா?/ பிரஞ்சு மூலத்திலிருந்து ஆங்கிலத்திற்கு மொழிபெயர்த்தவர் சற்றுக் கயிறு திரித்திருக்கிறார் என்று தெரிகிறது./ நம் நாட்டின் ராணுவத்தில் அந்நிய அரசின் ஊடுருவல் என்று ஒரு பத்திரிகை கயிறு திரித்திருக்கிறது.

கரடியாய்க் கத்து: (ஒருவர் கட்டாயமாக மேற்கொள்ள வேண்டும் என்பதை) திரும்பத்திரும்ப வலியுறுத்திக் கூறுதல் (ஆனாலும் பயன் இல்லை என்பது குறிப்பு); tell repeatedly but in vain; **shout oneself hoarse**. நீங்களோ டாக்டர், உங்களுக்குக் கார் அவசியம், வாங்கிக் கொள்ளுங்கள் என்று நானும் கரடியாய்க் கத்துகிறேன்./

இந்த அறையை ஒழித்துச் சுத்தம்செய்ய வேண்டும் என்று நானும் கரடியாய்க் கத்திக்கொண்டிருக்கிறேன், என் வீட்டுக்காரர் ஏதாவது சாக்குப்போக்குச் சொல்லிக் கொண்டே இருக்கிறார்./ எரிபொருளைச் சேமிப்பீர் என்று அரசு கரடியாய்க் கத்தியும் பயன் இல்லை.

கரடிவிடு: சந்தேகத்திற்கு இடம்தரும்படி ஒன்றைச் சொல்லு தல்; ஒன்றைக் கற்பித்துச் சொல்லுதல்; concoct a story; **tell a fib**. *நான் காலையில்தான் அவரைப் பார்த்தேன், அவர் ஊரில் இல்லை என்று நீ கரடிவிடுகிறாய்!/ இப்போது தான் நான் அவனைப்பற்றி ஒரு செய்தி கேள்விப்பட்டேன், நீ வேறு புதுக் கரடிவிடுகிறாய்.*

கரணம் தப்பினால் மரணம்: சிறிது கவனக்குறைவாக இருந்தாலும் பெரும் ஆபத்து; one false step will lead to disaster. *சாலை ஓரத்தில் மின்சாரக் கம்பி பதிப்பதற்காகக் குழி தோண்டிப்போட்டிருக்கிறார்கள், கரணம் தப்பினால் மரணம் என்றுதான் நடக்க வேண்டியிருக்கிறது!/ சம்பளம் நிறையக் கிடைக்கிறது என்பது உண்மைதான், ஆனால் வேலையில் மிகுந்த கவனத்தோடு இருக்க வேண்டும், கரணம் தப்பினால் மரணம்.*

கரத்தைப் பலப்படுத்து: (மக்களுக்குச் சேவைசெய்யும் ஒருவரின் நிலைமையை உறுதிப்படுத்தும் வகையில்) ஆதரவு தருதல்;* lend support to (a public figure) ; **strengthen s.o.'s hand**. *சட்டமன்ற எதிர்க் கட்சி உறுப்பினர்களின் நம்பிக்கையையும் பெற்றிருப்பது அவருடைய கரத்தைப் பலப்படுத்தும்./ அனைவரும் எழுத்தறிவு பெற வேண்டும் என்பதை நோக்கமாகக் கொண்ட இந்த இயக்கம் வெற்றி பெற அரசின் கரத்தை வலுப்படுத்த வேண்டும்.*

* *வலுப்படுத்து*

கரம்பற்று (உ.வ.): திருமணம்செய்துகொள்ளுதல்; மணத்தல்; take s.o. in marriage; marry (s.o.). *அவளைக் கரம்பற்றிய நாளி லிருந்து அதிர்ஷ்டம்தான்./ நடிகை வெளிநாட்டுத் தொழி லதிபர் ஒருவரைக் கரம்பற்றப்போவதாகச் செய்தி.*

கரிக் கை: (ஒருவர் தொடங்கிய செயலெல்லாம் தோல்வி யில் முடிந்துவிடுவதாக நம்புவதால்) ராசியில்லாத கை; hand considered to bring ill-luck; accursed hand. *இந்த வியாபாரத்தைத் தொடங்கிவைப்பதற்கு அவரைக் கூப்பிட வேண்டாம், அவருக்குக் கரிக் கை.*

(முகத்தில்) கரி பூசு: அவமானம் ஏற்படுத்துதல்; மதிப்*

* *(மூஞ்சியில்)*

பைக் கெடுத்தல்; put s.o. to shame; **have egg on one's face**. உன்னை மக்குப் பயல் என்று கேலி பேசியவர்களுக்குக் கரி பூசவாவது நீ நன்றாகப் படிக்க வேண்டும்./ என் பேச்சை மீறி அவரைப் பார்க்கப் போயிருக்கிறான், போய் முகத்தில் கரி பூசிக்கொண்டு வரட்டும்./ சமாதானம் செய்யப்போய் மூஞ்சியில் # கரியைப் பூசிக்கொண்டது அவன்தானே தவிர நான் இல்லை! # -ஐ உருபுடன்

கருடா சௌக்கியமா*: பலமும் வசதியும் படைத்த ஒருவரின் துணையைப் பெற்றுவிட்டதால் தனக்கு முன்பு இல்லாத பலம் கிடைத்துவிட்டதாக நினைக்கும் ஒருவர் அந்தப் புதிய பலம் தந்த பாதுகாப்பில் பிறரை அலட்சியமாக நடத்துவதைத் தெரிவிக்கும் தொடர்; an expression of defiance or impudence by s.o. emboldened by his newly acquired status. அவனுக்குப் பல அரசியல்வாதிகள் அறிமுகமாகிவிட்டதால் இப்போது கருடா சௌக்கியமா என்ற முறையில் அல்லவா அவன் நம்மைப் பார்க்கிறான். * சுகமா

கரு* நாக்கு: *(ஒருவர் சொல்வது பலித்துத் தீமையை ஏற்படுத்திவிடும் என்று நம்புவதால்) தீமையை விளைவிக்கும் வாக்கு;* utterance considered as bringing ill-luck. அவனுக்குக் கரு நாக்கு என்பது தெரிந்திருந்தும் அவனிடம் ஆலோசனை கேட்டுவிட்டு இப்போது ஏன் சஞ்சலப்படுகிறாய்? * கரி

கரும்பு தின்னக் கூலியா: *விரும்பியது கிடைக்கும்போது ஏற்பதற்குத் தயக்கமா? (மனம் உவந்து ஒன்றை ஏற்றுக்கொள்ளத் தயாராக இருப்பதைக் குறிப்பிடப் பயன்படுத்துவது);* 'would one ask to be paid to do what he relishes?'. தில்லிக் குளிரிலிருந்து தப்பித்துப் போய்விட வேண்டும் என்று நினைத்துக்கொண்டிருந்த என்னிடம் சென்னைக் கிளைக்குப் போகிறீர்களா என்று மேலதிகாரி கேட்டார், கரும்பு தின்னக் கூலியா?/ குறைந்த விலையில் வசதியான வீடு விலைக்கு வருகிறது வாங்குகிறாயா என்று கேட்கிறாய், கரும்பு தின்னக் கூலியா வேண்டும்?

கருமமே கண்ணாக: *மேற்கொண்ட காரியத்திலேயே முழு ஈடுபாட்டுடன்; முனைப்பாக;* with single-minded devotion; single-mindedly. அவனைச் சுற்றி எல்லாரும் பேசிச் சிரித்துக்கொண்டிருந்தார்கள், அவனோ கருமமே கண்ணாகத் தேர்வுக்குப் படித்துக்கொண்டிருந்தான்.

~ கருமமே கண்: அவருக்குக் கருமமே கண், வேறு எதிலும் மனத்தை அலையவிட மாட்டார்.

கரைகாண்: *(ஒன்றில்) சிறந்த தேர்ச்சி பெறுதல்; (ஒன்றை) முழுமையாக அறிதல்;* achieve mastery (of sth.). இலக்கணத்தில் கரைகண்டவர்./ ஆங்கில இலக்கியத்தைக் கரைகண்டு விட்டது போல் பேசினான்.

கரைகாணாத: *(ஆசை, மோகம் முதலியவை வெள்ளம் என உருவகிக்கப்படும்போது) அளவிட முடியாத;* immeasurable; boundless. இசையின்மீது கொண்ட கரைகாணாத மோகம்.

கரைசேர்[1] 1: *(தற்போது இருக்கும் கஷ்டமான நிலையிலிருந்து) மீண்டு வருதல்;* get out of a difficult situation. கடன் தொல்லையிலிருந்து கரைசேர வழிதெரியாமல் தவித்தார்./ ஒரு காணி நிலம் இருந்தால் போதும், எப்படியாவது சமாளித்துக் கரையேறிவிடலாம். **2:** *(உலக வாழ்வின் பந்தங்களிலிருந்து விடுபட்டு) வீடுபேறு அடைதல்;* attain salvation; be redeemed. மகான்களின் உபதேசம் மூலமாக நாம் கரைசேர முடியும் என்பதில் அவருக்கு அசைக்க முடியாத நம்பிக்கை.

மா.வ. கரையேறு (முதல் பொருளில்)

கரைசேர்[2] 1: *நல்ல நிலைக்குக் கொண்டுவருதல்;* help s.o. to reach a better position; improve the condition (of sth.). என்னை நம்பியிருக்கும் ஆறு தம்பிகளை நான் முதலில் கரைசேர்த்தாக வேண்டும்./ மழையை மட்டுமே நம்பியிருக்கும் இந்தக் கிராமங்களைக் கரைசேர்க்க அரசும் சரி, மக்களும் சரி எந்த முயற்சியும் செய்வதாகத் தெரியவில்லை. **2:** *(தன் பொறுப்பில் உள்ள பெண்ணை) கல்யாணம்செய்து கொடுத்தல்;* get a dependent girl married off. என் இரு பெண்களையும் எப்படிக் கரையேற்றப்போகிறேனோ தெரியவில்லை. **3:** *(உரிய சடங்குகள் செய்து இறந்தவருக்கு) வீடுபேறு கிட்டச்செய்தல்;* help the departed soul reach the other world (by performing the prescribed rites). தாத்தா கேட்டுக் கொண்டபடியே கிரியைகளெல்லாம் செய்து அவரைக் கரைசேர்த்துவிட்டார்கள்.

மா.வ. கரையேற்று (முதல் இரு பொருளில்)

கரைத்துக் குடி: *(ஒரு கலை அல்லது ஒரு துறை சம்பந்தப்பட்ட சகல அம்சங்களையும் தெரிந்துகொள்ளுவதற்காக) முழுக்கப் படித்து அறிதல்;* know (a subject) inside out; study sth. thoroughly. இந்தியாவைப்பற்றி வந்திருக்கும் முக்கியமான நூல்களையெல்லாம் கரைத்துக் குடித்திருக்கிறார் என்பது அவர் பேச்சிலிருந்து தெரிந்தது./ தமிழ் இலக்கணத்தைக் கரைத்துக் குடித்தது போல் அல்லவா பேசுகிறாய்?/ காலையில் எழுந்ததும் ஆங்கில நாளிதழைக் கரைத்துக் குடித்துவிட்டுத்தான் அவர் வேறு வேலை

பார்ப்பார்.

கரைபுரள்: (மகிழ்ச்சி, உற்சாகம் முதலியவை வெள்ளம் என உருவகிக்கப்படும்போது) அளவுகடந்து வெளிப்படுதல்; (of joy, enthusiasm) know no bounds. குழந்தை பிறந்துவிட்டது, வீட்டில் மகிழ்ச்சி கரைபுரண்டது./ அவனுக்கு உற்சாகம் கரைபுரண்டு ஓடியது!

கல்நெஞ்சு: இரக்க உணர்வு சிறிதும் இல்லாத மனம்; heart of stone. என்ன கல்நெஞ்சு உனக்கு?/ கல்நெஞ்சத்தையும் கலங்கவைக்கும் சோக முடிவு.

நெஞ்சு→ நெஞ்சம்

கல்யாணச் சாவு: முதிர்ந்த வயதுடையோரின் இயற்கையான சாவு (அது வருந்தத் தக்கதாகக் கருதப்படுவதில்லை என்பது குறிப்பு); death of a person at a ripe old age (sth. considered as not to be grieved over). உங்கள் தாத்தா தொண்ணூறாவது வயதில் மரணமடைந்திருக்கிறார், இது கல்யாணச் சாவு, யாரும் அழக் கூடாது.

கல்யாணம்காட்சி: திருமணம் உள்ளிட்ட மங்கல நிகழ்ச்சிகள்; marriage and other auspicious events. இப்போ திருந்தே சேர்த்துவைத்தால்தானே நாளை ஒரு கல்யாணம் காட்சிக்கு உதவும்./ முதலில் வயிற்றுப்பாட்டைக் கவனிக்க வேண்டும், பிறகுதான் கல்யாணம்காட்சியெல்லாம்.

கல்லில் நார் உரி: (பொருள் தரவோ ஒரு செயலைச் செய்யவோ விரும்பாத ஒருவரிடமிருந்து ஒன்றைப் பெற) கடினமாக முயலுதல்; (ஒன்றைச் செய்ய ஒருவரை இணங்கவைப்பது) மிகக் கடினமாக இருத்தல்; try to get money, help, etc. from one unwilling; **get blood from a stone**. அவரிடம் பேரம் பேசிப் படியவைப்பது கல்லில் நார் உரிக்கிற விஷயம்./ அடிமைப்பட்டுக் கிடக்கும் இவர்களைப் போராடவைப்பது எளிதான காரியம் அல்ல, கல்லில் நார் உரிப்பதுதான்.

கல்லுக்குண்டு மாதிரி: (எதுவும் நேராமல் எப்போதும் போல்) உறுதியாகவும் திடமாகவும்; strong and sturdy. 'நான் தான் கல்லுக்குண்டு மாதிரி இருக்கிறேனே, நீங்கள் எதற்காகக் கவலைப்படுகிறீர்கள்' என்றார் தாத்தா./ எங்கள் பாட்டி காலத்துச் செம்பு இது, இன்னும் கல்லுக்குண்டு மாதிரி அப்படியே இருக்கிறது.

கல்லுப்பிள்ளையார் மாதிரி: (இருந்த இடத்திலிருந்து

சிறிதும்) நகராமல்; (ஓரிடத்திலிருந்து) கிளம்ப முடியாதபடி; remain anchored to; stay put. அவர் கல்லுப்பிள்ளையார் மாதிரி எப்போதும் திண்ணையில் உட்கார்ந்திருக்கும்போது அவருக்குத் தெரியாமல் எப்படி வீட்டுக்குள் போக முடியும்?/ ஊருக்குப் போய் அங்கேயே கல்லுப்பிள்ளையார் மாதிரி உட்கார்ந்துவிட்டீர்களே!

கல்லை (தூக்கி)போடு **1:** *(விருப்பம், உறுதி போன்றவற்றை) குலையும்படி செய்தல்;* shatter (one's hopes, aspirations, etc.). *'சாமியார் ஆகப் போகிறேன்' என்று அறிவித்துத் தன்னைப்பற்றிய தன் பெற்றோரின் கனவில் கல்லைத் தூக்கிப்போட்டுவிட்டான்./ 'நாட்டு விடுதலைக்காக நாங்கள் போராடிக்கொண்டிருக்கும்போது இரண்டாவது உலக யுத்தம் பெரிய கல்லைத் தூக்கிப்போடப் பார்த்தது' என்றார்கள் போராட்ட வீரர்கள்.* **2:** காண்க: குண்டை (தூக்கி)போடு.

கல்லை விட்டெறிந்துபார்: *(பலன் கிட்டலாம் கிட்டாமலும் போகலாம் என்ற நிலையிலும்) முயன்றுபார்த்தல்; ஒரு முயற்சிசெய்தல்;* give sth. a try; take a chance. *ஆராய்ச்சிப் பட்டம் வாங்கியவர்களும் இந்த வேலைக்கு விண்ணப்பித்திருக்கும்போது 'நமக்கு எங்கே கிடைக்கப் போகிறது' என்று இருந்துவிடாமல் கல்லை விட்டெறிந்து பார்க்கலாமே.*

கலி முற்றிப்போ: *தீமையும் அநீதியும் பெருகுதல் (நிகழ்ந்த நிகழ்ச்சியைப் பார்த்து ஒருவர் அங்கலாய்த்துக் கூறுவது);* evil days are on (an expression lamenting the unchecked growth of what one considers injustice). *கலி முற்றிப்போய் விட்டது, இல்லையென்றால் வயதான கிழவரை இப்படி இடித்துத் தள்ளிவிட்டு எல்லாரும் வண்டியில் ஏறுவார்களா?/ கலி முற்றிப்போனதால்தான் ஆசிரியர்-மாணவர் அடிதடி போன்ற கண்றாவியெல்லாம் பார்க்க வேண்டியிருக்கிறது.*

கவைக்குதவாத: *நடைமுறைக்குப் பயன்படாத அல்லது ஒத்துவராத;* of no practical value; not useful in the least. *இது என்ன படிப்பு, கவைக்குதவாத படிப்பு./ அவருடைய யோசனை கவைக்குதவாது என்பது அவருக்கே தெரியும்.* இ.வே. -உதவாது

கழுகுக் கண்: *எதையும் கவனிக்கத் தவறாத கூர்மையான பார்வை;* eagle eye. *இவ்வளவு நேரமாகத் தேடியும் கிடைக்காத ஊசியை அவன் உடனே எடுத்துவிட்டான்,*

அவனுக்குக் கழுகுக் கண்தான்!/ தன் எதிரியின் நடமாட்டத்தைக் கழுகுக் கண்ணுடன் கண்காணித்துவந்தார்./ தோட்டத்தில் குப்பை பொறுக்க வந்தவள் இரண்டு மாங்காயைப் பறித்து மடியில் கட்டிக்கொண்டது அம்மாவின் கழுகுக் கண்களிலிருந்து தப்பவில்லை.

கழுகுக்கு மூக்கில் வேர்ப்பது போல: *(தனக்கு உணவாகும் பண்டம் தொலைவிலிருந்தாலும் அல்லது மறைவில் இருந்தாலும் கழுகு அறிந்துகொள்ளுவது போன்று) உள்ளுணர்வால் அறிந்துகொண்டு;* as if by intuition (as the eagle senses the presence of its prey). *கழுகுக்கு மூக்கில் வேர்ப்பது போல நாம் ரகசியமாக வைத்திருக்கும் விஷயங்களெல்லாம் அவனுக்குத் தெரிந்துவிடுகிறது./ கழுகுக்கு மூக்கில் வேர்ப்பது போல நான் பணம் வைத்திருப்பது உனக்குத் தெரிந்துவிட்டதாக்கும்.*

கழுத்தறு 1: *(சுமையாக இருந்து) சங்கடம் தருதல்; (ஒருவருடைய நேரம், உழைப்பு முதலியவற்றை வீணடித்து) தொல்லை தருதல்;* cause annoyance by pressing an unreasonable request; vex s.o.; **give one the hump**. *அவசர வேலைகள் வந்தால் அவற்றை முடித்துத்தரும்படி எல்லாரும் என்னிடம் வந்து கழுத்தறுத்துவிடுவார்கள்./ பரிட்சைக்குப் பணம் கட்ட வேண்டும் என்று முன்பே சொல்லாமல் மாதக் கடைசியில் வந்து கேட்டு என் # கழுத்தை அறுக்கிறாயே./ 'கிழவி சாகமாட்டாமல் என்னைக் கழுத்தறுக்கிறாள்' என்கிறாரே, பெற்ற தாய் என்கிற பாசம்கூடவா அவருக்கு இல்லை?* **2:** *(நம்பிக்கையோடு இருக்கும்போது) உதவாமல் போதல்; கைவிடுதல்;* let one down. *சரியான நேரத்தில் காமிரா வேலைசெய்யாமல் கழுத்தறுத்துவிட்டது./ இப்படி என்னைக் கழுத்தறுப்பான் என்று தெரிந்திருந்தால் இந்தக் காரியத்தில் ஈடுபட்டிருக்க மாட்டேன்.*

-ஐ உருபுடன்

~ கழுத்தறுப்பு *(முதல் பொருளில் மட்டும்): அவன் கழுத்தறுப்பைப் பொறுத்துக்கொள்ள வேண்டியதுதான்./ (நபரைக் குறிப்பிடுவது): நாம் வெளியே புறப்படும் நேரம் பார்த்தா இந்தக் கழுத்தறுப்பு வர வேண்டும்?*

கழுத்தில் கட்டு: *(வற்புறுத்தி) திருமணம்செய்துவைத்தல்;* force to marry; marry one to an unwilling person. *அவருக்குத் தான் என்னைப் பிடிக்கவில்லையே, பிறகு ஏன் என்னை அவர் கழுத்தில் கட்டப்பார்க்கிறீர்கள்?/ எனக்குச் சிறிதும் பிடிக்காத பெண்ணைக் கழுத்தில் கட்டிக்கொண்டு வாழ்நாளெல்லாம் கஷ்டப்பட என்னால் முடியாது.*

கழுத்தில் தாலி ஏறு: (பெண்ணுக்கு) திருமணமாதல்; (of a woman) get married. நாளை உன் கழுத்தில் தாலி ஏறிவிட்டதென்றால் பிறகு என் கவலை விட்டது./ நல்ல வேளையாக நம் பெண்ணின் கழுத்தில் தாலி ஏறுவதற்கு முன்பே பையனைப்பற்றிய முழு உண்மையும் தெரிந்துவிட்டது.

கழுத்தில் துண்டு போட்டு: (பணம் வசூலிப்பதில்) நெருக்கிப் பிடித்து; மிகவும் கறாராக; cornering (s.o. to collect one's dues). அவரிடம் வாங்கிய பணத்தை நீ கொடுக்காமல் தப்பிக்க முடியாது, கழுத்தில் துண்டு போட்டு வாங்கி விடுவார்./ கழுத்தில் #துண்டைப் போட்டுக் காசைக் கறந்துவிடுவதில் கெட்டிக்காரர். # -ஐ உருபுடன்

கழுத்துக்குக் கத்தி வா: (ஒருவருக்கு) பெரும் தண்டனை கிடைத்தல்; பெரும் ஆபத்து நேர்தல்; get a severe punishment; **get it in the neck**. வங்கியில் அவர் செய்த மோசடி வெளிப்பட்டால் கழுத்துக்குக் கத்தி வருவது நிச்சயம்./ நீ செய்தது பெரிய குற்றம் இல்லை, பயப்படாதே, கழுத்துக்குக் கத்தி ஒன்றும் வந்துவிடாது.

கழுத்தை நீட்டு: (வேறு வழி இல்லை என்பது போல் ஒரு பெண்) திருமணத்துக்கு உட்படுதல்; வாழ்க்கைப்படுதல்; (of a woman) agree to be wedded to (as if she had no other choice). நீ அவசரப்பட்டு ஒருவனுக்குக் கழுத்தை நீட்டி விடாதே/ பணக்காரன் என்பதற்காகப் பிடிக்காத ஒருவனுக்குக் கழுத்தை நீட்ட முடியுமா?

கழுத்தைப் பிடித்துத் தள்ளு: (ஒருவரை) பலவந்தமாக வெளியேற்றுதல்; throw (s.o.) out. அலுவலகத்திற்குள் நுழைந்து லாட்டரிச் சீட்டு வாங்கச் சொல்லி வம்பு பண்ணும் இவனைக் கழுத்தைப் பிடித்து வெளியே தள்ளு முதலில்./ வீட்டுக்கு வந்திருக்கிற விருந்தினர்களால் தொல்லைதான் என்றாலும் அவர்களைக் கழுத்தைப் பிடித்துத் தள்ளிவிட முடியுமா?/ அரசியலில் மட்டும் கழுத்தைப் பிடித்துத் தள்ளுகிறவரையிலும் யாரும் பதவியை விட்டுப் போக மாட்டார்கள் போலிருக்கிறது!

கழுதை தேய்ந்து கட்டெறும்பு ஆகு 1: (சிறப்பான நிலையிலிருந்த ஒன்று) மதிப்பிழந்து பெருமை குலைந்த நிலை அடைதல்; (of sth.) progressively lose (its) former reputation; deteriorate beyond recognition; peter out. அவர் தலைவராக இருந்தபோது மன்றம் சிறப்பாகச் செயல்பட்டு வந்தது, இப்போது கழுதை தேய்ந்து கட்டெறும்பு ஆகி

விட்டது. **2:** *(இருக்க வேண்டிய அளவிலிருந்து) மோசமான அளவுக்குக் குறைதல்;* dwindle away. முன்பு அந்த நாட்டு ராணுவத்தில் ஒரு லட்சம் பேர் இருந்தார்கள், ஐந்தாண்டு களாக நடந்துவரும் உள்நாட்டுக் கலகத்தால் இப்போது அது கழுதை தேய்ந்து கட்டெறும்பு ஆகிவிட்டது./ கழுதை தேய்ந்து கட்டெறும்பு ஆன மாதிரியல்லவா நம் சேமிப்புத் தொகையின் நிலையும் ஆகிவிட்டது.

கழுதை மேய்: *மதிப்புச் சிறிதும் இல்லாத வேலையைச் செய்தல் (ஒருவரின் செய்கை அல்லது தான் செய்து வரும் தொழில் மனநிறைவு அளிக்காதபோது கூறப் படுவது);* (rather) do sth. undignified (said in disgust). மகன் எல்லாப் பாடங்களிலும் குறைவான மதிப்பெண்கள் வாங்கியிருப்பதைப் பார்த்துக் கோபத்தில் 'நீ பள்ளிக்கூடம் போகிறாயா, கழுதை மேய்க்கிறாயா?' என்று கத்தினார்./ இந்த அலுவலகத்தில் வேலைபார்ப்பதைவிட எங்காவது கழுதை மேய்க்கப் போகலாம் போலிருக்கிறது.

— **கழுதை வயது 1:** *(ஒன்றைச் செய்வதற்கு) போதுமான வயது (ஆயினும் வயதிற்குத் தகுந்த திறமையோ பொறுப்போ ஒருவருக்கு இல்லை என்று குறைபட்டுக் கொள்ளும்போது கூறுவது);* old enough to do sth. (said chidingly of a person who does not have the required wisdom or the maturity). ஒரு கழுதை வயது ஆகிறது, இன்னும் உடம்பைத் தேய்த்துக் குளிக்கத் தெரியவில்லையே!/ நாலு கழுதை வயதிலும் வேலை எதுவும் செய்யாமல் ஊரைச் சுற்றிவருகிறான். **2:** *ஒரு கழுதை 10 ஆண்டு காலம் வாழும் என்பதாகக் கொண்டு ஒருவருடைய வயதை வேடிக்கை யாகக் கணக்குப்போட்டுக் கூறப் பயன்படுவது;* jocular way of giving one's age in terms of the life span of a donkey, reckoned as 10 years. என் வயதையா கேட்கிறாய்? ஆறு கழுதை வயதைத் தாண்டியாகிவிட்டது.

களைகட்டு: *(நிகழ்ச்சி) விறுவிறுப்படைதல்; (நிகழ்ச்சி நடக்கும் இடம்) பொலிவுடன் விளங்குதல்;* get lively; come alive. ராக ஆலாபனைக்குப் பிறகு கச்சேரி களைகட்டத் தொடங்கியது./ விருந்தினர்கள் வருகையால் வீடு கல்யாண வீடு போல் களைகட்டிவிட்டது.

கறந்து வைத்த பால்: *கள்ளங்கபடம் இல்லாதவர்;* innocent person. அவருடைய இரண்டாவது பையன் சூது வாது தெரியாதவன், கறந்து வைத்த பால்!

கறிவேப்பிலைக் கொழுந்து* மாதிரி **1:** *அபூர்வமாகவும் அரிதாகவும் கிடைத்திருக்கும் பொருள் போல்;* only one of (its) kind. *எங்களுக்குக் கறிவேப்பிலைக் கொழுந்து மாதிரி ஒரே ஒரு குழந்தைதான்./ ஏழை விவசாயக் குடும்பத்தைச் சேர்ந்த இத்தனை பேரிலும் கறிவேப்பிலைக் கொழுந்து மாதிரி ஓர் இளைஞர் படித்துப் பட்டம் பெற்றிருக்கிறார்.* **2:** *கருத்துடன் பாதுகாத்து;* with care and attention. *உங்களை யெல்லாம் நானும் அம்மாவும் கறிவேப்பிலைக் கன்று மாதிரி அல்லவா வளர்த்தோம்.*

* கன்று/கொத்து

கறுப்புப்* புள்ளி: *(அலுவலகத்தில்) ஒழுங்கற்ற நடத்தையைக் காட்டுவதற்கான குறியீடு; (பொது வாழ்வில்) கறை அல்லது களங்கம்;* adverse remark; black mark. *ஆங்கிலேயர் காலத்திய கறுப்புப் புள்ளி முறையை இன்னுமா உங்கள் அலுவலகத்தில் கடைப்பிடிக்கிறீர்கள்?/ அவருடைய பொது வாழ்க்கையில் இதுவரை எந்த விதமான கரும்புள்ளியும் விழுந்ததில்லை.*

* கரும்

கன்றுகாலிகள்: *மாடு உள்ளிட்ட வீட்டு விலங்குகள்;* livestock, especially cattle. *விவசாயக் குடும்பம் என்றால் கன்றுகாலிகள் இல்லாமல் இருக்குமா?*

கன்னத்தில் அறைந்த மாதிரி: *மனத்தில் சுரீரென்று உணரும்படியாக;* in a sharp and hurtful manner; as a **slap in the face**. *'இல்லை' என்று ஒரே வார்த்தையில் கன்னத்தில் அறைந்த மாதிரி பதில் வந்தது./ 'எதற்காக என்னைப் பெற்றீர்கள்' என்ற மகனின் கேள்வி அவருக்குக் கன்னத்தில் அறைந்தாற் போல் இருந்தது.*

பொ.வி. 1

கன்னத்தில் போட்டுக்கொள்: *(கேலியாக) (தெரியாமல் தவறுசெய்துவிட்டதாகக் கூறி) மன்னிப்பு வேண்டுதல்;* (jocularly) beg for forgiveness. *நான் சொன்னது தவறுதான், கன்னத்தில் போட்டுக்கொள்கிறேன்.*

கன்னி முயற்சி: *(ஒரு துறையில் ஒருவருடைய) முதல் முயற்சி;* maiden venture. *ஆசிரியரின் கன்னி முயற்சியாக இந்தக் கட்டுரை இருந்தாலும் நன்றாகவே எழுதப்பட்டிருக்கிறது./ நாடகத்துறையில் உங்கள் கன்னி முயற்சி வெற்றி பெற வாழ்த்துகிறேன்.*

கஜகர்ணம்போடு *(அ.வ.): (ஒருவர் ஒன்றைப் பெறுவதற்காக) பெரும் முயற்சிசெய்தல்;* make a Herculean effort. *நீ எவ்வளவுதான் கஜகர்ணம்போட்டாலும் அந்த வேலை*

உனக்குக் கிடைக்காது./ அந்த வீட்டை வாங்கிவிட வேண்டும் என்று கஜகர்ணம்போட்டுப்பார்த்தார்.

கஷ்டநஷ்டம்: எதிர்கொள்ள வேண்டிய பிரச்சினை அல்லது தொல்லை; trials and tribulations. வாழ்க்கை என்றால் கஷ்டநஷ்டங்கள் இருக்கத்தான் செய்யும்./ வீடு கட்டுவதில் உள்ள கஷ்டநஷ்டம் யாருக்குத் தெரிகிறது?/ இன்னும் இரண்டு வருடம்தானே, கஷ்டநஷ்டம் பார்க்காமல் பையனைப் படிக்கவைத்துவிடுங்கள்.

காக்காய்க்கடி கடி (பொ.பெ.): (தின்பண்டம் போன்ற வற்றைப் பகிர்ந்துகொள்ளச் சிறுவர்கள்) துணியால் மூடி எச்சில் படாமல் கடித்தல்; bite (sweetmeat, etc.) covering with a cloth (to split it for sharing, a practice among children). ஆரஞ்சு மிட்டாயைக் காக்காய்க்கடி கடித்து ஒரு துண்டைத் தங்கைக்குக் கொடுத்தான்.

காக்காய்க் குளியல்: அவசரஅவசரமாகக் குறைந்த அளவு நீரில் குளித்தல்; a hurried bath using a meagre quantity of water. அலுவலகத்திலிருந்து வந்ததும் ஒரு காக்காய்க் குளியல், பிறகு மருத்துவமனையில் சேர்த்திருந்த மனைவியைப் பார்க்க ஓடினார்./ வீட்டில் தண்ணீர்த் தட்டுப்பாடு என்பதால் பிடித்துவைத்திருக்கும் அரை வாளித் தண்ணீரில் காக்காய்க் குளியல்போட வேண்டியதுதான்.

காக்காய் பிடி: (தன் காரியத்தை நிறைவேற்றிக்கொள்வதற்கு யார் தேவையோ அவருடைய) விருப்பத்தையும் மன நிலையையும் அறிந்து மகிழ்வித்தல்; please s.o. in an attempt to gain his favour; toady (to s.o.). உண்மையாக உழைத்து முன்னுக்கு வர முடியாது, காக்காய் பிடித்தால்தான் காரியம் நடக்கும் என்ற மனப்போக்கு ஒரு சமுதாய நோயாக வளர்ந்துவருகிறதே./ மேலதிகாரியைக் காக்காய் பிடித்து எப்படியாவது காரியத்தைச் சாதித்துக்கொள்வான்.

காசா பணமா: (ஒன்றைச் செய்வதற்கு) பெரு முயற்சியோ பெரும் பொருளோ வேண்டுமா (வேண்டியதில்லை என்ற குறிப்பில் கூறுவது); does it involve any great effort or expense? அவன் சொல்வதைச் செய்துவிட்டுப்போயேன், அதற்கென்ன காசா பணமா?/ வம்பு பேசுவதற்கென்ன காசா பணமா, பேசிவிட்டுப்போகிறார்கள்.

காசு கேட்பான்: (எளிதில் இயல்பாகச் செய்யக் கூடிய காரியங்களையும் செய்யாமல் அதைச் செய்வதற்கும் பொ.வி. 3

தன்னைப் பிறர்) வேண்டிக்கொள்ளும்படிவைப்பான்; a person who is deliberately not spontaneous. அவன் சிரிப்ப தற்குக்கூடக் காசு கேட்பான்./ அவளுடன் எதைப் பேசுவது, அவள்தான் பேசுவதற்கே காசு கேட்பாளே.

காசைக் கரியாக்கு: *பணத்தை வீணாக்குதல் (பணத்தின் அருமை தெரியவில்லையே என்று அங்கலாய்த்துக் கூறுவது);* squander money; fritter away money. *வியாபாரம் செய்கிறேன் என்று சொல்லிக் காசைக் கரியாக்கி விட்டான்./ தீபாவளிக்குப் பட்டாசு வாங்க வேண்டியது தான், அதற்காக இப்படியா காசைக் கரியாக்குவார்கள்?*

காசை முடிந்து(வைத்து)கொள்: *(கிடைக்கும் சிறுசிறு தொகையை விடாமலும் தேவையைக் குறைத்தும்) பணம் சேர்த்தல் (பணத்தைச் சேமிப்பதில்தான் அக்கறை, மிகவும் தேவையானவற்றுக்குக்கூடச் செலவழிப்பதில் விருப்பம் இல்லை என்பது குறிப்பு);* be miserly; be tightfisted. *இவள் வேப்பிலையைக்கூட விற்றுக் காசை முடிந்துகொள்கிற ரகம்!/ உடம்பு சரியில்லை என்றாலும் மருத்துவரிடம் போக மாட்டாய், இப்படிக் காசை முடிந்துவைத்துக் கொண்டு என்ன செய்யப்போகிறாய்?/ வாய்க்கு ருசியாகச் சாப்பிடவும் மாட்டாய், அப்படிக் காசை முடிந்துவைத்துக் கொள்ள வேண்டுமா?*

காட்டிய* இடத்தில் கையெழுத்துப் போடு: *(ஒருவருக்குக் கட்டுப்பட்டு அவர்) எதைச் செய்யச் சொன்னாலும் செய்தல்;* agree (to comply with one's wishes) unquestioningly; **sign on the dotted line**. *அவன் உங்களுக்கு மிகவும் கடமைப்பட்டிருக்கிறான், நீங்கள் காட்டிய இடத்தில் கையெழுத்துப் போடுவான்./ போரில் தோற்றுப் போன நாட்டிற்கு வெற்றி பெற்ற நாடுகள் காட்டிய இடத்தில் கையெழுத்துப் போடுவதைத் தவிர வேறு வழி இல்லை.*

* நீட்டிய

காட்டில் காய்ந்த நிலா: *பயன்படுத்திக்கொள்ள முடியாமல் வீணாகும் ஒன்று;* a valuable thing wasted. *'என் அழகு காட்டில் காய்ந்த நிலாவாக இருந்துவிட்டுப் போகட்டுமே' என்றாள்.*

காட்டில் மழை: *(ஒருவருக்குத் தொடர்ந்து கிடைக்கும்) எதிர்பார்த்திராத அதிர்ஷ்டம்; நன்மைக்கு மேல் நன்மை;* (enjoy) a period of unusual success or luck. *இப்போது இந்த எழுத்தாளரின் காட்டில் மழை! எல்லா வார, மாத இதழ்*

களும் போட்டிபோட்டுக்கொண்டு அவர் கதையை வெளியிடுகின்றன./ இந்த மருத்துவர் கைராசிக்காரர் என்று பெயர்வாங்கிவிட்டார் அல்லவா, இனி அவர் காட்டில் மழைதான்!

காட்டுத் தர்பார்: *தன்னிச்சையாகச் செயல்படும் கட்டுப்பாடற்ற நிர்வாகம்;* autocratic rule or administration. *குற்றம் சுமத்தியவனையே தூக்கில்போடும் காட்டுத் தர்பார்!/ இந்த அதிகாரி தன் காட்டுத் தர்பாரினால் அலுவலகத்தை ஆட்டிவைக்கிறார்.*

காடாறு மாதம் நாடாறு மாதம்: *(ஒருவர்) ஒன்றுக்கு மேற்பட்ட இடங்களில் கட்டாயமாக இருக்க வேண்டிய நிலை (அவருக்கு நிலையான வாழ்க்கை இல்லை என்பது குறிப்பு);* a situation where one is obliged to divide his time between two or more places of residence. *அவர் சென்னையில் வேலைபார்க்கிறார் என்றாலும் காடாறு மாதம் நாடாறு மாதம் என்று சென்னைக்கும் கல்கத்தாவுக்கும் மாறிமாறிப் போய்க்கொண்டிருப்பார்.*

காடுகரை: *விளைநிலம், தோப்பு முதலியன;* cultivable lands. *இந்த ஆண்டாவது மழை பெய்து காடுகரையெல்லாம் நன்றாக விளைய வேண்டும்./ காடுகண்ணிக்குப் போகிற நேரத்தைத் தவிர மற்ற நேரமெல்லாம் வீட்டில்தான் இருப்பான்.* மா.வ. **காடு கண்ணி/கழனி**

காடுமேடு: *(வயல்வெளி உட்பட) ஊரைச் சுற்றியுள்ள இடங்கள்;* surrounding areas, usually of a village. *காடுமேடெல்லாம் தேடியும் காணாமல்போன மாட்டைக் கண்டுபிடிக்க முடியவில்லை./ உன்மேல் படிந்திருக்கிற புழுதியைப் பார்த்தால் காடுமேடெங்கும் சுற்றித் திரிந்துவிட்டு வருவது போல் தெரிகிறது.*

காடு வாவா என்கிறது: *மரணம் நெருங்குகிறது (முதிய வயதில் ஒருவர் மரணத்தை எதிர்பார்த்துக் கூறுவது);* old enough to die anytime; (with) **one foot in the grave**. *'எனக்கு வயது தொண்ணூறு, காடு வாவா என்கிறது' என்றார் தாத்தா./ காடு வாவா என்கிற காலத்திலாவது நிம்மதியாக இருக்க வேண்டாமா?* இ.வே. **என்கிற**

காத தூரம்: *(ஒன்றைக் கடைப்பிடிப்பது அல்லது ஒன்றில் ஈடுபடுவது ஒருவருடைய) இயல்புக்குப் பொருந்தி வராததாக இருப்பது; (இருவருக்கிடையில் அல்லது* மா.வ. **வெகு தூரம்**

இரண்டிற்கிடையே) எவ்விதச் சம்பந்தமும் இல்லை; foreign to one's nature; worlds apart. சிக்கனத்திற்கும் எனக்கும் காத தூரம்!/ இசைக் கலைஞரின் மகனாகிய நீயா 'எனக்கும் சங்கீதத்திற்கும் வெகு தூரம்' என்று சொல்கிறாய்?/ 'உண்மைச் சம்பவங்களுக்கும் என் எழுத்துக்கும் காத தூரம்' என்று கூறினார் எழுத்தாளர்.

காதலுக்குக் கண் இல்லை: *காதல் வயப்பட்டிருக்கும் போது (ஒருவருடைய) குறைபாடோ பொருத்தமின்மையோ (மற்றவருக்கு) தெரிவதில்லை;* people in love are unable to see each other's faults; **love is blind**. இந்த அழகி இவரை எப்படிக் கல்யாணம்செய்துகொண்டாள் என்கிறீர்களா, காதலுக்குக் கண் இல்லை./ காதலுக்குக் கண் இல்லை என்பதற்கு நாங்களே சாட்சி, நான் ஏழைக் குடும்பத்தில் பிறந்தவன், அவள் செல்வத்தில் மிதப்பவள்.

காதில் ஈயத்தைக் காய்ச்சி* ஊற்றினாற் போல்: *(மோசமான பேச்சு) கேட்ட அளவில் மனத்திற்கு பொறுக்க முடியாத வேதனை தருவதாக;* shocking and painful to hear. தன் கணவனே தன்னை மட்டமாக விமர்சிப்பதைக் கேட்ட அவளுக்குக் காதில் ஈயத்தைக் காய்ச்சி ஊற்றினாற் போல் இருந்தது./ தன் மகன் வாயிலிருந்து வெளிப்பட்ட கெட்ட வார்த்தையைக் கேட்டதும் அவருக்குக் காதில் ஈயத்தை உருக்கி ஊற்றினாற் போல் ஆகிவிட்டது.

* உருக்கி பொ.வி. 1

காதில் ஏறு 1: *(சொல்வது) மனத்தில் பதிதல்;* (of sth. said) register. நான் எவ்வளவோ எடுத்துச்சொல்லியும் அது அவனுக்குக் காதில் ஏறவே இல்லை./ நீ சொன்னால்தான் அவனுக்குக் காதில் ஏறும். **2:** காண்க: ***காதில் விழு, 3***.

காதில் கடுக்கன் மாட்டியிரு*: *வெகுளித்தனமாக இருத்தல்;* be gullible. பத்து வயதுப் பையனுக்கு இன்னும் பெயர் வைக்கவில்லை என்பதைக் காதில் கடுக்கன் மாட்டியிருப்பவனிடம் போய்ச் சொல்./ பெட்ரோலுக்குப் பதில் தண்ணீர் ஊற்றிக் கார் ஓட்டலாம் என்று நீ கூறுவதை நம்பிவிடுவதற்கு நான் ஒன்றும் காதில் கடுக்கன் போட்டிருக்கவில்லை.

* போட்டிரு

காதில் பூச் சுற்று*: *முட்டாள் ஆக்குதல் (தன்னை அவ்வாறு ஆக்குவதற்கு மற்றவர் முயற்சிசெய்வதாக ஒருவர் கருதுவது);* take one for a sucker; kid (s.o.); **tell that/it to the marines**. நீ பணம் எதுவும் பெற்றுக்கொள்ளாமல் சமூகசேவைசெய்கிறாயா, காதில் பூச் சுற்றாதே./ 'நானும்

* வை

அவளும் நண்பர்களாகத்தான் பழகுகிறோம்' என்று சொல்லி யார் காதில் பூ வைக்கிறாய்?/ 'உங்களுக்குப் பதவி உயர்வு தரப்பட்டிருக்கிறது' என்று சக ஊழியர் சொன்ன போது, #'இன்று ஏப்ரல் முதல் தேதி ஆகையால் காதில் பூச் சுற்றப்படலாம் என்பதை மறந்துவிடவில்லை' என்றார் அவர். # செயப்பாட்டு வினை வடிவம்

காதில் போட்டுக்கொள்: *(ஒருவர் சொல்வதை) கேட்டு உரிய கவனம் செலுத்துதல் அல்லது பொருட்படுத்துதல் (அவ்வாறு செய்யாத சூழ்நிலையில் கூறப்படுவது);* pay heed to or take notice (of sth.) (with negative, expressed or implied). *வீடு மாற்ற வேண்டும் என்று நான் சொல்வதை நீங்கள் காதில் போட்டுக்கொள்வதேயில்லை./ இந்த வம்புப் பேச்சையெல்லாம் நான் காதில் போட்டுக்கொண்டிருந்தால் என்றைக்கோ ஊரை விட்டுப் போயிருக்க வேண்டும்./ சமையலறையில் ஒழுகுகிறது என்று பல தடவை சொல்லி விட்டேன், வீட்டுக்காரர் #காதிலேயே போட்டுக்கொள்ள மாட்டேன் என்கிறார்.* # -ஏ இடைச் சொல்லுடன்

காதில் போடு: *(ஒருவரைப்பற்றிய செய்தியை) கவனத்தில் கொள்ளும்படி (உரியவரிடம்) தெரிவித்தல்; சொல்லுதல்;* mention (sth. to s.o. so that he would remember and act upon it). *உன்னைப்பற்றி ஒரு வார்த்தை அவர் காதில் போட்டுவிடச் சரியான சமயம் பார்த்துக்கொண்டிருக்கிறேன்./ என் பையன் வேலை விஷயத்தை உங்கள் காதில் போட்டு வைக்கிறேன்./ அம்மா காதில் இதையெல்லாம் போடாமல் இருப்பதுதான் நல்லது.*

காதில் வாங்கு: *கவனமாகக் கேட்டல் (சொல்வதை ஒருவர் கவனிக்கத் தவறுகிற சூழ்நிலையில் கூறப்படுவது);* listen attentively; **give ear to**. *அவர் கூறுவதைக் காதில் வாங்காமல் நீ பேசிக்கொண்டேபோனால் என்ன அர்த்தம்?/ முதலில் நான் சொல்வதைக் காதில் வாங்கிக்கொள்.*

காதில் விழு* **1:** *(ஓசை) காதில் கேட்டல்;* hear (a sound). *செருப்புச் சத்தம் காதில் விழுந்தவுடன் எழுந்து சென்று கதவைத் திறந்து யார் என்று பார்த்தேன்.* **2:** *(ஒருவர் சொன்னதை மற்றவர் முயற்சிசெய்யாமலேயே) அறிய வருதல்;* hear about (sth.); **reach the ears** (of s.o.). *நீ என்னைக் குறைகூறிப் பேசியதாக என் காதில் விழுந்தது./ விரைவில் எங்கள் நிறுவனத்தின் தயாரிப்புகளைப்பற்றிய செய்திகள் உங்கள் காதில் விழப்போகின்றன.* **3:** *(கேட்டு) கவனத்தில் கொள்ளுதல் (கவனத்தில் கொள்ளுவதோடு மட்டும்* * படு (முதல் பொருளில்)

அல்லாமல் அதன்படி நடக்க வேண்டும் என்பது குறிப்பு); pay attention. நான் சொன்னதெல்லாம் உன் காதில் விழுந்தது அல்லவா, போய் ஒழுங்காகப் படி.

காதுகளை நம்ப முடியவில்லை: *(கேட்ட பின்) உண்மைதானா என்று ஆச்சரியப்படாமல் இருக்க முடிய வில்லை;* difficult to believe because what one heard is surprising; **cannot believe one's ears**. எப்போதும் எரிந்து விழும் தன் மகன் அன்பாக இரண்டு வார்த்தை பேசிய போது அவளுக்குத் தன் # காதுகளையே நம்ப முடிய வில்லை! # -ஏ இடைச் சொல்லுடன்

காதுகுத்து: *சாமர்த்தியமாகப் பொய் சொல்லுதல் (ஒருவர் சொல்வது தான் அறிந்ததற்கு மாறாக இருக்கும்போது கூறப்படுவது);* tell a fib. நான் இப்போதுதான் அவரைப் பார்த்துவிட்டு வருகிறேன், அவர் ஊருக்குப் போய் விட்டார் என்று என்னிடமே காதுகுத்துகிறாயா?/ நான் இருக்கிறேனா என்று பார்க்க வந்துவிட்டுக் காற்று வாங்க வந்ததாகக் காதுகுத்துகிறான்.

காதுகொடுத்துக் கேட்க முடியவில்லை: *கேட்டுச் சகித்துக்கொள்ள முடியவில்லை;* can't bear to listen. அவர்கள் இருவரும் ஆபாசமாகத் திட்டிக்கொண்டதைக் காது கொடுத்துக் கேட்க முடியவில்லை./ காதுகொடுத்துக் கேட்க முடியாதபடி இருந்தது பாட்டு. பொ.வி. 4

காதுகொடுத்துக் கேள்: *அக்கறையுடன் கேட்டல்;* listen attentively. மனைவியின் குறைகளைக் கணவன் காது கொடுத்துக் கேட்பானேயானால் பெரும்பாலான குடும்பப் பிரச்சினைகள் தவிர்க்கப்பட்டுவிடும்./ ஏன் இப்படிப் படபடவென்று பேசுகிறீர்கள், நான் சொல்வதைச் சற்றுக் # காதுகொடுத்துத்தான் கேளுங்களேன்./ அரசியலில் முன் னணிக்கு வந்துகொண்டிருக்கும் இந்த இளம் தலைவரின் பேச்சை மக்கள் காதுகொடுத்துக் கேட்கிறார்கள். # -தான் இடைச் சொல்லுடன்

காதுபட: *(செய்தி யாருக்குத் தெரியக் கூடாதோ அவர்) கேட்க நேரும்படி;* in the hearing of s.o. (who is not supposed to hear what is being said). என்னைப்பற்றி மோசமாக என் காதுபடப் பேசினார்கள்./ அவர் வியாதியைப்பற்றி ஒரு வார்த்தைகூட அவர் காதுபடச் சொல்லிவிடாதே!

காது புளித்துப்போ: *(பல முறை கேட்பதால்) சலிப்பு ஏற்படுதல்;* be sick of listening to the same thing (over and over again). இந்தப் பாட்டைக் கேட்டுக்கேட்டுக் காது புளித்துப்போயிற்று./ அவருடைய வீரதீரங்களைக் காது புளித்துப்போகும் அளவுக்குக் கேட்டாகிவிட்டது.

காதும் காதும் வைத்தாற் போல்: *(பிறருக்குத் தெரிய வராதபடி) மிகவும் ரகசியமாக;* with utmost secrecy; **on the quiet.** வீட்டை விற்பதுபற்றி யாரிடமும் சொல்லவில்லை, காதும் காதும் வைத்தாற் போல் முடித்துவிட்டார்கள்./ அவன் உங்களிடம் வந்து காதோடு காது வைத்தாற் போல் பணம் வாங்கிக்கொண்டுபோவது எனக்குத் தெரியாதா?/ பாதுகாப்பு அமைச்சரின் வெளிநாட்டுப் பயணத்திற்கான ஏற்பாடுகள் காதும் காதும் வைத்தாற் போல் நடந்து வருகின்றன.

மா.வ. காதோடு காது வைத்தாற் போல்
பொ.வி. 1

காதை அடை: *(பசியால்) கேட்கும் திறன் குறைதல்;* (due to hunger) be unable to hear properly; dull one's ears. பசி காதை அடைக்கிறது, நீங்கள் பேசுவது எதுவும் காதில் விழ வில்லை.

காதை அறுத்துக்கொள்கிறேன்: *தான் கூறுவதற்கு மாறாக ஒன்று இருக்கவோ நடக்கவோ முடியாது என்பதை உறுதியாகத் தெரிவிக்கப் பயன்படுத்தும் தொடர்;* an expression used for swearing to the certainty of one's assertion; **bet one's bottom dollar.** இந்தச் சங்கிலி எட்டுப் பவுன் தான் தேறும், அதற்குமேல் இருந்தால் காதை அறுத்துக் கொள்கிறேன்./ 'இது பர்மாத் தேக்கு இல்லை' என்று யாராவது சொன்னால் நான் காதை அறுத்துக்கொள் கிறேன்./ அவர் பொய் சொன்னார் என்று நீ நிரூபித்தால் நான் காதை அறுத்துக்கொள்கிறேன்.

காதைக் கடி 1: *(வேறு யாருக்கும் கேட்காதபடி) மிகத் தணிந்த குரலில் சொல்லுதல்; கிசுகிசுத்தல்;* whisper; speak in a whisper. 'உங்கள் நண்பர் வந்திருக்கிறாரே, அவர் நமக்குத் தர வேண்டிய பணத்தைப்பற்றிக் கேளுங்கள்' என்று மனைவி என் காதைக் கடித்தாள்./ நான் உள்ளே நுழையும்போது நீங்கள் இருவரும் காதைக் கடித்துக் கொண்டிருந்தீர்களே, என்ன விஷயம்? **2:** *(பிறர் அறியா மல்) ரகசியத்தை வெளிப்படுத்துதல்;* reveal a secret quietly. நீ ஊருக்குப் போயிருந்தபோது உன் தம்பி, வீட்டில் யார் காதைக் கடித்தானோ, உன் காதல் விவகாரம் வீட்டில் தெரிந்துவிட்டது.

காதைக் கிழி*: *(சத்தம் கேட்பதற்கு) பொறுக்க முடியாத*

* துளை/பிய்/

காதைத் தீட்டிக்கொள் 106 பிள

அளவில் இருத்தல் *(சத்தத்தால் எரிச்சல் அடைந்த நிலையில் கூறுவது);* (of noise) split the eardrum. தெருவில் குழந்தைகளின் கூச்சல் காதைக் கிழித்தது./ தீபாவளி வந்துவிட்டால் வெடிச் சத்தம் காதைப் பிளக்கும்./ ஏன் இப்படிக் காதைத் துளைக்கும்படியாகக் கத்துகிறாய்?

காதைத் தீட்டிக்கொள்: *கூர்ந்து கேட்கத் தயாராக இருத்தல்;* become suddenly attentive to what is being said; **prick up one's ears**. அவர்களின் பேச்சில் என் பெயர் அடிபடவே நான் காதைத் தீட்டிக்கொண்டேன்./ செய்தியாளர்களே, முக்கியமான செய்தி ஒன்று வருகிறது, காதைத் தீட்டிக் கொள்ளுங்கள்!/ என்னதான் காதைத் தீட்டிக்கொண்டு கேட்டாலும் வாகனப் போக்குவரத்து இரைச்சலில் சில வார்த்தைகள் அமுங்கிவிடுகின்றன.

காதைப் பொத்திக்கொள்: *(ஒருவர் விரும்பாதது சொல்லப்படும்போது) கேட்பதைத் தவிர்த்தல்;* refuse to listen to (sth. that one dislikes to hear); **shut one's ears to** (sth.). அவர் கண்டபடி திட்டுவார், என்ன செய்வது, காதைப் பொத்திக்கொள்ள வேண்டியதுதான்!

காதோடு காதாக: *(ஒன்றைச் சொல்லும்போது) காதருகில் மெதுவான குரலில்;* in an undertone; in a whisper. இரு தலைவர்களும் மேடையில் அமர்ந்து காதோடு காதாகப் பேசிக்கொண்டிருந்தபோது எடுத்த படம் இது./ 'அவன் சொல்வதை முழுக்க நம்பிவிடாதே' என்று காதோடு காதாகச் சொன்னார்.

காமாலைக் கண்: *தன் கோணத்தில் ஏற்படுத்திக்கொண்ட தவறான கண்ணோட்டம்;* prejudiced outlook; jaundiced view of sth. நீ காமாலைக் கண்ணோடு பார்ப்பதால்தான் அவர் செய்வதெல்லாம் உனக்குத் தவறாகப் படுகிறது.

~காமாலைக் கண்ணன்: ஒரு சித்தாந்தத்தில் ஒருவருக்கு ஏற்படும் பற்று அவரைக் காமாலைக் கண்ணனாக்கிவிடக் கூடாது.

காய் விழு (வ.வ.): *கருச்சிதைதல்;* miscarry. முதல் முறை காய் விழுந்துவிட்டதால் இந்த முறையும் அது போல் நடந்துவிடும் என்று பயப்பட வேண்டாம்.

கால் இழு: *(ஒன்றால் கவரப்பட்டு அது இருக்கும் இடம் நோக்கி) போக வேண்டும் என்னும் உணர்வு மேலெழுதல்;* be impelled to go (to a place which has a strong attraction); feel the pull (of a place). பெரிய தெருவிலுள்ள ஓட்டலில் வடை ருசியாக இருக்கும், அந்தப் பக்கம் போகும்போதெல்லாம் ஓட்டல் பக்கம் கால் இழுக்கும்.

கால்கட்டுப் போடு: (தனக்கென ஒரு குடும்பம் வந்து விட்டால் பொறுப்புணர்வு ஏற்பட்டுவிடும் என்பதால் ஒருவனுக்கு) திருமணம்செய்துவைத்தல்; get (a man) into married state (so that he may become responsible). அவன் இரவில் வெகு நேரம் கழித்து வீடு திரும்புகிறான், அவனுக்குச் சீக்கிரம் ஒரு கால்கட்டுப் போட்டுவிட்டால் நல்லது.
~ *கால்கட்டு:* உங்கள் பையன் திருந்த வேண்டுமென்றால் அவனுக்குக் கால்கட்டுத் தேவைதான்.

கால்கடுதாசி: (திடீர்) பணிவிலகல் கடிதம்; letter of resignation (especially one written in a huff). மேலதிகாரி கடுமையாகத் திட்டியதால் கால்கடிதாசியை நீட்டிவிட்டு வந்துவிட்டான்./ அவர் கால்கடுதாசி கொடுத்துவிட்டதாகப் பேச்சு.

கால்கழுவு: (மலம் கழித்த பிறகு) நீரால் சுத்தம்செய்தல்; wash oneself after defecation. குழந்தை வெளியே நிற்கிறது, போய்க் கால்கழுவி விடு!/ அவர் கால்கழுவ ஓடைக்குப் போயிருக்கிறார்.

கால்காசு* பெறாது: எவ்விதத்திலும் மதிப்பு எதுவும் இல்லாதது; சிறிதளவு பயனும் இல்லாதது; utterly worthless; **not worth a rap**. எதற்காக இப்படி ஒரு காரசார மான விவாதம், விஷயம் கால்காசு பெறாது./ காலணாப் பெறாத காரியத்துக்குப்போய் இப்படிச் சண்டைபோட்டுக் கொள்கிறீர்களே.

* *சல்லிக்காசு/ காலணா* பொ.வி. 4

கால் கெஞ்சு: (மேற்கொண்டு) நடக்க முடியாதபடி கால் சோர்வடைந்துபோதல்; have no strength to walk (further). எனக்குக் கால் கெஞ்சுகிறது, என்னால் இனிமேல் ஓர் அடிகூட எடுத்துவைக்க முடியாது.

கால் தரிக்கவில்லை: (ஒருவரால் ஓரிடத்தில்) அமைதியாக இருக்க முடியாது (விரும்புகிற இடத்துக்குப் போய்விட வேண்டும் என்று பரபரக்கிற நிலையைக் காட்டுவது); unable to stay (in a place) quietly (because of the urge to be elsewhere); be restive. சொந்த நாட்டுக்குப் போக வேண்டும் என்ற எண்ணம் வந்தவுடன் அவனுக்குக் கால் தரிக்க

பொ.வி. 4

வில்லை./ புதுப் படம் வெளியாகிற நாட்களில் அவனுக்கு வீட்டில் கால் தரிக்காது.

கால் தூசு: *(ஒருவர்) பொருட்படுத்தக் கூடிய அளவில் இல்லாதது; அலட்சியப்படுத்தக் கூடிய அளவுக்கு அற்ப மானது;* too insignificant. எங்கள் முதலாளிக்கு இந்தச் செலவெல்லாம் கால் தூசு./ அவரைப்பற்றிக் குறைகூற உனக்கு அருகதை இல்லை, நீ அவருடைய கால் தூசுக்குச் சமமாக மாட்டாய்.

கால் படாத: *(ஒருவர்) போய்வராத;* not visited (by s.o.). இந்தச் சுற்றுவட்டாரத்தில் அவர் கால் படாத இடமே இல்லை./ இவர் உலகம் சுற்றிவருகிறவர், ஐரோப்பாவில் இவர் கால் படாத நகரமே கிடையாது.

கால் பின்னே இழு: *(ஏதேனும் ஒரு காரணத்தை முன்னிட்டு ஓரிடத்திற்கு) போக வேண்டாம் என்ற தயக்க உணர்வு ஏற்படுதல்;* be reluctant to go ahead. கடைக்குக் கிளம்பிவிட்டேனே தவிர நடக்க வேண்டிய தூரத்தை நினைத்ததும் கால் பின்னே இழுத்தது./ ஊருக்குப் போக மனமிருந்தும் அப்பா கேட்ட பணம் இல்லாததால் கால் பின்னே இழுக்கிறது.

கால் போன போக்கில்: *(இன்ன இடத்தை அடைய வேண்டும் என்ற) இலக்கு எதுவும் இல்லாமல்;* (wander) aimlessly. அரை மணி நேரம் கால் போன போக்கில் நடந்த பிறகுதான் கோபம் தணிந்தது.

கால் முளை: *(இளம் வயதினருக்கு) தனியாக வெளியே போய்வரத் துணிவு வருதல் (பெரியவர்களின் கண்காணிப்பு இன்னும் தேவை, அதை முழுமையாக நீக்கிவிட முடியாது என்ற நிலையில் கூறுவது);* (said of an adolescent disapprovingly) be so bold as to venture out. இரவு பத்து மணிக்குமேல் எங்கே புறப்பட்டுப் போகிறாய்? உனக்குக் கால் முளைத்துவிட்டதா?/ அவனுக்குக் கால் முளைத்து விட்டது, இனி வீட்டில் அடங்கியிருப்பான் என்று எதிர்பார்க்க முடியாது.

கால்மேல் கால் போட்டுக்கொண்டு 1: *வசதியாகவும் தோரணையுடனும்;* leading a life of ease. பத்து லட்ச ரூபாய் பரிசு விழுந்துவிட்டால் பிறகு ராஜா மாதிரி கால்மேல் கால் போட்டுக்கொண்டு வாழ்க்கை நடத்தலாம்./ கால் மேல் கால் போட்டுக்கொண்டு சாப்பிடும் அளவுக்கு

நம்மிடம் வசதி இருக்கிறதா என்ன! **2:** *அதிகாரத் தோரணையுடன்;* in an authoritative posture. அமைச்சர் வீட்டு வேலைக்காரனாம், கால்மேல் கால் போட்டுக் கொண்டு பேசுகிறான்!

கால்*(எடுத்து) வை **1:** *(ஓரிடத்திற்கு) வருதல்; (ஓரிடத்தில்) நுழைதல்;* set foot. இனி இவர்கள் வீட்டுப் பக்கம் கால் வைப்பதில்லை என்று தீர்மானித்துக்கொண்டேன்./ மருமகள் நம் வீட்டில் காலடியெடுத்து வைத்ததிலிருந்து வீடு கலகலப்பாக இருக்கிறது./ பத்து ஆண்டுகளுக்குப்பின் பிறந்த நாட்டில் காலெடுத்து வைத்ததும் பழைய நினைவுகள். **2:** *(ஒரு துறையில்) இடம்பெறுதல்;* enter (a field). இந்த நடிகை இந்திப் பட உலகிலும் கால் வைக்கும் எண்ணத்தில் இருக்கிறார்.

* அடி/காலடி

காலடியில்: *கட்டுப்பாட்டுக்குள்; (தன்) பிடியில்;* under one's control. ஐரோப்பா முழுவதையும் தன் காலடியில் கொண்டு வந்துவிட வேண்டும் என்று நினைத்த சர்வாதிகாரி.

காலடியில் விழுந்து கிட: *(கடமைகளையும் பொறுப்புகளையும் அலட்சியப்படுத்திவிட்டு ஒருவரிடம் தன்னை) முழுமையாக ஒப்படைத்தல்; (ஒருவரே) கதி அல்லது தஞ்சம் என்று இருத்தல்;* be infatuated with s.o. எத்தனை மன்னர்கள் பேரழகிகளின் காலடியில் விழுந்து கிடந்திருக்கிறார்கள்./ சாமியார்களை வணங்க வேண்டியதுதான், ஆனால் அதற்காக அவர்கள் காலடியில் விழுந்து கிடந்தால் குடும்பத்தை யார் கவனிப்பது?

காலத்தை ஓட்டு **1:** *(நிகழ்ச்சிகளின் போக்கை மாற்ற முடியாத நிலையில்) காலத்தைக் கழிந்துசெல்ல விடுதல்;* pass the time. அவருடைய பதவிக் காலம் முடிய இன்னும் ஆறு மாதம்தான் இருக்கிறது, அதனால்தான் எந்த முடிவும் எடுக்காமல் காலத்தை ஓட்டிக்கொண்டிருக்கிறார். **2:** காண்க: **காலம் தள்ளு**.

காலதேசவர்த்தமானம் (அ.வ.): *குறிப்பிட்ட காலத்துக்கும் இடத்துக்கும் சூழ்நிலைக்கும் ஏற்றபடி இருப்பது;* milieu. இலக்கியம் காலதேசவர்த்தமானத்திற்குக் கட்டுப்பட்ட ஒன்றே என்று சிலர் கருதுகின்றனர்./ அவரவர் காலதேசவர்த்தமானத்திற்கு ஏற்றபடிதான் வாழ்க்கை முறை அமைகிறது.

காலம் கடத்து: *தாமதம்செய்தல்;* delay; procrastinate. ஏன்

தேர்வுக்குப் பணம் கட்டாமல் காலம் கடத்துகிறாய்?/ காலம் கடத்தாமல் தவறுசெய்த ஊழியர்கள்மேல் அரசு நடவடிக்கை எடுக்க வேண்டும்.

காலம்காலமாக: *நீண்ட நெடும் காலமாக;* from time immemorial. காலம்காலமாகக் கங்கை ஓடிக்கொண்டுதான் இருக்கிறது.

காலம் கெட்டுக் கிடக்கிறது: *மோசமான சூழ்நிலை நிலவுகிறது (ஒருவர் தான் வாழும் இடத்தில் அல்லது தன் காலத்தில் நிகழ்பவற்றைக் கண்டு குறைபட்டுக் கூறுவது);* 'times are bad'. இரவு பத்து மணிக்குமேல் வெளியே போக வேண்டாம், எங்கு பார்த்தாலும் கொலை, கொள்ளை என்று காலம் கெட்டுக் கிடக்கிறது.

காலம் தள்ளு*: *(குறிப்பிட்ட விதத்தில்) வாழ்க்கையை நடத்திக்கொண்டுபோதல்;* pass one's days; carry on. வட இந்தியாவில் இருந்தவரை ரொட்டியைச் சாப்பிட்டே காலம் தள்ள வேண்டியதாயிற்று./ கடன் வாங்கி எத்தனை நாள் காலம் கழிக்க முடியும்./ நிரந்தர வேலை என்று இல்லாமல் இப்படியே #காலத்தைத் தள்ளிவிடலாம் என்று பார்க்கிறாயா?

* கழி

-ஐ உருபுடன்

காலரைத் தூக்கிவிட்டுக்கொள்*: *(சாதனை நிகழ்த்தியிருப்பதாகக் கருதி) பெருமிதப்பட்டுக்கொள்ளுதல்;* be proud (of sth.); feel elated. குறுகிய காலத்தில் உங்கள் பத்திரிகையின் வியக்கத் தக்க வளர்ச்சியைக் கண்டு நீங்கள் காலரைத் தூக்கிவிட்டுக்கொள்ளலாம்.

* உயர்த்தி விட்டுக்கொள்

காலாகாலத்தில் 1: *அததற்கு உரிய அல்லது குறிப்பிட்ட நேரத்தில்;* at the appropriate time. உங்களுக்குச் சேர வேண்டிய தொகை காலாகாலத்தில் வந்துசேரும்./ காலாகாலத்தில் பயிர்களுக்கு வேண்டிய நீர் கிடைக்காததால் அவை கருகி நிற்கின்றன. **2:** *நேரம் தவறாமல்;* at the right hour; in time. காலாகாலத்தில் சாப்பிட்டுவிட்டுப் படு!

காலால் இட்ட வேலையைத் தலையால் செய்: *(ஒருவர்) செய்யச் சொல்கிற வேலையை (மற்றொருவர்) மிகுந்த பணிவுடன் ஏற்று நிறைவேற்றுதல்;* carry out orders implicitly; be at one's beck and call. நீங்கள் காலால் இட்ட வேலையைத் தலையால் செய்ய ஆள் இருக்கும்போது எதற்காகக் கவலைப்படுகிறீர்கள்!/ அவர் காலால் இட்ட வேலையைத் தலையால் செய்வேன் என்கிறாயே, அந்த

அளவுக்கு நீ அவருக்குக் கடன்பட்டிருக்கிறாயா?

காலில் கஞ்சியை* ஊற்றிக்கொண்டு:** இனிமேல் ஒரு நிமிடம்கூடத் தாமதிப்பதற்கில்லை என்பது போல் அவசரமாக; in a tearing hurry. எங்கள் வீட்டில் காலையில் எட்டு மணிக்குப் பள்ளிக்கூடம் போகும் குழந்தைகளும் அலுவலகத்துக்குப் போகும் கணவரும் காலில் கஞ்சியை ஊற்றிக்கொண்டுதான் நிற்பார்கள்./ அவரை முதலில் கவனித்து அனுப்பு, காலில் வெந்நீரை விட்டுக்கொண்டு வந்திருக்கிறார்.

* வெந்நீரை/ சுடுதண்ணீரை; ** கொட்டிக் கொண்டு/விட்டுக் கொண்டு

காலில் கட்டி அடிக்க: எந்த விதத்திலும் ஒப்பிட (முடியாது, காணாது); எந்த விதத்திலும் ஒப்பே இல்லை என்று கூற (வேண்டும்); cannot bear comparison with; **not a patch on**. இந்தக் கோயில் சிற்பங்களின் காலில் கட்டி அடிக்க முடியாது நீ புகழும் அந்தச் சிற்பத்தை!/ இதுவும் சலவைக்கல்லால் கட்டப்பட்ட கட்டடம்தான் என்றாலும் தாஜ்மஹாலின் காலில் கட்டி அடிக்கக் காணாது./ நேற்று இசை விழாவில் அவருடைய கல்யாணி ராக ஆலாபனை யைக் கேட்டிருக்க வேண்டும், முன்பு அவர் செய்த கல்யாணி ஆலாபனைகள் அனைத்தையும் இதன் காலில் கட்டி அடிக்க வேண்டும்!

காலில் சக்கரம் கட்டி(கொண்டு) இரு: ஓரிடத்திலும் நிற்காமல் பரபரப்புடன் செயல்படுதல்; (காரியங்களை) விரைந்து போய்க் கவனிக்கும் நிலையில் இருத்தல் (அவ்வாறு இருக்க முடியாத நிலையில் கூறுவது); be buzzing about. திருமணத்திற்கு வந்தவர்களை உபசரிப்ப தற்குக் காலில் சக்கரம் கட்டிக்கொண்டல்லவா இருக்க வேண்டியிருக்கிறது!/ ஒரே நேரத்தில் பத்து வேலைகளைக் கவனிக்கச் சொன்னால் எப்படி? நான் என்ன, காலில் # சக்கரமா கட்டியிருக்கிறேன்?

\# -ஆ இடைச் சொல்லுடன்

காலில் போட்டு மிதி: (உயர்வாக மதித்துப் போற்ற வேண்டியதை) மூர்க்கத்தனமாக அவமதித்தல்; trample on (s.o.'s feelings); treat with contempt. மனைவியின் உணர்ச்சி களைக் காலில் போட்டு மிதிக்கும் கயவனாக மாறி விட்டான்./ கடந்த தேர்தலில் இவர் ஜனநாயக நெறி முறைகளைக் காலில் போட்டு மிதித்த கொடுமையைக் கண்டிக்காத பத்திரிகைகளே இல்லை.

காலில் விழு 1: (காலில் விழுவதன்மூலம் அல்லது விழுவ தாகக் கூறுவதன்மூலம்) மன்னிப்புக் கேட்டல்; ask one's forgiveness; prostrate before (s.o.). அவன் செய்த தவறுக்கு வருத்தம் தெரிவித்து உங்கள் காலில் விழவும் தயாராக இருக்கிறான்./ விழா ஏற்பாடுகள் சரியாக இல்லை என்று பத்திரிகைக்குச் செய்தி கொடுத்துவிடுவேன், பிறகு நீங்கள் காலில் வந்து விழுந்தாலும் பயன் இருக்காது. **2:** *கருணை அல்லது தயவு காட்டும்படி வேண்டுதல்;* submit oneself to the mercy of; **throw oneself at the feet of**. இந்த வேலை கிடைக்க யார் காலில் விழக்கூடாது என்று நினைத்தேனோ கடைசியில் அவர் காலில் விழும்படி ஆகிவிட்டது./ இந்த ஆயிரம் ரூபாய்க்காக ஒரு பயல் #காலிலும் போய் விழ மாட்டேன். # -உம் இடைச் சொல்லுடன்

காலூன்று: *(கிடைத்த வாய்ப்பைப் பயன்படுத்தி) நிலை பெறுதல்;* take root; gain a foothold (in sth.). காலனி ஆட்சி நடந்த நாடுகளில் ஜனநாயகம் காலூன்றச் சிறிது காலம் செல்லும்./ என் நண்பர்கள் திரைப்படத் துறையில் காலூன்றிவிட்டார்கள்./ சம்பளம் குறைவாக இருந்தாலும் முதலில் இந்த வேலையில் காலூன்றிக்கொள்.

காலை (பிடித்து) கையைப் பிடித்து: *(அதிகாரம் படைத்தவர்களிடம்) அடிமைத்தனமாகப் பணிந்து;* cringing (to or before s.o.). பஞ்சாலை நிர்வாகியின் காலைக் கையைப் பிடித்து வாங்கிய வேலை இது./ ஒவ்வொரு வருஷமும் மேலதிகாரியின் #கையைப் பிடித்துக் காலைப் பிடித்து மாற்றல் வராமல் பார்த்துக்கொண்டார். # சொற்களின் இடம் மாற்றம்

காலைச் சுற்றி(சுற்றி)வா: *(அன்பு செலுத்துபவரை) விடாமல் பின்தொடர்தல்;* keep following (s.o. who shows affection). வேலையிலிருந்து வீட்டுக்கு வந்தவுடன் காலைச் சுற்றிச்சுற்றி வரும் நாய்க்குட்டிக்கு இன்றைக்கு என்ன வந்தது?/ #காலையே சுற்றிவந்துகொண்டிருந்த குழந்தை பள்ளிக்கூடம் போனதும் வீட்டில் தனியாக இருக்க முடியவில்லை. # -ஏ இடைச் சொல்லுடன்

காலைப் பிடி: *(காரியம் நடக்க வேண்டும் என்ற நோக்கத்துடன்) சுய கௌரவம் குலையும்படி நிலை தாழ்ந்து வேண்டுதல்;* cringe (to s.o.); **bow and scrape**. அவர் முதலில் மிரட்டிப்பார்ப்பார், அதனால் ஒன்றும் பயன் இல்லை என்று தெரிந்தால் காலைப் பிடிப்பார்./ அவர் ஓர் இக்கட்டான நிலையில் இருக்கிறார், இந்தத் தருணத்தில் அவர் யார் #காலையும் பிடிக்கத் தயாராக இருப்பார். # -உம் இடைச் சொல்லுடன்

காலை வாரு **1:** *(ஒருவருக்கு நம்பிக்கை ஏற்படும்படியான*

எண்ணத்தை உருவாக்கிவிட்டுக் கடைசியில்) உதவாமல் போதல்; (ஒருவரை) ஏமாற்றுதல்; கைவிடுதல்; let down; betray one's trust; **pull the carpet from under (s.o.'s feet)**. காரியம் ஆனதும் நம் காலை வாராமல் இருந்தால் சரி தான்./ கூட்டாகத் தொழில் தொடங்குவதுபற்றித் தீவிர மாகப் பேசிவிட்டுக் கடைசி நிமிஷத்தில் அவர் என் காலை வாரிவிட்டதை எப்படி மறக்க முடியும்?/ பல லட்ச ரூபாய் செலவில் தயாரித்த படம் அவரைக் காலை வாரிவிட்டது. **2:** (எதிர்பாராத விதமாக ஒருவரை) தவிக்கும்படி விடுதல்; embarrass. புத்தகக் கடைக்காரரிடம் நான் எப்படி ஏமாந்தேன் என்பதை என் மாமாவிடம் சொல்லி என்னைக் காலை வாரிவிட்டார்கள் என் நண்பர்கள்./ அண்ணன் பணம் தொலைத்ததைச் சரியான சமயம் பார்த்து அப்பாவிடம் சொல்லி அவன் காலை வாரிவிட்டாயே!

காவடியெடு: (உதவியோ சலுகையோ எதிர்பார்த்துப் பல முறை) போக நேரிடுதல்; நடையாய் நடத்தல்; make repeated visits (asking a favour or help). அமைச்சரைப் பார்க்க எத்தனை முறை காவடியெடுக்க வேண்டி யிருக்கிறது!/ நானும் ஒரு வாரமாகக் காவடியெடுக்கிறேன், அவரைச் சந்தித்து விஷயத்தைச் சொல்ல முடியவில்லை./ எடுத்ததற்கெல்லாம் மாநில அரசுகள் மத்திய அரசிடம் காவடியெடுத்த காலம் போய்விட்டது.

காற்றாடு: (ஆட்கள் நிறைந்திருக்க வேண்டிய இடம்) மிகக் குறைவான ஆட்களுடன் வெறுமையாய்க் காணப்படுதல்; look empty. இரண்டு நாளாகத் தியேட்டர் காற்றாடுகிறது, படத்தை மாற்ற வேண்டியதுதான்./ தீபாவளிக்குப் பத்து நாள்தான் இருக்கிறது, ஆனால் கடைவீதியெல்லாம் காற்று வாங்குகிறது.

மா.வ. **காற்றடி/ காற்று வாங்கு** (சில வட்டாரங் களில்)

காற்றாய்ப் பற: மிக வேகமாக வருதல் அல்லது போதல்; go or move at great speed; go **like the wind**. குதிரையில் ஏறிக் காற்றாய்ப் பறந்துவந்தான்./ புதிய கார் தார்ச் சாலையில் காற்றாய்ப் பறந்தது.

காற்றில் பற: (ஒருவரின் கௌரவம்) காப்பாற்ற முடியாதபடி போய்விடுதல் (அவ்வாறு போய்விடுமானால் ஒருவரின் நிலைமை வெட்கப்படத் தக்கதாக இருக்கும் என்பது குறிப்பு); (of one's honour) be instantly ruined; be lost beyond recovery. கடத்தல்காரர்களிடம் அவர் தொடர்பு வைத்திருப்பது வெளியே தெரியவந்தால் அவருடைய

கௌரவம் காற்றில் பறக்கும்./ உங்கள் தந்தையை நினைத்து இதை மறந்துவிடுகிறோம், இல்லையென்றால் உங்கள் மரியாதை காற்றில் பறந்திருக்கும்.

காற்றில் (பறக்க) விடு: *(காக்கப்பட வேண்டியதை) எளிதாகப் போக்கடித்தல் அல்லது புறக்கணித்தல்;* abandon; **throw overboard**. *நேர்மை, வாக்குறுதி முதலியவற்றைக் காற்றில் விட்டவனுடன் என்ன பேச்சு?/ உங்கள் ஆசிரியர்களின் ஆலோசனைகளைக் காற்றில் பறக்க விட்டுவிடாதீர்கள்./ #போர் நிறுத்த ஒப்பந்தம் காற்றில் விடப்பட்டது.* # செயப்பாட்டு வினை வடிவம்

காற்று கறுப்பு (வ.வ.): *பேய், பிசாசு முதலியவை;* evil spirits. *அவனை ஏதோ காற்று கறுப்பு அடித்துவிட்டதாகச் சொல்லி வேப்பிலை அடித்து மந்திரித்தார்கள்./ சுடுகாட்டுப் பக்கத்தில் காற்று கறுப்பு இருக்கும் என்று எதையாவது சொல்லிக் குழந்தையைப் பயமுறுத்தாதே.*

காற்றுப் படு 1: *(ஒருவரின் அல்லது ஒன்றின்) அருகில் வருதல் (ஒருவர் வருவதை விரும்பாத மற்றவர் அவரை எச்சரிப்பது);* come anywhere near (said as a warning). *எங்கள் ஊர்ப் பெண்களையா கேலிசெய்கிறாய்? இனிமேல் இந்த ஊரில் உன் காற்றுப் பட்டது என்றால் உன்னை என்ன செய்வோம் என்று தெரியாது.* **2:** *(சற்றுக் கேலியாக) (ஒருவருடைய) போக்கு (மற்றவரை) பற்றிக்கொள்ளுதல்;* (jocularly) be infected by. *உங்கள் கோமாளி நண்பரின் காற்று உங்கள் மேலும் பட்டுவிட்டதா?*

காற்றுவாக்கில்: *முயன்று தெரிந்துகொள்ள வேண்டிய அவசியம் இல்லாமல்;* casually. *அவனுக்கு வேலை கிடைத்துவிட்டது என்பதைக் காற்றுவாக்கில் கேள்விப்பட்டேன்.*

காற்று வாங்கு 1: *(ஓரிடத்திற்குப் போய்) நல்ல காற்றை அனுபவித்தல்;* go out in the fresh air. *காற்று வாங்கத் தினமும் கடற்கரைக்கு வருகிறேன்./ காற்று வாங்கப் போவதானால் சொல், நானும் வருகிறேன்.* **2:** காண்க: **காற்றாடு**.

காற்று வீசு* 1: *(ஒன்றிற்கு) சாதகமான சூழ்நிலை உருவாதல்;* (of a situation) turn in one's favour. *கட்சியில் அதிருப்தியாளர்கள் எந்தப் பக்கம் காற்று வீசும் என்று பார்த்துக் கொண்டிருக்கிறார்கள்./ திரைப்படத் தயாரிப்பாளர்களுக்கும் நடிகர்களுக்கும் இடையிலான பிரச்சினையில்* * அடி

காற்று நடிகர்களுக்கு ஆதரவாக வீசத் தொடங்கியிருக்கிறது. **2:** நீண்ட காலமாக வராமலிருந்த ஒருவர் வரும்போது அவரை எதிர்கொள்பவர் தன் வியப்பைத் தெரிவிக்கப் பயன்படுத்தும் தொடர்; an expression of surprise when greeting a rare visitor. வெகு நாட்களுக்குப் பிறகு தன்னைப் பார்க்க வந்தவரிடம் 'என்ன, அதிசயமாக இந்தப் பக்கம் இன்று காற்று அடிக்கிறது' என்று கூறி வரவேற்றார்.

காற்றுள்ளபோதே தூற்றிக்கொள்: சூழ்நிலை சாதகமாக இருக்கும்போதே தனக்கு வேண்டியதை முடித்துக் கொள்ளுதல்; make use of the opportunity while it lasts; **make hay while the sun shines**. நான் நடிக்கும் படங்கள் தயாரிப்பாளர்களுக்குப் பெரும் வசூலை அள்ளித் தருவதால் நடிப்பதற்கு அதிகப் பணம் கேட்கிறேன், காற்றுள்ளபோதே தூற்றிக்கொள்வதில் என்ன தவறு?/ காற்று வீசுகிறபோதே தூற்றிக்கொள்வது என்றால் பதவியில் இருக்கிறபோதே பணம் சேர்த்துவிடுவது என்றல்லவா பலர் நினைக்கிறார்கள்!

மா.வ. காற்று வீசுகிறபோதே தூற்றிக்கொள்

காற்றோடு போ: (காப்பாற்ற வேண்டிய பேச்சு, வாக்குறுதி) மிக எளிதாக மறக்கப்படுதல்; (promise, etc.) be forgotten easily. தேர்தலில் மலிவான தந்திரங்களைக் கடைப்பிடிக்க மாட்டோம் என்று பேசினார், ஆனால் அந்தப் பேச்சு காற்றோடு போயிற்று./ இந்த வாக்குறுதியாவது காப்பாற்றப் படுமா அல்லது இதுவும் காற்றோடு போய்விடுமா?

காறித் துப்பு*: வெறுப்பை வெளிக்காட்டிக் கேவலமாகப் பழித்தல்; treat with utmost scorn; spit at sth. or s.o. வீடு எவ்வளவு அசுத்தமாக இருக்கிறது, யாராவது பார்த்தால் காறித் துப்ப மாட்டார்களா?/ உங்கள் பேச்சைக் கேட்டு நான் இதைச் செய்தால் நாலு பேர் என்மீது காறி உமிழ்வார்கள்.

* உமிழ்

கிட்டி போடு: (ஒன்றைச் செய்யச் சொல்லி) கடுமையுடன் நடந்துகொண்டு விடாது நெருக்குதல்; pressurize s.o. into doing sth.; **put the squeeze on** (s.o.). ஆளைக் கிட்டி போட்டுக் கடனை வசூலித்துவிட்டார்./ யாராக இருந்தாலும் கிட்டி போட்டு வேலை வாங்கிவிடுவார்.

கிணற்றில் போட்ட கல் மாதிரி*: (மேற்கொண்ட முயற்சிக்கு) விளைவு என்ன என்பது தெரியவராமல்; (தகவல்) எதுவும் தெரியாதபடி; evoking no response;

* கல்லாட்டம்

(remain) without communicating. வேலைக்கு எத்தனையோ மனுக்கள் போட்டுவிட்டேன், எல்லாம் கிணற்றில் போட்ட கல் மாதிரி இருக்கின்றன./ மதிப்புரைக்காக என் புத்த கத்தை அனுப்பினேன், ஆறு மாதம் கிணற்றில் போட்ட கல் மாதிரி கிடந்தது./ ஊருக்குப் போய்க் கடிதம் எழுது கிறேன் என்று சொன்னவன் கிணற்றில் போட்ட கல்லாட்டம் இருந்துவிட்டானே.

கிணற்றுக்குள்ளிருந்து பேசுவது போல்: *(காதில் சரி யாக விழாத அளவுக்கு) தொலைதூரத்திலிருந்து வருவது போல் அல்லது அமுங்கி ஒலிக்கும் நிலையில்;* (of voice) feeble. *நீ சாப்பிட்டு எத்தனை நாளாயிற்று? கிணற்றுக் குள்ளிருந்து பேசுவது போல் பேசுகிறாயே./ அவன் குரலே அப்படித்தான், கிணற்றுக்குள்ளிருந்து பேசுவது போல் கேட்கும்.*

கிணற்றுத் தவளை: *தான் வாழும் சூழலுக்கு அப்பால் இருப்பது எதையும் அறியாத நபர்; பரந்த உலக அனுபவம் இல்லாத நபர்;* one who has no knowledge of things outside his own small sphere; one who is insular. *கிராமத் தில் வாழ்கிறவர்கள் கிணற்றுத் தவளைகளாக இருந்த காலம் போய்விட்டது./ அவன் பம்பாயில் இருந்தாலும் உலக நடப்புத் தெரியாத கிணற்றுத் தவளையாகத்தான் இருக்கிறான்.*

கிராக்கிபண்ணு *(பொ.பெ.): (ஒருவர் ஒன்றைச் செய்யும் முன் தனக்கு) பல வேலைகள் இருப்பது போலவும் நேரமே இல்லாதது போலவும் காட்டிக்கொள்ளுதல்; பிறர் தன்னை வேண்டிக்கொள்ளுமாறு செய்தல்;* pretend to be more important than one is; **give oneself airs**. *கிராக்கிபண்ணா மல் கேட்ட உடனேயே பேட்டிகொடுக்கும் நடிகைகள் சிலரே.*

கிழக்கில் உதிக்கும் சூரியன் மேற்கில் உதித்தாலும்: *நடக்க முடியாதது நடந்தாலும் (மேற்கொண்ட முடிவில் அல்லது உள்ள நடைமுறையில் மாற்றம் ஏற்படப்போவ தில்லை என்பதை உறுதிபடக் கூறப் பயன்படுவது);* even under the most improbable conditions; even if the sun rises in the west. *கிழக்கில் உதிக்கும் சூரியன் மேற்கில் உதித்தாலும் நாங்கள் கட்சியிலிருந்து விலக மாட்டோம்.*

கிழடுகட்டை*: *மிகவும் வயதாகி எந்த வேலையும் செய்ய முடியாத நிலையில் இருப்பவர் (அவர்கள் தங்களையே*

* கிழம்·

குறைத்து மதிப்பிட்டுக்கொள்ளும் முறையில் அல்லது அவர்களைப் பிறர் அலட்சியமாகக் குறிப்பிடும் முறையில் பயன்படுத்துவது); the old folks. கிழடுகட்டைகள் நாங்கள் இருக்கும்போது ஏன் யமன் இந்தப் பிஞ்சுகளைக் கொண்டு போகிறான்?/ இந்தக் கிழங்கட்டைகள் ஏன் நம் சுதந்திரத் தில் தலையிட வேண்டும்?

கிழித்த* கோட்டைத் தாண்டு: (ஒருவர்) விதித்ததை மீறுதல் அல்லது சொல்லை மீறி நடத்தல் (மற்றவர் மீறி நடக்க மாட்டார் என்பது குறிப்பு); dare disobey or question (with negative, expressed or implied). என் சித்தப்பா என் அப்பா கிழித்த கோட்டைத் தாண்ட மாட்டார்./ எந்த விஷயமாகட்டும், நான் கிழித்த கோட்டை என் தம்பி தாண்டியதில்லை./ அவரை எதிர்த்துப் பேசவோ அவர் கீறின கோட்டைத் தாண்டவோ இந்த ஊரில் ஆள் இல்லை.

* கீறின

கிழித்துப் போட்ட நார் போல்: (உடல்) வாடி வதங்கி அல்லது துவண்டுபோய்; limply; weak and withered. கிழித்துப் போட்ட நார் போல் படுக்கையில் கிடப்பவர் தான் ஒரு காலத்தில் மல்யுத்த வீரராக விளங்கியவர்!/ ஒரு வாரக் காய்ச்சலில் அவள் கிழிந்த நாராக ஆகிவிட்டாள்.

மா.வ. கிழிந்த நாராக

கிள்ளிப்பார்த்துக்கொள்: நம்ப முடியாத ஒன்று நடக்கும் போது அல்லது நடந்தது நம்ப முடியாத அளவில் இருக்கும்போது தான் சுயநினைவுடன்தான் இருக்கிறோமா என்பதைச் சோதித்துக்கொள்வதாகக் கூறப் பயன்படுத்தும் தொடர்; a way of saying that one could not believe what one was seeing or hearing; pinch oneself. 'காதல் காட்சி இல்லாமல் ஒரு திரைப்படமா' என்று என்னை நானே கிள்ளிப்பார்த்துக்கொண்டேன்!/ தான் வாங்கியிருந்த பரிசுச் சீட்டுக்குப் பத்து லட்சம் ரூபாய் விழுந்திருக்கிறது என்பதை அறிந்ததும் தன்னையே கிள்ளிப்பார்த்துக்கொண்டான்.

கிள்ளுக்கீரை: (மிகச் சுலபமாகச் சமாளித்துவிடலாம் என்ற நோக்கில்) அற்பமான ஒருவர் அல்லது ஒன்று (அப்படிக் கருதிவிடக் கூடாது என்பது குறிப்பு); (s.o. or sth. is of) no importance or consequence (used to disapprove of s.o. or sth. being held cheap). வாடகைக்கு இருப்பவர்களைக் கிள்ளுக்கீரை என்று நினைத்தீர்களா?/ சிறிய பொறுப்பு தான், இருந்தாலும் கிள்ளுக்கீரையாக நினைத்துவிடாதே./ பெண் குழந்தை என்றால் கிள்ளுக்கீரையா என்ன?

கிளி கொஞ்சுகிறது: *(பாராட்டிக் கூறும் முறையில்) அழகு, தோற்றம் கவர்ந்திழுக்கிறது;* an expression of appreciation of loveliness or beauty in s.o. or sth. *ஓவியத்தில் குழந்தையின் முகத்தைப் பாருங்கள், கிளி கொஞ்சுகிறது!/ 'வீட்டை எப்படி அலங்கரித்திருக்கிறார், பார்த்தாயா?' 'பார்த்தேன், கிளி கொஞ்சுகிறது!'*

கிளி போல*: *(இளம் பெண்ணைக் குறிப்பிடுகையில்) மிக அழகாக;* (of a young woman) very pretty; **as pretty as a picture**. *அவர் மனைவி கிளி போல இருப்பாள்./ கிளியாட்டம் இருக்கிறார்களே, உன் பெண் குழந்தைகள் இருவரும்.*

* கிளியாட்டப்

குஞ்சுகுளுவான் *(பொ.பெ.): (வெவ்வேறு வயதில் உள்ள) குழந்தைகள்;* tiny tots. *கல்யாண மண்டபம் குஞ்சுகுளுவான்களின் சத்தத்தால் அதிர்ந்தது./ விபத்து நடந்த இடத்தில் பெரியவர்களிலிருந்து குஞ்சுகுளுவான்வரை கூடி நின்றிருந்தார்கள்.*

குட்டக்குட்டக் குனி: *(ஒருவர்) அதிகாரம் செலுத்தச் செலுத்த (மற்றவர்) மேலும் பணிந்துபோதல்;* submit without protesting; take things lying down. *குட்டக்குட்டக் குனியாதே, உன் எதிர்ப்பைக் காட்டு!/ குட்டக்குட்டக் குனிகிற ஆள் நான் இல்லை, ஒரு நாள் என்ன நடக்கப்போகிறது என்று பார்!*

குட்டிக்கரணம் போடு: *(ஒன்றை நிறைவேற்ற) கடும் முயற்சிசெய்தல் (ஆனாலும் பயன் இல்லை என்பது குறிப்பு);* try every possible means however fantastic (implying that it is in vain). *நம் விருப்பப்படி வாழ்க்கையை அமைத்துக்கொள்ள வேண்டும் என்று நாம் என்னதான் குட்டிக்கரணம் போட்டாலும் பல சமயங்களில் அது நடப்பதில்லை.*

குட்டிச்சுவர்: *உருப்படாமல் போவது; சீரழிவு; பாழ்;* wreck; disaster; (sth.) **gone to the dogs**. *அவனிடம் வேலையை ஒப்படைத்தால் அத்தனையும் குட்டிச்சுவர்தான்./ அவன் இப்படிக் குட்டிச்சுவராகப் போனதற்குக் காரணமே குடிதான்./ கண்டிக்காமல் இப்படியே விட்டுவிட்டால் அவன் கெட்டுக் குட்டிச்சுவராகப் போய்விடுவான்.*

குட்டிச்சுவரில் முட்டிக்கொள்ளலாம்: *ஒன்றைச் செய்வதால் பலன் ஏதும் விளையப் போவதில்லை என்ற நிலையில் அர்த்தமற்ற எதையும் செய்யலாம் என்று*

ஒருவர் வெறுத்துக் கூறப் பயன்படுத்தும் தொடர்; an expression of frustration by one who feels that his efforts are a waste. தான் சொன்னதையே சொல்லிக்கொண்டிருக்கும் இவரோடு விவாதம்செய்வதைக் காட்டிலும் குட்டிச்சுவரில் முட்டிக்கொள்ளலாம்./ அவரைப் பேசி வழிக்குக் கொண்டு வர முயற்சிப்பதைவிடக் குட்டிச்சுவரில் முட்டிக் கொள்ளலாம்.

குட்டுப்படு: *(ஒன்றைச் சரியாகச் செய்யாதபோது) கடுமையாக அறிவுறுத்தப்படுதல்;* go through a chastening experience. நாலு பேரிடம் குட்டுப்பட்டால்தான் உனக்குப் புத்தி வரும்./ நான் வாழ்க்கையில் குட்டுப்பட்டுக் குட்டுப் பட்டே வளர்ந்தவன்.

குட்டையைக் குழப்பு: *(தெளிவு ஏற்படுத்துவதற்குப் பதிலாக) மேலும் குளறுபடிசெய்தல்; குழப்பத்தை அதிகப் படுத்துதல்;* add to the confusion; make things worse. முடிவெடுத்த பிறகும் ஏதாவது சந்தேகங்களைக் கிளப்பிக் குட்டையைக் குழப்பிக்கொண்டிருக்காதே./ பிரச்சினையைத் தீர்த்துவைப்பதற்குப் பதிலாகக் குட்டையைக் குழப்பி விட்டுப்போகிறார்./ நிதிநிலை அறிக்கைமீது நடந்த விவாதத்தில் வர்த்தக அமைச்சர் தலையிட்டுக் குட்டையைக் குழப்பியது நிதியமைச்சரின் கோபத்தைக் கிளறியது.

குடத்தில் இட்ட விளக்கு *(உ.வ.)* **1:** *(புகழ், திறமை) வெளியே தெரியாத நிலை;* (of fame, ability) not (as) widely known (as it deserves to be). எங்கள் தலைமை ஆசிரியரின் திறமை குடத்தில் இட்ட விளக்காகத்தான் இருக்கிறது. **2:** *(திறமை பலராலும் அறியப்படாமல்) அடக்கமாக இருப்பவர்;* modest (person). அறிவியல் மேதைகள் பலரும் குடத்து விளக்குகள்தான். — மா.வ. குடத்து/ குடத்துள் விளக்கு

குடல் தெறிக்க: *(ஏதேனும் ஒரு ஆபத்தை, அவசரத்தை முன்னிட்டு) மிக வேகமாக (ஓடுதல்);* (run) at full speed (with great urgency); run **for one's life**. வெறி நாய் துரத்தினால் எல்லாரும் குடல் தெறிக்க ஓடத்தான் செய்வார்கள்./ அவர் எங்களை மிகவும் கேலிசெய்வார், அதனால் அவரைக் கண்டால் நாங்கள் குடல் தெறிக்க ஓடுவோம்.

குடலைப் பிடுங்கு*: *(அருவருப்பினால் அல்லது பொறுக்க முடியாத நாற்றத்தால்) வாந்தியெடுக்கும் உணர்வு ஏற்படுதல்;* get the feeling of throwing up (at the sight of sth. disgusting); nauseate. மூட்டைப்பூச்சியை

* புரட்டு

நசுக்காதே, நாற்றம் குடலைப் பிடுங்கும்./ தெரு முனையில் குவிந்திருக்கும் குப்பைகூளங்களையும் தேங்கியிருக்கும் சாக்கடையையும் நினைத்தால் யாருக்குத்தான் குடலைப் புரட்டாது?

குடிகாரன் பேச்சு: *(தன் வசமிழந்து பேசுவதால்) பொருட்படுத்த வேண்டாத பேச்சு;* words that don't merit serious attention (because spoken by one who is not sober) ; drunken talk. அவன் நேற்றுச் சொன்னதையெல்லாம் குடிகாரன் பேச்சு என்று நினைத்து மறந்துவிடுங்கள்.

குடிகொள்: *நிலையாகத் தங்குதல்; நிலவுதல்;* be lodged in; take hold of. தந்தையின் நற்குணங்கள் இவரிடமும் குடிகொண்டிருக்கின்றன./ எழில் நிறைந்த அந்தச் சூழலில் எல்லார் மனத்திலும் அமைதி குடிகொண்டது./ சோர்வு தரும் தோல்வி உணர்வை உன்னிடம் குடிகொள்ள விடாதே!

குடிமுழுகிப்போ: *(மிகைப்படுத்திக் கூறும் முறையில்) பெரும் கேடு விளைதல் (அவ்வாறு நடந்துவிடாது என்ற குறிப்பில் கூறுவது);* (exaggeratedly) be struck by a calamity; be **(not) the end of the world**. வேறு ஜாதிப் பெண்ணைத் திருமணம்செய்துகொண்டதால் ஒன்றும் குடிமுழுகிப்போய் விடவில்லை./ ஒரு நாள் விடுப்பு எடுத்துக்கொண்டால் என்ன # குடிமுழுகியா போய்விடும்?/ # குடியே மூழ்கி விட்டது போல் ஏன் அலறுகிறான்? என்ன நடந்தது?

மா.வ. குடி கெட்டுப்போ; குடிமூழ்கிவிடு

-ஆ இடைச் சொல்லுடன்

-ஏ இடைச் சொல்லுடன்

குடியும் குடித்தனமும்: *மனைவி மக்களுடனான வாழ்க்கை;* family of one's own. உனக்கென்று ஒரு குடியும் குடித்தனமும் ஏற்பட்டுவிட்டால் பொறுப்பு வந்துவிடும்./ இத்தனை நாள் தனிக்கட்டையாக அலைந்தாகிவிட்டது, இனியாவது குடியும் குடித்தனமுமாக இருக்க வேண்டாமா?

குடியைக் கெடு: *குடும்பத்திற்கு அவப்பெயர் ஏற்படுத்துதல்;* bring disgrace on the family. உங்கள் மகள் தனக்கு விருப்பமான ஒருவனைத்தானே திருமணம்செய்துகொண்டிருக்கிறாள், இதற்குப்போய்க் குடியைக் கெடுத்து விட்டாளே என்று ஏன் புலம்புகிறீர்கள்?

குடுமி — கையில்: *ஒருவரின் செயல்பாடுகள் மற்றொருவர் வசம் (குறிப்பிட்ட நபரை எதிர்த்து எதுவும் செய்ய முடியாது என்பதால் அடங்கிப்போக வேண்டி*

யதுதான் என்பது குறிப்பு); (one) wholly in the power of (the other); (one) at the mercy of (another). அமைச்சர் தப்பித்துக் கொள்ள முடியாது, ஏனென்றால் அவர் குடுமி முதல்வரின் கையில்!/ இந்த நெருக்கடியிலிருந்து விடுபடும்வரை என் குடுமி உன் கையில் என்பது தெரிந்ததுதானே.

குடுமிபிடிச் சண்டை: (இருவரிடையே) தரக் குறைவான சண்டை; undignified fight. நிர்வாக இயக்குநருக்கும் பொது மேலாளருக்கும் இடையில் நடக்கும் குடுமிபிடிச் சண்டையைப் பார்த்து அலுவலகமே சிரிக்கிறது

குடுமியைப்* பிடி: (இருவர் தமக்குள்) நாகரிகமற்ற முறையில் சண்டை போட்டுக்கொள்ளுதல்; be at each other's throats; be **at loggerheads** (with each other). ஒன்றுமில்லாத விஷயத்திற்கெல்லாம் தன் தந்தையும் கணவனும் ஏன் இப்படிக் குடுமியைப் பிடித்துக்கொள்கிறார்கள் என்று அவளுக்குத் தெரியவில்லை.

* சிண்டை

குண்டுக்கட்டாக: கழுத்தையும் காலையும் ஒன்றுசேர்த்து (தூக்குதல்); (carry) bodily. வர மாட்டேன் என்று சொன்னால் உன்னைக் குண்டுக்கட்டாகத் தூக்கிக் கொண்டு போய்விடுவேன்./ ஆட்டுக்குட்டியைக் குண்டுக் கட்டாகத் தூக்கிக்கொண்டு ஓடிவந்தான்.

குண்டுகுழி: சிறு பள்ளங்கள்; potholes. புதிதாகப் போடப்பட்ட சாலை என்பதால் குண்டுகுழி இல்லை./ மழை பெய்து அரித்துவிட்டதால் கற்கள் பெயர்ந்து சாலை # குண்டும் குழியுமாக இருக்கிறது.

\# -உம் இடைச் சொல்லுடன்

குண்டுச் சட்டியில் குதிரை ஓட்டு: குறுகிய வட்டத்தில் வளர்ச்சிக்கு வாய்ப்பில்லாமல் அல்லது இருக்கும் குறைந்த வசதியைக்கொண்டே காலத்தைக் கழித்தல்; lead a restricted life without much scope for development. குண்டுச் சட்டியில் குதிரை ஓட்டுகிறாள் என்று பாட்டியைக் குறை சொல்வது சரியில்லை, தாத்தா அவளை எந்த ஊருக்குக் கூட்டிக் கொண்டு போயிருக்கிறார்?/ ஐம்பது ஆண்டுகளுக்குமுன் இருந்தது போல் நம் விவசாயிகள் குண்டுச் சட்டியில் குதிரை ஓட்டிக்கொண்டிருக்கவில்லை./ மேலும் முதலீடு செய்ய வழி இல்லாமல் இதே தொழிலில் இன்னும் எத்தனை காலத்திற்குக் குண்டுச் சட்டிக்குள் குதிரை ஓட்டிக்கொண்டிருக்கப்போகிறாய்?

இ.வே. சட்டிக்குள்

குண்டை (தூக்கி)போடு: (ஒருவர் தன் பேச்சால், செய

குத்திக்காட்டு

லால்) அதிர்ச்சியளித்தல்; திடுக்கிடவைத்தல்; disclose a shocking news. ஏகப்பட்ட கடன் இருக்கிறது, இந்தச் சமயத்தில் 'வேலையை விட்டுவிட்டேன்' என்று ஒரு குண்டைத் தூக்கிப்போடுகிறாயே!/ லஞ்சம் கேட்க மாட்டார்கள் என்று சொன்னீர்கள், இப்போது 'எதற்கும் ஐயாயிரம் ரூபாய் வைத்திருங்கள்' என்று பெரிதாக ஒரு குண்டைப் போடுகிறீர்களே!/ பஞ்சு வியாபாரத்தில் அவருக்கு ஏற்பட்ட வீழ்ச்சி அதே வியாபாரத்தில் ஈடு பட்டிருக்கும் எங்களுக்குக் குண்டைப் போட்டது போல் இருந்தது.

குத்திக்காட்டு: *(ஒருவரின்) மனம் புண்படும்படி சுட்டிக் காட்டுதல்;* draw pointed attention to (s.o.'s lapse in a rather mean spirit); **rub (it) in**. அவன் என்னைக் குத்திக்காட்டத் தான் 'படித்தவர்கள் எல்லாரும் அறிவாளிகள் ஆகிவிட முடியாது' என்று சொல்லியிருக்க வேண்டும்./ பள்ளி இறுதித் தேர்வில் நான் கணக்கில் குறைந்த மதிப்பெண் பெற்றதை நீ குத்திக்காட்ட வேண்டாம்.

குத்துக்கல் மாதிரி* (பொ.பெ.): *கவனிக்கத் தவறிவிட முடியாதபடி (ஓரிடத்தில் இருத்தல்);* (of a person) obviously present (and so cannot go unnoticed). குத்துக்கல் மாதிரி நான் வாசலிலேயே உட்கார்ந்திருக்கிறேன், பார்க்காமல் போகிறாயே.

* -கல்லாட்டம்

குதிரைக்கொம்பு: *(கிடைக்காதது கிடைப்பது போன்று) அரியது; அருமையானது;* a rarity. தன்னலமற்ற தலைவர் களைக் காண்பது குதிரைக்கொம்பாகிவிட்டது./ வேலை கிடைப்பது குதிரைக்கொம்பாக இருக்கிறபோது எந்த வேலையானாலும் ஏற்றுக்கொள்ள வேண்டியதுதான்./ பரபரப்பு நிறைந்த இந்த உலகில் இனி அமைதியான வாழ்க்கை என்பது குதிரைக்கொம்புதான்.

குந்தித் தின்னு (பொ.பெ.): *உழைக்காமல் வாழ்க்கை நடத்துதல்;* live without toiling. மகள் சம்பாத்தியத்தில் நீ குந்தித் தின்பது நன்றாக இருக்கிறதா?/ குந்தித் தின்றால் சொத்துக் கரையாமல் இருக்குமா என்ன?

குப்பை கொட்டு 1: *வேலைபார்த்தல் (பார்க்கும் வேலை யையும் வேலைபார்க்கும் ஆளையும் குறைத்து மதிப்பிடும் முறையில் கூறுவது);* (from the speaker's point of view) do worthless work. நீயும் அந்த அலுவலகத்தில்தான் குப்பை கொட்டுகிறாயா?/ உள்ளூர்ப் பள்ளியிலேயே குப்பை

கொட்டுகிற உனக்கு இந்தச் சம்பளம் போதாதா?/ மதுரைக் கிளை அலுவலகத்தில் குப்பை கொட்டியது போதா தென்று சென்னைத் தலைமை அலுவலகத்திற்கு மாற்றலாகி வந்து குப்பை கொட்டப் போகிறாராம்! **2:** *(குறைகள் இருந்தாலும்) வாழ்க்கை நடத்துதல்;* manage to live; get along (with s.o.). *என் சிடுமூஞ்சி அண்ணனுடன் அண்ணியும் இருபது வருடம் குப்பை கொட்டிவிட்டாள்./ குடிநீர்ப் பஞ்சம் தலைவிரித்தாடும் இந்த நகரத்தில் எப்படித்தான் நாம் குப்பை கொட்டப் போகிறோமோ?/ ஒருத்தியோடு ஒழுங்காகக் குப்பை கொட்டத் தெரியாதவனெல்லாம் எனக்கு உபதேசம்செய்ய வந்துவிடுகிறான்.*

குபேரப் பட்டணம் கொள்ளை போகிறது போல: *பெரும் கேடு நேர்ந்துவிட்டது போல் (ஒருவருடைய பீதி நிறைந்த பதற்றத்தைக் கண்டு 'அவ்வாறு எதுவும் நடந்து விடவில்லையே' என்ற முறையில் கூறுவது);* as if a calamity has struck (an expression of reassurance that nothing alarming has happened). *நிறுத்து! என்னவோ குபேரப் பட்டணம் கொள்ளை போகிறது போலக் கூப்பாடு போடுகிறாயே./ ஏன் இப்படிக் குபேரப் பட்டணம் கொள்ளை போய் விட்டது போல் பதறுகிறாய்?* — இ.வே. போய் விட்டது

கும்பிடப் போன தெய்வம் குறுக்கே வந்தது போல: *யாரைச் சந்திக்க வேண்டும் என்று நினைக்கிறோமோ அவரே எதிரில் வந்துவிடுகிறபோது எளிதாகச் செயல் நிறைவேறியதற்கு மகிழ்ச்சியைத் தெரிவித்துக்கொள்ளும் விதமாகப் பயன்படுத்தும் தொடர்;* an expression of relief and joy at running into the very person that one wanted to see. *கடிதத்தை எடுத்துக்கொண்டு உங்கள் வீட்டுக்குத்தான் புறப்பட்டேன், கும்பிடப் போன தெய்வம் குறுக்கே வந்தது போல நீங்களே வந்துவிட்டீர்கள்./ இந்த இக்கட்டான நேரத்தில் உன்னிடம் கடன் கேட்கலாம் என்று நினைத்துக் கொண்டிருந்தபோது கும்பிடப் போன தெய்வம் குறுக்கே வந்தது போல நீயே வந்துவிட்டாய்!/ 'உங்களைப் பார்ப் பதற்குத்தான் வந்துகொண்டிருக்கிறேன்', 'அப்படியா, கும்பிடப் போன தெய்வம் குறுக்கே வந்துவிட்டது போல என்கிறீர்களா!'* — இ.வே. வந்து விட்டது

கும்பிடுபோடு: *(ஒன்றின் அல்லது ஒருவரின்) தொடர்பு இனி வேண்டாம் என்று விடுதல்; கைவிடுதல்;* decide to have nothing more to do with s.o. or sth.; say goodbye (to s.o.). *அரசியலுக்கு அவர் என்றோ கும்பிடுபோட்டுவிட்டார்./ அவர்களால் பணமும் பொழுதும் வீணாகின்றன என்று*

தெரிந்ததும் அவர்களுக்குக் கும்பிடுபோட்டுவிட்டார்./ படம் தோல்வியடைந்து பெரும் நஷ்டம் ஏற்பட்டதும் சினிமாத் துறைக்குப் #போட்டுவிட்டார் ஒரு பெரிய கும்பிடு!

#சொற்களின் இடம் மாற்றம்

குய்யோமுறையோ என்று: (துன்பத்தால் பாதிப்படைந்து அல்லது ஆபத்தை அறிந்து) உரத்த குரலில் முறையிட்டு; raising a hue and cry. 'உள்ளதைச் சொல்லுகிறாயா, இல்லையா?' என்று கேட்டுக் கம்பை ஓங்கியதும் பையன் குய்யோமுறையோவென்று கத்தத் தொடங்கிவிட்டான்./ தீப் பிடித்ததும் மக்கள் குய்யோமுறையோவென்று கதறிக் கொண்டு ஓடினார்கள்.

குரங்கு கையில் பூமாலை போல்: (மதிப்பு அறிந்து அருமையாகக் கையாள வேண்டியதை) சின்னாபின்னப் படுத்திச் சீரழியும்படி; like a delicate or precious thing in the hands of a destructive person. குரங்கு கையில் பூமாலை போல் இவரிடம் பெருமை வாய்ந்த இந்தச் சங்கம் அகப் பட்டிருக்கிறது!
~ குரங்கு கைப் பூமாலை: கட்சியின் புதிய தலைவர் இவரா? சரிதான் கட்சி இனி குரங்கு கைப் பூமாலைதான்.

குரங்குப் பிடி: பிடிவாதம்; பற்றிக்கொண்டதைச் சிறிதும் விட்டுக்கொடுக்காத தன்மை; obstinate clinging. நீ மேற் கொண்ட முடிவையே குரங்குப் பிடியாய்ப் பிடித்துக் கொண்டிருக்காதே.

குரங்குப் புத்தி: (முடிவு எடுக்க முடியாமல்) தடுமாறும் குணம்; அலைபாயும் தன்மை; ficklemindedness. இவளுக்குக் குரங்குப் புத்தி, ஒரு நேரம் 'உங்களோடு ஊருக்கு வருகிறேன்' என்கிறாள், அடுத்த நிமிஷம் 'நான் வரவில்லை' என்கிறாள்.

குரல்கொடு 1: (திரைப்படத்தில் நடிகர்களுக்குப் பிறர் தம்) குரல் தந்து பேசுதல்; (in films) lend one's voice. முன்னாள் நடிகர் ஒருவர் தெலுங்கு நடிகருக்குத் தமிழ்ப் படங்களில் குரல்கொடுக்கிறார். **2:** (ஒருவர் தன்) கருத்தை அல்லது ஆதரவை வலிமையோடு தெரிவித்தல்; (ஒருவருக்கு) ஆதரவாகப் பேசுதல்; speak in favour of; lend support to; **give tongue.** ஐநாவில் சீனாவை அனுமதிக்க வேண்டும் என்று பல முறை இந்தியத் தலைவர்கள் குரல்கொடுத்திருக் கிறார்கள்./ சமூகத்தில் நலிந்தவர்களின் நலனுக்காக நாங்கள் குரல்கொடுத்துவந்திருக்கிறோம்.

குரல்வளையைப் பிடி: பெரும் நெருக்கடிக்கு உள்ளாக்கித் திணறவைத்தல்;* feel choked; stifle; throttle. *கடன் ஒன்றுக்குப் பத்தாகப் பெருகிக் குரல்வளையைப் பிடித்தது./ இந்தச் சட்டம் பத்திரிகைச் சுதந்திரத்தின் குரல்வளையை நெரிக்கும் என்பது பரவலான கருத்து.* * நெரி

குருட்டாம்போக்கில்: யோசித்து முடிவுசெய்யாமல்; எந்த யோசனையும் செய்யாமல்; at random. *குருட்டாம்போக்கில் நான் எடுத்த சீட்டுக்குப் பரிசு விழுந்தது./ குருட்டாம் போக்காகச் சொன்ன பதில் சரியாக இருந்தது.* இ.வே. -போக்காக

குருட்டுப் பாடம்: பொருளைப் புரிந்துகொள்ளாமல் படிக்கும் பாடம்; அர்த்தம் தெரியாத மனப்பாடம்; rote learning. *பேச்சுப்போட்டிக்கு வந்த மாணவர்கள் தங்கள் ஆசிரியர்கள் எழுதிக்கொடுத்ததைக் குருட்டுப் பாடமாக ஒப்பிக்கிறார்கள் என்பது வெளிப்படையாகத் தெரிந்தது.*

குருட்டுப் பூனை விட்டத்தில் பாய்ந்தது மாதிரி: (வெற்றி வாய்ப்பு, பலன் பற்றி) எந்தத் திட்டவட்டமான யோசனையும் இல்லாமல் (ஒரு காரியத்தில் இறங்குவதைக் குறிப்பிடுவது); venturing into sth. without thinking; blindly. *இதையெல்லாம் குருட்டுப் பூனை விட்டத்தில் பாய்ந்தது மாதிரியா செய்வார்கள்? எவ்வளவு பணம் போட இருக்கிறோம் என்பதை நினைத்துப்பாருங்கள்.* பொ.வி. 1

குருவி சேர்க்கிற மாதிரி: (முடிந்த மட்டும் பணத்தை அல்லது பொருளை) சிறுகச்சிறுக, கொஞ்சம்கொஞ்சமாக (சேமித்தல்); (save) in small quantities (over a long period). *குருவி சேர்க்கிற மாதிரி தாத்தா சேர்த்துவைத்திருந்த பணம் திருட்டுப்போய்விட்டது./ என் பெண்ணுக்குக் குருவி சேர்க்கிற மாதிரி ஒவ்வொரு நகையாகச் செய்துவைத்திருக்கிறேன்.*

குருவித் தலையில் பனங்காயை வை: தாங்க முடியாத அளவுக்குப் பொறுப்பைச் சுமத்துதல்; give s.o. a responsibility that is too much for him. *ஏழு பேர் கொண்ட குடும்பத்தைக் கவனிக்க வேண்டியிருக்கிற அவனுடைய நிலையைப் பார்த்து 'ஆண்டவன் குருவித் தலையில் பனங்காயை வைத்துவிட்டானே' என்று வருத்தப்பட்டார்./ 'தம்பியை வெளிநாட்டுக்கு அனுப்ப இன்னும் ஒரு வாரத்தில் லட்சம் ரூபாய் திரட்டித் தா' என்று சொல்லிக் குருவித் தலையில் பனங்காயை வைத்தார் என் தந்தை!*

குல்லாப்போடு: (சுயநல நோக்கத்தோடு ஒருவரை) மகிழ் வித்துத் தன் வசமாக்கிக்கொள்ளுதல்; ingratiate oneself (with s.o.). அலுவலகத்தில் முக்கியமானவர்களுக்கெல்லாம் குல்லாப்போட்டுவைத்திருக்கிறான், அவர்களும் இவனிடம் மயங்கிவிட்டார்கள்./ பெரிய மனிதர்களைக் குல்லாப்போடு வதில் சமர்த்தன்.

குலவிளக்கு: ஒருவரின் குடும்பம் அல்லது குலம் சிறப்ப தற்குக் காரணமாக இருக்கும் பெண்; a woman who by her conduct enhances the family's reputation. 'என் மகளும் மருமகளும்தான் எங்கள் குடும்பத்தின் குலவிளக்குகள்' என்றாள் பெருமிதத்துடன்.

குலை நடுங்கு: பெரும் பீதி ஏற்படுதல்; feel greatly terrified; **feel a chill going down one's spine**. இன்னும் ஓர் அங்குலம் நகர்ந்திருந்தால் பஸ் மலைப் பாதையிலிருந்து உருண் டிருக்கும், அதை நினைக்கவே குலை நடுங்கியது./ தூங்கிக் கொண்டிருந்த குழந்தையின் அருகில் நல்ல பாம்பு! அந்தக் காட்சி # குலையை நடுங்கவைத்துவிட்டது. (# பிறவினை மாற்றம்)
~ குலை நடுக்கம்: அந்தக் காவல் அதிகாரியைக் கண்டாலே ரௌடிகளுக்குக் குலை நடுக்கம்.

குழந்தை* குட்டி: (ஒருவரின்) குழந்தைகள்; (one's) children; kids. குழந்தை குட்டியோடு எங்கே கிளம்பிவிட்டீர்கள்?/ ஏன் பணம் பணம் என்று அலைகிறீர்கள், உங்களுக்கென்ன # பிள்ளையா குட்டியா? (* பிள்ளை; # -ஆ இடைச் சொல்லுடன்)

குழந்தையைக்* கிள்ளிவிட்டுத் தொட்டிலையும் ஆட்டு: பிரச்சினைக்குக் காரணமாக இருந்துவிட்டுக் காரணமாக இருந்ததை மறைக்கக்கூடிய ஒரு செயலையும் செய்தல் (ஒருவர் எதற்காக இப்படி ஒரு வேண்டாத செயலைச் செய்கிறார் என்று அவரை விமர்சிக்கும் முறை யில் கூறப்படுவது); make trouble and take the role of a trouble-shooter. சண்டைக்கே இவர்தான் காரணம், இப்போது சமா தானம்செய்துவைப்பதற்கும் புறப்பட்டுவிட்டார், இவருக்கு எதற்கு இந்தக் குழந்தையைக் கிள்ளிவிட்டுத் தொட்டிலை யும் ஆட்டுகிற வேலை?/ தொழிலாளர்களும் சரி, நிர்வாகத் தினரும் சரி, இந்த நபரை முழுமையாக நம்புவதில்லை, இவர் # பிள்ளையையும் கிள்ளிவிட்டுத் தொட்டிலையும் ஆட்டுகிற ஆசாமி என்றே நினைக்கிறார்கள். (* பிள்ளையை; # -உம் இடைச் சொல்லுடன்)

குழிக்குக் கால் நீட்டு (வ.வ.): சாக இருத்தல்; மரணத்தை எதிர்பார்த்து இருத்தல்; be waiting to die. குழிக்குக் கால்

நீட்டியிருக்கிற பாட்டிக்குப் பணத்தாசை குறையவில்லை!

குழி தோண்டிப் புதை:* இருக்கும் இடம் தெரியாதபடி ஒழித்துவிடுதல்; eradicate; bury sth. deep. *இந்த மூடப் பழக்கத்தைக் குழி தோண்டிப் புதைக்க வேண்டாமோ?/ இதற்கு முன்பே இது போன்ற மசோதாக்கள் கொண்டு வரப்பட்டுக் குழி வெட்டிப் புதைக்கப்பட்டதுண்டு./ நம் காதல் மட்டும் அப்பாவுக்குத் தெரிந்துவிட்டால் என்னைக் குழி தோண்டிப் புதைத்துவிட்டுத்தான் மறுவேலை பார்ப்பார்.*

* வெட்டி

குழி பறி:* (ஒருவருடைய முன்னேற்றத்தைப் பாதிக்கும் விதத்தில் அல்லது ஒன்றின் நிறைவேற்றத்திற்குப் பாதிப்பு என்னும் விதத்தில்) மறைமுகமாகக் கேடு விளைவித்தல்; undermine; dig one's own grave. *ஒருவனைக் கைதூக்கிவிட நினைப்பவர்கள் குறைவு, கூட இருந்தே குழி பறிப்பவர்கள் தான் அதிகம்./ சமாதானத் திட்டத்திற்குக் குழி தோண்டும் முயற்சி இது./ தேர்தல் வருகிற நேரத்தில் கட்சி மாறியதன் மூலம் அரசியலில் தன் எதிர்காலத்திற்குக் குழி பறித்துக் கொண்டார்.*

* தோண்டு/ வெட்டு

குழியில் வை (பொ.பெ.): (குழந்தை இறந்தபின்) புதைத்தல் (குழந்தையைப் பறிகொடுத்த தாய் சோகத்தில் கூறுவது); (a poignant way of saying) bury (one's child). *ஆறு குழந்தை களைப் பெற்றேன், இரண்டுதான் இருக்கிறது, நான்கைக் குழியில் வைத்துவிட்டு நிற்கிறேன்.*

குழையடி **1:** (ஒருவரின்) பிரியத்தையும் நம்பிக்கையையும் பெறுவதற்காக (அவரிடம்) அளவுகடந்து நயமாக நடந்து கொள்ளுதல்; try to win s.o.'s affection, confidence, etc. in order to obtain a favour. *தொழிற்சங்கத் தேர்தலில் அவனுக்கு என் ஓட்டு வேண்டும், அதற்காகத்தான் அவன் எனக்குக் குழையடிக்கிறான்.* **2:** (வ.வ.) (தான் நினைத்ததை மற்றவர் ஏற்றுக்கொள்ளத் தக்க விதத்தில்) நயமாகத் திரும்பத் திரும்பச் சொல்லுதல்; bring s.o. to one's way of thinking by continually urging him. *பெண்ணை மேலே படிக்கவைக்க வேண்டாம் என்று பாட்டிமார்கள் குழையடித்திருப்பார் கள், அப்பாவும் சரி என்று சொல்லியிருப்பார்.*

குளிக்காமல் இரு* (பொ.பெ.): கர்ப்பம் தரித்தல்; be pregnant; be in the family way. *உன் மகள் குளிக்காமல் இருக்கிறாளா? இது அவளுக்கு எத்தனையாவது மாதம்?*

* முழுகாமல்

குளிர்காய்: *(பிறருடைய பிரச்சினைகளுக்கிடையில் தனக்கு) ஆதாயம் தேடிக்கொள்ளுதல்; (தனக்கு வேண்டியவர்களின் நல்ல நிலைமையைச் சாதகமாக்கி) பலனடைதல்;* derive benefit for oneself out of s.o.'s difficulties or advantages; **cash in (on).** பங்காளிகள் சண்டைபோட்டுக்கொண்டால் எதிரி அதில் குளிர்காய்வான்./ எதிர்க்கட்சிகளின் ஒற்றுமை யின்மையில் குளிர்காய நினைக்கிறது ஆளுங்கட்சி./ என் தந்தையின் புகழில் நான் குளிர்காய விரும்பவில்லை என்று கூறினாலும் ஒருவரும் நம்புவதில்லை.

குளிர்ந்துபோ (வ.வ.): *(பெரும்பாலும் அம்மை நோயால்) மரணமடைதல்;* (euphemism for) die (esp. of smallpox). அம்மை வார்த்துக் குழந்தை குளிர்ந்துபோயிற்று.

குளிர்விட்டுப்போ: *(அதட்டி அடக்க ஆள் இல்லாததால்) பயம் இல்லாமல்போதல்;* no longer fear authority. போனால் போகிறது என்று விட்டுக்கொடுத்து நடந்துகொண்டதால் அவர்களுக்குக் குளிர்விட்டுப்போயிற்று./ காவல்துறை இந்தப் பேட்டை ரௌடிகளைக் கண்டுகொள்வதில்லை, அதனால் அவர்களுக்குக் குளிர்விட்டுப்போய் வெகு நாள் ஆகிறது./ நீங்கள் போட்ட ஆணையை நீங்களே செல்லாது என்று கூறினால் அலுவலகத்தில் எல்லாருக்கும் குளிர்விட்டுப்போய்விடும்.

குற்றுயிரும் குலையுயிருமாக: *(விபத்தில் சிக்கி) உயிர் போகிற நிலையில்;* holding on to life precariously. கத்தியால் வெட்டுப்பட்டவன் குற்றுயிரும் குலையுயிருமாகக் கிடக் கிறான்./ மூழ்கிய படகிலிருந்து யாராவது தப்பியிருந்தால் குற்றுயிரும் குறையுயிருமாகவாவது கரையில் ஒதுங்கியிருக்க மாட்டார்களா? மா.வ. குற்றுயிரும் குறையுயிருமாக

குறுக்கும் நெடுக்குமாக: ஒரே திசையில் இல்லாமல் *மாறிமாறி;* up and down; in a criss-cross fashion. அவர் கூடத்தில் குறுக்கும் நெடுக்குமாக நடந்துகொண்டிருந்தார்./ தெருவில் குறுக்கும் நெடுக்குமாக வண்டிகளை நிறுத்தி னால் போக்குவரத்துக்கு இடைஞ்சலாக இருக்காதா?/ ஒளிக்கதிர்கள் குறுக்கும் நெடுக்குமாகச் செல்வது போல் தெரிந்தன.

குறுக்கு வழி **1:** *(விடை காண்பதில்) சுருக்கமான முறை; எளிய வழிமுறை;* short cut. இந்தப் பெரிய கூட்டல் கணக்கைக் குறுக்கு வழியில் இரண்டே நிமிடத்தில் போட்டுவிடலாம். **2:** *(பொருள் ஈட்டுவதில்) நேர்மையற்ற*

முறை; dishonest means. குறுக்கு வழியில் பணம் தேட ஆசைப்படாதே!

குறுக்கே நில்: *(ஒருவரின் விருப்பத்திற்கு, செயலுக்கு) தடையாக இருத்தல்;* obstruct; **stand in one's way.** உன் விருப்பத்திற்கு நாங்கள் குறுக்கே நிற்கவில்லை./ இந்தத் திட்டத்தால் மக்களுக்கு நன்மை விளையுமானால் அதை ஆதரிப்போமே தவிர அதற்குக் #குறுக்கேயா நிற்போம்?/ என் வெளிநாட்டுப் பயணத்திற்கு என் பாட்டியின் எதிர்ப்பு ஒன்றுதான் குறுக்கே நிற்கிறது.

-ஆ இடைச் சொல்லுடன்

குறுக்கே விழு: *(நடவடிக்கை மேற்கொள்ள இருப்பவரை) மறித்தல்;* intercede (with s.o.); interpose (oneself between parties). 'அவனை அடித்துவிடாதீர்கள்' என்று என் மனைவிதான் குறுக்கே விழுந்து தடுத்தாள்./ ஏன் இப்படிக் குறுக்கே விழுகிறாய், நான் அவனை ஒன்றும் செய்துவிட மாட்டேன்.

குன்றின்மேலிட்ட தீபம்* *(உ.வ.)*: *அனைவரும் அறியும் படி இருப்பது;* sth. for all to see. இப்புலவரின் பெருமை குன்றின்மேலிட்ட தீபம்.

* விளக்கு

குனியக்குனியக் குட்டு: *பணிந்து போகப்போக மேலும் அதிகாரம் செலுத்துதல் (அதிகாரம் செலுத்துபவரின் ஆணவத்தைக் காட்டுவது);* harass more the more one submits. எதிர்த்தாலொழிய குனியக்குனியக் குட்டுகிறவர் திருந்த மாட்டார்./ நீ வாயைத் திறக்காமல் இருந்தால் குனியக் குனியக் குட்டத்தான் செய்வார்கள்.

கூச்சநாச்சம் *(பொ.பெ.)*: *வெட்க உணர்வு (எதற்கு வெட்கப்பட வேண்டுமோ அதற்குக்கூட வெட்கப்படாமல் இருக்கும்போது கூறுவது);* sense of shame. என்னடா, ஒரு படித்த ஆள் இப்படிக் கூச்சநாச்சம் இல்லாமல் பேசு கிறாரே என்று பார்க்கிறாயா, உன் மாதிரி ஆளிடம் இப்படித்தான் பேச வேண்டும்./ மனைவியை அடித்தது மட்டுமில்லாமல் அதை எல்லாரிடமும் கூச்சநாச்சம் இல்லாமல் சொல்கிறானே இவன்!

கூட்டத்தோடு* *(சேர்ந்து)* **கோவிந்தாப் போடு 1**: *(தனக் கென்று ஒரு கருத்து இல்லாமல் அல்லது இருந்தாலும் தெரிவிக்காமல்) மற்றவர்கள் செய்வதையே தானும் செய்தல்;* do what most people do; **follow the crowd.** தலைவர் சொல்வதைத்தான் செயற்குழு உறுப்பினர்கள் ஆதரிக்கப்

* கும்பலோடு இ.வே. கூட்டத்தில்

போகிறார்கள், நீங்களும் கூட்டத்தோடு கோவிந்தாப் போட்டுவிடுங்களேன்./ கும்பலோடு கோவிந்தாப் போட்டு எனக்குப் பழக்கமில்லை. **2:** *(தனிப்பட்டு நிற்பது தன்னைக் காட்டிக்கொடுத்துவிடக் கூடுமானால்) பலரோடு சேர்ந்து கூக்குரல் எழுப்புதல்;* join in the chorus. 'திருடன், திருடன்' என்று திருடனும் கூட்டத்தில் சேர்ந்து கோவிந்தாப் போட்டான்.

கூட்டிக் கழித்துப் பார்த்தால்: *நிலவரங்களைக் கணக்கில் கொண்டால்;* all things considered; on balance. கூட்டிக் கழித்துப் பார்த்தால் அவருடைய செல்வாக்குச் சரிந்திருக்கிறது என்றே சொல்ல வேண்டும்./ சம்பளம் கூடுதல் என்றாலும் குடும்பத்தைப் பிரிந்து வெளியூர் போக வேண்டும், கூட்டிக் கழித்துப் பார்க்கிறபோது புதிய வேலையை ஏற்றுக்கொள்ள வேண்டாம் என்று தோன்றுகிறது. இ.வே. பார்க்கிறபோது

கூட்டிக்கொடு (த.வ.): *(தன் காரியத்தை நிறைவேற்றிக் கொள்வதற்காக) ஒரு பெண்ணைப் பிறர் அனுபவிக்க வழிசெய்தல்;* procure women for s.o. பயமுறுத்திப் பணம் பறிப்பவன் என்றும் கூட்டிக்கொடுப்பவன் என்றும் அவனைப்பற்றிச் சொல்லிக்கொள்கிறார்கள்.

கூடப் பிறந்த: *(ஒருவரிடம்) இயல்பாகவே காணப்படுகிற; (ஒருவரால்) விலக்க முடியாத;* inborn. வலியச் சென்று உதவுவது என்பது அவளது கூடப் பிறந்த குணம்./ பணத் தாசை என்பது கூடப் பிறந்த வியாதியாகிவிட்டது.

கூடிப்போனால்: *மிக அதிகமாகக் கணக்கிட்டால்;* at the most. கூடிப்போனால் இன்னும் இரண்டு நாட்களுக்குத் தான் காய்ச்சல் இருக்கும்./ இந்தக் கைக்கடிகாரத்தின் விலை எண்ணூறு ரூபாய் இருக்கும், கூடிப்போனால் ஆயிரம் ரூபாய்.

கூடு விட்டுக் கூடு பாய்: *(ஒருவர்) தற்போது தான் இருக்கும் நிலையிலிருந்து எளிதாக மற்றொன்றுக்கு மாறி விடுதல்;* shift one's loyalty; assume different identities with ease. இந்த மாநில அரசியலில் எந்தக் கட்சியில் யார் எப்போது இருப்பார்கள் என்று கூற முடியாது, தினமும் கூடு விட்டுக் கூடு பாய்ந்துகொண்டிருப்பார்கள்./ ஒரு நாள் பிளாஸ்டிக் சாமான்கள் விற்பான், மற்றொரு நாள் ஓட்டலில் வேலை செய்வான், இப்படிக் கூடு விட்டுக் கூடு பாய எப்படி முடிகிறது அவனால்?

கூண்டில் ஏற்று: குற்றவாளியாக நீதிமன்றத்தில் நிறுத்து தல்; make (s.o.) face trial; **put (s.o.) in the dock.** தன்னைப் பற்றி அவதூறாக எழுதிய பத்திரிகை ஆசிரியரைக் கூண்டில் ஏற்றிவிட வேண்டும் என்பதில் தீவிரமாக இருக்கிறார்./ நீங்கள் சொல்கிறபடி நான் செய்தால் நாளை என்னைக் கூண்டில் ஏற்றிவிடுவார்கள்.

கூண்டோடு கைலாசம் போ: ஒரே நேரத்தில் அனைவ ருக்கும் ஒரே மாதிரி மோசமான நிலைமை ஏற்படுதல்; meet the same fate; be ruined en bloc. விமானியின் சாமர்த்தியத்தால் விபத்து தவிர்க்கப்பட்டது, இல்லை யென்றால் விமானத்திலிருந்த 250 பேரும் கூண்டோடு கைலாசம் போயிருப்பார்கள்.

~ **கூண்டோடு கைலாசம்:** நம் தொழிற்சாலையை மூடப் போகிறார்களாமே? அப்படியென்றால் நமக்கெல்லாம் கூண்டோடு கைலாசமா?

கூப்பிட்ட குரலுக்கு: அழைத்தவுடன் எதையும் செய்யத் தயாராக; ready to do one's bidding; **at one's beck and call.** எங்களுக்கு வாக்களித்து வெற்றி தேடித்தாருங்கள், பிறகு நீங்கள் கூப்பிட்ட குரலுக்கு ஓடிவருவோம் நாங்கள்./ உனக் கென்ன, வீட்டில் கூப்பிட்ட குரலுக்குச் சேவகம் பண்ண ஆட்கள்./ கூப்பிட்ட குரலுக்கு ஓடிவந்து உதவ வேண்டும் என்று நினைக்கிறார் போலும்.

கூப்பிடு தூரம்: ஒருவர் கூப்பிடுவது கேட்கும் அளவில் உள்ள தூரம்; குறைந்த தொலைவு; hailing distance. கூப்பிடு தூரத்தில் உள்ள கடைக்குப் போய்வர இவ்வளவு நேரமா?/ இதோ கூப்பிடு தூரத்தில் மாமா வீடு.

கூரையைப் பிய்த்துக்கொண்டு கொட்டு: எதிர்பாராத விதமாகப் பெருமளவில் செல்வம் வந்துசேர்தல்; (of money) come in large quantities; pour down. ஒரு சிறிய முதலீட்டில் தான் இந்தத் தொழிலைத் தொடங்கினார், இப்போது பணம் கூரையைப் பிய்த்துக்கொண்டு கொட்டுகிறது./ நான் லாட்டரிச் சீட்டு வாங்குவதைப்பற்றிக் கேலி செய்கிறாயா? இரு, என்றைக்காவது ஒரு நாள் கூரையைப் பிய்த்துக் கொண்டு கொட்டத்தான் போகிறது, நீயும் பார்க்கத்தான் போகிறாய்.

கூலிக்கு மாரடி 1: ஈடுபாடு இல்லாமல் அல்லது மனம் இல்லாமல் வேலைசெய்தல்; do work without involvement or interest. என் திறமைக்கு ஏற்ற வேலை இது அல்ல, ஏதோ

கூலிக்கு மாரடிக்கிறேன்./ எல்லாரும் கூலிக்கு மாரடிக்கிற போது நீ ஏன் விழுந்துவிழுந்து வேலை செய்கிறாய்? **2:** (தன் கொள்கைக்கு முரண்பாடாக இருந்தாலும்) பணத்திற்காகப் பணிசெய்தல்; work out of mercenary motives. இருபது வருடங்களுக்கு முன்பு அவர் கொள்கை வீரர், இப்போது கூலிக்கு மாரடிக்கிற எழுத்தாளர்!

கூழைக்கும்பிடு போடு: (காரியம் சாதித்துக்கொள்ள) போலியான மரியாதை காட்டுதல்; be obsequious. கடன் கேட்கும்போது மட்டும் கூழைக்கும்பிடு போடுகிறாய்!/ கூழைக்கும்பிடு போட்டே பதவி உயர்வு பெற்றுவிட்டான்.
~ **கூழைக்கும்பிடு:** இந்தக் கூழைக்கும்பிடெல்லாம் வேண்டாம், என்ன காரியமாக வந்தாய், சொல்.

கூனிக்குறுகு: (அவமானத்தால்) உடல் குறுகுவது போல் உணர்தல்; (out of humiliation) feel small. தான் செய்யாத குற்றத்திற்குத் தன்னைக் கைதுசெய்துவிட்டார்களே என்பதை நினைத்துக் கூனிக்குறுகிப்போனார்./ கடன் கொடுத்தவன் திட்டுகிறான், அதைக் கேட்டுக் கூனிக்குறுகி நிற்க வேண்டியதாயிற்று.

கூஜா தூக்கு (அ.வ.): (தனக்கு ஆதாயம் வேண்டி மற்ற வருக்கு) எடுபிடி வேலைசெய்தல்; be a hanger-on. இவனைப்பற்றி எங்களுக்குத் தெரியாதா? மில் முதலாளிக்குக் கூஜா தூக்கி அலைந்தவன்தானே?
~ **கூஜாத் தூக்கி:** இந்தக் கூஜாத் தூக்கிகளைக் கண்டாலே வெறுப்பு வருகிறது.

கெஞ்சிக் கூத்தாடு: பல விதங்களிலும் நயந்து வேண்டுதல்; make piteous pleas; plead with s.o. **on bended knee**. முதலாளியிடம் கெஞ்சிக் கூத்தாடி இரண்டு நாள் விடுமுறையும் நூறு ரூபாய் பணமும் வாங்கிவந்தான்./ கோபித்துக்கொண்டு போன மகனைக் கெஞ்சிக் கூத்தாடி வீட்டுக்கு அழைத்துவந்தார்.

கேட்க* வேண்டுமா: குறிப்பிட்ட ஒன்றின் விளைவு எதிர்பார்த்தபடியே இருப்பதால் ஆச்சரியப்படுவதற்கு எதுவும் இல்லை என்பதைத் தெரிவிக்கப் பயன்படுத்தும் தொடர்; 'it is not surprising (that...)'; 'it is no surprise (that...)'; 'needless to say'. இந்த நடிகர் நடித்து வெளிவந்த படம் என்றால் கேட்க வேண்டுமா, கூட்டம் அலைமோதுமே!/ கோடை காலத்தில் கேட்கவே வேண்டாம், காய்கறி விலை விஷம் போல் ஏறிக்கொண்டே போகும்./ பள்ளிக்கூடம் இருக்கும்

* சொல்ல மா.வ. கேட்கவே வேண்டாம்

\# --ஆ இடைச்

நாட்களிலேயே இவன் ஏழு மணிவரை தூங்குவான், விடுமுறை நாள் என்றால் #சொல்லவா வேண்டும்? சொல் இடம் மாற்றம்

கேட்பார் பேச்சைக் கேட்டு: *(பாதிப்பு வரும் என்பதை அறியாமல்) பிறருடைய பேச்சைக் கேட்டு (அப்படியே நடத்தல்);* listening to bad counsel. கேட்பார் பேச்சைக் கேட்டுச் சுமாராக வருமானம் வந்துகொண்டிருந்த வயலையும் விற்றுத்தொலைத்துவிட்டான்./ கேட்பார் பேச்சைக் கேட்டு ஏன் இப்படிக் கெட்டுப்போகிறாய்?

கேள்விக்குறி: *எப்படி இருக்கும் என்று தீர்மானிக்க முடியாத நிலை; (மனத்தில்) தொக்கிநிற்கும் சந்தேகம்;* question mark (over sth.); question (in one's mind); being doubtful. இந்தப் படமும் தோல்வி கண்டால் இந்த நடிகரின் எதிர்காலம் கேள்விக்குறியாகிவிடும்./ இந்தத் திட்டம், குறித்த காலத்திற்குள் முடிவடையுமா என்பது கேள்விக்குறியாகத்தான் இருக்கிறது./ இந்த வியாபாரத்தில் ஒழுங்காக வருமானம் வருமா என்பது கேள்விக்குறிதான்.

கேள்விமுறை: *(முறைகேடாக நடப்பதைச் சுட்டிக்காட்டி) கண்டித்துத் தடுக்கும் வழி (தடுக்க யாராவது முன்வர வேண்டும் என்பது குறிப்பு);* (with negative) ways of checking (sth. not considered proper). கோயிலில் சிலைத் திருட்டு அதிகமாகிக்கொண்டேபோகிறது, கேள்விமுறை இல்லை./ பள்ளிக்கூடங்களில் நன்கொடை என்ற பெயரால் பணத்தைப் பிடுங்குகிறார்களே, கேள்விமுறை கிடையாதா?

கை அரி: *(நேர்மையற்ற வழியில்) பணம் பெற வேண்டும் அல்லது ஒரு பொருளை எடுத்துக்கொள்ள வேண்டும் என்ற உணர்வு தோன்றுதல்;* be itching to make dishonest gains; **have an itching palm**. இவன் வேலைசெய்யும் அலுவலகத்தில் லஞ்சம் வாங்குவது சர்வ சாதாரணம், இவனுக்குக் கை அரிக்காமல் இருந்தால்தான் ஆச்சரியம்.

கை இறங்கு*: *(ஒருவரின்) செல்வாக்குக் குறைதல்;* decline in status. அவர் எப்படி வாழ்ந்தவர்! கை இறங்கிப்போன பிறகு அவரை யாரும் கண்டுகொள்வதில்லை./ அரசியலில் அவர் சற்றுக் கை ஓய்ந்த நிலையில்தான் இருக்கிறார். * ஓய்

கை ஒடி: *கை வலித்தல் அல்லது சோர்ந்துபோதல்;* (of hands) become weary; be fatigued. கை ஒடியப் பாத்திரங்களை விளக்கிவிட்டு வந்து இப்போதுதான் உட்கார்ந்தேன்./ விடைத் தாள்களைத் திருத்தித்திருத்திக் கை

ஒடிந்துபோய்விட்டது.

கை ஒடிந்தாற் போல: *செயலற்றுவிட்டது போல் (மிகவும் உதவியாக இருந்துவந்த ஒருவர் இல்லாத நிலையில் கூறுவது);* like one handicapped. *பேத்தி இல்லாதது பாட்டிக்குக் கை ஒடிந்தாற் போல இருக்கிறது./ கல்யாணத்திற்கு நீ வராவிட்டால் எங்களுக்குக் கை ஒடிந்த மாதிரிதான் இருக்கும்.* பொ.வி. 1

கை ஓங்கு 1: *(ஒருவரின்) செல்வாக்கு மிகுதல்;* enjoy a high status; be in the ascendant. *ஒரு காலத்தில் எங்கள் ஊரில் இந்தக் குடும்பத்தின் கை ஓங்கியிருந்தது./ நாட்டில் கடத்தல்காரர்களின் கை ஓங்கிவருவது அதிர்ச்சியளிப்பதாக இருக்கிறது.* **2:** *(போட்டியில்) முன்னணியில் அல்லது வலுவான நிலையில் இருத்தல்;* be in a dominant position; gain the upper hand. *ஆட்டத் துவக்கமுதல் பஞ்சாப் அணியின் கை ஓங்கியிருந்தது.*

கைக்காரியம்*: *குறிப்பிட்ட நேரத்தில் வீட்டில் (பெரும்பாலும் சமையலறையில்) செய்துகொண்டிருக்கும் வேலை; இடையில் விட்டுவிட்டு வர முடியாத வேலை;* household chore which one is attending to. *குழந்தை அழுவதைக் கேட்டதும் கைக்காரியத்தைப் போட்டுவிட்டு ஓடினாள்./ அவள் கைவேலையாக இருந்தாள் என்பது தோற்றத்திலிருந்தே தெரிந்தது.* * -வேலை

கைக்கு எட்டியது வாய்க்கு எட்டவில்லை: *கைகூடும் நிலையிலிருந்தும் கிட்டவில்லை; பயன்படுத்திக்கொள்ளும் நிலையிலிருந்தும் பயன் பெற முடியவில்லை;* sth. that nearly materialized but proved elusive; **there's many a slip twixt (the) cup and (the) lip.** *பொறியியல் கல்லூரியில் இடம் கிடைத்தும் குறிப்பிட்ட தேதிக்குள் பணம் கட்ட முடியாததால் கைக்கு எட்டியது வாய்க்கு எட்டாமல் போய்விட்டது./ கைக்கு எட்டிய சினிமா வாய்ப்பு வாய்க்கு எட்டாமல் போனதை எண்ணி அவர் மனமுடைந்துபோனார்.* மா.வ. கைக்கு எட்டிய — வாய்க்கு எட்டாமல்

கைக்கும் வாய்க்கும்: *(வருமானம்) அடிப்படைத் தேவைகளை நிறைவேற்றுகிற அளவுக்கு மட்டும்;* (of income) just enough; barely sufficient. *வாங்குகிற சம்பளம் இரண்டாயிரம் ரூபாய் கைக்கும் வாய்க்குமாகத்தான் இருக்கிறது.*

கைக்குள் போடு: *(ஒருவரை) தன் சொற்படியெல்லாம்* இ.வே. கையில்

கேட்கச்செய்தல்; தனக்குச் சாதகமாக இருக்கும்படி பார்த்துக்கொள்ளுதல்; have influence over s.o.; **have s.o. in the palm of one's hand; have s.o. in one's pocket.** நீங்கள் மிகவும் பொறுப்பான பதவியில் இருக்கிறீர்கள், உங்களைப் பலர் கைக்குள் போட்டுக்கொள்ளப் பார்ப் பார்கள்./ தன்னோடு வேலைபார்ப்பவர்களையெல்லாம் கையில் போட்டுக்கொண்டு மோசடிசெய்கிறான்./ இந்த அலுவலகத்திலுள்ள பல ஊழியர்களை அவர் தன் கைக்குள் போட்டுவைத்திருப்பதாக வதந்தி.

கைகட்டி: (ஒருவருடைய மேலாதிக்கத்தை ஏற்றுக் கட்டுப் பட்டிருக்கும் நிலைக்கு அறிகுறியாக) மிகவும் பணிந்து; (be) subservient to. சில மன்னர்கள் ஆங்கிலேயர்களுக்குக் கைகட்டிச் சேவகம்புரிந்தனர்./ என்ன உத்தியோகம்! ஒருவரிடம் கைகட்டிப் பணிபுரிய வேண்டியிருக்கிறதே./ பணம் படைத்தவர்களுக்குப் பின்னால் கைகட்டி நிற்கும் கூட்டம்.

கைகட்டி (வாய் புதைத்து) நில்: மிகுந்த மரியாதை யையும் பணிவையும் காட்டியபடி ஏவல்செய்யக் காத்திருத்தல்; be ready to carry out s.o.'s bidding implicitly. கணவன் வீட்டாரிடம் தன் முழுச் சம்பளத்தையும் ஒப்படைத்துவிட்டு அவர்கள்முன் கைகட்டி நிற்க வேண்டுமா என்று பொருமினாள்./ பண்ணையார்முன் எல்லாரும் கைகட்டி வாய் புதைத்து நின்றார்கள்.

கைகண்ட*: நிச்சயம் பலன் தருவது என்று அனுபவத்தில் கண்டறிந்த; efficacious; (of remedy) proven. 'மஞ்சள் காமாலைக்குக் கைகண்ட மருந்து கீழாநெல்லி' என்றார் வைத்தியர்.

* கண்-

கை கருணைக்கிழங்கு: (பிறருக்கு) கொடுப்பதில் அல்லது செலவழிப்பதில் கஞ்சத்தனம்; tight-fistedness. அவர் சர்க்கரையாகப் பேசுவார், ஆனால் கை கருணைக் கிழங்கு!/ அவர் நன்கொடை தருவார் என்று நினைத்துப் போனேன், போய்ப் பேசிய பிறகுதான் அவர் கை கருணைக்கிழங்கு என்று தெரிந்தது!

கைகலப்பு: கையால் ஒருவரை ஒருவர் அடித்துக்கொள் ளும் சண்டை; hand-to-hand fighting; scuffle. பேச்சாளர் தாக்கிப் பேசியதால்தான் கூட்டத்தில் கைகலப்பு ஏற் பட்டது./ சட்டமன்ற உறுப்பினர்கள்கூடச் சில நேரங்களில் கைகலப்பில் இறங்கிவிடுகிறார்கள்.

கைகழுவு: (இனி எந்தத் தொடர்பும் வேண்டியதில்லை என்று அல்லது தொடர்பை முறித்துக்கொள்ளும் முறையில்) விட்டுவிடுதல் அல்லது விலக்கிவிடுதல்; abandon. காரியம் முடிந்துபோய்விட்டதல்லவா? இனி அவன் நம்மைக் கைகழுவிவிடுவான்./ #அந்தத் திட்டம் கை கழுவப்பட்டு இரண்டு ஆண்டுகள் ஆகிவிட்டன.   #செயப்பாட்டு வினை வடிவம்

கைகாட்டு 1: (வாழ்க்கையில் முன்னேற) வழிகாட்டுதல்; show the way. நான் கைகாட்டிவிடத்தான் முடியும், மேலே போவது உன் திறமை./ தன் உறவினர்கள் சம்பாதித்துக்கொள்ளக் கைகாட்டும் விதமாகச் சாலை போடும் பணி அவர்களுக்குத் தரப்பட்டது என்பது அவர் மீதான குற்றச்சாட்டு. **2:** (ஒன்றைச் செய்வதற்கு இன்னார் என்று) குறிப்பிடுதல்; name (s.o. for sth.). கோயில் திருவிழாவில் சாத்துப்படிச் செலவுக்கு ஊர்ப் பெரியவர் என்னைக் கைகாட்டியதும் சரியென்று ஒத்துக்கொண்டேன்.

கைகால் உதறு: பயத்தால் நடுங்குதல்; tremble with fear; **shake in one's shoes.** மேடையில் ஏறிப் பேசுவதென்றால் அவனுக்குக் கைகால் உதறும்./ காலடியில் பாம்பைக் கண்டதும் கைகால் உதற ஓட்டம்பிடித்தான்.

கைகொட்டிச் சிரி: இகழ்ச்சியை வெளிப்படுத்துதல்; ஏளனம்செய்தல்; laugh at; ridicule. ஊரே கைகொட்டிச் சிரிக்கும் அளவுக்கு நடந்துகொண்டாயே!/ நீ செல்வாக்கோடு இருந்தபோது உன்னை யார் பாராட்டினார்களோ அவர்களே இப்போது உன் வீழ்ச்சியைப் பார்த்துக் கைகொட்டிச் சிரிக்கவும் செய்கிறார்கள்.

கைகொடு: (தேவையான கட்டத்தில்) துணையாக இருத்தல்; (முன்னேற்றத்திற்கு, வெற்றிக்கு) பக்கபலமாக இருத்தல்; help; give a helping hand. நாங்கள் நிர்க்கதியாய் நின்ற போது எங்களுக்குக் கைகொடுக்க அவர் முன்வந்தார்./ அவனிடம் முயற்சியும் இருந்தது, சந்தர்ப்பமும் கை கொடுத்தது./ நம்மைப் போன்ற ஏழைகளுக்குக் கல்விதான் கைகொடுக்கும்./ திரைக்கதையும் வசனமும் படத்தின் வெற்றிக்குக் கைகொடுக்கின்றன.

கைகோ: (ஒருவரை எதிர்க்கும் அல்லது ஒருவருக்கு உதவும் பொருட்டு மற்றவரோடு) இணைதல்; ஒன்று படுதல்; join hands (with s.o.). உங்கள் அமைச்சரவைச் சகாக்களே கல்விக் கொள்கையை எதிர்ப்பவர்களுடன் கைகோத்துக்கொண்டிருக்கிறார்களே!/ எனக்கு எதிராக

அவர்கள் இருவரும் கைகோத்துக்கொண்டது போலத் தெரிகிறது./ தலைவரோடு கைகோத்து நின்று உழைத்த அனைவருக்கும் இந்த வெற்றியில் பங்கு உண்டு.

கைச்சரக்கு: *(இருக்கும் தகவல்களோடு ஒருவர் சேர்க்கும்) சொந்தக் கற்பனை;* sth. concocted; yarn. பயணக் கட்டுரையில் இவருடைய கைச்சரக்குதான் அதிகம்./ அவர் சொல்வதில் கால்வாசிதான் உண்மை, முக்கால்வாசி கைச்சரக்குதான்.

கைச்சுத்தம்: *(பணத் தொடர்பான விஷயங்களில்) நாணயம்; நேர்மை;* (in matters of money) honesty; probity. கைச்சுத்தம் இல்லாதவர் என்று தெரியவந்ததால் அவரைக் கோயில் நிர்வாகக் குழுவிலிருந்து நீக்கிவிட்டார்கள்./ அவரைச் சந்தேகப்பட முடியாது, அவர் கைச்சுத்தமானவர்.

கைதூக்கிவிடு **1:** *(ஒருவருடைய) முன்னேற்றத்திற்கு உதவுதல்;* help s.o. reach a better position. அவர் அன்று எங்களைக் கைதூக்கிவிட்டதால்தான் நாங்கள் இன்று நல்ல நிலையில் இருக்கிறோம்./ பிரபல இயக்குநராகிய நீங்கள்தான் என்னைத் திரையுலகில் கைதூக்கிவிட வேண்டும். **2:** *மோசமான நிலையிலிருந்து மீட்டுக் கொண்டுவருதல்;* rescue. தொடர்ந்து மூன்று படங்கள் தோல்வியைத் தழுவிய பிறகு இந்தப் படம்தான் அவரைக் கைதூக்கிவிட்டது./ கடனில் மூழ்கிக்கொண்டே போகிறவனைக் கைதூக்கிவிட யார் முன்வருவார்கள்?

கைதேர்ந்த: *(ஒரு துறையில்) திறமையான; (ஒன்றைச் செய்வதில்) சாமர்த்தியம் நிறைந்த;* adept; seasoned. மக்கள் தொடர்புத் துறையில் கைதேர்ந்த ஐவரால் இந்த நட்சத்திர ஓட்டல் நடத்தப்படுகிறது./ தன் காரியத்தை முடித்துக்கொள்வதில் கைதேர்ந்த ஆள்./ சதித் திட்டம் தீட்டுவதில் அவன் கைதேர்ந்தவனாயிற்றே! பெ.வி. 2

கை நழுவு: *(கிடைக்க வேண்டியது அல்லது கிடைக்க இருப்பது) கிடைக்காமல்போதல்; தவறுதல்;* let sth. slip; lose; miss. பரம்பரைச் சொத்து கை நழுவிப்போய்விடும் போலிருந்தது./ மலிவு விலையில் துணி கிடைக்கும் இந்த வாய்ப்பைக் கை நழுவ விடாதீர்கள்!

கை நனை **1:** *(ஒரு குடும்பத்தின் உறவை ஒப்புக்கொள்ளும் அல்லது உறுதிப்படுத்தும் முறையில் அந்தக் குடும்பத்*

தினர் வீட்டில்) உணவை ஏற்றல் அல்லது உண்ணச் சம்மதித்தல்; accept a meal (as a token of establishing or affirming good relations). சம்பந்தம் பேசி முடித்த பின்னர் தான் கை நனைப்பது எங்கள் வழக்கம்./ இந்த அவமானத் திற்குப் பிறகு அவர் வீட்டில் கை நனைக்கத் தோன்றுமா? **2:** *(பிறர் வீட்டில்) சாப்பிடுதல்;* eat (in another's house). இரவில் தங்க முடியாது என்று சொல்கிறீர்கள், சரி, #கைகூட நனைக்காமல் கிளம்பிவிட்டீர்களே!/ அவர் வீட்டுக்குப் போய்ச் செய்தி சொல்லிவிட்டுத் திரும்பி விட்டேன், கை நனைக்கக்கூட நேரமில்லை.

-கூட இடைச் சொல்லுடன்

கை நிறைய: *(சம்பாதிப்பது, தருவது) போதுமான அளவிற்குமேல்; கணிசமாக;* substantially. கணவன் மனைவி இருவரும் கை நிறையச் சம்பாதிக்கிறார்கள்./ நீ அவரிடம் போய் வேண்டியதைக் கேள், அவர் கை நிறையக் கொடுத்து அனுப்புவார்.

கைநீட்டு[1] **1:** *(பொருளோ பணமோ) தரும்படி வேண்டிக் கேட்டல்;* make a request (for money); ask for a favour. அவர் தாராள மனமுடையவர், யார் வந்து கைநீட்டினாலும் கொடுப்பார்./ யாரிடமும் போய்க் கைநீட்டி நிற்பதில்லை என்பது நல்ல கொள்கைதான். **2:** *லஞ்சம் வாங்குதல்;* take bribe. அந்த அலுவலகத்தில் மேலதிகாரி முதல் கீழ்மட்ட ஊழியர்கள்வரை வெட்கமே இல்லாமல் #கையை நீட்டு கிறார்கள் என்று கேள்வி.

-ஐ உருபுடன்

கைநீட்டு[2]: *(கட்டுப்பாடு இல்லாமல் ஒருவரை) கையால் அடித்தல்; அறைதல்;* hit (s.o. on impulse). மாமாவுக்குக் கோபம் வந்தால் யார் எவர் என்று பார்க்க மாட்டார், எடுத்தவுடன் கைநீட்டிவிடுவார்./ என்மேல் கைநீட்ட அவனுக்குத் தைரியம் கிடையாது./ அவன் முன்கோபக் காரன், பேசிக்கொண்டிருக்கும்போதே #கையை நீட்டி விடுவான்.

-ஐ உருபுடன்

கைநீள்: *(கட்டுப்பாடு இல்லாமல் ஒருவரை) கையால் அடிக்க வருதல்;* have the tendency to hit (s.o.). வாக்கு வாதம்செய்துகொண்டிருக்கும்போதே எதற்கு அநாவசிய மாகக் கைநீள்கிறது?

கைநீளம்[1]: *(கட்டுப்பாடு இல்லாமல் ஒருவரை) அடித்து விடும் இயல்பு;* given to hitting (others impulsively). இருந்தாலும் உனக்குக் கைநீளம்தான், தம்பி என்றுகூடப் பார்க்காமல் இப்படியா அடிப்பது?

கைநீளம்[2]: திருடும் குணம்; given to stealing; **light-fingered**. 'அவன் வருவதைப் பார்த்து ஏன் மேஜைமேல் உள்ளதை யெல்லாம் எடுத்து உள்ளே வைக்கிறாய்?' 'அவனுக்குக் கைநீளம் என்று கேள்வி.'

கைப் பாவை*: பிறர் இயக்க, இயங்கும் நிலையில் உள்ள ஒருவர் அல்லது ஒன்று; puppet. ராணுவத் தளபதிகளால் நியமிக்கப்படும் ஆட்சியாளர் அவர்களின் கைப் பாவை தானே./ வளர்ச்சியடைந்த நாடுகளின் கைப் பொம்மை யாக இருக்க மறுத்துவிட்டது இந்த நாடு.

* பொம்மை

கைப்பிடி: திருமணம்செய்துகொள்ளுதல்; marry. காதலித்த வரையே கைப்பிடிக்கப் போகும் மகிழ்ச்சி அவளுக்கு./ அவளைக் கைப்பிடித்த நாளிலிருந்து என் பழக்க வழக்கங்கள் மாறிவிட்டன.

கைபோடு (த.வ.): (ஒரு பெண்ணை) காம இச்சையோடு தொடுதல்; touch a woman with sexual intention; **touch up**.

கைமணம்: (ஒருவர் தயாரிக்கும் உணவு வகைகளில் அவருடைய முத்திரை என்று கொள்ளத் தகுந்த) தனி ருசி அல்லது சிறப்பான சுவை; (referring to s.o.'s culinary skills) a distinct touch of flavour. அம்மா வைக்கும் ரசத்திற் கென்றே ஒரு கைமணம் உண்டு./ உங்கள் வீட்டுச் சமையல்காரரின் கைமணத்தைப்பற்றிப் பேசாதவர்களே இல்லை.

கைமாற்று: (உடனடித் தேவைக்கு வாங்கிக்கொள்ளும்) வட்டி இல்லாத சிறு தொகை; a small sum taken as loan (without interest). கைமாற்றாக ஐம்பது ரூபாய் கொடுங்கள், அடுத்த வாரம் கொடுத்துவிடுகிறேன்.

கைமாறு: (ஒருவரிடம் இருப்பது மற்றொருவரிடம்) போய்ச்சேர்தல்; change hands. மாமாவின் ஜவுளிக்கடை கைமாறிவிட்டது./ சதித் திட்டத்தின் முதல் படியாகப் பெரும் பணம் கைமாறியிருக்கிறது.

கைமீறு: (காரியம், பிரச்சினை முதலியவை) கட்டுக்கு அடங்காமல்போதல்; (of a problem) get out of control. பிரச்சினை கைமீறுவதற்கு முன்பே நீ என்னிடம் வந்திருக்க வேண்டும்./ வீட்டுப் பிரச்சினை கைமீறிப் போய்விடுமோ என்று பயப்படுகிறேன். கைமீறிப்போய் விட்ட நிலைமையைச் சமாளிக்க முடியாமல் நிர்வாகம்

திணறியது.

கைமேல்: *(செய்த செயலுக்கு விளைவாக எதிர்பார்ப்பது) சற்றும் தாமதம் இல்லாமல்; உடனடியாக;* immediately; promptly. இந்த மருந்தை ஒரு மண்டலம் சாப்பிட்டுவா, பலன் கைமேல் கிடைக்கிறதா இல்லையா பார்!/ வேலையை முடித்துக்கொடுத்தேன், கைமேல் காசு கிடைத்தது.

கையடித்துக் கொடு: *சத்தியம்செய்தல்;* swear. வேலை வாங்கித் தருகிறேன் என்று சொல்லத்தான் முடியுமே ஒழியக் கையடித்துக் கொடுக்கவா முடியும்?

கையமர்த்து: *(அமைதியாக இருக்கும்படி) கையால் சைகை காட்டுதல்;* gesture with hands (to s.o. to remain calm); quiet s.o. down. ஏதோ கோபமாகப் பேச ஆரம்பித்த வனை 'இரு' என்று கையமர்த்தினார்./ அமைப்பாளர் மேடைமீது ஏறி நின்று கையமர்த்தியதும் கூட்டத்தில் அமைதி நிலவியது.

கையால் பிடிக்க முடியாது: *(ஒருவர்) இயல்பாக நடந்துகொள்வார் என்று எதிர்பார்க்க முடியாது (அவர் தன் நிலை உயர்ந்துவிட்டதாகக் கருதிக் கர்வத்துடன் அல்லது தனக்குச் சாதகமான நிலை ஏற்பட்டுவிட்டதாகக் கருதித் துடிப்பாக நடந்துகொள்வார் என்பது குறிப்பு);* (of a person enamoured with success or prosperity) will not behave with restraint. மாநில அளவில் பெற்ற வெற்றிக்கே இந்தக் கட்சியினர் இப்படிக் குதிக்கிறார்களே, அகில இந்திய அளவில் வெற்றி பெற்றிருந்தால் இவர்களைக் கையால் பிடிக்க முடியாது./ ஆயிரம் ரூபாய் சம்பளம் வாங்கும் போதே இவ்வளவு ஆர்ப்பாட்டம்செய்கிறான், ஐயாயிரம் வாங்கினால் இவனைக் கையில் பிடிக்க முடியுமா?/ இப்போது எனக்குச் சனிதசை, அது முடிந்ததும் பார், என்னைக் கையில் பிடிக்க முடியாது! — இ.வே. கையில் பொ.வி. 4

கையில் அடக்கம்: *(ஒருவருடைய) கட்டுப்பாட்டில் இருக்கும் நிலை;* under one's control or in one's possession; **under one's thumb**. எங்கள் வீட்டில் பாட்டி வைத்ததுதான் சட்டம், அனைவரும் பாட்டியின் கையில் அடக்கம்./ இப் போதும்கூடச் சில கிராமங்களில் ஓரிரு பண்ணையார்கள் கைக்குள் நிலம் முழுவதும் அடக்கம். — இ.வே. கைக்குள்

கையில் (ஒன்றும்) இல்லை: *(விதியின் செயல் என்று* — மா.வ. கையில்

நம்பும்போது அதை எதிர்த்து அல்லது மேலிடத்து ஆணையை மீறி ஒருவரால்) செய்யக் கூடியது எதுவும் இல்லை; ஒன்றைச் செய்யக் கூடிய அதிகாரம் (ஒருவரிடம்) இல்லை; not in one's power. நடப்பது நடந்து தான் தீரும், நம் கையில் ஒன்றும் இல்லை./ நீ கேட்கிற ஊருக்கு மாற்றல் வாங்கித்தருவது என் கையில் இல்லை./ சிறந்த மருத்துவர்களிடமெல்லாம் காட்டிவிட்டோம், இனி நம் கையில் என்ன இருக்கிறது? — என்ன இருக்கிறது

கையில் காலில் விழு: *மிகவும் கெஞ்சிப் பணிந்து வேண்டுதல்;* request humbly. *அவர் கையில் காலில் விழுந்தாவது காரியத்தை முடிக்கப் பார்.*

கையில் பிடித்துக்கொடு 1: *(பெண்ணை) திருமணம் செய்துகொடுத்தல்;* give (a girl) in marriage; marry off (a girl). *தங்கையை ஒருவன் கையில் பிடித்துக்கொடுத்த பின்புதான் நான் என் திருமணத்தைப்பற்றி யோசிக்க முடியும்./ நம் கடமையை நிறைவேற்றிவிட வேண்டும் என்பதற்காக யாராவது ஒருவன் கையில் பெண்ணைப் பிடித்துக்கொடுத்துவிட முடியுமா?* **2:** *(ஒரு நபரை ஒருவரின்) பொறுப்பில் விடுதல்; ஒப்படைத்தல்;* entrust (one) to s.o.'s care. *உனக்கு மூன்று வயதாகவும் உன் தம்பிக்கு ஒன்றரை வயதாகவும் இருக்கும்போது உன் அம்மா உங்கள் இருவரையும் என் கையில் பிடித்துக்கொடுத்து விட்டுக் கண்ணை மூடிவிட்டாள்.*

கையில் வெண்ணெயை வைத்துக்கொண்டு நெய்க்கு அலை*: *தேவைப்படுவது எளிதாக அருகிலேயே கிடைக்கக் கூடிய விதத்தில் இருப்பதை அறியாமல் அதை வேறு இடத்தில் பெறப் பாடுபடுதல்;* seek a solution elsewhere while it is in hand. *உன் உறவினர்தானே அந்த மருத்துவமனையை நடத்துகிறார், நீ ஏன் அங்கே போகாமல் வேறு மருத்துவமனைக்குப் போக வேண்டும் என்கிறாய், கையில் வெண்ணெயை வைத்துக்கொண்டு நெய்க்கு அலையலாமா?/ நெருங்கிய உறவினரிடம் போய் வேலை கேட்க மாட்டேன் என்று சொன்னால் அதைப் புரிந்துகொள்ளாமல் #வெண்ணெயைக் கையில் வைத்துக் கொண்டு நெய்க்கு அழுகிறான் என்கிறார்கள்.* — * அழு; # சொற்களின் இடம் மாற்றம்

கையிறுக்கம்: *கஞ்சத்தனம்;* stinginess; tight-fistedness. *ஆனாலும் உனக்கு இவ்வளவு கையிறுக்கம் கூடாது./ கையிறுக்கமான ஆள்.*

கையும் ஓடவில்லை காலும் ஓடவில்லை: *(அதிர்ச்சி, கவலை, பிரமிப்பு முதலியவற்றால்) ஒன்றும் செய்யத் தோன்றவில்லை;* (be) unable to act clear-headedly (due to excitement or anxiety); **in a state**. தன் சொந்த ஊரில் பெரும் கலவரம் என்று கேள்விப்பட்டதும் அவனுக்குக் கையும் ஓடவில்லை காலும் ஓடவில்லை./ தொடர்ந்து மூன்று நாட்கள் தன்னைப் பார்க்க மகள் வராமல் இருந்துவிட்டால் அவருக்குக் கையும் ஓடாது காலும் ஓடாது.

இ.வே. ஓடாது

கையும் களவுமாக: *குற்றம் அல்லது தவறு இழைக்கும் அந்தத் தருணத்திலேயே;* red-handed; in the very act. தேங்காய் திருடியவன் கையும் களவுமாக மாட்டிக் கொண்டான்./ கையும் மெய்யுமாகப் பிடிபட்டபின் உண்மையைக் கூறிவிடுவதுதான் நல்லது.

மா.வ. கையும் மெய்யுமாக

கையெடுத்துக் கும்பிடு 1: *(ஒருவரை) பணிவுடன் வேண்டிக்கொள்ளுதல்;* implore (s.o.). உங்களைக் கையெடுத்துக் கும்பிடுகிறேன், தெருவில் நின்று திட்டாதீர்கள், வீட்டுக்குள் வாருங்கள். **2:** *(ஒருவரை) வணங்கி நன்றி செலுத்துதல்;* express one's gratitude with reverence. அவர் நம் குடும்பத்திற்குச் செய்திருக்கும் உதவிக்கு நீ அவரைக் கையெடுத்துக் கும்பிட வேண்டும்.

கையெழுத்து மறையும் நேரம்: *இருட்டத் தொடங்கும் நேரம்; அந்தி;* dusk. கையெழுத்து மறையும் நேரத்தில் கையில் கடிதத்தைக் கொடுத்துப் படிக்கச் சொல்கிறாயே?

கையேந்து: *(தாழ்ந்த நிலையிலிருந்து கேட்பது போல்) கெஞ்சிக் கேட்டல்;* supplicate; go **cap in hand** to s.o. சர்வ தேச நிதி நிறுவனங்களிடம் நிதியமைச்சர் கையேந்தக் கூடாது என்றார் எதிர்க்கட்சித் தலைவர்./ நதிகளைத் தேசியமயமாக்கிவிட்டால் ஒரு மாநிலம் மற்றொரு மாநிலத்திடம் தன் தேவைக்கான நீரைக் கேட்டுக் கையேந்த வேண்டாம்.

கையை அறுத்துக்கொள் (வ.வ.): *(பிறருக்கு உதவும் முயற்சியில்) நஷ்டப்படுதல்;* incur loss (while attempting to help others). என் மேற்படிப்பிற்காக நீங்கள் யாரும் கையை அறுத்துக்கொள்ள வேண்டாம், எனக்குக் கல்லூரியில் உதவித்தொகை கிடைக்கும்./ நீ ஒரு முறை பட்டது போதும், திரும்பவும் போய் அவனுக்காகக் கையை அறுத்துக்கொள் என்று சொல்ல மாட்டேன்.

கையை உதறு: *(தொடர்பே வேண்டாம் என்று) விட்டு விடுதல்;* disengage (oneself from); **throw one's hand in**. *ஊர் விவகாரத்தில் நீ தலையிட்டிருக்கக் கூடாது, தலை யிட்டபிறகு நமக்கு எதற்கு வம்பு என்று கையை உதறி விடுவது நன்றாக இல்லை.*

கையை எதிர்பார்: *(ஒருவருடைய) உதவியையும் ஆதரவையும் நம்பியிருத்தல்;* be dependent on (s.o.); count on s.o.'s help. *என் கையைத் தங்கைமாரும் தம்பிமாரும் எதிர்பார்த்து நிற்கும்போது தாராளமாகச் செலவுசெய்ய மனம் வரவில்லை./ யாருடைய #கையையும் எதிர்பார்த்து நான் இந்தக் காரியத்தில் இறங்கவில்லை./ வயதுக் காலத் தில் பிள்ளைகளின் கையை எதிர்பார்க்க வேண்டாம் என்று ஒரு ஆளை வேலைக்கு வைத்துக்கொண்டிருக் கிறேன்.*

-உம் இடைச் சொல்லுடன்

கையைக் கட்டிக்கொண்டு: *(செயல்பட வேண்டிய நேரத்தில்) ஒன்றும் செய்யாமல்; செயலில் இறங்காமல்;* remain unconcerned. *கலவரம் நடந்தபோது காவலர்கள் கையைக் கட்டிக்கொண்டு பார்த்துக்கொண்டிருந்தார் களா?/ ஊரிலிருந்து இத்தனை விருந்தினர்கள் வந் திருக்கும்போது அவளால் எப்படிக் கையைக் கட்டிக் கொண்டு இருக்க முடியும்?/ நாடு ஆபத்தில் சிக்கியுள்ள இந்த நேரத்தில் நாம் #கைகட்டிக்கொண்டு இருப்பது சரியல்ல.*

-ஐ உருபு இல்லாமல்

கையைக் கட்டு: *(மேற்கொண்டு செயல்பட முடியாதபடி) செயல்பாட்டை முடக்குதல்; (விரும்பியவாறு) செயல்பட விடாமல் தடுத்தல்;* render s.o. inactive; **have one's hands tied**. *சட்டம் மட்டும் என் கையைக் கட்டாமல் இருந்திருந்தால் இந்தப் பிரச்சினையை எளிதாகத் தீர்த்திருப்பேன்./ தாயின் ஆணைதான் என் #கைகளைக் கட்டிப்போட்டிருக்கிறது./ மக்களுக்கு நேரடிச் சேவைசெய்யும் அதிகாரிகளுக்கு முழுச் சுதந்திரம் கொடுக்கப்பட வேண்டும், #தற்போது அவர்கள் கைகள் கட்டப்பட்ட நிலையில் இருந்து வருகின்றனர்.*

-கள் விகுதியுடன்

செயப்பாட்டு வினை வடிவம்

கையைக் கடி 1: *(பணப் பற்றாக்குறை) நெருக்கடியை ஏற்படுத்துதல்;* suffer from a shortage of money. *இப்போதே சாமான்களைச் சிறிதுசிறிதாக வாங்கிவிடுவது நல்லது, இல்லையென்றால் திருமணச் சமயத்தில் செலவு ஒரேயடி யாகக் கையைக் கடிக்கும்./ மாதக் கடைசி எல்லாருக்குமே கையைக் கடிக்கும் நேரம்.* **2:** *நஷ்டத்தை ஏற்படுத்துதல்;*

bring loss. இந்த முறை மிளகாய் வியாபாரம் கையைக் கடித்துவிட்டது./ லாபம் வேண்டாம், கையைக் கடிக்கா மல் இருந்தால் போதும்.

கையைக் கழுவு: (உதவிசெய்வதிலிருந்து அல்லது ஒருவரிடமிருந்து) விலகிக்கொள்ளுதல்; dissociate (oneself from). அவர்தான் ஒரு வாரத்திற்கு முன்பே பணம் தர மாட்டேன் என்று கையைக் கழுவி விட்டாரே.

கையைச் சுட்டுக்கொள் 1: (ஒன்றில் ஈடுபட்டுப் பொருள்) நஷ்டம் அடைதல்; incur loss; **burn one's fingers**. திரைப் படம் தயாரித்து ஏற்கனவே கையைச் சுட்டுக்கொண்டாய், ஏன் மறுபடியும் படம் எடுக்க விரும்புகிறாய்?/ அந்தப் பெரிய நிறுவனத்துடன் வர்த்தக ஒப்பந்தம்செய்து கையைச் சுட்டுக்கொண்டோம். **2:** (ஒன்றைச் செய்ய முனைந்து அது தவறாக முடிந்துபோனதால்) கசப்பான அனுபவம் பெறுதல்; have a bitter experience; **singe one's wings**. ஆட்சி கவிழக் காரணமாக இருந்த இந்தக் கட்சியுடன் இனிக் கூட்டணி கிடையாது, ஒரு முறை கையைச் சுட்டுக் கொண்டது போதாதா?

கையைப் பிசை 1: (இக்கட்டான சூழலில்) செய்வதறியா மல் கலங்குதல் அல்லது திகைத்தல்; be in a quandary. தங்கச் சங்கிலி தொலைந்துவிட்டது, அம்மா கேட்டால் என்ன சொல்வது என்று கையைப் பிசைந்தாள்./ பொது மேலாளர் ராஜினாமாசெய்ததால் நிர்வாகத்திற்குப் பெரிய பாதிப்பில்லை என்று வெளியில் சொல்லிக்கொண்டாலும் தனிப்பட்ட முறையில் அதிகாரிகள் கையைப் பிசைந்து கொண்டுதான் இருக்கிறார்கள். **2:** தயக்கம் முதலிய வற்றைக் காட்டும் குறிப்பாகக் கையைப் பிசைதல்; wring one's hands as a sign of hesitation, etc. 'ஊருக்குப் போவதற்கு இரண்டு நாள் விடுப்பு வேண்டும்' என்று கையைப் பிசைந்துகொண்டு கேட்டார்.

கையைப் பிடித்து இழு: (ஒரு பெண்ணை) கெட்ட நோக்கத்துடன் தொடுதல்; molest. பெண்ணிடம் நின்று பேசுவதற்கே கூச்சப்படுகிறவன் எப்படிக் கையைப் பிடித்து இழுத்திருக்க முடியும்?/ அவன் அவளைக் கையைப் பிடித்து இழுத்திருப்பான் என்பதை நம்ப முடியவில்லை.

கையை விட்டு: (தான் செலவுசெய்ய வேண்டிய

கட்டாயம் இல்லாதிருக்கும் நிலையில் ஓர் அவசியத்தை லிருந்து
முன்னிட்டு) சொந்தப் பணத்திலிருந்து; (out of necessity) from one's own pocket. *அவர் கணக்குப்போட்டுக் கொடுத்திருந்த தொகையைவிடச் சற்றுக் கூடுதலாகக் கட்ட வேண்டியிருந்தது, வேறு வழியில்லாமல் கையை விட்டுக் கட்டினேன்./ மாணவர்களைச் சுற்றுலாவுக்கு அழைத்துச் சென்றிருந்தபோது கொஞ்சம் என கையிலிருந்து கொடுக்க வேண்டியதாகிவிட்டது.*

(வெறும்) கையை வீசிக்கொண்டு: *(அன்பை, மரியாதையைக் காட்டும் விதமாக ஏதாவது) பொருள் கொண்டுசெல்ல வேண்டும் என்ற உணர்வே இல்லாமல்; வெறுமனே;* without taking a gift; empty-handed. *நீ அவன் கல்யாணத்துக்குக் கையை வீசிக்கொண்டு போவது நன்றாக இருக்காது./ குழந்தைகள் இருக்கிற வீட்டுக்கு வெறும் கையை வீசிக்கொண்டு போக முடியுமா?*

கையோடு (கையாக) 1: *(முடித்த வேலையை) தொடர்ந்து; (முடிய இருக்கும் வேலையோடு) கூட;* immediately following sth.; at the same time. *பெரியப்பாவுக்குக் கடிதம் எழுதினாய் அல்லவா, கையோடு சித்தப்பாவுக்கும் ஒரு கடிதம் எழுதிவிடு./ உங்களுக்குச் சம்மதம் என்றால் கையோடு கையாக இப்போதே திருமணத்திற்கு நாள் குறித்துவிடலாமே.* **2:** *உடனடியாக; (தன்னோடு) கூடவே;* right away; along with (oneself). *மாமாவிடம் சொல்லிவிட்டு அத்தையைக் கையோடு கையாகக் கூட்டிக்கொண்டு வா./ கையோடு எடுத்துவந்திருந்த பொட்டலத்தைப் பிரித்தார்.*

கை வராது: *(ஒன்றைச் செய்வதற்கு) மனத்தில்* பொ.வி. 4
எண்ணமோ விருப்பமோ எழுவதில்லை; (one) has no inclination (to do sth.). *பிச்சைக்காரனுக்கு ஒரு பிடி அரிசி போடக்கூட அவளுக்குக் கை வராது./ அந்தக் கஞ்சனுக்குத் தர்மம்செய்யக் கை வருமா?/ குறும்புசெய்த குழந்தையை அடிப்பதற்குக் கை வரவில்லை.*

கைவரிசையைக் காட்டு 1: *செயல்திறமை வெளிப்படச் செய்தல்;* show one's skill, expertise, etc. *முதல் இரு ஆட்டங்களில் மோசமாக விளையாடிய இந்திய இளம் ஆட்டக்காரர், அதன் பிறகு தன் கைவரிசையைக் காட்டத் தொடங்கினார்./ தன் படத்தில் பல புதுமைகளைப் புகுத்தும் இயக்குநர் இந்தப் படத்திலும் தன் கைவரிசை*

யைக் காட்டியிருக்கிறார். **2:** *(ஏமாற்றுவதில்)* ***சாமர்த்தியத்தைக் காட்டுதல்;*** outsmart. *என்னைத்தான் ஏமாற்றினான் என்று நினைத்தேன், அவன் உன்னிடமும் தன் கைவரிசையைக் காட்டிவிட்டானா?* **3:** *(பெண்ணிடம்)* ***காமக் குறிப்புத் தோன்ற நடந்துகொள்ளுதல்;*** make a pass at. *பக்கத்துவீட்டுப் பெண்ணிடம் போய்க் கைவரிசையைக் காட்டப் பார்த்திருக்கிறான், அவள் கன்னத்தில் அறைந்து விட்டாள்!*

~*கைவரிசை* *(இரண்டாவது பொருளில்): பல திருடர்களின் வழிமுறைகளை அறிந்தவன் நான், ஆனால் இந்தத் திருடனின் கைவரிசை என்னை வியக்கவைக்கிறது.*

கைவா: *(ஒரு திறமை)* ***இயற்கையாக வந்தமைதல்;*** *(ஒன்றைச் செய்வது)* ***மிகவும் பழக்கமாதல்;*** be gifted with; acquire skill in sth. *சிரிக்கச்சிரிக்கப் பேசுவது அவருக்குக் கைவந்த கலை./ என் அப்பாவும் கட்டியக்காரன் வேடம் போட்டுக் கூத்தில் ஆடியிருக்கிறார், எனக்கு அந்த வேடம் கைவந்திருப்பதில் வியப்பென்ன?/ சிலை வடிக்கும் தொழிலைக் கைவரப்பண்ணுவது எளிதான காரியமா?*

கைவிட்டுப் போ: *(ஒருவர்) வசத்திலிருந்து (ஒன்று)* ***தப்பிப்போதல் அல்லது நழுவுதல்;*** let slip. *இந்த வாய்ப்பும் கைவிட்டுப் போகாமல் இருக்க வேண்டும்./ நோயின் அறிகுறி தெரிந்தவுடனேயே நீங்கள் வந்திருக்க வேண்டும், இப்போது நோயைக் கட்டுப்படுத்துவது நம் # கையைவிட்டுப் போய்விட்டது.* # -ஐ உருபுடன்

கைவிடு **1:** *(முடிவு, எண்ணம் முதலியவற்றை)* ***விட்டு விடுதல்;*** *(போராட்டம், தொழில் முதலியவற்றை)* ***தொடராமல் இருத்தல்; நிறுத்துதல்;*** give up. *தொழிலாளர்கள் போராட்டத்தைக் கைவிட்டால்தான் பேச்சு வார்த்தையைத் தொடங்க முடியும் என்று நிர்வாகம் அறிவித்தது./ # குழந்தைக்கு உடல்நலம் இல்லாததால் ஊருக்குப் போகும் யோசனை கைவிடப்பட்டது./ தண்ணீர்த் தட்டுப்பாட்டால் குறுவைச் சாகுபடியைக் கைவிட வேண்டிய நிலை.* **2:** *(தன்னிடம் ஒன்றை எதிர்பார்ப்பவரை)* ***ஏமாற்றம் அடையச்செய்தல்;*** let (s.o.) down. *உங்களைத்தான் நம்பியிருக்கிறேன், என்னைக் கைவிட்டு விடாதீர்கள்./ இந்த முறையும் மழை நம்மைக் கைவிட்டிருந்தால் நம் கதி என்ன?* # செயப்பாட்டு வினை வடிவம்

கைவிரி: ***உதவ இயலாது என்று தெரிவித்தல்;*** express one's inability to help. *இந்தப் பிரபல மருத்துவராவது குழந்தை*

யைக் காப்பாற்றிவிடுவார் என்று நினைத்தோம், ஆனால் அவரும் கைவிரித்துவிட்டார்./ தபால்காரரும் #கையை விரித்துவிட்டார், இனி முகவரியில் இருக்கும் தெருவை எப்படிக் கண்டுபிடிப்பது?/ பணத்துக்காக அவரைத்தான் நம்பியிருந்தேன், அவரும் கடைசி நேரத்தில் கைவிரித்து விட்டார். # -ஐ உருபுடன்

கைவை[1] **1:** *தாக்குதல்; அடித்தல்;* attack; beat; **lay hands on**. *என் பையன்மேல் நீ மட்டும் கைவை, பிறகு நீ இந்த ஊரில் இருக்க மாட்டாய்./ ஆசிரியர் மாணவர்களை அடித்ததெல்லாம் அந்தக் காலம், இப்போது எந்தத் தவறு செய்தாலும் ஆசிரியர்கள் மாணவர்கள்மேல் கைவைப்ப தில்லை.* **2:** *(பணத்தை) கையாடுதல்; (ஒன்றிற்காக ஒதுக்கிய பணத்தில் ஒரு பகுதியை வேறொன்றிற்காக) எடுத்தல்;* embezzle; take (part of the money reserved for a specific use). *அவர் அலுவலகப் பணத்தில் கைவைத்து விட்டது வெளியே தெரிந்துவிட்டது./ அவசரச் செலவிற் காக வாடகைப் பணத்தில் கைவைக்கும்படி ஆகிவிட்டது.* **3:** *(பிழைப்பை, வருமானத்தை) கெடுத்தல்; (ஒன்றை மாற்றி அமைப்பதன்மூலம் அதன்) தன்மையைக் குலைத்தல்;* ruin (one's livelihood); spoil; curtail. *ரௌடிகள் வந்து ஒரு மூட்டைத் தேங்காயை எடுத்துக்கொண்டுபோன பிறகு வியாபாரி, 'என் பிழைப்பில் கைவைத்துவிட்டார் களே!' என்று கூக்குரலிட்டார்./ நான் ஒரே மாதிரியாகத் தான் இரண்டு பிள்ளையார் செய்துவைத்தேன், என் பையன் கைவைத்து இப்படி ஆக்கிவிட்டான்./ இந்தப் புதிய சட்டம் பத்திரிகைச் சுதந்திரத்தில் கைவைக்கும் என்று பேசப்படுகிறது.*

கைவை[2] **1:** *(ஒன்றை) மேற்கொள்ளுதல்;* undertake. *அவர் கைவைத்தது எல்லாமே நன்றாக நடக்கிறது.* **2:** *பழுது பார்க்கும் பணி மேற்கொள்ளுதல்;* undertake repairing. *போன வாரம்தான் 'இனிமேல் இரண்டு வருடத்திற்குக் காரில் கைவைக்க வேண்டாம்' என்று சொன்னீர்கள், ஆனால் இன்று காரைக் கிளப்ப முடியவில்லையே./ வீட்டில் ஒன்றிரண்டு இடங்களில் நீர் கசிகிறது, இப்போது அதில் கைவைத்தால் செலவு இரண்டாயிரம், மூவாயிரம் ஆகிவிடும்.*

— **கொக்கா:** *ஒருவருடைய அசாதாரணமான திறமையை அங்கீகரித்துப் பாராட்டும் முறையில் கூறுவது;* an expression used as an admiring admission of one's extraordinary ability. *'பக்திப் பாடல்களை மிக அருமை*

யாகப் பாடுகிறாரே!' 'ஓதுவார் பரம்பரையா கொக்கா!'/ நம் கண்ணம்மாவா கொக்கா, எந்தக் கூட்டத்திலும் புகுந்து சர்க்கரை வாங்கிவந்துவிடுவாள்.

கொஞ்சநஞ்சம் 1: *(எஞ்சியிருக்கும்) குறைந்த அளவு;* (what) little; the little. இப்படிச் செல்லம் கொடுத்தீர்களானால் குழந்தைக்கு என்னிடம் இருக்கும் கொஞ்ச நஞ்ச பயமும் போய்விடும். **2:** *குறைவானது (மிக அதிகம் என்பதைக் காட்ட எதிர்மறையான முறையில் பயன்படுத்துவது);* a little; a small amount (used to show the opposite of it). தண்ணீர்ப் பிரச்சினையால் மக்கள் படும் துன்பம் கொஞ்சநஞ்சம் அல்ல./ தேர்தலுக்காக அவர் செலவழித்தது # கொஞ்சமா நஞ்சமா? # -ஆ இடைச் சொல்லுடன்

கொட்டாப்புளி மாதிரி (பொ.பெ.): *(உடல்) திடத்துடன்; திடகாத்திரமாக;* in perfect health; **as sound as a bell**. அவனுக்கும் எனக்கும் உடம்புக்கு என்ன வரப்போகிறது, நாங்கள்தான் இருக்கிறோமே கொட்டாப்புளி மாதிரி!/ நேற்றுப் பார்த்தபோது கொட்டாப்புளி மாதிரி இருந்தவன் இறந்துவிட்டான் என்கிறாயே.

கொட்டு முழக்கத்துடன்: *ஆரவாரத்துடன்; கோலாகலமாக;* with fanfare. உங்களுக்குப் பிடிக்கவில்லையென்றால் கொட்டு முழக்கத்துடன் வேறு கட்சியில் போய்ச் சேர்ந்துகொள்ளுங்கள்.

கொடி கட்டி: *மிகுந்த செல்வாக்கோடு;* with a high social status. மூன்று தலைமுறைகளாகக் கொடி கட்டி வாழ்ந்த குடும்பம் இது.

கொடி கட்டிப் பற 1: *(குறிப்பிட்ட ஒன்றில்) பெரும் சிறப்போடு இருத்தல்; நிகரற்ற முறையில் விளங்குதல்;* dominate the scene. வெளியுறவு அலுவலகத்தில் அந்நிய மொழி தெரிந்தவர்கள் கொடி கட்டிப் பறக்கிறார்கள்./ அமெரிக்க நகரங்களில் தெருவுக்குத் தெரு கொடி கட்டிப் பறக்கிற உணவக நிறுவனம் இந்தியாவுக்கும் வரப்போகிறது./ தற்போது தடகளப் போட்டிகளில் சில ஆப்பிரிக்க நாடுகள் கொடி கட்டிப் பறக்கின்றன. **2:** *மேலோங்கிய நிலையில் இருத்தல்;* hold sway. இந்தக் கட்சியின் செல்வாக்கு கிராமப்புறங்களில் கொடி கட்டிப் பறக்கிறது./ வீட்டில் இன்னும் தாத்தாவின் அதிகாரம் கொடி கட்டிப் பறக்கிறது.

கொடி கட்டு: *(சண்டைக்கு) தயாராதல்;* get ready (for a quarrel). வீட்டில் நுழைந்ததும் நுழையாததுமாகச் சண்டைக்குக் கொடி கட்டாதீர்கள்!

கொடி பிடி*: *(ஒன்றை ஆதரித்தோ எதிர்த்தோ) போராட்டத்தில் இறங்குதல்;* fight for (sth.); rebel against (s.o. or sth.); raise the banner of revolt. ஒடுக்கப்பட்ட மக்களின் உரிமைக்காகக் கொடி பிடித்தவர் என்ற பெருமை இவருக்கு உண்டு./ சமூகத்தில் நடக்கும் சகல விதமான சுரண்டல்களையும் எதிர்த்துக் கொடி பிடிப்பவர்கள் இவர்கள்./ கஷ்டப்பட்டு இந்த வேலையை வாங்கித்தந்தால் மறுநாளே எனக்கு எதிராகக் கொடி தூக்குகிறாயே. * தூக்கு

கொடுக்கல் வாங்கல் 1: *பணம் தருவதும் பெறுவது மாகிய செயல்; பணப் பரிமாற்றம்;* (money) transactions. கொடுக்கல் வாங்கலில் ஏற்பட்ட பிரச்சினையால் அவர்கள் இப்போது பேசிக்கொள்வதில்லை./ நான் பக்கத்து வீட்டுக் காரர்களோடு எந்தக் கொடுக்கல் வாங்கலும் வைத்துக் கொள்வதில்லை. **2:** காண்க: **கொள்வினை கொடுப்பினை.**

கொடுத்துவை: *புண்ணியம் அல்லது பாக்கியம் செய் திருத்தல்;* be lucky or fortunate. உண்மையில் இவளைப் போல் ஒரு பெண் கிடைக்கக் கொடுத்துவைத்திருக்க வேண்டும்./ பணக்கார வீட்டு நாய்கள் கொடுத்துவைத்த ஜன்மங்கள்!/ உன் தந்தை இறந்துவிட்டதாகக் கேள்விப் பட்டேன், நீ கொடுத்துவைத்தது அவ்வளவுதான் என்று மனத்தைத் தேற்றிக்கொள்.

கொடுத்துவைத்த மாதிரி: *முழு உரிமை இருப்பது போல்;* as if owed. கொடுத்துவைத்த மாதிரி நூறு ரூபாய் கொடு என்கிறாயே?/ கல்யாணத்திற்குப் போட்டுக்கொண்டு போக நகை வேண்டும் என்று ஏதோ கொடுத்துவைத்தவள் மாதிரி கேட்கிறாளே. பொ.வி. 2

கொத்திக்கொண்டு போ: *(கிடைப்பது அரிது என்பதால்) விரைந்து கைக்கொள்ளுதல்;* be only too ready to seize the opportunity of; snatch at sth. இரண்டாயிரம் ரூபாய் சம்பளம் தரும் வேலையைக் கொத்திக்கொண்டு போக ஆயிரம் பேர் இருக்கிறார்கள்./ எத்தனையோ நாடகக் குழுக்கள் அவளைக் கொத்திக்கொண்டு போகத் தயாராக இருக்கின்றன.

கொம்பு சீவு: (ஒருவரை) சண்டைபோடுமாறு வெறி ஏற்றுதல்; சண்டைமூட்டுதல்; incite (s.o.) to a quarrel. 'உன்னை ஒழித்துவிடுவேன் என்று உன் பங்காளி சொன்னால் நீ எப்படி அவனைச் சும்மா விடலாம்?' என்று கூட இருந்தவர்கள் அவனுக்குக் கொம்பு சீவிவிட்டார்கள்./ நேற்றுவரை என் பேச்சைக் கேட்டவன் இன்று என்னை எதிர்க்கிறான் என்றால் யாரோ கொம்பு சீவிவிட்டிருக்கிறார்கள் என்றுதான் அர்த்தம்.

கொம்புத்தேன்: அடைவதற்குப் பெரும் பாடுபட வேண்டியதாக இருப்பது; கிடைப்பதற்கு மிக அரியது; sth. not easily attainable. முதல்முறையாக உலகக் கோப்பைப் போட்டியில் பங்கெடுத்துக்கொள்ளும் இந்த அணிக்கு வெற்றி என்பது கொம்புத்தேன்தான்.

கொம்பு முளை: பிறர் எவருக்கும் இல்லாத சிறப்புக் குணம் அல்லது தனித்தன்மை பெற்றிருத்தல் (ஒருவர் அப்படிப் பெற்றிருக்கவில்லை என்பதை உணர்த்தும் முறையில் பயன்படுத்துவது); be special (implying disapproval). முதலாளியாக இருந்தால் என்ன, அவருக்குக் கொம்பு முளைத்திருக்கிறதா?/ சொந்த வீடு கட்டிவிட்டதால் கொம்பு முளைத்த மாதிரி பேசுகிறான்./ அக்கா வுக்குக் #கொம்பா முளைத்திருக்கிறது, அவள் கேட்டதை யெல்லாம் வாங்கித்தருகிறீர்களே? # -ஆ இடைச் சொல்லுடன்.

கொல்லைக்குப் போ (பொ.பெ.): மலம் கழித்தல்; (euphemism for) defecate. குழந்தை இரண்டு நாளாகக் கொல்லைக்குப் போகவில்லை. மா.வ. கொல்லைக்கிரு

கொல்லைப்புற வழி: முறையானது என்று ஒப்புக் கொள்ள முடியாத வழி; நேர்மையற்றது என்று கருதப் படக்கூடிய வழி; back door. தேர்தலில் தோற்றவரை அமைச்சராக்குவதற்காகக் கையாண்ட இந்த முறையைக் கொல்லைப்புற வழி என்று பத்திரிகைகள் வர்ணித்தன.

கொழுந்துவிட்டெரி: (மனத்தைத் தகிக்கும் உணர்ச்சி) கிளர்ச்சியுற்று மேலோங்குதல்; be consumed with; burn with. அவன் உள்ளத்தில் பொறாமை கொழுந்துவிட்டெரிந்தது./ அவளை அடைந்துவிட வேண்டும் என்ற வேட்கை அவனிடம் கொழுந்துவிட்டெரியத் தொடங்கியது.

கொள்வினை கொடுப்பினை: பெண் கொடுத்து அல்லது பெண் எடுத்துச் செய்துகொள்ளும் சம்பந்தம்;

alliance by marriage. அந்த ஊரில் நாங்கள் கொள்வினை கொடுப்பினை வைத்துக்கொள்வது கிடையாது.

கொள்ளிக்கட்டையால் தலையைச் சொறிந்து கொள்: *தீங்கு விளைவிக்கும் என்று தெரிந்த ஒன்றையே துணையாகக் கொள்ளுதல்;* take sth. for a help which would plainly injure one. நீ அவனோடு வைத்திருக்கும் தகாத கூட்டு, கொள்ளிக்கட்டையால் தலையைச் சொறிந்து கொள்ள நீ முடிவுசெய்துவிட்டதைத்தான் காட்டுகிறது./ பல பண மோசடி வழக்குகளில் சம்பந்தப்பட்டவரை நம் கூட்டுறவுச்சங்கத்திற்குத் தலைவராக்குவது கொள்ளிக் கட்டையால் தலையைச் சொறிந்துகொள்வதுதான்.

கொள்ளிக்கண்: *பார்ப்பதாலேயே தீங்கு விளைவிக்கக் கூடியதாகக் கருதப்படும் பார்வை;* evil eye. நல்ல காரியத் திற்காகப் போகிறோம், யாருடைய கொள்ளிக்கண்ணும் படாமல் புறப்படு!

கொள்ளி வை (வ.வ.): *(ஒருவருடைய வருமானம், எதிர் பார்ப்புப் போன்றவற்றுக்கு) கேடு விளைவித்தல்;* ruin (one's livelihood, expectation, etc.). கூலி வேலைக்குப் போய் ஏதோ சம்பாதித்துக்கொண்டிருந்தான், அதற்கும் கொள்ளி வைத்துவிட்டாயே?/ எனக்குப் பாட்டி சொத்து வரும் என்று நம்பிக்கொண்டிருக்கிறேன், அதற்கும் யாராவது கொள்ளி வைத்துவிடக் கூடாது.

கோட்டை கட்டு: *(மனத்தில்) ஆசைகளை வளர்த்துக் கொள்ளுதல் அல்லது பெரிய அளவில் திட்டம் தீட்டுதல் (அது நிறைவேறாமல் போகக்கூடும் என்பது குறிப்பு);* nurture grandiose ambitions; dream of. எப்படியெல்லாமோ வாழ வேண்டும் என்று கோட்டை கட்டியிருந்தேன்./ பெரும் லாபம் சம்பாதிக்கலாம் என்று கோட்டை கட்டி ஆரம்பித்த தொழில் இப்படி ஆகிவிட்டதே!

கோட்டையைப் பிடி: *பெரிதாகச் சாதித்தல் (அப்படி எதையும் செய்துவிட முடியாது என்ற குறிப்பில் பயன் படுத்துவது);* achieve sth. spectacular (with negative implied). இந்த நூறு ரூபாயை வைத்துக்கொண்டு எந்தக் கோட்டை யைப் பிடித்துவிட முடியும்?/ எந்தக் கோட்டையைப் பிடிக்க இப்படிப் பலமான யோசனையில் மூழ்கி விட்டீர்கள்?

கோட்டைவிடு 1: *(ஏமாந்து அல்லது கவனக்குறைவால்)*

கோடாலிக் காம்பு

தவறவிடுதல்; miss or lose (sth. in a silly way). பணத்தை இப்படிக் கோட்டைவிட்டுவிட்டு வந்து நிற்கிறாயே?/ நண்பருடன் சுவாரசியமாகப் பேசிக்கொண்டிருந்ததில் ஏற வேண்டிய பேருந்தைக் கோட்டைவிட்டேன்./ கிடைத்த வாய்ப்பைக் கோட்டைவிட்டுவிட்டு இப்போது புலம்பி என்ன பயன்? **2:** (தேர்வில், போட்டியில்) தோல்வியடைதல்; be unsuccessful. பட்டப்படிப்பின் இறுதி ஆண்டில், இறுதித் தேர்விலா கோட்டைவிட வேண்டும்?/ வெற்றி நிச்சயம் என்று நம்பியிருந்த போட்டியிலும் கோட்டைவிட்டார்.

கோடாலிக் காம்பு: (தன் குலத்திற்கே) தீங்கு விளைவிக்கும் நபர்; one who brings ruin (to his own family). 'மகன் என்று எனக்கும்தான் ஒருவன் வாய்த்திருக்கிறானே! சரியான கோடாலிக் காம்பு' என்று சலித்துக்கொண்டார்.

கோடி காட்டு*: (ஒரு விஷயத்தைப் புரிந்துகொள்வதற்கு உதவியாக) குறிப்புக் காட்டுதல்; hint at. இயக்குநர் கோடி காட்டினால் அதை அப்படியே தத்ரூபமாக நடிப்பில் கொண்டுவரும் திறமை படைத்த நடிகை!/ நீங்கள் அந்த விஷயத்தைக் கோடி காண்பித்தால் போதும், புரிந்துகொள்வேன்./ #மாப்பிள்ளை பிடிக்கவில்லை என்பதற்கான காரணம் முழுமையாகத் தெரிவிக்கப்படாவிட்டாலும் ஓரளவுக்கேனும் கோடி காட்டப்பட்டிருக்கிறதே.

* காண்பி

செயப்பாட்டு வினை வடிவம்

கோடிட்டுக் காட்டு: (பிறர் கவனத்திற்குக் கொண்டு வரும்படி) குறிப்பிட்டுக் கூறுதல்; அழுத்தம் தந்து சொல்லுதல்; underline; underscore. இந்த உடன்படிக்கையை நாங்கள் ஏற்கவில்லை என்பதைக் கோடிட்டுக் காட்ட விரும்புகிறேன்./ மக்கள் ஒற்றுமையாக இருப்பதன்மூலம் எதையும் சாதிக்க முடியும் என்பதைக் கதாசிரியர் இந்த நாவலில் கோடிட்டுக் காட்டியுள்ளார்./ எங்கள் நிறுவனம் மேற்கொண்டுள்ள திட்டத்தின் சிறப்பு அம்சங்களைக் கோடிட்டுக் காட்டும் அறிக்கை இது.

கோடிப் புண்ணியம் உண்டு: (உங்களுக்கு) மிகுந்த நன்மை ஏற்படும் (ஒருவரை வேண்டிக் கேட்கும் முறையில் பயன்படுத்துவது); 'it'd be gracious of you' (an expression to entreat s.o.); 'you will be blessed'. உனக்குக் கோடிப் புண்ணியம் உண்டு, தயவுசெய்து என் வேதனையைக் கிளறாதே./ இந்தப் பையனை எப்படியாவது படிக்க வைத்துவிடுங்கள், கோடிப் புண்ணியம் உண்டு./ சங்கத்தில்

எனக்கு எந்தப் பதவியும் வேண்டாம், என்னை விட்டு விடுங்கள், உங்களுக்குக் கோடிப் புண்ணியம் உண்டு.

கோயில் கட்டிக் கும்பிடலாம்: *(ஒருவரை) மிகவும் போற்றிப் பாராட்டலாம்;* (s.o.) deserves to be adored. தங்களிடம் அதிகாரம் இருக்கிறது என்று ஆட்டம்போடும் அதிகாரிகளுக்கு இடையில் இவ்வளவு அமைதியான ஒரு அதிகாரியா? இவருக்குக் கோயில் கட்டிக் கும்பிடலாம்!/ சின்ன மாப்பிள்ளை செய்யும் அட்டகாசத்தையெல்லாம் பார்க்கும்போது பெரிய மாப்பிள்ளையைக் கோயில் கட்டிக் கும்பிட வேண்டும்./ அவர் எனக்குச் செய்த உதவிக்கு அவரைக் கோயிலில் வைத்துக் கும்பிடலாம்.

இ.வே. கும்பிட வேண்டும்
மா.வ. கோயிலில் வைத்துக் கும்பிடலாம்

கோயில் குளம்: *(நீராடி) வழிபடுவதற்குரிய புனிதத் தலங்கள்;* places of pilgrimage; places to be visited. வயதான காலத்தில் கோயில் குளம் என்று போவதை விட்டுவிட்டு வேண்டாத பிரச்சினையில் ஏன் தலையிட்டு மாட்டிக் கொள்கிறீர்கள்?/ என் மனைவி என்னை விட்டுவிட்டுத் தனியாக ஒரு கோயில் குளம் என்றுகூடப் போனவள் இல்லை.

கோயில் பெருச்சாளி: *(பாதுகாக்க வேண்டிய பொதுச் சொத்தை) சிறிதுசிறிதாக அபகரிப்பவர்;* (insider who is a) swindler; pilferer. நம் தொழிற்சங்க அலுவலகத்தில் ஓரிரு கோயில் பெருச்சாளிகள் உண்டு.

கோவிந்தாக் கொள்ளி (வ.வ.): *(அநாதைப் பிணம் என்பதால்) எரிக்க வேண்டிய கட்டாயத்தை முன்னிட்டு யாரோ ஒருவரால் போடப்படும் கொள்ளி;* performing the funeral rites for an unclaimed corpse. இந்த வயதான காலத்தில் எங்காவது போய்த் திடீரென்று இறந்துவிட்டால், பிறகு கோவிந்தாக் கொள்ளிதான்./ இறந்துபோனவரை அடையாளம் தெரியவில்லை, போலீசார் கோவிந்தாக் கொள்ளி போடத் தீர்மானித்துவிட்டார்களாம்.

கோழி கூவும்* நேரம்: *பொழுது விடியும் நேரம்; அதி காலை;* dawn. கோழி கூவும் நேரத்தில் கொட்டிலிலிருந்த மாடு கத்தும் சத்தம் கேட்டது.

* கூப்பிடும்

கோழித்தூக்கம்: *குறைந்த நேரமே தூங்கும் தூக்கம்; சிறிது நேரமே கண்ணயர்தல்;* catnap. சாய்வு நாற்காலியில் சாய்ந்தபடி பத்து நிமிடம் கோழித்தூக்கம் போட்டார்./ அவள் நன்றாகத் தூங்கமாட்டாள், கோழித்தூக்கம்தான்!

கோழி முட்டை: *(முட்டை வடிவ எண்ணாகிய) பூஜ்யம் (தேர்வில் மதிப்பெண் எதுவும் கிடைக்காதபோது கேலி யாகக் கூறப்படுவது);* (jocularly) the score of zero (in an examination). நானாவது நூற்றுக்குப் பத்து வாங்கியிருக் கிறேன், உனக்குக் கோழி முட்டைதானே?

சக்கைப்போடு போடு 1: *(ஒருவர் ஒன்றை) சிறப்பாகச் செய்தல்; (ஒன்று) வெற்றிகரமாக நிகழ்தல்;* do exceptionally well. நீங்கள் நேற்று கல்லூரி விழாவில் சிறப்புப் பேச்சாள ராகச் சக்கைப்போடு போட்டுவிட்டீர்கள்!/ தவில் வாசிக்கும் இருவரும் சக்கைப்போடு போடுகிறார்கள்./ இந்த இயக்குநரின் முதல் படமே சக்கைப்போடு போடு கிறது. **2:** *(மழை) அதிக அளவில் பெய்தல்;* (of rain) pour. நேற்று இரவு மழை சக்கைப்போடு போட்டது.

சக்கையாகப் பிழி: *(மனிதாபிமானமற்ற முறையில்) கடுமையாக வருத்துதல்;* exact (money, labour, etc.); squeeze. சிறுவர்கள் என்றும் பார்க்காமல் அற்பச் சம்பளத் துக்கு இப்படிச் சக்கையாகப் பிழிகிறார்களே!/ வரிச்சுமை நடுத்தர வர்க்கத்தினரைச் சக்கையாகப் பிழிந்தெடுக்கிறது.

சகுனி வேலை: *நபர்களிடையே பகைமூட்டும் காரியம்;* acts that cause enmity. அவன் செய்த சகுனி வேலையால் சகோதரர்கள் சண்டைக்காரர்கள் ஆகிவிட்டார்கள்./ அவ னுடைய சகுனி வேலை தெரிந்துதானே அவனிடம் எச்சரிக்கையாக இருக்கிறோம்.

சட்டி சுரண்டு: *அன்றாட உணவிற்கே கஷ்டப்படுதல்;* scrape a living. இந்த வேலையும் போய்விட்டால் சட்டி சுரண்ட வேண்டியதுதான்.

சட்டைசெய்: *மதித்தல் அல்லது பொருட்படுத்துதல் (எதையும் கவனத்தில் கொள்ளாமல் ஒருவர் நடந்து கொள்ளும் சூழ்நிலையில் பயன்படுத்துவது);* take notice of sth. (with negative, expressed or implied); care. அவர் ஏதாவது சொல்லிக்கொண்டேயிருப்பார், நான் அதை யெல்லாம் சட்டைசெய்வதே இல்லை./ வயதானவர் சொல்கிறாரே என்று கொஞ்சமாவது சட்டைசெய் கிறானா பார்!/ இடையில் வந்த வாகனங்களைச் சட்டை செய்யாமல் சாலையைக் கடந்து ஓடினான்.

சத்தம் போடாமல் 1: *(தன்னைப் பாதித்துவிடக்கூடும் என்பதால்) பேசிக் கருத்துத் தெரிவிக்காமல்;* not voice

an opinion (because it might harm one's interest). கண்
ணெதிரில் என்ன நடந்தாலும் சத்தம் போடாமல் நமக்
கென்ன என்று போய்விடுகிறார்கள். **2:** பிறருக்குத்
தெரியாமல்; in secret; on the sly. சத்தம் போடாமல்
காரியம் பண்ணுவதில் இவர் கெட்டிக்காரர்./ சத்தம்
போடாமல் ஊருக்குப் போய்விட்டான்.

சந்தடி சாக்கில்: (தனித்துச் சொன்னால் அல்லது செய்
தால் அது கவனிக்கப்பட்டு விவாதத்துக்கு உள்ளாகும்
என்பதால்) பிறவற்றுக்கிடையில் கிடைத்த வாய்ப்பில்;
making good the opportunity. சந்தடி சாக்கில் தானும்
ஊருக்கு வர விரும்புவதாக அப்பாவிடம் தெரிவித்
தான்./ குழாயில் தண்ணீர் வரவில்லை என்று சொல்லப்
போனேன், சந்தடி சாக்கில் வாடகையைக் கூட்டி
விட்டார் வீட்டுக்காரர்!

சந்திக்கு இழு: (பலரும் அறியும் வகையில்) ஏளனத்
திற்கு உள்ளாக்குதல்; expose to public ridicule. கடனை
உடனே அடைக்கவில்லை என்றால் என்னைச் சந்திக்கு
இழுத்து மானத்தை வாங்கிவிடுவான்.

சந்திக்கு* வா: (ஒருவருடைய கௌரவம்) பலர் பரிகசிக்
கும்படியாதல்; (of one's honour) be exposed to public
ridicule. மகன்களின் நடத்தையால் அவருடைய மானம்
மரியாதையெல்லாம் சந்திக்கு வரப்போகிறது.

* (நடு)தெருவுக்கு

சந்தி சிரி: (பலரும் அறியும் வகையில்) ஏளனத்திற்கு
உள்ளாதல்; become the object of public ridicule. கௌரவ
மாக வாழ்ந்த நம் குடும்பம் பாகப்பிரிவினை என்ற
பெயரால் சந்தி சிரிக்க வேண்டுமா?/ வீட்டு வாடகைப்
பாக்கி ஐயாயிரத்தை ஒரு மாதத்திற்குள் கொடுத்துவிடு,
இல்லாவிட்டால் உன்னைச் சந்தி சிரிக்கவைத்துவிடுவேன்.

சந்தியில்* நில்: எல்லாம் இழந்து ஆதரவற்ற நிலையில்
இருத்தல்; be driven to helplessness. பாக்கி இருக்கும் ஒரு
ஏக்கர் நிலத்தையும் விற்றுவிட்டால் பிறகு சந்தியில் நிற்க
வேண்டியதுதான்./ இரண்டு பிள்ளைகளைப் பெற்றுவிட்டு
மனைவி போய்ச்சேர்ந்துவிட்டாள், இரண்டையும் வைத்துக்
கொண்டு நான் நடுத்தெருவில் நிற்கிறேன்.

* (நடு)தெருவில்

சந்தியில் (இழுத்து)விடு: பிறர் ஏளனத்திற்கு உள்
ளாகும்படியான நிலையில் விடுதல்; leave s.o. to face
public ridicule; leave (s.o.) in the lurch. அவரை நம்பித்தான்

இந்த வியாபாரத்தில் இறங்கினேன், கடைசியில் அவர் என்னைச் சந்தியில் இழுத்துவிட்டுப் போய்விட்டார்.

சந்துபொந்துகள்: *மிகக் குறுகலான சந்துகள்;* lanes and alley-ways. *அவர் வீட்டுக்குச் சந்துபொந்துகளின் வழியாகத்தான் போக வேண்டும்./ திருடர்கள் சந்துபொந்துகளில் புகுந்து தப்பிவிட்டார்கள்.*

சந்தேகப் பிராணி: *(மிக எளிதில் பிறரை) சந்தேகப் படும் நபர்;* one who is suspicious (by nature). *முப்பது வருடங்களாகப் பணிபுரியும் ஊழியரிடம்கூடப் பணம் கொடுத்து அனுப்ப மாட்டார், அப்படி ஒரு சந்தேகப் பிராணி அவர்!/ கட்டிய மனைவியைக்கூட நம்பாத சந்தேகப் பிராணி அவன்!/ ஆட்களை நம்பி ஏமாந்தவர்கள் சந்தேகப் பிராணிகள் ஆகிவிடுகிறார்கள்.*

சப்தநாடியும் ஒடுங்கு*: *(பயத்தால், அதிர்ச்சியால்) செயலற்றுப்போதல்;* be petrified. *அம்மா போட்ட சத்தத்தில் பாட்டியின் சப்தநாடியும் ஒடுங்கிவிட்டது./ 'வாடகை ஐயாயிரம் ரூபாய், முன்பணம் ஐம்பதாயிரம் வேண்டும்' என்று வீட்டுக்காரர் சொன்னதைக் கேட்டதும் எங்களுக்குச் சர்வநாடியும் ஒடுங்கிப்போய்விட்டது.*

* அடங்கு
மா.வ. சர்வநாடியும் ஒடுங்கு

(நாக்கை) ***சப்புக்கொட்டு:*** *(நாகரிகம் கருதி விலகியிருக்க வேண்டிய விஷயத்தில்) ஆர்வம் காட்டுதல்; (ஏக்கத்தோடு) ஆசைப்படுதல்;* show unseemly interest; nurture a desire (where it is unbecoming); **lick one's lips**. *அடுத்த வீட்டுச் செய்தியைச் சொன்னால் சப்புக்கொட்டிக்கொண்டே கேட்பான்./ இனிமேல் இளமைக்குச் சப்புக்கொட்டி என்ன ஆகப்போகிறது?*

சப்பைக்கட்டுக் கட்டு: *(குற்றமோ குறையோ உடைய காரியத்துக்கு) ஏற்றுக்கொள்ள முடியாத சமாதானம் அல்லது காரணம் தருதல்;* give unconvincing explanation (for a failure, etc.). *'என் மகன் செய்தது ஒருவகையில் சரி' என்று சப்பைக்கட்டுக் கட்டினார்./ செய்த தப்பைவிட அதற்கு அவன் சப்பைக்கட்டுக் கட்டுவதுதான் எரிச்சலை ஏற்படுத்துகிறது./ போட்டியில் சரியாக ஆடாமல் தோற்றுவிட்டீர்கள், அதை ஒப்புக்கொள்ளாமல் 'காற்று பலமாக வீசியது' என்று ஏதேதோ சொல்லிச் சப்பைக்கட்டுக் கட்டுகிறீர்களே!*

சமாதி கட்டு: *(மேலும் தொடராதபடி அல்லது தொடர்ந்து*

இருக்காதபடி) முடிவுக்குக் கொண்டுவருதல்; (மிரட்டலாக) (ஒருவருக்கு) முடிவை ஏற்படுத்துதல்; put an end to; (as a threat) fix (s.o.). நாட்டின் சில பகுதிகளில் இருந்து வரும் இந்தத் தீய பழக்கத்திற்குச் சமாதி கட்ட வேண்டும்./ சாதகம்செய்யாமல் பாடுவது சங்கீதத்திற்கே சமாதி கட்டுவதாகும்./ இரு, இரு! உனக்குச் சமாதி கட்டுகிறேனா இல்லையா, பார்!

சர்க்கரைப் பந்தலில் தேன்மாரி பெய்தது போல்: இரட்டிப்பு மகிழ்ச்சியுடன்; இனிமைக்கு இனிமை சேர்ப்பது போல்; (feel) as doubly fortunate. வாடகை வீடு தேடி அலைந்தவர் நகரத்தின் மத்தியில் பெரிய வீடு குறைந்த வாடகையில் கிடைத்தபோது சர்க்கரைப் பந்தலில் தேன்மாரி பெய்தது போல் மகிழ்ந்தார்./ ஏதாவது வேலை கிடைத்தாலே போதும் என்று நினைத்தவருக்கு அரசுப் பணி கிடைத்தது சர்க்கரைப் பந்தலில் தேன்மாரி பெய்தது போல் இருந்தது.

சரிக்கட்டி(க்கொண்டு) போ: (முரண்படுகிறவரோடு) மோதாமல் விட்டுக்கொடுத்து நடத்தல்; adjust to. அவர் குணம்தான் உனக்குத் தெரியுமே, நீதான் அவரைச் சரிக்கட்டிப் போக வேண்டும்.

சரிக்கட்டு 1: (தன் காரியத்துக்குத் தடையாக இருக்கும் ஒருவருக்கு ஏதேனும் கொடுத்து அவரை) ஒத்துப்போகச் செய்தல்; secure s.o.'s collusion; fix. பார்க்க வேண்டியவர்களைப் பார்த்து விஷயத்தைச் சரிக்கட்டிவிட்டார்./ வனக் காவலரைச் சரிக்கட்டிச் சந்தன மரத்தைக் கடத்த முயன்றவர் கைதுசெய்யப்பட்டார். **2:** (ஒருவரை) இணங்கவைத்தல்; persuade (one) to agree (to sth.); bring over s.o. நான் இந்த வேலையை விடுவது அப்பாவுக்குப் பிடிக்கவில்லை, நீங்கள் வந்துதான் அவரைச் சரிக்கட்ட வேண்டும்./ கலப்புத் திருமணத்திற்கு என் பெற்றோரை எப்படியும் சரிக்கட்டிவிடுவேன்.

சரிநிகர் சமானம்: ஒத்த நிலை; சமம்; equal. ஆண்களும் பெண்களும் சரிநிகர் சமானம் என்று பேசுவார், ஆனால் செயலில் காட்ட மாட்டார்./ தொண்டர்களுடன் தலைவர்களும் சரிநிகர் சமானமாகப் போராட்டத்தில் குதித்தனர்.

சல்லடை போட்டுச் சலி: ஓர் இடம்கூட விடாமல் தேடுதல்; search thoroughly; comb through. வீடு முழுவ

தும் சல்லடை போட்டுச் சலித்தும் சங்கிலி கிடைக்க வில்லை./ உறவுக்காரர்கள் வீட்டிலெல்லாம் உன் அப்பா சல்லடை போட்டுச் சலித்துவிட்டார், இன்னும் உனக்குத் தகுந்த பெண் கிடைக்கவில்லை./ இவ்வளவு நேரம் உங்களை ஊர் முழுவதும் சல்லடை போட்டுச் சலித்தோம், எங்கே இருந்தீர்கள்?

சலாம் போடு (அ.வ.): பணிந்து நடத்தல்; be subservient. நேற்றுவரை உனக்கு சலாம் போட்டுக்கொண்டிருந்தவன் இன்று உன்னை எதிர்க்கிறான் என்றால் என்ன காரணம்?

சனியன் பிடி: கேடு வந்துசேர்தல்; be accursed; be blighted. மோட்டார் சைக்கிளுக்குச் சனியன் பிடித்துவிட்டதா என்ன, எவ்வளவு உதைத்தாலும் கிளம்பவில்லையே./ அவர்களுடைய அன்புமயமான வாழ்க்கைக்குச் சனியன் பிடிக்கப்போகிறது என்று யாராவது நினைத்திருப்பார்களா?

சாட்டை அடி: மனத்தில் உறைக்கும்படியான வன்மை யான கண்டனம்; stinging attack. வரதட்சிணை வாங்கு கிறவர்களுக்குச் சாட்டை அடி கொடுத்திருக்கிறார் கதாசிரியர்./ மனித உரிமை இயக்கத்தின் அறிக்கை, அரசுக்கு ஒரு சாட்டை அடி என்பதை மறுக்க முடியாது.

சாதக பாதகம்: (ஒரு செயலின்) விளைவுகள் அல்லது நன்மை தீமை; pros and cons; good and bad consequences. பழைய கல்விக் கொள்கையைக் கடைப்பிடிப்பதால் ஏற் பட்டுள்ள சாதக பாதகத்தை ஆராய்ந்து புதிய கல்விக் கொள்கைக்குத் திட்டமிடுவது நலம்./ சாதக பாதகங்களை யோசிக்காமல் புதிய வியாபாரத்தில் இறங்க முடியுமா?/ இந்த நேரத்தில் தோன்றியிருக்கும் புதிய கூட்டணியால் ஏற்படும் சாதக பாதகத்தை இப்போது அனுமானிக்க முடியாது.

சாதி சனம்: (தனக்கு ஆதரவாக) தான் வாழும் இடத்தில் இருக்கும் (உறவினர்கள் உட்பட்ட) மக்கள்; people among whom one lives and whose goodwill matters. சாதி சனத்தைப் பகைத்துக்கொண்டு இந்த ஊரில் காலம் தள்ள முடியுமா?/ தன் சாதி சனத்தைத் தன் வீட்டுப்பக்கம்கூட அண்ட விட மாட்டார்!

சாப்பாட்டு ராமன்: (கேலியாக) சாப்பாட்டில் மிக விருப்பம் உடையவன்; அதிகமாகச் சாப்பிடுபவன்;

glutton. கல்யாணத்திற்குப் போகாமல் விருந்துக்கு மட்டும் சென்றால் என்னைச் சாப்பாட்டு ராமனாக நினைப்பார்களே!/ அவன் சரியான சாப்பாட்டு ராமன் ஆயிற்றே! அவனுக்குப் பத்துத் தோசை போதுமா?

சாம பேத தான தண்டம்: *எல்லா வழிமுறைகளையும் கையாண்டு ஒருவரை வழிக்குக் கொண்டுவரும் முயற்சி;* all possible means to bring s.o. to terms. *சாம பேத தான தண்டங்களுக்கும் அடங்காமல் தறிகெட்டு அலைகிறான்./ #சாம தான பேத தண்டம் எல்லாம் பிரயோகித்துப் பார்த்தாகிவிட்டது, அவன் எதற்கும் கட்டுப்படுவதாகத் தெரியவில்லை.* #சொற்களின் இடம் மாற்றம்

சாயம் வெளு: *(ஒருவரின் உண்மை இயல்பு தெரியவரும் விதத்தில்) பொய்மை வெளிப்படுதல்; குட்டு வெளிப் படுதல்;* reveal (one's) true character; get exposed; **show (one's) true colours**. *தன்னை ஏகபத்தினிவிரதனாகக் காட்டிக்கொண்டவனின் சாயம் வெளுத்துவிட்டது./ அவர் போதிய பணவசதி இல்லாமல் பல நிறுவனங்களை எப்படி நடத்துகிறாரோ தெரியவில்லை, என்றாவது ஒரு நாள் அவருடைய சாயம் வெளுக்கப்போகிறது!*

சாவி கொடுத்த பொம்மை: *(பிறருடைய கட்டுப்பாட்டில் இருப்பதால்) சுயமாகச் செயல்படாதவர்;* one who cannot act on his own; puppet. *நீ சொன்னால் உன் மகன் கேட்கவா போகிறான்! கட்சியில் உறுப்பினரானதி லிருந்து அவன் சாவி கொடுத்த பொம்மைதானே!/ பிணைக் கைதிகள் சாவி கொடுத்த பொம்மைகளாய் இயங்கினர்.*

சாவுமணி அடி: *(ஒன்றை) முடிவுக்குக் கொண்டுவருதல்; முடிவுக்கான முன்னெச்சரிக்கை தருதல்;* ring the death-knell. *'வரதட்சணைக் கொடுமைக்குச் சாவுமணி அடிப் போம்' என்று மேடையில் முழங்கினார்./ மனசாட்சிக்கு #அடிக்கிற சாவுமணிதான் லஞ்சம்!* #சொற்களின் இடம் மாற்றம்

சிகரம் வைத்தாற் போல்: *(ஒன்றைப் பாராட்டிக் கூறும் போது) மற்ற எல்லாவற்றையும்விட மேலாக அல்லது சிறந்ததாக;* as the crowning event. *நீங்கள் பல்கலைக் கழகத்தில் ஆற்றிய சொற்பொழிவு இதுவரை நீங்கள் ஆற்றிய சொற்பொழிவுகளுக்கெல்லாம் சிகரம் வைத்தாற் போல் அமைந்தது./ விழாவில் எல்லாவற்றுக்கும் சிகரம் வைத்தாற் போல் கலை நிகழ்ச்சி இருந்தது என்பதைக்* பொ.வி. 1

குறிப்பிட வேண்டும்.

சிங்கியடி (பொ.பெ.): (அடிப்படைத் தேவைகளுக்கே) மிகவும் சிரமப்படுதல்; be hard up. வீட்டில் போய்ப் பார்த்தால் தெரியும் அவன் ஒரு வேளைச் சாப்பாட்டுக்கே சிங்கியடிப்பது.

சிட்டாய்ப் பற 1: (நொடிப்பொழுதும் தாமதிக்காமல்) விரைந்து அகலுதல்; leave (a place) swiftly; dart away. செய்தித்தாளைக் கதவில் சொருகிவிட்டுப் பையன் சிட்டாய்ப் பறந்துவிட்டான்./ பிள்ளைகள் பள்ளி விட்டவுடன் வீட்டுக்குச் சிட்டாய்ப் பறந்தார்கள்./ இன்று இரவு தலைக்குச் சுக்குப் பத்துப் போட்டுக்கொள்ளுங்கள், தலை வலி சிட்டாய்ப் பறந்துவிடும்! **2:** சுறுசுறுப்பாய் இயங்குதல்; move about briskly. கல்யாண வீட்டில் மாப்பிள்ளையின் நண்பர்கள் சிட்டாய்ப் பறந்து வேலை செய்தார்கள்./ வேலையைச் சொன்னவுடன் சிட்டாய்ப் பறந்தவளைப் பார்த்து, 'இப்படி ஒரு வேலைக்காரி கிடைக்கக் கொடுத்து வைத்திருக்க வேண்டும்' என்றார்.

சிண்டு முடி: (ஒருவரைப்பற்றி மற்றொருவரிடம் குற்றம் குறை கூறி இருவருக்கிடையில்) சண்டைமூட்டுதல்; set one against another. நடிகர்களுக்குள் சிண்டு முடிந்துவிடுகிற வேலையைப் பத்திரிகையாளர்கள் செய்ய வேண்டாம்./ உன் குடும்பத்தில் யாருக்கும் இல்லாத சிண்டு முடியும் புத்தி உனக்கு எங்கிருந்து வந்தது?

சித்தம் போக்கு சிவம் போக்கு: எப்படி நடந்து கொள்வார் என்று அனுமானிக்க முடியாத தன்னிச்சையான போக்கு; whimsical behaviour. அவன் சித்தம் போக்கு சிவம் போக்கு என்று நடப்பான், அவனை ஒன்றும் கேட்க முடியாது./ 'அவர் ஏன் இப்படி நடந்துகொள்கிறார்?' 'யாருக்குத் தெரியும், சித்தம் போக்கு சிவம் போக்கு'. மா.வ. சித்தன் போக்கு சிவன் போக்கு

சிதம்பர ரகசியம்: (ரகசியம் என்று சம்பந்தப்பட்டவர் நினைத்தாலும்) ரகசியம் என்று ஒன்றுமே இல்லை; secret which is no secret. ரகசியம் என்று நீ நினைத்துக் கொண்டிருக்கிறாய், ஆனால் அது சிதம்பர ரகசியம் என்று நான் சொல்கிறேன்.

சிம்ம சொப்பனம்: (பார்த்த அல்லது நினைத்த அளவில்) மனத்தில் பீதி; a terror; nightmare. கணித ஆசிரியர் என்றால் மாணவர்களுக்குச் சிம்ம சொப்பனம்./ குற்ற

வாளிகளுக்குச் சிம்ம சொப்பனமாக இருப்பவர் இந்தக் காவல் அதிகாரி.

சிரமேற்கொண்டு: *(ஏன், எதற்கு என்று கேட்காமல்) மிகுந்த மரியாதையுடன் ஏற்று;* accepting with implicit obedience; unquestioningly. கட்சித் தலைவரின் கட்டளை யைச் சிரமேற்கொண்டு நடக்கத் தொண்டர்கள் தயார்./ நான் சொல்வதை நீ சிரமேல் தாங்கிச் செயல்பட வேண்டும் என்று சொல்லவில்லை, என்ன சொல்கிறேன் என்பதையாவது கேட்கக் கூடாதா? **மா.வ. சிரமேல் தாங்கி**

சிரிப்பதா அழுவதா: *(நடந்த ஒன்றை) விளையாட்டாக எடுத்துக்கொள்வதா கவலைக்குரியதாக எடுத்துக் கொள்வதா (ஒரு செயல் பொருத்தமற்றதாகவும் கேலிக் குரியதாகவும் இருப்பதைக் குறிக்கப் பயன்படுத்துவது);* 'should it be laughed at or pitied?' நடிகைகளுக்குக் கோயில் கட்டுகிறார்களாம்! சிரிப்பதா அழுவதா, சொல்லுங்கள்./ நண்பனுக்கு உதவிசெய்யப் போய் அவன் தொல்லையில் மாட்டிக்கொண்டதைப் பார்த்ததும் சிரிப்பதா அழுவதா எனத் தெரியாமல் நின்றேன்.

சிரிப்பாய்ச் சிரி: *எல்லாருடைய ஏளனத்திற்கும் உரியதாக இருத்தல்; பரிகசிக்கத் தக்கதாக இருத்தல்;* be brought into public ridicule; **be a laughing stock**. மீண்டும் என் வாழ்க்கை என் மகனின் நடத்தையால் சிரிப்பாய்ச் சிரிக்க வேண்டாம்./ இவனுக்கு என்ன கௌரவம் இருக்கிறது, அதுதான் சிரிப்பாய்ச் சிரிக்கிறதே./ அந்தக் கட்சியின் கோஷ்டிச் சண்டை சிரிப்பாய்ச் சிரிக்கிறது.

சிவப்புக்கம்பளம் விரி: *(வசதியாக வாழ்வதற்கு வேண்டிய) சிறப்புச் செய்தல்;* provide the means (to lead a comfortable life). எல்லாக் கலைஞர்களுக்கும் திரைப் படத் துறை சிவப்புக்கம்பளம் விரித்துவிடவில்லை, வறுமை யில் வாடும் கலைஞர்களும் உண்டு.

சிவப்புக்கம்பள வரவேற்பு: *(பிறநாட்டுத் தலைவர் போன்ற முக்கிய விருந்தினருக்கு) சிறந்த வரவேற்பு;* red carpet welcome; grand welcome.

சிவப்பு விளக்குப் பகுதி: *விபச்சாரத்தில் ஈடுபட்டிருக்கும் பெண்கள் அதிக அளவில் இருக்கும் இடம்;* red-light district.

சிவ பூஜையில் கரடி: (தாங்கள் அல்லது தான் அனுபவிக்கும் தனிமைக்கு) இடையூறாக ஒருவர்; an unwelcome person; an intruder. நண்பர்களுடன் அரட்டை யடித்துக்கொண்டிருந்தபோது சிவ பூஜையில் கரடியாக அப்பா வந்துவிட்டார்./ மன்னிப்புக் கேட்கும் பாவனையில் அவர் 'நீங்கள் இருவரும் ஏதோ முக்கியமாகப் பேசிக்கொண்டிருந்தீர்களோ, சிவ பூஜையில் கரடியாக நான் வந்துவிட்டேனா' என்று கேட்டார்./ தனியாக நின்று சிகரெட் பிடித்துக்கொண்டிருந்தபோது பூஜை வேளையில் கரடி மாதிரி என் ஆசிரியர் வந்துவிட்டார். — மா.வ. பூஜை வேளையில் கரடி.

சிவனே என்று: எதிலும் பட்டுக்கொள்ளாமல்; ஒன்றும் செய்யாமல்; not concerning (oneself with what is going on); keeping aloof. அங்கு என்ன நடந்தால் உனக்கு என்ன, சிவனேயென்று பார்த்துக்கொண்டிருக்க வேண்டியது தானே./ வயதான காலத்தில் சிவனேயென்று வீட்டில் இருக்காமல் ஏன் இப்படி அலைகிறீர்கள்?/ அவர் திட்டிய தையெல்லாம் சிவனேயென்று கேட்டுக்கொண்டிருந்தாள்.

சிறகு முளை: (இதுவரை அரவணைப்பில் இருந்துவந்த இளவயதினருக்கு) சுதந்திரமாகச் செயல்படும் துணிவு வருதல்; (of a young person) be able to act independently; spread one's wings. எத்தனை காலம்தான் பையன் நம் மோடு இருப்பான்? அவனுக்குச் சிறகு முளைத்துவிட்டது, வெளியூருக்குப் போய்ப் படிக்க வேண்டும் என்கிறான்.

சிறுகச்சிறுக: (பல நாட்களாக) சிறிய அளவில்; கொஞ்சம்கொஞ்சமாக; little by little. சிறுகச்சிறுகச் சேர்த்த பணம் திருடுபோய்விட்டதே!/ சிறுகச்சிறுகத்தான் வீக்கம் குறையும்.

சிறுகுடலைப் பெருங்குடல் தின்கிறது: பொறுக்க முடியாத அளவுக்குப் பசிக்கிறது என்பதைத் தெரிவிக்கப் பயன்படுத்தும் தொடர்; an expression used for denoting one's unbearable hunger. சமையலை முடிக்காமல் என்ன செய்துகொண்டிருக்கிறாய்? எனக்குப் பசி, சிறுகுடலைப் பெருங்குடல் தின்கிறது./ சிறுகுடலைப் பெருங்குடல் தின்கிற பசியில் எதைப் பேச? பிறகு வா. — இ.வே. தின்கிற

சிறைப் பறவை: தண்டனை பெற்று அடிக்கடி சிறை வாசம் செய்பவர்; one who has been imprisoned several times. சுதந்திரப் போராட்ட காலத்தில் சிறைப் பறவையாக இருந்தவரே நம் முன்னாள் பிரதமர்.

சின்னவீடு (பொ.பெ.) **1**: மனைவி இருக்கும்போதே மற்றொரு பெண்ணோடு தனியாக நடத்தும் குடும்பம்; living with a mistress. சின்னவீடு வைத்துக்கொண்டால் எப்பொழுதும் தொல்லைதான்./ அவர் சின்னவீடே கதி யென்று கிடக்கிறார். **2**: ஆசைநாயகி; mistress; the other woman. இதோ போகிறாளே, இவள்தானே உங்கள் நண்பருடைய சின்னவீடு!

சீட்டுக் கிழி: வேலை பறிபோதல்; be dismissed (from a job); **get the sack**. வேலைநிறுத்தத்தில் ஈடுபட்ட இருபது பேருக்கும் சீட்டுக் கிழிந்துவிட்டது./ இந்த விஷயத்தை முதலாளி அறிந்தால் உன் சீட்டுக் கிழிந்துவிடும்!

சீட்டைக் கிழி: வேலையைவிட்டு நீக்குதல்; dismiss (a person from a job); **give the sack**. என் முதலாளி மிகவும் கண்டிப்பானவர், ஒரு வார்த்தை எதிர்த்துப் பேசினால் சீட்டைக் கிழித்துவிடுவார்!/ இனி ஒரு முறை பொய் சொல்லி மாட்டிக்கொண்டாயானால், #சீட்டுக் கிழித்து உன்னை வீட்டுக்கு அனுப்பிவிடுவார்கள்./ இந்த நிறுவனத்தில் கெடுபிடிகள் அதிகம், #சிறு தவறு செய்தாலும் சீட்டுக் கிழிக்கப்பட்டுவிடும்.

#-ஐ உருபு இல்லாமலும்
#செயப்பாட்டு வினை வடிவம்

சீர்சிறப்பு: மேன்மை; உன்னத நிலை; prosperity. இந்த நகரம் பதினைந்தாம் நூற்றாண்டுவரை சீர்சிறப்போடு விளங்கியதாகத் தெரியவந்துள்ளது./ #சீரும் சிறப்புமாக இருந்துவரும் குடும்பம்/ நீங்கள் #சீரோடும் சிறப்போடும் வாழுங்கள்!

#-உம் இடைச் சொல்லுடன்
#-ஓடு உருபுடன்

சுகபோகம்: செல்வம் தரும் சொகுசு; sensual pleasures; luxuries. பணம் இருந்தால் சகல சுகபோகங்களும் கிடைக்கும்./ சுகபோகத்துடன் வாழத் துடிக்கிறான்./ சுகபோக வாழ்க்கையும் அவருக்குச் சலித்துவிட்டது.

சுட்டுப் பொசுக்கு*: நிர்மூலமாக்குதல் (ஆத்திரத்தோடும் கொதிப்போடும் கூறப்படுவது); exterminate (said in seething anger). மருமகளைக் கொடுமைப்படுத்தும் எதிர் வீட்டுக்காரரைச் சுட்டுப் பொசுக்கிவிட வேண்டும் என்று மனத்தில் ஆத்திரம் பொங்கியது./ அவமானப்படும் நேரங்களிலெல்லாம் இந்த உலகத்தையே சுட்டுக் கொளுத்தினால் என்ன என்று தோன்றுகிறது.

* கொளுத்து

சுட்டுப்போட்டாலும்: எவ்வளவுதான் முயன்றாலும்; என்ன செய்தாலும்; however hard one may exert oneself;

utterly incapable of. சுட்டுப்போட்டாலும் அவனுக்குக் கணக்கு வராதே!/ உனக்குத்தான் சுட்டுப்போட்டாலும் ழகரத்தை உச்சரிக்கத் தெரியாதே/ சுட்டுப்போட்டாலும் அவன் வாயிலிருந்து ஒரு உண்மைகூட வராது.

சுடச்சுட 1: *காலம் தாழ்த்தாமல் உடனடியாக;* without the least delay. *செய்திகளைச் சுடச்சுடத் தரும் பத்திரிகை/ தேர்தல் முடிவுகள் தொலைக்காட்சியிலும் வானொலியிலும் சுடச்சுட வெளியாயின.* **2:** ***உடனடியாகவும் மனத்தில் உறைக்கும்படியாகவும்;*** promptly and stingingly. *எதிர்க்கட்சியினர் கேட்ட கேள்விகளுக்கு அமைச்சர் சுடச்சுடப் பதில் அளித்தார்./ தன்னைப்பற்றி அவர் தரக் குறைவாகப் பேசியிருந்ததை அறியவந்தபோது அவரைச் சந்தித்து நாலு வார்த்தை சுடச்சுடக் கேட்டுவிட வேண்டும் என்று தீர்மானித்தான்.*

சுண்டினால் ரத்தம் வரும்: *ஒருவருடைய மேனியின் சிவந்த நிறத்தைக் குறிப்பிட்டுச் சொல்லப் பயன்படுத்தும் தொடர்;* an expression used for referring to s.o.'s fair complexion. *சுண்டினால் ரத்தம் வரும், என் மகள் அவ்வளவு சிவப்பு!/ இந்தப் பையன் மட்டுமல்ல, அவன் வீட்டில் எல்லாருமே செக்கச்செவேல் என்று இருப்பார்கள், சுண்டினால் ரத்தம் வரும்.*

சுண்டுவிரலைக்கூட அசைக்க முடியாது: *ஒருவர் தன் எதிர்ப்பைத் தெரிவித்தாலும் அதனால் மற்றவருக்குச் சிறு அளவில்கூடப் பாதிப்பை ஏற்படுத்திவிட முடியாது என்பதைக் குறிப்பிடப் பயன்படுத்தும் தொடர்;* 'cannot cause even the slightest harm'. *அவனுடைய கொட்டத்தை அடக்குகிறேன் என்று பேசுவது வீண்! உன்னால் அவனுடைய சுண்டுவிரலைக்கூட அசைக்க முடியாது என்பதுதான் உண்மை./ அவன் என்ன வேண்டுமானாலும் பேசிவிட்டுப் போகட்டும், அவனால் என் சுண்டுவிரலைக் கூட அசைக்க முடியாது.*

சும்மா கிடக்கிற* சங்கை ஊதிக் கெடு: *தன் செயலால் தேவை இல்லாத பிரச்சினையைக் கிளப்புதல் (சும்மா இருந்திருக்க வேண்டும் என்பது குறிப்பு);* provoke trouble by a gratuitous act. *நீங்கள்தானே குழந்தைகளிடம் சினிமாவுக்குக் கூட்டிக்கொண்டுபோகிறேன் என்று சொன்னது? இப்போது கூட்டிக்கொண்டுபோக முடியாது என்று சொல்கிறீர்களே, சும்மா கிடக்கிற சங்கை ஊதிக் கெடுக்கிற காரியமல்லவா இது?/ சும்மா இருக்கிற சங்கை*

* இருக்கிற
இ.வே. கிடந்த

ஊதிக் கெடுக்க வேண்டாம், அந்த விஷயத்தை அவராகச் சொல்லும்போது சொல்லட்டும் என்று இருந்துவிட்டேன்./ தேவையில்லாமல் போலீசைக்கொண்டு மாணவர்களை அடக்க முயன்றதன்மூலம் கல்லூரி முதல்வர் சும்மா கிடந்த சங்கை ஊதிக் கெடுத்துவிட்டார்.

சும்மா சொல்லக் கூடாது: *(ஒருவர் செய்ததை) சாதாரணமாகச் சொல்லிவிடக் கூடாது (பாராட்டியே ஆக வேண்டும் என்பது குறிப்பு);* it must be admitted (said in admiration). *அவர் தன் பணியாளர்களைத் தட்டிக் கொடுத்து வேலை வாங்கிய திறமையைச் சும்மா சொல்லக் கூடாது!/ சும்மா சொல்லக் கூடாது, வஞ்சகம் இல்லாமல் பாடுபட்ட நேர்மையான விவசாயி இவர்!/ இன்று நம் குருக்கள் அம்மனை அலங்கரித்திருக்கிறார் பாருங்கள், சும்மா சொல்லக் கூடாது!*

சுயநலப்* புலி: *தன்னுடைய நலத்தில் அல்லது காரியத்தில் மட்டும் குறியாக இருப்பவர்;* highly selfish person. *நீ இப்படிச் சுயநலப் புலியாக இருப்பாய் என்று நான் நினைக்கவே இல்லை!/ அவன் சுயகாரியப் புலி ஆயிற்றே, மற்றவர்களின் வேலையைப்பற்றி அவனுக்கு என்ன கவலை.*

* சுயகாரிய

சுரைக்காய்க்கு உப்பு இல்லை: *கூறப்பட்டதை அலட்சியப்படுத்தும் நோக்கில், எரிச்சலடைந்த மன நிலையில் இருக்கும் ஒருவர் பயன்படுத்தும் தொடர்;* an expression of annoyed dismissal of sth. as irrelevant or meaningless. *'மழை பெய்யும் என்று தெரிந்துதான் பூங்காவிற்குச் செல்ல வேண்டாம் என்று அப்போதே சொன்னேன்', 'ஆமாம், சுரைக்காய்க்கு உப்பு இல்லை என்று சொன்னாய், சும்மா கிட!'/ அவன் பெரிய உண்மையைக் கண்டுபிடித்துச் சொல்லிவிட்டான், சுரைக் காய்க்கு உப்பு இல்லை என்று./ 'அவர் உங்களிடம் என்ன சொன்னார்?' 'சொன்னார், சுரைக்காய்க்கு உப்பு இல்லை என்று, உன் வேலையைப் பார்த்துக்கொண்டு போ!'*

சுவருக்குக்கூடக் காது உண்டு: *பேசுகிற இடத்தில் மறைந்திருந்து ஒட்டுக்கேட்கிறவர்கள் இருக்கிறார்கள் என்று எச்சரிக்கப் பயன்படுத்தும் தொடர்;* eavesdroppers are everywhere (expression used as a caution); **walls have ears**. *'ரகசியமாகப் பேச வேண்டும் என்றால் வெளியே பேசலாம், இந்த வீட்டில் சுவருக்குக்கூடக் காது உண்டு' என்றாள் தன் அக்காவிடம்./ நேற்று இரவு நான் உன்னிடம்*

இ.வே. சுவருக்கும்

சொன்னதை இன்று அதிகாலையில் அடுத்த வீட்டுக்காரி அலசுகிறதைப் பார்த்தால் சுவருக்குக்கூடக் காது உண்டு என்பதில் என்ன சந்தேகம்!/ சர்வாதிகாரி ஆளும் நாட்டில் மக்கள் அரசியல்பற்றிப் பேச அஞ்சுவார்கள், சுவருக்கும் காது உண்டு அல்லவா?

சுற்றிவளை: *(சொல்லவந்ததை நேரடியாகச் சொல்லாமல் பிற விஷயங்களை விவரித்தல்;* indulge in circumlocution; **beat about the bush.** பணம் வேண்டும் என்று கேளேன், ஏன் சுற்றிவளைக்கிறாய்./ பெரும்பாலும் பெண்கேட்டு வருகிறவர்கள் சுற்றிவளைத்துப் பேசுவார்கள், ஆனால் இவரோ நேரடியாக 'உங்கள் பெண்ணை எங்களுக்குப் பிடித்திருக்கிறது' என்று சொல்லிவிட்டார்!

சுற்றிவளைத்து மூக்கைத் தொடு: *(ஒன்றைச் செய்வதற்கு நேரடியான வழி இருக்கும்போது) சுற்றுவழியைத் தேர்ந்தெடுத்தல்;* do things in a roundabout way; choose a circuitous route. இதை நீயே என்னிடம் தந்திருக்கலாமே, எதற்காக உன் மாமாவிடம் கொடுத்து, அவர் ஆபீஸ் பையனிடம் கொடுத்து, ஏன் இப்படிச் சுற்றிவளைத்து மூக்கைத் தொடுகிறாய்?/ தஞ்சாவூரிலிருந்து புதுக்கோட்டைக்குத் திருச்சி வழியாகப் போவது சுற்றிவளைத்து மூக்கைத் தொடுவதுதான்!

சூட்டோடு சூடாக: *முந்தைய செயல் செய்த வேகத்திலேயே அல்லது நடந்த வேகத்திலேயே; தொடர்ச்சியாக;* immediately following sth.; **on the heels of sth.** மனை வாங்கியாயிற்று, சூட்டோடு சூடாக வீடு கட்ட ஆரம்பித்து விடுவோம்./ அவருடைய மகன் ஆராய்ச்சிப் படிப்பை முடித்துவிட்டுச் சூட்டோடு சூடாக வெளிநாடுகளுக்கும் போகத் திட்டமிட்டிருக்கிறான்.

சூடு கண்ட பூனை: *முன்னர் ஏற்பட்ட மோசமான அனுபவத்தால் எச்சரிக்கை உணர்வுடன் இருப்பவர்;* one who has learnt through bitter experience; **once bitten twice shy.** நான் ஏன் புதிய வியாபாரம் தொடங்க மிகவும் யோசிக்கிறேன் என்று நினைக்கிறாயா? நான் சூடு கண்ட பூனை என்பதால்தான்!/ காதல் விவகாரத்தில் அவள் சூடு கண்ட பூனை, தேனொழுகப் பேசும் ஆண்களைக் கண்டால் இப்போது ஒதுங்குகிறாள்.

சூடு கொடு: *மனத்தில் உறைக்கும்படி காட்டத்துடன் பேசுதல்;* admonish severely; give s.o. a dressing-down. அவன்

அப்படி அநாகரிகமாகப் பேசியிருக்கக் கூடாது, நீங்கள் அவனுக்குச் சரியான சூடு கொடுத்தீர்கள்./ பொறுப்பற்ற முறையில் நடந்துகொண்டதைச் சுட்டிக்காட்டி வழக்கறிஞருக்கு நீதிபதி சூடு கொடுத்தார்.

சூடுசுரணை: மான அவமானத்தை உணரும் தன்மை; sense of shame; self-respect. கல்யாணத்திற்கு அழைக்காமலேயே போய்ச் சாப்பிட்டுவிட்டு வருகிறானே, இவனுக்கு ஏது சூடுசுரணை!/ அவரிடம் வேலைபார்க்க வேண்டும் என்றால் உனக்குச் சூடுசுரணை இருக்கக் கூடாது.

சூடுபிடி: (வியாபாரம், விவாதம் முதலியவை) விறுவிறுப்புடன் நடைபெறுதல்; பரபரப்பான நிலை அடைதல்; (of business, discussion, etc.) hot up. பழ வியாபாரம் மதியத்துக்கு மேல்தான் சூடுபிடிக்கத் தொடங்கும்./ நண்பர் வந்த பிறகு தான் விவாதம் சூடுபிடித்தது./ தேர்தல் பிரச்சாரம் கடைசி வாரத்தில்தான் சூடுபிடிக்கும்.

சூடு போட்டுக்கொள் 1: (வேண்டிய முன்அனுபவம் இல்லாமல் ஒன்றில் ஈடுபட்டு) பெரும் பண நஷ்டம் ஏற்படுத்திக்கொள்ளுதல்; suffer a financial loss; **get one's fingers burnt**. சொந்தப் படம் எடுத்துச் சூடு போட்டுக் கொண்டது போதாதா? **2:** காண்க: **கையைச் சுட்டுக் கொள், 2**

சூடேற்று: கோபமூட்டுதல்; ஆத்திரம் உண்டாக்குதல்; provoke; incense. நாலு பேர் முன்பு அவன் குத்தலாகப் பேசியது என் வீட்டுக்காரரைச் சூடேற்றிவிட்டது./ அவருக்குச் சூடேற்றிவிட்டு வேடிக்கைப் பார்க்கிறார்கள்.

சூடேறு: கோபம் அடைதல்; ஆத்திரம் உண்டாதல்; get provoked; be incensed; become hot. தொழிற்சங்கத் தலைவரைப் புகழ்ந்து பேசியதும் தொழிலதிபருக்குச் சூடேறிவிட்டது./ தன்னை அளவுக்கு மீறிக் கேலிசெய் கிறார்கள் என்று தெரிந்ததும் அவன் குரலில் சூடேறத் தொடங்கியது.

சூதுவாது: தீய செயல்களைச் செய்யவும் அறியவும் இயலும் தன்மை; guile; craftiness. நேர்மையாகச் சிந்திக்க முடியாத அளவுக்கு மனத்தில் சூதுவாது குடிகொண்டிருக் கிறது./ அவன் சூதுவாது இல்லாதவன்.

சூ மந்திரக்காளி: (மந்திரவாதிகள் போல) ஆச்சரியப்படும்

படியான ஒன்றைச் செய்துகாட்டும்முன் கூறும் தொடர்; a phrase similar to 'Abracadabra', 'hey, presto'. நீங்கள் ஒன்றும் என்னை 'சூ மந்திரக்காளி' போட்டுக் காணாமலாக்கிவிட முடியாது!

சூரப்புலி 1: வீரம் அல்லது துணிச்சல் நிறைந்தவர் (பெரும்பாலும் இந்தத் தன்மை இல்லாதவரைக் குறிப்பிட்டுக் கேலியாகக் கூறுவது); (mockingly) brave person. இருட்டிவிட்டால் வீட்டைவிட்டு இறங்காத சூரப்புலி நீ! 2: (பாராட்டும்போது) திறமை வாய்ந்தவர்; (while appreciating) wizard. வியாபாரத்தில் சூரப்புலி/ கணக்கில் சூரப்புலி

சூறைவிடு: (பொருளை) வீணடித்தல் (பணத்தைச் செலவழிப்பதில் ஒருவருடைய ஊதாரித்தனத்தைக் காட்டுவது); squander (money). நீ கஷ்டப்பட்டுச் சம்பாதித்திருந்தால் இப்படி அப்பன் பாட்டன் சொத்தைச் சூறைவிடுவாயா?

செஞ்சோற்றுக்கடன் (உ.வ.): (உணவு, உடை கொடுத்து ஆதரவு தந்த ஒருவருக்கு) நன்றி மறக்காமல் உயிரைக் கொடுத்தாவது உதவிசெய்ய வேண்டிய கடமை; debt of gratitude. சொந்தப் பிள்ளையைப் போல் என்னை வளர்த்தவருக்குச் செஞ்சோற்றுக்கடன் தீர்க்க வேண்டிய நேரம் வந்துவிட்டது.

செட்டும்கட்டுமாக: சிக்கனமாக; frugally. செட்டும்கட்டுமாகக் குடித்தனம் பண்ணத் தெரிந்தவள்./ # கட்டும்செட்டுமாக இருந்ததால்தான் பிள்ளைகளைப் படிக்கவைக்க முடிந்தது.

சொற்களின் இடம் மாற்றம்

செத்த பாம்பை அடி: (ஏற்கனவே முடிந்துபோனதை முடித்துவிடுவது என்ற) பயனற்ற செயலில் இறங்குதல்; (முடிந்துபோனது என்றாலும் மீண்டும் எழ வாய்ப்பிருப்பது போல நினைத்து) வேண்டாத செயல் செய்தல்; try to revive an issue that is dead; **flog a dead horse**. அவர்கள் இருவரும் முறைப்படி விவாகரத்துப் பெற்றுப் பிரிந்துவிட்ட பிறகு விவாகரத்தை விவாதப் பொருளாக்க வேண்டாம், செத்த பாம்பை அடிக்க வேண்டாம்./ பிரச்சினையோ முடிந்துபோயிற்று, நீங்கள் ஏன் மீண்டும் அதையே பேசிச் செத்த பாம்பை அடிக்கிறீர்கள்?

செத்தால்தானே சுடுகாடு தெரியும்: ஒருமுறையாவது அனுபவப்பட்டால்தானே என்ன செய்வது என்று தெரியும் அல்லது ஏதாவது செய்ய முடியும்; one can only learn

இ.வே. செத்திருந்தால்-

through experience. 'எனக்குப் பழக்கம் இல்லை' என்று சொல்லாதே, துணிந்து இறங்கு, செத்தால்தானே சுடுகாடு தெரியும்!/ எல்லாம் தெரிந்தது போல் காரியத்தில் இறங்கி விட்டு விழிக்கிறான், இதற்கு முன்பு செத்திருந்தால்தானே சுடுகாடு தெரியும்?

செத்துச் சுண்ணாம்பாகு 1: உருத்தெரியாமல் அழிந்து போதல் (ஒருவர் தன் நிலையை மிகைப்படுத்திக் கூறுவது); (exaggeratedly) be reduced to a wreck. என் வியாபாரம் நொடித்துப்போக இருந்த வேளையில் நீங்கள் மட்டும் உதவியிருக்காவிட்டால் நான் செத்துச் சுண்ணாம்பாகி யிருப்பேன். **2:** பெரிதும் சோர்வடைதல்; spend oneself. பையனுக்குக் கல்லூரியில் இடம் வாங்க எவ்வளவோ அலைந்தாகிவிட்டது, நாங்கள் செத்துச் சுண்ணாம் பானதுதான் மிச்சம்.

செத்துப் பிழை: பெரும் நெருக்கடிக்கு உள்ளாகி மீளுதல் (அந்த நெருக்கடியின் கடுமையை மிகைப்படுத்திக் கூறு வது); (exaggeratedly) survive a crisis. குளிர்காய்ச்சலில் செத்துப் பிழைத்தான் என்றுதான் சொல்ல வேண்டும்./ உள்நாட்டுப் போரில் சிக்கித் தவிக்கும் மக்கள் தினமும் சோற்றுக்குச் செத்துப் பிழைக்க வேண்டியவர்களாக இருக்கின்றனர்.

செத்தேன் பிழைத்தேன் என்று: ஆபத்தான சூழ்நிலை யிலிருந்து தப்பிப் பாதுகாப்பைத் தேடி விரைந்து; (running) for dear life. வன்முறையில் ஈடுபட்டவர்களைக் கலைக்கக் காவலர்கள் நடத்திய தடியடியில் சிக்காமல் செத்தேன் பிழைத்தேன் என்று அவர் வீடு வந்து சேர்ந்தார்./ நிலநடுக்கம் என்று தெரிந்ததும் செத்தோம் பிழைத்தோம் என்று எல்லாரும் ஓடினார்கள்.

இ.வே. செத்தோம் பிழைத்தோம்

செருப்பாய் உழை: (மதிப்பு, கௌரவம் எதையும் பார்க்காமலும் தன்னை வருத்திக்கொண்டும் ஒருவருக்கு) கடுமையாக உழைத்தல்; wear oneself out (serving s.o.). சிறு வயதிலிருந்தே அவன் இந்தக் குடும்பத்திற்குச் செருப்பாய் உழைத்திருக்கிறான்./ நீ என்னதான் செருப்பாய் உழைத்தா லும் அவனுக்கு நன்றி என்பதே இருக்காது.

செல்லரித்துப்போன: (காலப் போக்கில்) மதிப்பை இழந்துவிட்ட அல்லது பயன் இல்லாமல்போன; old and worn-out, moth-eaten. செல்லரித்துப்போன சம்பிரதாயங் களைக் கைவிட மறுப்பவர்களும் உண்டு.

செல்லாக் காசு: *செல்வாக்கும் மதிப்பும் இழந்த நிலை;* nonentity. *தேர்தலில் தோற்றுவிட்டார் அல்லவா, அரசிய லில் அவர் இனிமேல் செல்லாக் காசுதான்.*

செவிசாய் *(உ.வ.): அங்கீகரிக்கும் வகையில் (சொல்வதை) கேட்டல்; (வேண்டுகோளுக்கு) இணங்குதல்;* respond to a request or demand. *தொழிலாளர்களின் கோரிக்கைக்கு நிர்வாகம் செவிசாய்க்க மறுக்கிறது.*

செவிமடு *(உ.வ.): (பாடல், பேச்சு முதலியவற்றை) கேட்டல்;* listen to. *அந்த இனிய பாட்டைச் சிறிது நேரம் செவி மடுத்தேன்./ வகுப்பறையில் மாணவர்கள் ஆசிரியர் சொல் வதைச் செவிமடுக்கிறார்களா, என்ன?*

சேற்றை* வாரி இறை:** *தரக்குறைவான குற்றச்சாட்டு களைக் கூறுதல்;* slander; **throw/sling mud**. *பொது வாழ்வில் ஈடுபட்டுவிட்டால், சேற்றை வாரி இறைக்கிறார் களே எனக் கவலைப்படக் கூடாது./ விமர்சனம் என்ற பெயரில் வேண்டாதவர்மீது #புழுதி வாரித் தூற்றுகிறார் கள்./ கட்சியில் கோஷ்டிப் பூசல் அதிகமாகிவிட்டது, தினமும் ஒருவர்மீது ஒருவர் சேற்றை வாரி இறைத்துக் கொள்கிறார்கள்.*

* சகதியை/ புழுதியை; ** வீசு/தூற்று

\# -ஐ உருபு இல்லாமல்

சேற்றை வாரிப் பூசிக்கொள்: *(ஒருவர் தன் செயலால்) அவமானப்படும்படியாக நடந்துகொள்ளுதல்; அவ மானத்தை வருவித்துக்கொள்ளுதல்;* disgrace oneself. *என் மகள் ஒன்றும் சேற்றை வாரிப் பூசிக்கொள்ள மாட்டாள் என்ற நம்பிக்கை இருப்பதால்தான் அவளுக்கு இவ்வளவு சுதந்திரம் தந்திருக்கிறேன்./ அவன் நம்பிக்கைக்கு உரிய வனா? அவனுக்காக நீ பரிந்துகொண்டு வந்து சேற்றை வாரிப் பூசிக்கொள்ளாதே!*

சொக்குப்பொடி போடு: *(கேலியாக) (ஒருவரை) தன் வசப் படுத்துதல்;* (jocularly) do some magic to enslave s.o. *நீ என்ன சொக்குப்பொடி போட்டாய்? உன் கணவர் நீ சொல் கிறபடியெல்லாம் ஆடுகிறாரே!/ ஏதாவது சொக்குப்பொடி போட்டுத்தான் அவனை நம் பக்கம் இழுக்க வேண்டும் போலிருக்கிறது.*

சொட்டச்சொட்ட: *முழுக்கமுழுக்க (மழையில் நனைதல்);* drenched, soaked. *இப்படியா சொட்டச்சொட்ட நனைந்து கொண்டு வர வேண்டும்? மழை விட்ட பிறகு வந்தால் என்ன?*

சொட்டைசொள்ளை (பொ.பெ.): (ஒருவருடைய செயலில் அற்பமான முறையில் மற்றவர் காணும்) குற்றம்குறைகள்; faults (that are pointed out in a mean way). நான் எது செய்தாலும் நீ சொட்டைசொள்ளை சொல்கிறாய், அதனால் நான் உனக்கு எதுவும் செய்யப்போவதில்லை.

சொடக்குப் போட்டுக் கூப்பிடு: தகுதிக் குறைவாக நடத்துதல் (தான் கூறியபடி ஒன்று நடக்காவிட்டால் அல்லது கூறியதைச் செய்யாவிட்டால் தான் எத்தகைய மரியாதைக் குறைவிற்கும் ஆட்படத் தயார் என்ற குறிப்பில் கூறுவது); treat as worthless (a swearing that one would submit to any humiliation should he fail); **treat s.o. like dirt**. நீங்கள் சொன்னதைச் செய்யவில்லை என்றால் என்னைச் சொடக்குப் போட்டுக் கூப்பிடுங்கள்./ 'வேலை முடிந்த பிறகு வந்து பாருங்கள், அப்போதும் சுவரில் பூச்சு சரி இல்லை என்றால் என்னைச் சொடக்குப் போட்டுக் கூப்பிடுங்கள்' என்றார் மேஸ்திரி.

சொத்து சுகம்: சொத்தும் சொத்து தரும் வசதியும்; wealth and comfort. அவருக்குச் சொத்து சுகம் எதுவும் கிடையாது./ சொத்து சுகம் அதிகம் இருந்தால் கவலையும் கூடி விடுகிறது./ சொத்து சுகத்திற்கு ஆசைப்பட்டா உங்களைக் கல்யாணம்செய்துகொண்டேன்?

சொத்துப்பத்து (வ.வ.): சொத்தும் சொத்தாக மதிக்கத் தகுந்த பிறவும்; property or possessions. இவ்வளவு சொத்துப் பத்து இருந்து என்ன பயன்? அவருக்கு ஒரு வாரிசு இல்லையே!/ சொத்துப்பத்து இல்லாவிட்டால் மதிக்க மாட்டார்கள்.

சொத்தைசொள்ளை: (காய்கறி போன்றவற்றில்) புழு, பூச்சி அரித்தது; கெட்டுப்போனது; (of vegetables, etc.) wormeaten; rotten. காய்கறியைப் பார்த்து வாங்காமல் சொத்தை சொள்ளையையெல்லாம் வாங்கி வந்திருக்கிறீர்களே./ வேர்க் கடலை படி பத்து ரூபாய் என்கிறாய், ஆனால் எல்லாம் சொத்தைசொள்ளையாக இருக்கிறதே!

சொந்தக் காலில் நில்: பிறரைச் சார்ந்திராமல் சுதந்திரமாக இருத்தல்; தன் பலத்தின் ஆதாரத்தில் செயல்படுதல்; be self-reliant; **stand on one's own feet/legs**. முதலில் ஒரு வேலை தேடிக்கொண்டு சொந்தக் காலில் நிற்க வேண்டும், பிறகுதான் திருமணம்./ தன் காலில் நிற்கிற அளவுக்கு என் மகளை வளர்த்திருக்கிறேன்./ இவர்கள் அனைவரும்

மா.வ. என்/உன்/தன் (சொந்த) காலில் நில்

வேலைக்குப் போகிற, #தங்கள் சொந்தக் காலில் நிற்கிற, படித்த பெண்கள். — # பன்மை வடிவிலும்

சொல்கிற மாதிரி இல்லை: *சிறப்பாகக் குறிப்பிட்டுக் கூறும் முறையில் இல்லை;* not worth mentioning; not commendable. 'பையன் பரிட்சையில் எவ்வளவு மதிப்பெண் வாங்கியிருக்கிறான்?' 'சொல்கிற மாதிரி ஒன்றும் இல்லை'./ அவருக்கென்று சொல்லிக்கொள்கிற மாதிரி எந்தச் சொத்தும் இல்லை, இந்த வேலையை நம்பித்தான் இருக்கிறார்./ தனியார் நிதிநிறுவனங்கள் சிலவற்றின் செயல்பாடுகள் சொல்லும்படியாக இல்லை. — பொ.வி. 1; இ.வே. சொல்லிக் கொள்கிற; மா.வ. சொல்லும் படியாக இல்லை

சொல்லப்போனால்: *உண்மை நிலை என்னவென்றால்;* as a matter of fact; actually; in fact. இவர்கள் ஏன் ஒப்பாரி வைக்கிறார்கள் என்று புரியவில்லை, சொல்லப்போனால் நான்தான் துக்கப்பட வேண்டும்./ உங்களுக்காகத்தான் இந்தக் காரியத்தில் இறங்குகிறேன், பார்க்கப்போனால் இதனால் எனக்கு ஒரு நன்மையும் இல்லை./ சொல்லப் போனால் சமரசம் ஏற்படுவதற்குப் பதிலாகப் பிரச்சினை பெரிதாகியிருக்கிறது. — மா.வ. பார்க்கப் போனால்

சொல்லவும் முடியாமல் மெல்லவும் முடியாமல்: *(விஷயத்தை வெளிப்படுத்த வேண்டிய கட்டாயத்தை உணர்ந்தாலும்) வெளிப்படுத்த முடியாமல்;* in a predicament (where one could neither conceal nor express one's feelings). கணவன் தன்னைக் கொடுமைப்படுத்துவதைத் தாயிடம் சொல்லவும் முடியாமல் மெல்லவும் முடியாமல் தவித்தாள்./ தான் செய்த சிறுபிள்ளைத்தனமான தவற்றைச் சொல்லவும் முடியாமல் மெல்லவும் முடியாமல் விழித்தார்!

சொல்லிவைத்தாற் போல: *முன்கூட்டியே திட்டமிட்டது என்று தோன்றும்படி;* as if agreed upon or preplanned. தேர்வில் இருவரும் சொல்லிவைத்தாற் போல ஒரே மதிப் பெண் வாங்கியிருக்கிறீர்களே!/ பறவைகள் சொல்லி வைத்தாற் போலக் குறிப்பிட்ட மாதங்களில் இந்த நீர் நிலைக்கு வருகின்றன./ விருந்தினர் வந்திருக்கும்போது சொல்லிவைத்தாற் போல வேலைக்காரி வர மாட்டாள். — பொ.வி. 1

சோற்று மூட்டை: *வேறு எதற்கும் தகுதி இல்லாமல் உண்டு கொழுத்திருப்பவர்;* overfed idler. நான் எதற்கும் லாயக்கு இல்லை, சோற்று மூட்டை என்ற எண்ணம் உங்களுக்கு!

சோறுதண்ணி (பொ.பெ.): *சாப்பாடு;* food. அவருக்கு — -தண்ணி

வெற்றிலை பாக்கு இருந்தால் போதும், சோறுதண்ணி வேண்டாம்./ சோறுதண்ணி கண்டு பல நாட்கள் ஆனவன் போல் இருந்தான். ←தண்ணீர்

சோறு போடு: வாழ்க்கை நடத்தப் போதுமானவற்றைத் தருதல்; provide a livelihood. நான் சிறு வயதில் கற்ற தொழில்தான் இப்போது எனக்குச் சோறு போடுகிறது./ என் கணவர் காலமான பிறகு இந்தத் தையல் இயந்திரம் தான் கைகொடுத்தது, இப்போதும் அதுதான் என் குடும்பத் திற்குச் சோறு போடுகிறது.

டப்பா அடி (வ.வ.): மனப்பாடம்செய்தல், learn by rote. சிறு வயதிலிருந்தே பாடங்களை டப்பா அடித்துப் பழகி விட்டேன்.

டமாரம் அடி: (செய்தியை) எல்லாரிடமும் பகிரங்கமாகத் தெரிவித்தல் அல்லது பரப்புதல்; trumpet (a news, etc.). எனக்கு வேலை கிடைத்த விஷயத்தை அதற்குள் டமாரம் அடித்துவிட்டாயா?/ உன் சாதனைகளை நீயே டமாரம் அடித்துக்கொள்ளாதே.

டேரா போடு* (அ.வ.): (எதிர்பார்ப்பிற்கு மாறாக விருந்தாளி) நீண்ட நாள் தங்கிவிடுதல்; overstay one's welcome. தூரத்து உறவு என்று சொல்லிக்கொண்டு வந்து ஒரு மாதம் டேரா போட்டுவிட்டார்./ தீபாவளிக்கு வந்தவன் இங்கேயே டேரா அடித்துவிட்டாயா? * அடி

தகப்பன்சாமி (அ.வ.): இளைஞனாக இருந்தாலும் பெரிய வர்களுக்கும் அறிவுரை கூறும் அளவுக்குப் போய் விட்டவன்; a youngster impudent enough to advise an elder. 'எனக்கு இருப்பது ஒரே பையன்தான், அவனும் தகப்பன் சாமி' என்று குறைபட்டுக்கொண்டார்.

தங்கக்கம்பி: மிகவும் நல்லவன்/ள்; (குணத்தில்) அருமை யானவன்/ள்; person of exemplary conduct. நீங்கள் சொன்ன படி பையன் தங்கக்கம்பிதான்!/ அவருடைய குழந்தைகள் அனைவருமே குணத்தில் தங்கக்கம்பிகள்தான்.

தங்குதடை: (சீராகச் சென்றுகொண்டிருக்கும் ஒன்றில்) இடையீடு அல்லது குறுக்கீடு (அது ஏற்படுவதில்லை என்ற குறிப்பில் கூறுவது); (without) let or hindrance. பேச்சு தங்குதடை இல்லாமல் வெளிப்பட்டது./ கதையின் தங்கு தடையற்ற ஓட்டம்.

தட்டிக்கழி: *(வேண்டுகோள் முதலியவற்றை) ஏதோ காரணம் காட்டித் தவிர்த்தல்;* evade (doing sth.); avoid. நன்கொடை கேட்டால் 'ஒரு வாரம் கழித்து வாருங்கள் பார்க்கலாம்' என்று கூறி எதுவும் தராமல் தட்டிக்கழித்துக்கொண்டே போகிறார்./ அமைச்சரை நேரில் சந்திக்கும் வாய்ப்பைக் கல்லூரி முதல்வர் ஏனோ தட்டிக்கழித்துவிட்டார்.

தட்டிக்கேள்: *(வரன்முறையை மீறித் தன்னிச்சையாகச் செயல்படுபவரை) கண்டித்தல்;* pull (s.o.) up. இவன் செய்கிற அக்கிரமத்தை ஊரார்தான் தட்டிக்கேட்க வேண்டும்./ தவறாக நடந்துகொள்ளும் அரசைத் தட்டிக்கேட்கும் உரிமை மக்களுக்கு உண்டு.

தட்டிக்கொட்டி: *(சிறு தொகையைக்கூட விடாமல்) திரட்டியெடுத்து;* scraping together. இருந்த பணத்தையெல்லாம் தட்டிக்கொட்டிப் பையனைப் படிக்கவைத்துவிட்டோம்./ நீ கேட்கும் அவ்வளவு தொகை என்னிடம் இல்லை, தட்டிக் கொட்டிப் பார்த்தால் என்னிடம் ஏதோ நூறோ இருநூறோ தேறும்.

தட்டிக்கொடு: *(பாராட்டி) உற்சாகப்படுத்துதல்; ஊக்கப் படுத்துதல்;* encourage (s.o. by appreciating him); **give s.o. a pat on the back**. தொழிலாளர்களைத் தட்டிக்கொடுத்து வேலைவாங்கத் தெரிந்தவர்./ குழந்தைகளைக் குறைகூறிக் கொண்டே இருக்காதீர்கள், அவ்வப்போது தட்டிக் கொடுங்கள்.

தட்டி(கொண்டு)செல்*: *(கிடைப்பதற்கு அரிதாக இருப்பதை) எளிதில் பெறுதல்;* walk away with (sth.). ஒலிம்பிக் போட்டிகளில் குறிப்பிட்ட சில நாடுகளே தங்கப் பதக்கங்களைத் தட்டிச்செல்கின்றன./ இப்போது பல மாணவர்கள் கணக்கில் நூற்றுக்கு நூறு மதிப்பெண்கள் தட்டிக்கொண்டு போகிறார்கள். * போ

தட்டுக்கெடு 1: *(புத்தி) தடுமாறுதல்; (அறிவை இழந்தது போன்று) சீரழிதல் (ஒருவருடைய நடத்தையைக் கண்டு கோபம் அடைந்து கூறுவது);* be out of one's mind; **go to seed**. உன் அண்ணனை இப்படித் திட்டுகிறாயே, உனக்குப் புத்தி தட்டுக்கெட்டுவிட்டதா?/ சொன்னபடி கேட்காதவன் எப்படித் தட்டுக்கெட்டு அலைந்தால்தான் என்ன? **2:** *வீணாதல்; நஷ்டமாதல்;* go awry. இரண்டு நிமிடம் என்னுடன் பேசுவதால் ஒன்றும் தட்டுக்கெட்டுப்போய் விடாது./ ஏதோ என்னால்தான் எல்லாம் தட்டுக்கெட்டு

விட்டது போல் பேசுகிறாயே.

தட்டுத்தடங்கல்: முட்டுக்கட்டை; குறுக்கீடு; hitch. அவருக்கு எந்தக் காரியமும் தட்டுத்தடங்கல் இல்லாமல் நிறைவேற வேண்டும்./ தட்டுத்தடங்கலோடுதான் எந்தக் காரியமும் நடைபெறுகிறது, என் ராசி அப்படி.

தட்டுத்தடுமாறு: (இயல்பாகச் செய்ய முடியாமல்) திணறுதல்; falter; fumble. இருட்டில் தட்டுத்தடுமாறிப் படி ஏறினான்./ பதில் சொல்ல முடியாமல் தட்டுத்தடுமாறினான்./ கம்பை ஊன்றிக்கொண்டு தட்டுத்தடுமாறியவாறு நடந்து வந்தார்.

தடம்புரள்: (சொன்னதற்கு மாறாக) பேச்சு மாறுதல்; backtrack; shift one's ground. முற்போக்காகப் பேசிவிட்டுத் தடம்புரளக்கூடிய ஆள் அவன் இல்லை.

தடி எடுத்தவன்(எல்லாம்) தண்டல்காரன்: வன்முறையைக் கைக்கொள்பவனே அதிகாரத்தைப் பெறுகிறான் (நியாயமான முறைகளைவிட வன்முறையே பலன் தருகிறது என்று சலிப்போடு கூறுவது); might is right. நாடு போகிற போக்கைப் பார்த்தால் தடி எடுத்தவனெல்லாம் தண்டல்காரன் ஆகிவிடுவான் போலிருக்கிறது!/ தடி எடுத்தவன் தண்டல்காரன் ஆகும்போது நீதி நேர்மையைப் பற்றிக் கவலைப்படுபவர் யார்?

தடுக்கி விழுந்தால்: எங்கு பார்த்தாலும்; பார்க்கும் இடமெல்லாம்; everywhere; wherever you look. இந்த ஊரில் தடுக்கி விழுந்தால் சினிமாக் கொட்டகையாக இருக்கிறது./ சிவகாசியில் தடுக்கி விழுந்தால் தீப்பெட்டித் தொழிற்சாலைதான்!

தண்டச்சோறு 1: (வருமானம் எதுவும் இல்லாமல்) பிறருடைய தயவில் வாழ்ந்து சாப்பிடும் சாப்பாடு; living on charity. இன்னும் எத்தனை நாளைக்குத்தான் தண்டச்சோறு சாப்பிடப் போகிறேனோ தெரியவில்லை. **2:** பிறர் தயவில் வாழ்பவர்; parasite. என்னை என்ன தண்டச்சோறு என்று நினைத்தாயா? இப்பொழுது மாதம் ஆயிரம் ரூபாய் சம்பாதிக்கிறேன்.

தண்டம் அழு: (காரியம் நிறைவேற வேண்டி) கட்டாயத்தின் காரணமாகப் பணம் கொடுத்தல்; be compelled to give money. அலுவலகத்தில் பலருக்குத் தண்டம் அழுதாகி

விட்டது, இன்னும் என் கோப்பு நகரவில்லை./ ஒவ்வொரு நாளும் அவன் வெளியில் கிளம்பும்போது பத்து ரூபாயாவது தண்டம் அழுதால்தான் நாம் சொல்வதைச் செய்வான்.

தண்ணீர் இல்லாக் காடு: *அடிப்படை வசதிகள்கூட இல்லாத இடம்;* a place without basic amenities; god-forsaken place. *நீங்கள் நினைப்பது போல எங்கள் ஊர் ஒன்றும் தண்ணீர் இல்லாக் காடு அல்ல, ஒரு முறை வந்து பாருங்கள், என்னென்ன வசதிகள் இருக்கின்றன என்பது தெரியும்!/ ஏன் மேலதிகாரிகளைப் பகைத்துக்கொள்கிறாய்? உன்னைத் தண்ணி இல்லாக் காட்டுக்கு மாற்றி விடப்போகிறார்கள்.* *தண்ணீர்→ தண்ணி*

தண்ணீர்காட்டு: *(ஒருவரை) அலைக்கழித்துப் பாடாய்ப் படுத்துதல்; (ஒருவருக்கு) பிடிபடாமல் நழுவிப்போதல்;* elude; dodge. *அவன் வாங்கிய கடனை ஒழுங்காகத் திருப்பித்தராமல் எனக்குத் தண்ணீர்காட்டுகிறான்./ அவன் போலீஸ்காரர்களுக்கே தண்ணிகாட்டிய கில்லாடியாயிற்றே!/ வைரஸ் கிருமிகளால் ஏற்படும் சில நோய்கள் மருத்துவ ஆராய்ச்சியாளர்களுக்குத் தண்ணீர்காட்டி வருகின்றன.* *தண்ணீர்→ தண்ணி*

தண்ணீர் குடித்தது போல: *(முயற்சிசெய்ய வேண்டிய தேவை இல்லாமல்) சர்வ சாதாரணமாக;* with practised ease. *சுற்றுலாச் செல்வதாக இருந்தால் இவரை அழைத்துச் செல்லுங்கள், இவருக்குத் தமிழகச் சாலைகள் அனைத்தும் தண்ணீர் குடித்தது போலப் பழக்கம்./ அடுத்தவன் சொத்தை அபகரிப்பது இவனுக்குத் தண்ணீர் குடிப்பது போல அல்லவா இருக்கிறது!* *பொ.வி. 1*

தண்ணீர் தெளி: *(உற்சாகம் முதலியவற்றை) குறைத்தல் அல்லது தணித்தல்;* dampen (one's enthusiasm); **pour cold water on** (sth.). *நாம் இதைச் செய்ய வேண்டும் என்று உற்சாகமாக இருக்கிறோம், வேறு சிலரோ நம் உற்சாகத்தில் தண்ணீர் தெளிக்கப் பார்க்கிறார்கள்.*

தண்ணீர் தெளித்துவிடு: *(தன் கட்டுப்பாட்டில் உள்ள ஒருவரை ஒழுங்குக்குக் கொண்டுவர முடியாது என்று ஆன பிறகு அவர் செயலுக்குத் தான்) பொறுப்பல்ல என்று விட்டுவிடுதல்;* renounce responsibility for s.o.; **wash one's hands of** (s.o.). *அப்பா அண்ணனை என்றோ தண்ணீர் தெளித்துவிட்டுவிட்டார்./ அவன் யாருக்கும்*

அடங்குவதில்லை, அவனை எல்லாரும் தண்ணீர் தெளித்து விட்டுவிட்டார்கள்.

தண்ணீர்பட்ட பாடு **1:** *(எந்த விதச் சிரமமும் இல்லாமல்) சுலபமாகச் செய்யக் கூடியது;* sth. accomplished effortlessly; **a piece of cake** (for s.o.). *குணச்சித்திர வேடமெல்லாம் அந்த நடிகைக்குத் தண்ணீர்பட்ட பாடு.* **2:** *மிக நன்கு அறிந்த ஒன்று;* (sth. one is) well versed in. *சட்டம் அவருக்குத் தண்ணீர்பட்ட பாடு./ சங்கீதம் அவருக்குத் தண்ணீர்பட்ட பாடாக இருப்பதால் அது சம்பந்தமாக என்ன கேள்வி கேட்டாலும் உடனே பதில் சொல்லுவார்.* **3:** *தாராளமாகக் கிடைக்கக் கூடியது;* sth. freely available. *எங்கள் வீட்டில் காப்பி தண்ணிபட்ட பாடு, யார் எப்போது வந்தாலும் கிடைக்கும்./ வைர வியாபாரி வீட்டுப் பெண்கள் வைரமாகப் போட்டிருப்பதில் என்ன ஆச்சரியம் இருக்கிறது, வைரம் அவர்களுக்குத் தண்ணீர்பட்ட பாடு!* — தண்ணீர்→ தண்ணி

தண்ணீராகச் செலவழி: *(பணத்தை) தாராளமாகவும் அளவில்லாமலும் செலவிடுதல்;* spend (money) lavishly or liberally; spend (money) like water. *இப்போதெல்லாம் பணத்தைத் தண்ணீராகச் செலவழித்தால்தான் தேர்தலில் வெற்றி பெற முடியும்./ அவர் பணத்தைத் தண்ணீராக இறைத்து மகனைப் படிக்கவைத்தார்.* — மா.வ. தண்ணீராக (வாரி) இறை

தண்ணீரில் எழுதிவை: *(ஒன்றைச் செய்வதாக ஒருவர் சொல்வதை) நம்ப முடியாததால் முக்கியத்துவம் தராமல் விட்டுவிடுதல்;* dismiss (s.o.'s promise) as lacking in credibility. *இதுவரை சொன்னது எதையாவது செய்திருக்கிறாயா? நீ சொல்வதைத் தண்ணீரில் எழுதிவைக்க வேண்டியதுதான்./ அடுத்த வாரம் வருவதாகச் சொல்லிவிட்டுப் போயிருக்கிறான் என்றாலும் அவன் பேச்சைத் #தண்ணீரில்தான் எழுதிவைக்க வேண்டும்.* — # -தான் இடைச் சொல்லுடன்

தந்தியடி: *(ஒருவரின் கை, கால், உதடுகள், பற்கள் ஆகியவை பயத்தால் அல்லது குளிரால்) உதறுதல்; நடுங்குதல்;* (of lips, hands and legs) tremble (with fear or cold); (of teeth) chatter. *ஆசிரியர் பிரம்பை எடுத்ததும் பையனின் கை கால்கள் தந்தியடிக்க ஆரம்பித்துவிட்டன./ குளிரில் பற்கள் தந்தியடித்தன.*

தப்பித்தவறி **1:** *கவனக்குறைவாக;* inadvertently. *அவள் தப்பித்தவறிக்கூடத் தன் கடந்த காலத்தைப்பற்றிப் பேசுவதில்லை./ உங்கள் மனம் புண்படும்படியாகத் தப்பித்தவறி*

ஏதாவது பேசியிருந்தால் மன்னித்துக்கொள்ளுங்கள். **2:** (ஒன்று நிகழ்வதற்கான வாய்ப்பு இல்லை என்றாலும்) எதிர்பாராத வகையில்; தற்செயலாக; in the unlikely event of; in case. நாங்கள் இருந்த அவசரத்தில் தப்பித்தவறி அவரைப் பார்த்திருந்தாலும் பேசியிருக்க முடியாது./ அவர் வீட்டில் தான் இருப்பார், தப்பித்தவறி எங்காவது போயிருந்தால் அவர் மனைவியிடம் கொடுத்துவிட்டு வா.

தப்பித்தோம் பிழைத்தோம் என்று: (வேறு எதையும் பொருட்படுத்தாமல் ஆபத்தான அல்லது நெருக்கடியான நிலையிலிருந்து) விடுபட்டால் போதும் என்று; for dear life. அவர்கள் கலவரப் பகுதியிலிருந்து தப்பித்தோம் பிழைத் தோம் என்று ஓடிவந்துவிட்டார்கள்./ விடாமல் ஒரு மணி நேரமாகப் பேசிக்கொண்டிருந்த மாமாவிடமிருந்து தப்பித் தோம் பிழைத்தோம் என்று வீட்டுக்கு வந்து சேர்ந்தோம்.

தப்புக்கணக்குப் போடு: (ஒரு நிலைமையை) உண்மைக்கு மாறாக மதிப்பிடுதல்; தவறாக மதிப்பிடுதல்; miscalculate; misjudge. தென் மாநிலங்களில் பெரும் ஆதரவு இருப்பதாக அந்தக் கட்சி தப்புக்கணக்குப் போட்டுவிட்டது./ அவன் நமக்கு உதவிசெய்வான் என்பது அவனைப்பற்றி நீ #போட்டிருக்கும் தப்புக்கணக்கு!/ நடிகர் நடிகைகளைப் பற்றிய செய்திகள் இல்லாமல் பத்திரிகை விற்பனையாகும் என்று நீ தப்புக்கணக்குப் போடுகிறாய். # சொற்களின் இடம் மாற்றம்

தப்புத்தண்டா: முறையற்ற காரியம்; bad ways; improper means. எந்த ஒரு தப்புத்தண்டாவுக்கும் போகாமல் அமைதி யாக வாழ்ந்துகொண்டிருந்தார்./ தப்புத்தண்டாப் பண்ணிப் பணம் சம்பாதித்தான் என்று அவனைப்பற்றிச் சொல்ல முடியாது.

தப்பும் தவறுமாக: அதிகத் தவறுகளுடன்; with many mistakes. அவசரத்தில் கணக்கைத் தப்பும் தவறுமாகப் போட்டிருக்கிறாய்./ கடிதத்தின் முதல் வரியிலேயே 'அன்புல்ல அன்னா' என்று என் தம்பி தப்பும் தவறுமாக எழுதியிருந்தான்.

தம்பட்டம் அடி 1: (தன் தொடர்பானவற்றை) தற்பெருமை யுடன் கூறுதல்; brag about (sth.). எல்லாரும் போன பிறகு 'நம்மைப்பற்றி ஏன் இப்படித் தம்பட்டம் அடித்துக் கொண்டோம்' என்று நினைத்து வெட்கப்பட்டாள்./ வாழ்க்கையில் யாரும் பெறாத வெற்றியைப் பெற்றுவிட் டதாய்த் தம்பட்டம் அடித்துக்கொள்பவர் அல்ல அவர்./

நாம் வீடு வாங்கியிருக்கும் விஷயத்தை உன்னால் தம்பட்டம் அடிக்காமல் இருக்க முடியாதா? **2:** காண்க: தமுக்கடி.

தமுக்கடி (அ.வ.): (மறைக்க வேண்டிய செய்தியைக் கூட) பலர் அறியப் பரப்புதல்; make public (sth. which should be kept private). தனக்கு நிறையக் கடன் இருக்கிறது என்று ஏன் ஊர் முழுக்கத் தமுக்கடித்துக்கொள்கிறான்?

தர்ம அடி: குற்றம்செய்தவர் பிடிபட்ட சமயத்தில், அந்த இடத்தில் இருப்பவர்கள் அனைவரும் சேர்ந்து அவருக்குக் கொடுக்கும் அடி, உதை; beating of an offender by all present under cover of anonymity. பேருந்தில் யாருடைய பையையோ எடுக்க முயன்று பிடிபட்ட திருடனுக்குத் தர்ம அடி விழுந்தது./ இந்தக் கூட்டத்தில் பெண்களிடம் ஏதாவது தகராறு செய்தாயானால் தர்ம அடி தப்பாமல் கிடைக்கும்.

தர்மம் தலை காக்கும்: முன்னர் செய்த நன்மை பின்னொரு சமயம் காப்பாற்றும் (பெரும்பாலும் ஆபத்திலிருந்து தப்பிய நேரத்தில் கூறுவது); (an expression that) one's virtuous deeds will come to one's rescue (at a time of difficulty). விபத்திலிருந்து தப்பிப் பிழைத்தவர் சொன்னார் 'என் முன்னோர் செய்த தர்மம் என் #தலையைக் காத்தது என்று நினைக்கிறேன்.' — இ.வே. காத்தது; # -ஐ உருபுடன்

தரித்திர நாராயணன் (அ.வ.): பரம ஏழை; பொருள் எதுவும் இல்லாதவன்; very poor; impoverished person. அவனே ஒரு தரித்திர நாராயணன், அவனிடம் போய் நீ கடன் கேட்டாயே!/ செல்வச் செழிப்புடன் இருந்த நாங்கள் விதிவசத்தால் #தரித்திர நாராயணர்கள் ஆகிவிட்டோம். — # -கள் விகுதியுடன்

தரையில் கால் பாவவில்லை: (ஒருவருக்கு) மகிழ்ச்சியால் அல்லது பெருமையால் நிலைகொள்ளவில்லை; very elated; **walk on air**. தான் எழுதிய கதைக்கு முதல் பரிசு கிடைத்தது கேட்டு அவனுக்குத் தரையில் கால் பாவவில்லை./ பெரிய இடங்களில் தொடர்பு ஏற்பட்டு விட்டது அல்லவா, இனி அவனுக்குக் # கால் தரையில் பாவாது! — பொ.வி. 4; # சொற்களின் இடம் மாற்றம்

தலை இருக்க வால் ஆடுகிறது: பொறுப்புக்கு உரியவர் சும்மா இருக்கும்போது அவரை முந்திக்கொண்டு அவரோடு சம்பந்தப்பட்ட பிறர் செயல்படுவதைக் குறிப்பிடப் பயன்படுத்தும் தொடர்; an expression used to — இ.வே. ஆடுவது

disapprove of the presumptuous behaviour of s.o. என்னை ஒரு வார்த்தை கேட்காமல் இதைச் செய்திருக்கிறாய், நீ என்ன பெரிய மனுஷனாகிவிட்டாயா? தலை இருக்க வால் ஆடுகிறதோ!/ பெரியவர் நீங்கள் இருக்கையில் நான் போய்ச் சம்பந்தம் பேசினால் தலை இருக்க வால் ஆடுகிறது என்பார்கள்./ தலை இருக்க வால் ஆடுவதை இந்த வீட்டில்தான் பார்க்கலாம்! பெரியவர்கள் வாயைத் திறக்க மாட்டார்கள், எல்லாம் மகன்கள் சொன்னபடிதான் நடக்கும்.

தலை உருள்[1]: *(ஒரு பிரச்சினையில் ஒருவர் பெயர் தொடர்புபடுத்தப்பட்டு) குறைகூறப்படுதல்;* be criticized unfairly. நடந்த விஷயத்துக்கும் எனக்கும் துளிகூடச் சம்பந்தம் கிடையாது, ஆனால் என் தலை உருள்கிறது./ நீதான் அவன் மனத்தைக் கலைத்துவிட்டாயாம், அவன் வீட்டில் உன் தலை உருண்டுகொண்டிருக்கிறது./ அரசியல்வாதிகளோடு தொடர்புவைத்திருப்பதால்தான் பத்திரிகைகளில் இந்தச் சாமியாரின் தலை உருள்கிறது.

தலை உருள்[2] **1:** *(செய்த தவறு கண்டுபிடிக்கப்படும்போது அதனோடு சம்பந்தப்பட்ட) நபர் தண்டிக்கப்படுதல்; ஒருவர் பதவி நீக்கம் செய்யப்படுதல்;* be punished; be dismissed. விசாரணைக் கைதி மரணமடைந்ததை ஒட்டிக் காவல் துறையில் ஏற்கனவே ஒரு தலை உருண்டது, இன்னும் சில முக்கிய #தலைகள் உருளலாம்./ அமைச்சரவை மாற்றியமைக்கப்படும்போது தன் தலை உருளுமோ என்ற கலக்கத்தில் இருக்கிறாராம் ஓர் அமைச்சர்! **2:** *(தேர்தலில்) ஒருவர் தோல்வியைத் தழுவுதல்;* be defeated; lose out. தேர்தலில் இந்தக் கட்சி தோல்வி அடையும் என்பது எதிர்பார்த்ததுதான், ஆனால் பெரிய தலைகள் உருளும் என்று யாரும் எதிர்பார்க்கவில்லை.

#-கள் விகுதியுடன்

தலைக்கு ஆபத்து: *(ஒருவருக்கு நேர இருக்கும்) மோசமான கதி; (தற்போதைய நிலைமைக்குக் காரணமான) பாதகம்;* danger (to one's life, position, etc.); one's undoing. தலைக்கு ஆபத்து வரவிருக்கிறது என்று மனம் எச்சரித்தது./ 'அதிருப்தியாளர்கள் வைத்த விருந்தில் கலந்துகொண்டதுதான் தலைக்கு ஆபத்தாகப் போயிற்று' என்றார் பதவி இழந்த அமைச்சர்.

தலைக்குத் தண்ணீர் விடு: *(பெரும்பாலும் அம்மை போன்ற நோய் நீங்கிய பிறகு அல்லது ஒரு பெண் பூப்பெய்திய பிறகு முதல் முறையாக) குளித்தல் அல்லது*

குளிப்பாட்டுதல்; take bath or bathe (for the first time on recovery from illness or as a purificatory ceremony for a girl on her puberty). உன் மகனுக்கு அம்மை வார்த்திருந்ததே, தலைக்குத் தண்ணீர் விட்டாயிற்றா?/ தாய்மாமன் வராமல், பூப்பெய்திய பெண்ணுக்குத் தலைக்குத் தண்ணீர் விட முடியுமா?

தலைக்குத் தலை: *(கூடியிருப்பவர்கள்) கட்டுப்பாடில்லாமல் தத்தம் விருப்பத்திற்கு (பேசுதல், கேள்வி கேட்டல்);* (of members of a group) each one in a disorderly manner (demanding, shouting, etc.). ஏன் தலைக்குத் தலை கூச்சல் போடுகிறீர்கள்? யாராவது ஒருவர் பேசுங்கள்./ தலைக்குத் தலை பேசிக் காரியத்தைக் கெடுத்துவிடாதீர்கள்.

தலைக்குமேல்: *அளவுக்கதிகமாக; மிகுதியாக;* a lot of; **up to one's ears** (in sth.). தலைக்குமேல் வேலை இருக்கிறது, அரட்டையடிக்க நேரம் இல்லை./ தலைக்குமேல் கடனை வைத்துக்கொண்டு எப்படி நிம்மதியாக இருக்க முடியும்?

தலைக்குமேல் வெள்ளம்: *எதுவும் செய்து தடுக்க முடியாத மோசமான நிலை;* situation that has got out of one's hands. வியாபாரத்தில் பெரும் நஷ்டம், தலைக்குமேல் வெள்ளம் போய்விட்டது, இனிமேல் கவலைப்பட்டு என்ன பயன்?/ பையன் பெண்ணை வீட்டுக்கே அழைத்துவந்து விட்டான், தலைக்குமேல் வெள்ளம் வந்துவிட்டது, இனியும் திருமணம் செய்துவைக்காமல் இருப்பது நல்லதல்ல.

தலைக்கேறு: *(கோபம், கர்வம் முதலியவை) மிகுதியாதல் அல்லது விரைவாக அதிகரித்தல்;* (of anger, pride, etc.) swell; rise high. உனக்குக் கர்வம் தலைக்கேறி என்ன பேசுகிறோம் என்றே தெரியாமல் பேசுகிறாய்./ நான் சொன்னதைக் கேட்டதும் அவருக்குக் கோபம் தலைக்கேறியது.

தலைகாட்டு 1: *வந்ததாகக் காட்டிக்கொள்ளுதல் (தனக்குப் போதிய நேரம் இல்லாததால் அல்லது பிறர் எதிர்பார்க்கும் அளவுக்குத் தங்கியிருக்க முடியாமல் புறப்பட்டு விடுதல் என்பது குறிப்பு);* make a flying visit; **show one's face**. திருமண வரவேற்புக்குப் போய்த் தலைகாட்டிவிட்டு வந்துவிடுகிறேன்./ சென்னையில் வேலைபார்க்கும் என் மகன் மாதம் ஒரு முறை வந்து #தலையைக் காட்டிவிட்டுப் போய்விடுகிறான். **2:** *(இருக்கும் இடத்தை விட்டு) வருதல்; (வெளியில்) கிளம்புதல்; (ஊரில்) நடமாடுதல்;* go outdoors; venture out. அப்பா காலமான பிறகு அம்மா அறைக்குள்

மா.வ.
தலைநீட்டு
(இரண்டாவது பொருளில்)

#-ஐ உருபுடன்

ளேயே பெரும்பாலும் இருக்கிறாள், வெளியே தலையைக் காட்டுவதில்லை./ இனக் கலவரம் ஏற்பட்டிருப்பதால் வெளியில் தலைகாட்ட முடியவில்லை./ என் தம்பியின் நடத்தையால் ஊரில் தலைநீட்ட முடியவில்லை. **3:** *(குறிப்பிட்ட உணர்ச்சி ஒருவரிடம்) ஏற்படுதல்; (திரைப்படம் முதலியவற்றில் ஒருவர் சிறிது நேரமே) தோன்றுதல்; (நோய், பஞ்சம் முதலியவை நாட்டில்) தோன்றுதல் அல்லது உண்டாதல்;* (of emotions) show; show oneself briefly; (of disease, famine, etc.) appear. *அவருடைய பேச்சில் விரக்தி தலைகாட்டியது./ ஒரே ஒரு படத்தில் கோட்டைக் காவலாளியாகத் தலைகாட்டியிருக்கிறார்./ நம் நாட்டின் ஏதாவது ஒரு பகுதியில் அவ்வப்போது பஞ்சம் தலையைக் காட்டத்தான் செய்கிறது.*

தலைகால் தெரியாது*: *(கர்வம், மகிழ்ச்சி முதலியவை மிகுந்துவிடும்போது) கட்டுப்பாடும் நிதானமும் இருக்காது (இது பண்பான நடத்தை அல்ல என்று மற்றவர் கருதுவது);* behave unrestrainedly. *நாலு காசு கையில் வந்து விட்டால் அவனுக்குத் தலைகால் தெரியாது./ அதிக அதிகாரம் இல்லாத பதவி கிடைத்ததற்கே இவர்கள் தலைகால் தெரியாமல் ஆடுகிறார்களே./ இந்திப் படத்தில் நடிக்கும் வாய்ப்புக் கிடைத்துவிட்டதால் அவருக்குத் தலை கால் தெரியவில்லை!*

* புரியாது பொ.வி. 4

தலைகீழ் 1: *(இருக்க வேண்டிய முறைக்கு) முற்றிலும் முரண்;* (of change) radical. *அலுவலகத்தில் இப்படித் தலைகீழான மாற்றம் நிகழும் என்று நான் எதிர்பார்க்க வில்லை.* **2:** *(முன்பு இருந்தவற்றுக்கு அல்லது சொல்லப் பட்டதற்கு) நேர் எதிர்;* the opposite; the reverse. *செய்யச் சொன்ன வேலையை இப்படித் தலைகீழாகச் செய்திருக் கிறாயே./ இந்த வீட்டில் எல்லாம் தலைகீழ்தான், தலை தீபாவளிக்கு மாமனார் தன் குடும்பத்துடன் மாப்பிள்ளை வீட்டுக்குப் போவார்!*

தலைகீழ்ப் பாடம் 1: *எந்த வரிசையில் எப்படிக் கேட்டாலும் சொல்லக்கூடிய அளவுக்கு மனப்பாடம்;* knowing (a subject) backwards. *திருக்குறள் முழுவதும் அவருக்குத் தலைகீழ்ப் பாடம்./ இந்த விதிமுறைகளெல்லாம் அவனுக்குத் தலைகீழ்ப் பாடம்.* **2:** *மிகவும் பழக்கமான ஒன்று;* sth. with which one is very familiar. *அடிக்கடி போய் வருவதால் சென்னை-பெங்களூர் தேசிய நெடுஞ்சாலை எனக்குத் தலைகீழ்ப் பாடம்.*

தலைகீழாக நில் **1:** *(தான் விரும்பியது நிறைவேறுவதற்கு) பிடிவாதம் பிடித்தல்;* be adamant. *ஊருக்குப் போக வேண்டும் என்று நீதானே தலைகீழாக நின்றாய்.* **2:** *(ஒன்றைச் செய்து முடிக்க) பெருமுயற்சி எடுத்தல் அல்லது தொடர்ந்து முயலுதல்;* make extraordinary efforts; **move heaven and earth**. *நீ தலைகீழாக நின்றாலும் அந்தக் கல்லூரியில் இடம் வாங்க முடியாது./ என் தந்தை தலைகீழாக நின்று பார்த்தார், பக்கத்துத் தோட்டத்தை அவரால் விலைக்கு வாங்க முடியவில்லை.*

தலைகுனி: *(தன்னுடைய அல்லது பிறருடைய தவறான செய்கையால்) அவமானம் அடைதல்;* hang one's head (in shame). *மிகக் குறைவாகக் கணிதத்தில் மதிப்பெண் வாங்கியது என்னைத் தலைகுனியவைத்துவிட்டது./ உன்னால் நான் ஊராரின் முன்னிலையில் தலைகுனிய வேண்டியதாகிவிட்டது.*

~தலைக்குனிவு: *ஊரில் தனக்கு இப்படி ஒரு தலைக்குனிவு ஏற்பட்டுவிட்டதே என்று வருந்தினார்.*

தலை கொழுத்து: *யாரையும் மதிக்காத முறையில்; ஆணவத்தோடு;* with a swollen head. *அவள்தான் தலை கொழுத்துத் திரிகிறாள் என்றால் நீங்களாவது சற்றுக் கண்டிக்கக் கூடாதா?/ அவரைப் போலத் தலை கொழுத்த ஆளைப் பார்க்க முடியாது.* — இ.வே. கொழுத்த

தலைசாய்[1] **1:** *(சற்று) ஓய்வெடுத்தல்;* lie down to rest; **get one's head down**. *கொஞ்ச நேரம் இப்படித் தலைசாய்த்துவிட்டுப் பிறகு போங்களேன்./ வேலை நிறைய இருக்கிறது, #தலையைச் சாய்க்க நேரம் இல்லை.* **2:** *காண்க: தலையைச் சாய்.* — # -ஐ உருபுடன்

தலைசாய்[2]: *இறத்தல்;* (euphemism for) die. *பெரியவர் தலைசாய்ந்ததும் எல்லாமே நேர்மாறாக நடக்கின்றன.*

தலைசுற்று: *குழப்பம் உண்டாதல்; ஒன்றும் புரியாமல் குழம்புதல்;* feel utterly confused; (of a person's head) spin. *இந்தக் கட்டுரையில் தலைசுற்றுகிற அளவுக்குப் புள்ளி விவரங்கள் தரப்பட்டுள்ளன./ நீ சொல்லும் கணக்கைக் கேட்டால் எனக்குத் #தலையைச் சுற்றுகிறது.* — # -ஐ உருபுடன்

தலை தப்பியது* தம்பிரான் புண்ணியம்: *(நிகழ்ந்ததைப் பின்னோக்கிப் பார்க்கிறபோது அல்லது நிகழ்ந்திருக்கக்கூடியதை எண்ணிப்பார்க்கிறபோது) பெரும்* — * பிழைத்தது

ஆபத்திலிருந்து நீங்கியது அதிர்ஷ்டம்; providential escape (an expression of relief). அந்த நிறுவனத்தில் முதலீடு செய்யலாம் என்று சொன்னீர்களே, அது ஒரு மோசடி நிறுவனமாம், நல்லவேளை, தலை தப்பியது தம்பிரான் புண்ணியமே!/ அவர்கள் சண்டையை நீ தீர்த்துவைக்கப் போகிறாயா? தலை பிழைத்தது தம்பிரான் புண்ணியம் என்று நீ ஓடப் போகிறாய்!

தலை தப்பு: (உயிருக்கு ஆபத்து நேரும் நிலையிலிருந்து) உயிர் பிழைத்தல்; (கஷ்டத்திலிருந்து மீண்டு) பாதுகாப்பான நிலை அடைதல்; escape from unpleasant consequences. கலவரத்தின்போது தலை தப்பினால் போதும் என்று ஓடி ஒளிந்தார்கள்./ எடுத்த பணத்தை நாளைக் காலைக்குள் திருப்பிக் கட்டினால்தான் தலை தப்பும்.

தலைதலையாய் அடித்துக்கொள் 1: அங்கலாய்த்து வருந்துதல்; lament in helplessness; curse one's bad luck. அவன் தினமும் குடித்துவிட்டு வந்து குழந்தைகளை அடிக்கிறான், பாவம், அவன் மனைவி தலைதலையாய் அடித்துக்கொள்கிறாள். **2:** காண்க: அடித்துக்கொள்.

மா.வ. தலைப் பாடாய் அடித்துக்கொள் (சில வட்டாரங் களில்)

தலைதூக்கு 1: மேல்நிலைக்கு வருதல்; come up (in life); emerge. மூத்த பிள்ளை சம்பாதிக்கத் தொடங்கிய பிறகு தான் குடும்பம் தலைதூக்கியிருக்கிறது. **2:** (கலவரம், நோய் முதலியவை நாட்டில்) தோன்றுதல் அல்லது உண்டாதல்; (of strife, disease, etc.) appear. நாட்டில் இனக் கலவரங்கள் தலைதூக்குவது கவலையளிக்கிறது.

தலைதெறிக்கிற வேகத்தில்: மிகுந்த வேகத்தில்; பரபரப் புடன்; at full speed. அவர் தலைதெறிக்கிற வேகத்தில் கார் ஓட்டிக்கொண்டு சென்றார்./ கூட்டத்திற்கான ஏற்பாடுகள் தலைதெறிக்கிற வேகத்தில் நடந்துகொண்டிருந்தன./ வெடிச் சத்தத்தைக் கேட்டு மாடு மிரண்டு தலைதெறிக்க ஓடிற்று.

மா.வ. தலை தெறிக்க

தலைநிமிர் 1: (சாதனை, பெரும் வெற்றி முதலியவற்றால்) பெருமைப்படுதல்; feel proud; **hold one's head high.** தமிழ் நாடே தலைநிமிரும்வண்ணம் அவருடைய சாதனைகள் அமைந்திருந்தன./ உலக விளையாட்டரங்கில் நம்மைத் தலைநிமிர வைப்பது இந்தியக் கிரிக்கெட் அணியின் வெற்றிகளே. **2:** (பெருமைப்படத் தக்க அளவில்) மதிப் புடைய நிலைக்கு வருதல்; be restored to one's past glory; revive. நசிந்த நிலையிலிருந்த சில கலைகள் இன்று அரசின் ஆதரவால் தலைநிமிரத் தொடங்கியுள்ளன.

தலைநிமிர்ந்து: *(சோர்வு அடைந்துவிடாமல்) உறுதியுடன்;* (facing) boldly. *எத்தனை இன்னல்கள் வந்தாலும் அவற்றை தலைநிமிர்ந்து எதிர்கொள்ள வேண்டும்.*

தலைபோ: *(மிகைப்படுத்திக் கூறும் முறையில்) உயிருக்குத் தீங்கு நேர்தல்;* lose one's life (expression of exaggeration). *தலைபோனாலும் அவன் தன் கூட்டாளிகளைக் காட்டிக் கொடுக்க மாட்டான்./ இந்த ஊரில் அவர் செல்வாக்கு உள்ளவர்தான், ஆனாலும் அவரை எதிர்த்துப் பேசினால் ஒன்றும் தலைபோய்விடாது./ இதை இன்றைக்குள் முடிக்கா விட்டால் # தலையா போய்விடும்?*

-ஆ இடைச் சொல்லுடன்

தலைபோகிற: *தவிர்க்க முடியாத அல்லது (ஒத்திப்போட முடியாத அளவுக்கு) மிக முக்கியமான (ஒருவருடைய அவசரத்தை உணர்ந்தாலும் அது ஏற்றுக்கொள்ளும் படியாக இல்லை என்ற கருத்தில் கூறுவது);* terribly urgent or important (said in disapproval). *வேளாவேளைக்குச் சாப்பிடாமல் அப்படி என்ன தலைபோகிற வேலை?/ என்ன தலைபோகிற விஷயமாக இருந்தாலும் பிறகு சொல், இப்பொழுது எனக்கு எதையும் கேட்க நேரம் இல்லை./ அவருக்கு எப்போதும் அவசரம்தான், அதுவும் தலை போகிற அவசரம்!*

தலைமாடு கால்மாடாக *(வ.வ.): (ஒருவரை அடுத்து ஒருவர் படுத்திருக்கும் வரிசை) ஒழுங்கு குலைந்து;* (of people sleeping on the floor) in a disorderly fashion. *சிறுவர்கள் தலைமாடு கால்மாடாகப் படுத்து உறங்கிக்கொண்டிருந் தார்கள்.*

தலைமுழுகு 1: *(ஒன்றை) முற்றிலுமாகக் கைவிடுதல்; தேவை இல்லை என்று விடுதல்;* get rid of (s.o. or sth.); **be quit of** (s.o. or sth.). *இதற்குமேல் அவன் தரும் தொல்லையைப் பொறுத்துக்கொள்ள முடியாது, அவனைத் தலைமுழுகி விட்டால் என்ன?/ லாபகரமாக இல்லாத தொழிலைத் தலைமுழுகிவிட வேண்டியதுதானே.* **2:** *(ஒன்றுக்கு) முடிவு கட்டுதல்;* put an end to (sth.). *ஆயுளுக்கும் அவன் சம்பந்தமே வேண்டாம் என்று தலைமுழுகிவிட்டீர்களா?*

தலைமேல் ஏறு: *(தனக்குத் தரப்படாத) உரிமையை எடுத்துக்கொண்டு அதிகாரம்செய்யத் துணிதல்;* become impudent. *அவனை அவ்வப்போது அடக்கிவைக்கா விட்டால் நம்முடைய தலைமேல் ஏறிவிடுவான்./ அவன் ரொம்பவும் தலைக்குமேல் ஏறுகிறான், இனிமேல்*

இ.வே. தலைக்கு மேல்

பொறுத்துக்கொள்ள முடியாது.

(இழுத்து) தலைமேல் போட்டுக்கொள்: *(பொறுப்பைத் தவிர்த்திருக்கலாம் என்றாலும் தானே) முன்வந்து ஏற்றுக் கொள்ளுதல்;* take on (responsibilities, etc.) needlessly. *ஊர்க் காரியங்களை நீ ஏன் தலைமேல் போட்டுக்கொள்கிறாய்?/ தேவையற்ற விஷயங்களையெல்லாம் இழுத்துத் தலையில் போட்டுக்கொண்டு நேரம் இல்லாமல் தவிக்கிறாய்!* இ.வே. தலையில்

தலைமேல் (தூக்கி) வைத்துக் கொண்டாடு*: *(தேவை இல்லாமல்) அளவுகடந்து பாராட்டுதல்;* show excessive admiration (for s.o. or sth.); make much of (s.o.). *ஒரே குழந்தை என்பதற்காகத் தலைமேல் தூக்கி வைத்துக் கொண்டாடு கிறார்கள்!/ நண்பர் நண்பர் என்று தலைமேல் தூக்கி வைத்துக் கூத்தாடியதும் நீங்கள்தான், இப்போது அவரைக் குறைசொல்வதும் நீங்கள்தான்!/ வெற்றி பெற்றுவிட்டதால் இந்திய அணியின் ஆட்டத்தைப் பத்திரிகைகள் தலைமேல் வைத்துக் கொண்டாடின.* * கூத்தாடு

தலையசை 1: *(பிறர் ஒன்றைச் செய்வதற்கு) சம்மதக் குறிப்புக் காட்டுதல்; சம்மதத்தைத் தெரிவித்தல்;* nod (one's approval). *நீங்கள் சற்றே தலையசைத்தால் போதும், ஆயிரக் கணக்கான தொண்டர்கள் போராட்டத்தில் ஈடுபடத் தயாராக இருக்கிறார்கள்.* **2:** காண்க: *தலையாட்டு.*

தலையணை மந்திரம்: *(மனைவி கணவனிடம் அவனுடைய குடும்பத்தினரைப்பற்றி) தவறான எண்ணத்தை ஏற்படுத்தும் வகையில் அந்தரங்கமாகப் பேசும் பேச்சு;* wife's talk in private intended to prejudice her husband against other members of his family. *நான் சொன்னதற்கு நேற்று சரி என்று சொன்னவன் இன்று முடியாது என்கிறான், எல்லாம் மருமகள் தலையணை மந்திரத்தின் மகிமை!/ மருமகள்கள் போட்ட தலையணை மந்திரத்தால் பிரிந்த கூட்டுக்குடும்பங்களும் உண்டு.*

தலையாட்டு: *சிந்திக்காமல் ஒப்புக்கொள்ளுதல் அல்லது சம்மதித்தல்;* nod in unthinking agreement. *நீ சொன்னாலும் தலையாட்டுவான், நான் சொன்னாலும் தலையாட்டுவான், சுய புத்தியே கிடையாது./ மேற்படிப்புக்கு பம்பாய் போகலாமா என்று நான் கேட்டபோது தலையாட்டிவிட்டு இப்போது போக வேண்டாம் என்கிறீர்களே?*

தலையால் தண்ணீர் குடி *(வ.வ.): பெரு முயற்சிசெய்தல்*

(இருந்தாலும் கிடைப்பது, நடப்பது சந்தேகமே என்ற முறையில் கூறுவது); make Herculean efforts (in vain). பெரிய இடமாகப் பார்த்து மகளைத் திருமணம்செய்துவைக்க வேண்டும் என்று தலையால் தண்ணீர் குடிக்கிறார்./ நீ தலையால் தண்ணீர் குடித்தாலும் அவனிடமிருந்து பணத்தை வாங்க முடியாது.

தலையில் அடித்துக்கொள்: (மற்றவர் செய்வது பொருத்தமற்றதாகவும் முட்டாள்தனமாகவும் இருக்கும் சூழ்நிலையில் பொறுத்துக்கொள்ள முடியாமல்) அதிருப்தியைத் தெரிவித்துக்கொள்ளுதல் அல்லது (தன்னை) நொந்துகொள்ளுதல்; express one's dissatisfaction or disapproval (at what one considers as against reason). எழுத்தறிவே இல்லாத மக்களிடத்தில் அரசு ஊழியர் ஒருவர் ஆங்கிலத்தில் பேசுவதைப் பார்த்ததும் அதிகாரி தலையில் அடித்துக்கொண்டார்./ ஒரு மாதம் கடுமையான பயிற்சி அளித்த பிறகும் தன் அணியினர் சிறுபிள்ளைத் தனமான தவறுகள் செய்வதைப் பார்த்ததும் பயிற்சியாளர் தலையில் அடித்துக்கொண்டார்./ வங்கி மோசடிக்கு மேலாளர் தந்திருந்த விளக்கத்தைப் படித்தாயா? தலையில் அடித்துக்கொள்ள வேண்டும் போல் இல்லை?

தலையில் இடி விழு: (ஒருவருக்கு எதிர்பாராத வகையில்) பெரும் அதிர்ச்சி ஏற்படுதல்; come as a rude shock. தான் வாங்கிய பங்குகளின் விலை மிகவும் சரிந்துவிட்ட செய்தி கிடைத்ததும் தலையில் இடி விழுந்த உணர்வுடன் இருக் கிறார்./ திடீரென்று வேலையிலிருந்து போகச் சொல்லி விட்டார்கள், இப்படி ஒரு #இடி தன் தலையில் விழும் என்று அவன் எதிர்பார்க்கவில்லை.

சொற்களின் இடம் மாற்றம்

தலையில் எழுது: (ஒருவருக்கு) இப்படிப்பட்ட வாழ்க்கை தான் என முன்னரே நிர்ணயித்தல்; (ஒருவருக்கு) இவ்வாறு என விதித்தல் (மக்கள் தமக்குத் துன்பம் நேரும்போது இது ஆண்டவனால் முன்னரே தீர்மானித்தபடி நடப்பதாக நம்பிக் கூறுவது); be decreed by fate (said in resignation). இப்படிக் கஷ்டப்பட வேண்டும் என்று ஆண்டவன் என் தலையில் எழுதிவிட்டான் போலும்./ யாருடைய தலையில் இறைவன் என்ன எழுதியிருக்கிறான் என்று எப்படித் தெரியும்?/ மருமகளிடம் திட்டு வாங்கிக்கொண்டு காலத்தைக் கழிக்க வேண்டும் என்று அவள் தலையில் எழுதிவைத்திருக்கிறது, என்ன செய்ய?

தலையில் கட்டு 1: (வேண்டாத அல்லது பயனற்ற

ஒன்றை) ஏற்கச்செய்தல்; வலிந்து திணித்தல்; palm sth. off on s.o. தர வேண்டிய ஐம்பது காசுக்குப் பதிலாக ஒரு மிட்டாயைத் தலையில் கட்டி அனுப்பிவிட்டார் கடைக் காரர்!/ நீ சற்று அசந்தால் கடைக்காரன் அழுகல் தக்காளியை உன் தலையில் கட்டிவிடுவான். **2:** (ஏற்க விரும்பாத நிலையில் ஒருவரை அல்லது ஒன்றை) ஒப்புக்கொள்ளச்செய்தல்; foist (sth. on s.o.). இரண்டு குழந்தைகளையும் என் தலையில் கட்டிவிட்டு ஊருக்குப் போய்விட்டார்கள்./ அவன் அழைத்ததால்தான் ஓட்டலுக்குப் போனேன், சாப்பாட்டுச் செலவை என் தலையில் கட்டப்பார்த்தால் நான் விடுவேனா? **3:** (விருப்பம் அல்லது சம்மதம் இல்லாத நிலையில் பெண்ணை) திருமணம்செய்துவைத்தல்; foist (a woman on s.o.) in marriage. அவர் என் வீட்டுக்கு அடிக்கடி வருவதற்குக் காரணம் அவர் மகளை என் தலையில் கட்டுவதற்காக இருக்குமோ?/ நீ எட்டாவது பெண் என்பதற்காக உன்னை எவன் #தலையிலாவது கட்டிவிட வேண்டும் என்று நாங்கள் நினைக்கவில்லை.

-ஆவது இடைச் சொல்லுடன்

தலையில் கல்லை (தூக்கி) போடு **1:** (தாங்க முடியாத ஒரு செய்தியைத் தெரிவித்து) அதிர்ச்சி அடையச்செய்தல்; give (one) a shattering blow. தனக்குப் புற்றுநோயாக இருக்கலாம் என்று கணவர் சொன்னதும் 'என்ன, என் தலையில் கல்லைத் தூக்கிப் போடுகிறீர்கள்' என்றாள் பதறியபடி. **2:** மீள முடியாத துயரத்தில் ஆழ்த்துதல் (ஒருவருடைய எதிர்பாராத மரணத்தின்போது அது தனக்குக் கிடைத்த கடும் தண்டனை என்பது போல் பாதிக்கப்பட்டவர் கூறுவது); plunge s.o. into deep grief (said in the context of the death of a loved one). தீவிர சிகிச்சைக்குப் பிறகும் மகளின் உடல்நிலை மோசமாவதைக் கண்டதும் அம்மா 'ஐயோ, என் மகள் என் தலையில் கல்லைப் போட்டுவிடுவாள் போலிருக்கிறதே' என்று அலற ஆரம்பித்தாள்.

தலையில் கிரீடம் வைத்தது மாதிரி **1:** (ஒருவருக்கு) அதிகப் பெருமை தரும் வகையில்; (ஒருவரை) பெருமைப்படுத்துவது போல்; as if one is honoured; as if to honour s.o. அவன் தலையில் கிரீடம் வைத்தது மாதிரி அதிகப் பொறுப்புகளைக் கொடுத்திருக்கிறார்கள்./ இப் பொழுது உன் தலையில் கிரீடம் வைத்தது மாதிரிதான் இருக்கும், பிறகுதான் அதன் கஷ்டங்கள் புரியும். **2:** (மிகுந்த புகழ்ச்சியால்) மகிழ்ச்சி தருவதாக; feel flattered. 'நீங்கள்தான் இந்தப் பதவிக்குத் தகுதியானவர்' என்று சொன்னதைக் பொ.வி. 1

கேட்டதும் அவருக்குத் தலையில் கிரீடம் வைத்தது போல் இருந்தது.

தலையில் கை வை: *(வலிமையற்றவர் என்று கருதும் ஒருவருக்கு) பாதிப்பு அல்லது இழப்பு ஏற்படும்படி செய்தல் (செய்வது நியாயமற்றது என்று கருதும்படியாக இருப்பது);* harm the interests of (s.o. considered meek). 'அரசுக்கு நிதி நெருக்கடி ஏற்பட்டால் எங்கள் தலையில் கை வைப்பது வழக்கமாகிவிட்டது' என்று ஆசிரியர்கள் குறைபட்டுக்கொள்கிறார்கள்./ ஏற்பட்ட நஷ்டத்திற்கு நூல்களின் ஆசிரியர்கள் தலையில் கை வைப்பது சற்றும் நியாயமில்லை என்று கருதினார் வெளியீட்டாளர்./ கடைசியில் நீ என் # தலையிலேயே கை வைத்துவிட்டாய்!

-ஏ இடைச் சொல்லுடன்

தலையில் கை வைத்துக்கொள்: *(இழப்பால், ஏமாற்றத்தால்) பாதிக்கப்பட்டுச் சோகமாக இருத்தல்;* be in great despair; be cast down. தேசிய நெடுஞ்சாலைக்காகப் பொதுப் பணித் துறை தங்கள் வீட்டு மனைகளை எடுத்துக் கொள்ளப்போகிறது என்பதை அறிந்ததும் தலையில் கை வைத்துக்கொண்டார்கள்./ பொருள்கள் களவுபோய்விட்டது உண்மைதான், அதற்காகத் தலைமேல் கை வைத்துக் கொண்டு இருப்பதில் பயனில்லை, உடனடியாக ஏதாவது செய்ய வேண்டும்./ தங்கள் மகன் பரிட்சையில் குறைந்த மதிப்பெண்கள் வாங்கியிருப்பதைப் பார்த்ததும் தலையில் கை வைத்துக்கொண்டார்கள்.

இ.வே. தலைமேல்

தலையில் தட்டிவை: *(பிறரைக் கலந்து ஆலோசிக்காமல் தன் இஷ்டப்படி நடந்துகொள்ளும் நபரை) அடக்கி வைத்தல்;* make s.o. realize that he is not as important or clever as he thinks; **cut s.o. down to size**. என்றைக்கு அவன் நம்மை மதிக்காமல் பேச ஆரம்பித்தானோ அன்றைக்கே அவனைக் கொஞ்சம் தலையில் தட்டிவைத்திருந்தால் இப்போது இந்தப் பிரச்சினை வந்திருக்காது./ நம்முடன் இருந்துகொண்டே நமக்கிடையே சண்டை உண்டுபண்ணப் பார்க்கிறான், இவனைத் தலையில் தட்டிவைக்க வேண்டும்.

தலையில் துண்டைப்* போட்டுக்கொண்டு: *(பொருள் நஷ்டத்தால், அவமானத்தால்) மதிப்பு இழந்து அல்லது வெட்கப்பட்டுக்கொண்டு;* averting public gaze out of shame; **hiding one's head**. அவனோடு கூட்டுச் சேர்ந்தால் ஒரே வருஷத்தில் உன்னைத் திவாலாக்கிவிடுவான், பிறகு நீ தலையில் துண்டைப் போட்டுக்கொண்டு உட்கார வேண்டியதுதான்./ அவர் என்னை நம்பி ஒப்படைத்த

* துணியை இ.வே. போட்டுக் கொள்ள

தலையில் தூக்கிவைத்துக்கொள்

வேலையைக் கெடுத்துவைத்திருக்கிறாயே, நான் தலையில் துணியைப் போட்டுக்கொண்டு போக வேண்டியதுதான்./ ஊரில் எனக்கு இருந்த மரியாதையை என் மகன்கள் கெடுத்துத் தலையில் துண்டைப் போட்டுக்கொள்ள வைத்துவிட்டார்கள்.

தலையில் தூக்கிவைத்துக்கொள்: (தகுதி இல்லாதவர் என்று பிறரால் நினைக்கப்படுபவருக்கு) அதிக மதிப்புத் தருதல்; give importance to s.o., who, in the opinion of the speaker, does not deserve it; **place s.o. on a pedestal.** கடைக் கணக்கைக் கவனித்துக்கொள்கிற கணக்குப்பிள்ளையை நீங்கள்தான் தலையில் தூக்கிவைத்துக்கொள்கிறீர்கள்./ அவருடைய வெளிவேஷத்தைக் கண்டு மயங்கித் தலை மேல் தூக்கிவைத்துக்கொண்டு பேசுகிறாய். *இ.வே. தலைமேல்*

தலையில் நெருப்பை அள்ளிப் போடு: தாங்க முடியாத துயரம் தரும்படியான அல்லது அழிவைத் தரும்படியான செயலைச் செய்தல்; do sth. that brings disgrace or ruin. நீ விரும்புகிற ஆளைத் திருமணம்செய்து கொள், ஆனால் அவர் எப்படிப்பட்டவர் என்று விசாரிக்காமல் உன் தலையில் நெருப்பை அள்ளிப் போட்டுக்கொள்ளாதே!

தலையில் போடு: (பழி முதலியவற்றை ஒருவர்மேல்) சுமத்துதல்; shift (blame, etc.) onto s.o.'s shoulders. தான் தவறுசெய்துவிட்டுப் பழியைப் பிறர் தலையில் போடத் தயங்காத ஆசாமி அவர்! *இ.வே. தலைமேல்*

தலையில் மண்ணை வாரிப் போட்டுக்கொள்: (ஒருவர் தன் செயலால்) அழிவைத் தேடிக்கொள்ளுதல்; ruin one's prospects. அவரை எதிர்த்ததன்மூலம் நீ உன் தலையில் மண்ணை வாரிப் போட்டுக்கொண்டாய் என்றுதான் சொல்வேன்!/ இந்தக் கட்சியைப் பிரிப்பதற்கு எதிர்க் கட்சிகள் எதுவும் செய்யத் தேவையில்லை, ஏனெனில் அந்தக் கட்சி தன் தலையில் தானே மண்ணை வாரிப் போட்டுக்கொள்ளத் தொடங்கிவிட்டது.

தலையில் மிளகாய் அரை: (எச்சரிக்கை உணர்வுடன் ஒருவர் இருக்க மாட்டார் என்ற நினைப்பில்) ஏமாற்றுதல்; (வாய்ப்புக் கிடைத்தால்) தயங்காமல் மோசம்செய்தல்; exploit without scruples s.o. who is not wary; find s.o. convenient to exploit. யாருக்கும் இரக்கம் காட்டக் கூடாது, இரக்கம் காட்டுகிறவன் தலையில்தான் மிளகாய் அரைப்பார்கள்./

உன் எதிர்ப்பை நீ காட்டவில்லை என்றால் உன் தலையில் மிளகாய் அரைக்கப் பார்ப்பார்கள்./ விளம்பரங்களை நம்பிப் பொருள்களை வாங்க வேண்டாம், விளம்பரம் என்பது நம் தலையில் மிளகாய் அரைக்கும் உத்தி.

தலையில் விடி: (நியாயமற்ற முறையில் ஒருவர்மேல் பொறுப்பு) சுமத்தப்படுதல்; (நிர்ப்பந்தத்தின் காரணமாக ஒன்றை) ஏற்றுக்கொள்ள நேரிடுதல்; fall on s.o.; be visited on s.o. இத்தனை பேரைக் காப்பாற்ற வேண்டிய பொறுப்பு என் தலையில் வந்து விடிந்துவிட்டது./ வீட்டு வேலை முழுவதும் தன் தலையில் விடிந்ததே என்ற எரிச்சலில் இருந்தாள்./ ஆறு மணி நேரம் காத்திருந்த பயணிகளின் கோபம் ரயில் நிலைய அதிகாரியின் தலையில் விடிந்தது.

தலையிறக்கம்: (பிறர் முன்னிலையில் தான் உணரும்) மதிப்புக் குறைவு; அவமானம்; shame. நாற்பதே வீடுகள் உள்ள இந்தக் கிராமத்தில்கூட உங்களால் ஒற்றுமையாக இருந்து கோயில் திருவிழாவை நடத்த முடியவில்லையே என்று அவர் சொன்னபோது சற்றுத் தலையிறக்கமாகத் தான் இருந்தது./ நமக்கு இப்படி ஒரு தலையிறக்கம் தேவையா?

தலையும் இல்லை வாலும் இல்லை: முழுமையாக இல்லை; ஒரு ஒழுங்கில் இல்லை; not complete; not in order. இது என்ன கட்டுரை? தலையும் இல்லை வாலும் இல்லை./ முகவரி கேட்டால் தலையும் இல்லாமல் வாலும் இல்லாமல் கொடுத்திருக்கிறாயே./ இந்தத் திரைப்படத்தில் கதை என்று ஒன்று இருக்கிறதா? தலையையும் காணோம், வாலையும் காணோம்.

இ.வே. இல்லாமல் மா.வ. *தலையையும் காணோம் வாலையும் காணோம்*

தலையும் புரியவில்லை காலும் புரியவில்லை: தொடர்புபடுத்திக் கோவையாக அறிந்துகொள்ள முடியவில்லை; (ஒரு விஷயத்தை) முழுமையாகப் புரிந்துகொள்ள முடியவில்லை;* not make sense of sth.; not **make head or tail of sth.** அப்பாவும் பிள்ளையும் 'பண வீக்கம்', 'சந்தைப் பொருளாதாரம்' என்று என்னவெல்லாமோ பேசினார்கள், எனக்குத் தலையும் புரியவில்லை காலும் புரியவில்லை. / இந்தியத் தத்துவங்களைப்பற்றித் தெரிந்துகொள்ள இந்தப் புத்தகத்தையா முதலில் படிக்கப் போகிறாய்? இதைப் படித்தால் உனக்குத் தலையும் புரியாது காலும் புரியாது./ பழக்கம் இல்லாத வேலை, தலையும் புரியாமல் வாலும் புரியாமல் திண்டாடுகிறான்.

* வாலும்
இ.வே. புரியாது/ புரியாமல்

தலையெடு 1: *(வாழ்க்கையில்)* நல்ல நிலைக்கு வருதல்; come up (in life). நீங்களெல்லாம் தலையெடுத்துத்தான் நம் குடும்பத்தின் பெயரை விளங்கச்செய்ய வேண்டும். **2:** *(மோசமான விதத்தில்)* உருவாதல்; turn out (to be undesirable). இப்படி ஒரு துஷ்டப் பிள்ளையாகத் தலையெடுத்திருக்கிறானே. **3:** *(உணர்ச்சி முதலியவை)* மேலெழுதல்; *(வன்முறை முதலியவை)* வெளிப்படுதல்; (of violence, anarchy, etc.) begin to appear. நாள் ஆகஆக அவநம்பிக்கை தலையெடுக்கத் தொடங்கியது./ நாட்டில் அராஜகம் தலையெடுத்துவிட்டது என்று புலம்பாதீர்கள்.

தலையை அடகுவைத்தாவது: எதையும் இழப்பதற்குத் துணிந்து; எப்பாடு பட்டாவது; even at the cost of one's life; at all costs. உங்களிடம் வாங்கிய கடனை என் தலையை அடகுவைத்தாவது கொடுத்துவிடுகிறேன்./ குடிப்பழக்கம் சும்மா இருக்க விடாது, தலையை அடகுவைத்தாவது குடிக்கச் சொல்லும்.

தலையை* (போட்டு) உருட்டு: *(ஒரு பிரச்சினையில் ஒருவரை)* தேவையில்லாமல் தொடர்புபடுத்தி விமர்சித்தல்; குற்றம்குறை சொல்லுதல்; make s.o. the object of one's criticism without reason; pick on s.o. நடந்த விஷயத்திற்கும் எனக்கும் துளிகூடச் சம்பந்தம் கிடையாது, ஆனால் என் தலையை உருட்டுகிறார்கள்./ நீதான் அவன் மனத்தைக் கலைத்துவிட்டாயாம், அவன் வீட்டில் உன் மண்டையைப் போட்டு உருட்டுகிறார்கள்./ நான்தான் நீங்கள் சொல்வதை ஏற்பதாகக் கூறிவிட்டேனே, இன்னும் எதற்காக என் தலையைப் போட்டு உருட்டுகிறீர்கள்?

* மண்டையை

தலையைக் காலை வலி: உடல்நிலை சரி இல்லாமல் போதல்; fall ill. எழுபது வயதில் தனியாக இருக்கிறீர்களே, உங்களுக்குத் தலையைக் காலை வலித்தால் யார் கவனிப்பார்கள்?/ இதுவரை அவர் தலையைக் காலை வலிக்கிறது என்று ஒருமுறைகூடப் படுத்ததில்லை.

தலையைக் கொடு*: *(பிரச்சினையில்)* தலையிடுதல்; வலியச் சென்று பங்குபெறுதல்; get involved (in s.o.'s affair); get mixed up (in sth.). ஊர் விவகாரத்தில் நீ தலையைக் கொடுக்கிறாய், அதனால் என்னென்ன விளைவுகள் வருமோ?/ தனக்குச் சம்பந்தம் இல்லாத பிரச்சினையில் தலையை நுழைத்துவிட்டு இப்போது மீள முடியாமல் தவிக்கிறார்.

* விடு/நுழை

தலையைச் சாய்: (இயற்கையான முறையில்) இறத்தல்; die. பிறந்து வளர்ந்த மண்ணிலேயே தலையைச் சாய்த்துவிட வேண்டும் என்பதே பலருடைய ஆசை.

தலையைச் சுற்றி (தூக்கி)எறி: (திருப்பித்தர வேண்டியதை) கொடுத்துத்தொலைத்தல்; (இதுவரை ஒன்றுடன் இருந்த தொடர்பை) விட்டுத்தொலைத்தல்; get rid of sth. for good. கையில் மட்டும் பணம் இருந்திருந்தால் அப்போதே அவனுக்குச் சேர வேண்டியதைத் தலையைச் சுற்றியெறிந்திருப்பேன்./ இத்தனை விபத்துக்கும் காரணமாக இருந்த இந்த வண்டியைத் தலையைச் சுற்றித் தூக்கியெறிந்து விட்டு வந்திருக்க வேண்டாமோ?/ இந்தக் கதைப் புத்தகங்களைத் தலையைச் சுற்றியெறிந்துவிட்டு ஒழுங்காகப் பாடப் புத்தகங்களைப் படி.

தலையைச் சொறி: (கூச்சம் கலந்த தயக்கத்துடன்) தேவையைக் குறிப்பாக உணர்த்த முயலுதல்; adopt an awkward posture while trying to convey (especially to a superior) that one wants a favour. இதுவரை ஒருவர்முன் போய் நின்று தலையைச் சொறிந்ததில்லை./ என்ன, தலையைச் சொறிந்துகொண்டு நிற்கிறாய், எவ்வளவு பணம் வேண்டும்?

தலையைத் தடவு: (சாமர்த்தியமாக மற்றொருவரைத் தனக்காக) செலவிடவைத்தல்; (ஏமாந்தவராக இருப்ப வரிடமிருந்து) கிடைப்பதைக் கைப்பற்றிக்கொள்ளுதல்; trick another into meeting one's expenses; sponge on s.o. சினிமாவுக்குப் போக யார் தலையைத் தடவலாம் என்று யோசிக்கிறாயா?/ அவர்கள் ஒன்றுசேர்ந்திருப்பது எவன் அகப்பட்டாலும் அவன் தலையைத் தடவுவதற்குத்தான்.

தலையைப்* **பிய்த்துக்கொள் 1:** (ஒரு பிரச்சினைக்கு) எளிதில் தீர்வுகாண முடியாமல் அவதிப்படுதல்; (ஒன்றைத் தெரிந்துகொள்ள அல்லது தெரியவைக்க) படாத பாடு படுதல்; think hard to find an answer or solution; **rack one's brains**. இத்தனை செய்திகளையும் அரைப் பக்கத்துக்குள் எப்படிச் சொல்வது என்று தலையைப் பிய்த்துக் கொண்டார்./ யார் சொல்வது சரி என்று புரியாமல் தலையைப் பிய்த்துக்கொண்டேன்./ வெளிநாட்டு மாணவ ருக்குச் சாதி என்றால் என்ன என்பதைப் புரியவைப்பதற் குள் தலையைப் பிய்த்துக்கொள்ள வேண்டியதாயிற்று. **2:** (முயற்சி வீணாகும்போது) எரிச்சலடைதல்; be driven mad; **tear one's hair (out)**. கணிப்பொறி என்னவெல்லாம் செய்யும்

*** சிண்டை/ (தலை)முடியை/ மயிரை**

என்பதை விரிவாக விளக்கினேன், பார்வையாளர்களில் ஒருவர் 'கணிப்பொறி கணக்குப்போடும் ஒரு பெரிய இயந்திரந்தானே' என்றதும் தலைமுடியைப் பிய்த்துக் கொண்டேன்.

தலை வணங்கு 1: *(உரிய முறையில்) மதித்தல்; மதிப்புத் தருதல்;* accept with deference. தேர்தலில் மக்கள் வழங்கிய தீர்ப்புக்கு நாங்கள் தலை வணங்குகிறோம். **2:** *(ஒருவருக்கு) பணிந்து நடத்தல்;* bow to. நேர்மையாக நடந்துகொள்வதால் அவர் யாருக்கும் தலை வணங்கமாட்டார்./ இதுவரை எவருக்கும் அஞ்சாமல், தலை வணங்காமல் வாழ்ந்து விட்டேன்.

தலைவிரி கோலம்: *அலங்கோலம்; துயரமாக இருப்பதைக் காட்டும் நிலை;* dishevelled appearance; distraught looks. நல்ல நாளும் அதுவுமாக இது என்ன தலைவிரி கோலம்!/ வசித்துவந்த வீடும் ஏலத்தில் போன பிறகு அவர் தலைவிரி கோலமாகத் திரிகிறார்.

தலைவிரித்தாடு: *(விரும்பத்தகாத ஒன்று) பெரிய அளவில் ஆதிக்கம்செலுத்துதல் அல்லது நிலவுதல்; கட்டுக் கடங்காமல் போதல்;* be rampant. இரண்டு நாள் நடந்த இனக்கலவரத்தில் வன்முறை தலைவிரித்தாடியது./ குறுக்கு வழியில் கோடீஸ்வரன் ஆகிவிட வேண்டும் என்னும் வெறி நாட்டில் தலைவிரித்தாடுகிறது./ நாட்டில் தலைவிரித்தாடும் வறுமையை எப்படிப் போக்குவது?

தலை* வெடித்துவிடாது: *ஒன்றைச் செய்வதில் அல்லது தெரிந்துகொள்வதில் தீவிரம் காட்டுகிற ஒருவருக்கு அவ்வாறு செய்யவோ தெரிந்துகொள்ளவோ முடியாமல் போனால் அவரால் பொறுத்துக்கொள்ள முடியாது என்று கேலியாகக் கூறுவதற்குப் பயன்படுத்தும் தொடர்;* a jocular expression for s.o.'s uncontainable urge to do or know sth. இந்த வருஷம் சொந்த ஊருக்குப் போகாவிட்டால் என்ன, தலை ஒன்றும் வெடித்துவிடாது./ ஊருக்குப் போய்விட்டு வந்ததைப்பற்றி இரண்டு வார்த்தை பேசாவிட்டால் அவளுக்குத் தலை வெடித்துவிடும்./ அடுத்த வீட்டுச் சங்கதியைத் தெரிந்துகொள்ளாவிட்டால் உனக்கு மண்டை வெடித்துவிடுமே!

* மண்டை பொ.வி. 4

தலைவைத்துப் படு: *ஒருவரோடு தொடர்புவைத்துக் கொள்ளுதல் அல்லது ஒரு தொழில், கல்வி முதலிய வற்றை மேற்கொள்ளுதல் (அவ்வாறு தொடர்பு*

கொள்ளாமல் அல்லது மேற்கொள்ளாமல் இருக்கும் சூழ்நிலையில் பயன்படுத்துவது); have dealings with (with negative, expressed or implied); have no truck with (s.o. or sth.). தன் தாயாதி இருக்கும் பக்கம்கூட இவர் தலைவைத்துப் படுக்க மாட்டாரே./ ஒரு தொழிலை விட்டுவிட்டேன் என்றால் பிறகு அந்தத் திசையில் தலைவைத்துப் படுக்க மாட்டேன்./ பள்ளிக்கூடத்துப் பக்கம் தலைவைத்துப் படுத்தது இல்லை என்றாலும் அவர் எவ்வளவோ தெரிந்து வைத்திருக்கிறார்!

தவிட்டுக்கு வாங்கு (பொ.பெ.): *(குழந்தையிடம் அது தங்கள் குடும்பத்தைச் சேர்ந்ததில்லை, பண்டமாற்றாகப் பெறப்பட்டது என்று விளையாட்டாகச் சீண்டிக் கூறும் போது) மிக மலிவாக வாங்குதல்;* (said in playful teasing to a child that it does not belong to the family and is worth nothing) buy in exchange for chaff. 'உன்னை அம்மா தவிட்டுக்கு வாங்கினாளாம்' என்று மூத்த பெண் சொன்னதும் இளையவள் அழத் தொடங்கினாள்.

தவிடுபொடி: *(ஒருவரின் எதிர்பார்ப்பு முதலியவை) முற்றாக அழிதல்; (ஒருவரின் நிலைமை, விவாதம்) முற்றிலும் வலிமை இழத்தல்;* (of one's hopes, arguments, power, etc.) crumble to pieces. அவன் தன் எதிர்காலத்தைப்பற்றிக் கொண்டிருந்த கனவுகள் தவிடுபொடியாகப் போயின./ எல்லா எதிர்ப்புகளையும் தவிடுபொடியாக்கிவிட்டு முன்னேறினான்./ இந்த வழக்கறிஞரின் திறமையான குறுக்கு விசாரணையின்முன் எதிர்க்கட்சிக்காரரின் வாதம் தவிடு பொடிதான்!

தவித்த வாய்க்குத் தண்ணீர் தராத: *மிகவும் இக்கட்டான நேரத்திலும் உதவிசெய்யாத;* unhelpful to a person even in distress; pitiless. தவித்த வாய்க்குத் தண்ணீர் தராதவனிடம்தான் பணம் கோடிகோடியாகக் கொட்டிக் கிடக்கிறது./ தவித்த வாய்க்குத் தண்ணீர் தராத ஆட்களெல்லாம் தர்மசீலர்களாகத் தங்களைக் காட்டிக்கொள்கிறார்கள்./ அண்ணன் வாரிவாரிக் கொடுக்கிறான், தம்பி தவித்த வாய்க்குத் தண்ணீர் தர மாட்டான்.

பொ.வி. 2
இ.வே. தர மாட்டான் (பொ.வி. 3)

தவித்துத் தண்ணீராக உருகு: *(மனம்) வருந்தி நெகிழ்ச்சி அடைதல்;* be in anguish. தனக்குக் குழந்தை இல்லையே என்பதை நினைத்து அவள் தவித்துத் தண்ணீராக உருகினாள்./ பேரக் குழந்தைகளுக்குச் சாதாரணக் காய்ச்சல் வந்தாலும் போதும், என் அம்மா தவித்துத்

தண்ணீராக உருகிவிடுவாள்!

தள்ளாத வயது: *(தானாகச் செயல்படுவதற்குச் சிரமப் படும்) முதுமைக் காலம்;* infirm old age. தள்ளாத வயதிலும் அவர் உழைக்க வேண்டியிருந்தது./ பாட்டிக்குத் தள்ளாத வயது, இருந்தாலும் தனியாகத்தான் இருக்கிறாள்.

தள்ளிவை: *(முறையாக விவாகரத்துப் பெறாமல் மனைவியை) தனித்து வாழச்செய்தல்; (தண்டனையாகச் சாதியிலிருந்தோ ஊரிலிருந்தோ ஒருவரை) விலக்கி வைத்தல்;* disown (one's wife); repudiate; boycott (s.o.). மனைவியைத் தள்ளிவைத்துவிட்டு இரண்டாம் கல்யாணம் செய்துகொண்டானாமே!/ வேறு சாதிப் பெண்ணைக் கல்யாணம்செய்துகொண்டால் என்னை ஊரிலிருந்து தள்ளிவைத்துவிடுவதாகப் பயமுறுத்துகிறார்கள்.

தளுக்கிக் குலுக்கி மினுக்கு (பொ.பெ.): *(நடை, உடை, பேச்சு முதலியவற்றால் பாலுணர்வைத் தூண்டும் படியாக) கவர்ச்சி காட்டுதல்;* (of a woman) show off one's physical charm (by the manner of dressing and walking). தளுக்கிக் குலுக்கி மினுக்கிக்கொண்டு ஒரு இளம் பெண் முன்னால் வந்து நின்றால் அப்படியே மயங்கிப்போய் விடுவான்./ இவள் # தளுக்கி மினுக்கிக் குலுக்கி வருவதைப் பார்க்கக் கல்லூரிமுன் இளைஞர் கூட்டம். # சொற்களின் இடம் மாற்றம்

தறிகெட்டு: *கட்டுப்பாடும் ஒழுங்கும் இல்லாமல் (ஓடுதல்);* (run) amok. கோயில் யானை வேட்டுச் சத்தத்தால் மிரண்டு தறிகெட்டு ஓடியது./ காட்டாறு போலத் தறிகெட்டுப் பாய்ந்தது எண்ணம்.

தனிக்காட்டு ராஜா 1: *பிறரால் கட்டுப்படுத்தப்படுவதையும் பிறரைச் சார்ந்திருப்பதையும் விரும்பாத நபர்; சுதந்திர மாக, உல்லாசமாக இருக்க விரும்பும் நபர்;* one's own master; one who is **foot-loose and fancy-free**. அவன் தனிக்காட்டு ராஜா, எங்கே வேண்டுமானாலும் போவான்./ தனிக்காட்டு ராஜாவாகவே இருக்க ஆசைபட்டுத் திருமணம் செய்துகொள்ளவில்லை. **2:** *போட்டிக்கு எதுவும் இல்லாததால் முழுச் சுதந்திரம் உடையது;* one without a competitor. இந்தியத் தொலைக்காட்சி நிறுவனம் இனி மேலும் தனிக்காட்டு ராஜாவாக இருக்க முடியாது!

தாங்குவதும் தடுக்குவதுமாக (வ.வ.): *உபசரிப்பதில் அல்லது பேணுவதில் மிகுந்த அக்கறையுடன்;* excessively attentive to (s.o.'s needs). *புது மாப்பிள்ளையை மாமனார் தாங்குவதும் தடுக்குவதுமாக இருந்தார்./ மாடு வாங்கிய புதிதில் அதைத் தாங்குவதும் தடுக்குவதுமாக இருந்தார்கள், இப்போது அதைக் கவனிப்பார் இல்லை.*

தாண்டவமாடு **1:** *(வன்முறை, வறுமை போன்றவை) பெருமளவில் ஏற்பட்டு நாசம் விளைவித்தல்;* (of violence, poverty, etc.) rage (through a place). *சாதிக் கலவரத்தால் ஊரில் வன்முறை தாண்டவமாடுகிறது./ நாட்டில் வறுமை கோரத் தாண்டவமாடும்போது ஆடம்பர விழாக்களை நிறுத்திவிட வேண்டியதுதான்.* **2:** *(முகத்தில் மகிழ்ச்சி, கோபம் முதலிய உணர்ச்சி) பெருமளவில் வெளிப்படுதல்;* (of face) be glowing with (happiness, anger, etc.). *தேர்தலில் பெரும் வெற்றி என்ற செய்தியைக் கேட்டவுடன் அவர் முகத்தில் மகிழ்ச்சி தாண்டவமாடியது./ வகுப்பறையில் மாணவர்களின் கூச்சல் அதிகமானதும் தலைமையாசிரியரின் முகத்தில் கோபம் தாண்டவமாடியது.*

தாண்டிக்* குதி: *கோபத்தால் ஆர்ப்பாட்டம்செய்தல்;* become very angry; **hit the roof**. *சாதம் சற்றுக் குழைந்துவிட்டது என்பதற்காக இப்படித் தாண்டிக் குதிக்க வேண்டுமா?/ மணி பத்தாகியும் தம்பி வீட்டிற்கு வரவில்லை, அப்பா எகிறிக் குதிக்கிறார்!*

* *எகிறு (சில வட்டாரங்களில்)*

தாம்பூலம்* வைத்து அழை**: *சம்பிரதாயமான மரியாதைகளோடு அழைத்தல் (அவ்வாறு அழைக்கப்படுவதை ஒருவர் எதிர்பார்க்கிறார் என்று கேலியாகக் கூறுவது);* invite respectfully with all traditional formalities (a sarcastic remark when s.o. expects such invitation). *நீயே பெரியம்மா வீட்டுக்குப் போய்ச் சாப்பிட்டுவிட்டு வர வேண்டியதுதானே, உன்னைத் தாம்பூலம் வைத்து அழைக்க வேண்டுமா, என்ன?/ கல்யாணத்திற்கு அவளை யாரும் கூப்பிடவே இல்லை, வெற்றிலை பாக்கு வைத்து அழைத்தது மாதிரி புறப்பட்டுப் போய்விட்டாள்./ சங்கக் கூட்டத்திற்கு அறிவிப்புதான் கொடுக்க முடியும், யாரும் தாம்பூலம் வைத்து அழைக்க மாட்டார்கள்!*

* *வெற்றிலை பாக்கு;*
** *கூப்பிடு*

தாமரை இலைத் தண்ணீர்: *பற்றற்று இருக்கும் தன்மை; (ஒன்றிலும் ஈடுபடுத்திக்கொள்ளாமல்) விலகியிருக்கும் தன்மை;* detachment; being disinterested. *எங்கள் குடும்பத்தில் அப்பா எப்போதும் எதிலும் தாமரை இலைத் தண்ணீர்தான்!/ அவர் துறவி அல்ல என்றாலும் குடும்ப வாழ்க்கையில் தாமரை இலைத் தண்ணீர் போல் இருக்கிறார்./ அவர்*

முன்போல் நெருங்கிப் பழகுவதில்லை, இப்போது தாமரை இலைத் தண்ணீராக இருப்பதன் காரணமும் தெரிய வில்லை.

தாயாய்ப் பிள்ளையாய்: ஒரு குடும்பத்து உறுப்பினர் போல்; அன்னியோன்னியமாக; as one family. எங்கள் தெருவில் பல மொழி பேசுபவர்கள் இருக்கிறார்கள், நாங்கள் அனைவரும் தாயாய்ப் பிள்ளையாய்ப் பழகு கிறோம்./ நேற்றுவரை தாயாய்ப் பிள்ளையாய் இருந்தவர்கள் இன்று மதத்தின் பேரால் சண்டைபோட்டுக்கொள் கிறார்களே!

தார்க்குச்சி போடு: (ஒன்றைச் செய்யும்படி ஒருவரை) தூண்டுதல்; prod; goad s.o. on. அவனுக்கு அவ்வப்போது தார்க்குச்சி போட்டால்தான் ஒழுங்காகப் படிப்பான்.

தாரக மந்திரம்: (பலன் அளிப்பது உறுதி என்பதால்) சிந்தனையில் பதிந்த சக்தி வாய்ந்த சொல்; மனத்தில் எப்போதும் இருந்துகொண்டிருக்கும் கோட்பாடு; motto; watchword. 'நேர்மையான உழைப்பு' என்பதே அவருடைய தாரக மந்திரமாக இருந்தது./ 'துப்பாக்கியே துணை' என்பது ஆயுதம் ஏந்திப் போராடுபவர்களின் தாரக மந்திரம்./ 'தரமே எங்களது தாரக மந்திரம்' என்றார் அந்தத் தொழிலதிபர்.

தாரை வார்: (தானம்செய்தது போலவே கருதும்படி) கொடுத்தல்; (எளிதாக மற்றவர் எடுத்துக்கொள்ளும் படி) விட்டுவிடுதல்; gift away; give s.o. sth. on a plate. தான் எளிதில் வெற்றி பெறக் கூடிய ஒரு தொகுதியைத் தேசியக் கட்சி மாநிலக் கட்சிக்குத் தாரை வார்த்து விட்டது./ புருஷனை வேறொரு பெண்ணுக்குத் தாரை வார்த்துவிட்டு நிற்கும் ஏமாளி அல்லவா நீ!/ சுழற் கோப்பையை அவர்கள் வென்றார்கள் என்பதைவிட நாம் அதை அவர்களுக்குத் தாரை வார்த்தோம் என்று சொல்வதே சரி.

தாலிப்பிச்சை: கணவனுடைய உயிருக்கு ஆபத்து வந்த நிலையில் தன் சுமங்கலித் தன்மை நிலைக்கும்படி இறைவனை வேண்டுதல்; desperate prayer for husband's life. விபத்தில் படு காயமுற்ற கணவன் பிழைப்பானா என்ற சந்தேகத்தில் இருந்தபோது தாலிப்பிச்சை கேட்டு மனம் உருகி வழிபட்டாள்.

தாளம்போடு¹: *(ஒருவரை அனுசரித்துப்போக வேண்டும் என்ற நோக்கத்தில் அவர் சொல்வது, செய்வதற்கெல்லாம் மறுப்பு எதுவும் தெரிவிக்காமல்) ஒத்துக்கொள்ளுதல்; (ஒருவருக்கு) உகந்த முறையில் பேசி நடத்தல்;* **be a yes-man.** எல்லா மேலதிகாரிகளுக்கும் தாளம்போடுகிறவர் என்று இவருக்கு அலுவலகத்தில் பெயர்./ நீ சொல்வதற்கெல்லாம் தாளம்போடுவேன் என்று நினைத்துவிடாதே.

தாளம்போடு²: *(அடிப்படைத் தேவைகளுக்கே) மிகவும் திண்டாடுதல்;* **struggle hard.** ஒரு வேளைச் சோற்றுக்கே தாளம்போடுகிறவர்களிடம் போய்ச் சேமிப்பைப்பற்றி எப்படிப் பேசுவது?/ ஐயாயிரம் ரூபாய் சம்பாதிப்பவர்கள் கூடத் தங்குவதற்கு யோசிக்கும் அந்த விடுதியில் போய் மாதம் ஐநூறு ரூபாய்க்குத் தாளம்போடும் நான் எப்படித் தங்க முடியும்?

திக்குத்திசை தெரியாமல்: *(பிரச்சினையைத் தீர்ப்பதற்கு) எங்கே போவது, என்ன செய்வது என்று புரியாமல்;* **not knowing what to do; be at sea.** அவள் திக்குத்திசை தெரியாமல்தானே உங்களிடம் வந்திருக்கிறாள், நீங்களும் துரத்திவிட்டால் எங்கே போவாள்?/ இந்த மாதத்திற்குள் கடனை அடைத்தாக வேண்டும், திக்குத்திசை தெரிய வில்லை.

இ.வே. தெரிய வில்லை

திசை திருப்பு: *(கவனம், பேச்சு முதலியவற்றை அதன்) உண்மையான நோக்கத்திலிருந்து மாற்றுதல்; மாறான வழியில் செலுத்துதல்;* **divert (one's attention); draw a red herring across someone's path.** கேட்ட கேள்விக்குப் பதில் சொல்லாமல் பேச்சைத் திசை திருப்பப் பார்த்தார்./ நம் போராட்டத்தை அரசியல் பிரச்சினையாக்கித் திசை திருப்பச் சிலர் முயலலாம்.

திட்டுத்திட்டாக: *(மக்கள்) பரவலாக இல்லாமல் ஆங்காங்கே;* **(of people) in knots.** கடற்கரையில் திட்டுத் திட்டாகக் கூட்டம்/ கோயில் முன்பு ஊர் மக்கள் திட்டுத்திட்டாக நின்று பேசிக்கொண்டிருந்தார்கள்.

திரிசங்கு சொர்க்கம்: *முடிவு எப்படி என்று தெரியாத நிச்சயமற்ற நிலை; இரண்டுங்கெட்டான் நிலை;* **a state of uncertainty.** எங்கள் ஊரில் இரண்டு ஆண்டுகளுக்குமுன் தொடங்கப்பட்ட பொறியியல் கல்லூரிக்கு இன்னும் அரசு அங்கீகாரம் அளிக்கவில்லை, அதில் சேர்ந்து படித்துவரும் மாணவர்கள் திரிசங்கு சொர்க்கத்தில் இருக்கிறார்கள்.

திருட்டுப்புரட்டு: *முறைகேடான செயல்கள்;* dishonest ways. *திருட்டுப்புரட்டுத் தெரியாத ஆள் ஒருவர் உண்டென்றால் அது இவர்தான்./ திருட்டுப்புரட்டுச் செய்தாவது காரியத்தை முடித்துவிடுவான்.*

திருடனுக்குத் தேள் கொட்டியது மாதிரி: *(தனக்குத் தற்போது ஏற்பட்டிருக்கும் இக்கட்டான நிலையை வெளிப்படுத்தினால் தான் முன்னர் செய்த தவறு வெளிப்பட்டுவிடும் வாய்ப்பு இருப்பதால்) வெளியே சொல்ல முடியாத தவிப்புடன்;* in the predicament (of s.o. who cannot complain about his present bad luck as it might lead to the discovery of his past misdeeds). *தான் இழந்தது கள்ளத்தனமாக வாங்கிய பொருளாதலால் அவன் திருடனுக்குத் தேள் கொட்டியது மாதிரி இருந்தான்./ லஞ்சமாக வாங்கிய பொருள்கள் கொள்ளை போனதால்தான் அவர் போலீசுக்குக்கூடத் தெரிவிக்காமல் திருடனுக்குத் தேள் கொட்டிய மாதிரி இருந்துவிட்டார்.* பொ.வி. 1

திருப்புமுனை: *குறிப்பிடத் தகுந்த மாற்றத்தின் துவக்கம்;* turning-point. *இந்தப் படம் திரைப்பட வரலாற்றில் ஒரு திருப்புமுனையாக அமையும் என்று எதிர்பார்க்கப் படுகிறது./ கேரள மாநிலத்தின் சாதனைதான் தேசிய எழுத்தறிவு இயக்கத்தின் திருப்புமுனை./ உங்கள் வாழ்வின் திருப்புமுனையாக எதைக் கருதுகிறீர்கள்?*

திரும்பிப்பார் 1: *(கவனிக்க வேண்டிய சந்தர்ப்பத்தில் ஒருவரை) கவனித்தல்;* pay attention to; care about. *கையில் நாலு காசு இருந்தால்தான் நம்மைத் திரும்பிப்பார்ப்பார் கள்./ குழந்தை அழும்போது அதை யாரும் திரும்பிப் பார்க்க மாட்டீர்கள், சிரிக்கும்போது தூக்கிவைத்துக் கொஞ்சுவீர்கள்.* **2:** *காணவருதல்; வந்துபோதல்;* care to visit. *நீ ஊருக்குப் போன பிறகு உன் நண்பர்கள் யாரும் இந்தப் பக்கம் திரும்பிப்பார்க்கவே இல்லை./ பகலில் இந்தக் கடையை யாரும் # திரும்பிக்கூடப் பார்ப்பதில்லை, இரவில்தான் இதில் வியாபாரம்.* # -கூட இடைச் சொல்லுடன்

திரும்பிப்பார்ப்பதற்குள் 1: *(நேரம் கழிந்ததே தெரியாதபடி) விரைவாக;* (of the passage of time) very quickly; in a flash. *நான் ஒரு வாரம் ஊரில் இருக்கமாட்டேன் என்பதை நினைத்துக் கவலைப்படாதே! திரும்பிப்பார்ப்பதற்குள் ஒரு வாரம் ஓடிப்போய்விடும்.* **2:** *(ஒரு செயல் முடிந்த) சிறிது நேரத்தில்;* (of an occurrence) in a trice. *பாலை வாங்கி வைத்துவிட்டு உள்ளே சென்றேன், திரும்பிப்பார்ப்பதற்குள்*

பூனை பாலைக் குடித்துவிட்டது.

திருவாய் மலர்ந்தருள் *(உ.வ.):* (ஞானியர் போன்றோர் தம் அரிய கருத்துகளை) எடுத்துரைத்தல் அல்லது உபதேசித் தல்; (of holy persons) speak. சமயக் குரவர்கள் திருவாய் மலர்ந்தருளிய திருப்பாடல்கள்.

திருவோடு தூக்கு*: பிச்சையெடுத்தல்; இரந்து நிற்றல்; take to begging; beg. ஆடம்பரத்திற்காகச் செலவுசெய்துகொண் டிருந்தால் விரைவில் திருவோடு தூக்க வேண்டியதுதான்./ நம் நாடு அயல் நாடுகளிடம் திருவோடு ஏந்தி நின்ற நிலை மாறிவருகிறது.   * ஏந்து

திரைபோட்டு மறை: (ஒன்றைப் பிறர்) அறிந்துவிடாதபடி தடுத்தல் (இருப்பினும் அது வெளிப்பட்டுவிடக் கூடிய தாகவே இருக்கிறது என்பது குறிப்பு); hide; draw a veil over sth. உண்மையைத் திரைபோட்டு மறைக்க முயல்கிறார்கள்./ எத்தனை நாட்களுக்குத்தான் நம் காதலைத் திரைபோட்டு மறைக்க முடியும்?

திரைமறைவு: வெளியில் இருப்பவர் அறிய முடியாத நிலை; வெளியுலகிற்குத் தெரியாத பின்னணி; behind the scenes. கட்சித் தலைவர் தேர்தலில் திரைமறைவாக நடந்தது என்ன என்று தெரியவில்லை./ கள்ளக்கடத்தல் என்பது தனிநபர் விஷயம் அல்ல, திரைமறைவில் ஒரு கூட்டமே இருக்கிறது.

திறந்த புத்தகம்: (ஒருவரின் வாழ்க்கை) மிகவும் வெளிப்படையானது; மறைக்க வேண்டியதாக எதுவும் இல்லாதது; a life which has no secrets about it; open book. மனித குலத்திற்கு மகத்தான சேவைசெய்துவரும் இந்தப் பெருந்தகையாளரின் வாழ்க்கை ஒரு திறந்த புத்தகம்.

திறந்த மனத்துடன்: விருப்பு வெறுப்பு இல்லாமல் எதையும் பரிசீலனைசெய்யத் தயாரான மனநிலையோடு; with an open mind. தொழிலாளர் பிரச்சினையை அரசு திறந்த மனத்துடன் அணுகும் என்றார் தொழிலாளர் அமைச்சர்.   இ.வே. மனத் தோடு

திறந்த வாய் மூடாமல்: வியப்பால் மெய்மறந்து; (stare, listen) open-mouthed; agape. புதிய ஆடைகளை விளம்பரப் படுத்தும் நிகழ்ச்சியில் நவநாகரிக உடை அணிந்த இளம் பெண்களின் அணிவகுப்பைப் பார்வையாளர்கள் திறந்த

வாய் மூடாமல் பார்த்துக்கொண்டிருந்தார்கள்./ கிழவர் சொன்ன ராஜாராணிக் கதையைச் சிறுவர்கள் திறந்த வாய் மூடாமல் கேட்டுக்கொண்டிருந்தார்கள்.

தீட்டிய மரத்தில் கூர்* பார்: *ஒருவரிடமிருந்து அறிந்து கொண்டதை அவரிடமே பயன்படுத்தி அவருக்குப் பாதிப்பு ஏற்படுத்துதல் (இவ்வாறு செய்வது தகாது என்ற முறையில் கூறப்படுவது);* try out a skill on one who has taught it. 'எந்தக் கடையிலும் பேரம் பேசாமல் பொருள்களை வாங்காதே' என்று சொல்லிக்கொடுத்தேன், அவன் என் கடைக்கு வந்து என்னிடமே பேரம் பேசித் தீட்டிய மரத்தில் கூர் பார்க்கிறான்./ அவன் தீட்டிய மரத்தில் பதம் பார்க்க ஆரம்பித்தான், அதனால் அவனை வேலையிலிருந்து நீக்கிவிட்டேன். * பதம்

தீப்பொறி பற: *(பிறர் உணரும்படி) கோபத்தின் கடுமை வெளிப்படுதல்;* blaze with anger. அவன் வேறொரு பெண்ணுடன் தொடர்புவைத்திருப்பது தெரிந்ததும் அவள் கண்களில் தீப்பொறி பறந்தது./ அமைச்சரின் நடவடிக்கையைப் பத்திரிகைகள் தீப்பொறி பறக்க விமர்சித்தன./ பெண்கள் அடிமைத்தனமாக நடத்தப்படுவதைப்பற்றிப் பேசத் தொடங்கினால் அவர் பேச்சில் தீப்பொறி பறக்கும்.

தீனிபோடு: *(விரும்பத் தகாத உணர்வுக்கு) ஊக்கம் தருதல் அல்லது வலுவூட்டுதல்;* pander to. சில பத்திரிகைகள் வாசகர்களின் மலிவான உணர்வுகளுக்குத் தீனிபோட்டுப் பணம் சம்பாதிக்கின்றன./ குறுகிய பிராந்திய உணர்வுகளுக்குத் தீனிபோட்டு வளர்ப்பது விரும்பத் தக்கதல்ல.

துண்டு* போட்டுத் தாண்டு (வ.வ.): *(கூறுவது உண்மை என்று நிரூபிப்பதற்குத் துணி போட்டுத் தாண்டி) சத்தியம்செய்தல்;* swear (esp. to the truth of one's statement). பக்கத்து வீட்டில் நடந்த களவுக்கும் உனக்கும் எந்தச் சம்பந்தமும் இல்லை என்று நீ சொன்னால் நம்பி விடுவோமா, எங்கே துண்டு போட்டுத் தாண்டு பார்ப்போம்!/ 'நான் உங்களைப்பற்றி அவதூறாகப் பேசவில்லை' என்று #துணியைப் போட்டுத் தாண்டுகிறான். * துணி # -ஐ உருபுடன்

துண்டுவிழு: *(ஒரு திட்டத்திற்குத் தேவைப்படும் பணத்தில்) பற்றாக்குறை ஏற்படுதல்;* show a deficit; be short of. ஒவ்வொரு ஆண்டும் அரசின் வரவுசெலவுத் திட்டத்தில் கோடிக் கணக்கில் துண்டுவிழுகிறது./ இந்த மாதம் ஆயிரம் ரூபாயாவது துண்டுவிழும் போலிருக்கிறது, எப்படிச்

சமாளிக்கப் போகிறோமோ தெரியவில்லை.

துண்டை உதறித் தோளில் போட்டுக்கொண்டு: *(ஒன்றுடனான) எல்லாத் தொடர்புகளையும் துறந்துவிட்டு;* severing all one's connections. *முப்பது வருஷங்களுக்குமுன் துண்டை உதறித் தோளில் போட்டுக்கொண்டு கிராமத்திலிருந்து சென்றவர்தான்!/ பணத் தட்டுப்பாட்டால் படத்தை முழுவதும் முடிக்காமல் துண்டை உதறித் தோளில் போட்டுக்கொண்டு போய்விட்டார்கள் சில தயாரிப்பாளர்கள்!*

துண்டைக் காணோம் துணியைக் காணோம் (வ.வ.): *எதிர்பாராத நிகழ்ச்சியால் பாதிக்கப்பட்டவர் நிலை குலைந்துபோவதைத் தெரிவிக்கப் பயன்படுத்தும் தொடர்;* an expression for running helter-skelter. *கள்ளச் சாராயம் காய்ச்சிக்கொண்டிருந்தவர்கள் போலீஸ் வருவது தெரிந்ததும் துண்டைக் காணோம் துணியைக் காணோம் என்று ஓடினார்கள்.*

துணைக்கு அழை: *(ஒரு சூழலில்) தன் நிலைக்கு (அதை ஒத்த சூழலில் இருக்கும் மற்றொன்றை) சான்றாகக் காட்டுதல்;* bring in (another) in support (of one's) contention. *சண்டைக் காட்சிகள் இருந்தால்தான் படம் வெற்றி அடையும் என்று கூறிய இயக்குநர் மற்ற மொழிப் படங்களையும் துணைக்கு அழைத்தார்.*

துதிபாடு: *(தன்னல நோக்கத்தில் ஒருவரை) புகழ்ந்து பேசிப் போற்றுதல்;* sing the praises of (s.o.); adulate. *அவரைச் சுற்றி ஒரு கூட்டம் துதிபாடிக்கொண்டே இருக்கும்.*
~துதிபாடி: *பெரும் பதவியில் இருப்பவர்கள் துதிபாடிகளுக்கு இடம் கொடுக்கக் கூடாது.*

தும்பை விட்டு வாலைப் பிடி: *உரிய நேரத்தில் முறையான வழியில் எளிதாகச் செய்திருக்க வேண்டியதைச் செய்யத் தவறிவிட்டுப் பின்னர் அதைக் கடினமான வழியை மேற்கொண்டு செய்தல்;* try to prevent damage or loss when it is too late; **lock the stable door after the horse has bolted**. *போலி மருந்துகளை விற்பனைக்குப் போகாமல் தடுத்திருக்க வேண்டும், அவற்றை இனிமேல் கடைகளிலிருந்து திரும்பப் பெறுவது தும்பை விட்டு வாலைப் பிடிப்பதுதான்!*

துரும்பைக்கூடத் தூக்கிப்போடாத: *அற்ப உதவியும்* பொ.வி. 2

துளிர்விட்டுப்போ

செய்யாத; not make the slightest effort; **not lift a finger.** இந்தத் திட்டத்தில் துரும்பைக்கூடத் தூக்கிப்போடாதவன் எல்லாவற்றையும் தானே செய்ததாக அளக்கிறான்./ வீட்டில் என் கணவர் ஒரு துரும்பைக்கூடத் தூக்கிப்போட மாட்டார், இருந்த இடத்தில் இருந்துகொண்டு அதிகாரம் செய்வார்./ நான் இதை முடிப்பதற்கு எவ்வளவு கஷ்டப் பட்டிருப்பேன், அப்போது நீ எனக்காக ஒரு துரும்பைக் கூடத் தூக்கிப்போட்டிருப்பாயா?

இ.வே. தூக்கிப் போட மாட்டான் (பொ.வி. 3)
தூக்கிப் போட்டிருப்பாயா (பொ.வி.4)

துளிர்விட்டுப்போ: (பணிவுடன் நடந்துகொள்ள வேண்டிய இடத்தில்) பணிவு இல்லாமல் நடக்கும் அளவுக்குத் துணிச்சல் ஏற்படுதல்; வரம்பு மீறிப்போதல்; grow cheeky. நீங்களும் அவனைக் கண்டிக்காமல் ஆதரவாகப் பேசுவ தால்தான் அவனுக்குத் துளிர்விட்டுப்போகிறது./ அப்பாவை எதிர்த்துப் பேசும் அளவுக்கு நீ துளிர்த்துப்போய் விட்டாயா?

மா.வ. துளிர்த்துப்போ

தூக்கம் வராது: (கிண்டலாக) (ஒருவரிடம் படிந்து போயிருக்கும் பழக்கமான காரியங்களைச் செய்யா விட்டால் அவருக்கு) நிம்மதி ஏற்படாது; (jocularly) have no sleep or rest (until one does sth.). என்னைக் குறைகூறா விட்டால் உங்களுக்குத் தூக்கம் வராது./ அடுத்த வீட்டில் எது நடந்தால் உனக்கென்ன? அதைத் தெரிந்து கொண்டால்தான் உனக்குத் தூக்கம் வருமா?/ தன் கீழ் வேலைபார்ப்பவர்களைத் தினமும் திட்டினால்தான் அவருக்குத் தூக்கம் வரும் போலும்.

பொ.வி. 4

தூக்கிக்கொடு: (தயக்கம் இல்லாமல்) கேட்டதை உடனடி யாகத் தருதல் (அளவுக்கதிகமாக ஒருவர் தாராளத்துடன் இருக்கிறார் என்பது குறிப்பு); gift away (sth.) too readily. யாராவது கஷ்டப்படுவதைப் பார்த்தால் போதும், கையில் இருப்பதைத் தூக்கிக்கொடுத்துவிடுவார்./ ஒரு சீட்டுக்கூட எழுதி வாங்கிக்கொள்ளாமல் இவ்வளவு பணத்தைத் தூக்கிக்கொடுத்திருக்கிறாயே.

தூக்கிச் சாப்பிடு: (ஒருவர் அல்லது ஒன்று மற்றொருவரை அல்லது மற்றொன்றை ஒரு விஷயத்தில்) ஒன்றும் இல்லை என்னும்படி மிஞ்சுதல்; outdo. அவருடைய சிறந்த நடிப்பு மற்றவர்களின் நடிப்பையெல்லாம் தூக்கிச் சாப்பிட்டு விட்டது./ இன்றைக்கு நான் கேட்ட மோசமான செய்தி களில் நீ சொன்னதுதான் எல்லாவற்றையும் தூக்கிச் சாப்பிட்டுவிட்டது.

தூக்கி நிறுத்து: *(சரிவு நிலையைத் தடுத்து) உறுதியான நிலைக்குக் கொண்டுவருதல்;* bolster up; shore up. *சமீபத்திய இடைத்தேர்தல் வெற்றி இந்தக் கட்சியைத் தூக்கி நிறுத்தியிருக்கிறது./ தோல்வியைத் தழுவ இருந்த அணியைத் தன் சிறப்பான ஆட்டத்தின்மூலம் தூக்கி நிறுத்திவிட்டார்./ கடனில் மூழ்கியிருக்கும் நிறுவனத்தைத் தூக்கி நிறுத்துவதற்கான கடைசி முயற்சிதான் இது.*

தூக்கியடி[1] **1:** *(அழகு, கவர்ச்சி ஒருவரை) மயங்கவைத்தல்;* (of beauty) bewitch; overwhelm. *குழந்தை ஆளைத் தூக்கியடிக்கும் அழகுடன் இருந்தது./ அவளுடைய அழகும் கவர்ச்சியும் எல்லாரையும் தூக்கியடித்துவிட்டன.* **2:** *காண்க:* **தூக்கிச் சாப்பிடு**.

தூக்கியடி[2]: *(தற்போது பணிசெய்துவரும் இடத்திலிருந்து மற்றொரு இடத்திற்கு நியாயமற்ற முறையில் அல்லது பழிவாங்கும் நோக்கில்) மாற்றல்செய்தல்;* shunt (s.o.) off (to some place). *நேர்மையான இரு அதிகாரிகளை வேறிடத்துக்குத் தூக்கியடித்ததிலிருந்து விசாரணை சரியாக நடைபெறாது என்று நினைக்கத் தோன்றுகிறது./ # பதவி உயர்வு என்ற போர்வையில் அவர் தூக்கியடிக்கப்பட்டார்.*

செயப்பாட்டு வினை வடிவம்

தூக்கியெறி **1:** *(ஒன்றைப் பொறுத்துக்கொள்ள முடியாமல், ஒருவரை அதிரடியாக) நீக்குதல்;* overthrow; throw out. *மக்கள் புரட்சிசெய்து இராணுவ ஆட்சியைத் தூக்கியெறிந்தனர்./ # பதவிக் காலம் முடிவதற்கு ஓராண்டு இருக்கும்போதே அவர் தலைவர் பதவியிலிருந்து தூக்கியெறியப்பட்டார்.* **2:** *(ஒன்றைத் துச்சமாகக் கருதி) வேண்டாம் என்று ஒதுக்கிவிடுதல்;* throw away (sth.). *விடுதலைப் போராட்டக் காலத்தில் பதவியைத் தூக்கியெறிந்துவிட்டுச் சிறை புகுந்தவர்கள் ஏராளம்./ நிறம் பிடிக்கவில்லை என்பதற்காக இவ்வளவு பணம் போட்டு வாங்கிய காரைத் தூக்கியெறிந்துவிட முடியுமா?*

செயப்பாட்டு வினை வடிவம்

தூக்கிவாரிப்போடு: *நிகழ்ச்சியின் எதிர்பாராத தன்மையால் அதிர்ச்சி அடைதல்;* be startled; be taken aback. *நான் போவதாக இருந்த ரயில் விபத்துக்குள்ளாகிவிட்டது என்ற செய்தியைக் கேட்டதும் எனக்குத் தூக்கிவாரிப்போட்டது./ 'என்ன, வீடு வாங்கிவிட்டீர்களாமே' என்று மளிகைக் கடைக்காரர் விசாரித்ததும் தூக்கிவாரிப்போட்டது, நான் வீடு வாங்கியது இவருக்கு எப்படித் தெரியும்?/ விபத்தில் இறந்துவிட்டதாகக் கூறப்பட்ட உறவினரை நேரில் பார்த்*

தால் தூக்கிவாரிப்போடாமல் இருக்குமா?

தூங்கிவழி: (எதிர்பார்க்கும் பரபரப்போ சுறுசுறுப்போ இல்லாமல்) மந்தமாக இருத்தல்; (ஓர் அலுவலகம் ஆள் நடமாட்டம் இல்லாமல்) மந்தகதியில் இயங்குதல்; be lethargic; (of business, work) slack. தூங்கிவழியாமல் கல்யாண வேலைகளைக் கவனி!/ பாதிப் பேர் விடுப்பில் போயிருப்பதால் அலுவலகம் தூங்கிவழிகிறது.

தூங்குமூஞ்சி: (செயலில்) சுறுசுறுப்புக் காட்டாமல் அசிரத்தையாக இருப்பவன்/ள்; sluggish person. அந்தத் தூங்குமூஞ்சியிடம்போய் இந்த வேலையைச் செய்யச் சொன்னாயே!

தூசு தட்டியெடு: (நீண்ட காலம் கவனிக்கப்படாமல் இருந்த திட்டம், தீர்மானம் முதலியவற்றை) செயல்படுத்த முற்படுதல்; revive (a plan, etc.) after a long period of neglect; dust off. அரசு பல அறிக்கைகளைத் தூசு தட்டியெடுப்பதைப் பார்த்தால் விரைவில் தேர்தல் வரும் என்று தெரிகிறது./ #பத்து வருடங்களுக்கு முன்பு சீரமைப்புக் குழு அளித்த நிர்வாகச் சீரமைப்புத் திட்டம் இப்போது தூசு தட்டியெடுக்கப்பட்டிருக்கிறது.   # செயப்பாட்டு வினை வடிவம்

தூண்டித் துருவி*: உள் விவரங்களை வெளிக்கொண்டு வரும் முறையில் விடாமல் விசாரித்து; (inquire) searchingly; (question) closely. எங்களுக்குள் பல விஷயங்கள் இருக்கும், நீ ஏன் அதையெல்லாம் தூண்டித் துருவிக் கேட்கிறாய்?/ அம்மா வெகு நேரம் தூண்டித் துளைத்துக் கேட்ட பிறகு தான் அவள் ஒவ்வொன்றாகச் சொல்லத் தொடங்கினாள்.   * துளைத்து

தூண்டில்போடு: (ஒருவரை) ஆசைகாட்டிக் கவர்ந்திழுத்தல்; lure. அதிக வட்டி தருவதாக விளம்பரம்செய்து நடுத்தர வர்க்கத்தினருக்குத் தூண்டில்போடுகின்றன சில நிதி நிறுவனங்கள்.

தூண்டிவிடு: (தன் நோக்கத்தை நிறைவேற்றிக்கொள்ளத் தான் முன்வராமல் பிறரை) ஏவிவிடுதல் அல்லது கிளப்புதல்; instigate (s.o.); prompt (s.o. to do sth.). போராட்டம் நடத்துமாறு மாணவர்களைத் தூண்டிவிடுவது யார் என்று அரசுக்குத் தெரியும்./ 'படம் பார்க்க அப்பாவிடம் காசு கேள்' என்று தம்பியைத் தூண்டிவிட்டான்.

தூபம்போடு: (சில உணர்ச்சிகளைக் கட்டுப்படுத்த முயலா

மல்) மேலும் அதிகமாகும்படி தூண்டுதல்; incite (emotions). இந்தத் திரைப்படம் வன்முறைக்குத் தூபம்போடுவதாக இருக்கிறது./ 'புகைப்படத்தில் பார்த்ததைவிட நேரில் மிக அழகாக இருக்கிறாள்' என்று கூறி நண்பனின் தாபத்திற்குத் தூபம்போட்டான்.

தூள் கிளப்பு* (பொ.பெ.) **1:** (தான் ஈடுபட்டிருக்கும் ஒன்றில்) சிறப்பாகச் செயல்படுதல் அல்லது பாராட்டும்படி திறமையை வெளிப்படுத்துதல்; perform brilliantly. இந்தத் திரைப்படத்தில் கதாநாயகனாக நடித்தவர் தூள் கிளப்பியிருக்கிறார்./ ரம்மி போன்ற சீட்டு விளையாட்டில் அவர் தூள் கிளப்பிவிடுவார்./ இளம் தொழிலதிபர்கள் இன்று சில தொழில்நுட்பத் துறைகளில் தூள் கிளப்புகிறார்கள். **2:** (விளையாடும்போது சத்தமிடுதல் போன்றவற்றால்) அமர்க்களம்செய்தல்; be riotous. பையன்கள் கோடை விடுமுறையில் வீட்டில் தூள் பறத்திவிடுவார்கள்.

* பறத்து/பரத்து

தூள்படு: (காரியங்கள்) ஆரவாரத்துடன் நிகழ்தல்; (ஒரு நிகழ்ச்சியால் ஓர் இடம்) குழப்பமும் கூச்சலுமாக இருத்தல்; be in full swing; be in a state of commotion. உலகக் கோப்பை விளையாட்டிற்காக விளையாட்டு அரங்கத்தைச் சீரமைக்கும் வேலை தூள்பட்டுக்கொண்டிருந்தது./ குழந்தையைக் காணவில்லை என்றதும் வீடு தூள்பட்டது.

தூள் பற: (அதிகாரம், செல்வாக்கு) அமர்க்களமாக வெளிப்படுதல்; (of authority, power or wealth) be loudly displayed. வீட்டில் மூத்த மருமகள் அதிகாரம்தான் தூள் பறக்கிறது!/ செல்வந்தர் வீட்டுக் கல்யாணத்தில் கச்சேரி, ஊர்வலம், வாணவேடிக்கை என்று தூள் பறக்கிறது!

தெரியாமல்தான் கேட்கிறேன்: ஒருவருடைய நடத்தையால் கோபமோ எரிச்சலோ ஆச்சரியமோ அடைந்தவர், அவரிடமிருந்து வெளிப்படையான பதில் வராது என்று தெரிந்தபோதிலும், அவருடைய செய்கைக்கு விளக்கம் கேட்பது போல் உள்ள தொடர்; an expression of sarcasm in exasperation; 'do you mind telling me...'. ஆமாம், தெரியாமல்தான் கேட்கிறேன், அவன் என்ன தப்பு செய்துவிட்டான் என்று இப்படிப் போட்டு அடித்திருக்கிறாய்?/ தெரியாமல்தான் கேட்கிறேன், தினமும் வெகு நேரம் கழித்து வீட்டுக்கு வருகிறாயே, ஏன்?/ தெரியாமல்தான் கேட்கிறேன், உனக்கு மட்டும் எங்கிருந்து இத்தனை வெளிநாட்டுச் சேலைகள் கிடைக்கின்றன?

தெரியும் சேதி: *(ஒருவரை எச்சரிக்கும் முறையில்) விளைவு கடுமையானதாக இருக்கும்;* (said as a warning) there will be trouble; (you, etc.) **have had it**. *அவளை அவமதிப்பது போல் யாராவது ஒரு வார்த்தை சொன்னாலும், தெரியும் சேதி!/ குழந்தையை யாராவது அடித்தீர்கள், தெரியும் சேதி!/ அப்பா வந்ததும் நீ செய்ததையெல்லாம் அம்மா சொல்லி விடுவாள், அப்புறம் தெரியும் சேதி!*

தெருவில் இறங்கு: *எல்லாரும் அறியும் வகையில் பிரச்சினையை வெளிப்படையாக்குதல்;* bring sth. into the open. *அரசு ஊழியர்கள் தெருவில் இறங்கிவிட்டனர், இனி போராட்டம் வலுக்கும்./ தெருவில் இறங்கினால்தான் நியாயம் கிடைக்கும் என்று ஆகிவிட்டது.*

தெருவும் திண்ணையுமாக *(வ.வ.): (இருப்பதற்கு இடம் இல்லாமல்) ஆதரவற்ற நிலையில்;* (be left) without support; be (out) on the streets. *அப்பாவின் சொத்துகளைப் பெரியப்பா ஏமாற்றி எடுத்துக்கொண்டு எங்களைத் தெருவும் திண்ணையுமாக விட்டுவிட்டார்./ நான்கு பிள்ளைகள் இருந்தும் என்ன பயன்? நான் இப்போது தெருவும் திண்ணையுமாக இருக்கிறேன்.*

தெற்கு வடக்காக *(வ.வ.): விரிவாக; எல்லா விவரங் களுடன்;* with all details (of a person). *உன்னைப்பற்றி எனக்குத் தெரியாதா? எல்லாவற்றையும் தெற்கு வடக்காக எடுத்துவிடட்டுமா?/ மாப்பிள்ளை எங்கள் ஊர்தானே, அவர் பெயரை மட்டும் சொல், மற்றவற்றைத் தெற்கு வடக்காக நான் சொல்கிறேன்.*

தேங்காய்மூடிக் கச்சேரி *(பொ.பெ.): (கேலியாக) போதிய வருமானம் இல்லாத (ஆனாலும் ஒருவர் தொடர்ந்து செய்துவரும்) தொழில்;* (mockingly) work which a professional continues to do though it does not pay much. *வக்கீல் என்று பெயர், தினமும் கோர்ட்டுக்குப் போய் வருகிறார், நடப்பது என்னவோ தேங்காய்மூடிக் கச்சேரிதான்.*

தேன் ஒழுகு: *(பேசுவதில்) போலியான இனிமை வெளிப் படுதல்;* (of speech) be sugar-coated; ooze sweetness. *அவர் தேன் ஒழுகப் பேசிவிட்டு உதவி எதுவும் செய்யாமல் நழுவிவிடுவார்./ அவர் பேச்சில் தேன் ஒழுகும், நெஞ்சில் கள்ளம் ஒளிந்திருக்கும்!*

தேன் குடித்த நரி: *(போதையின் இனிமையில்) தன் நிலை*

மறந்து கிறங்கிப்போயிருப்பவர்; one who is visibly highly pleased; one stupefied by flattery, etc. வரவேற்புரையில் தலைவரைப் புகழப்புகழ அவரும் தேன் குடித்த நரியாகக் கேட்டுக்கொண்டிருந்தார்./ அவள் அழகில் மயங்கி அவன் தேன் குடித்த நரி ஆனான்.

தேனில் விழுந்த ஈப் போல: *(இன்ப நுகர்ச்சியில்) மயங்கி அதிலிருந்து விடுபட முடியாமல்;* unable to free oneself from sensual pleasures. கல்யாணமான புதிது அல்லவா, அதனால் தேனில் விழுந்த ஈப் போலக் கிடக்கிறான்.

தொங்கலில் விடு (வ.வ.): *(ஒருவரை நிச்சயமற்ற நிலையில்) தவிக்க விடுதல்;* leave one in a state of uncertainty; keep one on tenterhooks. 'அரை மணி நேரம் காத்திரு' என்று சொல்லி விட்டு இப்படி இரண்டு மணி நேரம் தொங்கலில் விட்டு விட்டானே./ உன்னை நம்பித்தான் இதில் இறங்குகிறேன், என்னைத் தொங்கலில் விடாமல் இருந்தால் போதும்.

தொட்ட இடமெல்லாம்: *(ஓரிடத்தின் அல்லது ஒரு நூலின்) எல்லாப் பகுதியிலும்;* everywhere; all over. வீட்டில் தொட்ட இடமெல்லாம் கறையான்./ கம்பன் காவியத்தில் தொட்ட இடமெல்லாம் சுவை./ இந்தப் புத்தகத்தில் தொட்ட இடமெல்லாம் அச்சுப் பிழைகள்.

தொட்டதற்கெல்லாம்: *சாதாரண விஷயத்திற்கும்; எதற்கெடுத்தாலும்;* for no reason at all; for anything and everything. அவருக்கு இரண்டு நாட்களாக என்ன ஆயிற்று என்று தெரியவில்லை, தொட்டதற்கெல்லாம் எரிந்து விழுகிறார்./ தொட்டதற்கெல்லாம் குறைகூறிக்கொண்டே இருந்தார்.

தொட்டது(எல்லாம்) துலங்கு: *மேற்கொள்ளும் காரியம் (அனைத்தும்) சிறத்தல்;* make a success of what one undertakes. அவருக்கு நல்ல கைராசி உண்டு, தொட்டது துலங்கும்./ தான் தொட்டதெல்லாம் துலங்கிற்று என்பதால் அவருக்கு அளவற்ற மகிழ்ச்சி./ அவர் தொட்டது துலங்காது என்று எப்படியோ ஒரு கெட்ட பெயர் ஏற்பட்டுவிட்டது.

தொட்டதெல்லாம் பொன்: *எந்தச் செயலிலும் (பெருமளவில் பணம் வரும்படியான) வெற்றி;* whatever one does becomes an instant success; Midas touch. எந்த வியாபாரத்தில் இறங்கினாலும் அவர் தொட்டதெல்லாம் பொன்!/ மிகச் சிறந்த விளையாட்டு வீரர்களுக்குத் தொட்டதெல்லாம் பொன்னாகிறது!

தொட்டுக்கொள் துடைத்துக்கொள்: செலவைக் கஷ்டப்பட்டுச் சரிக்கட்ட வேண்டிய நிலை; தேவைக்குப் போதுமானதாகப் பொருள் இல்லாமல் இருக்கும் நிலை; barely sufficient. 'உனக்கு இந்தச் சம்பளம் போதுமா?' 'போதாது, தொட்டுக்கொள் துடைத்துக்கொள் நிலையில் தான் இருக்கிறது'./ மாதக் கடைசியில் வீட்டில் மளிகைச் சாமான்கள் தொட்டுக்கொள் துடைத்துக்கொள் என்று தான் இருக்கும்.

தொட்டுத்தொட்டு (வ.வ.): (செலவு) கொஞ்சம்கொஞ்ச மாகக் கூடிக்கொண்டே போய் (எதிர்பாராத பெரும் தொகையாக); (of expenditure) though incurred in small sums (adding upto an unexpectedly a big amount). குழந்தையின் காதுகுத்து விழாவிற்குச் செலவு தொட்டுத்தொட்டுப் பத்தாயிரம் ரூபாய்வரை ஆகிவிட்டது.

தொடை தட்டு (அ.வ.): (ஒருவரை) வலியச் சண்டைக்கு அழைத்தல்; challenge (one) to a fight. என்னைப் பார்த்துத் தொடை தட்டுகிற அளவுக்குத் தைரியம் வந்துவிட்டதா உனக்கு?

தொடை நடுங்கு: (தேவை இல்லாமல் எல்லாவற்றுக் கும்) பயப்படுதல்; be timid; **shake in one's shoes**. மேலதிகாரி யிடம் போய்ச் சம்பள உயர்வு வேண்டும் என்று கேட்ப தற்குத் தொடை நடுங்குகிறாயே./ வருமான வரி அலுவலகத்திலிருந்து கடிதம் வந்தால் என்ன? இதற் கெல்லாம்போய்த் தொடை நடுங்கித் தொலைக்காதே!
~ தொடை நடுங்கி: நீ ஒரு புதுமைப் பெண் என்று நினைத்தேன், சரியான தொடை நடுங்கியாக இருக் கிறாயே!
~ தொடை நடுக்கம்: கிராமத்தில் அவரைக் கண்டால் எல்லாருக்கும் தொடை நடுக்கம்.

தொடையில் கயிறு திரி: (ஒருவரை) துணிச்சலாக ஏமாற்றி ஆதாயம் தேடுதல்; gain an advantage brazenly at another's expense. அவனுக்குச் சிறிது இடம்கொடுத்தால் போதும், நம் #தொடையிலேயே கயிறு திரிப்பான். # -ஏ இடைச் சொல்லுடன்

தொண்டை கிழிய: (தேவைக்கு அதிகமாக) உரத்த குரலில்; at the top of one's voice. ஏன் இப்படித் தொண்டை கிழியக் கத்துகிறாய்?/ சற்று உரக்கப் படிக்கச் சொன்னால் தொண்டை கிழியப் படிக்கிறாயே.

தொண்டைத் தண்ணீர்: *பேசுவதற்கான சக்தி (அதை அதிகமாகவும் பயனற்ற முறையிலும் செலவழிக்க வேண்டியிருக்கிறது என்பது குறிப்பு);* the energy to speak (especially when one thinks that it is spent to no use). *தினம் ஐந்து மணி நேரம் பாடம் சொல்லிக்கொடுக்கும் வேலை, கத்திக்கத்தித் தொண்டைத் தண்ணீர் வற்றுகிறது./ வேலைக்குப் போகச் சொல்லிச்சொல்லி என் தொண்டைத் தண்ணி வீணானதுதான் மிச்சம், அவன் கேட்டால்தானே!*

தண்ணீர்→ தண்ணி

தொண்டையை நனை: *சிறிதளவு ஆகாரம் அல்லது நீர் உட்கொள்ளுதல்;* take a small quantity of food or water. *சற்று இரு, காலையிலிருந்து எதுவும் சாப்பிடவில்லை, தொண்டையை நனைத்துக்கொண்டு வந்துவிடுகிறேன்./ பையன் இரண்டு நாளாகத் #தொண்டையைக்கூட நனைக்காமல் படுத்துக் கிடக்கிறான்./ ஒரு செம்புத் தண்ணீர்தான் இருக்கிறது, எல்லாரும் கொஞ்சம் தொண்டையை நனைத்துக்கொள்வோம்.*

-கூட இடைச் சொல்லுடன்

தோட்டம்துரவு: *வயல், தோட்டம் முதலியவை;* groves, fields, etc. *கிராமத்தில் தோட்டம்துரவைப் பார்க்கவே நேரம் சரியாக இருக்கிறது.*

தோப்புக்கரணம் போடு 1: *(ஒருவர் சொன்னபடியெல்லாம் கேட்டு) பணிந்துபோதல்;* obey unquestioningly. *எதற்கெடுத்தாலும் எதிர்த்துப் பேசுகிறவன் இப்போதெல்லாம் உனக்குத் தோப்புக்கரணம் போடுகிறானே, அப்படி என்னதான் செய்தாய்?/ நீங்கள் இந்த நிறுவனத்துக்குத் தலைவர்தான், அதற்காக உங்களுக்கு எல்லாரும் தோப்புக்கரணம் போடுவார்கள் என்று எதிர்பார்க்காதீர்கள்.* **2:** *(கேலியாக) மன்னிப்புக் கேட்டுக்கொள்ளுதல்;* (jocularly) beg forgiveness. *நான் செய்தது தப்புதான், தோப்புக்கரணம் போடட்டுமா?*

தோலிருக்கச் சுளை விழுங்கு: *(மோசடி என்பதே தெரியாமல்) சாமர்த்தியமாக ஏமாற்றுதல்;* defraud skilfully. *பண மோசடிசெய்தது தெரியாதபடி கணக்குக் காட்டியிருக்கிறார் என்றால் அவர் தோலிருக்கச் சுளை விழுங்குகிறவராகத்தான் இருக்க வேண்டும்.*

தோலுரித்துக் காட்டு: *(ஒருவரிடம் அல்லது ஒன்றில் உள்ள விரும்பத் தகாத பண்புகளை) உள்ளவாறே வெளிப்படுத்துதல்;* unmask; lay (sth.) bare. *மேல்தட்டு மக்களின் போலித்தனங்களைத் தோலுரித்துக் காட்டுவதாக*

இருக்கிறது இந்த நாவல்./ எங்கள் எதிரிகளின் நயவஞ்சக எண்ணங்களைத் தோலுரித்துக் காட்டத் தயங்க மாட்டோம்.

தோள்கொடு: *(ஒரு செயலைச் செய்து முடிப்பதற்கு) உதவி யாக இருத்தல்; உறுதுணையாக இருத்தல்;* lend support. தேர்தலில் வெற்றி பெற எனக்குத் தோள்கொடுத்தவர்./ பிரபல ஆட்டக்காரர் இருவர் தோள்கொடுத்தும் மேற் கிந்தியத் தீவுகள் அணியால் தோல்வியைத் தவிர்க்க முடியவில்லை.

தோளுக்கு மிஞ்சு: *(மதிப்புத் தந்து நடத்த வேண்டிய) வாலிப வயதை அடைதல்;* reach adulthood; come of age. மகன் தோளுக்கு மிஞ்சிவிட்டால் தோழன்தான்./ தோளுக்கு மிஞ்சிய பெண்ணைத் தொட்டு அடித்தது தவறு.

தோளைக் குலுக்கு: *(தோளைக் குலுக்குவதுமூலம்) தனக்குத் தெரியாது, தனக்கு விருப்பம் இல்லை போன்ற வற்றைத் தெரிவித்தல்;* express ignorance or unconcern (by shrugging one's shoulders). 'உன் தம்பி எங்கே?' என்று கேட்டதற்குத் தோளைக் குலுக்கிவிட்டுப் போய்விட்டான்.

தோளோடு தோள் நில்: *(ஒருவருக்கொருவர்) உறுதுணை யாக இருத்தல்;* support each other; stand shoulder to shoulder. சண்டையையெல்லாம் மறந்துவிட்டுத் தோளோடு தோள் நின்று கோயில் திருவிழாவை நடத்திவைத்தார்கள்./ தோளோடு தோள் நிற்கும் அவர்களை யாரும் எளிதில் வீழ்த்த முடியாது.

நகமும் சதையும் போல்: *(உறவில், நட்பில்) மிகவும் நெருக்கமாக; பிரிக்க முடியாதபடி;* like inseparables; inseparably. நானும் அவரும் முப்பது ஆண்டுகள் நகமும் சதையும் போல் ஒன்றாக வாழ்ந்துவிட்டோம்./ முற்காலத் தில் நகமும் சதையும் போல் அல்லவா புலவரும் வறுமை யும்!/ இரத்தமும் சதையுமாக இருந்தவர்கள் இன்று எலியும் பூனையுமாக இருக்கிறார்கள்!

மா.வ. இரத்தமும் சதையுமாக

நகைநட்டு: *(சிறிய, பெரிய) நகை வகைகள்;* pieces of jewellery; ornaments (for wearing). கல்யாண வயதில் ஒரு பெண் இருக்கிறாள், நகைநட்டு செய்ய வேண்டாமா?/ தாலிச் சங்கிலியைத் தவிர எந்த நகைநட்டும் அவள் உடம்பில் இல்லை.

நட்டாற்றில் விடு: இக்கட்டான நிலையில் உதவாமல் விடுதல்; (நம்பியவரை) கைவிடுதல்; let (s.o.) down; leave (s.o.) in the lurch. நம்பியவர்களை நட்டாற்றில் விடுவது நாகரிகமல்ல./ போதிய பாதுகாப்புத் தராமல் வனக்காவலர்களை நட்டாற்றில் விட்டுவிட்டதாகக் குற்றச்சாட்டு எழுந்துள்ளது.

நடுத்தெரு நாராயணன்: (அதிகப் படிப்போ பணமோ இல்லாத) சாதாரணமானவர்; the man in the street; **Joe Bloggs.** தேர்தலின்போதுதான் ஒவ்வொரு நடுத்தெரு நாராயணனின் கருத்தையும் அரசியல்வாதிகள் கேட்டுக்கொள்கிறார்கள்./ பாட்டு இனிமையாக இருந்தால் நானும் ரசிக்கிறேன், நீங்களும் ரசிக்கிறீர்கள், நடுத்தெரு #நாராயணர்களும் ரசிக்கிறார்கள்.

-கள் விகுதியுடன்

நடுத்தெருவில் நிறுத்து 1: ஆதரவற்ற நிலைமைக்கு உள்ளாக்குதல்; leave s.o. destitute. வாங்கின கடனுக்காக வீட்டைப் பறித்துக்கொண்டு நடுத்தெருவில் நிறுத்தி விட்டார்களே./ 'எனக்கு யாரும் உதவிசெய்வதில்லை' என்று இப்போது புலம்பி என்ன பயன்? உன் வாய்த் துடுக்கும் யாரையும் மதிக்காத நடத்தையும்தானே உன்னை இப்படி நடுத்தெருவில் நிற்கவைத்திருக்கிறது? **2:** (ஒருவரை) நிச்சயமற்ற நிலையில் வைத்தல்; leave s.o. in a precarious position. பொறியியல் கல்லூரிக்கு அங்கீகாரம் அளிப்பதில் அரசு காட்டிய மெத்தனப் போக்கு நூற்றுக்கணக்கான மாணவர்களை நடுத்தெருவில் நிறுத்தியிருக்கிறது./ #'நீண்ட காலமாகப் பணி நிரந்தரம் செய்யப்படாமல் நடுத்தெருவில் நிறுத்தப்பட்டிருக்கிறோம்' என்பது சில ஆசிரியர்களின் குற்றச்சாட்டாகும்.

மா.வ. நடுத்தெருவில் நிற்கவை/ நடுத்தெருவில் விடு

செயப்பாட்டு வினை வடிவம்

நடுநாயகமாக: முதன்மை விளங்க நடுவில்; in a position of prominence. 'மேடையில் நடுநாயகமாக வீற்றிருக்கும் தலைவர் அவர்களே!' என்று பேச்சைத் தொடங்கினார்./ எங்கள் ஊரின் நடுநாயகமாக மாரியம்மன் கோவில் இருக்கிறது.

நடைப்பிணம்: இயல்பான வாழ்க்கைக்குத் தேவையான துடிப்பை இழந்தவர்; உற்சாகமற்றவர்; one who is drained of life; a shadow of one's former self. மனைவி இறந்தபின் எதிலும் அவருக்கு ஈடுபாடு இல்லை, நடைப்பிணமாகி விட்டார்.

நடையாக நட: (ஒரு தேவையை முன்னிட்டு) பல முறை

போய்வருதல்; make endless trips. கொடுத்த கடனை வசூல்பண்ணுவதற்கு நடையாக நடந்துகொண்டிருக்கிறேன்./ ஒரு வேலை கேட்டு அவன் நடையாக நடக்கிறான்./ வெளி நாடுகளுக்குச் செல்வதற்குமுன் விசா வாங்க நடையாக நடக்க வேண்டியிருக்கும்.

நடையுடைபாவனை: (ஒருவரைப்பற்றிய அபிப்பிராயத்தை ஏற்படுத்தக் கூடிய) ஆடை அலங்காரமும் நடந்து கொள்ளும் போக்கும்; (one's) appearance and demeanour; bearing. சில நாட்களாக மகளின் நடையுடைபாவனை யில் மாற்றம் தெரிவதைக் கவனித்தாள்./ இவருடைய நடையுடைபாவனைகளைப் பார்த்தால் ஊருக்குப் புதியவர் போலத் தெரிகிறது.

நடையைக் கட்டு: (ஒரு காரியத்தை முடித்துக்கொண்டு உடனடியாக) புறப்பட்டுப் போதல்; (ஓரிடத்திலிருந்து) போய்விடுதல்; clear off; quit (a place). வந்த வேலை முடிந்ததும் யார் கண்ணிலும் படாமல் விறுவிறுவென்று நடையைக் கட்டினோம்./ சாப்பிட்டுவிட்டு ஊருக்கு நடையைக் கட்ட வேண்டியதுதான்./ ஒரே விலைதான், இஷ்டமிருந்தால் வாங்கு, இல்லையென்றால் நடையைக் கட்டு!

நண்டுசிண்டு (பொ.பெ.): வெவ்வேறு வயதுக் குழந்தைகள்; kids of different age; tots. முதலில் இந்த நண்டுசிண்டுகளை வெளியே போய் விளையாடச் சொல்./ அவளுடன் # நண்டும்சிண்டுமாக நான்கைந்து குழந்தைகள் வந்தன.

-உம் இடைச் சொல்லுடன்

நதிமூலம் ரிஷிமூலம்: (மதிப்பைக் குறைக்கக் கூடியதாக இருப்பதால் தெரிந்துகொள்ளாமல் விட்டுவிட வேண்டிய ஒருவருடைய அல்லது ஒன்றின்) வரலாறு அல்லது மூலம்; one's origins (which it might not be discreet to trace). நதிமூலம் ரிஷிமூலம் பார்த்தால் அந்தக் குடும்பத்தில் சம்பந்தம் வைத்துக்கொள்ள மாட்டீர்கள்./ சமூகத்தில் அந்தஸ்தோடு வாழ்ந்துகொண்டிருப்பவரிடம் போய் நதிமூலம் ரிஷிமூலம் கேட்டுக்கொண்டிருக்கலாமோ?/ வெற்றிகரமாக ஓடிக்கொண்டிருக்கும் இந்தத் திரைப் படத்தின் நதிமூலம் ரிஷிமூலத்தைப் பார்க்காமல் இருப்பதே நல்லது.

நம்பிக்கை நட்சத்திரம்: எதிர்காலத்தில் (ஒரு துறையில்) சிறந்து விளங்குவார் என்ற நம்பிக்கைக்கு உரியவர்; தன்னைச் சார்ந்தவர்களின் முன்னேற்றத்திற்குக் காரணமாக

இருப்பார் என்று நம்பப்படுபவர்; person showing great promise; an up-and-coming person. இவர்தான் ஓட்டப் பந்தயத்தில் இந்தியாவின் நம்பிக்கை நட்சத்திரம்./ மின் னணுத்துறையின் நம்பிக்கை நட்சத்திரமாக விளங்கும் சிலருள் இவரும் ஒருவர்./ இவர் ஏழைகளின் நம்பிக்கை நட்சத்திரம்.

நரக வேதனை: கொடுந்துன்பம்; terrible suffering; hell. தன்னை அடியோடு வெறுக்கும் கணவனுடன் சேர்ந்து வாழ்வது எப்படிப்பட்ட நரக வேதனை!/ படித்து முடித்து நீண்ட நாட்களாக வேலை இல்லாமல் இருப்பது போன்ற நரக வேதனை எதுவும் இல்லை.

நரசிம்ம அவதாரமெடு: கட்டுக்கடங்காத கோபம் கொள்ளுதல்; கோபாவேசம் அடைதல்; fly into a rage. அவர் கூப்பிட்டவுடன் ஓடிவரவில்லை என்றால் உடனே நரசிம்ம அவதாரமெடுத்துவிடுவார்./ உன் அப்பா இப்படி நரசிம்ம அவதாரமெடுத்து நான் பார்த்ததே இல்லை!

நரி முகத்தில் விழி: அதிர்ஷ்டம்செய்திருத்தல் (ஒருவருக்கு ஒரு நாளில் எல்லாம் நன்மையாக நடப்பதைப் பார்க்கும் போது அதிர்ஷ்டம் தரக்கூடியதாக நம்பப்படும் ஒன்றை அவர் காலையில் கண்விழித்ததும் கண்டிருக்க வேண்டும் என்று கூறுவது); be lucky on a particular day (said when things have been turning out very well). நான் இன்றைக்கு நரி முகத்தில் விழித்திருக்க வேண்டும், காலையில் வண்டியை எடுத்ததிலிருந்து தொடர்ந்து சவாரி கிடைத்துக்கொண்டிருக் கிறது!/ நீ நரி முகத்தில்தான் விழித்திருக்கிறாய், இல்லை யென்றால் போன காரியம் இவ்வளவு சுலபமாக முடிந்திருக்குமா?

நல்லதுக்குக் காலம் இல்லை: ஒருவர் மற்றவரின் நன்மை கருதி ஒன்றைச் செய்வது அல்லது சொல்வது மற்றவரால் அலட்சியப்படுத்தப்படும்போது அல்லது கொச்சைப்படுத்தப்படும்போது அவர் பொதுப்படையாக வருத்தப்படும் முறையில் பயன்படுத்தும் தொடர்; an expression of general regret uttered when one's advice is resented; 'times have changed for the worse'. சமாதானம் செய்துவைக்க வந்தவரைப் பார்த்து, சண்டைபோட்டுக் கொண்டிருந்தவர்கள் 'உன் வேலையைப் பார்த்துக் கொண்டு போடா' என்று ஏகவசனத்தில் பேசியவுடன் அவர் 'நல்லதுக்குக் காலம் இல்லை' என்று சொன்னவாறே அங்கிருந்து நகர்ந்தார்.

நல்லது கெட்டது*: *மங்கல அமங்கல நிகழ்ச்சிகள்;* occasions, good and bad. ஊரில் நல்லது கெட்டது என்றால் அவன்தான் முன்னால் நிற்பான்./ கிராமத்தில் ஒருவருக் கொருவர் சண்டைபோட்டுக்கொண்டாலும் நல்லது பொல்லாதது என்றால் நிமிஷத்தில் கூடிக்கொள்வார்கள். * பொல்லாதது

நல்லவேளை*: *தொல்லை, தீங்கு போன்றவை வராமல் நீங்கியது ஒருவரின் அதிர்ஷ்டம் என்று ஆறுதல்பட்டுக் கொள்ளும் முறையில் பயன்படுத்தப்படும் தொடர்;* 'thank God'; 'thank one's lucky stars'. நல்லவேளை, பக்கத்தில் இருந்தவர் தாங்கிப் பிடித்தார், இல்லையென்றால் கீழே விழுந்து மண்டையில் அடிபட்டிருக்கும்./ நல்லகாலம், நீச்சல் தெரிந்தவர் கிணற்றருகில் இருந்ததால் பிழைத்தேன். * -காலம்

நறுக்குத்தெறித்தாற் போல: *(சொல்லப்படும் விதத்தில்) தெளிவாகவும் சுருக்கமாகவும்; சொற்செட்டுடன் நேர்த்தி யாக;* succinctly. வாசகர்களின் கடிதங்களில் சில நறுக்குத் தெறித்தாற் போல இருந்தன./ நறுக்குத்தெறித்தாற் போல இரண்டே வரிகள், ஆனால் அவற்றின் கூர்மை நெஞ்சில் தைத்தது. பொ.வி. *1*

நன்றாய் வேண்டும்: *தொல்லையை அனுபவிப்பது சரியே (ஒருவருடைய தவறான செய்கைக்கு அல்லது தவறாக எடுத்த முடிவுக்குப் பலனாகக் கிடைத்திருப்பது பொருத்தமானதே என்ற குறிப்பில் கூறப்படுவது);* (you) deserve it; **serves s.o. right**. லஞ்சம் வாங்கி மாட்டிக் கொண்டானா, அவனுக்கு நன்றாய் வேண்டும்!/ பத்திரிகை விளம்பரத்தைப் பார்த்துப் பொருளைத் தபாலில் வாங்காதே என்று சொன்னேன், வாங்கிய பிறகு மோசம் என்கிறாயே, உனக்கு நன்றாய் வேண்டும்!

நாக்கில் எச்சில்* ஊறு: *கிடைக்கப் போகும் ஆதாயத்தை நினைத்த அளவில் ஆசை பொங்குதல்;* anticipate eagerly; make one's mouth water. கோயம்புத்தூரில் ஒரு நூற்பாலை யைக் குறைந்த விலைக்கு வாங்கிவிடலாம் என்பது தெரிந்ததும் அவருக்கு நாக்கில் எச்சில் ஊறத் தொடங்கி விட்டது./ தலைவர் பதவி தனக்குக் கிடைக்குமா என்று நாக்கில் நீர் ஊறக் கேட்டார். * நீர்

நாக்கில் சனி: *கேடு விளைவிக்கும் தன்மையுடையது அல்லது சொன்ன அளவிலேயே தீங்கு விளைவிக்கக் கூடியது என்று நம்பப்படும் பேச்சு;* a person's utterances believed to forebode evil. நாக்கில் சனியை வைத்திருப்பவ

னிடம்போய் ஆலோசனை கேட்கலாமா?/ உனக்கு நாக்கில் சனி! எதற்கெடுத்தாலும் தடங்கலாக எதையாவது சொல்கிறாயே!

நாக்கில் தேனைத் தடவிக்கொண்டு: *மிக இனிமையாக அல்லது இனிக்கஇனிக்க (உண்மையான அன்போடு பேசுவதில்லை என்பது குறிப்பு);* with sugary words. அவனுக்கு ஏதாவது காரியம் ஆக வேண்டும் என்றால் நாக்கில் தேனைத் தடவிக்கொண்டு பேசுவான்./ பாராட்டுக் கூட்டம் என்றால் போதும், இவர் நாக்கில் தேனைத் தடவிக்கொண்டு புகழத் தொடங்கிவிடுவார்.

நாக்கில் நரம்பில்லாமல்: *(மோசமான சொற்களை) நாவடக்கம் இல்லாமல்; கூச்சம் என்பதே இல்லாமல்;* intemperately; unabashedly. பெற்றவளைப்போய் நாக்கில் நரம்பில்லாமல் பேசுகிறாயே?/ பேசுவதற்கு உரிமை இருக்கிறது என்பதற்காக நாக்கில் நரம்பின்றிப் பேசிவிடுவதா?/ நாக்கில் நரம்பில்லாமல் பொய் சொல்வான். இ.வே. -இன்றி

நாக்கில் விஷம்: *பிறர் மனத்தைப் புண்படுத்தக் கூடிய கொடுமையான பேச்சு;* venomous in speech. அவனுக்கு நாக்கில் விஷம், அவன் பேசாமல் இருப்பதே நல்லது!

நாக்கு அழுகிப்போகும்: *அப்பழுக்கற்ற நடத்தையுடைய ஒருவரைப்பற்றித் தவறாக எதுவும் சொல்லிவிடக் கூடாது என்பதை வலியுறுத்தவும் ஒருவர் பொய் சொல்வதைத் தடுக்கும் நோக்கிலும் கூறப்படும் தொடர்;* an expression used to deter s.o. from slandering a person of impeccable character or from uttering a lie. அந்த வீட்டுப் பெண்களைப்பற்றித் தவறாகப் பேசினால் உன் நாக்கு அழுகிப்போகும்!/ நாட்டுக்காகப் பாடுபட்ட உங்களைப் போய்க் குற்றம் சொல்வேனா? சொன்னால் என் நாக்கு அழுகிப்போய் விடும்!/ இப்படியா பச்சைப் பொய் சொல்வது? நாக்கு அழுகிப்போகும்! இ.வே. -போய் விடும்

நாக்கு ஒட்டிக்கொள்: *(உணர்ச்சி மேலீட்டால்) பேச முடியாமல் ஆகிவிடுதல்;* be unable to speak; lose one's tongue. அவள் தன்னைப் பார்க்க மாட்டாளா என்று பல நாள் ஏங்கியிருக்கிறான், எதிர்பாராதவிதமாக இன்று அவள் அவனைப் பார்த்துச் சிரித்ததும் நெஞ்சு அடித்துக் கொண்டது, நாக்கு ஒட்டிக்கொண்டது!

நாக்குச் செத்துப்போ: *(சுவையற்ற சாப்பாட்டைத்*

நாக்கு நீள்

தொடர்ந்து சாப்பிட வேண்டியிருந்ததால்) நாக்கு சுவை அறியும் தன்மையை இழந்துவிடுதல்; get one's sense of taste dulled. காய்ச்சல் இருந்தபோது ரொட்டியை மட்டுமே தின்றுதின்று நாக்குச் செத்துப்போய்விட்டது./ ஆறு மாதமாக ஓட்டல் சாப்பாட்டைச் சாப்பிட்டு நாக்குச் செத்துப் போய் வந்திருக்கிறான்!

நாக்கு நீள்: மரியாதைக் குறைவாகப் பேசுதல்; வரம்பு மீறிப் பேசுதல்; become impertinent or be immoderate (in speech). எதிர்த்துப் பேசியவுடன் 'என்ன, வரவர உனக்கு நாக்கு நீள்கிறது' என்றாள் அம்மா.

~ **நாக்கு நீளம்:** இருந்தாலும் உனக்கு நாக்கு ரொம்ப நீளம் தான்! நாலு பேர் இருக்கும் இடத்தில் பார்த்துப் பேசு!

நாக்கு நீளம்: சுவையாகச் சாப்பிடுவதில் நாட்டம்; fastidious about food. என் வீட்டுக்காரருக்குத் தினமும் சாப்பாட்டில் பொரியல், கூட்டு, பச்சடி என்று இருக்க வேண்டும், அவருக்கு நாக்கு நீளம்.

நாக்கு வழிக்கவா (பொ.பெ.): (கிடைத்திருப்பது தேவையை நிறைவேற்றாது என்னும்போது அதனால்) என்ன பயன்; 'what good is it?' பணம் இல்லாமல் வெறும் புகழை மட்டும் வைத்துக்கொண்டு நாக்கு வழிக்கவா?/ சம்பளம் எண்ணூறு ரூபாய், அதை வைத்து நாக்கு வழிப்பதா? இ.வே. வழிப்பதா

நாக்கைக் கட்டு: (சாப்பிட ஆசை இருந்தாலும்) உண்பதில் கட்டுப்பாட்டுடன் இருத்தல்; exercise control over food; be sparing in food. நாலைந்து ஜிலேபியைச் சாப்பிட்டு விட்டீர்களே, உங்களுக்குச் சர்க்கரை வியாதி, நாக்கைக் கட்டுங்கள்/ அதிகமாகப் போனால் ஒரு மாதம் உயிரோடு இருப்பார், கேட்டதையெல்லாம் சாப்பிடக் கொடுங்கள், நாக்கைக் கட்டச் சொல்லாதீர்கள்.

நாக்கைத் தொங்கப் போட்டுக்கொண்டு: (ஒன்றை அடைய) கட்டுப்படுத்த முடியாத ஆசையுடன்; ஆசை பொங்க (அப்படி ஆசைப்படுவது நாகரிகம் இல்லை என்ற குறிப்பில் கூறப்படுவது); with unseemly eagerness; with one's tongue hanging out. நாங்களா உங்கள் வீட்டுச் சோற்றுக்கு நாக்கைத் தொங்கப் போட்டுக்கொண்டு வந்தோம்?/ அடுத்த வீட்டு விஷயம் என்றால் நாக்கைத் தொங்கப் போட்டுக்கொண்டு கேட்பானே!/ விருந்தில் வெளிநாட்டு மது வகைகள் கிடைக்கும் என்று தெரிந்ததும்

நாக்கைத் தொங்கப் போட்டுக்கொண்டு வந்துவிட்டானா?

நாக்கைப் பிடுங்கிக்கொள் (பொ.பெ.): (அவமானத்தைத் தாங்கிக்கொள்வதைவிட) செத்துப்போகலாம் (இதுவே மேலானது என்ற குறிப்பில் கூறுவது); had better die (uttered when one is faced with humiliation). தினமும் தண்ணீருக்காகக் குழாயடியில் சண்டைபோடுவதைவிட நாக்கைப் பிடுங்கிக் கொள்ளலாம்./ எப்படி என்னை அவமானப்படுத்தி விட்டான், நாக்கைப் பிடுங்கிக்கொள்ளலாம் போலிருக் கிறது./ குடும்ப கௌரவத்தை இப்படிச் சீரழிக்கிறாயே, உன்னைப் பெற்றதற்கு நாக்கைப் பிடுங்கிக்கொண்டு சாகலாம்.

நாக்கைப் பிடுங்கிக்கொள்கிறாற் போல: மானமே போகும்படி; in an utterly humiliating manner. ஊருக்குப் போனதும் அவனைப் பார்த்து நாலு வார்த்தை நாக்கைப் பிடுங்கிக்கொள்கிறாற் போலக் கேட்டுவிடப் போகிறேன்./ நாக்கைப் பிடுங்கிக்கொள்கிறாற் போலப் பேசி அவனை அனுப்பிவிட்டேன், இனி வீட்டுப் பக்கம் வர மாட்டான். பொ.வி. 1

நாக்கைப் புரட்டு: (எந்த விதக் காரணமும் இல்லாமல்) முன்னர் சொன்னதற்கு மாறாகச் சொல்லுதல்; மாற்றிப் பேசுதல்; reverse one's stand. அன்று பெண் பிடித்திருக்கிறது என்று சொல்லிவிட்டு இப்போது நாக்கைப் புரட்டு கிறார்கள்./ அவன் எப்போது என்ன சொல்வான் என்று யாருக்குத் தெரியும், ஆளுக்கு ஏற்றாற் போல் நாக்கைப் புரட்டுகிறவனாயிற்றே!

நாக்கை வளர்: சுவையான உணவு உண்பதையே பழக்க மாக்கியிருத்தல்; indulge one's palate. உன் கணவர் என்ன கேட்டாலும் செய்துகொடுத்து அவர் நாக்கை நன்றாக வளர்த்திருக்கிறாய்!/ ருசி சற்றுக் குறைந்தாலும் அவன் சாப்பிட மாட்டானாம், அப்படி நாக்கை வளர்த்து வைத்திருக்கிறான்.

நாடிநரம்பு: (உணர்ச்சிக்கு இடமாக இருக்கும்) உடல் முழுதும்; one's entire being. அவருடைய பேச்சு நாடிநரம்பு களைச் சூடேறச் செய்தது./ சங்கீதத்தின் இனிமையால் நாடிநரம்புகளிலெல்லாம் பரவசம்./ நாடிநரம்பெல்லாம் முறுக்கேறி இளமை மீண்டும் திரும்பியது போல் இருந்தது.

நாடி பிடித்துப்பார்: (நிலைமை எப்படி இருக்கிறது என்று) அறிய முற்படுதல்; அளவிடுதல்; gauge or assess (s.o.'s mood, etc. before undertaking sth.). படத் தயாரிப்பாளர்கள் ரசிகர்களின் ரசனையை நாடி பிடித்துப்பார்த்தா படம் தயாரிக்கிறார்கள்?/ பொதுத்தேர்தலுக்குமுன் மக்களின் #நாடியைப் பிடித்துப்பார்க்க உதவும் இடைத்தேர்தல் இது. # -ஐ உருபுடன்

நாடியை (பிடித்து) தாங்கு: *(பிடிவாதமாக இருக்கும் ஒருவரிடம்) நயமாக வேண்டுதல்;* coax. கோபித்துக் கொண்டு சாப்பிடாமல் இருந்தவனிடம் போய் நல்ல வார்த்தைகள் சொல்லி நாடியைப் பிடித்துத் தாங்கிச் சமாதானம்செய்ய வேண்டியதாயிற்று./ நாம் அவன் நாடியைத் தாங்கினாலும், அவன் சற்றும் சுமுகமாக நடந்துகொள்ளவில்லையே.

நாடி விழு: *(ஒரு செயலின் அல்லது செய்தியின் கடுமையால்) மனம் சோர்ந்துபோதல்;* get disheartened. 'அதைத் தவிர வேறு பேச்சுப் பேசுங்கள்' என்று மாப்பிள்ளை கறாராகக் கூறியதும் மாமனாரின் நாடி விழுந்துவிட்டது./ தான் செய்த குற்றத்துக்கு மூன்றாண்டு சிறைத் தண்டனை என்ற தீர்ப்பைக் கேட்டதும் அவனுக்கு நாடி விழுந்துவிட்டது.

நாடு நீங்கு (அ.வ.): *(பெரும்பாலும் அரசரின், அரச குடும்பத்தினரின் மறைவைக் குறிப்பிடும்போது) காலமாதல்;* (used for the royalty) pass away. மகாராஜா நாடு நீங்கி நான்கு ஆண்டுகள் ஆகின்றன.

நாணயத்தின் இரு பக்கங்கள்: *ஒரே விஷயத்தின் தொடர்புடைய இரு அம்சங்கள்; ஒன்றோடு சார்புடைய மற்றொன்று;* two aspects of the same thing. வறுமையும் வேலையில்லாத் திண்டாட்டமும் நாணயத்தின் இரு பக்கங்கள்.

(பட்டை) நாமம் சாத்து*: *(பெருத்த) ஏமாற்றம் ஏற்படும்படி செய்தல்;* cause (great) disappointment. அவனிடம் நானும் கொடுக்கல் வாங்கல் விஷயத்தில் எவ்வளவோ ஜாக்கிரதையாகத்தான் இருந்தேன், ஆனாலும் எனக்கு நாமம் சாத்திவிட்டான்!/ வேலை வாங்கித் தருவதாகப் பணம் வாங்கிக்கொண்டு எத்தனை பேருக்குப் #போட்டானோ நாமம்!/ அடுத்த தேர்தலில் மக்கள் எந்தக் கட்சிக்குப் பட்டை நாமம் சாத்தப் போகிறார்களோ தெரியவில்லை.

* போடு
# சொற்களின் இடம் மாற்றம்

நாய்க் குணம்: *(எதற்கெடுத்தாலும்) எரிச்சலையும் சிடுசிடுப்பையும் வெளிப்படுத்தும் குணம்;* irascibility.

நாற்பது வயதானால் நாய்க் குணம் வந்துவிடும் என்பார்கள்.

நாய்ப் பிழைப்பு: *(நொந்துகொள்ளும்படியான) இழிந்த வாழ்க்கை;* wretched life; **a dog's life**. என் பிழைப்பே நாய்ப் பிழைப்பாக இருக்கிறது, இதில் எனக்குக் கல்யாணம் ஒரு கேடா?/ தினமும் பலரிடம் வசவு வாங்க வேண்டியிருக்கிறது, என்ன நாய்ப் பிழைப்பு இது.

நாய் படாத பாடு படு: *பெரும் தொல்லை அனுபவித்தல்;* suffer untold misery. செல்லமாக வளர்த்த பெண்ணைக் கெட்ட பழக்கங்களுடைய பையனுக்குத் திருமணம்செய்து வைத்துவிட்டு நாய் படாத பாடு படுகிறேன்./ இருந்த நல்ல வேலையை விட்டுவிட்டதால் இப்போது நாய் படாத பாடு பட வேண்டியிருக்கிறது./ நாய் படாத பாடு பட்டு இந்த வேலையில் சேர்ந்திருக்கிறேன்.

நாய் வாலை நிமிர்த்த முடியாது: *படிந்துவிட்ட (விரும்பத் தகாத) இயல்பை மாற்ற முடியாது (மாற்ற முற்படுவது வீண் முயற்சியாகும் என்ற குறிப்பில் கூறுவது);* one cannot easily change one's habits. புத்திமதி சொல்லி அவனைத் திருத்திவிடலாம் என்றா சொல்கிறாய்? நாய் வாலை நிமிர்த்த முடியாது என்று உனக்குத் தெரியாதா?/ ஊதாரித்தனமாகச் செலவுசெய்து பழக்கப் பட்டவனாயிற்றே, அவனை 'சிக்கனமாக இரு' என்று சொன்னால் கேட்பானா? நாய் வாலை நிமிர்த்த முடியுமா? பொ.வி. 4

நாயாய் அலை: *(ஒரு காரியத்தை முன்னிட்டு) ஓய்வு இல்லாமல் அல்லது கௌரவம் பார்க்காமல் சுற்றித்திரிதல்;* go after (s.o. or sth. tiring oneself out in the process). அவர் வாடகைக்கு வீடு தேடி நாயாய் அலைந்துகொண்டிருக்கிறார்./ சினிமாவில் நடிப்பதற்கு வாய்ப்புத் தேடி நாயாய் அலைவதை விட்டுவிட்டு ஏதாவது உருப்படியான வேலையைப் பார்.

நார்நாராகக் கிழி: *கடுமையாக விமர்சித்தல்;* criticize harshly; **tear to shreds**. அவர் செய்த இதே தவற்றை நான் செய்திருந்தால் இந்நேரம் என்னை நார்நாராகக் கிழித்திருப்பார்./ ஊழல் விவகாரத்தைப் பத்திரிகைகள் நார்நாராகக் கிழித்துக்கொண்டிருக்கின்றன.

நாரதர் வேலை: *நபர்களிடையே கலகமூட்டும் காரியம்;* act

நாலு இடம்

that causes discord. அவனுடைய நாரதர் வேலையால் ஒற்றுமையாக இருந்த குடும்பம் பிரிந்துபோய்விட்டது./ இவர் நாரதர் வேலை செய்வார் என்பது எல்லாருக்கும் தெரிந்ததாயிற்றே!

நாலு இடம்: (தனக்குப் பழக்கமான குறுகிய வட்டத்திற்கு அப்பால் உள்ள) வெளி இடங்கள்; places away from home. அப்பா, அம்மாவை நாலு இடத்துக்குக் கூட்டிச்சென்று நான் பார்த்ததில்லை./ வீட்டிலேயே அடைந்து கிடந்தால் எப்படி? நாலு இடங்களுக்குப் போய்வந்தால்தானே உலக அனுபவம் கிடைக்கும்.

நாலு எழுத்து: (பிறர் மதிக்கிற அளவுக்கான) ஓரளவு கல்வி; a little education. நாலு எழுத்துப் படித்திருந்தால் நான் ஏன் இப்படிக் கஷ்டப்படுகிறேன்./ நாலு எழுத்துப் படித்து விட்டோம் என்ற திமிர் அவனுக்கு.

நாலு காசு: சிறிதளவு பணம் அல்லது போதிய பணம்; a little or enough money. அவன் சம்பாதித்துப்போடுகிற நாலு காசில்தான் குடும்பம் ஓடிக்கொண்டிருக்கிறது./ நாலு காசு உள்ள ஆளாகப் பார்த்துப் பெண் கொடுங்கள்.

நாலுகால் பாய்ச்சல்: அதிவிரைவு; gallop. நாலுகால் பாய்ச்சலில் எங்கே கிளம்பிவிட்டாய்?/ உன்னைக் கண்டால் அவன் ஏன் நாலுகால் பாய்ச்சலில் ஓடுகிறான்?

நாலு பேர்: ஒருசில நபர்கள் அல்லது செல்வாக்குடைய ஒருசிலர்; some persons or a few persons of influence. நாலு பேரைக் கேட்டு வழி கண்டுபிடித்து வீட்டுக்கு வந்து சேர்ந்தோம்./ நாலு பேரைத் தெரிந்துவைத்திருப்பதால்தான் எல்லாக் காரியமும் தடையில்லாமல் நடைபெறுகிறது.

நாலும் தெரிந்தவர்: உலக நடைமுறை தெரிந்தவர்; a person of worldly knowledge; worldly-wise person. உனக்குச் சரியான ஆலோசனை கூறக் கூடியவர் என் மாமாதான், அவர் நாலும் தெரிந்தவர்./ அவள் பல இடங்களுக்குப் போய்வந்தவள், நாலும் தெரிந்தவள்.   பொ.வி. 3

நாவசை*: (தன் அதிகாரமும் செல்வாக்கும் வெளிப்படும்படி) ஒரு வார்த்தை சொல்லுதல் அல்லது ஒரு குறிப்புக் காட்டுதல் (அதற்கு மற்றவர்களைப் பணியவைக்கும் ஆற்றல் உண்டு என்பது குறிப்பு); say the word; give so much as a hint. இந்த நடிகர் நாவசைத்தால் போதும், அவருடைய

* கண்-/வாய்-விரல்-

ரசிகர்கள் எதையும் செய்யத் தயாராக இருக்கிறார்கள்./ அவர் கண்ணசைத்ததால் காரியங்கள் விரைவாக நடை பெறுகின்றன.

நாள்கிழமை: பண்டிகை நாள்; (பிறந்த நாள், திருமணம் போன்ற) விசேஷ நாட்கள்; festival days; days of celebration. நாள்கிழமை என்றுகூடப் பார்க்காமல் ஏன் அவளைத் திட்டுகிறாய்?/ #நாளும்கிழமையுமாக வீட்டில் சாப்பிடாமல் வெளியில் சாப்பிட்டேன் என்கிறாயே./ கல்யாணம், கார்த்திகை போன்ற நாள்கிழமைகளில் கட்டிக்கொள்ளக் கூட நல்ல சேலை இல்லை.   #-உம் இடைச் சொல்லுடன்

நாள் குறி: (ஒருவரை ஒழித்துக்கட்டும் அல்லது வேலையிலிருந்து நீக்கும் நாளை) முடிவுசெய்தல்; decide to kill (s.o.) or dismiss (s.o.) from a job or position. உனக்கு நாள் குறித்து விட்டார்கள், இந்த ஊரைவிட்டுப் போய்விடு!/ மேலிடம் நாள் குறிப்பதற்குள் அவராகப் பதவியிலிருந்து விலகிக் கொள்வது நல்லது.

நாள்நட்சத்திரம்: (செய்யும் காரியம் நன்மையாக முடிய வேண்டும் என்பதற்காகப் பார்க்கும்) நல்ல நேரம்; auspicious time (chosen for good results). அவர் நாள் நட்சத்திரம் பார்க்காமல் எந்தக் காரியத்தையுமே செய்ய மாட்டார்./ கல்யாணத்திற்கு #நாளும்நட்சத்திரமும் மட்டும் பார்த்தால் போதுமா? பணத்திற்கு ஏற்பாடுசெய்ய வேண்டாமா?   #-உம் இடைச் சொல்லுடன்

நாளை எண்ணிக்கொண்டிரு: (ஒன்று நிகழப் போகும்) நாளை எதிர்நோக்கிக் காத்திருத்தல்; wait expecting (sth. to happen); **count the days**. வெளிநாட்டில் இருக்கும் நண்பர் 'தாயகம் திரும்பும் நாட்களை எண்ணிக்கொண்டிருக்கிறேன்' என்று கடிதத்தில் எழுதியிருந்தார்./ தான் எப்போது வேண்டுமானாலும் வேலையிலிருந்து நீக்கப் படலாம் என்பதால் அவர் நாளை எண்ணிக்கொண்டிருக் கிறார்./ 'எப்படி இருக்கிறீர்கள்?' என்று கேட்டதற்கு 'ஏதோ #இருக்கிறேன் நாட்களை எண்ணிக்கொண்டு' என்றாள் பாட்டி.   #சொற்களின் இடம் மாற்றம்; -கள் விகுதியுடன்

நாளொரு மேனியும் பொழுதொரு வண்ணமுமாக: ஒவ்வொரு நாளும் புதுப் பொலிவுடன்; (growing) impressively. குழந்தை நாளொரு மேனியும் பொழுதொரு வண்ணமுமாக வளர்ந்துவருகிறது./ புதிய பத்திரிகைகள் நாளொரு மேனியும் பொழுதொரு வண்ணமுமாக வெளி

வந்துகொண்டிருக்கின்றன./ இந்திய விண்வெளி ஏவு கணைத் திட்டம் அரசு ஆதரவில் நாளொரு மேனியும் பொழுதொரு வண்ணமுமாக வளர்ந்துவந்திருக்கிறது.

(வீட்டின்) நான்கு சுவர்களுக்குள்: (வீடு என்னும்) குறுகிய வட்டத்திற்குள்; within the narrow confines of the house. நான்கு சுவர்களுக்குள் இருக்க வேண்டிய குடும்ப விஷயங்கள் இப்படியா தெருவுக்கு வர வேண்டும்?/ வீட்டின் நான்கு சுவர்களுக்குள் அடைபட்டுக் கிடக்காதே! வெளியே வந்து பரந்த உலகத்தைப் பார்.

நான் நீ என்று: ஒருவரை ஒருவர் அல்லது ஒன்றை ஒன்று முந்திக்கொண்டு; vying with each other. அவனுக்கு வேலை கிடைத்ததும் நான் நீ என்று போட்டிபோட்டுக்கொண்டு பெண்கொடுக்கப் பலர் முன்வந்தார்கள்./ புதிய பொருளாதாரக் கொள்கையின் விளைவாகப் பல நாடுகள் நான் நீ என்று ஓடிவந்து முதலீடுசெய்யும் என்று எதிர்பார்க்கிறார்கள்.

நான் பிடித்த முயலுக்கு மூன்று கால்: உண்மையை உணர்ந்த பின்னும் தன் கருத்தை மாற்றிக்கொள்ள மறுக்கும் நபரின் பிடிவாதத்தைக் குறிப்பிடப் பயன்படுத்தும் தொடர்; an expression used to describe how self-opinionated a person is; obstinate as a mule. தவற்றை ஒத்துக் கொள்ளாமல் 'நான் பிடித்த முயலுக்கு மூன்று கால்' என்று வாதிடுகிறான்./ இந்த நிறுவனத்தில் பணியாற்றும் உயர் அதிகாரிகள் தாங்கள் பிடித்த முயலுக்கு மூன்று கால் என்ற முறையிலேயே பேசுவார்கள்.

இ.வே. தான்/ தாங்கள்

நித்திய கண்டம் பூரண ஆயுசு: ஒவ்வொரு நாளும் ஏற்படும் புதியபுதிய ஆபத்துகளால் உறுதி இல்லாத நிலை; survival on a day-to-day basis. மலைப் பாதையில் சரக்குகள் ஏற்றிச் சென்றுவரும் என்னைப் போன்ற லாரி ஓட்டிகளுக்கு நித்திய கண்டம் பூரண ஆயுசுதான்./ பெரும் பான்மை பலம் இல்லாததால் இந்த அரசு நித்திய கண்டம் பூரண ஆயுசாக இருந்துவருகிறது.

நிலபுலன்: சொத்தாகக் கருதும் பல வகை நிலங்கள்; landed property. அவருக்குக் கிராமத்தில் நிலபுலன் ஏராளம் உண்டு./ மனைவியின் பெயரில் நிறைய நிலபுலன்கள் வாங்கிப்போட்டிருக்கிறார்.

நிலம்நீச்சு: பயிர் விளையும் நிலங்கள்; farming lands.

நிலம்நீச்சைக் கவனிக்க வேண்டியிருப்பதால் கிராமத்திலிருந்து கிளம்பவே முடிவதில்லை.

நிழல் யுத்தம்: (ஒருவர்மீது) *பெயரைச் சொல்லாமல் நடத்தும் தாக்குதல்;* attacking (s.o.) with veiled references; shadow boxing. நேரடியாகப் பெயர் சொல்லாமல் யாரையோ மனத்தில் வைத்துக்கொண்டு 'அமைப்பியல் வாத விசுவாசி' என்று கட்டுரையாளர் நிழல் யுத்தம் நடத்தியிருக்கிறார்.

நிழலாடு: (சந்தேகம், பயம் போன்றவை) *மனத்தில் தோன்றுதல்;* (சோகம், துன்பம் போன்றவை) *இலேசாகப் பார்வைக்குப் புலப்படுவது போல் இருத்தல்;* appear indistinctly; loom. அன்று அவர்களுக்கிடையே நிழலாடிய சந்தேகம் இன்று மனவேறுபாடாக உருவெடுத்திருக்கிறது./ அவளுடைய சோகம் நிழலாடும் முகத்தை என்னால் மறக்க முடியவில்லை./ வறட்சியால் மக்கள் படப்போகும் கஷ்டங்கள் என் கண்முன் நிழலாடின.

நிறைகுடம்: நிரம்பக் கற்றிருந்தும் அடக்கமாக இருப்பவர்; a person of scholarship and modesty. பொறுமையாக எல்லாக் கேள்விகளுக்கும் பதில் அளிக்கும் அவர் ஒரு நிறைகுடம்.

நின்ற நிலையில்: இந்தக் கணத்திலேயே; திடீரென்று; that very instant; instantly. நின்ற நிலையில் ஆயிரத்தைக் கொண்டுவா, இரண்டாயிரத்தைக் கொண்டுவா என்றால் நான் என்ன செய்வேன்?/ அவன் நின்ற நிலையில் நூறு பொய் சொல்வான்.

நின்றவரை நெடுஞ்சுவர்: இருக்கிறவரை இருக்கட்டும் அல்லது நடக்கிறவரை நடக்கட்டும் (பின்னர் எவ்வாறாக இருந்தாலும் சரிதான் என்ற முறையில் கூறப்படுவது); 'good so long as it lasts'. நம்முடைய சங்கம் இப்போது இருக்கும் நிலையில் நின்றவரை நெடுஞ்சுவர் என்று போக வேண்டியதுதான்.

நீக்குப்போக்கு: விட்டுக்கொடுத்தும் அனுசரித்தும் போகும் மனப்பான்மை; நெளிவுசுளிவு; flexibility. அரசு அதிகாரிகள் நீக்குப்போக்குடன் நடந்துகொள்ள வேண்டும் என்று எதிர்பார்ப்பது தவறா?/ இரு தரப்பினரும் நீக்குப்போக்குடன் நடந்துகொண்டிருப்பது ஒரு நல்ல அறிகுறியே!

நீட்டி முழக்கு **1:** (சுருக்கமாகக் கூறாமல்) *விரித்துக் கூறுதல்;*

பேச்சை வளர்த்தல்; elaborate on unimportant details. 'நீட்டி முழக்காமல் விஷயத்துக்கு வா' என்று அதட்டினார். **2:** (தனக்கு ஆர்வம் இல்லை என்பது தோன்றும்படி) இழுத்துப் பேசுதல்; speak with a drawl (to show that one is not interested). 'ஆமாம், உங்களுக்கு எல்லாமே... கேலிதான்' என்று நீட்டி முழக்கியபடியே எழுந்துபோனாள்.

நீர்மேல் எழுத்து (உ.வ.): *நிலைக்காமல் போய்விடுவது; நிலையாக இல்லாதது;* sth. that vanishes soon after it comes into being; sth. ephemeral. அவன் உனக்கு உதவிசெய்வதாகச் சொல்வதெல்லாம் நீர்மேல் எழுத்துதான்./ இறப்பு என்பது தவிர்க்க முடியாதது என்பதால் மனித வாழ்க்கை நீர்மேல் எழுத்துதான்.

நீலிக் கண்ணீர்: *பொய் வருத்தம்; போலிக் கண்ணீர்;* insincere sorrow; crocodile tears. 'முதலாளிகளின் நீலிக் கண்ணீரைக் கண்டு தொழிலாளிகள் ஏமாந்துவிடக் கூடாது' என்று காரசாரமாகப் பேசினார்./ என்மேல் அவருக்கு அளவுகடந்த அன்பாம், எனக்குத் துன்பம் வந்தால் அவரால் தாங்க முடியாதாம், நீலிக் கண்ணீர் வடிக்கிறார்.

நீறுபூத்த நெருப்பாக: (உணர்ச்சிகள்) *வெளியே தெரியாத முறையில்;* (of emotions) not outwardly visible. ஒடுக்கப் படும் மக்களின் சுதந்திர வேட்கை நீறுபூத்த நெருப்பாகக் கனன்றுகொண்டுதான் இருக்கும்./ அவள்மேல் அவன் கொண்ட காதல் நீறுபூத்த நெருப்பாக இருந்துவந்தது.

(வாயில்) நுரை தள்ளு: (ஒன்றை நிறைவேற்ற) *பெரும் பாடுபடுதல்;* (ஒன்றைச் செய்து முடிப்பதற்குள்) *திணறிப் போதல்;* be exhausted (because one had to labour very hard). எதிர்பார்த்தபடி வியாபாரம் நடக்காததால் வாங்கிய கடனை அடைப்பதற்குள் நுரை தள்ளிவிட்டது./ 500 முகவரி எழுதி, ஒவ்வொன்றிலும் தபால் தலை ஒட்டி நான்கு மணிக்குள் அனுப்ப வேண்டும், வாயில் நுரை தள்ளுகிறது.

நுனி நாக்கில்: (மொழியை, குறிப்பாக ஆங்கிலத்தைப் பேசும்போது) *நாகரிகமான பாணி என்று கருதும்படி யாக;* (when speaking a language, esp. English) in an affected manner; lisping genteelly. அவர் மேலை நாட்டு நாகரிகத்தில் மூழ்கிவிட்டார், நுனி நாக்கில் ஆங்கிலம் பேசிக்கொண்டு கோட்டு, டை அணிந்துகொண்டு திரிகிறார்.

நுனிப்புல் மேய்: *(ஆழ்ந்து ஈடுபடாமல் ஒரு காரியத்தை) மேலோட்டமாகச் செய்தல்; ஓரளவே அறிந்துகொண்டு செயல்படுதல்;* (of intellectual pursuits) do (sth.) superficially. *ஆராய்ச்சி என்ற பெயரில் நுனிப்புல் மேய்வது அவருக்குப் பிடிக்காது./ புத்தக விமர்சனமா இது? நுனிப்புல் மேய்ந் திருக்கிறார்.*

நூல் பிடித்தாற் போல்: *நேரான வரிசை ஒழுங்கில்;* in a perfectly straight row or line. *தெருக்களில் வீடுகள் நூல் பிடித்தாற் போல் கட்டப்பட்டிருந்தன./ நூல் பிடித்தாற் போல் பறவைகள் பறந்துகொண்டிருந்தன.* பொ.வி. 1

நூலிழை: *மிகச் சிறு அளவு;* the least. *அவனுக்கும் அந்தத் திருட்டுக்கும் நூலிழையும் சம்பந்தம் கிடையாது./ அவர் ஒன்றைச் செய்வேன் என்று சொல்லிவிட்டால் அதில் ஒரு நூலிழைகூடப் பிசக மாட்டார்.*

நூற்றுக் கிழம்: *(சற்று மதிப்புக் குறைவாக) மிகவும் வய தான நபர்;* (disparagingly) person of ripe old age. *ஏன் நூற்றுக் கிழம் மாதிரி நடுங்கிநடுங்கிப் பேசுகிறாய்?/ அவர் நூற்றுக் கிழவராக இருந்தாலும் யாரும் தன்னைக் கிழவர் என்று கூப்பிட விட மாட்டார்./ நூற்றுக் கிழவி மாதிரி அல்லவா இந்தச் சின்னப் பெண் பேசுகிறது!* இ.வே. கிழவன்/ கிழவி

நூற்றுக்கு நூறு: *முற்றிலும்; முழுவதும்;* entirely; one hundred per cent. *அவர் சொல்வது நூற்றுக்கு நூறு உண்மை./ அவனை நூற்றுக்கு நூறு நம்பிவிட முடியாது./ இந்தப் பத்திரிகை நூற்றுக்கு நூறு அரசுச் சார்புப் பத்திரிகை யாகவே இருக்கிறது.*

நெக்கு வாங்கு *(வ.வ.): (வேலை) தாங்க முடியாத அளவுக்கு வருத்துதல்;* (of work) be exhausting. *வீட்டு வேலையே நெக்கு வாங்குகிறது./ திருமண வீட்டில் இரண்டு நாட்களாக வேலை நெக்கு வாங்கிவிட்டது.*

நெஞ்சில் கை வைத்துச் சொல்: *மனசாட்சிக்கு விரோதம் இல்லாமல் உண்மையைச் சொல்லுதல் (உண்மையான பதிலை எதிர்பார்க்கும் சூழ்நிலையில் ஒருவர் பயன் படுத்துவது);* swear by one's conscience to the truth of (sth.); 'search your heart and say'. *பண விஷயத்தில் நான் ஒழுங்காக இருந்ததில்லை என்று நீ என்றாவது கேள்விப்பட்டிருக் கிறாயா, நெஞ்சில் கை வைத்துச் சொல்!/ நெஞ்சைத் தொட்டுச் சொல்லுங்கள், நான் உங்களைப்பற்றித் தவறாகப்* மா.வ. நெஞ்சைத் தொட்டுச் சொல்

பேசுவேனா?/ நான் உன்னிடம் ஒன்று கேட்கப்போகிறேன், நெஞ்சில் கை வைத்துப் பதில் சொல்ல வேண்டும்.

நெஞ்சு வேகாது: *(தற்போது ஒருவரை வாட்டும் மனத் தவிப்பு நீங்காவிட்டால் செத்த பின்பும் அவருக்கு) ஆன்மா அமைதி அடையாது;* one's soul will not rest in peace (unless one's yearning is fulfilled). இத்தனை நாள் மறைத்துவைத் திருந்த உண்மையைச் சொல்லிவிடுகிறேன், இல்லை யென்றால் என் நெஞ்சு வேகாது./ தன் மகனைப் பார்த்து மன்னிப்புக் கேட்டால்தான் நெஞ்சு வேகும் என்று புலம்புகிறாள். — மா.வ. கட்டை வேகாது பொ.வி. 4

நெஞ்சை நிமிர்த்திக்கொண்டு: *பெருமிதத்துடன்; கர்வத் துடன்;* proudly. தனக்குப் புதிய வேலை கிடைத்திருக்கும் செய்தியை நெஞ்சை நிமிர்த்திக்கொண்டு அல்லவா கூறினான்!/ தன்னை விட்டால் படங்களுக்கு வசனம் எழுத வேறு ஆள் இல்லை என்று நெஞ்சை நிமிர்த்திக் கொண்டு நடக்கிறார்.

நெஞ்சைப்* பிசை: *(பிறர் துயரம்) மனத்தை உருக்குதல்;* overwhelm (with sorrow); wring one's heart. அவளின் துயரக் கதை நெஞ்சைப் பிசைந்தது./ இந்தச் செய்திக்குப் பின்னால் நெஞ்சைப் பிழியும் சோகம் இருக்கிறது. — * மனத்தை மா.வ. நெஞ்சைப் பிழி

நெஞ்சைப் பிள: *(பிறருடைய துயரம்) உள்ளத்தை நிலை குலையச்செய்தல்;* be heart-rending. விபத்தில் சிக்கிப் பத்துக் குழந்தைகள் உயிரிழந்த நிகழ்ச்சி படிப்போர் நெஞ்சைப் பிளப்பதாக இருந்தது./ அவள் கதறல் நெஞ்சைப் பிளந்தது.

நெட்டியை முறி: *(வேலை) சக்தியையெல்லாம் உறிஞ்சுதல்;* (of work) exhaust (a person). ஒரு வாரமாகவே இந்த மாநாட்டு வேலை என் நெட்டியை முறித்துவிட்டது./ வேலைக்கு மேல் வேலையாகக் கொடுத்து நெட்டியை முறித்துவிட்டார்கள்./ ஆறு மாதமாகக் கடிதம்கூடப் போடாமல் அப்படி என்ன #நெட்டி முறிக்கிற வேலை உனக்கு? — # -ஐ உருபு இல்லாமல்

நெருப்பில்லாமல் புகையாது: *(ஒருவரைப்பற்றி அல்லது ஒன்றைப்பற்றி வதந்தியாக) பேசப்படுவதற்குக் காரணம் இல்லாமல் இருக்காது;* there is always some basis for a rumour; **(there is) no smoke without fire**. வியாபாரத்தில் பெருத்த நஷ்டம் ஏற்பட்டுவிட்டதாம், வீட்டை விற்கப் போகிறாராம், உண்மையா என்று தெரியவில்லை, ஆனால் — பொ.வி. 4

நெருப்பில்லாமல் புகையாது அல்லவா?/ அவர் மோசமான ஆள், பக்கத்து வீட்டுப் பெண்களைப்பற்றி வதந்தி கிளப்பி விடுவார், ஆதாரம் கேட்டால் நெருப்பில்லாமல் புகையுமா என்பார்.

நெருப்பு என்றால் வாய் வெந்துவிடாது: சொல்லாமல் தவிர்க்கப்பட வேண்டியதைச் சொல்ல வேண்டிய கட்டாயம் ஏற்படும்போது அதன் தீவிரத்தைக் குறைக்கும் வகையில் பயன்படுத்தும் தொடர்; 'the mere mention of an unpleasant thing won't do any harm' (prefaced by the speaker who is forced to say things which he is supposed to avoid). *நெருப்பு என்றால் வாய் வெந்துவிடாது, திடீரென்று உங்களுக்கு ஏதாவது ஆகிவிட்டால்? எதற்கும் உயில் எழுதி வைத்துவிடுவது நல்லதல்லவா?/ 'நீ உருப்பட மாட்டாய்' என்று ஏதோ கோபத்தில் என் மகனிடமே சொல்லி விட்டேன், நெருப்பு என்றால் சுட்டுவிடுமா, என்ன.* — மா.வ. **நெருப்பு என்றால் சுட்டுவிடாது** பொ.வி. 4

நெருப்பை* மிதித்தாற் போல்: பொறுக்க முடியாத அதிர்ச்சிக்கு உள்ளாகி; பெரும் பதற்றத்துடன்; (like one) severely shocked. *தந்தியைப் படித்தவர் நெருப்பை மிதித்தாற் போல் நின்றார்./ இங்கு என்ன நடந்தது, ஏன் எல்லாரும் தீயை மிதித்தாற் போல் இருக்கிறீர்கள்?* — * **தீயை** பொ.வி. 1

நெருப்போடு விளையாடு: ஆபத்து நேரும் என்று தெரிந்தே ஈடுபடுதல் (பெரும்பாலும் ஒருவரை எச்சரிப்ப தற்காகக் கூறப்படுவது); take dangerous risks (said as a caution to s.o.); **play with fire**. *அவனுடன் நெருங்கிப் பழகுவது நெருப்போடு விளையாடுவது போன்றது./ அவரை எதிர்த்துப் பத்திரிகையில் எழுதுகிறாயே, நெருப் போடு விளையாடத் துணிந்துவிட்டாயா?*

நெளிவுசுளிவு: (ஒன்றில் அல்லது ஒன்றைச் செய்வதில் ஒருவர் தெரிந்துகொள்ள வேண்டிய) நுணுக்கங்கள்; the intricacies one has to know in a given sphere of action; the ropes. *இரண்டே வருடத்தில் வியாபார நெளிவுசுளிவுகளைத் தெரிந்துகொண்டுவிட்டார்./ யார் யாரைப் பார்க்க வேண்டும், எதை எப்படிச் செய்ய வேண்டும் என்னும் நெளிவுசுளிவுகள் தெரிந்தவர்./ மொழியின் நெளிவுசுளிவுகள் கைவரப்பெற்றவர்.*

நெற்றிக்கண்ணைத் திற: கடும் கோபத்தை வெளிப் படுத்துதல்; explode with anger. *அலுவலகத்திற்குக் கொஞ்சம் தாமதமாகப் போனாலும் மேலதிகாரி நெற்றிக்கண்ணைத்*

திறந்துவிடுவார்./ நீ நெற்றிக்கண்ணைத் திறக்கும் அளவுக்கு இங்கு ஒன்றும் நடக்கவில்லை.

நெற்றியில்* எழுதி ஒட்டியிரு: (ஒருவருடைய இயல்பு, மனநிலை போன்றவை) வெளிப்படையாக அறியக் கூடியதாக இருத்தல்; be manifest; be **writ large** on one's face. கடன் கேட்கத்தான் வந்திருக்கிறாய் என்பது நெற்றியில் எழுதி ஒட்டியிருக்கிறதே!/ அவன் நல்லவனா கெட்டவனா என்று எனக்கு எப்படித் தெரியும்? அவன் முகத்தில் #எழுதியா ஒட்டியிருக்கிறது?/ நான் உன்னுடன் பழகுவது உன் அண்ணாவுக்குப் பிடிக்கவில்லை என்பதை அவர் சொல்லித் தெரிந்துகொள்ள வேண்டுமா, #முகத்தில்தான் எழுதி ஒட்டியிருக்கிறதே!

* முகத்தில்

\# -ஆ இடைச் சொல்லுடன்
\# -தான் இடைச் சொல்லுடன்

நெற்றி வியர்வை நிலத்தில் விழ: மிகக் கடினமாக; உடல் வருந்த; (work) very hard; **by the sweat of one's brow**. நெற்றி வியர்வை நிலத்தில் விழ உழைத்துச் சேர்த்த பணத்தை விரயமாக்க மனம் வருமா?/ அவர் நெற்றி வியர்வை நிலத்தில் விழப் பாடுபட்டு ஒரு பலனும் அனுபவிக்காமல் போய்ச்சேர்ந்துவிட்டார்.

நேசக்கரம்* நீட்டு: நட்புணர்வோடு ஆதரவு தருதல்; ஒத்துழைப்புத் தருதல்; **make a gesture of friendship; extend one's hand** to s.o. இரண்டு யுத்தங்களுக்குக் காரணமாக இருந்த நாடு இப்போது நேசக்கரம் நீட்டுகிறது./ நட்புக்கரம் நீட்டிய நம்மிடம் நயவஞ்சகமாக நடந்துகொண்டவர்களுக்கு நாம் சரியான பாடம் கற்பிக்க வேண்டும்./ பொதுத் தேர்தலை ஒத்திப்போடும் பிரச்சினையில் பிரதமர் #நீட்டிய நேசக்கரம் எதிர்க்கட்சித் தலைவர்களுக்கு வியப்பு அளித்தது.

* நட்பு-

\# சொற்களின் இடம் மாற்றம்

நேரங்காலம்: (ஒன்றைச் செய்வதற்கு) ஏற்ற நேரம்; **suitable hour**. நேரங்காலம் பார்த்துத்தான் இது மாதிரியான காரியங்களைச் செய்ய வேண்டும்./ அவனுக்கு நேரங்காலம் எதுவும் கிடையாது, திடீரென்று வருவான் போவான்.

நேரங்கெட்ட நேரத்தில்: அகாலத்தில்; கண்ட நேரத்தில்; **at irregular hours**. நேரங்கெட்ட நேரத்தில் வந்து சாப்பிட்டால் உடம்பு கெட்டுவிடும்.

நேற்றுப் பிறந்த*: வயதிலும் அனுபவத்திலும் குறைந்த; **young and inexperienced**. அப்பாவுக்குச் சூதுவாது தெரியாது, நேற்றுப் பிறந்த பயல்கூட அவரை ஏமாற்றிவிடுவான்./ நீ

* வந்த
பொ.வி. 2

நேற்று வந்த பயல், ஒழுங்காக மற்றவர்கள் மாதிரி இருக்காமல் ஏன் திமிர்பிடித்து அலைகிறாய்?/ இருபது வருஷமாக இந்தப் பள்ளியில் வேலைபார்க்கிற எனக்கு நேற்றுப் பிறந்தவள் பாடம் நடத்துவதுபற்றிச் சொல்லிக்கொடுக்கிறாளாம்!

நேற்று (பெய்த மழையில் இன்று) முளைத்த காளான்: *ஒரு துறையில் தற்போதுதான் நுழைந்திருந்தாலும் தனக்கு எல்லாம் தெரிந்தது போல் நடந்து கொள்ளும் நபர்;* new comer whose behaviour is presumptuous; upstart; **wet behind the ears**. நேற்று முளைத்த காளான் நீ, எனக்கு யோசனை சொல்கிறாயா?/ நேற்றுப் பெய்த மழையில் இன்று முளைத்த காளான்கள் எல்லாம் என்னைக் கண்டபடி பேசினால் பொறுத்துக்கொள்வேனா?

மா.வ. **நேற்றைய மழையில் (இன்றைக்கு) முளைத்த காளான்**

நொடிக்கு நூறு தரம்: *(குறைந்த நேரத்தில்) பல முறை அல்லது அடிக்கடி;* far too frequently. பணம் வேண்டும் என்று நொடிக்கு நூறு தரம் கேட்டு நச்சரிக்கிறான்./ நான் ஏழை என்பதை நொடிக்கு நூறு தரம் சொல்லிக்காட்டுகிறார்./ எனக்கு உடம்பு சரியில்லை என்றால் எதிர் வீட்டிலேயே குடியிருக்கும் என் பெண் நொடிக்கு நூறு தரம் வந்து பார்த்துவிட்டுப் போவாள்.

நொண்டிச் சமாதானம்: *(ஒருவர் நடந்துகொண்ட முறைக்கு அல்லது நடந்த நிகழ்ச்சிக்குக் காட்டப்படும்) வலுவற்ற, நம்பிக்கை ஏற்படுத்தாத விளக்கம்;* unconvincing explanation. புறப்படுகிற நேரத்தில் யாரோ வந்துவிட்டதால் கல்யாணத்திற்கு வர முடியவில்லை என்று நொண்டிச் சமாதானம் சொன்னார்./ நான் கேட்ட பொருள்களை வாங்கிவராமல் ஏதோ நொண்டிச் சமாதானம் சொல்கிறாய்.

நொண்டிச்சாக்கு: *(ஒன்றைச் செய்ததற்கு அல்லது செய்யாததற்கு) அற்பமான, பொருத்தமற்ற காரணம்;* lame excuse. பணத்தை எடுத்ததற்கு ஏதோ நொண்டிச்சாக்கு வைத்திருப்பான்./ வீட்டுப்பாடம் ஏன் எழுதவில்லை என்றால் பென்சில் இல்லை என்று நொண்டிச்சாக்கா சொல்கிறாய்?

நோய்நொடி: *(சாதாரண அல்லது பெரிய) நோய்கள்;* (major or minor) ailments. எனக்கு இதுவரை நோய்நொடி என்று பெரிதாக எதுவும் வந்ததில்லை.

பக்கத்து இலைக்குப் பாயசம்: *மற்றவர்க்கு ஒன்று தேவைப்படுவதாகக் கூறுவதன்மூலம் தனக்கும் அது தேவை என்பதை ஒருவர் மறைமுகமாகக் காட்டிக் கொள்கிறார் என்று கேலியாகக் கூறப் பயன்படுத்தும் தொடர்;* expression to comment on s.o. who reveals his self-interest by representing it as the interest of someone else similarly placed. *'அம்மா, அப்பா ஏன் புதிதாக ஒரு கைக் கடிகாரம் வாங்கிக்கொள்ளக் கூடாது' என்று பையன் கேட்டதும், அம்மா 'பக்கத்து இலைக்குப் பாயசமா' என்றாள்./ நீ குழந்தைக்கு ஐஸ்கிரீம் வாங்கிக்கொடுக்கச் சொல்வதைப் பார்த்தால் பக்கத்து இலைக்குப் பாயசம் என்று அல்லவா நினைக்க வேண்டியிருக்கிறது.*

பக்கமேளம்* வாசி: *(தனக்கு ஆதாயமாக இருப்பதால் ஒருவருக்கு) ஆதரவு தருதல்;* support (s.o. because it suits one's interests). *பதவியிலிருப்பவர்கள் எது சொன்னாலும் பக்கமேளம் வாசிக்கப் பத்துப் பேர் இருப்பார்கள்.* * -வாத்தியம்

பகல் கனவு 1: *நிறைவேறும் சாத்தியம் இல்லாத ஆசை;* pipe dream. *சென்னையில் ஒரு லட்சம் ரூபாயில் தனி வீடு வாங்க வேண்டுமா? பகல் கனவு என்றால் இது தான்!/ அவர் மீண்டும் துணைவேந்தர் ஆக விரும்புவது பகல் கனவாக முடியலாம்.* **2:** *(எதிர்காலத்தைக் குறித்த) சுகமான எண்ணம்;* daydream. *தான் வாங்கியிருக்கும் லாட்டரிச் சீட்டுக்குப் பரிசு கிடைத்துவிட்டால் நீலகிரியில் ஒரு வீடு, கோடைக்கானலில் ஒரு பங்களா என்று அவன் பகல் கனவு விரிந்தது./ அவன் இனிய பகல் கனவுகளில் மிதந்துகொண்டிருந்தான்./ நீங்கள் மீண்டும் ஆட்சியைப் பிடித்துவிடலாம் எனப் பகல் கனவு காணாதீர்கள்.*

பகல் கொள்ளை: *(பணம் பண்ணுவதில்) வெளிப்படையான ஏமாற்றுவேலை; (நிதி திரட்டுவதில்) பொறுக்க முடியாத அநியாயம்;* daylight robbery; blatant swindle. *இந்தப் பாடப் புத்தகத்தின் விலை நூறு ரூபாய் என்றால் இது நிச்சயம் பகல் கொள்ளைதான்./ மன்றம் ஒன்று கட்டுவதாகக் கூறி ஒரு கூட்டம் தீவட்டிக் கொள்ளையில் இறங்கியிருக்கிறது./ 'பள்ளிக்கூடம் நடத்துவதாகக் கூறிப் பகல் கொள்ளை அடிக்கிறார்கள்' என்றார் வெறுப்போடு.* மா.வ. தீவட்டிக் கொள்ளை

பகல் வேஷம்: *நல்லவர் போன்ற நடிப்பு; வெளிவேஷம்;* mask of innocence; dissembling. *சாமியார் எப்படிப் பகல் வேஷம் போட்டிருக்கிறார் பாருங்கள், அவர் கள்ளக் கடத்தல் கூட்டத்தைச் சேர்ந்தவராமே!/ இவருடைய பகல்*

வேஷத்தை நம்பி எத்தனை பேர் ஏமாந்தார்களோ?

பகலில் பக்கம் பார்த்துப் பேச வேண்டும்: *(பிறர் அறிந்தால் பிரச்சினையாகிவிடக் கூடியவற்றைப் பேசும் போது) எச்சரிக்கை உணர்வுடன் பேச வேண்டும்;* 'beware! someone may be listening'. 'அடுத்த வீட்டுக்காரன் ஒரு அயோக்கியன்' என்று அவன் ஆரம்பித்ததும் 'பகலில் பக்கம் பார்த்துப் பேச வேண்டும்' என்றேன்.

பகவான் அழைத்துக்கொள்: உலக வாழ்க்கையிலிருந்து *(ஒருவரை) இறைவன் விடுவித்தல் (இனிமேலும் வாழ விரும்பாத ஒருவர் இறைவனை வேண்டிக்கொள்ளும் முறையில் கூறுவது);* be gathered to the Lord (said as a prayer by one weary of life). என் மனைவி காலமாகி விட்டாள், அவளோடு என்னையும் பகவான் அழைத்துக் கொண்டிருந்தானானால் நன்றாக இருந்திருக்கும்./ வயதான காலத்தில் நான் இப்படித் தனியாகக் கஷ்டப்பட வேண்டுமா? பகவான் சீக்கிரம் அழைத்துக்கொள்ளக் கூடாதா?

பகவான்மேல் பாரத்தைப் போடு *(கடவுள், ஆண்டவன் போன்ற சொற்களோடும் சில குறிப் பிட்ட தெய்வங்களின் பெயர்களோடும்): (துன்பம் நேரும்போது) கடவுள்மேல் நம்பிக்கை வைத்து அவர் பொறுப்பு என்று விடுதல்;* put one's trust in God; leave it to God. மகளுக்குத் திருமணம் ஆகவில்லையே என்று ஏன் கவலைப்படுகிறாய், பகவான்மேல் பாரத்தைப் போடு, அவன் பார்த்துக்கொள்வான்./ ஆண்டவன் மேல் பாரத்தைப் போட்டுவிட்டு மருத்துவமனைக்குக் குழந்தையை எடுத்துக்கொண்டு போனோம்.

பகீரதப் பிரயத்தனம்: *(ஒன்றை நிறைவேற்ற அல்லது செய்து முடிக்க ஒருவர்) தன்னாலான அளவில் மேற் கொள்ளும் கடும் முயற்சி;* Herculean effort. இந்தத் தற்காலிக வேலை கிடைக்க இவ்வளவு பகீரதப் பிரயத்தனமா?/ விவசாயத்தில் போட்ட முதலை எடுக்கப் பகீரதப் பிரயத் தனம் செய்ய வேண்டியிருக்கிறது.

பச்சை உடம்பு: *(பிரசவத்திற்குப் பின்) தளர்ச்சி அடைந் திருக்கும் உடம்பு;* fragile physical condition (following childbirth). குழந்தை பிறந்து ஒரு வாரம்தான் ஆகிறது, பச்சை உடம்பைப் பத்திரமாகப் பார்த்துக்கொள்./ பச்சை உடம்புக்காரி இந்தக் கடினமான வேலையெல்லாம்

பச்சைக் குழந்தை

செய்யக் கூடாது.

பச்சைக் குழந்தை*: விவரம் தெரியாத சிறிய குழந்தை; newborn baby; child. பச்சைக் குழந்தையை இப்படி அழ விட்டுவிட்டு எங்கே போய்விட்டாள்?/ ஒரு முறை சொன்னால் போதாதா? பச்சைப் பிள்ளைக்குச் சொல்வது போலப் பத்துத் தடவை சொல்ல வேண்டுமா?   * பிள்ளை

பச்சைக்கொடி காட்டு*: (ஒன்றைச் செய்வதற்கு) அனுமதி அளித்தல்; ஒப்புதல் அளித்தல்; give permission (to do sth.); **give (s.o. or sth.) the green light**. மாநில அரசின் குடிநீர்த் திட்டத்துக்கு மத்திய அரசு பச்சைக்கொடி காட்டிவிட்டது./ காதல் திருமணத்திற்கு அப்பா பச்சைக்கொடி காண்பித்து விடுவார், அம்மாதான் சந்தேகம்!   * காண்பி

பச்சைத்தண்ணீர்கூடப் பல்லில் படவில்லை: (உணவு கிடைக்காததால்) ஒன்றும் சாப்பிடவில்லை; (நேரம் கிடைக்காததாலோ உடல்நலம் இல்லாததாலோ) சிறி தளவும் உணவு உட்கொள்ளவில்லை; have had nothing to eat or drink (due to lack of time or illness). இரண்டு நாட்க ளாகப் பச்சைத்தண்ணீர்கூடப் பல்லில் படவில்லை என் கிறானே, பாவம்!/ காலையிலிருந்து #பல்லில் பச்சைத் தண்ணீர்கூடப் படாமல் வேலைசெய்திருக்கிறேன்.   இ.வே. படாமல்

\# சொற்களின் இடம் மாற்றம்

பச்சை நோட்டு (அ.வ.): நூறு ரூபாய்த் தாள்; currency note of one hundred rupee. ஒரு பச்சை நோட்டை விட்டெறிந் தால் காரியம் நடந்துவிடும் என்று நினைக்கிறான்./ கத்தை கத்தையாய்ப் பச்சை நோட்டுகளைச் சட்டைப்பையில் திணித்திருந்தது வெளியே தெரிந்தது.

பச்சை மண் 1: இளம் குழந்தை (குழந்தையிடம் அனுதாபம் கொண்டு சொல்வது); newborn baby (a compassionate reference to a baby who is perceived to be in unfortunate circumstances). தாய் செய்த தவற்றுக்குப் பச்சை மண்ணைப் பழிவாங்க முடியுமா?/ தன்னைப் பெற்றுவிட்டுத் தாய் காலமாகிவிட்டதை அறியாமல் அந்தப் பச்சை மண் சிரித்துக்கொண்டிருந்தது. **2**: அப்பாவி; innocent person. அவன் எப்போது வேண்டுமானாலும் விட்டுவிட்டுப் போய்விடுவான் என்பது தெரியாத பச்சை மண்ணாக இருக்கிறாளே இவள்!

பசுத்தோல் போர்த்திய புலி: நல்லவனைப் போலத் தோற்றமளிக்கும் கொடியவன்; நயவஞ்சகன்; **a wolf in**   இ.வே. போர்த்த

sheep's clothing. இவர் பசுத்தோல் போர்த்திய புலி ஆயிற்றே! அதனால்தான் இவர் செய்யும் அயோக்கியத்தனம் யாருக்கும் தெரியவில்லை!/ இவர்கள் இனிமையாகப் பேசுவார்கள், மயங்கிவிடாதே! இவர்களுள் பலரும் பசுத்தோல் போர்த்த புலிகளே.

பசுப் போல்: எந்த வம்புக்கும் போகாமல் அமைதியே வடிவாக; an innocuous-looking person. எப்பொழுதும் பசுப் போல் இருப்பவன், எதனால் இப்படி முரட்டுத்தனமாக நடந்துகொண்டான்?/ அவன் வெளிப்பார்வைக்குப் பசுப் போல் இருப்பதால் எல்லாரும் அவனைப் பரம சாது என்று நினைத்துவிடுவார்கள்.

பசுமரத்தாணி போல் (உ.வ.): (ஒருவரின் நினைவில்) அழிக்க முடியாதபடி; indelibly. முதன்முதலில் அவளிடம் பேசிய வார்த்தைகள் நெஞ்சில் பசுமரத்தாணி போல் பதிந்திருக்கின்றன./ கல்லூரி நாட்கள் இன்னும் பசுமரத்தாணியாய் நினைவில் நிறைந்திருக்கின்றன.

இ.வே. -ஆணியாய்

பஞ்சப்பாட்டுப் பாடு: பணம் அல்லது பொருள் பற்றாக் குறையாக இருப்பதைக் கூறிப் புலம்புதல்; lament over one's wants. தெரிந்தவர்களிடமெல்லாம் கடன் கேட்டுவிட்டேன், எல்லாரும் பஞ்சப்பாட்டுப் பாடுகிறார்கள்./ வழக்கம் போல் ஊரிலிருந்து பஞ்சப்பாட்டுப் பாடிக் கடிதம் வந்திருக்கிறது.

பஞ்சம் பிழைக்க வந்த: (சொந்த இடத்தில் வாழ வழி இல்லாமல் மற்றொரு இடத்திற்கு) பிழைப்புக்காக வந்த; migrating in search of livelihood. பஞ்சம் பிழைக்க வந்த ஆள் உழைப்பால் உயர்ந்திருக்கிறார்./ தொடர்ந்து மூன்று வருஷமாக ஊரில் மழை இல்லாததால் சென்னைக்குப் பஞ்சம் பிழைக்க வந்தவர்கள் நாங்கள்.

பஞ்சாய்ப் பற: இருந்த இடம் தெரியாமல் போதல்; disappear in no time. வேலை கிடைக்கும் என்ற நம்பிக்கை நேர்முகத்தேர்வுக்கு வந்தவர்களைப் பார்த்தவுடன் பஞ்சாய்ப் பறந்துவிட்டது./ இந்த ராசியான மருத்துவரின் கை பட்டால் எந்த நோயும் பஞ்சாய்ப் பறந்துவிடும்./ மாதம் நூறு ரூபாய்கூடச் சேமிக்க முடியவில்லை, பணம் அப்படிப் பஞ்சாய்ப் பறக்கிறது!

பட்ட காலிலே படு: (ஒருவருக்கு) துன்பம் மேலும்மேலும் நேர்தல்; இழப்புக்கு மேல் இழப்பாக வருதல்; suffer misfortunes in quick succession; **it never rains but it pours**.

முதலில் அப்பாவை ஆஸ்பத்திரியில் சேர்த்தேன், பிறகு அம்மா, இப்போது என் மனைவி, என்ன செய்வது, பட்ட # காலிலேயே பட்டுக்கொண்டிருக்கிறது! # -ஏ இடைச் சொல்லுடன்

பட்டப் பெயர்: *(ஒருவரின் உடலமைப்பு, நடவடிக்கை, குணம் போன்றவற்றைக் காரணமாக வைத்து) வேடிக்கையாகச் சூட்டிய பெயர்;* nickname. எங்கள் கணித ஆசிரியர் எப்போதும் வெள்ளை நிற ஆடையே அணிவார், எனவே 'வெள்ளைக்காரர்' என்பது அவருக்கு நாங்கள் வைத்திருக்கும் பட்டப் பெயர்.

பட்டம் கட்டு: *(ஒருவருடைய மதிப்பைத் தாழ்த்தும்படியான) பெயர் ஏற்படச் செய்தல்;* dub (s.o. sth.); brand. அவனுக்குத் திருட்டுப் பட்டம் கட்டி வேலையிலிருந்து நீக்கிவிட்டார்கள்./ எல்லாரும் சேர்ந்து உனக்கு முட்டாள் பட்டம் கட்டிவிடுவார்கள் போலிருக்கிறது.

பட்டிக்காட்டான் மிட்டாய்க்கடையை முறைக்கிற மாதிரி (அ.வ.): *வினோதத்தால் கவரப்பட்டு ஆச்சரியத்துடன்;* in awe and wonder. பட்டிக்காட்டான் மிட்டாய்க் கடையை முறைக்கிற மாதிரி உல்லாசப் பயணக் கப்பலைப் பார்த்துக்கொண்டிருந்தான்.

பட்டிதொட்டி: *சிறு கிராமம் உள்ளிட்ட எல்லா இடங்களும்;* everywhere including the tiniest villages. இந்த நடிகரின் புகழ் பட்டிதொட்டியெங்கும் பரவியிருக்கிறது./ இன்று கட்சிக் கொடிகள் பறக்காத பட்டிதொட்டிகளே இல்லை.

பட்டுக் கத்தரித்தாற் போல்: *நுல்லியமாகவும் மென்மையாகவும் நயமாகவும் (பேசுதல்);* (speak) with ease; in a smooth and neat fashion. கேட்ட கேள்விகளுக்கெல்லாம் அவள் பட்டுக் கத்தரித்தாற் போல் பதில் சொன்ன பாங்கே தனி! பொ.வி. 1

பட்டும் படாமல்: *(ஒரு விஷயத்தில் தன்னை) முழுமையாக ஈடுபடுத்திக்கொள்ளாமலும் முழுமையாக விலகிவிடாமலும்;* in a noncommittal way. சிபாரிசுசெய்கிறேன் என்றும் சொல்லவில்லை, செய்யமாட்டேன் என்றும் சொல்லவில்லை, பட்டும் படாமல் பேசுகிறார்./ தம்பியின் திருமணத்திற்கு வந்தவர் பட்டும் # படாமலும் இருந்துவிட்டுப் போய்விட்டார். மா.வ. பட்டும் படாததுமாக # -உம் இடைச் சொல்லுடன்

படம் காட்டு (பொ.பெ.): *பாவனைசெய்தல்;* feign; strike a posture. 'மயக்கம் வரும் அளவுக்கா பிள்ளையை

அடிப்பது?' 'நான் ஒன்றும் அப்படி அடிக்கவில்லை, அவன் சும்மா படம் காட்டுகிறான்.'

படம்பிடித்துக் காட்டு: (உணர்ச்சி, நிகழ்ச்சி முதலிய வற்றை) அவ்வாறே அல்லது உள்ளபடியே சித்தரித்தல்; describe graphically; portray. நாவலாசிரியர் பெண்களின் அவல நிலையை மிகத் துல்லியமாகப் படம்பிடித்துக் காட்டியுள்ளார்./ கட்டுரை இன்றைய மத்தியதர வர்க்கத் தினரின் குழப்பத்தை நன்கு படம்பிடித்துக் காட்டுகிறது.

படி* என்ன விலை: ஒரு துறையில் ஒருவருக்குச் சிறிதும் பயிற்சி இல்லை என்பதையும், ஒரு துறையில் ஒன்று அறவே இல்லாதது என்பதையும் கேலியாகக் குறிப்பிடப் பயன்படுத்தும் தொடர்; an expression to say that sth. is totally unknown to the person or in the sphere of activity in question. கர்நாடக சங்கீதம் என்றால் படி என்ன விலை என்று கேட்பவராயிற்றே அவர்!/ வியாபாரத்தில் நேர்மையா? அது படி என்ன விலை?

* கிலோ

படித்துப்படித்துச் சொல்: (மனத்தில் பதியும் அளவில் ஒன்றை) திரும்பத்திரும்பச் சொல்லுதல்; வற்புறுத்திச் சொல்லுதல்; tell (s.o. sth.) repeatedly; **din (sth.) into (s.o.)**. ஊருக்குப் புறப்படும்போது படித்துப்படித்துச் சொல்லியும் நான் சொன்னதைச் செய்யாமல் வந்து நிற்கிறாயே!/ நம் நாட்டில் போர் விமானங்கள் தயாரிக்கிறோமா என்று கேட்கிறாயே, இதற்குத்தான் தினமும் பத்திரிகையைப் படி என்று படித்துப்படித்துச் சொல்கிறேன்./ 'கொடியில் கிடக்கும் துணிகளையெல்லாம் எடுத்து மடித்துவைத்துவிடு' என்று அம்மா படித்துப்படித்துச் சொல்லிவிட்டுப் போயிருக்கிறாள்.

படிப்படியாக: ஒன்றன்பின் ஒன்றாக; சிறிதுசிறிதாக; step by step; gradually. சமுதாயத்தில் மாற்றங்கள் படிப்படியாக நிகழ்ந்துகொண்டுதான் இருக்கின்றன./ நாவலாசிரியர் படிப் படியாகக் கதையை வளர்த்துச் சென்றிருக்கிறார்./ நலிவுற்ற ஆலைகளில் முதலீடு செய்வதை அரசு படிப்படியாகக் குறைத்துக்கொண்டுவந்திருக்கிறது.

படியள: பிழைத்திருப்பதற்குத் தேவையானவற்றை அளித் தல்; provide subsistence; give s.o. a living. இந்தத் துண்டு நிலம்தான் எனக்குப் படியளக்கிறது./ நீ எனக்குப் படியளப் பதைப் போல் பேசாதே, நான் பாடுபட்டுச் சம்பாதிக் கிறேன்!

படுக்கையில் தள்ளிவிடு: *(நோய், முதுமை முதலியவை ஒருவரை) நடமாட முடியாமல் செய்துவிடுதல்;* (of illness or old age) confine (one) to bed; make (one) bedridden. *குளிர் காய்ச்சல் அவளை ஒரு வாரம் படுக்கையில் தள்ளி விட்டது./ முதுமை எல்லாரையும் படுக்கையில் தள்ளிவிடக் கூடியது.*

படுக்கையில் விழு 1: *தூங்கச் செல்லுதல்;* go to sleep; **hit the sack**. *நேற்று இரவு எட்டு மணிக்குப் படுக்கையில் போய் விழுந்தேன், இன்று காலை எட்டு மணிக்குத்தான் எழுந் தேன்.* **2:** *(நோய் முதலியவற்றால்) நடமாட முடியாமல் போதல்;* fall ill; **take to one's bed**. *காய்ச்சலால் அன்று படுக்கையில் விழுந்தவர்தான், இன்னும் எழுந்திருக்க வில்லை.*

படுகுழியில் தள்ளு: *மோசமான அல்லது இழிந்த நிலைக்கு உள்ளாக்குதல்;* bring to ruin. *'உன்னைத் திரைப் பட நடிகையாக்குகிறேன்' என்று கூறி அழைத்துவந்து படு குழியில் தள்ளிவிட்டான் ஒரு கயவன்./ எல்லாரையும் படுகுழியில் தள்ளிவிட்டு நீ மட்டும் நிம்மதியாக வாழ்ந்து விட முடியுமா?*

படுகுழியில் விழு: *இழிந்த நிலை அடைதல்; அழிவைத் தேடிக்கொள்ளுதல்;* ruin oneself. *உனக்கு அவனை நன்றாகத் தெரியும், இருந்தும் அவனை நம்பிப் படுகுழியில் விழுந்து விட்டாயே!*

படுத்த படுக்கை: *(உடல்நலம் பாதிக்கப்பட்டு) படுக்கையை விட்டு எழுந்திருக்க முடியாத நிலை;* bedridden. *நோயுடன் மனக்கவலையும் சேர்ந்து அவரைப் படுத்த படுக்கையாக்கி விட்டது./ வாதத்தால் படுத்த படுக்கையாகக் கிடக்கிறார்.*

படையெடு 1: *(ஒருவரை அல்லது ஒரு பொருளைக் காண ஓரிடத்தில் ஆட்கள்) பெரும் எண்ணிக்கையில் குவிதல்; குழுமுதல்;* swarm around; flock to (s.o.). *பத்திரிகையில் வெளியான அதிசய சாமியாரைப்பற்றிய கட்டுரையைப் படித்தவர்கள் அவரிடம் ஆசி பெறப் படையெடுக்கத் தொடங்கிவிட்டார்கள்./ கட்சியிலிருந்து நீக்கப்பட்ட அமைச்சரின் வீட்டிற்குப் பத்திரிகையாளர்கள் படையெடுத் தனர்.* **2:** *(கேலித் தொனியில்) (தேர்வில் வெற்றி பெற, வேலை கிடைக்க) பல முறை முயலுதல்;* (jocularly) make repeated attempts (to succeed in an examination or to get a job). *என் தம்பியும் சளைக்காமல் படையெடுக்கிறான், ஆனால்*

இன்னும் வேலை கிடைக்கவில்லை.
~படையெடுப்பு: கிரிக்கெட் வீரர்களைக் காண இளைஞர்கள் படையெடுப்பு!

பண்டபாத்திரங்கள்: *(வீட்டில் புழங்கும்) பல ரகப் பாத்திரங்கள்;* household articles. உடனடியாக வீட்டைக் காலிசெய் என்றால் பண்டபாத்திரங்களைத் தூக்கிக் கொண்டு எங்கே போவது?/ வீட்டில் உள்ள பண்டபாத்திரங்களையும் விற்றுக் குடிக்க ஆரம்பித்துவிட்டான்.

பணப்பேய்: *பணவெறிபிடித்தவர்;* person with an insatiable greed for money; money-grubber. இவர் ஒரு பணப்பேய்! எண்பது வயதிலும் பணம் பணம் என்று அலைந்து கொண்டிருக்கிறார்.

பணம் காய்ச்சி மரம்: *கேட்கும்போதெல்லாம் பணம் கொடுக்கக்கூடிய ஒருவர்; பெரும் பணம் சம்பாதிப்பதற்கான வழியாக இருக்கும் ஒன்று;* source that yields a lot of money; gold-mine. என்னை என்ன, பணம் காய்ச்சி மரம் என்று நினைத்தாயா? அடிக்கடி பணம் கேட்டுக் கொண்டிருக்கிறாயே?/ மாப்பிள்ளைகள் மாமனார் வீட்டைப் பணம் காய்ச்சி மரமாகத்தான் நினைக்கிறார்கள்./ இப்போது இந்தியாவில் கிரிக்கெட் விளையாட்டுதான் பணம் காய்க்கும் மரம். இ.வே. காய்க்கும்

பணம்பண்ணு*: *பணம் சம்பாதித்தல்;* earn money. நேர்மையான வழியில் பணம்பண்ணப் பார்./ பெரிய நகரங்களில் காசுபண்ண எத்தனையோ வழிகள்! * காசு-

பணம் பாதாளம்வரை பாயும்: *பணம் எப்படிப்பட்டவரையும் சென்றடைந்து எதையும் சாதிக்கும்; பணத்தால் எதையும் சாதிக்கலாம்;* money's influence extends far; **money talks**. ஊர்க்கட்டுப்பாடு போட்டு அவரைத் தள்ளி வைத்தவர்களே அவருக்குப் பணம் வந்தவுடன் ஓடிவந்து சொந்தம் கொண்டாடுகிறார்கள் என்றால் பணம் பாதாளம்வரை பாயும் என்பது உண்மைதானே./ பணம் பாதாளம்வரைக்கும் பாயும் என்பதை இந்த நேர்மையான அதிகாரி பொய்யாக்கிவிட்டார். இ.வே. வரைக்கும்

பணம் (என்ன) மரத்திலா காய்க்கிறது: *பணம் அதிகமாகவும் எளிதாகவும் கிடைப்பதில்லை;* money is not easy to come by; **money does not grow on trees**. அவனுக்கு ஆயிரம் ரூபாய் கொடுக்கும்படி சொல்கிறாயே, பணம் என்ன

மரத்திலா காய்க்கிறது?/ பணம் #மரத்தில் காய்க்கிறது என்று நினைத்துவிடாதே, உழைப்புக்குத் தகுந்தபடிதான் பணமும் கிடைக்கும்.

-ஆ இடைச் சொல் இல்லாமல்

பண முதலை: *பணத்தை எந்த வழியிலும் சேர்க்கப் பேராசையுடன் இருப்பவர்;* person who grabs every opportunity to amass money; money-grubber. நாட்டின் வளர்ச்சிப் பணிகள் பண முதலைகளின் குறுக்கீட்டால் தடைபடுகின்றன./ கல்வித்துறையிலும் பண முதலைகள் நுழைந்துவிட்டனர்.

பண மூட்டை: *நிறையப் பணம் சேர்த்துவைத்திருப்பவர் (ஆனால் செலவிட விரும்பாதவர் என்பது குறிப்பு);* moneybags. நல்லதுகெட்டதுக்கு உதவாத பண மூட்டைகள் தான் எங்கள் ஊரில் அதிகம்./ அதோ அங்கே போகும் பண மூட்டையின் வீட்டில் நேற்றிரவு திருடர்கள் புகுந்து விட்டார்களாம்.

பத்தரைமாற்றுத் தங்கம்: *குணத்தில் எவ்விதக் குறையும் இல்லாதவன்/ள்; மிக உயர்வான ஒருவர் அல்லது ஒன்று;* s.o. or sth. is outstandingly good. என் வீட்டில் மாமி யார்-மருமகள் சண்டை என்பதே கிடையாது, என் மரு மகள் பத்தரைமாற்றுத் தங்கம்./ சித்திரை மாதத்து உழவு பத்தரைமாற்றுத் தங்கம் என்பார்கள்.

பத்தாம்பசலி 1: *(காலத்துக்கு ஏற்றவாறு புதிய வழிமுறை களை ஏற்றுக்கொள்ளாத) பழைய போக்கு; கர்நாடகம்;* very old-fashioned. பத்தாம்பசலி முறையிலேயே விவசாயம் செய்துவருவதாகக் குறைசொல்கிறோம், ஆனால் அதிலுள்ள நல்ல அம்சங்களை நாம் பார்க்கத் தவறிவிடுகிறோம். **2:** *பழமைவாதி; பழைய முறையை மாற்றிக்கொள்ளாதவர்;* old-fashioned person. இந்தப் பத்தாம்பசலியிடம் போய்க் கலப்புத் திருமணத்தைப்பற்றிப் பேசுகிறாயே!/ என் தகப்பனாரை நான் பத்தாம்பசலி என்று சொல்லிவந்தேன், இப்போது என்னைப் பத்தாம்பசலி என்கிறான் என் மகன்!

பத்தோடு பதினொன்று (அத்தோடு இது ஒன்று) 1: *(மிகச் சாதாரணமாகவே கருதப்படும்) பலருள் ஒருவர் அல்லது பலவற்றுள் ஒன்று;* one among many (meriting no special importance). புதிதாக நம் அலுவலகத்திற்கு மாற்ற லாகி வந்திருக்கிறாரே அவரைப் பத்தோடு பதினொன்றாக நினைத்துவிடாதீர்கள், அவர் மிகத் திறமையான மேலாளர்./ ஆலைத் தொழிலாளர்களின் இந்தப் பிரச்சினையைப்

பத்தோடு பதினொன்று என்று புறக்கணித்துவிடக் கூடாது. **2:** *(ஏற்கனவே இருப்பவற்றோடு இருந்துவிட்டுப் போகட்டும் என்ற முறையில் அனுமதித்து ஏற்றுக்கொள்கிற) கூடுதலான மற்றும் ஒன்று;* just one more (hence will not make a difference). 'உங்களுக்கு இருக்கும் வேலை போதாதா? அவருக்கு வீடு பார்த்துக் கொடுக்கிறேன் என்கிறீர்களே?' 'என்ன செய்வது, பத்தோடு பதினொன்று.'

பதம்பார் **1:** *(ஒருவரை வேண்டுமென்றே) சோதித்துப் பார்த்தல்;* gauge s.o. (on purpose). குருவையே பதம்பார்த்து விட்ட சீடன்!/ அவர் என்னைப் பதம்பார்க்கிறார் என்பது தெரியும். **2:** *(எதிர்பாராதவிதமாக) காயப்படுத்துதல்; தீங்கு விளைவித்தல்;* hurt (in an unguarded moment). கொஞ்சம் கவனக்குறைவாக இருந்ததில் கத்தி கையைப் பதம்பார்த்து விட்டது./ வேகமாக வந்த பந்து, ஆட்டக்காரரின் மூக்கைப் பதம்பார்த்துவிட்டது./ தண்ணீர் மிகவும் குளிர்ச்சியாக இருந்தது தெரியாமல் குடித்துவிட்டேன், அது தொண்டையைப் பதம்பார்த்துவிட்டது.

பதில்சொல்: *(தன் செயலுக்கு) விளக்கம் அளித்துப் பொறுப்பேற்றுக்கொள்ளுதல்;* explain (one's action). வேலையை விட்டுவிடப் போவதாகச் சொல்கிறாயே, உன் குடும்பத்துக்கு என்ன பதில்சொல்வாய்?

பதிலடி **1:** *(கெடுதிசெய்தவர்களைப் பாதிக்கும் வகையில்) எதிர் நடவடிக்கை;* (sth. done in) retaliation. நம்பிக்கைத் துரோகிகளுக்கு எவ்வாறு பதிலடி கொடுப்பது என்று எங்களுக்கு நன்றாகத் தெரியும்./ நம் நாட்டுப் பொருள்களுக்குத் தடை விதித்த நாட்டுக்குப் பதிலடியாக அந்த நாட்டிலிருந்து இறக்குமதி செய்ய அனுமதி மறுக்கப்பட்டிருக்கிறது. **2:** *(கடுமையான விமர்சனத்திற்கு ஏற்ற) கடுமையான பதில்;* retort. சட்டசபையில் அமைச்சர் எதிர்க்கட்சி உறுப்பினருக்குச் சரியான பதிலடி தந்தார்.

பந்தாடு **1:** *(ஒருவரை) அடித்து உதைத்தல்;* give a good hiding; bash s.o. up. பெண்ணிடம் வம்புசெய்த ரௌடியைக் கல்லூரி மாணவர்கள் பந்தாடிவிட்டார்கள். **2:** *தொல்லை தந்து வருத்துதல்; (ஒருவரை ஓரிடத்தில் நிலைக்க விடாமல்) அலைக்கழித்தல்;* harass; kick around. ஆலை நிர்வாகம் தொழிலாளர்களை வேலையில் சேர்ப்பதும் நீக்குவதுமாகப் பந்தாடிக்கொண்டிருக்கிறது./ # நிர்வாக இயக்குநரின் நேர்மையற்ற செயல்களுக்குத் துணைபோக மறுத்த அதிகாரி மாற்றல் என்ற பெயரில் பந்தாடப்

செயப்பாட்டு வினை வடிவம்

படுகிறார்.

பம்பரமாக ஆட்டிவை: (தான் சொல்வதையெல்லாம்) உடனடியாகச் செய்யவைத்தல்; make (s.o.) act according to (one's) wishes or whims; **twist s.o. round one's little finger**. *புதிதாக வந்திருக்கும் தலைமையாசிரியர் ஆசிரியர்களைப் பம்பரமாக ஆட்டிவைக்கிறார்./ சமையல்காரர் தன் உதவி யாளர்களை எப்படிப் பம்பரமாக ஆட்டிவைக்கிறார்!*

பம்பரமாகச் சுழல்: செய்ய வேண்டிய எல்லா வேலை களையும் சுறுசுறுப்பாகச் செய்தல்; actively attend to all that needs attention; buzz about. *தேர்தல் நெருங்கநெருங்க, கட்சித் தொண்டர்கள் பம்பரமாகச் சுழன்று வேலைகளைக் கவனிக்கிறார்கள்./ வீட்டில் பம்பரமாகச் சுழன்றுவந்தவரை நோய் படுக்கவைத்துவிட்டது.*

பயந்துசா: பயத்தால் நிலைகுலைதல்; be terrified. *தந்தி என்று சொன்னதும் ஏன் இப்படிப் பயந்துசாகிறாய்?/ கலவரம் மூண்டுவிட்டபின் எந்த நேரம் என்ன நடக்குமோ என்று பயந்துசாக வேண்டியிருக்கிறது.*

பயிர்பச்சை: (நன்செய், புன்செய்) பயிர்வகைகள்; crops. *நிலத்தில் பயிர்பச்சையெல்லாம் காய்ந்து கிடக்கிறது./ ஒரு நாளாவது நீ போய்ப் பயிர்பச்சையைக் கவனித் திருப்பாயா?*

பரக்கப்பரக்க: ஒன்றும் புரியாமல் குழப்பத்தோடு (பார்த்தல்); in a daze; in a flutter. *பேருந்து எதனுடனோ திடீரென்று மோதியதால் கண்விழித்தவன் சுற்றும்முற்றும் பரக்கப் பரக்கப் பார்த்தான்./ ஏன் இப்படிப் பரக்கப்பரக்க விழித்துக்கொண்டு நிற்கிறாய்? போய் வேலையைக் கவனி.*

பருத்தி புடவையாகக் காய்க்கும்: (முயற்சிசெய்து பெற வேண்டியது) சிரமமில்லாமல் எளிதில் கிடைக்கும் (பொதுவாக அப்படிக் கிடைக்காது என்பது குறிப்பு); be available with little effort; be available **on a plate**. *வாழ்க்கையில் முன்னேற வேண்டுமாம், ஆனால் அதற்காக உழைக்க மாட்டானாம், பருத்தி புடவையாகக் காய்க்குமா?/ இரும்புப் பெட்டகம் பூட்டப்படாமல் இருப்பதைப் பார்த்ததும் திருடனுக்குப் பருத்தி புடவையாகக் காய்த்தது போல் இருந்தது.* இ.வே. காய்த்தது

பருப்பு இல்லாமல் கல்யாணமா: *முக்கியமான நபர் பங்கேற்காமல் ஒரு நிகழ்ச்சியா? (குறிப்பிடும் நிகழ்ச்சி அவர் வராமல் நிறைவுபெறாது என்பது குறிப்பு);* the occasion would be incomplete without the participation of the person in question. *'விழாவிற்கு நான் வர வேண்டுமா?' 'என்ன அப்படிக் கேட்கிறீர்கள்? பருப்பு இல்லாமல் கல்யாணமா?'/ அவர் இந்தக் கூட்டத்திற்கு வர மாட்டார் என்று யார் சொன்னது? பருப்பு இல்லாமல் கல்யாணமா?*

பருப்பு வேகாது (பொ.பெ.): (ஒருவர் தன் காரியத்தை நிறைவேற்றிக்கொள்ள மேற்கொள்ளும்) தந்திரம், உத்தி முதலியவை பலிக்காது; (s.o.'s) tricks will not work; 'no one would buy that'. *அவர் தமிழ் நடிகர் என்றும், இவர் தெலுங்கு நடிகர் என்றும் செய்தி வெளியிட்டு அவர்களுக்குள் வேறுபாடு கற்பிக்கப் பார்த்தால் அந்தப் பருப்பு வேகாது./ எப்படியாவது வம்புக்கு இழுத்து என்னைப் பிரச்சினையில் மாட்டிவிடப் பார்க்கிறான், அவன் பருப்பு என்னிடம் வேகுமா?* பொ.வி. 4

பல்டி அடி (பொ.பெ.) **1:** *ஒப்புக்கொண்டபடி செய்யாமல் பின்வாங்குதல்; கருத்தை முற்றிலுமாக மாற்றிக்கொள்ளுதல்;* back out; backtrack. *எங்களுடன் ஊருக்கு வருவதாகச் சொல்லிவிட்டுக் கடைசி நேரத்தில் பல்டி அடிக்கிறாயே?/ உன்னைக் காதலித்தவர், கல்யாணம் என்றவுடன் பல்டி அடித்துவிட்டாரே!/ இப்படி நான் சொல்லவேயில்லை என்று பல்டி அடித்துவிட்டார்.* **2:** *(தேர்வில்) தோல்வி அடைதல்;* fail (in an examination). *இந்தத் தடவையும் பரிட்சையில் பல்டி அடித்துவிட்டாயா?*

பல் பிடுங்கப்பட்ட பாம்பு: செயல்பட முடியாதபடி அடக்கி ஒடுக்கிவைக்கப்பட்ட நபர் (இனி அவரைக் கண்டு பயப்படத் தேவை இல்லை என்பது குறிப்பு); s.o. rendered ineffective (implying that he need no longer be feared); s.o. who has had his teeth drawn. *பொதுச்செயலாளரிடமிருந்து அதிகாரங்கள் பறிக்கப்பட்டுவிட்டன, இப்போது அவர் பல் பிடுங்கப்பட்ட பாம்பு.* இ.வே. பிடுங்கின

பல் போன சிங்கம்: செல்வாக்கும் செயலாற்றலும் இழந்த நபர்; a person who has lost his authority, power or influence; **a broken reed**. *தான் பல் போன சிங்கம் இல்லை என்பதை நிரூபிக்க வேண்டும் என்றால் அவர் இந்தப் போராட்டத்தில் வெற்றி பெற்றே ஆக வேண்டும்./ கலகக்காரர்களின் முன் அரசு பல் போன சிங்கமாக நிற்கிறது.*

பல்மேல் நாக்குப் போட்டு: (ஒருவருடைய நடத்தையைப்பற்றிக் குறைகூறி) துணிச்சலாக (பேசுதல்); have the cheek (to say). நான் பொறுப்பற்ற முறையில் நடந்து கொள்வதாக யாராவது பல்மேல் நாக்குப் போட்டுச் சொல்லட்டும், பார்ப்போம்!/ என்னைப் பார்த்து மோசடிக்காரன் என்று பல்லில் நாக்குப் போட்டுச் சொல்கிறாள், எப்படி நான் சும்மா இருக்க முடியும்?

இ.வே. பல்லில் மா.வ. நாக்குமேல் பல் போட்டு

பல்லக்குத் தூக்கு: (உயர்ந்த நிலையில் இருப்பவருக்கு அல்லது ஒருவரை உயர்த்திவைத்து) அடிமைத்தனமாக ஊழியம்செய்தல்; serve s.o. in power or authority slavishly. அவர் பதவியில் இருந்தபோது பல்லக்குத் தூக்கிவிட்டுப் பதவி போனதும் அவரைப் பழிக்கத் தொடங்கிவிட்டார்களே!/ காசுக்கு ஆசைப்பட்டு அந்தக் கயவனுக்குப் பல்லக்குத் தூக்கினீர்கள்.
~ **பல்லக்குத் தூக்கி:** இந்தப் பல்லக்குத் தூக்கிகளிடமிருந்து எதிர்ப்புக் குரல் என்றும் வராது!

பல்லவி பாடு: (ஒரு விஷயத்தை) சலிப்பூட்டும் அளவுக்குத் திரும்பத்திரும்பச் சொல்லுதல்; harp on (sth.); sing the same refrain. வீட்டில் எப்போதும் அது இல்லை இது இல்லை என்று பல்லவி பாடாதே!/ அவர் புதிதாக எதையும் சொல்லிவிடவில்லை, தன்னுடைய வழக்கமான #பல்லவியைத்தான் பாடியிருக்கிறார்.

#-ஐ உருபுடன், -தான் இடைச் சொல்லுடன்

பல்லிளி¹ (பொ.பெ.): (ஒருவருடைய தயவை வேண்டும் போது) தாழ்வுணர்ச்சி வெளிப்படச் சிரித்தல்; (மற்றவர் பார்வையில்) அசட்டுத்தனமாகச் சிரித்தல்; adopt a servile stance; grin sheepishly. ஒரு திறமையான தொழிலாளிக்கு அதிகாரிகளிடம் பல்லிளிக்க வேண்டிய அவசியம் இல்லை./ அவன் கையை நீட்டிக்கொண்டு #பல்லை இளிப்பதைப் பார்த்தால் தெரியவில்லையா, பணம் கேட்கிறான் என்று./ 'வேலையை ஏன் சரியாகச் செய்யவில்லை' என்று கேட்டால் பதில் சொல்லாமல் பல்லிளித்துக்கொண்டு நிற்கிறான்.

#-ஐ உருபுடன்

பல்லிளி²: (ஒன்றின்) வெளித்தோற்றம் உண்மையானது இல்லை என்பது வெளிப்படுதல்; மறைக்கப்பட்டிருந்த பலவீனம் தெரியவருதல்; be exposed for what sth. is. வெள்ளி முலாம் பூசப்பட்ட கொலுசு பல்லிளித்துவிட்டது./ நல்ல ரகம் என்று அதிக விலை கொடுத்து வாங்கிவந்த சேலை ஒரே சலவையில் #பல்லை இளித்துவிட்டது./ இராணுவ ஆட்சியாளர்களின் ராஜதந்திரம் உலக அரங்கில்

#-ஐ உருபுடன்

பல்லிளிக்காமல் இருந்துவிடுமா?

பல்லுடைக்கும்: மிகக் கடினமான (மொழி நடை); (of the style of one's language) full of jaw-breakers. அவர் பல்லுடைக்கும் பழைய நடையில் கட்டுரை ஒன்று எழுதியிருக்கிறார்./ ஐந்தாம் வகுப்புப் பாடநூலில் இந்த அளவுக்குப் #பல்லை உடைக்கிற கலைச்சொற்கள் இடம்பெற்றிருக்க வேண்டாம்.

இ.வே. உடைக்கிற

-ஐ உருபுடன

பல்லைக் கடி: (பல்லைக் கடிப்பதன்மூலமாக) கோபக் குறிப்புக் காட்டுதல்; express or show one's anger (by clenching the teeth). 'குழந்தையைப் பெற்றுவிட்டால் போதுமா, நல்ல முறையில் வளர்க்கத் தெரிய வேண்டாம்' என்று பல்லைக் கடித்தாள்./ 'இந்த வயதிலேயே எதிர்த்துப் பேசுகிறானே, இவனை இப்படியே விட்டுவிடக் கூடாது' என்று பல்லைக் கடித்தார்./ நான் சமய சந்தர்ப்பம் தெரியாமல் எதையோ சொல்லிவிட, அப்பா பல்லைக் கடித்தார்.

பல்லைக் கடித்துக்கொண்டு: (எது நடந்தாலும்) எப்பாடுபட்டாவது பொறுத்துக்கொள்வது என்ற தீர்மானத்துடன்; bearing difficulties with patience; **gritting one's teeth**. மகன் செய்த செயலை வெளியே சொல்லாமல் மானத்துக்குப் பயந்து பல்லைக் கடித்துக்கொண்டு இருக்க வேண்டியதுதான்./ இரண்டு மாதம் பல்லைக் கடித்துக் கொண்டு சமாளித்துவிட்டால் கடனை அடைத்துவிடலாம்./ பல சிரமங்களுக்கிடையே பல்லைக் கடித்துக் கொண்டு என்னை மேல்படிப்புக்கு அனுப்பினார் என் தந்தை.

பல்லைக் கடித்துக்கொள்: (ஒருவர் தன்) உணர்ச்சியைக் கஷ்டப்பட்டுக் கட்டுப்படுத்திக்கொள்ளுதல்; (தன்னை) அடக்கிக்கொள்ளுதல்; restrain (oneself); **bite one's lip**. இந்தச் சந்தர்ப்பத்தில் அழக் கூடாது, அழக் கூடாது என்று தீர்மானமாய்ப் பல்லைக் கடித்துக்கொண்டாள்./ கோபத்தில் எதிர்த்துப் பேசிவிடாமல் இருக்க வேண்டுமே என்று பல்லைக் கடித்துக்கொண்டான்.

பல்லைக்கடி நெல்லைக்கடி என்று (வ.வ.): (வருமானம் அடிப்படைச் செலவுகளுக்கே) போதும் போதாது என்ற அளவில்; (of income) hand to mouth. இப்போதே வருமானம் பல்லைக்கடி நெல்லைக்கடி என்று இருக்கிறது, இன்னொரு குழந்தை எதற்கு?/ எவ்வளவு சம்பாதித்தாலும் பல்லைக்கடி நெல்லைக்கடி என்றுதான் வாழ்க்கையை ஓட்ட வேண்டியிருக்கிறது.

பல்லைக் காட்டு 1: *அசட்டுச் சிரிப்புச் சிரித்தல்; (பிறர் பார்வையில்) அர்த்தமற்றுச் சிரித்தல்;* simper; grin. *இவனுக்கு அழகாய் ஒரு பெண் தெருவில் போகக் கூடாது, உடனே பல்லைக் காட்டிக்கொண்டு பின்னாலேயே சுற்றுவான்!/ வாங்கிய பணத்தைக் கொடுக்காமல் பல்லைக் காட்டினால் பணம் வேண்டாம் என்று சொல்லிவிடுவேனா?/ எனக்கு இந்த வேலை பிடிக்கவில்லை, கடைகடையாய்ப் போய்ப் பல்லைக் காட்டிப் பொருள்களை விற்க வேண்டியிருக் கிறது.* **2:** *(பிறர் ஆசை காட்டும்போது) தன்மதிப்புக் குறைந்து தாழ்ந்துபோதல்;* give in readily (when tempted). *அவனுக்குக் கொள்கை ஒன்றும் கிடையாது, பணத்தைக் காட்டினால் பல்லைக் காட்டுகிற ஆசாமி.*

பல்லைப் பிடித்துப்பார்: *(எப்படிப்பட்டவர் அல்லது எப்படிப்பட்டது என்று) சோதித்து அறிதல்;* assess one's real worth; subject s.o. to an appraisal. *என்னையே பல்லைப் பிடித்துப்பார்க்கிற அளவுக்குத் துணிந்துவிட்டாயா?/ இந்தப் புதிய மேலாளர் வந்த ஒரு மாதத்திற்குள் தன் கீழ் பணி புரிபவர் ஒவ்வொருவரையும் பல்லைப் பிடித்துப்பார்த்து விட்டார்!*

பல்லைப் பிடுங்கு: *(செல்வாக்கை இழக்கவைத்து ஒருவரை) வலிமையற்றவராக ஆக்குதல்; (ஒருவரின் அதிகாரத்தைப் பறித்து) அடக்கிவைத்தல்;* render one powerless; **draw s.o.'s teeth**. *தீவிரவாதிகளின் பல்லைப் பிடுங்கிவிட்டதாக அரசு நினைப்பது தவறு./ அலுவலகத் தின் விதிமுறைகளை மதிக்காமல் நடந்துகொண்டிருந்த வர்களின் பல்லைப் புது அதிகாரி பிடுங்கிவிட்டார்.*

பலிகடா*: *(பழி, தண்டனை முதலியவற்றில்) அநியாயமாக மாட்டிவிடப்படும் நபர்;* scapegoat. *உயர் அதிகாரிகள் தப்பித்துவிட்டார்கள், கீழ்மட்ட ஊழியர்கள்தான் பலிகடா ஆனார்கள்./ எவரையும் பலிகடா ஆக்காமல் பிரச்சினை யைத் தீர்க்கப் பாருங்கள்!* * -ஆடு

பழகின தோஷம்: *(ஒருவரோடு நெருங்கி) பழகின காரணத்தால் ஏற்பட்ட அனுதாபம் அல்லது அக்கறை;* considerations of friendship; sympathy resulting from past association. *பழகின தோஷத்திற்காக அவனை மன்னித்து விட்டுவிட்டேன், வேறு ஒருவராக இருந்திருந்தால் நடந் திருப்பதே வேறு./ பழகின தோஷத்தால், நீ கெட்டழிவதைப் பார்த்துக்கொண்டிருக்க முடியவில்லை./ 'அவன்மேல் வழக்குப் போடுவதாக இருந்தாயே, ஏன் போடவில்லை?'*

'பழகின தோஷம்தான், வேறென்ன.'

பழங்கணக்குத் தீர்: *பழைய பகைமைக்குப் பழிவாங்குதல்;* take revenge; settle an old score. இந்த வருஷம் நடந்த மஞ்சுவிரட்டின்போது அவர்கள் தங்களுக்கு இடையே இருந்த பழங்கணக்கைத் தீர்த்துக்கொண்டார்கள்.

பழங்கணக்குப் பார்: *(மேற்கொண்டு ஆக வேண்டியதைப் பார்க்காமல் தேவையற்று) பழைய நிகழ்ச்சிகளை (திரும்பத்திரும்ப) எண்ணிப்பார்த்தல்;* harp on the past. அவனுக்கு உதவிசெய்திருக்கிறேன், அவன் அண்ணனுக்கு வேலை வாங்கித் தந்திருக்கிறேன் என்று நீங்கள் பழங் கணக்குப் பார்த்துப் பயன் எதுவும் இல்லை, இப்போது என்ன செய்ய வேண்டும் என்று யோசியுங்கள்./ பழங்கணக்குப் பார்க்க இது நேரம் அல்ல, எல்லாவற்றையும் மறந்துவிட்டுச் செயல்பட வேண்டும்.

பழம் தின்று கொட்டை போட்ட: *(ஒன்றோடு கொண்ட நீண்ட காலத் தொடர்பால் எல்லா நெளிவுசுளிவுகளையும் அறிந்து) பழுத்த அனுபவம் பெற்ற;* seasoned; experienced. இந்த அலுவலகத்தில் பழம் தின்று கொட்டை போட்ட ஆட்கள் அனைவரும் சும்மா இருக்கும்போது, நீ ஏன் தேவையில்லாதவற்றில் தலையிடுகிறாய்?/ திட்டக் குழுவில் இடம்பெற்றிருப்பவர்கள் எல்லாரும் பழம் தின்று கொட்டை போட்டவர்கள்./ பயமே இல்லாமல் லஞ்சம் வாங்குகிறாரே என்று பார்க்கிறாயா? அவர் பழம் தின்று கொட்டை போட்டவர் ஆயிற்றே! பொ.வி. 2

பழம் நழுவிப் பாலில் விழுந்தது: *எதிர்பார்த்திருந்ததை விடச் சுலபமாக, இனிய முறையில் நடந்தது;* a happy turn of events. தனது சொந்த மாவட்டத்துக்கு மாற்றல் கேட்டவனுக்குச் சொந்த ஊரிலேயே மாற்றல் கிடைத்ததும் பழம் நழுவிப் பாலில் விழுந்தது போலிருந்தது./ தன் வீட்டார் தனக்குப் பார்த்திருக்கும் மாப்பிள்ளையும் தான் காதலித்தவரும் ஒருவரா? இப்படிப் பழம் நழுவிப் பாலில் விழும் என்று அவள் நினைக்கவே இல்லை. இ.வே. விழும்

பழம் பெருச்சாளி: *(சற்று மரியாதைக் குறைவாக) ஒரு துறையில் நீண்ட காலம் இருந்துவருவதால் (அதில் நடக்கும் முறைகேடுகள் உட்பட) அனைத்தையும் தெரிந்துவைத்திருப்பவர்;* (uncomplimentary reference to) s.o. who knows the ins and outs of sth. because of long experience. இந்தப் பொது மருத்துவமனையின் தலைமை நர்ஸ் ஒரு

பழம் பெருச்சாளி, அவளை யாரும் ஏமாற்ற முடியாது.

பழித்துக்காட்டு: *(ஒருவரை மதிக்காத விதத்தில் அல்லது கோபத்தை வெளிப்படுத்தும் விதத்தில்) முகத்தைக் கோணுதல் போன்ற செயல்கள் செய்தல்;* make faces at. 'தாத்தா அதட்டினால் அதற்காக அவரைப் பழித்துக் காட்டுவதா' என்று ஒரு அடி வைத்தான். [மா.வ. வலித்துக் காட்டு (சில வட்டாரங்களில்)]

பழிபாவம்: *தார்மீக அடிப்படையில் பழி தரக்கூடிய செயல்; தீய செயலால் ஏற்படும் விளைவு;* consequences of one's vicious acts; sins. அவன் பழிபாவங்களுக்கு அஞ்சாதவன் என்பது உனக்குத் தெரியாதா?/ அவனை வேலையிலிருந்து நீக்கிவிடலாம், ஆனால் அவன் குடும்பத்தைப் பட்டினி போட்ட பழிபாவம் வந்து சேருமே!

பழியாய்க் கிட: *காரியம் நிறைவேறுவதையே கருத்தாகக் கொண்டு (ஓரிடத்தில் ஒருவருக்காக விடாமல்) காத்திருத்தல்;* wait doggedly (for a purpose). கல்லூரியில் தாங்கள் விரும்பும் பாடப் பிரிவில் சேர்வதற்காக முதல்வர் அறையின்முன் மாணவர்கள் பழியாய்க் கிடக்கிறார்கள்./ காதலியைப் பார்ப்பதற்காகக் கல்லூரி வாசலில் பழியாய்க் கிடந்தான்.

பழைய கறுப்பன் (பொ.பெ.): *(புதிய நிலைமையின் மாற்றங்களால் பாதிக்கப்படாமல்) பழைய ஆளாகவே இருப்பவன்;* the same old person (implying that he has not changed over the years); **son of the soil.** பம்பாய் போயிருந்த போது நம் ஊர் சிவசாமியைப் பார்த்துப் பேசினேன், இருபது வருஷங்களாகியும் ஆள் மாறவே இல்லை, பழைய கறுப்பன்தான்!

பழைய பஞ்சாங்கம் படி: *காலத்துக்கு ஒவ்வாத பழைய கருத்துகளைக் கூறுதல்;* air outmoded views. வயதானவர் கள் என்றால் பழைய பஞ்சாங்கம் படிப்பார்கள் என்பதை உன் தாத்தா பொய்யாக்கிவிட்டார்.

. ~ **பழைய பஞ்சாங்கம்** (நபரைக் குறிப்பது) அந்தப் பழைய பஞ்சாங்கத்திடம் போய் ஆலோசனை கேட்பதில் என்ன பயன்?

பற்றவை: *(இருவருக்கு இடையில்) மன வருத்தம் உண்டாகும்படி செய்தல்; கோள்சொல்லிச் சண்டை மூட்டுதல்;* sow discord. என்னைப்பற்றி மேலதிகாரி யிடம் யாரோ பற்றவைத்திருக்க வேண்டும் என்று நினைக்

கிறேன்./ சரியான சமயத்தில் பற்றவைத்துவிட்டு நழுவி விட்டான், நாங்கள் தினமும் மோதிக்கொண்டிருக்கிறோம்!

பற்றிக்கொண்டுவா: *(ஒருவருக்கு) கோபமும் எரிச்சலும் பொங்கிவருதல்;* be infuriated; **see red**. *அயோக்கியன் யோக்கியன் போல் பேசுவதைக் கேட்டால் யாருக்குத்தான் பற்றிக்கொண்டுவராது?/ இப்போதெல்லாம் அவளுடைய பெயரைக் கேட்டாலே அவனுக்குப் பற்றிக்கொண்டு வருகிறது.*

பறக்கப்பறக்க: *பெரும் அவசரத்துடன்; அவசரமும் பதற்றமும் ஒருசேர;* in a flurry. *இரண்டு பஸ் பிடித்துப் பறக்கப்பறக்க அலுவலகம் போய்ச் சேர்ந்தார்./ வங்கியில் விவசாயிகளுக்குக் கடன் கொடுக்கிறார்கள் என்று தெரிந்ததும் பறக்கப்பறக்க மனுப் போட்டாயே, கடன் கிடைத்ததா?*

மா.வ. ***அரக்கப் பறக்க*** *(சில வட்டாரங்களில்)*

பறந்துபறந்து: *(நேரம் குறைவாக இருப்பதால் செய்ய வேண்டியதை) மிக விரைவாக;* hurriedly (for want of time). *விருந்தினர் வருவதால் பறந்துபறந்து சமையல்செய்து முடித்தாள்.*

பறைசாற்று: *பலரும் அறியும்படி அறிவித்தல்; வெளிப் படுத்துதல்;* proclaim. *உன் திறமையை நீயே பறைசாற்றிக் கொள்வதா?/ குடியரசு தின அணிவகுப்பு நாட்டின் ராணுவ பலத்தைப் பறைசாற்றுவதாக இருந்தது./ அவருடைய துடிப்பான ஆட்டமே அவருக்குத்தான் வெற்றி என்பதைப் பறைசாற்றியது.*

பன்னிப்பன்னி *(பொ.பெ.): (பேச்சில், எழுத்தில்) ஒன்றையே திரும்பத்திரும்ப;* over and again. *கல்யாண விஷயத்தையே பன்னிப்பன்னிப் பேசிக்கொண்டிருக்காதே!/ நீ பன்னிப்பன்னிக் கேட்டாலும் அவள் தன் தாய் வீட்டுக்குப் போனதன் காரணம் எனக்குத் தெரியாது.*

பனிப்போர்: *(பெரும்பாலும் இரு நாடுகளுக்கு அல்லது இரு நிறுவனங்களுக்கு இடையே) நேரடியான மோதலாக வெளிப்படாத பகைமை;* a state of hostility without actual fighting; cold war. *எல்லைப் பிரச்சினையில் உடன்பாடு ஏற்பட்ட பின்னும் அந்த இரு நாடுகளுக்கு இடையே பனிப்போர் நிலவுகிறது./ இரு அமைச்சகங்களுக்கும் இடையே பனிப்போர் துவங்கிவிட்டது!*

பாக்குக் கடிக்கிற நேரம்: *மிகக் குறைந்த நேரம்;* fraction of a second. *நீ அவனைப் பாக்குக் கடிக்கிற நேரம்தான் பார்த்திருப்பாய், இருந்தாலும் அவனை அடையாளம் காட்ட முடியும் என்கிறாயே!/ பாககுக் கடிக்கும் நேரம்தான் அவர்கள் சண்டைபோட்டிருப்பார்கள், அதற்குள் ஒருவரின் மண்டை பிளந்துவிட்டது.* இ.வே. கடிக்கும்

பாச்சா பலிக்காது (பொ.பெ.): *(தன் காரியத்தை நிறைவேற்றிக்கொள்ள மேற்கொள்ளும்) சாமர்த்தியம் எடுபடாது;* (s.o.'s) tricks will not work. *அவன்மீது நான் கொண்ட கோபத்தைத் தணிக்கக் குறுக்கு வழியில் முயற்சிசெய்கிறான், அவன் பாச்சா ஒன்றும் என்னிடம் பலிக்காது./ அவளை ஏமாற்றிவிடலாம் என்று நினைத்தார்கள், அவளிடம் இவர்கள் பாச்சா பலிக்கவில்லை.* பொ.வி. 4

பாட்டன் வீட்டுச் சொத்து: *முன்னோரின் சொத்து (எவ்விதச் சொந்தமும் இல்லாததைச் சொந்தம் போல் பாவித்துக்கொண்டு ஒருவர் நடப்பதாக மற்றொருவர் குறைகூறுவது);* (as if sth. is) one's paternal property. *தெரு என்ன, உன் பாட்டன் வீட்டுச் சொத்தா, இப்படித் தெருவை அடைத்துப் பெரிய பந்தல் போட்டிருக்கிறாயே?/ ஏதோ ஒரு ஊரில் திருட்டுப் போயிருப்பதற்கு இவன் ஏன் தன் அப்பன் வீட்டுச் சொத்துப் பறிபோன மாதிரி அலறுகிறான்?* இ.வே. அப்பன்

(உடம்பு) பாதி ஆகு: *(உடலின்) எடை குறைந்து எலும்பு தெரியும் அளவுக்கு மெலிந்துபோதல்;* be much reduced. *மூன்று நாள் படுக்கையில் கிடந்தான், அதற்குள் உடம்பு பாதி ஆகிவிட்டது./ சதையைக் குறைக்கச் சாப்பிட்ட மாத்திரைகளால் உடம்பு கெட்டுப் பாதி ஆகிவிட்டது.*

பாம்பிற்குப் பால் வார்: *(நல்லவன் என்று நினைத்து) தீயவனுக்கு உதவிசெய்தல் (ஒருவரை எச்சரிக்கும் நோக்கிலோ ஒருவர் தன் பிழையை உணர்ந்துகொண்ட பின்னரோ பயன்படுத்துவது);* unknowingly help a vicious fellow (used as a regret or warning); **nurse a viper in one's bosom**. *நீ பாம்பிற்குப் பால் வார்க்கிறாய் என்று எத்தனை முறை சொன்னேன், நீ கேட்கவில்லை, இப்போது பார், உன்னை ஏமாற்றிவிட்டுப் போய்விட்டான்./ 'பாம்பிற்குப் பால் வார்த்துவந்திருக்கிறேன்' என்று இப்போது புலம்பி என்ன பயன்? ஏமாந்தது ஏமாந்ததுதான்.*

பாம்புச் செவி: *கூர்மையான கேட்புத் திறன்;* keen sense of hearing; sharp ears. பாட்டிக்குப் பாம்புச் செவி, இப்போது ஒன்றும் பேச வேண்டாம்./ நான் பூனை போல் வீட்டுக்குள் நுழைந்தேன், அது உனக்குத் தெரிந்துவிட்டதே, உனக்குப் பாம்புச் செவிதான்!

பாயும் படுக்கையுமாக: (உடல்நிலை பாதிக்கப்பட்டு) படுக்கையை விட்டுக்கூட எழுந்திருக்க முடியாத அளவுக்கு; bedridden. பாட்டி ஆறு மாதங்களாகப் பாயும் படுக்கையுமாகக் கிடக்கிறாள்./ வியாபாரம் நொடித்துப் போய்ப் பாயும் படுக்கையுமாக ஆகிவிட்டார்.

பார்த்தால் பசி தீரும்: ஒருவரைப் பார்ப்பதே பசியைத் தீர்க்கும் என்று மிகைப்படுத்திக் கூறுவதன்மூலம் பார்ப்பவர் அடையும் மகிழ்ச்சியைக் காட்டும் தொடர்; an exaggerated expression to refer the pleasure one derives from the mere sight of s.o. 'அவளைப் பார்த்தால் பசி தீரும்' என்று சொல்பவன் காதல் வயப்பட்டவனாகத்தான் இருப்பான்!

பார்த்துப்பார்த்து: (ஒரு பணியில்) மிகுந்த கவனம் செலுத்தி; அதிக சிரத்தை எடுத்துக்கொண்டு; with meticulous attention; with utmost care. நான் பார்த்துப்பார்த்துக் கட்டிய வீட்டைப் பாராட்டாதவர்கள் இல்லை./ பார்த்துப் பார்த்துச் செலவுசெய்தாலும் வீட்டுச் செலவு மாதம் இரண்டாயிரம் ஆகிவிடுகிறது.

பார்வை விழு: கவனம் திரும்புதல்; notice; turn (one's) attention (to sth.). பொம்மைமீது குழந்தையின் பார்வை விழுந்ததும் வாங்கித்தரச் சொல்லி அழத் தொடங்கியது./ அரசின் பார்வை இப்பொழுதுதான் விளையாட்டுத் துறை மீது விழுந்திருக்கிறது.

பால்மணம் மாறாத (உ.வ.): மிக இளவயதுடைய; குழந்தைப் பருவத்திலுள்ள; of tender age. பால்மணம் மாறாத பாலகன் மிருதங்கம் வாசித்ததைப் பாராட்டாதவர் கள் இல்லை./ பால்மணம் மாறாத இந்தப் பிள்ளையா அரசின் வீரப் பதக்கம் பெற்றது!

பால் வடியும் முகம்: இளமை தவழும், குழந்தை உள்ளத்தை வெளிப்படுத்தும் முகம்; young and innocent face. பூஜை அறையில் பால் வடியும் முகத்தில் முருகனின் படம்./ இந்தப் பையனின் பால் வடியும் முகத்தைப் பார்த்த பிறகுமா உங்கள் சந்தேகம் தீரவில்லை?

~ **முகத்தில் பால் வடிகிறது:** பார்த்தால் முகத்தில் பால்

வடிகிறது, இவனைப்போய்த் திருடன் என்கிறாயே!

பால பாடம்: முதலில் தெரிந்துகொள்ள வேண்டியது; அரிச்சுவடி; first lesson. நிரந்தர எதிரிகள் என்று யாரும் இல்லை என்பதுதானே அரசியலில் பால பாடம்!

பாலும் தேனும் (பெருக்கெடுத்து) ஓடு: எல்லா வளமும் (அதிகமாக) நிறைந்திருத்தல் (பெரும்பாலும் இந்த நிலை இல்லாதபோது பயன்படுத்துவது); be replete with all the riches (used to refer to the absence of this condition). சுதந்திரம் கிடைத்ததும் பாலும் தேனும் ஓடப்போகிறது என்று எதிர்பார்த்தோம்./ நகரங்களில் பாலும் தேனும் பெருக்கெடுத்து ஓடுகிறது என்றா கிராமங்களை விட்டு வருகிறீர்கள்?

பாழாய்ப்போன (பொ.பெ.): அவசியத்திற்குப் பயன்படா மல் போகும் அல்லது குறிப்பிட்ட நேரத்தில் தொல்லை யாக இருக்கும் ஒன்றைப்பற்றி அல்லது ஒருவரைப்பற்றி எரிச்சலோடு குறிப்பிடும் தொடர்; wretched; damned. இந்தப் பாழாய்ப்போன பஸ் ஏன் இன்னும் வரவில்லை./ மாமரம் பூத்துக் குலுங்குகிறது, பாழாய்ப்போன மழை இப்போது தான் பெய்ய வேண்டுமா?/ விருந்தாளிகள் வந்திருக்கும் நேரத்திலா இந்தப் பாழாய்ப்போனவன் கடன் வசூலிக்க வர வேண்டும். பொ.வி. 2

பாழுங்கிணற்றில் தள்ளு: (பொருத்தமற்ற திருமணத் தின்மூலம்) ஒரு பெண்ணின் வாழ்க்கையைப் பாழாக்குதல் (இவ்வாறு நடந்துவிடக் கூடாது என்று எச்சரிக்கும் விதத்தில் அல்லது நடந்துவிட்டதற்கு வருந்தும் விதத்தில் கூறுவது); (said as a warning or in remorse) ruin a girl's life (by marrying her to the wrong man); condemn a girl to a life of sorrow. அம்மா, அந்தப் பையனைப்பற்றி நன்றாக விசாரித்தீர்களா? அவசரப்பட்டுத் தங்கையைப் பாழுங் கிணற்றில் தள்ளிவிடாதீர்கள்!/ பணக்காரப் பையன் என்று ஆசைப்பட்டுப் பெண்ணைப் பாழுங்கிணற்றில் தள்ளி விட்டதாகப் புலம்பிக்கொண்டே இருக்கிறார்கள்.

பானையும் சட்டியும் செய் (பொ.பெ.): சந்தர்ப்பம் தெரியாமல் கேள்வி கேட்கும் நபரிடம், எரிச்சலான மன நிலையில் இருப்பவர் தன் எரிச்சலைக் காட்டிக்கொள்ளப் பயன்படுத்தும் தொடர்; an expression of one's annoyance when one is in no mood to answer questions. 'இந்த வழக்கில் வக்கீல் அடுத்து என்ன செய்வார்?' 'பானையும் சட்டியும்

செய்வார், போய் உன் வேலையைப் பார்.'

பிக்கல் பிடுங்கல் (பொ.பெ.): *(பணத் தேவை, குடும்ப உறவு போன்றவை ஏற்படுத்தும்) தொல்லைகள்;* vexations. குடும்பம் என்றால் ஆயிரம் பிக்கல் பிடுங்கல் இருக்கத்தான் செய்யும்./ தற்சமயம் தொழிலில் எந்தப் பிக்கல் #பிடுங்கலும் கிடையாது./ நீ கொடுத்துவைத்தவள், மாமியார் நாத்தனார் என்று எந்தப் #பிக்கலும் பிடுங்கலும் இல்லை.

-உம் இடைச் சொல்லுடன்

பிச்சைக் காசு (பொ.பெ.): (வெறுப்போடு கூறுகையில்) *அற்பப் பணம்;* pittance; beggarly sum. கொடுக்கிற பத்து ரூபாய்ப் பிச்சைக் காசுக்கு நாள் முழுக்க வேலைவாங்கி விடுகிறார்./ உங்கள் பிச்சைக் காசு இங்கு யாருக்கு வேண்டும்!

பிச்சை வாங்க வேண்டும்: ஒருவர் அல்லது ஒன்று ஏதேனும் ஓர் அம்சத்தைச் சிறப்பாகப் பெற்றிருப்பதை மிகையாகப் பாராட்டிக் கூறுவதற்காக, அந்த அம்சத்திற்கே எடுத்துக்காட்டாக இருப்பவரும்கூட அல்லது இருப்பதும்கூட அவரிடமிருந்து அல்லது அதனிடமிருந்து அந்தச் சிறப்பு அம்சத்தைக் கேட்டுப் பெற வேண்டிய நிலையில் இருப்பதாகக் கூறப் பயன்படுத்தும் தொடர்; (in jocular appreciation) the role model might take a few lessons from the person compared with; 'so and so is nothing compared to...'. கொடை வள்ளல் என்றால் இவர்தான், இவரிடம் கர்ணன் பிச்சை வாங்க வேண்டும்!/ நடையழகில் அன்னம் அவளிடம் பிச்சை வாங்க வேண்டும்./ அவர் வீட்டை அலங்கரிப்பதைப் பார்த்தால் ஐந்து நட்சத்திர ஓட்டல்கள் கூடப் பிச்சை வாங்க வேண்டும்.

பிஞ்சில் பழு: வயதுக்கு மீறிய செயல்களைச் செய்தல்; இளம் வயதில், மூத்தவர்களின் பழக்கவழக்கங்களில் ஈடுபடுதல் (அது விரும்பத் தகாதது என்பது குறிப்பு); (of young persons) not act one's age; acquire the habits of older people (implying that it is not desirable). சாராயக் கடையில் வேலை பார்த்தால் பிஞ்சில் பழுக்காமல் என்ன செய்வான்?/ பத்து வயதாகவில்லை, பீடி பிடிக்கிறாயா? பிஞ்சில் பழுத்துவிட்டாய் போலிருக்கிறதே!/ பன்னிரண்டு வயதாகவில்லை, அதற்குள் இந்தப் பெண் காதலைப் பற்றிப் பேசுகிறாள்! பிஞ்சில் பழுத்துவிட்டாள்!

(பிட்டு)பிட்டுவை: (ஒரு விஷயத்தைத் தெளிவாக்கும்

பிடரியைப் பிடித்துத் ... 254

(முறையில்) ஒவ்வொரு கூறாக விளக்குதல்; say in great detail. பங்குச் சந்தையில் முதலீடுசெய்வதால் ஏற்படும் லாப நஷ்டங்களை எப்படிப் பிட்டுவைத்தார் பார்த்தாயா!/ அவனுக்கு எப்படி உன் குடும்ப விவகாரங்கள் தெரியும்? இப்படிப் பிட்டுப்பிட்டுவைக்கிறானே!/ நீங்கள் செய்த மோசடிகளையெல்லாம் என்றாவது ஒரு நாள் நான் பிட்டுப்பிட்டுவைக்கத்தான் போகிறேன்.

பிடரியைப் பிடித்துத் தள்ளு: (உள்ளிருந்து எழும் உந்துதல் ஒருவரை) விரைந்து செயல்படத் தூண்டுதல்; impel. இனியாவது உண்மையைச் சொல்லிவிடு என்று இனம்தெரியாத உணர்வு ஒன்று அவன் பிடரியைப் பிடித்துத் தள்ளியது./ நடிகரிடம் ஒரு வார்த்தையாவது பேசிவிட வேண்டும் என்ற ஆசை அவள் பிடரியைப் பிடித்துத் தள்ளினாலும் வெட்கம் தடுத்தது.

பிடிகொடு: (ஒரு விஷயத்தில்) தன் நிலை என்ன என்பதை வெளிப்படுத்தக்கூடிய அறிகுறிகள் தருதல்; give an indication of one's stand. ஆரம்பத்திலேயே நீ பிடிகொடுத்துப் பேசியதால் அவர் இப்போது உன்னை நெருக்குகிறார்./ தேர்தல் சமயத்தில் ஆதரவு கேட்டு வந்தவர்களிடம் அவர் பிடிகொடுக்காமல் நழுவிவிட்டார்.

பிடித்த பிடி: சொன்னதை மாற்றிக்கொள்ள மறுக்கிற நிலை; பிடிவாதம்; stubborn attitude. பொதுக் காரியத்துக்குக்கூடப் பணம் தர மாட்டேன் என்று நீ பிடித்த பிடியிலேயே இருந்தால் எப்படி?/ இந்த முறை அவனை மன்னித்து விடுங்கள் என்று எவ்வளவோ கெஞ்சிய பிறகும்கூடத் தான் பிடித்த பிடியை அவர் விடவில்லை.

பிடித்தாலும் புளியங்கொம்பாய்ப் பிடி: வசதியான நிலையில் இருக்கும் நபரை அல்லது வசதி நிறைந்த ஒன்றைத் தன் வசமாக்கிக்கொள்ளுதல்; make a very profitable choice. உன் நண்பன் திருமணம் செய்துகொள்ளப் போகிற பெண் பெரும் பணக்காரியாமே, பிடித்தாலும் சரியான புளியங்கொம்பாய்ப் பிடித்திருக்கிறான்!/ உன் மாமா பிடித்தாலும் புளியங்கொம்பை அல்லவா பிடித்திருக்கிறார்? வீட்டை முதலமைச்சரின் செயலருக்கு வாடகைக்கு விட்டிருக்கிறார் பார்!/ ஐ.நா. தலைமையகத்தில் உன் பையனுக்கு வேலை கிடைத்துவிட்டதாமே! பிடித்தாலும் #புளியங்கொம்பாய்த்தான் பிடித்திருக்கிறான்!

இ.வே. புளியங் கொம்பை

#-தான் இடைச் சொல்லுடன்

பிடித்து வைத்த பிள்ளையார் போல*: (எதுவும்

* பிள்ளையா

செய்யாமல்) இருக்கும் நிலையிலேயே அசைவற்று; staying put. ஒரு வேலையும் செய்யாமல் இப்படிப் பிடித்து வைத்த பிள்ளையார் போல உட்கார்ந்திருக்கிறாயே.

பிய்த்துக் கட்டு: (பாராட்டும் விதத்தில்) சிறப்பாகச் செய்தல்; ஜமாய்த்தல்; do extremely well. தேர்வு எப்படி எழுதினாய் என்று கேட்டதற்கு 'பிய்த்துக் கட்டிவிட்டேன்' என்றான். *மா.வ. பிய்த்து உதறு/வாங்கு/விளாசு*

பிய்த்துக்கொண்டு ஓடு: (திடீரென்று) நிலைகொள்ளாத வேகத்துடன் ஓடுதல்; run helter-skelter. வெடிச் சத்தத்தைக் கேட்டதும் மாடுகள் பிய்த்துக்கொண்டு ஓடின.

பிய்த்துக்கொண்டு வா: (கோபம், ஆத்திரம்) திடீரென வெளிப்படுதல்; பீறிடுதல்; (of anger) surge up; (of rage) burst through. என்னைப் பார்த்தாலே அவருக்கு ஆத்திரம் பிய்த்துக்கொண்டு வருகிறது.

பிய்த்துக்கொள் பிடுங்கிக்கொள் என்று: (தாமதித்தால் பொருள் கிடைக்காமல் போய்விடலாம் என்பதால்) கிடைத்தவரைக்கும் நல்லது என்று; in a scramble (for sth.). நாளையிலிருந்து லாரி ஓட்டிகள் வேலைநிறுத்தம் செய்கிறார்கள் என்றதும் பிய்த்துக்கொள் பிடுங்கிக்கொள் என்று சொன்ன விலைக்குக் காய்கறிகளை வாங்கிக்கொண்டு போகிறார்கள்.

பிய்த்துப் பிடுங்கு: (தனக்கு வேண்டியதைக் கேட்டு) ஓயாமல் தொல்லை கொடுத்தல்; நச்சரித்தல்; pester (s.o.). சினிமாவுக்குக் கூட்டிக்கொண்டுபோ என்று இரண்டு நாட்களாகப் பையன் என்னைப் பிய்த்துப் பிடுங்குகிறான்./ அவர் எங்கு வேண்டுமானாலும் போகட்டும், கடன் கேட்டு என்னைப் பிய்த்துப் பிடுங்காமல் இருந்தால் போதும்.

பிய்த்து வாங்கு 1: (மழை, காற்று, வெயில்) பலமாக அடித்தல்; (of rain, wind, sunshine) be intense or furious. இரண்டு நாளாக மழை பிய்த்து வாங்கிவிட்டது. **2:** காண்க: பிய்த்துக் கட்டு.

பிரச்சார பீரங்கி: (ஒரு அரசியல் கட்சியில்) முன்னணிப் பேச்சாளர்; key campaigner. முன்னாள் பிரதமர்தான் இந்தக் கட்சியின் பிரச்சார பீரங்கி./ தேர்தல் நாள் நெருங்கியதும் ஒவ்வொரு கட்சியும் தனது பிரச்சார பீரங்கிகளை முடுக்கி

விட்டது.

பிரமப் பிரயத்தனம்: *(ஒரு செயலை எப்படியாவது நிறை வேற்ற வேண்டும் என்கிற முறையில் மேற்கொள்ளும்) கடும் முயற்சி;* relentless effort. பையனுக்கு வேலை வாங்க பிரமப் பிரயத்தனம் செய்ய வேண்டியிருந்தது./ பிரமப் பிரயத்தனம் செய்துதான் அவரைப் பேட்டி காண முடிந்தது.

பிரம வித்தை*: *(அறிந்துகொள்வதற்கு அல்லது அறிந்து கொண்டு செய்வதற்கு) மிக அரிய திறன் (அது அவ்வளவு அரியது இல்லை என்ற குறிப்பில் கூறுவது);* rare skill (implying that it is not). விமானம் ஓட்டுவது என்பது என்ன பிரம வித்தையா? பயிற்சி பெற்றிருந்தால் நீயும் ஓட்டலாம்.   * சூத்திரம்

பிரியாவிடை: *(பிரிந்தே ஆக வேண்டிய நிலையில்) மன மில்லாமல் பிரிதல்; பிரிவிற்கு மனமில்லாமல் ஒப்புதல்;* emotional farewell. மனைவியிடம் பிரியாவிடை பெற்றுக் கொண்டு வெளிநாட்டுக்குப் புறப்பட்டான்./ அம்மா கண்ணீர் மல்கப் பிரியாவிடை தந்தாள்.

பிழியப்பிழிய அழு: *மிகுதியாகக் கண்ணீர் சொரிந்து அழுதல்;* cry inconsolably; **cry one's eyes out**. ஐந்து மதிப் பெண் குறைந்துவிட்டதற்குப்போய்ப் பிழியப்பிழிய அழு கிறாளே!/ மனைவி இப்படிப் பிழியப்பிழிய அழுவதற்குக் காரணம் தெரியாமல் விழித்தான்.

பிள்ளையார்சுழி போடு: *(ஒன்றிற்கு துவக்கமாக இருத்தல் அல்லது துவக்கமாக (ஒன்றை) செய்தல்; தொடங்கி வைத்தல்;* take the first step; begin; start off. சென்னைப் பெருநகர்த் திட்டங்களுக்கு இப்பொழுதுதான் பிள்ளையார் சுழி போட்டிருக்கிறார்கள், திட்டம் முடியப் பல ஆண்டுகள் ஆகும்./ ஒரு பத்திரிகையில் வந்த கருத்துப்படம் தான் இந்தப் பிரச்சினைக்குப் பிள்ளையார்சுழி போட்டது.
~ **பிள்ளையார்சுழி:** எங்கள் வங்கியின் வளர்ச்சிக்குப் பிள்ளையார்சுழியாக இந்தப் புதுச் சேவைப் பிரிவைக் கருத வேண்டும்.

பிளந்து கட்டு: *(பாராட்டும் விதத்தில்) திறமையை வெளிப்படுத்தி (ஒன்றை) அருமையாகச் செய்தல்;* excel; do extremely well. சின்னப் பையன் ஆங்கிலத்தில் பிளந்து கட்டிவிட்டான்!/ எவ்வளவு கடினமான கணக்காக

இருந்தாலும் பிளந்து கட்டிவிடுவான்!

பிளேட்டை மாற்று (பொ.பெ.): பேச்சில் முன்னர் மேற்கொண்ட நிலையைத் தலைகீழாக மாற்றிக்கொள்ளுதல்; shift one's stand; **change one's tune**. 'அவர் செய்தது தவறு, கட்டாயம் நடவடிக்கை எடுக்க வேண்டும்' என்று என்னிடம் சொன்னவர் உங்களைக் கண்டதும் 'இதற்கெல்லாம் நடவடிக்கை எடுக்கத் தேவை இல்லை' என்று பிளேட்டை மாற்றுகிறார்!

பிறந்த வீடு: (மனைவிக்கு) பெற்றோர் வீடு; with reference to a married woman, the home of her parents. குழந்தைப் பேற்றிற்காகப் பிறந்த வீட்டிற்குப் போகும் வழக்கம் குறைந்து வருகிறது./ என் மாமியார் மிகமிக நல்லவர், பிறந்த வீட்டையே மறந்துவிட்டேன் என்றால் பார்த்துக் கொள்ளேன்!

பின்பாட்டுப் பாடு: (ஒருவருக்கு) இசைவாக (அவர் சொன்னதை) திருப்பிச் சொல்லுதல்; agree with whatever one says. 'அவர்கள் நமக்கு உதவிசெய்தால் நாமும் செய்வோம்' என்று முதலாளி சொன்னதும் 'ஆமாம், ஆமாம்' என்று பின்பாட்டுப் பாடினார் கணக்கெழுதுபவர்./ அதிகாரமும் பணமும் இருந்தால் பின்பாட்டுப் பாடப் பலர் இருப்பார்களே.

பின்னங்கால் பிடரியில் பட:* படு வேகமாக (ஓடுதல்); (run) as fast as one's legs can carry one. கடைகள்மீது கல் எறிந்துகொண்டிருந்தவர்கள் போலீஸ் படையைக் கண்டவுடன் பின்னங்கால் பிடரியில் பட ஓடினார்கள்.

* குதிகால்

புகுந்த வீடு: கணவனின் பெற்றோர் வீடு; family into which a girl is married; in-law's home. புகுந்த வீட்டில் பிறந்த வீட்டுப் பெருமைகளைப் பேசாதே!/ புகுந்த வீட்டிலும் நான் சுதந்திரமாகத்தான் இருக்கிறேன்.

புகுந்து விளையாடு (பொ.பெ.) **1:** (கிடைத்த வாய்ப்பைப் பயன்படுத்திக்கொண்டு ஒன்றை) மிகச் சிறப்பாகச் செய்தல்; do or perform sth. with great gusto. தேர்வுத்தாள் சுலபமாக இருந்தது, புகுந்து விளையாடிவிட்டேன்./ உனக்கு வயலின் வாசிக்கத் தெரியுமா என்று கேட்டேன், பையன் புகுந்து விளையாடிவிட்டான். **2:** வேண்டியமட்டும் நன்றாகச் சாப்பிடுதல்; eat to **one's heart's content**. கல்யாணச் சாப்பாடு பிரமாதம், புகுந்து விளையாடினோம்.

புடம்போடு: பல சோதனைகளுக்கு உட்படுத்தி மேன்மை அடையச் செய்தல்; make to pass through the crucible. என் உள்ளத்தில் புடம்போட்ட பின்னரே என் எண்ணங்கள் எழுத்தாகப் பரிணமிக்கின்றன./ எங்கள் நிறுவனத்தின் பணியாளர்களைக் குறைகூற முடியாது, # அவர்கள் புடம் போடப்பட்டவர்கள்.

செயப்பாட்டு வினை வடிவம்

புண்ணியம் கட்டிக்கொள்*: (தேவைப்படுகிற நல்ல காரியத்தைச் செய்ததன்மூலம் ஒருவர் மற்றவரின்) நன்றிக்குப் பாத்திரமாதல்; earn the gratitude (of s.o.). மழைக் காலம் முடிந்ததும் எல்லாச் சாலைகளையும் செப்ப னிட்டதன்மூலம் மாநகராட்சி புண்ணியம் கட்டிக் கொண்டது./ ஆறு மாதமாக எரியாமல் இருந்த தெரு விளக்குகளை எரியச்செய்து # புண்ணியத்தைத் தேடிக் கொண்டது யார்?

* தேடிக்கொள்

-ஐ உருபுடன்

புண்ணுக்குப் புனுகு பூசு: உள்ளே சீர்கெட்டிருப்பதை வெளிக்கவர்ச்சியால் மறைத்தல்; கவர்ச்சி முலாம் பூசு தல்; dress sth. up. நிதிநிலை அறிக்கையில் நிறுவனத்தின் பொருளாதாரம் நன்றாக இருப்பதாகக் கூறியிருப்பது புண்ணுக்குப் புனுகு பூசியிருப்பதாகவே தோன்றுகிறது.
~புண்ணுக்குப் புனுகுப் பூச்சு: புண்ணுக்குப் புனுகுப் பூச்சு வேலையெல்லாம் எதற்கு? உண்மை தெரிந்தால் என்ன கெட்டுவிடும்?

புத்தகப் புழு: நூல்களைப் படிப்பதிலேயே பெரும் பான்மையான நேரத்தைச் செலவழிப்பவன்/ ள்; bookworm. பதினைந்து வயதில் ஓடியாடி விளையாடாமல் இப்படிப் புத்தகப் புழுவாக இருக்கிறானே!/ உலக நடப்புத் தெரியாத புத்தகப் புழு எங்கள் ஆசிரியர்.

புத்தியைக் கடன் கொடு: (குறிப்பிட்ட ஒரு சந்தர்ப்பத் தில்) அறிவைப் பயன்படுத்தத் தவறுதல்; fail to use one's brains (on a particular occasion). நான் சொன்னபோது புத்தியைக் கடன் கொடுத்துவிட்டு இப்பொழுது வருத்தப் படுவதால் என்ன பயன்?

புத்தியைச் செருப்பால்* அடிக்க வேண்டும்: நன்றாகச் சிந்திக்காமல் செயல்பட்டதற்காகத் தன்னைத் தண்டித்துக் கொள்ள வேண்டியதுதான் என்று நொந்துகொள்ளும் முறையில் பயன்படுத்தும் தொடர்; kick oneself. உனக்குப் போய் உதவிசெய்தேன் பார், என் புத்தியைச் செருப்பால் அடிக்க வேண்டும்./ கறாராக வாடகை பேசி ஏறி

* ஜோட்டால் இ.வே. அடித்துக் கொள்ள

வந்திருந்தால் வண்டிக்காரனோடு சண்டைபோட்டிருக்க வேண்டாம், வாடகை பேசாததற்கு என் புத்தியைச் #செருப்பால்தான் அடிக்க வேண்டும்./ சொந்தக் கிராமத்திலேயே பிழைப்பை நடத்தியிருக்கலாம், சென்னைக்கு வரத் தூண்டிய என் புத்தியைச் செருப்பால் அடித்துக் கொள்ள வேண்டும்.

-தான் இடைச் சொல்லுடன்

புதைத்த இடம் புல் முளைத்துப்போயிருக்கும்: *இருந்ததற்கான அடையாளமே இல்லாமல் போய்ப் பல காலம் ஆகியிருக்கும்;* long dead; long forgotten. *அன்று மட்டும் அவர் என்னைக் காப்பாற்றியிருக்காவிட்டால் புதைத்த இடம் புல் முளைத்துப்போயிருக்கும்./ நான் நடத்திவந்த பத்திரிகையைப்பற்றியா கேட்கிறாய்? அதைப் புதைத்த இடத்தில் புல் முளைத்துப்போய்விட்டது!*

இ.வே. இடத்தில்; முளைத்துப் போய்விட்டது

புதையலைப் பூதம் காப்பது போல்: *தானும் பயன்படுத்தாமல் பிறரையும் பயன்படுத்த விடாமல் (வைத்திருத்தல்);* neither using oneself nor letting others use; like **a dog in the manger**. *புத்தகங்களைப் பத்திரமாகப் பார்த்துக் கொள்ள வேண்டியதுதான், ஆனால் அதற்காகப் புதையலைப் பூதம் காப்பது போல் வைத்திருப்பது சரியா?*
~ பூதம் காத்த புதையல்: *திருமணம்செய்துகொள்ளாத என் பெரியம்மா எவ்வளவு நகை வைத்திருக்கிறாள் தெரியுமா, ஆனால் எல்லாம் பூதம் காத்த புதையல்தான்!*

புருவத்தை உயர்த்து: *(ஏற்றுக்கொள்ளவோ நம்பவோ முடியாதபடி இருப்பதால்) வியப்பை வெளிப்படுத்துதல்;* show surprise (in disbelief or mild disapproval); **raise one's eyebrows**. *அவளுடைய நவீன ஆடை அலங்காரத்தைக் கண்டு புருவத்தை உயர்த்திய உறவினரை அவள் லட்சியம் செய்யவில்லை./ அவன் இந்த வேலையைச் செய்து முடிப்பான் என்பது தெரிந்ததுதான், ஆனாலும் அசுர வேகத்தில் செய்து முடித்தது பலருடைய புருவத்தை உயர்த்தவைத்தது.*

புல்தடுக்கி பயில்வான் *(அ.வ.): நோஞ்சானாக இருப்பவரைக் கேலியாகக் குறிப்பிடப் பயன்படுத்துவது;* humorous reference to a weakling. *புல்தடுக்கி பயில்வானிடம் போய் அடிவாங்கிக்கொண்டு வந்திருக்கிறான் பார்!/ புல்தடுக்கி பயில்வானே, பார்த்து வா, சாப்பிட்டு எத்தனை நாள் ஆயிற்று?*

புற்றீசல் போல்: *ஒரே நேரத்தில் ஒன்றைத் தொடர்ந்து*

ஒன்றாக (பல); in a swarm. வாரா, மாத இதழ்கள் புற்றீசல் போல் வெளிவரத் தொடங்கிவிட்டன./ மணி அடித்ததும் குழந்தைகள் பள்ளியிலிருந்து புற்றீசல் போல் வெளிப் பட்டார்கள்.

பூச்சாண்டி* காட்டு: (ஒருவரை) பயமுறுத்தும் அல்லது மிரட்டும் நோக்கத்தோடு (ஒன்றை) கூறுதல் அல்லது செய்தல் (பாதிக்கப்பட்டவருக்கு இது வெறும் பயமுறுத்தல் அல்லது மிரட்டல் என்று தெரியும் என்பது குறிப்பு); make an empty threat; raise a bogy. எதிர்த்தால் தீர்த்து விடுவதாக எனக்குப் பூச்சாண்டி காட்டுகிறான்./ வீட்டை விட்டு ஓடிப்போய்விடுவேன் என்று பூச்சி காட்டாதே./ அவருடைய நடவடிக்கைகள் சும்மா பூச்சி காட்டுவதாக இருக்கின்றன. * பூச்சி

(தலையில்) பூச்சி பற: (குழப்பம் உண்டாவதால்) மயக்கம் வருவது போலிருத்தல்; தலைசுற்றுதல்; feel giddy; **see stars**. அவன் சொல்வது சரியா? அவள் சொல்வது சரியா? அல்லது இருவர் சொல்வதும் சரியா? எனக்குத் தலையில் பூச்சி பறந்தது.

பூச்சிபொட்டு (பொ.பெ.): கடித்துத் தீங்கு விளைவிக்கக் கூடிய சிறு உயிரினம்; harmful insects. இருட்டில் பார்த்துப் போ, பூச்சிபொட்டு இருக்கப்போகிறது./ விரல் வீங்கியிருக் கிறதே, ஏதாவது பூச்சிபொட்டு கடித்துவிட்டதா?

பூசிமெழுகு: சரியான முறையில் விளக்காமல் நழுவிச் செல்லுதல்; gloss over. நிறுவனத்தில் நடந்த முறைகேடு களை உயர் அதிகாரிகள் பூசிமெழுகி மறைக்கப் பார்க் கிறார்கள்./ வழக்கம் போல் ஊர்க்கதையெல்லாம் அளந்தாரே தவிர கடைசிவரையிலும் கேட்ட கேள்விக்குப் பதில் சொல்லாமலே பூசிமெழுகிவிட்டார்./ விமர்சனத்தில் திரைப்படத்தை அவர் பாராட்டவும் இல்லை, மோசம் என்று குறை கூறவும் இல்லை, ஏதோ பூசிமெழுகி யிருக்கிறார்.

பூசினாற் போல்: (சற்றே) சதைபோட்ட நிலையில்; slightly filled out. கல்யாணத்திற்குப் பிறகு அவள் சற்றுப் பூசினாற் போல் இருக்கிறாள். பொ.வி. 1

பூண்டற்றுப்போ: அடியோடு ஒழிதல்; சந்ததி இல்லாமல் போதல்; vanish without trace; become extinct. பழங் காலத்தில் இருந்த உயிரினங்கள் பல இப்போது பூண்

டற்றுப்போய்விட்டன./ 'இத்தனை பேருக்குத் துரோகம் செய்திருக்கிறாயே, உன் வம்சம் பூண்டற்றுப்போகும்' என்று சபித்தாள்.

பூதக்கண்ணாடி வைத்துப் பார்: (குற்றம்குறையை) மிகைப்படுத்துதல்; (சிறிய விஷயத்தை) பெரிதாக்குதல்; magnify (s.o.'s faults, wrongs, etc.). அடுத்த வீட்டுக் குழந்தைகளின் தவறுகளைப் பூதக்கண்ணாடி வைத்துப் பார்ப்பார், தன் குழந்தைகளின் தவறுகளைக் கண்டுகொள்ள மாட்டார்!

பூப் போல 1: (கடுமை காட்டாமல்) மென்மையாக; மிருதுவாக; gently. அவன் யார் மனமும் நோகாமல் பூப் போலப் பேசிக் காரியத்தை முடிப்பான். **2:** ஓசை எழுப்பாமல்; மெல்ல; softly; quietly. அவள் பூப் போல நடந்து வந்தாள்.

பூர்வஜென்ம வாசனை: முந்தையப் பிறப்பின் உறவுகள் இப்போதும் தொடர்வதாக எண்ணத் தூண்டும் உணர்வு; feeling of attachment believed to be a carry-over from a previous birth. எனக்கும் இந்த ஊருக்கும் ஏதோ பூர்வஜென்ம வாசனை இருக்கிறது என்று நினைக்கிறேன், வேலை கிடைத்தது மட்டுமல்லாமல் எனக்கு மனைவியாகப் போகிறவளைச் சந்தித்ததும் இங்குதான்!

பூவும் பொட்டும்: (பூச் சூடுதல், பொட்டு வைத்தல் என்னும்) சுமங்கலித் தன்மையின் மங்களகரமான தோற்றம்; flowers and the vermilion mark worn by a married woman as symbols of the good fortune of her husband living. தொண்ணூறு வயது வரை பூவும் பொட்டுமாக வாழ்ந்தவள்./ இளம் வயதிலேயே #பூவையும் பொட்டையும் இழந்து நிற்கிறாள்.   #-ஐ உருபுடன்

பூவோடு சேர்ந்த நார்: உயர்ந்த நிலையில் இருப்பவருடன் தொடர்புகொண்டவர் (அந்தத் தொடர்பால் சிறப்பு அடைபவர் என்ற கருத்தில் கூறப்படுவது); one who gains importance only because of his association with important people; one who basks in the **reflected glory**. பூவோடு சேர்ந்த நாராக உங்களுடன் இருப்பதில் மகிழ்ச்சி அடைகிறார்./ 'நான் பூவோடு சேர்ந்த நார்' என்று தன்னைத் தாழ்த்திக் கூறிக்கொண்டார்.

பூனை போல் 1: ஓசை எழுப்பாமல்; மெல்ல; quietly; unobtrusively. வீட்டுக்கு அவன் வருவதோ போவதோ

யாருக்கும் தெரியாது, பூனை போல் வந்துவிட்டுப் போய் விடுவான்! **2:** ஒன்றும் தெரியாதது போல்; looking innocent. அவன் பூனை போல் இருந்துகொண்டு காரியத்தை நடத்தி விட்டான்./ அவன் பார்ப்பதற்குத்தான் பூனை போல் சாதுவாக இருக்கிறான்.

பெட்டிப் பாம்பு: (ஒருவருக்குப் பயந்து) அடங்கிவிடுபவர்; (கேலியாக) பரம சாது; s.o. completely subdued. எங்கள் ஆசிரியர் மிகவும் கண்டிப்பானவர், அவரைப் பார்த்து விட்டால் மாணவர்கள் பெட்டிப் பாம்புதான்!/ அப்பா வீட்டில் இருந்தால் அண்ணன் பெட்டிப் பாம்பு!

பெட்டி படுக்கை: உடுப்பதற்கும் உறங்குவதற்கும் தேவைப்படும் பொருள்கள்; bag and baggage. ஓட்டல் வசதியாக இல்லாவிட்டால் பெட்டி படுக்கையை எடுத்துக் கொண்டு என் அறைக்கு வந்துவிடு./ பெட்டி படுக்கை யுடன் எங்கே கிளம்பிவிட்டீர்கள்?

பெண்டுபிள்ளைகள் (பொ.பெ.): வயதுக்குவந்த பெண் கள்; womenfolk. இளம் பெண்ணிடம் குறும்புசெய்த வாலிபனிடம் 'உன் வீட்டுப் பெண்டுபிள்ளைகளிடம் யாராவது இப்படி நடந்துகொண்டால் நீ சும்மா இருப்பாயா?' என்று கேட்டார்./ பெண்டுபிள்ளைகள் இருக்கிற இடத்தில் உனக்கு என்ன வேலை?

பெரிய கை: பணமும் செல்வாக்கும் உள்ளவர்; moneyed and influential person. அவர் பெரிய கை, கோயில் திருவிழா வைத் தனியாகக்கூட நடத்தலாம்.

பெரிய தலை: (ஊரில்) செல்வாக்கு உள்ளவர்; அந்தஸ்தில் உயர்ந்தவர்; important person. பெரிய தலைகளைக் கலந்து கொண்டுதான் ஊரில் எந்தக் காரியத்தையும் செய்ய முடியும்./ ஒரு பெரிய தலைகூட நம்முடன் வராவிட்டால் யாரும் நன்கொடை தர மாட்டார்கள்.

பெரியமனதுபண்ணு: (ஒரு உதவி வேண்டிக் கேட்டுக் கொள்ளும்போது) கருணை காட்டுதல்; (ஒருவருக்கு) தயவு காட்டும் மனப்பான்மையுடன் நடந்துகொள்ளுதல்; be generous and considerate. உன்மேல் அவருக்குக் கோபம் இருந்தாலும் அவர் பெரியமனதுபண்ணியதால்தான் எல்லாம் நல்லபடியாக முடிந்தது./ பெரியமனதுபண்ணி நீங்கள்தான் வேலை பார்த்துத்தர வேண்டும்.

பெரியமனுஷியாகு (வ.வ.): (பெண்) பருவமடைதல்; (of a girl) attain puberty. பெரியமனுஷியானவுடனேயே பெண்களுக்குத் திருமணம்செய்துவைக்கும் பழக்கம் இன்னும் கிராமங்களில் இருந்துவருகிறது.

பெருங்காயம் வைத்த* பாண்டம்**: ஒரு காலத்தில் இருந்த செல்வச் செழிப்பிற்கும் புகழுக்கும் வெறும் அடையாளம் என்னும்படி எஞ்சியிருப்பது; vestige of past greatness. காலம்சென்ற எங்கள் பாட்டனார் பிரபலமான சங்கீதவித்துவான், ஆனால் எங்களுக்கோ சங்கீதம் தெரியாது, பெருங்காயம் வைத்த பாண்டமாக 'பாகவதர் வீடு' என்ற பெயர் மாத்திரம் இன்னமும் இருந்துவருகிறது./ பழம் பெருமையைப்பற்றிப் பேசி என்ன பயன்? இப்போது நம் குடும்பம் பெருங்காயம் இருந்த பாத்திரம்தான்.

* இருந்த;
** பாத்திரம்

பெருந்தலைகள்: முக்கியமான நபர்கள்; bigwigs. கட்சி யின் பெருந்தலைகள் தேர்தலில் தோல்வியைச் சந்தித்தன./ விருந்தினர் பட்டியலில் எல்லாப் பெருந்தலைகளின் பெயர் களும் இடம்பெற்றிருக்கின்றன.

பெற்ற வயிறு (பற்றி) எரி: (தாயின்) மனம் கொதித்தல்; (the mother in me, etc. is) unable to bear the anguish. இளம் மனைவியைப் பறிகொடுத்துவிட்டுப் பரிதவிக்கும் என் மகனைப் பார்க்கும்போதெல்லாம் என் பெற்ற வயிறு எரிகிறது./ 'என் மகளை ஏமாற்றிவிட்டுப் போய்விட்டானே' என்று பெற்ற வயிறு பற்றி எரியக் கதறினாள்.

பெற்ற வயிறு கேட்கவில்லை: (தாயின்) மனம் பொறுக்கவில்லை; (the mother in me, etc.) cannot bear to see. கோபித்துக்கொண்டு மகன் சாப்பிடாமல் படுத்துவிட்டான், பெற்ற வயிறு கேட்கவில்லை./ என்னதான் மகன் குடி காரன் என்றாலும், மற்றவர்களுக்கு அவன் கேலிப் பொருளாவதைப் பார்த்துக்கொண்டிருக்கப் பெற்ற வயிறு கேட்குமா?

பொ.வி. 4

பேச்சுக்குப் பேச்சு: ஒவ்வொரு முறையும் பேசும்போது (ஒரே விஷயத்தை); everytime one talks. பேச்சுக்குப் பேச்சு அமெரிக்காவிலிருந்து வந்திருக்கும் பேத்தியின் பெருமை தான்!/ பேச்சுக்குப் பேச்சு ஏன் அவனைக் குறை கூறுகிறாய்?

பேச்சுக்கொடு 1: (அறிமுகமற்ற ஒருவருடன் உரை யாடலைத் துவக்கும் விதத்தில்) பேச ஆரம்பித்தல்; strike up a conversation (with a stranger). புதிதாகக் குடிவந்திருந்த பக்கத்து வீட்டுக்காரரிடம் 'வீடு எப்படி இருக்கிறது?' என்று முதலில் பேச்சுக்கொடுத்தான். **2:** உரையாடுதல்; keep s.o. engaged in conversation. அவருடன் நீ பேச்சுக் கொடுத்துக்கொண்டிரு! இதோ வந்துவிடுகிறேன்./ அவ ருடன் மேலும் பேச்சுக்கொடுத்ததில் வேறு சில விஷயங் கள் தெரியவந்தன.

பேச்சுத்* தடி (பொ.பெ.): (ஒருவரோடு ஒருவர் பேசிக் கொண்டிருக்கும்போதே) கடுமையான வார்த்தைகள் வெளிப்படுதல்; (while talking to each other) become abusive. சாதாரணமாக ஆரம்பித்துப் பேச்சுத் தடித்துச் சண்டையில் முடிந்தது./ அவன் எவ்வளவு பிடிவாதமாக இருந்தாலும் வார்த்தை தடித்துவிடாமல் பார்த்துக்கொள்.

* வார்த்தை

பேச்சுப் பராக்கில் (அ.வ.): பேச்சு சுவாரஸ்யத்தில்; while lost in conversation. பேச்சுப் பராக்கில் அவர் போனதைக் கவனிக்கவில்லை.

பேச்சுமூச்சு: (கவனம் செலுத்தியிருக்க வேண்டிய ஒன்றைப்பற்றி) சிறு குறிப்பு அல்லது தகவல் (அது தரப் படுவதில்லை என்று கூறுவது); (with negative) the least mention or reference. ஆயிரம் ரூபாய் கடன் வாங்கி இரண்டு வருடமாகிறது, திருப்பிக்கொடுப்பதுபற்றிப் பேச்சுமூச்சு இல்லை./ இந்த ஆண்டு பட்ஜெட்டில் விலைவாசிக் குறைப்பைப்பற்றிப் பேச்சுமூச்சைக் காணோமே!/ மூன்று ஆண்டுகளுக்கு முன் கல்வித்துறை நிபுணர்கள் அளித்த அறிக்கைகளைப்பற்றிப் #பேச்சும் இல்லை மூச்சும் இல்லை.

\# -உம் இடைச் சொல்லுடன்

பேச்சுவாக்கில்: (ஒரு செய்தி, விஷயம் போன்றவற்றை) முக்கியத்துவம் கொடுத்துத் தனிப்படுத்திச் சொல்லாமல் பேச்சின் இடையில்; casually in the course of conversation. எனக்குப் பணம் தேவை என்பதை அவரிடம் பேச்சு வாக்கில் சொல்லிவிட்டேன்./ 'அவர் இறந்த செய்தியைப் பேச்சுவாக்கில் சொல்கிறாயே, என்றைக்கு இறந்தார்?' என்று பதறிப்போய்க் கேட்டார்.

பேச்சைக் கேள்: அறிவுரையை மதித்து நடத்தல் (பெரும் பாலும் அவ்வாறு மதித்து நடக்காதபோது கூறுவது); listen to one's words; take s.o.'s advice. என் பேச்சைக் கேள், அவசரப்பட்டு வீட்டை விற்றுவிடாதே./ என் பேச்சைக் கேட்காதவன் என்னை எதற்குப் பார்க்க வர வேண்டும்?/

அவன் யார் #பேச்சையும் கேட்க மாட்டான், அவன் இஷ்டப்படிதான் நடப்பான்.

#-உம் இடைச் சொல்லுடன்

பேசாமடந்தை: (எவ்விதக் கருத்தும் தெரிவிக்காமல்) மௌனம் சாதிப்பவர்; one who chooses not to talk. உனக்கு நிர்வாகத் திறமை கிடையாது என்று சொன்னவர் இந்தச் சாதனைக்குப்பின் பேசாமடந்தை ஆகிவிடுவார்./ நீ இப்படிப் பேசாமடந்தையாக இருந்தால் என்ன நினைப்பது? உனக்குப் பையனைப் பிடித்திருக்கிறதா இல்லையா?

பேசாமல் விடு: (எப்போதும் போல் இருக்கட்டும் என்று) ஒன்றும் செய்யாமல் விடுதல்; leave it alone. வயிறு மந்தமாக இருக்கிறது என்பதற்காகக் கண்ட மாத்திரையை விழுங்காதே, வயிற்றைப் பேசாமல் விடு, எல்லாம் சரியாகப் போகும்.

பேந்தப்பேந்த (பொ.பெ.): என்ன செய்வதென்று தோன்றாமல் அல்லது ஒன்றும் புரியாமல் (பார்த்தல்); looking lost. கேட்ட கேள்விகளுக்குப் பதில் சொல்லத் தெரியாமல் பேந்தப்பேந்த விழித்தான்./ வீட்டுக்கு வந்திருந்த விருந்தாளிகளைப் பேந்தப்பேந்தப் பார்த்தபடி நின்றிருந்தது குழந்தை.

பேய் அறைந்தாற் போல்: (முகம்) பயத்தில் உறைந்தாற் போல்; terror-stricken. தந்தியில் என்ன செய்தி இருந்தது என்று தெரியவில்லை, படித்ததும் அவன் முகம் பேய் அறைந்தாற் போல் மாறிவிட்டது./ என்ன பிரச்சினை, ஏன் பேய் அறைந்தாற் போல் இருக்கிறாய்?

பொ. வி. 1

பேயாய்ப் பற: (ஒன்றை அடைய, செய்ய) வெறியுடன் இருத்தல்; கண்மூடித்தனமான வேகம் காட்டுதல்; be frantic. அடுத்தவன் சொத்துக்கு ஏன் பேயாய்ப் பறக்கிறாய்?/ ஒரு காலத்தில் சினிமாப் பார்ப்பதற்குப் பேயாய்ப் பறந்திருக்கிறேன்.

பேர்சொல்: (சந்ததி பெருகுவதால் ஒரு பரம்பரையின்) பெயர் நிலைத்தல்; maintain the family line. நூறு வேலி நிலம் இருந்து என்ன பலன்? பேர்சொல்ல ஒரு பிள்ளை இல்லையே!

பேர் ←பெயர்

பேர்பண்ணு: (ஒரு செயலை ஈடுபாட்டுடன் செய்யாமல்) செய்ததாகப் பாவனைசெய்தல்; do sth. for the sake of form. சாப்பிட்டதாகப் பேர்பண்ணிவிட்டு எழுந்தேன்.

பேர்போன: புகழ்பெற்ற; பிரபலமான; reputed; renowned. அச்சு இயந்திரங்கள் செய்வதில் பேர்போன நிறுவனம் இது./ துப்பறியும் கதை எழுதுவதில் பேர்போனவர்.

பொ.வி. 2
பேர் ←பெயர்

பேர்வழி என்று: ஒருவர் ஒரு செயலைச் செய்ய முற்பட்டு அதைச் சரியாகவும் பிறருக்குத் தொல்லை தராமலும் செய்து முடிக்காதபோது அவரைக் குறைகூறும் விதத்தில் பயன்படுத்தும் தொடர்; in the name of doing sth. (mess up sth.). தலையங்கம் எழுதுகிறேன் பேர்வழி என்று இரண்டு பத்தியை வீணடித்திருக்கிறார்./ சமாதானம் செய்கிறேன் பேர்வழி என்று தலையிட்டுச் சண்டையைப் பெரிதாக்கிவிட்டான்./ பஜனைபண்ணுகிறேன் பேர்வழி என்று இரவு முழுவதும் தூங்கவிடாமல் அடித்துவிட்டான்.

பேனாப் பிடி: (கவிதை, கட்டுரை முதலியவற்றை) எழுதும் வேலையில் முதன்முதலாக ஈடுபடுதல்; (பத்திரிகை முதலியவற்றில்) எழுதுதல்; take to writing. தன் இருபதாவது வயதில் அவர் பேனாப் பிடித்தார், இன்று அவருக்கு வயது எழுபது, இன்னும் எழுதிக்கொண்டுதான் இருக்கிறார்./ பேனாப் பிடிப்பவர்களுக்கு நிதானம் தேவை.

பைக்குள் போட்டுக்கொள்: (பிறர் பணத்தை) தன் பணமாக எடுத்துக்கொள்ளுதல்; pocket (s.o. else's money). சங்கத்திற்குக் கட்டடம் கட்ட வசூலித்த நிதியில் கணக்குக் காட்டியது பாதி, பைக்குள் போட்டுக்கொண்டது பாதி!

பைத்தியமாக அடி: (ஒருவரை) தன்வசப்படுத்தி மதி மயங்கவைத்தல்; கிறங்கவைத்தல்; send s.o. crazy. இந்த இளம் இசையமைப்பாளரின் இனிய மெட்டுகள் இளைஞர்களைப் பைத்தியமாக அடித்துவருகின்றன./ அவர் எடுத்த திரைப்படங்கள் அந்தக் காலத்து இளைஞர்களைப் பைத்தியமாக அடித்திருக்கின்றன.

பொங்கலிடு (பொ.பெ.): (பணத்தை) பொறுப்பற்ற முறையில் செலவழித்தல்; விரயமாக்குதல்; spend (money) wastefully; fritter away (money). பாடுபட்டுச் சம்பாதித்த பணத்தை இப்படிப் பொங்கலிடலாமா?/ தன் பணத்தையே பொங்கலிடுபவன் அடுத்தவன் பணத்தை என்ன செய்ய மாட்டான்?

பொட்டில் அடித்தாற்* போல: பொறி கலங்கும்படியாக; அதிர்ச்சி தரும் விதத்தில்; in a stinging manner. அவன் சொன்ன வார்த்தைகள் பொட்டில் அடித்தாற் போல

* அறைந்தாற் பொ.வி. 1

நிலைகுலையச்செய்துவிட்டன./ 'நான் என்ன சாதியாக இருந்தால் உங்களுக்கென்ன' என்று பொட்டில் அறைந்தாற் போல் கேட்டாள்.

பொட்டை நெட்டுரு: பொருள் புரியாமல் செய்யும் மனப்பாடம்; குருட்டுப் பாடம்; (learning) by rote. பொட்டை நெட்டுருப் போடுவதால் என்ன பயன்? பொருள் தெரிந்து படி.

பொடி நடையாக: மெதுவாகவும் அவசரமில்லாமலும் (நடந்து); (walk) at an unhurried pace. கடை பக்கத்தில் தானே இருக்கிறது, பொடி நடையாகப் போய்விட்டு வந்து விடேன்./ வண்டிக்குக் காத்திருந்த நேரத்தில் பொடி நடையாக நடந்தே வீட்டுக்குப் போய்விட்டிருக்கலாம்.

பொடிவைத்து: சம்பந்தப்பட்ட நபருக்கு மட்டும் உணர்த்தும் விதத்தில் குத்தலான பொருள் தொனிக்கும்படி; make an unkind reference obliquely. கடிதத்தில் 'அவர் என்ன செய்திருக்கிறார் என்று நான் சொல்லித்தான் நீங்கள் தெரிந்துகொள்ள வேண்டுமா' என்று பொடிவைத்து எழுதி யிருக்கிறார்./ அவர் பொடிவைத்துப் பேசினபோதே உனக்கும் அவருக்கும் ஏதோ பிரச்சினை இருக்கிறது என்று தெரிந்துகொண்டேன்.

பொத்தாம் பொதுவாக (வ.வ.): (குறிப்பிட்டு இன்னார், இது என்று கூறாமல்) பொதுப்படையாக; generally; in general. யாரோ சிலர் செய்த தவற்றுக்காக எல்லாரை யும் பொத்தாம் பொதுவாகக் குறைசொல்வது சரியா?/ நீங்கள் இப்படிப் பொத்தாம் பொதுவில் பேசிவிட்டுப் போனால் பிரச்சினை தீராது. இ.வே. பொது வில்

பொத்திப்பொத்தி: மிகுந்த பாதுகாப்புடன் (வளர்த்தல்); overprotectively; **wrap or keep in cotton wool**. இப்படிப் பொத்திப்பொத்தி வளர்த்தால் குழந்தைக்கு உலகமே தெரியாமல் போய்விடும்./ இந்த ரோஜாச் செடியைப் பொத்திப்பொத்தி வளர்த்தேன், அப்படியும் அது பட்டுப் போய்விட்டது.

பொத்துக்கொண்டுவா 1: கோபம் பீறிடுதல்; be bursting with anger. அவனுக்குச் சிரிப்பாகப் பேசுவதாக நினைப்பு, ஆனால் எனக்குப் பொத்துக்கொண்டுவந்தது. **2:** (அழுகை, சிரிப்பு முதலியவை) திடீரென வெளிப்படுதல்; பீறிடுதல்; burst into (tears, laughter, etc.). சிரித்துப் பேசிக்கொண்டே

வந்தாள், அதற்குள் அழுகை எங்கிருந்து பொத்துக்கொண்டு வந்ததோ?/ அவனைப் பார்த்தாலே எங்களுக்குச் சிரிப்புப் பொத்துக்கொண்டுவரும்.

பொய்முகம்: *போலித்தனம்; வெளிப்படாத உண்மை;* facade; mask. இந்த நாவலைப் படிக்கிறவர்கள் அனைவரும் தங்கள் பொய்முகங்களை அடையாளம் கண்டு கொள்வார்கள்.

பொழுது விடிந்தால்: *நாள் தவறாமல்;* day in, day out. பொழுது விடிந்தால் நாளிதழ்களில் கொலை, கொள்ளை பற்றிய செய்திகள்தான்!/ 'மத்திய அரசு, பொழுது விடிந் தால் எதிலாவது இந்தியைப் புகுத்திக்கொண்டிருக்கிறது' என்று குற்றம்சாட்டினார்.

பொழுது விடிந்து பொழுது போனால்: *காலை யிலிருந்து மாலைவரை; நாள் முழுவதும்;* from dawn to dusk; the whole day. பொழுது விடிந்து பொழுது போனால் சினிமாவைப்பற்றித்தான் பேச்சு!

பொறிதட்டு: *மனத்தில் ஒரு எண்ணம் பளிச்சிடுதல்;* occur to s.o.'s mind; flash upon s.o. அவருக்குப் பொறிதட்டியது, பெர்லின் நகர வரைபடம் ஜெர்மன் தூதரக நூலகத்தில் இருக்குமே!

பொன் எழுத்தால் பொறி: *(பெரும் சாதனை நிகழ்த்தி ஒருவர் தன் பெயரை) சிறப்பாக நிலைநாட்டுதல்; (கருத்து மேன்மையானது என்பதால் அதை) சிறப்பாகப் போற்று தல்;* inscribe in letters of gold. அனைவருக்கும் கட்டாயக் கல்வி என்று பொன் எழுத்தால் பொறிக்கத் தக்க ஆணை ஒன்றை அரசு பிறப்பித்துள்ளது./ பத்தாயிரம் ஓட்டங்கள் எடுத்ததன்மூலம் இந்த இந்திய ஆட்டக்காரர் கிரிக்கெட் வரலாற்றில் தன் பெயரைப் பொன் #எழுத்துகளில் பொறித்துவிட்டார்.

இ.வே. எழுத்தில் மா.வ. பொன் னேட்டில் பொறி

-கள் விகுதி யுடன்

பொன் போல்: *(அருமையானது என்பதால்) சிறு அளவில்கூடக் கெடுதல் ஏற்படாமல் சிறப்பாக; பெரும் மதிப்புத் தந்து பாராட்டி;* (keep sth.) as precious. போராடிப் பெற்ற சுதந்திரத்தைப் பொன் போல் காப்பது நாட்டு மக்களின் கடமையாகும்./ பேராசிரியர் அன்பளிப்பாகக் கொடுத்த புத்தகத்தைப் பொன் போல் வைத்திருக்கிறான்.

பொன்முட்டையிடும் வாத்து: *பெருமளவில் பணம்*

கிடைப்பதற்குப் பயன்படுத்திக்கொள்ளத் தக்கவராக இருப்பவர் அல்லது தக்கதாக இருப்பது; a source of continuous profit; **the goose that lays the golden eggs.** இந்த நடிகர் நடித்த படங்கள் பெரும் வெற்றி பெற்றதால் படத் தயாரிப்பாளர்களைப் பொறுத்த மட்டில் இப்போது இவர் தான் பொன்முட்டையிடும் வாத்து./ கல்வி என்பது இப்போது சேவை அல்ல, வியாபாரம், பொன்முட்டை யிடும் வாத்து!

பொன் விளையும் பூமி: அதிக அளவில் பலன் தரும் விளைநிலம்; வளமான பிரதேசம்; rich soil. வெறும் மலைப் பிரதேசம் என்று நினைத்துவிடாதே! உழைப்பவர்களுக்கு இது பொன் விளையும் பூமி./ இந்தப் பொன் விளையும் பூமியில் இருந்துகொண்டு ஓயாமல் பஞ்சப்பாட்டுப் பாடுகிறானே!

போக்குக் காட்டு **1:** *(ஒன்றை) செய்வது போல் காட்டிக் கொள்ளுதல்; பாவனைசெய்தல்;* pretend; make a show. பள்ளிக்கூடத்துக்குப் போவதாகப் போக்குக் காட்டி விட்டுப் படத்துக்குப் போய்விட்டான். **2:** *(ஒன்று குறிப் பிட்ட முறையில் நடப்பது போல் இருந்து) ஏமாற்றுதல்;* teasingly evade. மழைக்காலம் போக்குக் காட்டிவிட்டுப் போய்விட்டது./ அவன் பூனையைத் துரத்திக்கொண்டு ஓடினான், அது அவனுக்குப் போக்குக் காட்டிவிட்டு ஒரு சந்தில் நுழைந்துவிட்டது.

போகப்போக: காலம் செல்லச்செல்ல; நாளடைவில்; as time goes by; in course of time. நல்லது கெட்டது என்பது போகப்போகப் புரியும்./ விளைவு என்ன என்பது போகப் போகத் தெரியும்.

போகவர இரு: *(தொடர்பு அல்லது உறவு விட்டுப்போகாத முறையில் ஒருவரை) அடிக்கடி போய்ப் பார்த்து வருதல்;* visit s.o. often (so as to strengthen the contact or relationship). அண்ணன் தம்பிகளுக்குள் நல்ல ஒற்றுமை, போகவர இருக்கிறார்கள்./ போகவர இருந்ததால்தான் அவரிடம் தயக்கம் இல்லாமல் உதவி கேட்க முடிந்தது.

போகாத ஊருக்கு வழி சொல்: நடைமுறையில் சாத்தியமற்ற ஒரு செயலைப்பற்றி (அல்லது அதைச் செய்வதுபற்றி) வீணாகப் பேசிக்கொண்டிருத்தல்; நடை முறைக்கு ஒவ்வாததைக் கூறுதல்; give impracticable suggestions. போகாத ஊருக்கு வழி சொல்லிக்கொண்

டிருக்காமல் இந்தத் தொழிலைத் தொடங்க என்ன செய்ய வேண்டும் என்று சொல்லுங்கள்./ 'நாட்டுக்குத் தேர்தல் என்பதே தேவை இல்லை என்று அவர் சொல்கிறாரே', 'ஆமாம், போகாத ஊருக்கு வழி சொல்லிக்கொண் டிருக்கிறார்'.

~ **போகாத ஊருக்கு வழி**: கல்யாணத்திற்கு நீ போடுகிற நிபந்தனை போகாத ஊருக்கு வழிதான்.

போட்டது போட்டபடி: (பொருள்கள் எந்த நிலையில் விடப்பட்டிருந்தனவோ அதே) ஒழுங்கற்ற நிலையில்; leaving (things) as they are (in disorder, half-done, etc.). எங்கள் வீட்டில் எல்லாப் பொருளும் போட்டது போட்டபடி கிடக்கும், எதையும் ஒழுங்காக எடுத்துவைக்க மாட்டார் கள்./ தந்தி வந்ததும் போட்டது போட்டபடி இருக்க ஊருக்குக் கிளம்பினோம்.

போட்ட பிச்சை: (ஒருவரைக் குறிப்பிட்டு அவருடைய) தயவால் விளைந்த நன்மை (ஒருவர் தன் நன்றிக்கடனைத் தெரிவிக்கப் பயன்படுத்துவது); an expression of humble acknowledgement of one's indebtedness to s.o.; 'owe everything to'. என் வாழ்வு, வளம் எல்லாம் நீங்கள் போட்ட பிச்சை!/ நான் கலைத்துறையில் புகழோடு இருக்கிறேன் என்றால் அது என் குருநாதர் போட்ட பிச்சை.

போட்டு உடை: (பிறர் பாதிக்கப்படுவதைப்பற்றிக் கவலைப்படாமல் ஒரு விஷயத்தை) பகிரங்கமாகத் தெரிவித்தல்; make public (without concern for niceties); expose. அவன் யாருக்கும் தெரியாமல் மறைத்துவைத்திருந்த விஷயத்தை நீ இப்படிப் போட்டு உடைக்கலாமா?/ பஞ்சாயத்தார் மத்தியில் உண்மையைப் போட்டு உடைத்து விட வேண்டியதுதான், வேறு வழி இல்லை.

போட்டுக் கொடு: (உரிய கட்டணத்துக்கும் விலைக்கும் மேலாக) அதிகமாகத் தருதல்; pay extra. ரிக்ஷாக்காரர் 'பேசினதுக்கு மேலே ஏதாவது போட்டுக் கொடுங்கள்' என்று கேட்டார், நானும் ஐந்து ரூபாய் போட்டுக் கொடுத்தேன்.

போடுபோடு என்று போடு 1: (தொழில்) மிகவும் வெற்றிகரமாக நடத்தல்; (ஒருவர் ஒரு துறையில்) பெரும் வெற்றி பெற்று விளங்குதல்; do extremely well; be a roaring success. அவர் தொடங்கிய ஜவுளிக்கடையில் வியாபாரம் போடுபோடு என்று போடுகிறது./ பத்தாண்டு

களுக்குமுன் திரையுலகில் போடுபோடு என்று போட்ட நடிகை இவர். 2: *காண்க:* சக்கைப் போடு போடு.

போதாக்குறைக்கு: (பிரச்சினை, தொல்லை முதலியவை) இருப்பது போதாது என்பது போல் மேலும் கூடுதலாக; to add to (the troubles). குடும்பத்தில் ஏற்கனவே பல பிரச்சினைகள், போதாக்குறைக்கு என் மனைவியின் வேலையும் போய்விட்டது./ பெரியவன் விபத்தில் அடி பட்டு வீட்டில் இருக்கிறான், போதாக்குறைக்குச் சின்ன வனும் விளையாடும்போது காலை முறித்துக்கொண்டு வந்திருக்கிறான்./ ஒவ்வொரு சாலைத் திருப்பத்திலும் தலையில் தட்டுகிற மாதிரி விளம்பரத் தட்டிகள், போதாக் குறைக்கு எருமை மாடுகள் வேறு!

போதாத காலம்*: (ஒருவருக்கு) சாதகமாக இல்லாத காலம்; கெடுதல் உண்டாவதற்கான நேரம்; spell of bad luck; as ill luck would have it. நம் நாட்டுக் கால்பந்தாட்ட அணிக்கு இது போதாத காலம்./ என் போதாத வேளை, இருக்கும் ஒரே வீட்டையும் விற்க வேண்டியதாகிவிட்டது./ என்றும் அவளைத் தொட்டுப் பேசாதவன் அன்று அவளைத் தொட்டுவிட்டான், போதாத காலம், அவள் அண்ணன் அதைப் பார்த்துவிட்டான்.

* வேளை

போதும் போதாததற்கு: போதாக்குறைக்கு; to add to (the troubles). நானே மனம் நொந்துபோயிருக்கிறேன், போதும் போதாததற்கு நீ வேறு, ஒரு பிரச்சினையை இழுத்துக் கொண்டு வந்திருக்கிறாய்.

மா.வ. காணும் காணாததற்கு

போதும்போதும் என்றாகு: (அனுபவித்த தொல்லையால்) அயர்ச்சி தாங்க முடியாமல்போதல்; have had enough. ரயிலைப் பிடித்து வீடு போய்ச் சேர்வதற்குள் போதும் போதும் என்றாகிவிட்டது./ அவனுக்குப் பாடத்தைப் புரிய வைப்பதற்குள் எனக்குப் போதும்போதும் என்றாகி விடும்./ அவர் பேசப் பிடித்துக்கொண்டார், அவரிட மிருந்து தப்பித்துக்கொண்டு வருவதற்குள் போதும்போதும் என்றாகிவிட்டது!

போய்ச்சேர்: மரணம் அடைதல்; pass away. என் கணவர் போய்ச்சேர்ந்துவிட்டார், குழந்தைகளும் நானும் கஷ்டப் படுகிறோம்./ என்னோடு வேலையிலிருந்து ஓய்வுபெற்றவர் கள் எல்லாரும் போய்ச்சேர்ந்துவிட்டார்கள், நான் மட்டும் தான் இருக்கிறேன்.

போயும்போயும்: மற்றவரோ தானோ எடுத்த முடிவுமீது அல்லது தேர்வுமீது தனக்குள்ள அதிருப்தியைத் தெரிவிக்கப் பயன்படுத்தும் தொடர்; used when criticizing oneself or s.o. for having done sth. or choosing to do no better. போயும்போயும் இந்த அரிசியையா வாங்கி வந்தீர்கள்?/ போயும்போயும் சாமியாராக வேண்டும் என்பதா உன் ஆசை?/ லட்சக்கணக்கில் செலவுசெய்து போயும்போயும் இப்படி ஒரு வீட்டைக் கட்டியிருக்கிறாரே.

போர்க்கொடி உயர்த்து*: போராட்டத்தில் இறங்குதல்; போராடத் தொடங்குதல்; raise the banner of protest. தங்கள் நிலங்கள் தொழிற்சாலைக் கழிவுகளால் பாதிக்கப்படுவதைக் கண்ட விவசாயிகள் ஆலை நிர்வாகத்திற்கு எதிராகப் போர்க்கொடி உயர்த்தியிருக்கிறார்கள்./ கட்சித் தலைமைக்கு எதிராகப் போர்க்கொடி தூக்கியிருப்பது இளைஞர் அணிதான்.   * தூக்கு

போன இடம் தெரியவில்லை: வியப்புத் தரும் முறையில் மறைந்துவிட்டது; vanish without trace. இந்தச் சாலையில் இருந்த மரங்கள் போன இடம் தெரியவில்லை./ மாத்திரை சாப்பிட்டேன், தலைவலி போன இடம் தெரியவில்லை./ பொம்மையைக் கண்டதும் குழந்தையின் அழுகை போன இடம் தெரியவில்லை.   மா.வ. போன இடம் தெரியாமல் போய் விட்டது

போனால் போகிறது: தேவை கருதி அல்லாமல் சலுகை அளவில் ஒன்று செய்யப்படுகிறது என்பதைத் தெரிவிக்கப் பயன்படுத்தும் தொடர்; used to say that sth. is done not by consideration of necessity but by way of concession. வீடு கட்டி முடித்த பிறகு போனால் போகிறது என்று வாகனம் நிறுத்த ஒரு கொட்டகை!/ மாப்பிள்ளைக்காகச் செய்த அல்வா, போனால் போகிறது, உங்களுக்கு ருசி பார்க்க ஒரு துண்டு தருகிறேன்!/ நீ நூறு ரூபாய் அபராதம் கட்ட வேண்டும், போனால் போகட்டும் என்று இந்த முறை விட்டு விடுகிறேன்.   இ.வே. போகட்டும்

போனோம் வந்தோம் என்று: எவ்வளவு சீக்கிரம் முடியுமோ அவ்வளவு சீக்கிரமாக; சற்றும் தாமதம் செய்யாமல்; take no more time than necessary. நீ கடைக்குப் போய் எவ்வளவு நேரமாகிறது? #போனோமா வந்தோமா என்று வர வேண்டியதுதானே!/ ஒரு இடத்துக்குப் போனால் போனேன் வந்தேன் என்று வர வேண்டும்.   இ.வே. போனேன் வந்தேன்   # -ஆ இடைச் சொல்லுடன்

மங்களம் பாடு: (மேற்கொண்டிருந்த ஒன்றை) தொடராமல்

நிறுத்தி முடித்துக்கொள்ளுதல்; (வேலையிலிருந்து நீங்கு வது என்று) முடிவுகட்டுதல்; say goodbye to (sth.). நீ இப்படிக் கவனக்குறைவாக இருந்தால் கூடிய சீக்கிரம் வியாபாரத்துக்கு மங்களம் பாடிவிட வேண்டியதுதான்./ நீ சொல்கிற நிறுவனத்தில் அவன் இல்லை, அவன் அந்த வேலைக்கு மங்களம் பாடி ஒரு வருஷம் ஆகிறது./ சங்கத் தலைவர் பதவிக்கு மங்களம் பாடிவிட அவர் முடிவு செய்தாலும்கூட அவருடைய சகாக்கள் அவரை விடுவதாக இல்லை.

மஞ்சள் கடுதாசி: *(ஒருவர்) கடனைத் திருப்பிக் கொடுக்க முடியாத நிலைமையைத் தெரிவிக்கும் அறிவிப்பு;* insolvency petition. மஞ்சள் கடுதாசி கொடுத்துக் கடன்காரர் களிடமிருந்து தப்பித்துவிடலாம் என்று நினைக்கிறார்!

மஞ்சள் குங்குமம்: *(மஞ்சள் பூசுதல், குங்குமம் வைத்தல் என்னும்) சுமங்கலித் தன்மையின் மங்களகரமான தோற்றம்;* turmeric paste and vermilion worn by a married woman as symbols of the good fortune of her husband living. மஞ்சள் குங்குமத்தோடு போய்விட வேண்டும் என்று பாட்டி சொல்லிக்கொண்டே இருக்கிறாள்./ தன் மஞ்சள் குங்குமம் நிலைக்க வேண்டும் என்று வேண்டிக் கொண்டாள்.

மஞ்சள் பலம்: *(மனைவியினுடைய) சுமங்கலித் தன்மை யின் வலிமை;* an expression attributing the long life of a husband to the power of the sacred yellow cord worn by his wife. உன் மஞ்சள் பலத்தால்தான் உன் கணவர் அந்த விபத்தி லிருந்து தப்பியிருக்கிறார்./ தாலி பாக்கியம் வேண்டி மாதம் தோறும் விரதமிருக்கிறாள்.

மா.வ. தாலி பலம்/பாக்கியம்

மட்டம்தட்டு: *குறைகூறித் தாழ்த்துதல்; மதிப்பைக் குறைத் தல்;* disparage. குழந்தைகளை ஊக்குவிக்காவிட்டாலும் பரவாயில்லை, மட்டம்தட்டாமல் இருக்கலாம் அல்லவா?/ அந்தத் திரைப்படத்தை அநாவசியமாக மட்டம்தட்டி எழுதியிருக்கிறார்.

மட்டுமரியாதை: *(பிறருக்குக் காட்ட வேண்டிய) மதிப்பும் மரியாதையும்;* the proprieties; due courtesies. பெரியவர் களிடம் துளிக்கூட மட்டுமரியாதை இல்லாமல் பேசு கிறான்./ அவன் நல்லவன், மட்டுமரியாதை தெரிந்தவன்.

மடிப்பிச்சை 1: *(தெய்வத்திடம் தாய்) இரந்து வேண்டுகிற*

மகப்பேறு அல்லது குழந்தைக்கு நலத்தை அளிக்கும்படி மன்றாடிக் கேட்கும் பிச்சை; the child or its health begged of God as His charity. தெய்வத்திடம் மடிப்பிச்சை கேட்டுப் பெற்ற பிள்ளை ஆயிற்றே./ 'என் ஒரே குழந்தை உயிருக்குப் போராடுகிறான், எனக்கு மடிப்பிச்சை போடு, தாயே' என்று வேண்டினாள். **2:** *(நியாயமாகக் கிடைக்க வேண்டிய ஒன்றையும்) உரிமை இல்லாதது போல் இரந்து பெறுவது;* one's entitlement which one has to beg and receive as s.o.'s charity. சொந்த வீட்டில்கூட மடிப்பிச்சை கேட்கும் நிலைக்கு ஆளாக்கப்பட்டுவிட்டேன்.

மடியில் கனம்: *(மனசாட்சிக்குப் பதில்சொல்ல வேண்டும் என்னும்) மனத்தை அழுத்தும் உணர்வு;* sth. that weighs on one's conscience. என்னைக் கூப்பிட்டு விசாரிக்கப் போகிறார்களா? விசாரிக்கட்டுமே, எனக்கு ஒன்றும் மடியில் கனம் இல்லை./ மடியில் கனம் இல்லாததால் நாங்கள் எதற்கும் பயப்பட வேண்டிய அவசியமே இல்லை.

மடை திறந்தாற் போல் 1: *தங்குதடை இல்லாமல் (பேசுதல்); சரளமாக;* (of one's manner of speaking) flowing freely. வெளிநாட்டவராக இருந்தும் அவர் மடை திறந்தாற் போல் தமிழில் பேசினார்./ கவிதைபற்றி மடை திறந்தாற் போல் பேசுவார். **2:** *பெருமளவில்; ஏராளமாக;* in large quantities. வெளிநாட்டுப் பொருள்களை மடை திறந்தாற் போல் நம் நாட்டில் அனுமதிப்பது உள்நாட்டு உற்பத்தியைப் பாதிக்கலாம்./ வாசகர்களிடமிருந்து மடை திறந்தாற் போல் கடிதங்கள் வந்து குவிந்தன.

பொ.வி. 1

மண்குதிரை: *நம்பிக்கைக்கு உரியவரல்லாத நபர்; நம்பிய வரைக் கைவிட்டுவிடுபவர்;* undependable person. அரசியலில் அவர் ஒரு மண்குதிரை, அவருடன் சேர்ந்து புதுக் கட்சி தொடங்கும் எண்ணத்திற்கு இடமே இல்லை.

மண்டியிடு: *(தோல்வியை ஒப்புக்கொள்ளும் முறையில், சுய கௌரவத்தை விட்டுவிட்டு) பணிதல்;* bow down; **go (down) on one's knees.** வன்முறைக்கு இந்த அரசு மண்டியிடாது./ இதுவரை தலைமையைக் கடுமையாக எதிர்த்துவந்தவர் இப்போது கட்சியிடம் மண்டியிட்டுவிட்டார்.

மண்டை காய்: *புதிதாக எதையும் சிந்திக்க முடியாதபடி போதல்; மூளை கூர்மையை இழத்தல்;* lose the ability to think afresh; (of thinking) lose sharpness. பிரச்சினையைத் தீர்ப்பதற்கு வழி தோன்றவில்லை, மண்டை காய்ந்ததுதான்

மிச்சம்./ இந்தக் கணக்கைப் போட்டு முடிப்பதற்குள் மண்டை காய்ந்துவிடும் போல் இருக்கிறது.

மண்டையில் ஏறு: *(படிப்பது, சொல்வது) மனத்தில் பதிதல் (பதிவதில்லை என்ற குறிப்பில் கூறப்படுவது);* sink into s.o.'s skull (with negative, expressed or implied). *நீங்கள் எவ்வளவு சொல்லிக்கொடுத்தாலும் அவன் மண்டையில் ஏறாது./ எப்போதும் பாடப் புத்தகம் படித்துக் கொண்டுதான் இருக்கிறான், என்றாலும் ஒன்றும் மண்டையில் ஏறவில்லையே./ இன்னொரு முறையும் சொல்கிறேன், இப்போதாவது மண்டையில் ஏறுகிறதா என்று பார்.*

மண்டையை (போட்டு) உடைத்துக்கொள்*: *(பிரச்சினைக்குத் தீர்வு, சிக்கலுக்கான காரணம் குறித்து) மூளையை வருத்திக்கொள்ளுதல்;* make great mental effort; **rack one's brains**. *எல்லாம் நடக்கிறபடிதான் நடக்கும், வீணாக மண்டையைப் போட்டு உடைத்துக்கொள்ளாமல் படுத்துத் தூங்கு./ கல்யாணம் நின்றுபோனதற்குக் காரணம் என்ன என்று மண்டையைப் போட்டு உடைத்துக் கொள்ளாதே!/ வீட்டுச் செலவை எப்படிக் குறைப்பது என்று தெரியாமல் மண்டையைப் பிய்த்துக்கொண்டோம்.*

* பிய்த்துக்கொள்

மண்டையைப் பிள: *(மிகைப்படுத்திக் கூறும் முறையில்) (தலைவலியும் வெயிலும்) பொறுக்க முடியாத அளவிற்கு வருத்துதல்;* (exaggeratedly) (of headache) break one's head; (of heat) scorch. *தலைவலி மண்டையைப் பிளக்கிறது./ மண்டையைப் பிளக்கிற வெயிலில் நடந்து வர வேண்டிய அளவுக்கு அப்படி என்ன முக்கியமான வேலை?*

மண்டையைப் போடு *(பொ.பெ.): இறத்தல் (இயல்பான அனுதாபம் இல்லாதது போல் ஒருவர் கூறுவது);* die (said in an unfeeling manner). *திருமணம் வைத்திருக்கும் நாளில் கிழம் மண்டையைப் போட்டுவிடாமல் இருக்க வேண்டும்./ பெரியவர் எப்போது மண்டையைப் போடுவார், சொத்தைப் பிரித்துக்கொள்ளலாம் என்று காத்திருக்கிறார்கள்./ எத்தனை நாளைக்கு ஒரு வேளை மட்டும் சாப்பிட்டுக்கொண்டிருக்கும் அந்தக் குழந்தை? ஒரு நாள் அது மண்டையைப் போட்டுவிட்டது.*

மண்டை வீங்கு *(அ.வ.): கர்வம்கொள்ளுதல்;* be swollen headed. *பணம் வந்த பிறகு பக்கத்து வீட்டுக்காரருக்கு மண்டை வீங்கிப்போய்விட்டது.*

மண்ணின் மைந்தர்: *தன் மூதாதையர் வாழ்ந்த இடத்திலேயே தானும் பிறந்து வாழ்ந்துவருபவர் (தாம் வாழும் மண்ணில் தமக்கு இருக்கும் உரிமையை நிலை நாட்டும் விதத்தில் கூறப் பயன்படுத்துவது);* a native. வேலை வாய்ப்பில் மண்ணின் மைந்தருக்கே முன்னுரிமை வழங்க வேண்டும் என்று போராடத் தொடங்கி விட்டார்கள்.

மண்ணைக் கவ்வு: *அவமானப்படும் விதத்தில் தோல்வி அடைதல்;* suffer a humiliating defeat; **bite the dust**. இந்தத் தேர்தலிலும் அவர் மண்ணைக் கவ்வப்போகிறார்./ படையெடுத்துவந்த பலரும் இந்த வீர மண்ணில் மண்ணைக் கவ்வியிருக்கிறார்கள்./ நடந்து முடிந்த தேர்தல் அரசியல் நோக்கர்களை # மண் கவ்வவைத்துவிட்டது!

-ஐ உருபு இல்லாமல்

மண்ணை (வாரி)* போடு 1: *(வாழ்க்கையில்) நல்ல நிலை அடைய விடாமல் செய்தல்; கெடுத்தல்;* ruin; destroy. வேறொரு பெண்ணைத் திருமணம்செய்துகொண்டு என் மகளின் வாழ்க்கையில் மண்ணைப் போட்டுவிட்டான்./ சந்ததியினரின் வருங்காலத்தில் மண்ணை அள்ளிப் போடும் அளவுக்கு வன்மமா?/ அவன் பிழைப்பில் மண்ணைப் போடுவதில் உனக்கென்ன லாபம்? **2:** *(ஆசை, நினைப்பு முதலியவற்றை) நிறைவேற விடாமல் செய்தல்;* shatter (the hopes or expectations); **put the kibosh on**. உன்னைப்பற்றி எப்படியெல்லாம் கனவுகண்டேன், இப்படி என் ஆசையில் மண்ணைப் போடுவாய் என்று நினைக்கவே இல்லை./ ஞாயிற்றுக்கிழமை ஓய்வாக இருக்கலாம் என்று நினைத்தேன், ஒரு பிரச்சினையைக் கொண்டுவந்து அந்த நினைப்பில் மண்ணைப் போட்டு விட்டார் என் பக்கத்து வீட்டுக்காரர். **3:** *(கிடைத்து வந்ததை, இருப்பதை) இழந்துவிடச்செய்தல்;* cause s.o. loss of (sth.). நடைபாதையில் கடை வைத்து நடத்திவந்ததில் ஒரு நாளைக்கு இருபது ரூபாய் கிடைத்தது, கடையை எடுத்துவிடச் சொல்லி அந்த வருமானத்திலும் மண்ணை வாரிப் போட்டுவிட்டது நகராட்சி./ திடீரென்று போகச் சொல்லி என் வேலையில் மண்ணைப் போட்டு விடாதீர்கள்.

* (அள்ளி)

மண்ணை வாரி இறை*: *நாசமாகப் போகும்படி சபித்தல்;* utter a curse. அவளுக்கு என்ன ஆத்திரமோ தெரியவில்லை, அந்த வீட்டின்முன் மண்ணை வாரி இறைத்துவிட்டுப் போகிறாள்./ ஊரில் எத்தனை பேர் மண்ணை வாரி தூற்றினார்களோ, அந்தக் குடும்பம் உருப்படாமல் போய்

* தூற்று

விட்டது.

மண்ணோடு மண்ணாகு: இருந்தது சற்றும் தெரியாதபடி அழிந்துபோதல்; இல்லாமல் போதல்; disappear; die out. இந்தக் கிராமியக் கலைஞரின் தனி வகையான ஆட்டம் அவரோடு மண்ணோடு மண்ணாகப் போய்விடுமோ?/ அந்தக் கொலை வழக்கிற்குப் பிறகு அந்தக் குடும்பத்தின் மதிப்பு மண்ணோடு மண்ணாயிற்று.

மண்விழு: (ஆசை, எண்ணம் முதலியவை) நிறைவேறாமல் போதல்; (பிழைப்பு, வேலை முதலியவை) சீர்குலைந்து போதல்; (of wish, livelihood, etc.) be ruined. வேலைக்குப் போய்த்தான் ஆக வேண்டும் என்ற நிலை ஏற்பட்டதால் மேற்படிப்புப் படிக்கும் ஆசையில் மண்விழுந்தது./ நூல் விலை ஏறினால் நெசவாளர்கள் பிழைப்பில்தான் மண் விழும்./ விவசாய வேலை இல்லாவிட்டால் கூலிவேலை செய்வோம், இப்போது அதிலும் மண்விழுந்துவிட்டது.

மணலைக் கயிறாகத் திரி: (வெறும் வாய்ப்பேச்சாக) செய்ய முடியாததையெல்லாம் செய்துவிடுவதாகச் சொல்லுதல்; make extravagant promises; **promise s.o. the moon.** அவனைப்பற்றி எனக்கு நன்றாகத் தெரியும், அவன் மணலைக் கயிறாகத் திரிக்கிறேன் என்பான், அவனை நம்பி முதலீடுசெய்துவிடாதே!

மதில்மேல் பூனை: ஒரு பக்கமும் முடிவெடுக்க முடியாத வராகக் காணப்படுபவர்; a person who is undecided. நதிநீர்ப் பங்கீட்டுப் பிரச்சினையில் நீர்வளத்துறை அமைச்சர் மதில்மேல் பூனையாக இருக்கிறார் என்பது பரவலான குற்றச்சாட்டு./ நம்பிக்கை வாக்கெடுப்பின்போது சில சுயேச்சை உறுப்பினர்கள் எப்படி வாக்களிப்பார்கள் என்று தெரியவில்லை, அவர்களை மதில்மேல் பூனைகள் என்று பத்திரிகைகள் வர்ணித்தன.

மந்திரத்தால் கட்டுண்ட நாகம் போல: முழுமையாகக் கவரப்பட்ட நிலையில்; spellbound. அவர் பேசுவதை மந்திரத்தால் கட்டுண்ட நாகம் போலக் கேட்டுக் கொண்டிருந்தாள்.

மந்திரதந்திரம்: (ஒன்றைச் செய்து முடிக்க மேற்கொள்ளும்) தந்திரச் செயல்; ஏமாற்று வேலை; clever acts. ஒழுங்காகப் படி, மந்திரதந்திரம் செய்து தேர்வில் வெற்றி பெற முடியாது./ உன் மந்திரதந்திரமெல்லாம் என்னிடம்

செல்லுபடியாகாது.

மயிரிழையில்: *(மாறாக நடந்திருப்பதற்கான பெரும் சாத்தியங்கள் இருந்தும்) விடுபட்ட சிறு வாய்ப்பில்;* narrowly; **by a hair's breadth**. வெடிகுண்டு வீச்சிலிருந்து அமைச்சர் மயிரிழையில் தப்பினார்./ எங்கள் அணி இறுதிப் போட்டியில் நூலிழையில் வெற்றி வாய்ப்பை இழந்தது.

மா.வ. நூலிழையில்

மயிரைக் கட்டி மலையை இழு: *மிகச் சிறிய முயற்சியில் பெரும் பலன் அடைய முயலுதல் (பலன் கிடைக்கவில்லை என்றாலும் அதனால் பெரும் இழப்பு ஏதும் இல்லை என்பது குறிப்பு);* attempt to accomplish sth. big with a very little effort (implying that if the attempt fails nothing would have been lost). பெரும் முயற்சிசெய்துதான் இந்த இடத்தை வாங்கினார் என்று நினைக்காதே! மயிரைக் கட்டி மலையை இழுத்தார், கிடைத்துவிட்டது.

மரண அடி: *(ஒருவருடைய செயல்பாடுகளை முடக்கிவிடக்கூடிய) பெரும் பாதிப்பு;* death-blow. வெளிநாட்டு ஒப்பந்தத்தை எதிர்பார்த்துப் பெரும் முதலீடுசெய்திருந்த அந்த உருக்காலைக்கு ஒப்பந்தம் கிடைக்காமல் போனது மரண அடிதான்./ நடைமுறைகளை மதிக்காமல் தன் இஷ்டம் போல் செயல்பட்ட நிறுவனத்திற்கு நீதிமன்றம் தன் தீர்ப்பின்மூலம் மரண அடி கொடுத்திருக்கிறது.

மரமண்டை (பொ.பெ.) **1:** *விரைவாகச் சிந்திக்கவும் முழுமையாகக் கிரகிக்கவும் இயலாத மூளை;* stupidity. எவனாவது காலி வீட்டில் கொள்ளையடிக்க வருவானா? நீயும் உன் மரமண்டையும்! **2:** *அறிவில்லாதவன்;* blockhead. எது சொன்னாலும் அந்த மரமண்டைக்குப் புரியாது.

மருந்துக்குக்கூட: *(அவசரத்திற்குப் பயன்படும் வகையில்) சிறிதளவுகூட; (எதிர்பார்க்கப்படும்) குறைந்த அளவிலும்;* even a little; even a trace (of sth.). பரந்த வெளியில் மருந்துக்குக்கூட ஒரு மரம் இல்லை./ அவர் வீட்டில் மருந்துக்குக்கூடப் புத்தகங்கள் இல்லை./ இந்த அறையில் மருந்துக்கும் காற்று வராது.

இ.வே. மருந்துக்கும்

மருந்துமாயம் (பொ.பெ.) **1:** *(பல வகை) மருந்துகள்;* (a variety of) drugs and potions. இந்த வயிற்றுவலிக்காக அவர் சாப்பிடாத மருந்துமாயம் இல்லை./ மருந்துமாயம் கொஞ்சமா சாப்பிட்டிருப்பார்! **2:** *(காரியத்தை நிறை*

வேற்றுவதற்கான) சாகசச் செயல்கள்; uncanny means. அவர் என்ன மருந்துமாயம் செய்தாரோ, என் பிரச்சினையெல்லாம் தீர்ந்தது.

மரை கழல் (வ.வ.): புத்தி பேதலித்தல்; be slightly crazy; **have a screw loose**. அவனுக்கு என்ன மரை கழன்றுவிட்டதா? கண்டபடி பேசுகிறானே./ மரை கழன்றவன்தான் இப்படி நடந்துகொள்வான்.

மல்லுக்கட்டு (பொ.பெ.): (ஒன்றைச் செய்யுமாறு ஒருவரோடு அல்லது ஒன்றைச் செய்ய) போராடுதல்; struggle hard. தினமும் மல்லுக்கட்டித்தான் குழந்தையைச் சாப்பிட வைக்கிறேன்./ குளிக்கப் போகச் சொல்வதற்கு என் பையனோடு மல்லுக்கட்ட வேண்டியிருக்கிறது!/ நானும் ஒரு மணி நேரமாக மல்லுக்கட்டிப் பார்த்துவிட்டேன், தூக்கமே வரவில்லை.

மல்லுக்கு நில் (பொ.பெ.): (எதிர்த்துப் பேசி) சண்டை போடுதல்; fight with (s.o. arguing vehemently). நீ சொன்னபடிதானே செய்திருக்கிறேன், இருந்தும் என்னோடு ஏன் மல்லுக்கு நிற்கிறாய்?/ குழந்தைகளுக்குச் சரியாக நீயும் மல்லுக்கு நிற்பது நன்றாக இல்லை./ அவனுக்குப் பணம் கொடுக்கக் கூடாது என்றுதான் இருந்தேன், இருந்தாலும் அவன் மல்லுக்கு நின்று நூறு ரூபாய் வாங்கிக் கொண்டுதான் போனான்.

மலங்கமலங்க: சூழ்நிலையைப் புரிந்துகொள்ள முடியாத ஒருவகைக் கலக்கத்துடன் (பார்த்தல்); (look) uncomprehendingly. நகரத்தின் நெருக்கடியையும் சந்தடியையும் மலங்கமலங்கப் பார்த்தவாறு நின்றிருந்தான்./ 'பணம் கொண்டு வந்திருக்கிறாயா' என்று கேட்டதற்குப் பதில் சொல்லாமல் மலங்கமலங்க விழித்தான்.

மலைக்கும் மடுவுக்கும் உள்ள வித்தியாசம்: எவ்விதத்திலும் ஒப்பிட முடியாத அளவிலான வேறுபாடு; மிகப் பெருத்த வேறுபாடு; a world of difference. அவருடைய பேச்சுக்கும் செயலுக்கும் மலைக்கும் மடுவுக்கும் உள்ள வித்தியாசம் உண்டு./ மேலை நாடுகளில் நடைபெறும் திருமணத்துக்கும் நம் நாட்டுத் திருமணத்துக்கும் மலைக்கும் மடுவுக்கும் உள்ள வித்தியாசம் இருக்கிறது.

*மலை போல்** **1**: (ஆசை, கஷ்டம் முதலியவை) பெரிய அளவில்; in large proportions. செல்வந்தன் ஆக வேண்டும்

* மாதிரி

என்ற ஆசை அவன் மனத்தில் மலை போல் வளர்ந்திருக் கிறது./ மலை போல் கஷ்டம் வந்துவிட்டதே என்று வருந்தி மனத்தைத் தளரவிடாதே! **2:** (ஒருவரை) மிகவும் திடமாக (நம்புதல்); (ஒருவர் தன்மேல் வைக்கும் நம்பிக்கை) அசைக்க முடியாத அளவில் (இருத்தல்); (rely) heavily (on s.o.); **solid as a rock**. நான் உங்களைத்தான் மலை மாதிரி நம்பி யிருக்கிறேன்./ மலை போல் நான் இருக்கும்போது நீ ஏன் கவலைப்படுகிறாய்?

(காலம்) மலையேறி(போய்)விட்டது: (குறிப்பிடும் முறை யில் ஒன்று இருந்த காலம் தற்போது) நடைமுறையில் இல்லாமல் போதல்; has become a thing of the past. இப்போதெல்லாம் விளையாட்டு வீரர்களில் பலர் பணத்திற்காகத்தான் விளையாடுகிறார்கள், நாட்டிற்குப் பெருமை தரும் முறையில் விளையாடிய காலம் மலையேறி விட்டது./ பொதுவாழ்வில் லஞ்சம் வாங்காமல் நேர்மை யாக நடந்துகொள்ள வேண்டும் என்பது மலையேறிப் போயிற்று என்று சொல்வதை ஒத்துக்கொள்ள முடியாது./ அவரைக் கண்டு பயந்த காலம் உண்டு, ஆனால் அந்தக் காலம் மலையேறிப்போய்விட்டது.

இ.வே. மலை யேறிப்போயிற்று

மலையேறு: (ஒருவரைப் பிடித்திருக்கும் தெய்வ ஆவேசம் அவரை) விட்டு நீங்குதல்; (of a divine spirit) leave (a possessed person). கற்பூரம் ஏற்றிக் காட்டியதும் சாமி மலையேற ஆரம்பித்தது./ தெய்வ ஆவேசம் வந்தவள் மெல்லச் சாய்ந்தாள், எல்லாரும் 'பகவதி மலையேறி விட்டாள்' என்றார்கள்.

மலையைப் புரட்ட முடியாது: (இருப்பது, கிடைப்பது குறைவாக இருக்கும்போது) பெரிதாக ஒன்றும் சாதிக்க முடியாது; cannot achieve much (given the little means). இந்த நூறு ரூபாயில் மலையைப் புரட்ட முடியாது என்பது எனக்குத் தெரியும், இருந்தாலும் ஒன்றும் இல்லாதபோது இதுவாவது கிடைத்ததே.

மலை விழுங்கி மகாதேவன்: பெரிய ஏமாற்றுப் பேர்வழி; எத்தன்; a big cheat. வேலை வாங்கித் தருவான் என்று நம்பி அந்த மலை விழுங்கி மகாதேவனிடம் பணத்தைக் கொடுத்துவிட்டாயே!

மழைக்குக்கூடப் பள்ளிக்கூடத்தில் ஒதுங்கிய தில்லை: (ஒருவர்) சந்தர்ப்பவசத்தால்கூட முறையான கல்வி பெறவில்லை; never had the least exposure to formal

இ.வே. ஒதுங்காத (பொ.வி. 2)

education. இந்தப் பிரபல எழுத்தாளர் மழைக்குக்கூடப் பள்ளிக்கூடத்தில் ஒதுங்கியதில்லை என்பதைக் கேட்டால் ஆச்சரியமாக இல்லை?/ அவர் மழைக்குக்கூடப் பள்ளிக் கூடத்தில் ஒதுங்காதவராக இருக்கலாம், ஆனாலும் நல்ல சிந்தனையாளர்.

மறந்து(போய்)கூட: தற்செயலாகக்கூட; தப்பித்தவறிக்கூட; even inadvertently; even by mistake. அவர் மறந்துகூடப் பொய் சொல்ல மாட்டார்./ மறந்துபோய்க்கூட நாங்கள் அவர் வீட்டுக்குப் போக மாட்டோம்.   மா.வ. மறந்தும்

மறுபேச்சு*: மறுத்துப் பேசும் பேச்சு (இல்லை என்பது குறிப்பு); எதிர்ப் பேச்சு; (with negative) demur. என் யோசனையை மறுபேச்சுப் பேசாமல் ஏற்றுக்கொண்டார் கள்./ அப்பா ஒன்று சொல்லிவிட்டால் வீட்டில் அதற்கு மறுவார்த்தை கிடையாது.   * -வார்த்தை

மன்மதக் குஞ்சு: (கேலியாக) ஆணழகன்; (jocularly) a handsome person. தான் பெரிய மன்மதக் குஞ்சு என்று அவனுக்கு நினைப்பு!

மன்னாதி மன்னன்: பிறர் மெச்சும் சாமர்த்தியசாலி; எல்லாவிதமான திறமையும் உடையவன்; past master. ஆட்களைப் பிடித்துக் காரியம் சாதிப்பதில் மன்னாதி மன்னன்!/ நிதி அமைச்சர் மன்னாதி மன்னர்தான்! வரிப் பளு தெரியாமல் நிதிநிலை அறிக்கை சமர்ப்பித்திருக் கிறாரே.

மனக்கோட்டை கட்டு: (ஒருவரைக்குறித்து அல்லது ஒன்றைக்குறித்து) மனத்தில் கற்பனை அல்லது ஆசை வளர்த்தல்; nurse fond hopes. மகனைப்பற்றி எப்படி யெல்லாம் மனக்கோட்டை கட்டியிருக்கிறாள்!/ அவன் எத்தனையோ #மனக்கோட்டைகள் கட்டியிருந்தான், அவற்றில் ஒன்றுகூட நிறைவேறவில்லை./ அமைச்சர் பதவி கிடைக்கவில்லை, அவர் #கட்டியிருந்த மனக்கோட்டை சரிந்தது.   # -கள் விகுதி யுடன் # சொற்களின் இடம் மாற்றம்

மனசை விடு: நம்பிக்கையை இழத்தல்; மனம் தளர்ந்து போதல்; get discouraged; lose heart. தோல்வி மேல் தோல்வி ஏற்பட்ட பிறகும் மனசை விட்டுவிடவில்லை./ நீ படித்த பையன், இப்படி மனசை விடலாமா?

மனத்தில் போட்டுக்கொள்* (முன்னிலை ஏவல்   * வைத்துக்கொள்

வடிவத்தில்) **1:** (தெரிந்துகொண்டு) உன்னளவில் வைத்துக்கொள்; தெரிந்துவைத்துக்கொள்; keep (it) to yourself; keep this also in mind. சரி, இதை உன் மனத்தில் போட்டுக்கொள், வேறு யாருக்கும் சொல்ல வேண்டாம்./ அவரைப்பற்றி எவ்வளவோ கேள்விப்பட்டிருப்பாய், நான் சொல்வதையும் மனதில் போட்டுக்கொள். **2:** (முன்னிலை எதிர்மறை வடிவத்தில்) வருத்தப்பட்டுக்கொள்ளுதல்; (don't) feel offended; (don't) **take sth. to heart**. கோபத்தில் ஏதோ சொல்லிவிட்டேன், அதை மனத்தில் வைத்துக் கொள்ளாதே. மனத்தில்→ மனதில்

மனத்தைக்* கல்லாக்கிக்கொள்: (ஒரு நிகழ்ச்சி ஏற்படுத்தும் வருத்தத்தால் செயலிழந்துபோகாமல்) மனத்தைத் திடப்படுத்திக்கொள்ளுதல்; உணர்ச்சிகளை மறைத்துக் கொள்ளுதல்; brace oneself; harden one's heart. கணவனின் எதிர்பாராத மறைவு பெரும் அதிர்ச்சி அளித்தாலும் மனத்தைக் கல்லாக்கிக்கொண்டு குடும்பத்தைக் கவனிக்கத் தொடங்கினாள்./ தான் சொல்லப்போவது மகளின் மனத்தை வருத்தும் என்று தெரிந்தாலும் அவள் நன்மை கருதி இதயத்தைக் கல்லாக்கிக்கொண்டு சொல்லத் தொடங்கினார்./ மனதைக் கல்லாக்கிக்கொண்டு மகனை வீட்டை விட்டுப் போகச் சொல்லிவிட்டார். * இதயத்தை மனத்தை→ மனதை

மனப்பால் குடி: (ஒருவர் தானாக) கற்பித்துக்கொண்ட நம்பிக்கையில் இருத்தல்; be under an illusion; entertain a false hope. தேர்வில் எளிதாக வெற்றி பெற்றுவிடலாம் என்று மனப்பால் குடிக்காதே!/ அவரை அரசியல் வாழ்க்கையிலிருந்து அகற்றிவிடலாம் என்று மனப்பால் குடித்துக் கொண்டிருந்தவர்களுக்கு அவருடைய தேர்தல் வெற்றி அதிர்ச்சி தந்தது./ இன்றையக் கூட்டத்தில் தனக்குத்தான் எல்லாரும் ஆதரவளிப்பார்கள் என்று மனப்பால் குடித்துக் கொண்டிருக்கிறார்.

மனம் அடித்துக்கொள்: (சலனம் அடைந்து) மனம் தவித்தல்; be restless; be in a flutter. வீட்டின் கதவைச் சரியாகப் பூட்டினோமோ இல்லையோ என்று மனம் அடித்துக்கொண்டது./ ஒரு காரணமும் இல்லாமல் இன்று ஏனோ மனம் கிடந்து அடித்துக்கொள்கிறது./ அவளைப் போய்ப் பார்க்க வேண்டும் என்று மனம் அடித்துக் கொண்டாலும் சூழ்நிலை இடம்தரவில்லை.

மனம் கேட்கவில்லை **1:** (தண்டனை தர) மனம் ஒப்பவில்லை; not have the heart (to punish s.o.). இவன் செய்த பொ.வி. 4

தவற்றுக்கு வேலையிலிருந்து நீக்கியிருக்க வேண்டும், மனம் கேட்கவில்லை./ குறும்புசெய்துவிட்டுச் சிரிக்கிற குழந்தையை அடிக்க மனம் கேட்குமா? **2:** (இரக்க உணர்வால் மற்றவரின் துன்பத்தை) தாங்கிக்கொள்ள முடியவில்லை; not able to stand (other's suffering). அவன் படும் கஷ்டத்தைப் பார்த்து மனம் கேட்காமல் உடனே ஆயிரம் ரூபாய் கொடுத்தேன்.

மனம்திறந்து: (எதையும்) மறைக்காமல் வெளிப்படையாக; ஒளிவுமறைவு இல்லாமல்; (talk to s.o.) freely; without reservation. மனம்திறந்து பேசுவதற்குக்கூட இங்கு நண்பர்கள் இல்லை./ 'கவிதை அருமையாக இருக்கிறது' என்று மனம்விட்டுப் பாராட்டினார். மா.வ. மனம் விட்டு

மனம் போல்: (தான்) விரும்பியபடியே; (யார் சொல்வதையும் கேட்காமல் தான்) நினைத்தது போல்; according to one's wishes; as one pleases; on impulse. உன் மனம் போல் உன் வாழ்க்கை அமையும்./ யார் சொன்னாலும் கேட்காமல் மனம் போல் நடக்கிறான்./ அவன் ஒருவரிடமும் கலந்து பேசுவதில்லை, மனம் போல் காரியங்கள் செய்கிறான்.

மனம் போல் மாங்கல்யம் 1: (ஒரு பெண்ணுக்கு) உகந்த ஒருவருடன் திருமணம்; (of a woman) get married to her liking. 'மனம் போல் மாங்கல்யம் நடக்கும்' என்று அவளை வாழ்த்தினார். **2:** (கேலியாக) விரும்பியபடி நடக்கிறது; (jocularly) get what one wished for. உங்களுக்கு இன்று வேலைக்குப் போக இஷ்டம் இல்லை, மழையும் பெய்கிறதல்லவா? பிறகென்ன, மனம் போல் மாங்கல்யம்!

மனம் போன போக்கில் 1: கட்டுப்பாடற்ற முறையில்; தன்னிச்சையாக; following one's whims. மனம் போன போக்கில் பேசிக்கொண்டிருக்காதே!/ நாம் என்ன சொன்னாலும் கேட்க மாட்டான், மனம் போன போக்கில்தான் போவான். **2:** காண்க: கால் போன போக்கில்.

மனம்வா: (ஒரு செயலைச் செய்வதற்கு) மனம் ஒப்புதல்; have the heart to do (sth.). இப்படிக் கூசாமல் பழி சொல்ல உனக்கு எப்படி மனம்வந்தது?/ பாடுபட்டு உழைத்ததை அப்படியே விட்டுக்கொடுக்க மனம்வரவில்லை./ வாங்கிய கடனைத் திருப்பிக் கொடுக்க வேண்டும் என்று இன்றாவது உனக்கு மனம்வந்ததே.

மனம்வை: *(நன்மை தரக்கூடிய ஒன்றைச் செய்ய வேண்டும் என்று) முடிவுசெய்தல்;* be disposed to do (sth.). நீங்கள் மனம்வைத்தால் எனக்கு ஒரு நல்ல வேலை வாங்கித் தரலாம்./ 'ஊர்ப் பிரச்சினைகள் தீர அமைச்சர் மனம் வைக்க வேண்டும்' என்று கேட்டுக்கொண்டார்./ நீ மனம் வைத்தால் ஆறே மாதத்தில் தமிழ் கற்றுக்கொண்டு விடலாம்.

மனமுடை: *மன உறுதி இழத்தல்;* be heart-broken; lose heart. தோல்வியால் மனமுடைந்து தற்கொலைசெய்துகொள்ளும் அளவுக்குப் போய்விட்டான்.

மனமொத்த: *ஒருவரை ஒருவர் புரிந்துகொண்டுள்ள; ஒருவரோடு ஒருவர் ஒத்துப்போகிற;* harmonious. நீங்கள் இத்தகைய மனமொத்த தம்பதியைப் பார்த்திருக்க மாட்டீர்கள்!/ அவர்கள் மனமொத்த நண்பர்கள்.

மாசுமறுவற்ற*: *குறை எதுவும் கூற முடியாத; எவ்விதக் களங்கமும் இல்லாத;* without blemish; blemishless. மாசுமறுவற்ற முகம்/ மாசுமறுவில்லாத குணம்.   * -இல்லாத

மாடமாளிகை (உ.வ.): *அரண்மனை போன்ற வீடு;* stately house; mansion. அவர் மாடமாளிகையில் பிறந்தவர் என்றாலும் மிகவும் எளிமையானவர்./ நான் வாங்கும் சம்பளத்திற்கு மாடமாளிகையிலா குடியிருக்க முடியும்?

மாடாக உழை: *மிகவும் கஷ்டப்பட்டு உழைத்தல் (ஒருவருடைய கடின உழைப்புக்கு அவர் எதிர்பார்க்கும் மதிப்போ பாராட்டோ கிட்டாமல் போகும்போது சலிப்படைந்து கூறுவது);* work hard (used when one does not get due recognition for one's work); **toil and moil**. மூத்த மருமகளாக வந்து இந்தக் குடும்பத்திற்காக மாடாக உழைத்தேன்./ நாம் மாடாக உழைத்தாலும் முதலாளி ஏதாவது குறை சொல்லிக்கொண்டேதான் இருப்பார்.

மாப்பிள்ளை முறுக்கு: *(பிறர் தன்னை உயர்வாக மதிக்க வேண்டும் என்பதற்காகத் தொடக்கத்தில்) பழகுவதில் காட்டும் இறுக்கம்;* affected air of superiority. அலுவலகத்திற்கு வந்த புதிதில் சில அதிகாரிகள் மாப்பிள்ளை முறுக்குடன் இருப்பார்கள், பிறகு போகப்போக நெளிவு சுளிவுடன் நடந்துகொள்வார்கள்.

மாமிசக் குன்று*: *(கேலியாக) சதை மிகுந்த பெருத்த*   * மலை

உடல்வாகு உடையவர்; (jocularly) enormously fat person. ஜப்பான் நாட்டு சுமோ மல்யுத்தம் பார்த்திருக்கிறாயா? இரு மாமிசக் குன்றுகள் மோதும்!

மாமியார் வீடு: *(கேலியாக) சிறை; ஜெயில்;* (jocularly) jail. திருட்டுக் குற்றத்திற்காக ஆறு மாதம் மாமியார் வீட்டில் இருந்துவிட்டு வந்திருக்கிறான்!

மாய்ந்துமாய்ந்து *(வ.வ.): இயல்பாகச் செலுத்தும் கவனத்தைவிடக் கூடுதலாக; அதிகமாக அலட்டிக் கொண்டு;* with excessive zeal. வந்த புதிதில் மாட்டை எல்லாரும் மாய்ந்துமாய்ந்து கவனித்துக்கொண்டார்கள்./ மேலதிகாரியிடம் நல்ல பெயர் வாங்க வேண்டும் என்பதற்காக அவர் சொல்கிற வேலைகளையெல்லாம் மாய்ந்து மாய்ந்து செய்கிறார்கள்!

மார்தட்டு **1:** *(தற்பெருமை தொனிக்க) பெருமைப்பட்டுக் கொள்ளுதல்; கர்வப்பட்டுக்கொள்ளுதல்;* boast. இந்தியாவிலேயே அதிகத் திரைப்படங்களைத் தயாரிப்பதாக மார்தட்டிக்கொள்கிறது பம்பாய் நகரம்./ 'கடத்தல்காரர்களை ஒடுக்கிவிடுவோம்' என்று சுங்கத்துறையினர் மார்தட்டுகிறார்கள். **2:** *ஆரவாரமாகப் பேசுதல்; வெற்று முழக்கம் செய்தல்;* indulge in rhetoric. தாலி கட்டிக் கல்யாணம் செய்துகொள்வேன் என்று அன்று மார்தட்டினானே, அவன் எங்கே?/ 'விலைவாசியைக் குறைப்போம், குறைப்போம்' என்று மார்தட்டுகிறார்களே தவிர விலைவாசி குறைந்த பாடு இல்லை.

மாலை மரியாதை: *(ஒருவரை வரவேற்கும்போது) மாலையிடுதல் போன்ற சம்பிரதாயங்கள்;* the custom of honouring (s.o. especially by garlanding). நாங்கள் இலக்கியக் கூட்டங்களை எளிமையாகத்தான் நடத்துவோம், பேச்சாளருக்கு மாலை மரியாதையெல்லாம் கிடையாது!/ கோயிலுக்கு வந்த பிரதமருக்கு மாலை மரியாதைசெய்து சிறப்பாக வரவேற்றார்கள்.

மாலைமாலையாக: *(கண்ணீர்) நிற்காமல் பெருமளவில்;* (of tears) profusely. எது கேட்டாலும் பதில் சொல்லாமல் மாலைமாலையாகக் கண்ணீர் வடித்தபடி நின்றிருந்தாள்./ கண்களிலிருந்து மாலைமாலையாகக் கண்ணீர்!

மாலையிடு* *(உ.வ.): திருமணம்செய்துகொள்ளுதல்;* marry. * -சூட்டு
நீ மாலையிடப்போகும் மங்கையா இவள்?

மாலையும் கழுத்துமாக: ***மணக்கோலத்தில்; மணமக்களாக;*** in the bridal costume (at the time of marriage); as married couple. *பெற்றவர்களுக்கு மகளை மாலையும் கழுத்துமாகப் பார்க்க ஆசை இருக்காதா?/ பெரியவர் முன் மாலையும் கழுத்துமாக வந்து நின்றனர்.*

மாறிமாறி **1:** *(முதலில் ஒன்று பிறகு மற்றொன்று அல்லது முதலில் ஒருவர் பிறகு மற்றொருவர் என்ற முறையில்)* ***தொடர்ந்து; அடுத்தடுத்து;*** alternately; by turns. *நேர்முக வர்ணனை இந்தியிலும் ஆங்கிலத்திலும் மாறிமாறி ஒலிபரப்பாகும்./ தன்முன் நின்ற இருவரையும் மாறிமாறிப் பார்த்தான்./ ஐந்தாறு பேர் அவனைச் சூழ்ந்து நின்று கொண்டு முகத்தில் மாறிமாறிக் குத்தினார்கள்.* **2:** *(வ.வ.)* ***மீண்டும்மீண்டும்; திரும்பத்திரும்ப;*** again and again. *மாறிமாறி அதையே சொல்லிக்கொண்டிருக்கிறாயே!*

மானத்தைக் கப்பலேற்று: *(பலர் அறிய)* ***மதிப்பையும் கௌரவத்தையும் கெடுத்தல்;*** bring disgrace upon. *பலர் முன்னிலையில் என் தம்பி அப்படி ஆணவமாக நடந்து கொண்டு என் மானத்தைக் கப்பலேற்றிவிட்டான்./ உன் குடும்ப மானத்தைக் கப்பலேற்றவே உன்மீது வழக்குத் தொடுத்திருக்கிறார்கள்./ இந்தத் தரக் குறைவான படத்தைப் போட்டிக்கு அனுப்பித் திரைப்படத் துறையின் மானத்தைக் கப்பலேற்ற வேண்டாம்!*

மானத்தை மறை: *(ஆடையால்)* ***அந்தரங்க உறுப்பை மறைத்தல்*** ***(மானத்தைக் காப்பதற்கு உடலில் குறைந்த அளவு ஆடையாவது இருக்க வேண்டும் என்பது குறிப்பு);*** cover one's nakedness (to protect one's dignity) . *மானத்தை மறைக்கக் கையளவு துணிகூட இல்லை!*

மானத்தை வாங்கு: ***மதிப்பைக் குறைத்து*** *(ஒருவரை)* ***வெட்கம் அடையும்படி செய்தல்;*** cause embarrassment or shame. *இந்த ஊரில் கௌரவமாக வாழ்ந்துகொண்டிருக்கிறேன், கடந்தகால வாழ்க்கையைச் சொல்லி என் மானத்தை வாங்கிவிடாதே./ 'கழுத்தறுப்பு என்று நீ சொல்லுவாயே, அந்த மாமா வந்திருக்கிறார்' என்று சத்தமாகக் கூறி மானத்தை வாங்கிவிட்டான் என் மகன்.*

மானம் கப்பலேறு: *(பலரும் அறியும் வகையில்)* ***மதிப்பும் கௌரவமும் கெடுதல்;*** be disgraced. *இந்த மாதத்திற்குள் கடனை அடைக்காவிட்டால் நம் மானம் கப்பலேறிவிடும்./ நம்முடைய பொறுப்பற்ற பேச்சால் குடும்பத்தின் மானம்*

கப்பலேறுகிறது.

மானம் மரியாதை: *தன்மானத்தோடு இருப்பதற்கு வேண்டிய மதிப்பு;* respectability; dignity. *நாமும் எல்லாரையும் போல் மானம் மரியாதையோடு வாழ வேண்டாமா?/ என்னை மானம் மரியாதை இல்லாமல் பேசிவிட்டார்.*

(மிஞ்சி)மிஞ்சிப்போனால்: *மிக அதிகமாகக் கணித்தால் கூட;* at the most; **at the (very) outside**. *அந்தப் பெண்ணுக்கு மிஞ்சிப்போனால் பதினேழு வயதுதான் இருக்கும்./ மிஞ்சிப் போனால் அவன் ஒரு மைல் தூரம்கூடப் போயிருக்க மாட்டான்./ தேசியக் கட்சிக்கு வெற்றிவாய்ப்புக் குறைவு தான், மிஞ்சிமிஞ்சிப்போனால் 50 இடங்கள் கிடைக்கலாம்.*

மீசை துடி: *கடும்கோபம் வருதல்; ஆத்திரம் உண்டாதல்;* quiver with anger. *பலர் முன்னிலையில் வேலைக்காரன் தன்னை அவமதிப்பதா? அவர் மீசை துடித்தது!/ அவள் குத்தலாகப் பேசியதும் அவருக்கு மீசை துடித்தது, என்றாலும் தன்னைக் கட்டுப்படுத்திக்கொண்டார்.*

மீசை முளைத்த ஆண்பிள்ளை: *தன்மான உணர்ச்சியுள்ள ஆண்மகன் (ஒருவனுடைய செயல் அவனை அவ்வாறு காட்டாதபோது கூறுவது);* a self-respecting man (used when s.o. is considered not man enough). *பொடியன் திட்டுகிறான், கேட்டுக்கொண்டு நிற்கிறாயே, மீசை முளைத்த ஆண்பிள்ளையா நீ?/ அவன் மீசை முளைத்த ஆண்பிள்ளையாக இருந்தால் என்னிடம் நேரடியாக மோத வேண்டியதுதானே!*

மீசைமேல் கைபோட்டு **1:** *பெருமையும் கர்வமும் தொனிக்கும் தோரணையில்;* with pride. *தன் சொந்த ஊர்மீது அவருக்கு அளவுகடந்த பற்று. எங்கு போனாலும் 'நான் இன்ன ஊர்க்காரன்' என்று மீசைமேல் கை போட்டுச் சொல்லுவார்.* **2:** *தைரியமும் துணிவும் இருந்தால்;* have the temerity. *என் மகன்தான் திருடினான் என்று யாராவது மீசைமேல் கைபோட்டுச் சொல்லட்டும், பார்ப்போம்.*

((கு)ப்புற விழுந்தும்) மீசையில் மண் ஒட்டவில்லை: *ஒருவர் தனக்கு நேர்ந்த தோல்வி, அவமானம் போன்றவற்றை ஒப்புக்கொள்ள மனம் இல்லாமல் சமாளிக்கிறார் என்பதைத் தெரிவிக்கப் பயன்படுத்தும் தொடர்;* an expression used when s.o. fights shy of admitting his defeat or

dishonour. கட்சியின் வேட்பாளர்கள் வெற்றி பெறாவிட்டாலும் கட்சிக்குக் கணிசமான வாக்குகள் கிடைத்திருப்பதாகக் கூறிக்கொள்கிறார், சரிதான், மீசையில் மண் ஒட்டவில்லை!/ பேச்சில் தன்னை மடக்கிவிட்டார் என்பதை உணர்ந்தாலும், மீசையில் மண் ஒட்டவில்லை என்கிற பாவனையில் ஏதோ சொன்னாள்.

மீசையை முறுக்கு 1: *(வீரத்தோடு எதிர்த்து) சண்டையிடத் தயார் என்ற தோரணை காட்டுதல்;* posture as ready to meet a challenge. 'அவர்கள் என்ன செய்துவிடுவார்கள் பார்த்து விடுவோமே' என்று மீசையை முறுக்குகிறார்./ 'நான் எதற்கும் தயார்' என்று அன்று #மீசை முறுக்கியவர் இன்று எங்கோ போய்விட்டார். **2:** *வெற்றுத் தோரணை காட்டுதல்;* do some posturings. 'என்னிடம் எல்லாம் இருக்கிறது' என்று மீசையை முறுக்கிக்கொண்டு அலைகிறார்./ பணமும் படிப்பும் இருப்பவர்கள் அடக்கமாக இருக்கிறார்கள், ஒன்றும் இல்லாதவர்களோ மீசையை முறுக்கிக்கொண்டு திரிகிறார்கள்.

#-ஐ உருபு இல்லாமல்

மீனமேஷம் பார்: *(எந்த ஒன்றைச் செய்வதற்கும்) நாள், நேரம் பார்த்தல் (அதற்காக அதிக காலம் செலவிடாமல் காரியத்தை விரைந்து முடிக்க வேண்டும் என்னும் குறிப்பில் கூறப்படுவது);* choose not to do a thing until the auspicious moment (implying that one is frittering away time). மாப்பிள்ளை வீட்டார் பெண்ணைப் பிடித்திருக்கிறது என்றும் ஜாதகம் வேண்டாம் என்றும் கூறும்போது நாம் ஏன் மீனமேஷம் பார்க்க வேண்டும்?/ சின்னச்சின்னக் காரியங்களுக்கும் மீனமேஷம் பார்த்துக்கொண்டிருந்தால் ஒரு நாளில் முடிய வேண்டியது ஒரு வாரமானாலும் முடியாது!

முக்காடு போட்டுக்கொள்: *(அவமானத்துக்கு அஞ்சி) பிறர் பார்வையில் படுவதைத் தவிர்த்தல்;* keep out of sight from shame. அவன் திட்டிவிட்டான் என்பதற்காக முக்காடு போட்டுக்கொண்டு வீட்டில் முடங்கிக் கிடக்க முடியுமா?/ உன் மாமனார் செய்த மோசடிக்கு அவர் முக்காடு போட்டுக்கொள்ள வேண்டும்.

முக்காலும் உண்மை: *மிகவும் சரி;* very true. அவன் தன் நண்பர்களால் கெட்டுப்போகிறான் என்று நீ சொல்வது முக்காலும் உண்மை./ சமூக அநீதியை எதிர்க்கும் இளைஞர்கள் புரட்சியாளர்களாக மாறக்கூடும் என்பது முக்காலும் உண்மை.

முக்காலே மூன்று வீசம்: *பெரும்பான்மை; கிட்டத்தட்ட முழுவதும்;* mostly. *அந்தக் கிராமத்தில் முக்காலே மூன்று வீசம் மக்கள் எழுத்தறிவு இல்லாதவர்களே!/ அவன் பேச்சில் முக்காலே மூன்று வீசம் பொய்தான்!*

முக்கிமுனகி: *(ஒன்றைச் செய்வதற்கு) மிகவும் சிரமப்பட்டு;* laboriously; with great difficulty. *முக்கிமுனகி எப்படியோ வீட்டுக்கான முன்பணத்தைக் கொடுத்துவிட்டேன்.*

மா.வ. **முக்கித் தக்கி** *(சில வட்டாரங்களில்)*

முகத்தில் அடித்தாற்* போல் 1: *(இங்கிதம் இல்லாமல்) வன்மையாகவும் வெளிப்படையாகவும்;* bluntly. *'உன்னோடு சினிமாவுக்கு வர முடியாது' என்று முகத்தில் அடித்தாற் போல் சொல்லிவிட்டாள்./ 'உங்கள் குடும்பத்தில் நாங்கள் பெண்ணெடுக்க விரும்பவில்லை' என்று முகத்தில் அடித்தது போல் பதில் வந்தது.* **2:** *மரியாதைக் குறைவை உணரும்படியாக;* rudely; as a slap in the face. *முகத்தில் அறைந்தாற் போல் கதவைப் பட்டென்று சாத்திவிட்டுப் போய்விட்டார்./ சாப்பாட்டுத் தட்டை மருமகள் தன்முன் முகத்தில் அடித்தாற் போல் வைத்தபோதே இங்கு இனி மேல் இருக்கக் கூடாது என்று அவர் தீர்மானித்துவிட்டார்.*

* ***அறைந்தாற்*** பொ.வி. *1*

முகத்தில் ஈயாடவில்லை: *(சங்கடமான உணர்வால்) மலர்ச்சி மறைந்து முகம் இறுகியது;* (of the face of a person) lose its natural liveliness (as a result of acute discomfiture); go red in the face. *'நீங்கள் வெற்றி பெற்ற தொகுதிக்கு எந்த நன்மையும் செய்யவில்லை' என்று பொதுக்கூட்டத்தில் பலர் குறைகூறிப் பேசியதும் அமைச்சர் முகத்தில் ஈயாட வில்லை./ வீட்டை விற்றால்தான் கடனை அடைக்க முடியும் என்று அப்பா கூறிவிட்டார், அம்மா முகத்தில் ஈயாடவில்லை./ கடினமானது என்று அவன் சொல்லி வந்த கணக்கை நான் எளிதாகப் போட்டுக்காட்டியதும் அவன் முகத்தில் ஈயாடவில்லை.*

முகத்தில் எள்ளும்கொள்ளும் வெடி: *கோபமும் எரிச்சலும் வெளிப்படுதல்; முகத்தில் கடுமை தெறித்தல்;* (of face) be flushed with fury; go purple with rage. *'ஐந்து நிமிடத்தில் வந்துவிடுகிறேன்' என்று சொல்லிவிட்டுப் போய் இரண்டு மணி நேரம் கழித்து வந்த கணித ஆசிரியரை முகத்தில் எள்ளும்கொள்ளும் வெடிக்கத் தலைமையாசிரியர் பார்த்தார்./ உன் பெயரைச் சொன்னாலே அவர் முகத்தில் ஏன் எள்ளும்கொள்ளும் வெடிக்கிறது?*

முகத்தில்* விட்டெறி**: *திருப்பிக்கொடுத்தல் (ஒன்றைக்*

* *மூஞ்சியில்*

முகத்தில் விழி 290

கடனாக வாங்கியவர் அதைத் திருப்பித் தர வேண்டிய நிர்ப்பந்தம் ஏற்படும்போது தன் எரிச்சலை வெளிக் காட்டும் முறையில் கூறுவது); fling sth. at s.o. (expressing the borrower's resentment at having to return the borrowed thing). அந்தப் பிச்சைக்காசு பத்து ரூபாயை அவன் முகத்தில் விட்டெறி./ செய்தித்தாளைப் படிக்கக் கொடுத்த ஐந்து நிமிஷத்திலேயே கேட்டனுப்பியிருக்கிறான், போய் மூஞ்சியில் விட்டெறிந்துவிட்டு வருகிறேன். ** வீசியடி

முகத்தில் விழி 1: (காலையில் கண் விழித்ததும் ஒருவரின் அல்லது ஒன்றின்) உருவத்தை அல்லது முகத்தைப் பார்த்தல் (முதலில் பார்ப்பதைப் பொறுத்து அந்த நாளின் நிகழ்ச்சிகள் நன்மை அல்லது தொல்லை தருவதாக அமையும் என்ற நம்பிக்கையின் அடிப்படையில் கூறுவது); see first on waking (the belief being that the person or thing so seen is a good or evil omen for the day). காலையில் எழுந்ததும் அம்மாவின் முகத்தில் விழித்தேனா, வியாபாரம் நன்றாக நடந்தது./ இன்று எதன் முகத்தில் விழித்தேனோ தெரியவில்லை, பிரச்சினைக்கு மேல் பிரச்சினையாக வந்து கொண்டிருக்கிறது. **2:** நேருக்கு நேர் பார்த்தல் அல்லது சந்தித்தல் (சந்திக்கத் தயங்குவது அல்லது சந்திக்க விரும்பாமல் இருப்பது போன்ற சூழ்நிலையில் கூறுவது); look s.o. in the face (with negative, expressed or implied); dare show one's face. அவரை எடுத்தெறிந்து பேசிவிட்டு வந்து விட்டேன், இனிமேல் எப்படி அவர் முகத்தில் விழிப்பது?/ இந்த ஊரில் யார் முகத்திலும் இனிமேல் விழிக்கக் கூடாது என்று பூர்வீக வீட்டையும் விற்றுவிட்டுப் போய்விட்டார்./ இனி என் முகத்தில் விழிக்காதே, போ!

முகத்தில் விளக்கெண்ணெய் வடி*: முகத்தில் அசட்டுத்தனம் வெளிப்படுதல்; look sheepish. 'நாங்கள் சுமுகமாகவே சொத்தைப் பிரித்துக்கொண்டோம்' என்று அவர் தெரிவித்ததும் வம்புபேசுவதற்கு விஷயம் கிடைக்கும் என்று எதிர்பார்த்திருந்தவர்களின் முகத்தில் விளக் கெண்ணெய் வடிந்தது./ அவர்கள் இருவரும் தாய், மகள் என்று அறிந்தபோது அவர்களைச் சகோதரிகள் என்று சொன்னவர் முகத்தில் விளக்கெண்ணெய் வழிந்தது. * வழி

– **முகத்துக்காகப் பார்:** (தான் மதிக்கும் ஒருவருக்கு வேண்டியவர் என்பதால் தவறு செய்தவர்மேல் நடவடிக்கை எடுப்பதன்மூலம் தன்னுடைய மதிப்புக் குரியவருக்கு) மன வருத்தத்தை ஏற்படுத்திவிடக் கூடாது என்று கருதுதல்; desist from doing sth. (especially against an offender) out of consideration (for the specified person's feelings). உங்கள் மகன் எங்கள் ஊரில் பெரிய பிரச்சினையை உண்டாக்கிவிட்டான், உங்கள் முகத்துக்காகப் பார்த்துத்தான் போலீஸில் பிடித்துக் கொடுக்காமல் விட்டோம்./ எவ்வளவு திமிராகப் பேசுகிறான் பார், என் நண்பர் முகத்துக்காகப் பார்க்கிறேன், இல்லையென்றால் இரண்டு அறை விட்டிருப்பேன்.

முகத்துக்கு நேரே: சம்பந்தப்பட்ட நபருக்கு எதிரில்; நேருக்கு நேராக; to one's face; openly and directly. அவன் உன் முகத்துக்கு நேரே எதுவும் சொல்ல மாட்டான், பயம் போலிருக்கிறது!/ எதையும் நம் முகத்துக்கு நேராகச் சொல்லிவிடுவான் என்பதால் அவனை நம்பலாம். இ.வே. நேராக

முகத்தை எங்கே கொண்டுபோய் வைத்துக்கொள்வது: (அவமானத்தை எதிர்கொள்ள வேண்டிய சூழ்நிலை ஏற்பட்டால் ஒருவர் தன்) மரியாதையை எப்படிக் காப்பாற்றிக்கொள்வது; how to save one's face. 'எங்கள் குடும்பச் சண்டையில் தலையிட நீ யார்' என்று கேட்டு விட்டால் நம் முகத்தை எங்கே கொண்டுபோய் வைத்துக் கொள்வது?/ அவன் பழைய பகையை மறக்காமல் 'என் வீட்டுக்குள் நுழையாதே' என்று சொல்லிவிட்டால் உன் முகத்தை எங்கே கொண்டுபோய் வைத்துக்கொள்வாய்? இ.வே. வைத்துக் கொள்வாய் (பொ.வி. 3)

முகத்தைத் திருப்பிக்கொள்: (ஒருவரை) வேண்டுமென்றே புறக்கணித்தல் அல்லது பார்ப்பதைத் தவிர்த்தல்; avoid seeing (s.o.); **look the other way.** என்னைப் பார்த்து அவள் முகத்தைத் திருப்பிக்கொண்டு போகும்போது நான் எப்படி அவளிடம் வலியச் சென்று பேச முடியும்?/ நீங்கள் முகத்தைத் திருப்பிக்கொள்கிற அளவுக்கு நான் என்ன தவறுசெய்துவிட்டேன்?

முகத்தைத்* தூக்கிவைத்துக்கொள்: (ஒருவர் கோபம் அடைந்த அல்லது மனம் புண்பட்ட நிலையில்) முகத்தை இறுக்கமாக அல்லது கடுகடுப்பாக வைத்துக்கொள்ளுதல்; look sullen; be in a sulky mood. அவனுக்கு யார்மேல் கோபமோ தெரியவில்லை, முகத்தைத் தூக்கிவைத்துக் கொண்டு உட்கார்ந்திருக்கிறான்./ அவனை யாரும் குறை சொல்லிவிடக் கூடாது, உடனே மூஞ்சியைத் தூக்கி வைத்துக்கொள்வான்./ அவன் கதைக்குப் பரிசு கிடைக்க வில்லையாம், இரண்டு நாட்களாக முகத்தைத் தூக்கி வைத்துக்கொண்டிருக்கிறான். * மூஞ்சியை

முகத்தைத்* தொங்கப்போட்டுக்கொள்: *(ஒரு நிகழ்ச்சியால் பாதிக்கப்பட்டு) முகத்தைச் சோகமாக வைத்துக் கொள்ளுதல்;* have a doleful expression; **pull a long face**. *ஏன் முகத்தைத் தொங்கப்போட்டுக்கொண்டு வருகிறாய்? தேர்வு ஒழுங்காக எழுதவில்லையா?/ நீங்கள் காரணம் இல்லாமல் கோபித்துக்கொண்டீர்கள், அதனால் குழந்தைகள் மூஞ்சியைத் தொங்கப்போட்டுக்கொண்டிருக்கிறார்கள்.* — * மூஞ்சியை

முகத்தை முறி: *(தெரிந்தவர் என்றுகூடப் பார்க்காமல் கடுமையாக நடந்துகொண்டு) தொடர்பைத் துண்டித்தல்;* break one's relationship (with another by showing rudeness); be snappish. *இவ்வளவு நாள் பழகியவரிடம் முகத்தை முறித்துப் பேசத் தயக்கமாக இருக்கிறது./ அவரைப் புரிந்துகொள்வது கடினம், திடீரென்று முகத்தை முறித்துக்கொண்டுவிடுவார்.*

முகம் காட்டு[1] 1: *(ஒருவரைப் பார்க்க வந்து) குறைந்த நேரமே இருத்தல்; தலைகாட்டுதல்;* make a flying visit; look in. *'ஊருக்கு வந்தால் பத்து நாளாவது இருக்காமல் இப்படி #முகத்தைக் காட்டிவிட்டுப் போகிறீர்களே' என்று அம்மா குறைபட்டாள்.* **2:** *(திரைப்படம், நாடகம் போன்றவற்றில்) அறிமுகமாதல்;* make one's appearance (in a film, etc.). *இதுவரை மலையாளப் படங்களில் நடித்துவந்தவர் இப்போதுதான் தமிழில் முகம் காட்ட ஆரம்பித்திருக்கிறார்.* — # -ஐ உருபுடன்

முகம்* காட்டு[2]: *எரிச்சல்படுதல்; எரிந்து விழுதல்;* scowl (at s.o.). *எதற்கெடுத்தாலும் அவர் முகம் காட்டுகிறார், வயதாகிவிட்டதல்லவா/ வாடிக்கையாளரிடம் #மூஞ்சியைக் காட்டினால் கடைக்கு யார் வருவார்கள்?* — * மூஞ்சி; # -ஐ உருபுடன்

முகம்கொடுத்துப் பேசு: *(எப்போதும் போல்) இயல்பாகப் பேசுதல் (அவ்வாறு ஒருவர் இயல்பாகப் பேசவில்லை என்று மற்றவர் கூறுவது);* talk in the usual friendly way (said when s.o. is not inclined to do so). *அவர் என்னிடம் முகம் கொடுத்துப் பேசி வெகு நாளாகிறது என்று வருத்தப்பட்டுக் கொண்டாள்./ நடிகருக்கு என்ன கோபம் என்று தெரியவில்லை, பத்திரிகை நிருபர்களுடன் சரியாக முகம் கொடுத்துப் பேசவில்லை./ அவன் என்னிடம் பேச வேண்டும் என்று வந்தான், நான்தான் முகம்கொடுத்துப் பேசவில்லை.*

முகம் கோணு 1: *(அதிக வேலை, பிறரால் தொல்லை முதலியவற்றால்) எரிச்சல் அடைதல்;* grudge. *ஆறு மாதமாகப் படுக்கையில் இருக்கும் பாட்டியைப் பேத்தி முகம்*

கோணாமல் கவனித்துவருவதைப் பாராட்டாதவர்கள் இல்லை./ யார் வந்து எப்பொழுது கேட்டாலும் பணம் கொடுக்கிறார், ஒரு முறைகூட அவர் முகம் கோணி நான் பார்த்ததில்லை. **2:** *(பிறர்) மனம் வருந்தச்செய்தல்;* make s.o. unhappy. *அம்மா முகம் கோணும்படி நீ ஏன் நடந்து கொண்டாய்?*

முகம் சுண்டு: *(அவமானம், அருவருப்புப் போன்றவற்றால்) முகம் இறுக்கமடைதல்;* (of face) become tense (due to shame, disgust, etc.). *வீட்டை விட்டு வெளியேறிய மகளின் பேச்சை எடுத்தாலே அவருடைய முகம் சுண்டிப்போய்விடும்./ # முகத்தைச் சுண்டவைக்கும் அளவிற்கு ஆபாசமாகப் பேசினான்.*

பிறவினை மாற்றம்

முகம் சுளி: *வெறுப்பையோ எரிச்சலையோ வெளிப் படுத்துதல்; அருவருப்புக் காட்டுதல்;* show disdain (in one's face); **turn one's nose up** (at sth.). *தனக்கு அமெரிக்க மருமகளா என்று முதலில் முகம் சுளித்தாள்./ நீ படுக்கை யில் விழுந்தால் முதலில் நன்றாகத்தான் பார்ப்பார்கள், பிறகு போகப்போக முகம் சுளிப்பார்கள்./ சாக்கடையில் புரண்டுவிட்டு வரும் எருமைகளைப் பார்த்து முகம் சுளிக்க வேண்டாம், இங்கு இது சர்வ சாதாரணம்!*

முகம் செத்துப்போ: *(பெருத்த அவமானத்துக்கு உள் ளாகும்போது) முகம் களை இழந்துபோதல்;* (of face) become dismal (out of humiliation). *இருபத்தைந்து வருட சேவையைக்கூட மதிக்காமல், தான் செய்த சிறு தவறுக் காக மேலதிகாரி மற்ற ஊழியர் மத்தியில் திட்டிய வுடன் அவருக்கு முகம் செத்துப்போயிற்று.*

முகம் தெரியாத: *முன் அறிந்திராத; அறிமுகம் இல்லாத;* unacquainted. *முகம் தெரியாத பலர் நேரில் வந்து அவரைப் பாராட்டிச் சென்றனர்./ வீட்டுக் கூடத்தில் முகம் தெரியாத ஒருவர் தனக்காகக் காத்திருப்பதைக் கண்டு ஆச்சரியம் அடைந்தான்.*

முகம் விழு:* *(அவமானம், ஏமாற்றம் முதலியவற்றைக் காட்டும் வகையில்) முகம் இயல்பு மாறிப்போதல்;* (of face) show disappointment, etc.; **one's face falls**. *தான் சொன்னதைக் கணவன் நம்பவில்லை என்றதும் அவள் முகம் விழுந்து விட்டது./ தட்டில் சோறு குறைவாக இருப்பதைக் கண்டதும் முகம் தொங்கிவிட்டது.*

* தொங்கு

முகவெட்டு: *வசீகரமான முகத்தோற்றம்;* good features. கதாநாயகனுக்கு நல்ல முகவெட்டு இருக்க வேண்டும் என்று எதிர்பார்த்த காலம் போய்விட்டது.

முட்டிக்கொண்டு வா (பொ.பெ.): *(அழுகை, கோபம்) பொங்கிக்கொண்டு வருதல்; பீறிடுதல்;* (of tears, anger) well up. எல்லாரும் தன்னைக் கேலிசெய்ததும் சிறுவனுக்கு அழுகை முட்டிக்கொண்டு வந்தது.

முடிச்சுப்* போடு 1: *(ஆதாரம் இருக்கிறது என்று கூற முடியாவிட்டாலும் இரண்டு விஷயங்களை) தொடர்பு படுத்துதல்;* link (two events, etc. not necessarily with justification). திருட்டு நடந்தபோது அவன் இருந்தான் என்பதற்காக அதற்கும் அவனுக்கும் முடிச்சுப் போட்டு விடாதீர்கள்!/ நேற்று நடந்ததையும் இன்று நடந்ததையும் சேர்த்து முடிச்சுப் போட்டுப் பார்க்கிறான். **2:** *திருமண உறவு கற்பித்தல்; உடலுறவு கொண்டிருப்பதாகக் கருதுதல்;* fancy a marriage between two people; imagine an affair. அவள் என் அத்தை மகள், அவளுக்கும் எனக்கும் முடிபோட்டுப் பாட்டிமார்கள் பேச ஆரம்பித்துவிடுகிறார்கள்./ ஒரு பெண்ணோடு பேசிக்கொண்டிருந்தால் போதும், உடனே முடிச்சுப் போட்டுவிடுவார்கள்!

* முடி

முடிசூடா மன்னன்: *(ஒரு துறையில்) தலைசிறந்தவர்; (ஒரு குழுவினரிடையே) மிகப் பிரபலமான நபர்;* renowned personality; uncrowned king. இந்த நடிகர்தான் தமிழ்த் திரைப்பட உலகின் முடிசூடா மன்னர்./ இந்தப் பேட்டை ரௌடிகள் நடுவே முடிசூடா மன்னனாக இருந்தவன் கொலை!

முண்டாத் தட்டு (அ.வ.): *(சண்டைக்கு) சவால்விடுதல்;* challenge s.o. to a fight. இந்தப் பொடியன் என்னைப் பார்த்து முண்டாத் தட்டுவதா?

(பேசினால்) முத்து உதிர்ந்துவிடும்: *(தேவையான சந்தர்ப்பத்திலும் ஓரிரு வார்த்தைகூடப் பேசாமல் இருப்பவரைப் பார்த்துக் குறைகூறும் தொனியில்) பேசினால் விலைமதிப்பற்ற சொற்கள் வீணாகிவிடும்;* (either in sarcasm or chidingly to or about a person who keeps mum) words are wasted. நானும் இரண்டு மணி நேரமாகப் பார்க்கிறேன், அவர் ஒரு வார்த்தைகூடப் பேசவில்லையே, பேசினால் முத்து உதிர்ந்துவிடும் என்று நினைக்கிறாரா?/ வாயைத் திறந்து விசாரியுங்களேன், # முத்தா உதிர்ந்துவிடும்?

\# -ஆ இடைச் சொல்லுடன்

முதல் தாம்பூலம்: முதலிடம் அளித்துத் தரப்படும் சிறப்பான மரியாதை; pride of place accorded to s.o. எல்லா நாடுகளிலும் அந்தந்த நாட்டு மொழிகளுக்குத்தான் முக்கியத்துவம், ஆனால் நம் நாட்டில் ஆங்கிலத்துக்கு அல்லவா முதல் தாம்பூலம்!

முதலுக்கு மோசம்: அடிப்படையில் எது காக்கப்பட வேண்டியதோ அதற்கே ஆபத்து; spell ruin to the very base. இப்படி உடம்பைப் பேணாமல் இருந்தால் முதலுக்கு மோசம் வந்துவிடும்./ உட்கட்சிப் பூசல்தானே என்று இந்த விவகாரத்தைப் புறக்கணித்ததால் # முதலுக்கே மோசம் வந்துவிட்டது.   # -ஏ இடைச் சொல்லுடன்

முதலைக் கண்ணீர்: போலிக் கண்ணீர்; பொய்யான வருத்தம்; false sympathy; **crocodile tears**. எல்லாச் சட்டங்களையும் மீறுகிறவர் நாட்டின் சீர்குலைவைப்பற்றி அக்கறையாகப் பேசுகிறார்! அவருடைய முதலைக் கண்ணீரை யார் நம்புவார்கள்?/ அவனுக்குப் பல வகையிலும் தொல்லை தந்துவிட்டு இப்போது முதலைக் கண்ணீர் வடிக்கிறான்.

முதுகில் குத்து: நம்பிக்கைத் துரோகம்செய்தல்; வஞ்சித்தல்; act treacherously; **stab s.o. in the back**. முதுகில் குத்தும் நண்பனைவிடவும் நேருக்கு நேர் மோத வரும் எதிரியே மேல்!/ நான் யாரை அதிகம் நம்பினேனோ அவர்தான் என்னை முதுகில் குத்தியிருக்கிறார்.

முதுகில் (ஏறி) சவாரிசெய் 1: (ஒருவரின்) பலவீனமான நிலையைத் தனக்குச் சாதகமாகப் பயன்படுத்திக்கொள்ளுதல்; take advantage of s.o.'s weakness. பாமர மக்களின் முதுகில் ஏறிச் சவாரிசெய்யும் கெட்டிக்கார வியாபாரி இவர்! **2:** (ஒருவரின்) பலத்தைச் சார்ந்திருத்தல்; depend on s.o.'s strength. சில மாநிலங்களில் தேசியக் கட்சிகள் செல்வாக்கு மிக்க பிராந்தியக் கட்சிகளின் முதுகில் சவாரிசெய்ய வேண்டிய நிலையில் உள்ளன.

முதுகுக்குப் பின்னால்: நேருக்கு நேராக இல்லாமல்; மறைவாக; without a person's knowledge; **behind s.o.'s back**. யாரைப்பற்றியும் முதுகுக்குப் பின்னால் பேசாமல் இருப்பது நல்லது.

முதுகுக்கு மண்காட்டு (அ.வ.): (தன் திறமையினால்) தோல்வியை ஒப்புக்கொள்ளச்செய்தல்; floor (s.o.). பெரிய

வழக்கறிஞருக்கு முதுகுக்கு மண்காட்டிவிடுவார் இந்தப் பத்திரம் எழுதுபவர்!

முதுகு சொறி: (தன் காரியத்துக்காக ஒருவருக்கு) வேண்டியதைச் செய்து மகிழ்வித்தல்; suck up to (s.o.). தனக்குக் காரியம் ஆக வேண்டும் என்றால் உனக்கும் முதுகு சொறிவான், உன் மகனுக்கும் முதுகு சொறிந்து விடுவான்!

முதுகைக் காட்டு: (ஒன்றை எதிர்கொள்ளப் பயந்து) பின் வாங்குதல்; retreat; back down; **turn tail.** போராட்டம் என்று வந்தால் முதுகைக் காட்டுகிறவர்கள் நாங்கள் அல்ல.

முந்தானையில் முடிந்து(போட்டு)கொள் (பொ.பெ.): (ஓர் ஆணைத் தன்னுடைய) கட்டுப்பாட்டில் வைத்துக் கொள்ளுதல்; (of a woman) keep (a man) under one's spell. திருமணமாகி ஒரு மாதம் ஆகவில்லை, அதற்குள் கணவனை முந்தானையில் முடிந்துபோட்டுக்கொண்டு விட்டாளே!

முந்தானையைப் பிடித்துக்கொண்டு: ஒரு பெண்ணை விட்டுப் பிரியாமல் கூடவே இருந்து; (தாய் போன்றோரை) சார்ந்திருந்து; dependent (on a woman); **tied to one's mother's, wife's, etc. apronstrings.** சிறுவனாக இருந்தபோது அம்மாவின் முந்தானையைப் பிடித்துக்கொண்டு அலைந்தான், இப்போது மனைவியின் முந்தானையைப் பிடித்துக் கொண்டு திரிகிறான்!

முலாம்* பூசு: உண்மை நிலைக்கு மாறான தோற்றம் ஏற்படுத்துதல்; நோக்கம் கற்பித்தல்; gloss over (sth.); give a different colour (to sth.). லஞ்சம் வாங்கிவிட்டு அன்பளிப்பு தான் என்று முலாம் பூசுகிறார்./ # பத்திரிகைகளால் ஆசிரியர் போராட்டத்துக்கு அரசியல் சாயம் பூசப் படுகிறது.

* சாயம்

\# செயப்பாட்டு வினை வடிவம்

(தலை)முழுக்குப் போடு: (ஒன்றுடன் அல்லது ஒருவருடன்) இதுவரை இருந்துவந்த தொடர்பைத் துண்டித்துக் கொள்ளுதல்; sever one's connection (with sth. or s.o.); say goodbye to (sth.). தன் பேச்சை யாரும் கேட்கவில்லை என்ற கோபத்தில் சங்கத்துக்கு முழுக்குப் போட்டுவிட்டார்./ இந்தத் தொழிலுக்கும் தலைமுழுக்குப் போட்டுவிட்டு என்ன செய்யப் போகிறாய்? / அவருக்கு யாரையாவது பிடிக்கவில்லை என்றால் அந்த ஆளுக்கு முழுக்குப்

போட்டுவிடத் தயங்க மாட்டார்.

முழுப் பூசணிக்காயைச் சோற்றில் மறை: எளிதில் வெளிப்பட்டுவிடக்கூடிய உண்மையை மூடிமறைக்க முயலுதல் (இது வீண் செயல் என்பது குறிப்பு); attempt (unsuccessfully) to conceal the obvious. அவளுக்குக் காதல் கடிதம் எழுதிவிட்டு எழுதவில்லை என்கிறாயே, முழுப் பூசணிக்காயைச் சோற்றில் மறைத்துவிடலாம் என்று எண்ணாதே!/ நீங்கள் செய்த ஊழல்கள் வெளிப்படத் தான் போகின்றன, இன்னும் எவ்வளவு நாட்களுக்குத் தான் முழுப் பூசணிக்காயைச் சோற்றில் மறைக்கப் பார்ப்பீர்கள்.

முழுமூச்சாக: மிகத் தீவிரமாக; with all one's energy; **at full stretch**. வியாபாரத்தில் முழுமூச்சாக இறங்கிவிட்டார்./ மலேரியாத் தடுப்புப் பணியில் அரசு முழுமூச்சுடன் ஈடுபட்டிருக்கிறது./ இப்போதே முழுமூச்சாக எதிர்க்கா விட்டால் இந்தத் திட்டம் நம்மீது திணிக்கப்பட்டுவிடும். — இ.வே. முழு மூச்சுடன்/முழு மூச்சோடு

முழுவீச்சில்: (ஒரு செயல்) வேகமாகவும் தீவிரமாகவும்; in full swing. தேர்தலுக்கான தேதிகள் அறிவிக்கப்பட்ட பிறகு பிரச்சாரம் முழுவீச்சில் நடந்துவருகிறது.

முள்ளங்கிப்பத்தை கணக்காக*: (தொகை அதிகம் என்ற கருத்தில்) கணிசமாக; a good, round sum (considered disproportionately large). முள்ளங்கிப்பத்தை கணக்காக மாதம் நூறோ இருநூறோ சேமித்து வங்கியில் கட்டி வருகிறாளே!/ முள்ளங்கிப்பத்தையாட்டம் மாதம் எண் ணூறு ரூபாய் வாங்கிக்கொள்கிறாய், ஆனால் நீ சரியாக வேலைக்கு வருவதே இல்லை./ முள்ளங்கிப்பத்தைக் கணக்காகப் பத்து ரூபாய் தந்தேனே, பசியால் அழுகிற குழந்தைக்கு ஏதாவது வாங்கிக்கொடுக்கக் கூடாதா? — * -பத்தை யாட்டம்

முளைத்து மூன்று இலை விடவில்லை: (ஒன்றைச் செய்வதற்குரிய) வயதை அடைந்துவிடவில்லை (வயதிற்கு மீறிய காரியத்தைச் செய்யும் ஒருவரைக்குறித்துக் கூறுவது); still a fledgeling (a remark by elders when they find young people impertinent or cheeky). முளைத்து மூன்று இலை விடவில்லை, அதற்குள் எதிர்த்துப் பேசுகிறாள்./ முளைத்து மூன்று இலை விடுவதற்குள் எல்லாக் கெட்ட பழக்கத்தை யும் கற்றுக்கொண்டுவிட்டான்./ முளைத்து மூன்று இலை விடாத பயல்களெல்லாம் கோவில் சொத்துக்குக் கணக்குக் கேட்கிறார்கள். — இ.வே. விடுவதற் குள்/விடாத

முளையிலேயே கிள்ளியெறி: *(குறை, சிக்கல் முதலியவை பெரிய அளவில் உருவாகிவிடுமுன்) தடுத்து நிறுத்துதல்; ஆரம்பத்திலேயே தவிர்த்தல்;* **nip sth. in the bud.** நிறுவனங்களில் ஊழியரிடையே ஏற்படும் மனக் குறை களை முளையிலேயே கிள்ளியெறிய வேண்டும்./ இந்தத் தகாத ஆசையை முளையிலேயே கிள்ளியெறிந்துவிடு.

முன்வைத்த காலைப் பின்வை: *(ஒரு செயலை) தொடங்கிவிட்டுப் பின்வாங்குதல் (அவ்வாறு செய்வ தில்லை என்ற முறையில் கூறுவது);* **turn back (with negative, expressed or implied).** இரு நாடுகளுக்கு இடையே விமான சேவை தொடங்குவது என்ற முடிவில் முன்வைத்த காலைப் பின்வைப்பதற்கு இல்லை என்ற அறிவிப்பு வெளி யானது./ எதிர்பார்த்தபடியே முட்டுக்கட்டை ஏற்பட்டிருக் கிறது, இருந்தாலும் முன்வைத்த காலைப் பின்வைக்க மாட்டோம்./ நீ முன்வைத்த காலைப் பின்வைக்க மாட்டாய் என்று உறுதியாக நம்பி இந்தக் கூட்டு முயற்சியில் இறங்குகிறேன்.

முன்னே பின்னே: *எதிர்பார்த்தபடி இல்லாமல் (சற்று மாறுபட்டு அல்லது கூடவோ குறைவாகவோ);* **not exactly what one might expect.** எல்லாம் ஒழுங்காக இருந்துவிடுமா என்ன? கொஞ்சம் முன்னே பின்னே இருக்கத்தான் செய்யும்./ வீட்டுக்கு விலை சற்று முன்னே பின்னே ஆனாலும் சரி, வாங்கிவிடலாம்./ எல்லாரும் ஒரே மாதிரியாக வேலைசெய்வார்களா, சற்று முன்னே பின்னே தான் செய்வார்கள்.

மூக்கறு: *(ஒருவரை மட்டம்தட்டி) அவமானப்படுத்துதல்;* **humiliate; snub.** நான் அவனிடம் கடன் கேட்டதற்கு 'உனக்குக் கடன் கொடுத்தால் அது திரும்பியா வரப் போகிறது' என்று கூறி மூக்கறுத்து அனுப்பிவிட்டான்./ இப்படி ஒரு திட்டத்தை மனத்தில் வைத்திருந்து நான்கு பேர் முன்னிலையில் மூக்கறுப்பான் என்று நான் நினைக்கவே இல்லை.
~ *மூக்கறுப்பு*: உனக்கு இந்த மூக்கறுப்பு வேண்டியதுதான்!

மூக்கறுபடு: *அவமானப்படுதல்;* **get snubbed.** பக்கத்து வீட்டுக்காரருக்காக நியாயம் பேசப்போய் மூக்கறுபட்டேன்./ அவன் உன்னுடன் பேசாதபோது நீ ஏன் திரும்பத் திரும்பப் போய்ப் பேசி மூக்கறுபடுகிறாய்?

மூக்கால் அழு 1: *குறைகூறிப் புலம்புதல்; குறைபட்டுக்*

கொள்ளுதல்; whine. சம்பளத்தில்தான் ஐம்பது ரூபாய் கூட்டிக்கொடுத்துவிட்டேனே, இன்னும் ஏன் மூக்கால் அழுகிறாய்?/ பிள்ளைகள் தன்னைக் கவனிப்பதில்லை என்று மூக்கால் அழுகிறார். **2**: *(ஒன்றைச் செய்யவோ தரவோ)* மனம் இல்லாமல் இருத்தல்; grudge; grumble. கடைக்குப் போய்ச் சாமான் வாங்கிவர ஏன் இப்படி மூக்கால் அழுகிறாய்?/ செலவு என்று வந்துவிட்டால் மூக்கால் அழுவாள்./ நானூறு பக்க நாவலை நாற்பது ரூபாய் கொடுத்து வாங்க மூக்கால் அழுகிறாயே!

மூக்கில் வியர்: *(ஒருவருக்குத் தான் விரும்புவது அல்லது தனக்கு வேண்டியிருப்பது எங்கு இருக்கிறது என்று)* எவ்வாறோ தெரியவருதல் *(மற்றவரின் அதிருப்தியைக் காட்டுவது)*; come to know (about sth. as if by intuition, said disapprovingly). கடன் கேட்டு வந்துவிட்டானா? எனக்கு நேற்றுப் பணம் வந்தது இவனுக்கு மூக்கில் வியர்த்திருக்கும்!/ இந்த ஊரில் எந்தத் திரையரங்கில் ஆபாசப் படம் காட்டினாலும் இவனுக்கு மூக்கில் வேர்த்துப்போய்ப் பார்த்துவிட்டு வந்துவிடுவான்./ எந்த வீட்டில் சண்டை நடந்தாலும் இவளுக்கு மூக்கில் வேர்த்துவிடும்.

வியர் → வேர்

மூக்கில் விரலை வை: *(தனக்கு ஏற்பட்ட)* வியப்பை வெளிப்படுத்துதல்; show amazement; be wonder-struck. வித்வான்களே மூக்கில் விரலை வைக்கும் அளவுக்குச் சிறுவன் மிருதங்கம் வாசித்தான்./ குற்றத்தைத் துப்புத் துலக்கியது எப்படி என்று அவர் விளக்கியபோது மூக்கின்மேல் #விரல் வைக்காமல் இருக்க முடியவில்லை./ அதற்குள் மூக்கின்மேல் நீங்கள் விரலை வைத்து விட்டீர்களே, இன்னும் எவ்வளவோ இருக்கிறது.

இ.வே. மூக்கின் மேல்

-ஐ உருபு இல்லாமலும்

மூக்குக்குமேல் கோபம் வா: அளவுக்கு அதிகமாகக் கோபம் வருதல்; get into a fit of anger; fly into a temper. பார்த்தால் சாது போல் இருக்கிறாள் என்று எண்ணாதீர் கள், அவளுக்கு மூக்குக்குமேல் கோபம் வரும்./ உண்மை யைச் சொன்னால் உனக்கு #மூக்குமேல் கோபம் வருகிறது.

-கு உருபு இல்லாமலும்

மூக்கு நுனியில் கோபம்: எந்த நேரத்திலும் வெளிப் படத் தயாரான கோபம்; quick temper. மூக்கு நுனியில் கோபத்தை வைத்துக்கொண்டு இவள் எப்படிக் கூட்டுக் குடும்பத்தில் வாழப்போகிறாளோ தெரியவில்லை./ மூக்கு நுனியில் இருந்த கோபம் அவளைக் கண்டதும் போன இடம் தெரியவில்லை.

மூக்குப்பிடிக்க *(பொ.பெ.): வயிறு நிரம்ப (உட்கொள்ளு தல்);* (eat or drink) one's fill. *கல்யாண வீட்டில் மூக்குப் பிடிக்கச் சாப்பிட்டுவிட்டதால் தூக்கம் வருகிறது./ சாராயத்தை மூக்குப்பிடிக்கக் குடித்துவிட்டு வந்து கலாட்டாசெய்கிறான்.*

மூக்கும் முழியுமாக: *முகலட்சணத்துடன்; அழகாக;* with good, round features; good-looking. *உனக்குப் பார்த்திருக்கும் பெண் மூக்கும் முழியுமாக இருக்கிறாள்./ குழந்தை மூக்கும் முழியுமாக எப்படி இருக்கிறது, பார்!*

மூக்குமுட்ட **1:** *காண்க: மூக்குப்பிடிக்க.* **2:** *(வ.வ.) அளவுக்கு அதிகமாக;* brimming over (with sth.). *ஆசை மட்டும் மூக்குமுட்ட இருக்கிறது!*

மூக்கை உடை: *(ஒன்றைச் சொல்லி அல்லது செய்து) மதிப்பைக் கெடுத்தல்; மட்டம்தட்டுதல்;* shame (s.o.); **put s.o.'s nose out of joint**. *'அப்பா இல்லை என்று பொய் சொல்லச் சொன்னது நீதானே' என்று கூறி மூக்கை உடைத்தான் என் பையன்./ அவர் மூக்கை உடைக்கிற மாதிரி இரண்டு கேள்வி வைத்திருக்கிறேன்.*

மூக்கைச் சிந்து: *(ஒன்றை நினைத்த அல்லது சொன்ன மாத்திரத்தில்) கண்ணீர் விடுதல்; சிணுங்குதல்;* be easily provoked into crying; be snivelling. *அம்மா ஏதோ சொல்லி விட்டாள் என்று மூக்கைச் சிந்திக்கொண்டு வந்து நிற்கிறாள் என் மகள்./ உன் அப்பாவைக் குறைசொல்லி விட்டேனே என்று மூக்கைச் சிந்த ஆரம்பித்துவிடாதே!/ எடுத்ததற்கெல்லாம் மூக்கை உறிஞ்சாதே!* மா.வ. மூக்கை உறிஞ்சு

மூக்கைத் துளை: *(வாசனை, நாற்றம்) பலமாக மூக்கைத் தாக்குதல்;* (of fragrance or flavour) excite the sense of smell; (of bad smell) stink to high heaven. *வெங்காய சாம்பார் மணம் மூக்கைத் துளைத்தது./ சாக்கடை நாற்றம் மூக்கைத் துளைக்கிறது, கதவைச் சாத்து.*

மூக்கை நுழை*: *(தனக்குத் தொடர்பு இல்லாத ஒன்றில்) தலையிடுதல் (அவ்வாறு செய்வது கண்ணியமானது அல்ல என்பது குறிப்பு);* interfere or get involved (in someone else's business); **poke one's nose** (into sth.). *பக்கத்து வீட்டுச் சண்டையில் மூக்கை நுழைக்காதே என்று சொல்லியும் அவன் கேட்கவில்லை./ சம்பந்தம் இல்லாத விஷயத்தி லெல்லாம் மூக்கை நுழைப்பவர் என்ற பெயரைச்* * நீட்டு

சம்பாதித்துவிட்டார் என் மாமா./ எங்கள் விவகாரத்தில் உன்னை யாராவது மூக்கை நீட்டச் சொன்னார்களா?

மூச்சுக்காட்டு **1:** *(ஒருவர் ஓரிடத்தில்) இருப்பதற்கான அறிகுறியை வெளிப்படுத்துதல் (அவர் இருப்பதைக் காட்டிக்கொள்ள விரும்பாதபோது பயன்படுத்துவது);* show signs of one's presence (with negative, expressed or implied); show oneself. *கடன் வசூலிக்க வந்தவர் 'வீட்டில் யார் இருக்கிறார்கள்?' என்று உரத்த குரலில் கேட்டார், அவன் வீட்டுக்குள் இருந்தாலும் மூச்சுக்காட்டவில்லை./ தான் செய்தது தவறு என்று தெரிந்த பிறகு அவன் ஏன் மூச்சுக் காட்டுகிறான்!* **2:** *காண்க: மூச்சுவிடு[2].*

மூச்சுப்பேச்சு இல்லாமல்: *மயங்கிய நிலையில்; நினைவு இழந்த நிலையில்;* in an unconscious state. *கடுமையான காய்ச்சலால் குழந்தை மூச்சுப்பேச்சு இல்லாமல் கிடக்கிறது.*

மூச்சுவிடாமல்: *(பேசும்போது) நிறுத்தாமல் அல்லது இடைவிடாமல்;* without pausing for breath. *அந்தச் சின்னக் குழந்தை மூச்சுவிடாமல் பேசுவதைப் பார்!/ ஊருக்குப் போய்வந்ததை மூச்சுவிடாமல் சொல்லிக்கொண்டே போனாள்.*

மூச்சுவிடு[1]: *ஆசுவாசப்படுத்திக்கொள்ளுதல்; நிம்மதியாக இருத்தல்;* take or have a breather. *வேலை, வேலை! மூச்சு விடக்கூட நேரம் இல்லை./ அமைச்சர் புறப்பட்டுப்போன பிறகுதான் காவல்துறை அதிகாரிகளால் மூச்சுவிட முடிந்தது.*

மூச்சுவிடு[2]: *(ஒன்றைப்பற்றி) சிறிதளவாவது தெரிவித்தல் அல்லது சொல்லுதல் (அதுவும் சொல்ல வேண்டாம் அல்லது சொல்வதில்லை என்ற சூழ்நிலையில் கூறுவது);* breathe a word (with negative, expressed or implied); make even a mention of. *நான் இந்த வீட்டை வாங்கப்போவதைப்பற்றி யாரிடமும் மூச்சுவிடாதீர்கள்!/ அலுவலகத்தில் பணத்தைக் கையாடியது யார் என்று எனக்குத் தெரியும், ஆனால் அதைப்பற்றி மூச்சுவிட்டால் நான் தொலைந்தேன்./ நேரில் சந்தித்தபோது தனக்கு வேலை கிடைத்தது குறித்து அவன் மூச்சுவிடவில்லை.*

மூச்சைப் பிடித்துக்கொண்டு: *சிரமம் பாராமல்; தொல்லைகளைத் தாக்குப்பிடித்தபடி;* putting up with inconveniences. *கூட்டம் என்று பார்த்தால் வீடு போய்ச்சேர*

முடியாது, மூச்சைப் பிடித்துக்கொண்டு பேருந்தில் ஏறிவிடு./ கடினமான வேலைதான், மூச்சைப் பிடித்துக்கொண்டு செய்து முடித்தோம்.

மூட்டை கட்டிவை **1:** *(தற்சமயத்துக்கு வேண்டாம் என்றோ எப்போதும் தேவை இல்லை என்றோ ஒன்றை) ஒதுக்கி வைத்தல்;* put sth. aside. தேர்வு நெருங்கிவிட்டது, அரட்டையடிப்பதையும் ஊர்சுற்றுவதையும் மூட்டை கட்டிவைத்து விட்டு ஒழுங்காகப் படி/ இந்த வறட்டு வேதாந்தங்களையெல்லாம் மூட்டை கட்டிவை! **2:** *(ஒன்றை) தொடர்வதில் பயன் இல்லை என்று நிறுத்திவிடுதல்;* put an end to sth.; leave off. தந்தை காலமானதும் படிப்பை மூட்டை கட்டி வைத்துவிட்டு வியாபாரத்தைக் கவனிக்க ஆரம்பித்தான்.

மூட்டைகட்டு[1]: *(சாமான்களை எடுத்துக்கொண்டு) புறப்படுதல் அல்லது வெளியேறுதல்;* prepare to leave; (pack one's bags and) leave. வண்டி இரவு எட்டு மணிக்குத்தான் என்றாலும் மதிய உணவுக்குப் பிறகு மூட்டைகட்ட ஆரம்பித்தோம்./ இன்னும் இரண்டு நாளில் நாங்கள் #மூட்டையைக் கட்டவில்லை என்றால் எல்லாவற்றையும் வெளியே எடுத்துப்போட்டுவிடுவதாக வீட்டுக்காரன் மிரட்டுகிறான்./ வந்த வேலை முடிந்துவிட்டது என்றால் மூட்டைகட்ட வேண்டியதுதான். # -ஐ உருபுடன்

மூட்டைகட்டு[2]: *(மேலும் தொடர்ந்து ஒரு இடத்தில் இருக்க முடியாமல்) விலகிவிடுதல்; (பணியிலிருந்து ஒருவரை) நீக்குதல்;* quit; send s.o. packing. அவர் அலுவலகத்தில் பணம் கையாடியது தெரிந்துவிட்டது, இனிமேல் அவர் மூட்டைகட்ட வேண்டியதுதான்./ இந்த விளம்பர நிறுவனத்தில் நாற்பது வயதுக்குமேல் இருக்க முடியாது, அவர்கள் நம்மை மூட்டைகட்டி அனுப்புவதற்குமுன் நாமே போய் விடுவது நல்லது.

மூட்டைமுடிச்சு: *பயணப்பொருள்; ஒருவருடைய உடைமைகள்;* bag and baggage. பாட்டியின் மூட்டைமுடிச்சுகளை வைக்கவே வண்டியில் இடம் போதவில்லை./ வீட்டைக் காலிசெய்துவிட்டு மூட்டைமுடிச்சுடன் எங்கோ போய் விட்டார்கள்.

மூட்டைமூட்டையாக (பொ.பெ.): *நிறைய;* a lot; great deal. அவர் மூட்டைமூட்டையாகச் சம்பாதித்தாலும் கிழிந்த சட்டையைத்தான் போட்டுக்கொண்டிருப்பார்.

மூட்டையை அவிழ்: *(ஒருவரைப்பற்றிய மோசமான) செய்திகளைச் சொல்லுதல்;* tell all (unpleasant things) about (s.o.). *நீ பெரிய யோக்கியனா? உன் மூட்டையை அவிழ்த்துவிடவா?/ அவளைப்பற்றி அவர் தன் இஷ்டம் போல் மூட்டையை அவிழ்த்துவிட்டுக்கொண்டிருந்தார்.*

மூடிமறை: *(நடந்து முடிந்துவிட்ட ஒன்று) வெளிப் படாதவாறு செய்தல்; வெளியே வராதபடி அமுக்குதல்;* cover up. *கொலையை மூடிமறைக்க முயற்சிசெய்கிறார்கள்./ எவ்வளவு மூடிமறைத்தாலும் உண்மை ஒரு நாள் தெரியாமலா போகும்?/ ஊழல் சம்பந்தமாக இதுவரை கிடைத்த தகவல்களை மூடிமறைத்துக் குற்றவாளிகளைத் தப்பிக்கவைக்கும் சதி அம்பலமாயிற்று.*

மூடுமந்திரம்: *(தேவை இல்லாமல் காக்கப்படுகிற) ரகசியம்;* secrecy (usually purposeless); secret. *அவர் வெளிநாடு போவதுபற்றி வெளியே தெரிந்தால் என்ன, எதற்காக இந்த மூடுமந்திரங்களெல்லாம்?/ யார் அமைச்சராகப் போகிறார் என்பது மூடுமந்திரமாகவே இருக்கிறது./ போராட்ட வீரர் எப்போது விடுதலை செய்யப்படுவார் என்பதை மூடுமந்திர மாகவே வைத்துக்கொண்டிருக்கிறது அரசு.*

மூலைமுடுக்கு **1:** *(விரலும் நுழைய முடியாத அளவில் இருக்கும்) சிறு இடைவெளி;* narrow gap. *குழந்தை போட்டிருந்த மோதிரம் எங்காவது மூலைமுடுக்கில் விழுந்திருக்கலாம், தேடிப் பார்.* **2:** *எளிதில் சென்றடைய முடியாத இடம்;* remote corner (of a country, etc.). *நாட்டின் எந்த மூலைமுடுக்கிற்கு வேண்டுமானாலும் போய்ப் பாருங்கள், இந்தப் பத்திரிகை கிடைக்கும்!*

மூலையில் உட்காரவை: *(ஒருவரை) செயல்படாதவாறு இருக்கச்செய்தல்; (எதிலும்) பங்குபெற விடாமல் ஒதுக்கு தல்;* relegate (s.o.). *எங்கள் அலுவலகத்தில் பத்து வருடம் சர்வாதிகாரி போல் இருந்த மேலதிகாரியை இப்போது மூலையில் உட்காரவைத்துவிட்டார்கள்./ வயதான பிறகு வீட்டில் அதிகாரம்செய்வதைக் குறைத்துக்கொள்ள வேண்டும், இல்லையென்றால் பிள்ளைகள் நம்மை மூலையில் உட்காரவைத்துவிடுவார்கள்.*

மூளைச்சலவை: ***சுயமாகச் சிந்திக்க விடாதபடி ஒன்றைத் திரும்பத்திரும்பச் சொல்லி ஏற்கவைப்பது; மூளையை மழுங்கடிப்பது;*** brainwashing. *இந்த நிறுவனம் தனது தயாரிப்புகளே தரம் வாய்ந்தவை என்று தொடர்ந்து*

விளம்பரம்செய்கிறது அல்லவா, அதற்குப் பெயர்தான் மூளைச்சலவை!/ நீ அவருடன் இரண்டு மணி நேரம் பேசினால் போதும், உன்னை மூளைச்சலவைசெய்து அனுப்பிவிடுவார்.

மூளையைக் கசக்கு: *(ஒரு விஷயத்தைப்பற்றி)* மிகத் தீவிரமாகச் சிந்தித்தல்; think hard; **rack one's brains**. இவ்வாறு நடந்ததற்குக் காரணம் எதுவாக இருக்கும் என்று எவ்வளவோ மூளையைக் கசக்கியும் பயன் இல்லை./ நீண்ட நேரம் மூளையைக் கசக்கிக்கொண்டதில் ஒரு வழி தெரிந்தது.

மூன்றாம்* பேருக்குத் தெரியாமல்: *(சம்பந்தப்பட்ட வரைத் தவிர)* வேறு யாருக்கும் தெரியாமல்; without anyone else knowing. கடன் வாங்கினால் மூன்றாம் பேருக்குத் தெரியாமல் வாங்கு, அதே போல் திருப்பிக் கொடுத்துவிடு!/ இந்த விஷயம் இரண்டாம் பேருக்குத் தெரியக் கூடாது.

* இரண்டாம் இ.வே. தெரியக் கூடாது

மூன்றாம் மனுஷன்: *(ஒரு விஷயத்தில்)* நேரடியாகச் சம்பந்தப்படாத நபர்; disinterested person; third party. நான் மூன்றாம் மனுஷன், கூச்சப்படாமல் சங்கதியைப் பட்டென்று கேட்டுவிட முடியும்./ உன் குடும்பப் பிரச்சினையை ஏன் மூன்றாம் மனுஷனிடம் போய்ச் சொல்கிறாய்?

(கழுத்தில்) மூன்று முடிச்சுப் போடு: *(தாலி கட்டி)* திருமணம்செய்துகொள்ளுதல்; marry (a woman according to tradition). முதலில் அவளுக்கு மூன்று முடிச்சுப் போடு, பிறகு எங்கு வேண்டுமானாலும் அழைத்துக்கொண்டு போ./ யாரும் அவனைக் கட்டாயப்படுத்தவில்லை, விரும்பித்தான் அத்தை மகளின் கழுத்தில் மூன்று முடிச்சுப் போட்டான்.

(கழுத்தில்) மூன்று முடிச்சு விழு: *(தாலி கட்டி)* திருமணமாதல்; (of a woman) get married (according to tradition) . என் பெண்ணுக்கு மூன்று முடிச்சு விழுந்த பிறகுதான் எனக்கு நிம்மதி!/ கழுத்தில் மூன்று முடிச்சு விழுந்துவிட்டால் நம் பெண் இன்னொரு வீட்டுப் பெண்ணாகிவிடுகிறாள்.

மெல்லவும் முடியாமல் விழுங்கவும்* முடியாமல்: *(இக்கட்டான நிலையை)* எவ்வாறு எதிர்கொள்வது என்று

* துப்பவும் இ.வே. முடிய

தெரியாமல்; (இக்கட்டான நிலையில்) சமாளிக்க முடியா மல்; not know what attitude one should take; in a predicament. *கல்லூரி நிறுவனரை எதிர்த்து ஆசிரியர்கள் போராட்டம் நடத்துகிறார்கள், முதல்வர் நடுவில் அகப் பட்டுக்கொண்டு மெல்லவும் முடியாமல் விழுங்கவும் முடியாமல் நிற்கிறார்./ என் மகனைப்பற்றி அவர் சொல்வது அனைத்தும் உண்மை, என்ன செய்வது, மெல்லவும் முடியவில்லை, விழுங்கவும் முடியவில்லை.* வில்லை

மென்று விழுங்கு: (சொல்லவந்த ஒன்றை) முழுவதும் **சொல்லாமல் நிறுத்துதல்; தயங்குதல்;** mumble. *ஏன் மென்று விழுங்குகிறாய்? ஏதாவது விவகாரத்தில் மாட்டிக் கொண்டாயா?/ அவர் யார் என்று உடனே நினைவுக்கு வரவில்லை, 'வாருங்கள், உங்களைப் பார்த்து நாளாகி விட்டது' என்றேன் மென்று விழுங்கிக்கொண்டே.*

மென்னியைப் பிடி: (கடன் கொடுத்தவர்கள் அல்லது மிகுந்த வேலை முதலியவை ஒருவரை) **திணறவைத்தல்;** bring pressure on (s.o.); **put the squeeze on**; (of work) make great demands on. *கடன்காரர்கள் மென்னியைப் பிடிக்கிறார் கள், அவருக்கு என்ன செய்வது என்று தெரியவில்லை./ ஒரு வாரமாக மென்னியைப் பிடிக்கிற வேலை./ திருமணச் செலவு மென்னியைப் பிடிக்கிறது.*

மேல்மூச்சு கீழ்மூச்சு வாங்கு: (விரைவாக ஓடுவது, நடப்பது போன்ற செயல்களாலோ உடல்நலக் குறை வாலோ) மூச்சு இரைத்தல்; gasp for breath. *வேகமாக ஓடிவந்ததால் அந்தப் பையனுக்கு மேல்மூச்சு கீழ்மூச்சு வாங்கிற்று./ மாடிப்படி ஏறுவதற்கே மேல்மூச்சு கீழ்மூச்சு வாங்குகிறதே, நீ எப்படி மலைக் கோயிலுக்குப் போகப் போகிறாய்?/ பாட்டிக்கு ஆஸ்துமா தொல்லை காரண மாகச் சிறிது நடந்தால்கூட மேல்மூச்சு கீழ்மூச்சு வாங்கும்.*

மேலெழுந்தவாரியாக: (ஒன்றினுடைய அனைத்து அம்சங்களையும்) **ஊன்றிக் கவனிக்காமல்;** *மேலோட்டமாக;* cursorily. *கதையை மேலெழுந்தவாரியாகப் படித்துவிட்டுக் குறைசொல்லாதே./ இது மேலெழுந்தவாரியான கூற்று அல்ல.* இ.வே. மேலெழுந்த வாரியான

மேலே விழு (வ.வ.): (ஒருவர்மேல்) கோபத்தைக் காட்டுதல்; கோபத்தால் சீறுதல்; snap at (s.o.); **jump down s.o.'s throat**. *'என் வண்டியை யார் எடுத்து ஓட்டியது?' 'மேலே விழாதே, அதை நான் ஏன் எடுக்கிறேன்!'* மா.வ. (மேலே) விழுந்து பிடுங்கு

மேலே விழுந்து: *அளவுக்கு அதிகமாக அன்பை வெளிப்படுத்தி; மிக விரும்பி;* showing excessive eagerness; falling over oneself (to do sth.). அந்த வீட்டில் எல்லாருமே மேலே விழுந்து உபசரிப்பார்கள்./ இந்த வீட்டை 'நான் வாங்கிக் கொள்கிறேன், நான் வாங்கிக்கொள்கிறேன்' என்று எத்தனை பேர் மேலே விழுந்து கேட்டார்கள், தெரியுமா!

மேளதாளத்துடன்: *ஆர்வம் வெளிப்பட ஆரவாரமாக;* in a rousing manner; with fanfare. அந்நிய நாட்டு முதலீட்டை மேளதாளத்துடன் வரவேற்கச் சில மாநிலங்கள் தயாராக இருக்கின்றன./ ஒரு புது வகையான குளிர்பானம் மேளதாளத்துடன் நம் நகரில் அறிமுகப்படுத்தப்பட்டது.

மேனாமினுக்கி **1:** *பகட்டான (ஆனால் தரத்தில் குறைந்த) தோற்றமுடையது;* sth. attractive in appearance (but poor in quality); sth. flashy. நடிகைகளின் வண்ணப் படங்களை அட்டையில் தாங்கி வெளிவரும் மேனாமினுக்கிப் பத்திரிகைகள்தான் மிகுதியாக விற்பனையாகின்றன. **2:** *பகட்டான ஆடை அணிந்து பேசித் திரிபவள்/ன்;* one who displays her/his physical charms. பட்டணத்துப் பெண் என்றால் மேனாமினுக்கியாகத்தான் இருப்பாள் என்று நினைத்துவிடாதே!/ அவருக்கு வயது அறுபது ஆகிவிட்டது, இன்னமும் அவர் ஒரு மேனாமினுக்கிதான்.

மைனர் விளையாட்டு: *(அளவுக்கு மீறி ஈடுபடுவதால் தீய பழக்கங்கள் என்று ஆகிவிடும்) பெண்ணின்பம், மது, சூதாட்டம் முதலிய பொழுதுபோக்குகள்;* dissolute ways; the activities of a rake. கிழவருக்கு வாலிபன் என்று நினைப்பா? இன்னும் மைனர் விளையாட்டை விட்ட பாடு இல்லையே!/ மைனர் விளையாட்டுகளில் எவ்வளவு பணத்தை என் மாமா தொலைத்திருப்பார் தெரியுமா?

மொட்டைக் கடிதம்: *(பிறரைக் குற்றம்சாட்டியோ குறை கூறியோ) கையெழுத்தும் முகவரியும் இல்லாமல் அனுப்பப்படும் கடிதம்; அநாமதேயக் கடிதம்;* anonymous letter (usually maligning s.o.). அதிகாரி லஞ்சம் வாங்குவதாக மொட்டைக் கடிதம் வந்திருக்கிறது./ அலுவலகத்திற்கு வந்த மொட்டைக் கடிதத்தில் 'விளம்பரத்தில் அறிவித்திருந்த கல்வித் தகுதிகள் இல்லாதவர்களை நீங்கள் தேர்ந்தெடுத்திருக்கிறீர்கள்' என்று எழுதப்பட்டிருந்தது.

கடிதம்→ கடிதாசி

மொட்டைத்தலைக்கும் முழங்காலுக்கும் முடிச்சுப்* போடு: *(ஒன்றுக்கொன்று சிறிதும்) சம்பந்தமில்லாத*

* முடி

வற்றை வீணாகத் தொடர்புபடுத்த முயலுதல்; make a futile attempt to connect two totally unrelated things. இதோ பார், நீ சொன்னது வேறு, அவர் சொன்னது வேறு, சும்மா மொட்டைத்தலைக்கும் முழங்காலுக்கும் முடிச்சுப் போடாதே!/ 'மேலைநாட்டு அரசியல்வாதிகளின் கருத்து களையும் காந்தியத்தையும் இணைத்துப் பேசுவது மொட்டைத்தலைக்கும் முழங்காலுக்கும் முடிபோடுவ தாகும்' என்றார்.

மொட்டையடி **1:** *(மரம், செடி முதலியவற்றில் இலை, காய் போன்றவற்றைப் பறித்து) வெறுமையாக்குதல்;* leave (a tree) barren of leaves. நாலு இலை பறித்துக்கொள்ள அனுமதித் தால் கறிவேப்பிலை மரத்தையே மொட்டையடித்து விட்டாயே./ தோட்டத்தில் ஆடுகள் நுழைந்து செடிகளை மொட்டையடித்துவிட்டன. **2:** *(பணச் செலவு ஏற்படுத்தி ஒருவரை) ஒன்றும் இல்லாமல் ஆக்குதல்; ஏழையாக்குதல்;* make one a pauper. பெண்ணுக்கு எத்தனை சீர்வரிசை செய்ய வேண்டியிருக்கிறது! இந்த வழக்கம் பெண்ணைப் பெற்ற வனை மொட்டையடித்துவிடுகிறது./ எவன் ஏமாறுவான், எவனை மொட்டையடிக்கலாம் என்று அலைகிற ஆசாமி இவன்!

மொட்டையடித்துக்கொள்*: *(உடமையெல்லாம் இழந்து) ஆண்டியாகும் நிலைக்கு வருதல்;* become pauper. இப்படி வருவார் போவாருக்கெல்லாம் ஆக்கிப்போட்டுக்கொண் டிருந்தால் நாம் மொட்டையடித்துக்கொள்ள வேண்டியது தான்!

* -போட்டுக்கொள்

மோட்டுவளையைப் பார்த்துக்கொண்டு: *(எதிலும் ஈடுபாடு காட்டாமல்) வெறித்துப் பார்த்தபடி;* with a vacant stare. மாமா ஊரிலிருந்து வந்திருக்கிறார், அவரிடம் இரண்டு வார்த்தைகூடப் பேசாமல் மோட்டுவளையைப் பார்த்துக்கொண்டு உட்கார்ந்திருக்கிறீர்களே.

மோதிரக் கையால் குட்டுப்படு: *தகுதியானவரின் கண்டிப்புக்கு உள்ளாதல் (அந்தச் செயலால் தனக்குப் பெருமைதான் என்ற குறிப்பில் கூறுவது);* be chastened by a worthy person. பிரபலத் திரைப்பட இயக்குநர் என்னைப் பல முறை திட்டி நடிக்க வைத்திருக்கிறார் என்றால் நான் மோதிரக் கையால் குட்டுப்பட்டிருக்கிறேன் என்பது சரிதானே!/ நீங்கள் என்ன சொன்னாலும் கேட்டுக்கொள் கிறேன், மோதிரக் கையால் குட்டுப்படக் கொடுத்து வைத்திருக்க வேண்டுமே!

யாரிடம் சொல்லி அழ: யாரிடம் முறையிட்டாலும் குறை தீர்க்கப்படப்போவதில்லை என்ற வெறுப்பான மனநிலையில் ஒருவர் பயன்படுத்தும் தொடர்; an expression of despair by s.o. implying that there is no hope for redressal. குடிக்கத் தண்ணீர் இல்லாமல் மக்கள் படும் அவஸ்தையை யாரிடம் சொல்லி அழ?/ இந்தத் தொலைபேசி பாதி நாள் வேலை செய்வதில்லை, வேலைசெய்கிற நாட்களில் கரகரவென்று இரைச்சல், இதையெல்லாம் யாரிடம் சொல்லி அழுவது? — இ.வே. அழுவது

யானை விலை (குதிரை விலை): (மிகமிக அதிகம் என்பதால்) அநியாய விலை; exhorbitant price. ஒவ்வொரு பொருளுக்கும் கடைக்காரர் யானை விலை சொல்கிறாரே!/ இந்தக் காலத்தில் யானை விலை குதிரை விலை கொடுத்து அல்லவா சிமிண்டு வாங்க வேண்டியிருக்கிறது!/ யானை விலை கொடுத்து இந்தப் பழைய சைக்கிளையா வாங்கினாய்!

ரத்தினச் சுருக்கமாக: குறைந்த சொற்களில் நேர்த்தியாக; succinctly. நாங்கள் கேட்ட கேள்விகளுக்கு அவன் ரத்தினச் சுருக்கமாகப் பதில் சொன்னான்./ 'நோயற்ற வாழ்வே குறைவற்ற செல்வம்' என்பது எவ்வளவு ரத்தினச் சுருக்கமான வாசகம்! — இ.வே. சுருக்கமான

ராமாயணம் படி: (ஒரு செய்தியை) அலுத்துப்போகும் அளவுக்கு நீட்டிச் சொல்லுதல்; be long-winded (while delivering a message). சீக்கிரமாகச் சொல், ராமாயணம் படிக்காதே, கேட்க எனக்கு நேரம் இல்லை.

ராஜ உபசாரம்*: (ஒருவருக்குத் தரப்படும்) மிகுந்த கவனிப்பும் வரவேற்பும்; royal welcome. பணக்காரர்கள் என்றால் ராஜ உபசாரம்தான், ஏழையை யார் கவனிக்கிறார்கள்? — * மரியாதை

ராஜ வைத்தியம் (அ.வ.): அதிகப் பணம் செலவிட்டு மிகுந்த கவனிப்புடன் செய்யப்படும் மருத்துவம்; expensive medical treatment. மருத்துவமனையில் சேர்க்கப்பட்ட தாத்தாவிற்கு ராஜ வைத்தியம் நடக்கிறது./ இந்தச் சின்ன உபாதைக்கு இவ்வளவு செலவா? இந்த ராஜ வைத்தியம் நமக்குக் கட்டாது.

ருசி கண்ட பூனை: (முறையற்ற வழியில் சென்று) சுகம் அல்லது ஆதாயம் அனுபவித்த நபர் (அதை இழப்பதற்கு மனம் இல்லாதவர் அல்லது மீண்டும் நாடுபவர் என்பது குறிப்பு); one who has tasted power, influence, money, etc. அவர் ருசி கண்ட பூனை ஆயிற்றே! அதனால்தான் பதவியிலிருந்து விலக மாட்டேன் என்கிறார்./ ஏற்கெனவே ஒரு பெண்ணிடம் தவறாக நடந்துகொண்டவன், எச்சரிக்கையாக இரு! ருசி கண்ட பூனை அவன்!/ பண விஷயத்தில் அவன் ருசி கண்ட பூனை!

— லட்சணமாக: (குறிப்பிட்ட ஒருவராக) அவருக்குரிய நிலையை அல்லது தகுதியைக் கவனத்தில் கொண்டு; as befits s.o. சின்னப் பையனாக லட்சணமாக இருக்காமல் பெரியவர்களுக்கே புத்திசொல்ல வந்துவிட்டாயா?/ தோட்டக்காரனாய் லட்சணமாய் இருந்து செடிகளைக் கவனி, அது போதும்.

லட்டு மாதிரி (பொ.பெ.): **1**: சுலபமாக (ஒரு முழுத் தொகை); முழுமையாக; easily (a neat round sum). நான் சொல்வது போல் செய்தால் உனக்கு லட்டு மாதிரி இரண்டாயிரம் ரூபாய் கிடைக்கும். **2**: பார்ப்பதற்கு எடுப்பாக; with well defined features; handsome. பெண் லட்டு மாதிரி அழகாக இருக்கிறாள்.

லாட்டரி அடி (பொ.பெ.): (அடிப்படைத் தேவைகளுக்கே) மிகவும் திண்டாடுதல்; struggle abjectly (even for one's basic needs). கிடைப்பதையெல்லாம் செலவழித்துக்கொண்டிருந் தால் சாப்பாட்டுக்குக்கூட லாட்டரி அடிக்க வேண்டியது தான்./ ஒரு காலத்தில் ஐந்து ரூபாய்க்கு லாட்டரி அடித்துக் கொண்டிருந்தான், இப்போது அவன் லட்சாதிபதி.

வக்காலத்து வாங்கு: ஒருவர் மற்றொருவருக்காகப் பரிந்துகொண்டு வருதல் (அப்படிச் செய்வது சரியான தாகக் கருதப்படாதபோது கூறுவது); speak in support of s.o. (when it is not considered proper to do so); **hold a brief for**. அவனுக்கு நீ என்ன வக்காலத்து வாங்குகிறாய்?/ அவர் பத்திரிகையாளர்களைப் பார்த்து 'நீங்கள் திரைப்படத் துறையினருக்கு வக்காலத்து வாங்க வேண்டாம்' என்றார்.

வகைதொகை: எதை எப்படிச் செய்ய வேண்டும் என்னும் ஒழுங்குமுறை; sense of discrimination. பணத்தை வகை தொகையாகச் செலவழிக்கத் தெரிந்தவள்./ அந்த அதிகாரி வகைதொகை இல்லாமல் பேசிவிட்டு வசமாக மாட்டிக் கொண்டார்.

வட்டியும் முதலுமாக: (முன்பு நடந்ததற்கு அல்லது செய்ததற்கு) அதிக அளவில் ஈடுசெய்வது போல்; பல

மா.வ. வட்டியும் வாசியுமாக

மடங்கு அதிகமாக; to a greater extent than expected; **with a vengeance**. அவர்கள் எனக்குச் செய்த கொடுமைக்கெல்லாம் வட்டியும் முதலுமாக அனுபவித்துவிட்டுத்தான் போவார்கள்./ நிர்வாகத்தின் அலட்சியப் போக்கிற்குத் தொழிலாளர்கள் வட்டியும் வாசியுமாக தந்ததுதான் இந்த வேலை நிறுத்தமும் போராட்டமும்./ முதல்முறை இந்த அணியுடன் ஆடித் தோற்றுப்போனதற்கு வட்டியும் முதலுமாக நான்கு கோல் போட்டு இந்த முறை வெற்றி பெற்றோம்.

வடிகட்டின: *அப்பட்டமான அல்லது கலப்பற்ற (பொய் முதலியவை); மிக மோசமான;* downright. இது வடிகட்டின பொய்./ அவன் ஒரு வடிகட்டின முட்டாள் மட்டும் அல்ல வடிகட்டின கஞ்சனும்கூட!

வடித்துக்கொட்டு: *சமைத்துப்போடுதல் (ஒருவர்மீது எரிச்சலடைந்து அல்லது சமைப்பதிலேயே பெரும்பொழுதைக் கழிக்க வேண்டியிருப்பதால் சலிப்படைந்து கூறுவது);* (said in disgust) drudge at cooking (for s.o.). உங்கள் ஊர்ப் பையனைச் சீக்கிரம் ஒரு அறை பார்த்துக்கொண்டு போகச் சொல்லுங்கள், என்னால் இனிமேல் அவனுக்கு வடித்துக் கொட்ட முடியாது./ வீட்டில் இருக்கும் இருபது பேருக்கும் வடித்துக்கொட்டியே என் வாழ்நாளெல்லாம் போகிறது.

வண்டி ஓடு 1: *(அன்றாடக் காரியங்கள் தடைபடாத அளவில்) பிழைப்பு நடத்தல்;* carry on (in spite of difficulties). வேலை இல்லாமல் ஒரு வருஷம் கஷ்டப்பட்டான், இப்போது ஒரு பெட்டிக்கடையில் வேலைபார்க்கிறான், ஏதோ வண்டி ஓடுகிறது. **2:** *(உடல் நலத்துடன்) வாழ்நாள் கழிதல்; உயிர் வாழ்தல்;* continue living. உடம்பு என்ன கல்லா, இரும்பா? எத்தனை காலத்துக்கு இப்படியே வண்டி ஓடும் என்று பார்க்கலாம்.

வண்டியை ஓட்டு 1: *(அன்றாடக் காரியங்கள் தடைபடாத அளவில்) பிழைப்பை நடத்துதல்;* maintain oneself; subsist. சம்பளம் குறைவுதான், என்ன செய்வது, அதைக்கொண்டு தான் வண்டியை ஓட்ட வேண்டும். **2:** *வாழ்நாளைக் கழித்தல்;* keep alive; sustain oneself. அவருக்கு இருதய நோய் மட்டுமல்ல நீரிழிவும் உண்டு, மருந்து மாத்திரைகளில்தான் வண்டியை ஓட்டிக்கொண்டிருக்கிறார்.

வண்டிவண்டியாக (பொ.பெ.): *அளவில்லாமல்; ஏராளமாக;* in plenty; a lot. எங்கள் தோட்டத்திலுள்ள மாமரங்கள் வண்டிவண்டியாகக் காய்க்கின்றன./ அவன் வண்டி

வண்டியாகப் பொய் சொல்கிறான்./ திரைப்படங்களில் வண்டிவண்டியாக வன்முறைக் காட்சிகள்.

வத்தலும்தொத்தலுமாக (பொ.பெ.): உடல் வற்றி மெலிந்து; mere skin and bone; skinny. மாட்டை வத்தலும் தொத்தலுமாக வைத்திருக்கிறாயே, நன்றாகத் தீனி போடு!/ வத்தலும்தொத்தலுமாக நாலைந்து சிறுவர்கள்.

வத்திவை (பொ.பெ.): (சுமுக உறவைக் கெடுக்கும் வகையில்) கோள்சொல்லுதல்; சண்டைமூட்டுதல்; tell on s.o. (so as to create misunderstanding or start a quarrel). நண்பர்களுக்குள் யார் வத்திவைத்தது?/ முதலாளியின் உறவுக்காரப் பையனிடம் கவனமாய்ப் பேசு, முதலாளியிடம் வத்தி வைத்துவிடுவான்!

வம்புக்கு இழு **1:** வீண் சர்ச்சைக்கு உள்ளாக்குதல்; draw s.o. into a controversy. புதிய விமானநிலையத்துக்கு மறைந்த தலைவரின் பெயரை வைக்க வேண்டும் என்றும் வைக்கக் கூடாது என்றும் அறிக்கைகள் விட்டு அவர் பெயரை வம்புக்கு இழுக்கிறார்கள். **2:** (ஒருவரைத் தன் போக்கில் இருக்க விடாமல்) சீண்டுதல்; tease. அவன் அமைதியாக உட்கார்ந்து படித்துக்கொண்டிருக்கிறான், அவனை ஏன் வம்புக்கு இழுக்கிறாய்?

வம்புதும்பு (பொ.பெ.): வீண் தொல்லை; தேவையற்ற சண்டை; trouble (one can do without). எப்படியாவது வம்புதும்பு இல்லாமல் காரியத்தை முடித்துவிட வேண்டும்./ அவனிடம் வம்புதும்புக்குப் போகக் கூடாது என்று அம்மா பல முறை என்னை எச்சரித்திருக்கிறாள்.

வம்பை விலைகொடுத்து வாங்கு: பிரச்சினையைத் தேவை இல்லாமல் உருவாக்கிக்கொள்ளுதல்; வீணாகத் தொல்லையை வரவழைத்துக்கொள்ளுதல்; invite trouble. இந்தச் செய்தியை நம் பத்திரிகையில் போட்டு வம்பை விலைகொடுத்து வாங்க வேண்டுமா?/ மருத்துவரைக் கேட்காமல் கண்ட மருந்துகளையும் கண்ணில் போட்டுக் கொண்டு வம்பை விலைக்கு வாங்காதே! மா.வ. வம்பை விலைக்கு வாங்கு

வயதுக்குவா: (பெண்) பருவமடைதல்; (of a girl) attain puberty; come of age. முதல் பெண்ணுக்கே இன்னும் திருமணம் ஆகவில்லை, அதற்குள் நாலாவது பெண்ணும் வயதுக்குவந்துவிட்டாள்.

வயிற்றில் ஈரத்துணியைப் போட்டுக்கொள்*: (வேறு வழி இல்லாமல்) பசியை அடக்கிக்கொண்டு பட்டினி கிடத்தல் (இவ்வாறு இருக்க நேரிடும் என்று எச்சரிக்கும் முறையில் கூறுவது); suffer starvation. வேறு வேலை வாங்கித் தருவதாக யாரோ சொன்னார்கள் என்று இருக்கிற வேலையை விட்டுவிடாதே, பிறகு வயிற்றில் ஈரத்துணியைப் போட்டுக்கொள்ள வேண்டியதுதான்./ சம்பளம் முழுவதையும் வட்டியாகக் கட்டிவிட்டு #ஈரத்துணியை வயிற்றில் கட்டிக்கொள்ளச் சொல்கிறாயா?

* கட்டிக்கொள்/ சுற்றிக்கொள்

சொற்களின் இடம் மாற்றம்

(அடி)வயிற்றில்* நெருப்பைக் கட்டிக்கொள்: (என்ன நேருமோ என்ற) தவிப்புடன் இருத்தல்; (மோசமாக நடந்துவிடக் கூடாதே என்ற) கவலையுடனும் பதற்றத் துடனும் இருத்தல்; be filled with great anxiety. ஊரில் கலவரம் என்று கேள்விப்பட்டதும் கணவனும் குழந்தை களும் வீடு திரும்பும்வரை வயிற்றில் நெருப்பைக் கட்டிக் கொண்டிருந்தாள்./ நம் உயிருக்கும் உடைமைக்கும் எப்போது ஆபத்து வருமோ என்று அடிமடியில் நெருப்பைக் கட்டிக் கொண்டு வாழ வேண்டியிருக்கிறது./ பெரும் தொகையை வங்கியில் அலுவலகப் பணியாளர் கட்டிவிட்டு வரும்வரை வயிற்றில் நெருப்பைக் கட்டிக்கொண்டுதான் இருந்தேன்.

* மடியில்

வயிற்றில் பாலை வார்: (மோசமாக நடந்துவிடும் என்று எதிர்பார்த்தது நல்லபடியாக முடிந்து) பதற்றத்தைத் தணித்து மனத்திற்கு இதம் தருதல்; relieve anxiety; soothe an agitated mind. குழந்தையின் உடல்நிலை கவலைக்கிடமாக இல்லை என்று மருத்துவர் கூறியதும் 'என் வயிற்றில் பாலை வார்த்தீர்கள்' என்றாள் அம்மா./ இந்த வரவு செலவுத் திட்டத்தில் அத்தியாவசியப் பண்டங்களுக்கு வரி விதிக்கப்படாதது மக்களுக்கு வயிற்றில் பாலை வார்த்தது போல் இருக்கிறது.

வயிற்றில் புழுபூச்சி (பொ.பெ.): கருத்தரிப்பு அல்லது குழந்தைப் பேறு (இது விரைவில் வாய்த்துவிட வேண்டும் என்ற குறிப்பில் கூறுவது); conceiving a child (in time). திருமணமாகி நான்கு வருடம் ஆகியும் தன் வயிற்றில் புழுபூச்சி உண்டாகவில்லையே என்பதுதான் அவளின் பெரிய மனக்குறை./ 'உனக்குக் கல்யாணமாகி உன் வயிற்றில் ஒரு புழுபூச்சியைப் பார்த்துவிட்டுத்தான் காசிக்குப் போவேன்' என்றாள் பாட்டி.

(அடி)வயிற்றில் புளியைக் கரை: (மோசமானது நடக்கும் என்பதால் ஒருவருக்கு) மனத்தில் பீதி உண்டாதல்;

(மோசமானதைச் சொல்லி) மனத்தில் பீதியை உண்டாக்குதல்; feel fear in the pit of one's stomach (apprehending sth. bad); make one fearful. பையனைக் கைதுசெய்திருக்கிறார்களாம், எனக்கு வயிற்றில் புளியைக் கரைக்கிறது./ அவருடைய கொடுவாள் மீசையைக் கண்டாலே குழந்தைகளாகிய எங்களுக்கு வயிற்றில் புளியைக் கரைக்கும்./ நான் ஏற்கனவே கலங்கிப்போயிருக்கிறேன், நீ கண்டதையும் சொல்லி என் வயிற்றில் புளியைக் கரைக்காதே!

வயிற்றில் மண்ணை (அள்ளி) போடு: பிழைப்பிற்கான வழியைக் கெடுத்தல்; ruin one's livelihood. நெசவாளர்கள் 'நூல் விலையை ஏற்றி எங்கள் வயிற்றில் மண்ணை அள்ளிப் போடாதே' எனக் கோஷமிட்டனர்./ அடுத்த ஊரிலிருந்து வந்தவர்கள் குறைந்த கூலிக்கு வேலைசெய்து நம் வயிற்றில் மண்ணடிக்கிறார்கள். [மா.வ. வயிற்றில் மண்ணடி]

வயிற்றில் மணியடி: (கேலியாக) (சரியாகக் குறிப்பிட்ட நேரத்தில்) பசியெடுத்தல்; (jocularly) feel hungry (at the habitual hour). மணி ஒன்பது ஆகிவிட்டதா? உனக்கு வயிற்றில் மணியடித்துவிடுமே!/ இன்னும் சமையலே தொடங்கவில்லையா? உனக்குத்தான் தெரியுமே, ஏழரை மணிக்கெல்லாம் எனக்கு வயிற்றில் மணியடித்துவிடும் என்று.

வயிற்றிலடி 1: பிழைப்பைக் கெடுத்தல்; வாழ வழி இல்லாமல் செய்தல்; deprive s.o. of his livelihood; **take the bread out of s.o.'s mouth**. ஏழைகளின் வயிற்றிலடிக்க இப்படி எத்தனை பேர் கிளம்பியிருக்கிறீர்கள்?/ உழைப்பவர்களுக்கு நல்ல ஊதியம் கொடுங்கள், அவர்களை வயிற்றிலடித்துப் பணம் சேர்க்க நினைக்காதீர்கள். **2:** (வாழ்க்கை நடத்த முடியாத அளவுக்குக் கூலி முதலியவற்றை) குறைவாகத் தருதல்; pay less than subsistence wage. செய்கிற வேலைக்கு வயிற்றிலடிக்காமல் கூலி கொடுத்தால் போதும்.

வயிற்றுக் கவலை: உணவுக்கே வழி இல்லாத கஷ்டம்; சோற்றுப் பிரச்சினை; the problem of earning one's daily bread. தெருக்கூத்துக் கலைஞர்கள் வயிற்றுக் கவலையால் வேறு தொழில்செய்ய ஆரம்பித்துவிட்டனர்./ எழுத்தாளர்களுக்கு வயிற்றுக் கவலை இல்லாமல் பார்த்துக்கொள்வது ஒரு சமூகத்தின் கடமை அல்லவா?

வயிற்றுக்கு வஞ்சகம்செய்: (செலவை மிச்சப்படுத்துவதற்காகத் தன்னையே வருத்திக்கொள்வது போல்) குறை

வாகச் சாப்பிடுதல்; deny oneself of proper food (in an attempt to economize). வயிற்றுக்கு வஞ்சகம்செய்து பணம் சேர்க்காதே!/ நான் வயிற்றுக்கு ஒருபோதும் வஞ்சகம்செய்ய மாட்டேன்.

வயிற்றுக் கொடுமை: உணவுக்கு வழி இல்லாமல் படும் துன்பம்; பசித்துன்பம்; the misery of starvation. வயிற்றுக் கொடுமைதான் அவனை இந்தக் கொடும் செயலைச் செய்யத் தூண்டியிருக்க வேண்டும்./ வயிற்றுக் கொடுமை யால்தான் அந்தக் குடும்பம் தற்கொலை செய்து கொண்டது.

வயிற்றுப்பிழைப்பு*: பசியைத் தணிக்கத் தேவையான குறைந்த அளவு உணவு அல்லது அந்த உணவைப் பெறுவதற்கான வழிமுறை; one's subsistence. புல் விற்பதில் கிடைக்கும் காசு ஓரளவு அவனது வயிற்றுப்பிழைப்புக்குப் போதும்./ என்னுடைய வயிற்றுப்பாட்டைக் கவனிக்கவே எனக்கு நேரம் சரியாக இருக்கிறது./ வயிற்றுப்பிழைப்புக்கே வழி இல்லாமல் இருக்கும்போது வறட்டுக் கௌரவம் பார்த்துக்கொண்டிருக்க முடியுமா? * -பாடு

(அடி)வயிற்றைக் கலக்கு: பெரும் பீதி ஏற்படுதல் அல்லது ஏற்படுத்துதல்; feel or cause great fear. சும்மா பீடிகை போடாமல் சொல்லித்தொலையேன், எனக்கு வயிற்றைக் கலக்குகிறது./ இரவில் நடந்ததாகக் காவல் காரன் கூறிய செய்தி வயிற்றைக் கலக்கிவிட்டது.

வயிற்றைக் கழுவு: அடிப்படைத் தேவைகளை மட்டும் எவ்வாறோ நிறைவேற்றிக்கொண்டு உயிர்வாழ்தல்; (வேறு செலவுகளுக்கு வருமானம் இல்லாமல்) சிறிதளவு உணவுக்கு மட்டும் சம்பாதித்துக்கொள்ளும் நிலையில் இருத்தல்; eke out a living; provide food. நாலைந்து வீடு களில் வேலை செய்து கிடைக்கும் சொற்பப் பணத்தில் வயிற்றைக் கழுவுகிறாள்./ தினமும் கூலி வேலைசெய்துதான் #வயிறு கழுவ வேண்டிய நிலையில் இருக்கிறான்./ இந்த வருமானத்தில் ஒரு வயிற்றைக் கழுவுவதே பெரும்பாடு, இதில் எப்படி நாலு வயிற்றைக் கழுவுவது? # -ஐ உருபு இல்லாமல்

வயிற்றைக் காயப்போடு: சாப்பிடாமல் இருத்தல்; பட்டினிபோடுதல்; choose to go without food; starve. வாலிபப் பிள்ளை வயிற்றைக் காயப்போடலாமா?/ வேலை வேலை என்று வயிற்றைக் காயப்போட்டு உடம்பைக் கெடுத்துக் கொண்டார்./ பசிக்கவில்லை என்பதற்காகவா மருத்துவ

ரிடம் போகிறாய்? இரண்டு வேளை வயிற்றைக் காயப் போட்டால் சரியாகிவிடுமே.

வயிற்றை (இறுக்கி) கட்டு: சிக்கனமாக இருக்க நேரிடுதல்; பசியை அடக்குதல்; (be forced to) be frugal; (be forced to) stint on meals. மாதக் கடைசியில் வயிற்றைக் கட்டிப் பழகியவன் நான்./ கையில் காசு இல்லை, வயிற்றை இறுக்கிக் கட்ட வேண்டியதுதான்!

வயிற்றைப் பிசை: மனத்தில் அனுதாபம் மேலிடுதல்; feel distressed; feel deep sympathy. பத்து வயதுச் சிறுவன் தனக்கு வந்திருக்கும் தீர்க்க முடியாத நோயைப்பற்றிப் பேசுகிறான், கேட்டுக்கொண்டிருந்த எனக்கு வயிற்றைப் பிசைந்தது./ வேலைக்குப் போயிருக்கும் அம்மாவையும் அப்பாவையும் எதிர்பார்த்துப் பசியோடு தினமும் காத்திருக்கும் அந்தப் பையனைப் பார்க்கும்போதெல்லாம் எனக்கு வயிற்றைப் பிசையும்.

வயிறு (பற்றி) எரி 1: (நியாயமற்ற செயல்களால்) மனம் கொதித்தல்; be infuriated (by an act of injustice). மக்களின் வரிப்பணம் இப்படி வீணாவதைப் பார்க்கையில் வயிறெரி கிறது./ அவள் சொன்னது அவ்வளவும் பொய் என்று தெரிந்ததும் அவருக்கு வயிறு பற்றி எரிந்தது./ அவன் கொடுத்த தொல்லை தாளாமல் அவள் வயிறெரிந்து சாபமிட்டாள். 2: பொறாமைப்படுதல்; be consumed with envy. அடுத்தவன் உயர்வைப் பார்த்து வயிறெரிகிறான்./ நான் புதுவீடு கட்டுகிறேன் என்று தெரிந்தால் சிலருக்கு வயிறு பற்றி எரியத்தான் செய்யும்.
~ *வயிற்றெரிச்சல்*: ஏமாந்துவிட்டோமே என்ற வயிற் றெரிச்சலில் இருக்கிறான்./ நாம் தாராளமாகச் செலவு செய்வதைப் பார்த்துச் சிலருக்கு வயிற்றெரிச்சல்.

(அடி)வயிறு கலங்கு: கலக்கம் அல்லது பீதி ஏற்படுதல்; be anxious or nervous. கால் ஊனமுற்ற மகளின் எதிர் காலத்தைப்பற்றி நினைக்கும்போதெல்லாம் அவருக்கு வயிறு கலங்குகிறது./ தன் மகனைக் கைதுசெய்யத்தான் இந்தக் காவல் படை வந்திருக்கிறது என்பது தெரிந்தபோது அவளுக்கு அடிவயிறு கலங்கியது.

வயிறு காய்: உணவு கிடைக்காமல் வருந்துதல்; பட்டினி கிடத்தல்; remain without food. இரண்டு நாளாவது வயிறு காய்ந்தால்தான் அவனுக்குப் புத்தி வரும்./ வயிறு காய்ந்தா லாவது வேலை தேட வேண்டும் என்ற எண்ணம்

அவனுக்கு வருமா?/ அம்மா வந்தால்தான் சாப்பாடு கிடைக்கும், எல்லாரும் வயிறு காய்ந்து கிடக்கிறோம்.

வயிறு திற: *குழந்தைப்பேறு அடைதல்;* conceive a child. *கல்யாணமாகிப் பத்து வருடம் ஆகிவிட்டது, போகாத கோயில் இல்லை, பார்க்காத மருத்துவர் இல்லை, இன்னும் வயிறு திறக்கவில்லையே!*

வயிறு புண்ணாகு: *(அதிகமாகச் சிரித்ததன் விளைவை மிகைப்படுத்திக் கூறும் முறையில்) வயிறு நொந்துபோதல்;* (said exaggeratedly) laugh so hard that one's stomach aches; **laugh until one cries**. *அவர் பல குரலில் பேசிக்காட்டினார், சிரித்துச்சிரித்து வயிறு புண்ணாகிவிட்டது.* *மா.வ. வயிறு வெடி*

வயிறு முட்ட*: *வயிறு நிரம்ப;* (eat or drink) one's fill. *வயிறு முட்டப் பால் குடித்த பிறகும் குழந்தை ஏன் அழுகிறது?/ வயிறு புடைக்கச் சாப்பிட்டுவிட்டுத் திணறிக்கொண்டிருக் கிறான்.* * *புடைக்க*

வயிறு வளர் 1: *(தான் செய்வது இழிவானது என்றுகூடப் பார்க்காமல்) பிழைப்பை நடத்துதல்;* contrive to live (especially by adopting undignified means). *உழைக்காமல் வயிறு வளர்க்க நினைப்பவர்களும் இருக்கிறார்கள்./ திருடி வயிறு வளர்ப்பதைவிட எங்கேயாவது போய்ப் பிச்சை யெடுக்கலாம்./ காலைமுதல் மாலைவரை குப்பைத் தொட்டிகளில் கிடக்கும் பொருட்களைப் பொறுக்கி வயிறு வளர்க்கிறார்கள் இந்தச் சிறுவர்கள்.* **2:** *வயிறு நிரம்ப உண்ணுதல்;* eat well. *சிலர் தங்கள் # வயிற்றை வளர்ப் பதையே வாழ்க்கையின் குறிக்கோளாகக் கொண்டிருக் கிறார்கள்!* *# -ஐ உருபுடன்*

வரலாறு காணாத: *இதற்குமுன் இது போல் இருந்திராத; முன்பு ஒரு முறைகூட நடந்திராத;* unprecedented. *வரலாறு காணாத கூட்டம்./ வரலாறு காணாத அளவிற்கு மாற்றங் கள் ஏற்பட்டுள்ளன./ இந்தத் தேர்தலில் தேசியக் கட்சி வரலாறு காணாத தோல்வியைத் தழுவியிருக்கிறது.*

வரவர: *காலம் செல்லச்செல்ல; நாளுக்குநாள்;* as days pass. *அவனைத் திருத்த முடியும் என்ற நம்பிக்கை வரவரக் குறைந்துகொண்டே வருகிறது./ வரவர உன் தொந்தரவு பொறுக்க முடியவில்லை./ கட்சியில் அவருடைய செல் வாக்கு வரவரக் கூடிக்கொண்டே போகிறது.*

வரிந்துகட்டிக்கொண்டு: *(சண்டை, தகராறு முதலிய வற்றிற்கு அல்லது ஒன்றைச் செய்வதற்கு) தீவிரமாக; முனைப்பாக;* intent on; gearing up for. என்ன சொல்லி விட்டேன் என்று இப்போது இப்படி வரிந்துகட்டிக் கொண்டு சண்டைக்கு வருகிறாய்?/ இவர் ஏன் தன் எதிரியை வரிந்துகட்டிக்கொண்டு காப்பாற்ற முனைகிறார்?/ தேர்தலுக்குக் கட்சிகள் வரிந்துகட்டிக்கொண்டு நிற்கின்றன.

வரிந்துவரிந்து: *(எழுதும்போது) விடாமல் நிறைய;* (of writing) at length. காலையிலிருந்து வரிந்துவரிந்து என்ன எழுதிக்கொண்டிருக்கிறாய்?/ ஒவ்வொரு கடிதத்திலும் வரிந்துவரிந்து எழுத அப்படி என்ன விஷயம் இருக்கிறது?

வருகிறவன் போகிறவன்: *(தனக்கு) சம்பந்தம் இல்லாத நபர்கள்;* every Tom, Dick and Harry. அடுத்த வீட்டுக்காரர் எங்கே போயிருக்கிறார், எப்போது வருவார் என்று வருகிறவன் போகிறவனுக்கெல்லாம் நான் பதில் சொல்லிக் கொண்டிருக்க வேண்டுமா?/ நான் தேர்தலில் போட்டி யிடுகிறேன் என்பதற்காக வருவோர் போவோர் காலி லெல்லாம் விழ முடியாது. — இ.வே. வருவோர் போவோர்

வலது கரம்*: *(ஆலோசனை வழங்குதல், ரகசியம் காத்தல், சொல்வதை நம்பிக்கையாக நிறைவேற்றுதல் முதலிய வற்றில் ஒருவருக்கு) பெரும் துணையாக இருந்து உதவு பவர்;* trustworthy and dependable assistant; right-hand person. உளவு அமைப்பின் தலைவர்தான் இந்தச் சர்வாதிகாரியின் வலது கரம்./ இதோ போகிறாரே இவர்தான் நம் முன்னாள் முதலமைச்சரின் வலது கையாகச் செயல்பட்டவர். — * கை

வலது கை கொடுப்பது இடது கைக்குத் தெரியாது: *ஒருவர் செய்யும் நன்மை அவரைத் தவிர வேறு யாருக்கும் தெரியாது (ஒருவரின் அடக்கமான நடத்தையைப் பாராட்டிக் கூறப் பயன்படுத்தும் தொடர்);* an expression of appreciation for a person who is generous without publicity. இந்தத் தொழிலதிபர் வெள்ள நிவாரண நிதிக்கு ஐந்து லட்சம் கொடுத்தார் என்பது எந்தப் பத்திரிகையிலும் வந்திருக்காது, ஏனென்றால் அவர் வலது கை கொடுப்பது #இடது கைக்குக்கூடத் தெரியாது./ வலது கை கொடுப்பது இடது கைக்குத் தெரியாமல் கொடுத்தே பழக்கப்பட்டவர். — இ.வே. தெரியாமல்; # -கூட இடைச் சொல்லுடன்

(விரித்த) வலையில் விழு: *(பிறர் செய்த) ஏற்பாட்டில் அல்லது சூழ்ச்சியில் சிக்கிக்கொள்ளுதல்; (பிறரின்) கவர்ச்சியில் தன்னை இழத்தல்;* be ensnared. அந்த

அயோக்கியனின் வலையில் விழாமல் தப்பித்ததை நினைத்து நிம்மதிப் பெருமூச்சுவிட்டாள்./ அவளுடைய சிரிப்பு ஒன்றே போதுமே, இந்த ஆண்கள் அவள் வலையில் விழ!/ பணத்தையும் பதவியையும் பார்த்து மயங்கிப்போய் அவன் விரித்த வலையில் விழுந்துவிட்டாள்!

வலை விரி* **1:** *(ஒருவரை) சிக்கவைக்கத் தக்க ஏற்பாடுகள் செய்தல்;* make efforts to trap (s.o.); **spread one's net.** எங்கள் கட்சியினர் சிலருக்கு எதிர்க்கட்சி வலை விரித்திருப்பதாகத் தெரியவந்துள்ளது./ #சுங்கத் துறையினரால் விரிக்கப்பட்ட வலையில் கள்ளக் கடத்தல்காரர்கள் மாட்டிக்கொண்டு விட்டனர். **2:** *(குற்றம்செய்தவர்) தப்பிவிடாமலிருப்பதற்கான ஏற்பாடு மேற்கொள்ளுதல்;* cover a wide area (for catching criminals); **set up a drag net.** வங்கிக் கொள்ளையர்களைக் காவல் துறையினர் வலை வீசித் தேடிவருகின்றனர். **3:** *(ஒருவரை) கவரும் நடவடிக்கையில் இறங்குதல்;* entice. வங்கியில் வேலை பார்க்கிற உறவுக்காரப் பையன், அக்கா வுக்கு ஏற்ற வரன் என்று அப்பாவுக்குப் பட்டுவிட்டது, அவனுக்கு வலை வீசியிருக்கிறார்.

* வீசு

\# செயப்பாட்டு வினைவடிவம்; சொற்களின் இடம் மாற்றம்

வழிக்குக் கொண்டுவா **1:** *(ஒழுங்கற்ற முறையில் நடந்து கொள்பவரை) நெறிப்படுத்துதல்;* bring s.o. into line. சூதாடிப் பழகியவர்களை வழிக்குக் கொண்டுவருவது பெரும்பாடு தான். **2:** *(பிறரைத் தன்னுடைய முடிவுக்கு) இணங்க வைத்தல்;* bring s.o. to agree (to one's decision); bring s.o. round (to sth.). முதலில் இப்படித்தான் 'பணம் இல்லை, வயலை யும் விற்க முடியாது' என்றெல்லாம் சொல்வார், ஆனால் எப்படியும் அவரை நம் வழிக்குக் கொண்டுவந்துவிடலாம்.

வழிக்குவா **1:** *(கட்டுப்பாடு இல்லாமல் நடந்துகொள்பவர்) ஒழுங்கிற்கு வருதல்;* be made to behave. அடித்தால்தான் குழந்தைகள் வழிக்குவருவார்கள் என்று சிலர் தவறாக நம்புகிறார்கள். **2:** *(ஒருவரின் செயல், திட்டம், விருப்பம் முதலியவற்றிற்கு) வேறு வழி இல்லாமல் இணங்குதல்;* conform to another's way of thinking, etc.; fall into line with s.o. தனிமனிதனாக எத்தனை நாள் அவர் எதிர்ப்புத் தெரிவிப் பார்? எப்படியும் நம் வழிக்குவந்துதான் ஆக வேண்டும்.

வழிமேல் விழி வைத்து: *(ஒருவரை எதிர்பார்த்து கவலையுடனும் ஆர்வத்துடனும்;* (wait) anxiously and expectantly. யாரை எதிர்பார்த்து வழிமேல் விழி வைத்து நின்றுகொண்டிருக்கிறாய்?/ அவன் எப்படியும் வந்து விடுவான் என்ற நம்பிக்கையில் வழிமேல் விழி வைத்தபடி

இ.வே. விழி வைத்தபடி

காத்திருந்தாள்.

வழிவழியாக: *(சடங்கு, கலை மரபு முதலியவை)* ஒரு தலைமுறையிலிருந்து அடுத்த தலைமுறைக்கு என்று தொடர்ந்து; பரம்பரைபரம்பரையாக; for generations. திருவிழாவின்போது அம்மனுக்கு மஞ்சள் புடவை சாத்துவது என்பது எங்கள் குடும்பத்தினரால் வழிவழியாக நடத்தப்பட்டுவருகிறது./ வழிவழியே வந்த இந்தக் கூத்துக் கலை இன்று பலருடைய கவனத்தைக் கவர்ந்திருக்கிறது. இ.வே. வழிவழியே

வளைத்துக்கட்டு (வ.வ.): விரும்பி நிறையச் சாப்பிடுதல்; eat one's fill; devour. காராச்சேவைத் தொட மாட்டார், பக்கோடாவாக இருந்தால் வளைத்துக்கட்டுவார்!

வளைத்துப்போடு 1: *(நயமாக நடந்து ஒருவரைத் தன்)* வசப்படுத்துதல்; bring s.o. under one's influence. கடைக்காரர் கடன் கொடுத்து வாடிக்கையாளர்களை வளைத்துப் போட்டிருக்கிறார்./ சிரித்துப் பேசியே பலரை நண்பர்களாக வளைத்துப்போட்டுவிடுவான். **2:** *(வீடு, வயல் போன்ற சொத்துகளை)* அடுத்தடுத்து வாங்கி உடைமையாக்கிக் கொள்ளுதல்; buy up (properties). ஊரில் இருக்கும் நஞ்சை நிலத்தையெல்லாம் வளைத்துப்போட்டுவிட்டார்.

வளைந்துகொடு: *(ஒருவருக்கு விட்டுக்கொடுத்து)* இணங்கிப்போதல்; yield (to s.o.); give in; be flexible. 'பயங்கரவாதிகளுக்கு வளைந்துகொடுக்க மாட்டோம்' என்று முழங்கினார்./ மகன்மேல் உள்ள பாசம்தான் அவன் விருப்பத்திற்கு அவரை வளைந்துகொடுக்கும்படி செய்துவிட்டது./ கொள்கைக்கு மாறாக இல்லாவிட்டால் வளைந்து கொடுத்துப் போக வேண்டியதுதான்.

(வளைய)வளைய வா: *(ஓரிடத்தில்)* அங்கும் இங்கும் போய்வருதல்; *(ஓரிடத்தை)* சுற்றிச்சுற்றி வருதல்; *(ஒருவரை அல்லது ஒன்றை)* விடாமல் சுற்றி வருதல்; move about (here and there within a particular place); follow (s.o. about a place). கல்யாண மண்டபத்தில் வளையவளைய வரும் இந்தப் பெண்தான் மணமகளின் தங்கை./ வேலை எதுவும் இல்லாததால் வீட்டை வளைய வருகிறான்./ கல்யாணமான புதிதில் மனைவியை வளைய வந்து கொண்டிருப்பது இயல்புதானே!

(வெற்றி)வாகை சூடு (உ.வ.): *(ஒருவரைத் தோற்கடித்து அல்லது ஒன்றுடன் போராடி)* வெற்றி பெறுதல்; win (a contest or a battle); triumph. நடக்கவிருக்கும் உலகக் கோப்பைக் கால்பந்துப் போட்டியில் யார் வெற்றிவாகை சூடுவார்கள் என்று நினைக்கிறாய்?/ சோழர் படை வெற்றி வாகை சூடிய, வரலாற்றுச் சிறப்பு மிக்க இடம் இது./ நீ வாழ்க்கைப் போராட்டத்தில் வாகை சூட வாழ்த்துகிறேன்.

வாங்கிக்கட்டிக்கொள்: (திட்டும் தண்டனையும்) அளவுக்கு அதிகமாகவே பெறுதல்; receive a rather severe scolding or punishment; **get it hot and strong.** பொய் சொல்லி என்னிடம் நன்றாக வாங்கிக்கட்டிக்கொண்டான்./ ஆட்டத்தின்போது விளையாட்டு வீரர் நடுவருடன் முறைத்துக்கொண்டு வாங்கிக்கட்டிக்கொண்டார்.

வாசல் படியை மிதி: (ஒருவருடைய உறவை மதிப்பதற்கு அடையாளமாக அவருடைய) வீட்டுக்கு வருதல்; visit s.o.'s home (used as an affirmation of cordial relationship); **set foot in.** இனி நான் உன் வாசல் படியை மிதித்தால் என்னைப் போல் சுரணைகெட்டவன் வேறு யாரும் இல்லை./ என்னைச் சந்தேகப்படுகிறவர்கள் என் வாசலை மிதிக்கத் தேவை இல்லை./ சொத்தைப் பிரிப்பதில் ஏற்பட்ட தகராறு காரணமாகப் பத்து வருடத்திற்குமுன் பிரிந்து போன சித்தப்பா என் கல்யாணத்தின்போதுதான் எங்கள் வீட்டு வாசல் படி ஏறினார்.

மா.வ. வாசலை மிதி/(வாசல்) படி ஏறு

வாட்டசாட்டம்: நல்ல உயரமும் உயரத்துக்கு ஏற்ற பருமனும் கொண்ட தோற்றம்; கட்டுறுதி; hefty (figure); impressive build. பார்ப்பதற்கு வாட்டசாட்டமாகத்தான் இருக்கிறார்./ வாட்டசாட்டமான உடம்பு இருந்தால் ராணுவத்தில் சேர்ந்துவிடலாம் என்று நினைத்துவிடாதே!

வாய்க்கரிசி போடு (பொ.பெ.): (கட்டாயத்தால் ஒருவருக்கு இனாமாக, லஞ்சமாக) ஏதேனும் கொடுத்தல்; (be forced to) gratify s.o. (by a tip or bribe). ஆளை விட்டால் போதும் என்கிற நிலையில் அவருக்கு ஏதோ கொஞ்சம் வாய்க்கரிசி போட்டனுப்பினேன்./ நடைபாதைக் கடையிலிருந்து கிடைக்கும் சொற்ப வருமானத்திலும் யார் யாருக்கோ வாய்க்கரிசி போட வேண்டியிருக்கிறது.

(வெறும்) வாய்க்கு (மெல்ல) அவல்: வம்பு பேசுவதற்கு விஷயம்; a subject for gossip. பக்கத்து வீட்டு அம்மா வந்துவிட்டுப் போன பிறகு வெறும் வாய்க்கு அவல் கிடைத்துவிட்டது கிழவிக்கு!/ கணவனுடன் கோபித்துக் கொண்டு வந்துவிட்டதை யாரிடமும் சொல்ல வேண்டாம்,

சொன்னால் பலருடைய வாய்க்கு அவலாகப் போய்விடும்.

வாய்க்குச் சர்க்கரை போட வேண்டும்: ஒருவருடைய வாக்குப்படி நல்லது நடந்துவிடுகிறபோது அல்லது வாக்கின் உண்மையை அனுபவபூர்வமாக உணரும்போது மகிழ்ச்சி அடைந்து அவரைப் பாராட்டும் முறையில் கூறப்படும் தொடர்; an expression to congratulate s.o. whose words have happily come true. பாட்டி, உன் வாய்க்குச் சர்க்கரை போட வேண்டும், பேத்தி கல்யாணத்தைப் பற்றிப் பேச்செடுத்தாய், இதோ நாளை அவளைப் பெண் பார்க்க வருவதாகக் கடிதம் வந்திருக்கிறது!/ 'கற்றது கை மண் அளவு' என்று சொன்னது யாரோ அவர் வாய்க்குச் சர்க்கரை போட வேண்டும்.

வாய்க்கு வந்தபடி: (பேச்சில்) வரைமுறை இல்லாமல்; பொறுப்பற்ற முறையில் கண்டபடி; (speak) without restraint or moderation. கோபம் வந்துவிட்டால் வாய்க்கு வந்தபடி திட்டுவார்./ உண்மை என்ன என்று தெரியாமல் வாயில் வந்தபடி பேசாதே.   இ.வே. வாயில்

வாய்க்கு வாய்: பேசும்போதெல்லாம் (குறிப்பிட்ட ஒன்றையே அல்லது ஒருவரையே) மீண்டும்மீண்டும்; all the time; at every turn. அவள் தன் குழந்தையின் திறமையை வாய்க்கு வாய் சொல்லி மகிழ்வாள்./ நான் செய்த தவற்றை வாய்க்கு வாய் நீ சொல்லிக்காட்ட வேண்டுமா?/ வாய்க்கு வாய் அவருடைய பெயரையே சொல்லிக்கொண்டிருக் கிறீர்களே!

வாய் கிழிகிறது: (ஒன்றைச் செய்யத் தெரியவில்லை) பேச (மட்டும்) தெரிகிறது; be all talk (and no action); talk extravagantly. பக்கத்துக் கடைக்குப் போய் ஒரு பழம் வாங்கிவரத் தெரியவில்லை, வாய் கிழிகிறது!/ பேச்சு மட்டும் வாய் கிழியும், வேறு ஒன்றும் உருப்படியாகப் பண்ணத் தெரியாது.   இ.வே. கிழியும்

வாய் கிழிய: பொருளற்ற முறையில் ஆரவாரமாக (பேசு தல்); (talk) loudly without substance; indulging in empty rhetoric. பெண்ணுரிமைபற்றி மணிக்கணக்கில் வாய் கிழியப் பேசிவிட்டு வீட்டில் நேர்மாறாக நடந்துகொள்கிறார் கள்./ சுதந்திரம், சுதந்திரம் என்று வாய் கிழியப் பேசுவதால் என்ன பயன், அதைப் பேணிக் காக்க வேண்டாமா?

வாய்கொடு 1: அவசியம் இல்லாமல் (ஒருவரிடம் போய்)

பேசுதல் (அவசியமானாலும் அவரிடம் பேசுவது நல்ல தல்ல என்பது குறிப்பு); (needlessly) enter into a conversation. அந்த முரடனிடம் நீயாகப் போய் ஏன் வாய்கொடுத்தாய்?/ போன வேலையை முடித்துக்கொண்டு உடனே திரும்பு, யாரிடமும் #வாயைக் கொடுத்துக்கொண்டிருக்காதே! **2:** (எதையும் விவாதிக்கத் தொடங்கிவிடுகிற ஒருவரிடம்) பேசத் தொடங்குதல்; (with a contentious person) enter into an argument. அவளிடம் யாரும் வாய்கொடுத்துவிட்டு மீள முடியாது!/ அந்த அகராதி பிடித்தவனிடம் வாய் கொடுக்காதே என்று எச்சரித்திருந்தும் நீ கேட்கவில்லை. # -ஐ உருபுடன்

வாய்கொழு: திமிராகப் பேசுதல்; become intemperate (in speech). உனக்கு வாய்கொழுத்துவிட்டதா, உனக்குப் புத்தி சொல்ல வந்தவரையே 'நீங்கள் என்ன யோக்கியரா' என்று கேட்டிருக்கிறாயே?/ இப்படி வாய்கொழுத்துப் பேசினால் நிச்சயம் யாரிடமாவது உதை வாங்குவாய்.
~வாய்க்கொழுப்பு: உன்னுடைய வாய்க்கொழுப்புத்தான் உன்னை முன்னேற விடாமல் தடுக்கிறது.

வாய்ச்சுத்தம்: வாக்கில் நேர்மை; சொன்ன சொல் தவறாமை; honest in what one says; truthfulness. அவர் வாய்ச்சுத்தம் இல்லாதவர், அவர் சொல்வதை அப்படியே நம்பிவிடக் கூடாது./ அவர் வாய்ச்சுத்தமானவர் என்று சொன்னாலே போதும், கைச்சுத்தமானவர் என்று சொல்லத் தேவை இல்லை.

வாய்செத்தவள் (வ.வ.): எதிர்த்துப் பேசத் தெரியாதவள்; one who does not protest; a meek person. நான் வாய்செத்தவள் என்று நினைத்துக்கொண்டு எல்லாரும் என்னை மிரட்டு கிறார்கள்./ அவன் வாய்செத்தவன் என்பதால் அவனை என்ன வேண்டுமானாலும் சொல்லித் திட்டுவதா? பொ.வி. 3

வாய்த்துடுக்கு: துடுக்கான பேச்சு; being cheeky (in speech). இந்தச் சின்னப் பெண்ணுக்கு இருக்கும் வாய்த்துடுக்கைப் பார், பெற்ற தாயிடமே 'நான் உன்னைப் போல் அப்பா சொல்வதற்கெல்லாம் தலையாட்டிக்கொண்டிருக்க மாட் டேன்' என்கிறது!

வாய் திற **1:** (தன் கருத்தைத் தெரிவித்து) பேசுதல்; be willing to talk; speak out. இந்தக் கிராமத்தினர் கடத்தல்காரர்களுக்குப் பயந்து வாய் திறக்காமல் இருக்கிறார்கள்./ நிருபர்கள் கேள்வி மேல் கேள்வியாகக் கேட்டனர், ஆனால் அமைச்சரோ #வாயே திறக்கவில்லை./ நடிகர்கள் தங்கள் # -ஏ இடைச் சொல்லுடன்

வருமானம்பற்றி #வாயைத் திறக்க மாட்டேன் என்கிறார் #-ஐ உருபுடன் களே! **2:** (ஏதேனும் ஒன்றைப்பற்றி) சிறிதளவாவது சொல்லுதல்; utter a word (about sth.). அவர் தன் மனைவியை வாய் திறந்து கோபித்துக்கொண்டதே இல்லை./ அவர் தன் கஷ்டங்களைப்பற்றி என்னிடம் வாய் திறந்ததில்லை.

வாய் நிறைய: மனத்திற்கு நிறைவாகவும் வாஞ்சையோடும்; with warmth. அவர் எப்போதும் எல்லாரையும் வாய் நிறைய முழுப் பெயரைச் சொல்லியே கூப்பிடுவார்./ 'வாருங்கள்' என்று வாய் நிறையக் கூறி வரவேற்றார்.

வாய்நீள்: (ஒருவருடைய பேச்சில்) கட்டுப்பாடு இல்லாமல் வார்த்தைகள் வெளிப்படுதல்; மரியாதை இல்லாமல் பேசுதல்; become insolent (in speech). என்ன, 'அவன்' 'இவன்' என்று ஒரேயடியாக வாய்நீள்கிறது.
~வாய்நீளம்: என்ன இருந்தாலும் உனக்கு வாய்நீளம்தான், இப்படியா எடுத்தெறிந்து பேசுவது?

வாய்ப்பந்தல்: (செயல் வடிவம் பெறாத) கவர்ச்சிகரமான ஆரவாரப் பேச்சு; வெற்றுப் பேச்சு; empty rhetoric; big talk. 'வேலை இல்லாத் திண்டாட்டத்தை ஒழிப்போம்' என்பது வாய்ப்பந்தல் அல்லாமல் வேறு என்ன?/ அவர் போடும் வாய்ப்பந்தலில் மயங்காதவர் இல்லை./ 'சொந்த வீடு வாங்கிவிடுவேன்' என்று வெறுமனே வாய்ப்பந்தல் போட்டுக்கொண்டிருந்தால் போதுமா? பணத்திற்கு வழி செய்ய வேண்டாமா?

வாய்ப்பூட்டுப் போடு: கருத்துத் தெரிவிக்கவொட்டாமல் செய்தல்; கருத்தைச் சொல்லத் தடை விதித்தல்; oblige (one) to keep quiet; gag. நியாயமான கேள்விகள் எழுப்புகிறவர்களுக்கு எத்தனை காலம் வாய்ப்பூட்டுப் போட முடியும்?/ அவன் செய்த தவறைப்பற்றி நான் ஒன்றும் கூற விரும்பவில்லை, எங்கள் இளமைக்கால நட்பு எனக்கு வாய்ப்பூட்டுப் போட்டிருக்கிறது./ பத்திரிகைகளுக்கு வாய்ப்பூட்டுப் போடும் நோக்கத்தில்தான் சட்டத் திருத்தம் கொண்டுவரப்படுகிறது என்பது பெரும்பாலோருடைய கருத்து.

வாய் பார்த்துக்கொண்டு: (தன் வேலையை விட்டுவிட்டு) பிறர் பேசுவதை வேடிக்கை பார்த்தவாறு; allowing oneself to be engrossed in another's talk (ignoring one's work). இப்படி வாய் பார்த்துக்கொண்டிருந்தால் எப்படி வேலை

வாய் புளித்ததோ ...   324

நடக்கும்?/ #வாயைப் பார்த்துக்கொண்டு நிற்காமல் #-ஐ உருபுடன் உடனே மருந்தை வாங்கிக்கொண்டு வா.

வாய் புளித்ததோ மாங்காய் புளித்ததோ: பொறுப்பற்ற முறையில் (சொல்லுதல்); தேவையான கவனம் செலுத்தாமல் (பேசுதல்); (talk) irresponsibly without considering the circumstances. உறுப்பினர்கள்கூடப் பேசத் தயங்கும் விஷயங்களை வாய் புளித்ததோ மாங்காய் புளித்ததோ என்று பேசுகிறாரே இந்த அமைச்சர்!/ பெற்றோர் கட்டுப்படுத்துவதில்லை, அதனால்தான் பையன் கெட்டு அலைகிறான் என்று வாய் புளித்ததோ மாங்காய் புளித்ததோ என்கிற ரீதியில் பேச வேண்டாம்.

வாய் முகூர்த்தம் (வ.வ.): (பாராட்டும் விதத்தில் அல்லது கேலியாக) ஒருவர் சாதாரணமாகச் சொல்வது பலித்து விடுவதைப் பார்க்கும்போது அவருடைய பேச்சுக்கு ராசி இருப்பதாகத் தெரிவிப்பது; an expression used in appreciation or in irony when what s.o. casually said has come true. 'அவனுக்கு நல்ல எதிர்காலம் உண்டு' என்று நீ சொன்ன வாய் முகூர்த்தம் அவனுக்கு வேலை கிடைத்துவிட்டது./ அவர் வீட்டில் இருக்க மாட்டார் என்று சொன்னாய், உன் வாய் முகூர்த்தம் அவர் வீட்டில் இல்லை.

வாய் வலிக்காமல்: (செயலை நிறைவேற்றுவதிலுள்ள சிரமத்தைக் கருத்தில் கொள்ளாமல்) எளிதாக அல்லது சர்வசாதாரணமாக (சொல்லுதல்); glibly; facilely. பத்து மைல் தொலைவில் இருக்கும் ஊருக்குச் சைக்கிளில் போய் விட்டு வா என்று வாய் வலிக்காமல் சொல்லிவிட்டார், அது எவ்வளவு கஷ்டம் என்பது போகிறவனுக்கு அல்லவா தெரியும்?/ அறிவியலில் ஆராய்ச்சி செய்து பட்டம் வாங்குவது ஒன்றும் கடினமானது இல்லை என்று வாய் வலிக்காமல் சொல்கிறான்!

வாய்விட்டு 1: (தன் மனத்திற்குள் இருக்கும் வேதனை, தன் தேவை முதலியவற்றை) மறைக்காமல்; வெளிப்படையாக; openly; frankly. துக்கத்தை யாரிடமாவது வாய்விட்டுச் சொல்./ வாய்விட்டுப் பேசக்கூட இங்கு ஆள் இல்லை./ 'நூறு ரூபாய் கைமாற்றாகத் தர முடியுமா?' என்று வாய் விட்டுக் கேட்டுவிட்டேன். **2:** (வலி, சிரிப்பு முதலிய வற்றை) கட்டுப்படுத்த முடியாமல் சத்தமாக; uninhibitedly and loudly. வலி தாங்காமல் வாய்விட்டு அழுதான்./ அவன் சொன்னதைக் கேட்டதும் எல்லாரும் வாய்விட்டுச் சிரித்தார்கள்.

வாய்விடு: *(ஒன்றைச் செய்வதாக அவசரப்பட்டு) சொல்லுதல் (அதனால் தொல்லையில் மாட்டிக்கொள்ளுதல்);* talk indiscreetly; **shoot one's mouth off**. *'வேலை வாங்கித் தருகிறேன்' என்று ஏன் வாய்விட்டாய்? அதனால்தான் அவன் தினமும் உன்னை நச்சரிக்கிறான்./ இந்த வீட்டை நான் விற்றுத் தருகிறேன், ஆனால் நீ யாரிடமும் இதுபற்றி வாய்விடக் கூடாது./ ஒரே ஆண்டில் பாலம் கட்டி முடிக்கப்படும் என்று பொதுப்பணித்துறை #வாயைவிட்டு விட்டு மூன்றாண்டு ஆகியும் முடிக்க முடியாமல் திண்டாடுகிறது.* # -ஐ உருபுடன்

வாய்வீச்சு: *(செயலில் எதுவும் காட்டாத) வெறும் பேச்சு;* empty talk. *'எவ்வளவு பெரிய ஆளாக இருந்தாலும் எனக்குத் தூசுதான்' என்பது போன்ற வாய்வீச்சுகளெல்லாம் வேண்டாம்/ எதுவும் வாய்வீச்சில் நடந்துவிடாது.*

வாய்வை 1: *சந்தர்ப்பம் தெரியாமல், அபசகுனம் போல் ஒன்றைச் சொல்லுதல்;* say sth. inopportune. *'இந்த வேலை உன் பையனுக்குக் கிடைக்குமா?' 'சும்மா இரு, வாய் வைக்காதே, அவன் போய் வரட்டும்.'/ வீட்டை விட்டுப் புறப்படும்போதே பக்கத்து வீட்டுக்காரர் 'எங்கே போகிறீர்கள்' என்று #வாயைவைத்தார், போன காரியம் நடக்கவில்லை!* **2:** *(தேவை இல்லாமல்) தலையிடுதல்; ஈடுபடுதல்;* meddle in; dabble in. *அண்ணன் தம்பி விவகாரத்தில் நீ ஏன் வாய்வைத்தாய்?/ அவர் வாய்வைக்காத விஷயமே இருக்காது.* # -ஐ உருபுடன்

வாயடைத்துப்போ: *(ஆச்சரியத்தால், அதிர்ச்சியால்) பேச முடியாமல்போதல்; அதிர்ந்துபோதல்;* be left speechless (with surprise, shock, etc.); be stunned; lose one's tongue. *குழந்தை சொன்ன பதிலில் வாயடைத்துப்போனான்./ அவர் இப்படித் திட்டுவார் என்று எதிர்பார்க்கவில்லை, வாயடைத்துப்போனோம்.*

வாயில் இருக்கிறது வழி: *(ஒன்றைச் செய்வது எப்படி என்று) தெரியாவிட்டால் விசாரித்துத் தெரிந்துகொள்வது;* if one doesn't know, one should ask (implying that one must take the initiative). *இவ்வளவு பெரிய ஊரில் இந்த முகவரியை எப்படித் தேடிக் கண்டுபிடிப்பது என்று மலைக்காதே, வாயில் இருக்கிறது வழி!/ வாயில் இருக்கிறது வழி என்று எல்லாரும் சுலபமாகச் சொல்லிவிடுகிறார்கள், நானும் ஒரு மணி நேரமாக அலைகிறேன், அவர் வீட்டைக் கண்டுபிடிக்க முடியவில்லை.*

வாயில் ஈ நுழைவது தெரியாது: *(ஏதேனும் ஒன்றைப் பார்ப்பதில் அல்லது கேட்பதில் ஈர்க்கப்பட்டுவிட்ட நிலையில்) கவனம் வேறு எதிலும் திரும்பாது;* (be so engrossed in watching or listening to sth. as to be) oblivious to what is happening to oneself; gaping at sth. யாராவது கதை சொல்ல ஆரம்பித்துவிட்டால் போதும், குழந்தைகளுக்கு வாயில் ஈ நுழைவது தெரியாது!/ தொலைக்காட்சியில் மனம் கவரும் திரைப்படம், வாய்க்குள் ஈ நுழைவது தெரியாமல் எல்லாரும் பார்த்துக்கொண்டிருக்கிறார்கள். பொ.வி. 4 இ.வே. வாய்க்குள்

வாயில் கொழுக்கட்டையா: **கேள்வி கேட்க வேண்டிய அல்லது பதில் சொல்ல வேண்டிய நேரத்தில் மௌனம் சாதிப்பவர்மீது ஏற்படும் எரிச்சலை வெளிப்படுத்தப் பயன்படுத்தும் தொடர்;** (said in exasperation) 'why can't you speak?' புரியவில்லை என்றால் கேட்பதுதானே, வாயில் கொழுக்கட்டையா வைத்திருக்கிறாய்?/ நீ எங்கே போயிருந்தாய் என்று அம்மா பத்துத் தடவை கேட்டுவிட்டாள், பதில் சொல்லேன், வாயில் என்ன கொழுக்கட்டையா?

வாயில் நுழையவில்லை: *(பெயர்)* **உச்சரிக்கவும் நினைவில் வைத்துக்கொள்ளவும் எளிதாக இல்லை;** (a name that is) not easy to pronounce or remember; difficult to get one's tongue around. டாக்டர் சொன்ன மருந்தின் பெயர் வாயில் நுழையவில்லை./ வாயில் நுழையாத பெயராகப் பார்த்துக் குழந்தைக்கு வைத்திருக்கிறாயே. பொ.வி. 4

வாயில் புகுந்து புறப்படு: *(பிறருடைய) வம்புப் பேச்சில் அடிபடுதல்; குறைகூறப்படுதல்;* be commented upon unfavourably; **get oneself talked about**. இந்த ஊர் மக்களின் வாயில் புகுந்து புறப்பட என்னால் ஆகாது./ இவர்கள் வாயில் புகுந்து புறப்படாத இளம் பெண்கள் இல்லை./ ஒரு நாளைக்கு இருபது தடவையாவது நான் உங்கள் வாயில் விழுந்து புறப்பட்டுக்கொண்டிருப்பது போதாதா? மா.வ. வாயில் விழுந்து புறப்படு

வாயில் போட்டுக்கொள்[1] *(பொ.பெ.)* **1:** *(ஒருவருடைய பொருளை அல்லது சொத்தை) அபகரித்துக்கொள்ளுதல்;* take (what does not belong to oneself) by fraud; grab. உன் வியாபாரக் கூட்டாளியைப்பற்றி எச்சரிக்கையாக இரு, உன் பங்கையும் வாயில் போட்டுக்கொண்டுவிடுவான் அவன்!/ தம்பியின் சொத்தை வாயில் போட்டுக்கொண்டுவிட்டதாக அவரைப்பற்றி ஊரில் பேச்சு. **2:** *(பெரும்பாலும்* **தாயின் அல்லது தந்தையின் மரணத்துக்குக் குழந்தையை மூடநம்பிக்கை அடிப்படையில் காரணமாக்கிக் குறைகூறும்**

முறையில் கூறப்படும்போது) சாகடித்தல்; (said in an unfair accusation of a child) send a parent to his/her grave. இந்தக் குழந்தை என்ன செய்யும், அது பிறந்ததும் அப்பனை வாயில் போட்டுக்கொண்டதாகக் கூறுவது மிகக் கொடுமை.

வாயில் போட்டுக்கொள்²: (சொல்லியிருக்கக் கூடாததைச் சொன்னவுடன் விரல்களைச் சேர்த்து வாயில் தட்டிக் கொள்வதன்மூலம்) சொல்லியது தவறு என்ற உணர்வை வெளிப்படுத்துதல்; signify (by smacking one's lips with the palm) that one has just uttered sth. indiscreet. 'என் மாமனாருக்குக் கொஞ்சம் புத்திக் குறைவு' என்று சொல்லி விட்டு வாயில் போட்டுக்கொண்டாள்.

வாயில் மண்ணை (வாரி)* போடு (பொ.பெ.) **1**: பிழைப்பைக் கெடுத்தல்; ruin (s.o.). சட்டம் இப்படி இருக்கிறது என்று சொல்லாதீர்கள், சட்டம் மக்கள் வாயில் மண்ணை வாரிப் போடவா இருக்கிறது?/ இந்த அதிகாரி மோசமானவர், தன்னை எதிர்த்தவர்களின் வாயில் மண்ணை அள்ளிப் போடத் தயங்க மாட்டார். **2**: நம்பிக்கையைப் பாழாக்குதல்; எதிர்பார்ப்பைப் பொய் யாக்குதல்; dash one's hopes. குடும்பத்தைக் காப்பாற்றுவாய் என்று சொத்தையெல்லாம் விற்றுப் படிக்கவைத்தேன், என் வாயில் மண்ணை அள்ளிப் போட்டுவிட்டாயே.

* அள்ளி

வாயில் மண் விழு (பொ.பெ.) **1**: (ஒருவரின்) வாழ்வு பாழாதல்; be ruined. என் பிழைப்பையா கெடுக்கப் பார்க் கிறாய்? உன் வாயில் மண் விழச்செய்கிறேனா இல்லையா, பார்!/ இந்த வருடமும் மழை பெய்யாவிட்டால் நம் வாயில் #மண்தான் விழும். **2**: (ஒன்று) கிடைக்காமல் போக வாய்ப்பு ஏற்படுதல்; ruin the prospects of (getting sth.). பால்காரன் வரவில்லை, காப்பி வாயில் மண் விழுந்தது.
~ **வாயில் மண்** (முதல் பொருளில்): அவரை விரோதித்துக் கொண்டாயா, நிச்சயம் உன் வாயில் மண்தான்.

-தான் இடைச் சொல்லுடன்

வாயில் மாட்டிக்கொள்*: (ஒருவர் தன்னை) விமர்சிக்கும் படியான நிலைக்கு ஆளாதல்; be subject to s.o.'s criticism. இரவு பன்னிரண்டு மணிக்குமேல் வீடு திரும்பினால் அப்பாவின் வாயில் மாட்டிக்கொள்ளாமல் இருக்க முடியாது என்பது அவனுக்குத் தெரியும்.

* அகப்படு

வாயில்லாப் பூச்சி: (தனக்கு விளைவிக்கப்படும் துன்பம், அநீதி முதலியவற்றை) எதிர்த்துக் கேட்கும் திறன் இல்லாத

நபர்; தனக்கு வேண்டியதை வெளியே சொல்லத் தெரியாதவர்; s.o. too meek to protest or to demand. பாவம் வாயில்லாப் பூச்சிகள், அவர்களால் யாரை எதிர்த்து என்ன செய்ய முடியும்?/ தன் கணவர் இப்படி வாயில்லாப் பூச்சியாக இருக்கிறாரே என்று கவலைப்பட்டாள்.

வாயில்லா ஜீவன்*: ஆடு, மாடு போன்ற விலங்கு (அவற்றிற்குப் பேசும் ஆற்றல் இல்லை என்று இரங்கிக் கூறுவது); dumb creature. வாயில்லா ஜீவன், அதைப் போய் ஏன் அடிக்கிறாய்? * பிராணி

வாயில் வந்தது: அந்தந்த நேரத்தில் மனத்தில் தோன்றுகிற பேச்சு; (speak without restraint) whatever comes to one's mind. அவன் குடித்துவிட்டு வந்து வாயில் வந்ததையெல்லாம் பேசுகிறான்./ நீங்கள் வாயில் வந்ததைச் சொல்லிக் கொண்டிருக்காதீர்கள்.

வாயில் வருகிறது: (கோபத்தில்) கடுமையான வார்த்தை களைப் பயன்படுத்தத் தோன்றுகிறது அல்லது திட்டு வதற்கான (கெட்ட) வார்த்தைகள் வெளிப்படுகின்றன; (have the urge to) break into foul language. என் எதிரே நிற்காமல் போய்விடு, உன்னைப் பார்த்தால் எனக்கு எப்படி வாயில் வருகிறது தெரியுமா?/ அவனுக்குக் கோபம் வந்துவிட்டால் வாயில் என்ன வருகிறது என்றே தெரியாது.

வாயில் விரலை வைத்தால் கடிக்கக்கூடத் தெரியாது: (ஏளனமாக) தவறுசெய்வது என்றால் என்ன என்று தெரியாது; (sarcastically) too innocent to do any wrong. உங்கள் பிள்ளைக்கு வாயில் விரலை வைத்தால் கடிக்கக் கூடத் தெரியாது என்று நினைப்பா? நாங்கள்தான் கெடுத்துவிட்டோம் என்று பழிசொல்கிறீர்களே./ வாயில் விரலை வைத்தால் கடிக்கக்கூடத் தெரியாது, பாவம்! ஆனால் பெற்றோருக்குத் தெரியாமல் கல்யாணம்செய்து கொள்ளத் தெரியும்!

வாயில் விழு: (ஒருவரின்) கோபம், எரிச்சல், வெறுப்பு முதலியவற்றைக் காட்டும் பேச்சுக்கு ஆளாதல்; get abused (by s.o.). என் பிறந்த நாள் அன்றா மேலதிகாரியின் வாயில் விழ வேண்டும்?/ அவன்தான் கோபக்காரன் என்று தெரியுமே, நீ ஏன் அவன் வாயில் போய் விழுகிறாய்?

வாயில் வை: (சுவையாக இல்லாவிட்டாலும் ஏதோ) சாப்பிடும்படியாக இருத்தல்; be passably tasty. என் சமையல்

வாயில் வைக்கும்படியாக இருக்கிறதா?/ இந்த ஓட்டலில் சாப்பாடும் சரி, பலகாரமும் சரி வாயில் வைக்க ஆகாது.

வாயிலும் வயிற்றிலும் அடித்துக்கொள்: (நியாய மற்றது என்று தெரியும்போது அல்லது நிகழ்ச்சியின் கொடுமை தாங்க முடியாமல்) மனக் கொதிப்பைத் தெரிவித்தல்; lament loudly. நியாய விலைக் கடையில் நடக்கும் அநியாயங்களைக் கண்டு ஏழைகள் வாயிலும் வயிற்றிலும் அடித்துக்கொள்கிறார்கள்./ காலையில் வந்து கடையைத் திறந்ததும் பணப் பெட்டி உடைக்கப்பட்டு எல்லாப் பணமும் திருடப்பட்டிருப்பதைப் பார்த்து # வயிற்றிலும் வாயிலும் அடித்துக்கொண்டார். # சொற்களின் இடம் மாற்றம்

வாயும் வயிறும் வேறு: (என்னதான் இரத்த உறவாக இருந்தாலும்) அவரவருடைய தேவைகள் வேறுபடும் (இதை மனத்தில் கொண்டு நடந்துகொள்ள வேண்டும் என்பது குறிப்பு); (an expression implying a warning that) one's interests cannot be the same as another's (though they may be related by blood). உன் தம்பிக்குத்தான் கடன் கொடுக்கிறாய், என்றாலும் பண விஷயத்தில் கவனமாக இருப்பது நல்லது, அண்ணன் தம்பி என்றாலும் வாயும் வயிறும் வேறுதானே!

வாயும் வயிறுமாக: கருத்தரித்த நிலையில்; கர்ப்பமாக; pregnant; in the family way. வாயும் வயிறுமாக வீட்டுக்கு வந்திருக்கும் மகளைப் பார்த்துப் பூரித்துப்போனாள்./ நீ வாயும் வயிறுமாக இருக்கும்போது சத்தான உணவு சாப்பிட வேண்டும்.

வாயுவேகம் மனோவேகம்: வெகு வேகம்; மின்னல் வேகம்; lightning speed; swiftness of the wind. பந்தயத்தில் குதிரைகள் வாயுவேகம் மனோவேகமாகப் பறந்தன./ ரயில் வாயுவேகம் மனோவேகத்தில் போனாலும்கூட நம் அவசரத்துக்குக் காணாது!

வாயுள்ள பிள்ளை: தைரியமாகப் பேசித் தனக்குத் தேவையானதைப் பெற்றுக்கொள்பவர் (தனக்கு வேண்டியதைப் பிறர் செய்துதருவார்கள் என்று இருந்துவிடக் கூடாது என்பது குறிப்பு); one who is bold enough to voice his demand. 'சம்பளம் போதாது, கூட்டித் தாருங்கள்' என்று கேளுங்கள், வாயுள்ள பிள்ளைதான் பிழைக்கும்!/ எனக்குப் பணம் கிடைக்கவில்லை, அவனுக்கு எப்படிக் கிடைத்தது என்கிறாயா? அவன் வாயுள்ள பிள்ளை!

வாயெடு: *(ஒன்றை) பேசவோ கேட்கவோ தொடங்குதல்;* be about to say or ask. அவர் ஊரில் இல்லை என்று சொல்ல வாயெடுத்தேன், அதற்குள் நீயே சொல்லிவிட்டாய்./ நான் 'கடன்' என்று வாயெடுக்கும் முன்பே அவன் 'என்னிடம் சல்லிக் காசு இல்லை' என்று சொல்லிவிட்டான்.

வாயெல்லாம் பல் *(பொ.பெ.): முகத்தில் வெளிப்படையான மகிழ்ச்சி;* being visibly pleased; toothy grin. பேரன் தன்னை 'பாத்தி' என்று கூப்பிட்டதும் அம்மாவுக்கு வாயெல்லாம் பல்!/ துபாயிலிருந்து மகன் அனுப்பிய பணத்தைப் பெற்றுக்கொண்டதும் அவருக்கு வாயெல்லாம் பல்லாயிற்று.

வாயை அடை **1:** *(ஒருவரை மேற்கொண்டு எதுவும்) பேசவொட்டாமல் செய்தல்;* silence (s.o.). நான் எது சொன்னாலும் மறுப்புத் தெரிவித்து என் வாயை அடைத்துவிடுகிறார்கள்./ நீதிபதியின் கூரிய கேள்வி வழக்கறிஞரின் வாயை அடைத்துவிட்டது. **2:** *(தவறு வெளிப்படாமல் இருக்கச் சம்பந்தப்பட்டவரிடமிருந்து) பேச்சு எழாமல் பார்த்துக்கொள்ளுதல்;* buy s.o.'s silence. பணம் கொடுத்து அதிகாரிகளின் வாயை அடைக்க முயல்வதாகக் கேள்வி.

வாயை ஓட்டு: *அளவுக்கு அதிகமாகவும் பொறுப்பற்ற முறையிலும் பேசுதல்;* talk irresponsibly. 'அவர் எனக்குப் பிரமாதமாக எதுவும் செய்துவிடவில்லை' என்றெல்லாம் வாயை ஓட்டாதே, அவர்தான் உன்னைப் படிக்கவைத்தார் என்பது நினைவில் இருக்கட்டும்.

வாயைக் கட்டி வயிற்றைக் கட்டி: *(தன்னுடைய அடிப்படை) செலவுகளை மிகவும் குறைத்துக்கொண்டு; மிகச் சிக்கனமாக;* spending as little as possible (denying the basic needs to oneself); **pinching and scraping**. வாயைக் கட்டி வயிற்றைக் கட்டிச் சேர்த்து வைத்திருந்த பணமும் எதிர்பாராத மருத்துவச் செலவால் காலியாகிவிட்டது./ இந்தச் சொற்ப வருமானத்தில் # வயிற்றைக் கட்டி வாயைக் கட்டித்தான் குடும்பத்தை நடத்த வேண்டியிருக்கிறது.

மா.வ. வாயையும் வயிற்றையும் கட்டி

சொற்களின் இடம் மாற்றம்

வாயைக்* கட்டு: *(உடல்நலம் காரணமாகவோ சிக்கன நடவடிக்கையாகவோ) சாப்பிடுவதில் கட்டுப்பாடாக இருத்தல்;* restrict one's eating; not eat as one likes. எல்லாரும் வடை பாயசத்தோடு சாப்பிட்டுக்கொண்டிருக்கும்போது நான் வாயைக் கட்டிக்கொண்டு இருப்பதற்குக் காரணம்

* நாக்கை

சர்க்கரை வியாதிதான்./ இந்த நாட்டு மருந்துக்குக் கடுமை யாகப் பத்தியம் இருக்க வேண்டும், உன்னால் வாயைக் கட்ட முடியுமா?

வாயைக் கழுவு*: (களங்கம் கற்பிக்கும் வகையில் அல்லது பொறுப்பில்லாமல் பேசியதற்காக) வாயைத் தூய்மைசெய் (என்று கூறுதல்); 'make amends for what you have said!' அவருடைய பெண்ணைப்பற்றி இப்படியா பேசுவது? போய் வாயைக் கழுவு!/ காந்தி போன்ற மகானுடன் இவனை ஒப்பிடுகிறாயே! போய் வாயைக் கொப்பளித்து விட்டு வா.   * கொப்பளி

வாயைக் கிளறு*: (ஏதேனும் தகவல் கிடைக்காதா என்ற ஆர்வத்தால் ஒருவரை) பேசத் தூண்டுதல்; draw s.o. into conversation (in order to get information); induce s.o. to talk. ஊழலை வெளிப்படுத்திய செய்தித்தாள் நிருபரின் வாயைக் கிளறியதில் பல சுவையான விஷயங்கள் கிடைத்தன./ அவன் வாயைக் கிண்டினால் போதும், எல்லாவற்றையும் கொட்டிவிடுவான்.   * கிண்டு

வாயைப் பிடுங்கு: (ஒருவரைப் பேசவைத்து) தகவல் வர வழைத்தல்; (பேசி) விஷயத்தை வெளிக்கொண்டுவருதல்; draw s.o. out (about sth.); force s.o. into talking. என் கணவர் எதுவும் பேச மாட்டார், நான்தான் அவர் வாயைப் பிடுங்க வேண்டும்./ பெரிய இடத்துப் பிள்ளைகள் சம்பந்தப்பட்ட விஷயம் இது, தயவுசெய்து என் வாயைப் பிடுங்காதீர்கள், என் வேலை போய்விடும்.

வாயைப் பிள[1] (பொ.பெ.): (செய்தியின் கவர்ச்சியால் ஈர்க்கப்பட்டு) ஆச்சரியத்தை வெளிக்காட்டுதல்; gape at (s.o.). பாய்ந்துவந்த புலியைச் சுட்டதாக அவன் சொன்ன கதையைக் கேட்டு எல்லாரும் வாயைப் பிளந்தார்கள்./ ஒரே ஆண்டில் மூன்று மடங்கு லாபம் வரும் என்று தெரிந்ததும் வாயைப் பிளந்தார்./ ஒரு பெண் சைக்கிள் ஓட்டினாலே வாயைப் பிளக்கும் ஊர் இது.

வாயைப் பிள[2] (பொ.பெ.): மரணம் அடைதல் (மரியாதையோ அனுதாபமோ இல்லாத முறையில் கூறுவது); (an impolite and unsympathetic way of saying) die; croak. கிழவர் திடீரென்று வாயைப் பிளந்துவிட்டார்.

வாயை மூடிக்கொள்*: எதிர்ப்புத் தெரிவிக்காமல் நடப்பதை ஏற்றுக்கொள்ளுதல்; பேசாமல் இருத்தல்; keep silent.   * பொத்திக்கொள்

வாயை மூடு

அவர் சொன்னபோது வாயை மூடிக்கொண்டிருந்துவிட்டு இப்போது என்னிடம் கேள்வி மேல் கேள்வி கேட்டு என்ன பயன்?/ நீங்கள் செய்யும் அநியாயத்தைப் பார்த்த பிறகும் வாயை பொத்திக்கொண்டிருப்பேன் என்று நினைக்காதீர்கள்.

வாயை மூடு: (ஒருவரைக் கடிந்துகொண்டு ஆணையிடும் முறையில்) பேசுவதை நிறுத்து; பேசாமல் இரு; keep quiet; shut up. என்ன நடந்தது என்று தெரிந்துகொள்ளாமல் கண்டபடி பேசாதே, வாயை மூடு!/ 'யார் எப்படிப் போனால் உனக்கென்ன, வாயை மூடிக்கொண்டு இரு' என்று அதட்டினார். இ.வே. மூடிக் கொண்டு இரு

வாயை வளர்: எதிர்த்தும் துடுக்குத்தனமாகவும் பேசத் தெரிந்திருத்தல்; become insolent (in speech). கண்ட பிள்ளைகளுடன் சேர்ந்து உன் தம்பி நன்றாக வாயை வளர்த்திருக்கிறான்.

வார்த்தைகள் (கிடைக்க) இல்லை: (உள்ளத்து உணர்ச்சிகளை) எவ்வாறு சொற்களால் வெளிப்படுத்துவது என்று தெரியவில்லை; சொற்களால் சொல்லக் கூடியதல்ல; have no words for. விபத்தில் தன் குடும்பத்தினரை இழந்து நிற்கும் சிறுவனுக்கு ஆறுதல் கூற வார்த்தைகள் இல்லை./ இந்த அற்புதமான சிலையை வடித்த சிற்பியைப் பாராட்ட # வார்த்தைகளே இல்லை. # -ஏ இடைச் சொல்லுடன்

வாரிக்கொடு (அ.வ.): (தடுக்க முடியாமல்) இறந்துபோக விடுதல்; (helplessly) allow s.o. die. 'அருமையாக வளர்த்த குழந்தைகள் இரண்டையும் வைசூரிக்கு வாரிக்கொடுத்து விட்டேனே' என்று அழுதாள்.

வாரிச்சுருட்டிக்கொண்டு: மிகுந்த பதற்றத்துடன்; பதறிப் போய்; (get up) hurriedly and awkwardly. காவலரைக் கண்டதும் பூங்காவில் படுத்திருந்தவன் வாரிச்சுருட்டிக் கொண்டு எழுந்தான்./ கால்மேல் கால் போட்டுக் கொண்டு உட்கார்ந்திருந்தவன் ஆசிரியர் வருவதைப் பார்த்ததும் வாரிச்சுருட்டிக்கொண்டு எழுந்து நின்றான்.

வால்பிடி: (ஒருவரை மகிழ்விக்கும் நோக்கில்) அடிமைத்தனமாக நடந்துகொள்ளுதல்; suck up to. வாத்தியாருக்கு வால்பிடிக்கிற மாணவர்கள் கூட்டத்தில் நான் இல்லை./ ஏகாதிபத்தியத்துக்கு வால்பிடிக்கிற நாடாக இந்த நாடு இருந்துவிடக் கூடாது.

வாலாட்டு **1:** (பெண்ணிடம்) *குறும்புசெய்தல்; (பிறருக்கு) தொல்லை தருதல்;* tease (a woman); annoy (s.o.). *பெண்களிடம் வாலாட்டுபவர்களைப் பிடிக்கத் தனிக் காவலர் படை./ அடங்கிக் கிடந்த ரௌடிகள் மீண்டும் வாலாட்டத் தொடங்கிவிட்டார்கள்.* **2:** *சண்டைக்கு இழுக்கும் நோக்கில் நடந்துகொள்ளுதல்;* act provocatively. *அண்டை நாடு மறுபடியும் நம்மிடம் வாலாட்டினால் அதற்கு நம் ராணுவம் சரியான பாடம் கற்பிக்கும்./ என் பலம் தெரியாமல் என்னிடம் # வாலை ஆட்டுகிறான்.* # -ஐ உருபுடன்

வாலைச் சுருட்டிக்கொள்: *தொல்லை தராமல் இருத்தல்;* keep from making mischief. *உனக்குத் தெரியாத விஷயங்களில் ஏன் தலையிடுகிறாய்? வாலைச் சுருட்டிக்கொண்டு சும்மா கிட!/ இதுவரை வாலைச் சுருட்டிக்கொண்டிருந்த கள்ளக்கடத்தல்காரர்கள் இப்போது பகிரங்கமாக நடமாடத் தொடங்கிவிட்டனர்.*

வாலை (ஒட்ட) நறுக்கு: *(மிரட்டலாக) (ஒருவரின்) தொல்லை (சிறிதும்) இல்லாதபடி ஆக்குதல்; தொல்லைக்கு முடிவுகட்டுதல்;* (said as a stern warning) punish (severely); put an end to s.o.'s mischief. *சின்னப் பையன் மாதிரியா நடந்துகொள்கிறாய்? ஜாக்கிரதை, வாலை நறுக்கிவிடுவேன்!/ என்னையா அலைக்கழிக்கிறாய், இரு! உன் வாலை ஒட்ட நறுக்காமல் விடமாட்டேன்.*

வாழ்ந்துகெட்ட: *நல்ல நிலையிலிருந்து நொடித்துப்போன;* in reduced circumstances. *வாழ்ந்துகெட்ட குடும்பம்./ அவர் வாழ்ந்துகெட்டவர் என்றாலும் தாழ்ந்துபோய்விடவில்லை.* பொ.வி. 2

வாழைப்பழத்தில் ஊசி ஏற்றுவது போல்: *(சொல்ல வந்த செய்தியின் கடுமை தெரியாதபடி) மிக நயமாக அதே நேரத்தில் தவறாமல் உணர்ந்துகொள்ளும்படியாக;* drive a message home unobtrusively. *'நீங்கள் அனைவரும் இப்போது நல்ல வேலையில் இருக்கிறீர்கள், கை நிறையச் சம்பாதிக்கிறீர்கள், உங்கள் தந்தை என்னிடம் வாங்கிய கடன் சீக்கிரம் அடைபட்டுவிடும்' என்று வாழைப்பழத்தில் ஊசி ஏற்றுவது போல் பேசினார்./ அவர் குறைசொல்வது கூட, வாழைப்பழத்தில் ஊசி ஏற்றுவது போல் இருக்கும்.* பொ.வி. 1

வாழையடிவாழையாக: *தலைமுறை விட்டுப்போகாமல் தொடர்ச்சியாக; தலைமுறைதலைமுறையாக;* generation after generation. *வாழையடிவாழையாக இருந்துவரும் சங்கீத முறை இது./ முருக பக்தி என்பது எங்கள் குடும்பத்தில்* இ.வே. -வாழையென

வாழையடிவாழையென வந்து வேரூன்றிவிட்ட ஒன்று.

வானத்துக்கும்* **பூமிக்குமாகக் குதி:** *(கோபத்தால்) பெரும் ஆர்ப்பாட்டம்செய்தல்;* fly off the handle; **go up the walls**. என் காதல் விவகாரம் வீட்டிற்குத் தெரியவந்ததும் அப்பா வானத்துக்கும் பூமிக்குமாகக் குதித்தார்./ பரிமாறும் போது சட்டையில் சாம்பார் பட்டுவிட்டதும் அவர் ஆகாசத்துக்கும் பூமிக்குமாகக் குதித்தார்.

* ஆகாசத்துக்கும்

வானத்தை வில்லாக வளை: *செய்ய முடியாததை யெல்லாம் செய்துவிடுவதாகச் சொல்லுதல் (வெறும் வாய்ப்பேச்சுப் பேசிக்கொண்டிருப்பவரைக் கேலிசெய்யும் முறையில் பயன்படுத்துவது);* claim to do the improbable (used to ridicule s.o.'s tall claims). இவன் வானத்தை வில்லாக வளைக்கிறேன் என்பானே, இவனை நம்பி நான் ஒரு காரியத்திலும் இறங்க மாட்டேன்.

விசிறிவிடு: *(ஒருவர் மனத்தில் சிறு அளவில் உணர்வதை) தூண்டிவிட்டுப் பன்மடங்காகப் பெருகச்செய்தல்;* cause an emotion, desire to become intense; **fan the flames of**. தான் என்னும் அகந்தையை விசிறிவிடுகிற இவர்களிடமிருந்து விலகி இருப்பது நல்லது./ முதல் கதைக்குக் கிடைத்த வரவேற்பு அவருடைய எழுத்தார்வத்தை விசிறிவிட்டது.

விட்டகுறை தொட்டகுறை: *(முந்திய பிறவியில் தொடங்கி இந்தப் பிறவியிலும் தொடர்கிறது என்ற நம்பிக்கையில்) விட்டுப்போகாத தொடர்பு;* the unbroken chain of affinities (believed to be flowing from a previous birth). எந்த விஷயத்திலும் எங்கள் இருவரின் கருத்தும் ஒன்று போலவே இருக்கிறது, விட்டகுறை தொட்டகுறை தான் அதற்குக் காரணமோ!/ உங்களிடம் இவ்வளவு நெருக்கமாகப் பழகுவேன் என்று முதலில் நான் நினைக்க வில்லை, ஏதோ விட்டகுறை தொட்டகுறை போலும்.

விட்டுப் பிடி: *(ஒருவரை இணங்கிவரச் செய்வதற்காகச் சிறிது காலம் அவரை அவர்) போக்கில் விடுதல்;* allow (s.o.) a little latitude. பையனைக் கொஞ்சம் விட்டுப் பிடியுங்கள், தானாக வழிக்கு வருவான்.

விட்டுவிட்டு: *தொடர்ச்சியாக இல்லாமல் சிறிது இடை வெளிக்குப் பிறகு மீண்டும்;* intermittently; off and on. மழை விட்டுவிட்டுப் பெய்கிறது./ வெளிச்சம் விட்டுவிட்டுத் தெரி கிறது./ விட்டுவிட்டுக் காய்ச்சல் வந்தால் அது குளிர்

காய்ச்சலாக இருக்கலாம்.

விடாக்கண்டன் கொடாக்கண்டன்: ஒருவர் இணங் கிப்போக மறுப்பவர், மற்றவர் அவருக்கு இணையாகப் பிடிவாத குணம் உடையவர்; ஒருவருக்கொருவர் விட்டுக் கொடுக்காதவர்கள்; two equally unyielding opponents. சொத்தைப் பிரிப்பதில் அண்ணன் விடாக்கண்டன் என்றால் தம்பி கொடாக்கண்டன்./ எளிதாகச் சரிப்படுத்தி விடக்கூடிய விஷயம்தான், ஆனால் இரு தரப்பினரும் விடாக்கண்டன் கொடாக்கண்டனாக இருக்கிறார்களே!

விடாப்பிடியாக: தன் நிலையிலிருந்து சிறிதும் மாறாமல்; சிறிதும் விட்டுக்கொடுக்காமல்; persistently; unyieldingly. அந்தப் பத்திரிகையாளர் விடாப்பிடியாக ஒரே கேள்வியை மாற்றிமாற்றிக் கேட்டுக்கொண்டிருந்தார்.

விடிந்தது போ: ஒரு காரியத்தை நிறைவேற்றுவதற்கு ஒருவர் மேற்கொண்ட முறை சரி இல்லை என்பதால் அவர்மீது மற்றவர் தனக்குள்ள அவநம்பிக்கையையோ அதிருப்தி யையோ வெளிப்படுத்தப் பயன்படுத்தும் தொடர்; an expression of one's dissatisfaction at the hopelessness of a situation. உன் பழைய காரை விற்றுத்தரும்படி என் தம்பியிடமா கொடுத்திருக்கிறாய்? விடிந்தது போ!/ அவனிடம் போய்க் கடன் கேட்டாயா? விடிந்தது போ, அவனே யார் பணம் கொடுப்பார்கள் என்று காத்திருக் கிறான்./ எட்டு மணிக்குப் புறப்பட வேண்டும், இப்போது தான் குளிக்கப் போகிறாயா? வாழ்ந்தது போ.

மா.வ. வாழ்ந்தது போ

விடியவிடிய **1:** இரவு முழுவதும்; throughout the night. நேற்று உன் வீட்டில் விடியவிடிய விளக்கு எரிந்து கொண்டிருந்ததே. **2:** நீண்ட நேரம்; (குறிப்பிட்ட காலத்தின்) எல்லா நேரமும்; for the entire length (of a given period); throughout. நான் சொன்னதையெல்லாம் விடியவிடியக் கேட்டுவிட்டு, இப்போது நேருக்கு மாறாகச் செய்திருக் கிறாயே./ முப்பது வருஷம் விடியவிடிய வேலைசெய்தும் இவ்வளவுதான் சேமிக்க முடிந்ததா?

விடியாமூஞ்சி (பொ.பெ.) **1:** ராசி இல்லாதவர்; person of ill luck. இந்த விடியாமூஞ்சி நம்முடன் வந்தபோதே நினைத் தேன், இன்றைக்குப் போகிற காரியம் நடக்காது என்று! **2:** கலகலப்பும் களையும் இல்லாதது, lifeless; wretched. இந்த விடியாமூஞ்சி ஊரில் எப்படி வியாபாரம்செய்வது?

விடிவு காலம்: *(நீடித்த துன்பம் முடிந்து வரும்) நல்ல காலம்;* beginning of happy days (after a long period of suffering). *புதிய ஆட்சியிலாவது ஏழைகளுக்கு விடிவு காலம் வராதா?/ ஐந்து வருடமாக வேலை தேடி அலையும் இந்தப் பையனுக்கு ஒரு விடிவு காலம் வர மாட்டேன் என்கிறது பார்.*

விடைகொடு: *(இதுவரை பயன்படுத்திய ஒன்றை) தேவை இல்லை என்று விட்டுவிடுதல்;* say goodbye to (sth.). *மின் அரவை இயந்திரம் வந்தபின் அம்மிக்கும் ஆட்டுக்கல் லுக்கும் நாம் விடைகொடுத்துவிட்டோம்./ தாலாட்டுப் பாடுவது என்பது எவ்வளவு அழகிய கலை! அதற்கும் விடைகொடுத்துவிட்டோமே!*

விதியற்றுப்போ (வ.வ.): *(குறைந்த அளவு ஒன்றைச் செய் வதற்குக்கூட) வழி இல்லாமல் போதல்;* be left with no means or way (to do even the least). *தீபாவளிக்கு ஒரு புது வேட்டி வாங்குவதற்குக்கூடவா விதியற்றுப்போனாய்?/ நகரத்தில் பிழைக்க முடியாவிட்டால் என்ன, கிராமத்திற்குப் போய் வாழவுமா விதியற்றுப்போய்விட்டது?*

வியர்க்கவிறுவிறுக்க **1:** *அவசரஅவசரமாக; மிகுந்த பரபரப்புடன்;* in great hurry. *வீட்டுப் பின்புறத்திலிருந்து வியர்க்கவிறுவிறுக்க வீட்டுக்குள் வந்து 'பசு கன்று போட்டு விட்டது' என்று கத்தினான்./ ரயிலைத் தவற விட்டுவிடக் கூடாதே என்பதற்காக வேர்க்கவிறுவிறுக்கப் புறப் பட்டோம்.* **2:** *மிகவும் உழைத்து;* with great effort; **by the sweat of one's brow.** *வேர்க்கவிறுவிறுக்கப் பெற்ற வெற்றி என்பதால் அதைக் கொண்டாடி மகிழ்கிறார்.*

வியர்க்க→ வேர்க்க

விரல் நுனியில் வைத்திரு: *(ஒன்றை நன்கு அறிந்து அதைப்பற்றிய தகவல்களை) எந்த நேரத்திலும் சொல்லக் கூடிய வகையில் வைத்திருத்தல்; (ஒன்றைப்பற்றி) எப்போது கேட்டாலும் பதில் சொல்லும் அளவுக்கு நினைவில் வைத்திருத்தல்;* have a thorough and ready knowledge; **have sth. at one's fingertips**. *உன் ஆராய்ச்சி சம்பந்தப்பட்ட அனைத்தையும் விரல் நுனியில் வைத்திருக்க வேண்டா மோ?/ இந்திய வரலாறுபற்றிய எல்லாச் செய்திகளையும் அவர் விரல் நுனியில் வைத்திருக்கிறார்.*

விரல்விட்டு எண்ணு: *(மிகக் குறைவாக இருப்பதால்) எளிதில் கணக்கிடுதல்; (எண்ணிக்கையில்) மிகக் குறை வாக இருத்தல்;* be able to count easily because what is counted is small in number; (can) **count on one's fingers**. எங்கள் கிராமத்தில் பட்டம் பெற்றவர்களை விரல்விட்டு எண்ணிவிடலாம்./ இந்தத் திட்டம் விரல்விட்டு எண்ணக் கூடிய ஒரு சிலருக்கே பயன் அளிக்கும்.

விரலுக்குத் தகுந்த வீக்கம்:* (ஒருவர் தனக்குள்ள) குறைந்த வசதிக்கு உட்பட்டுச் செய்யும் ஏற்பாடு; (ஒருவருடைய) நிலைமைக்குத் தகுந்த ஏற்பாடு (சக்திக்கு மீறி எதையாவது செய்ய முயலும்போது கூறுவது); keeping expenditure within one's modest resources; **cut one's coat according to one's cloth**. நம்மைவிட அதிக வசதியான இடத்தில் பெண் கொடுக்க வேண்டும் என்றால் முடியுமா? விரலுக்குத் தகுந்த வீக்கம் வேண்டும்./ விரலுக்குத் தக்க வீக்கமாகவா செலவு வருகிறது?/ இரண்டாயிரம் ரூபாய் வருமானத்தில் இவ்வளவு ஆடம்பரமா? விரலுக்கு #ஏற்றபடி அல்லவா வீக்கம் இருக்க வேண்டும்.

* தக்க/ஏற்ற

-படி இடைச் சொல்லுடன்

(சுண்டு)விரலைக்கூட அசைக்கவில்லை: (மிக) சிறு உதவிகூடச் செய்யவில்லை; not help in the least; **not lift a finger**. நான் கஷ்டப்பட்டபோது எனக்காக யாரும் விரலைக்கூட அசைக்கவில்லை, வசதியான வாழ்க்கை கிடைத்தவுடன் ஓடிவந்து உறவு கொண்டாடுகிறார்கள்./ இரண்டு வருஷமாக நம் பையன் வேலை இல்லாமல் இருக்கிறான், நீங்கள் சுண்டுவிரலைக்கூட அசைக்க மாட்டேன் என்றால் அவனுக்கு எப்படி வேலை கிடைக்கும்?/ ஊர்க் காரியம் என்றால் ஓடிஓடிச் செய்வார், வீட்டுக் காரியம் என்றால் சுண்டுவிரலைக்கூட அசைக்க மாட்டார்.

இ.வே. அசைக்க மாட்டேன்/ மாட்டான் (பொ.வி. 3)

விரலை நீட்டு: குற்றம்சாட்டுதல் (அதற்கு ஒருவருக்குத் தைரியம் வராது என்ற குறிப்பில் கூறுவது); accuse (implying that no one would dare to); **point the finger** (at s.o.). நான் தவறுசெய்தேன் என்று யாராவது விரலை நீட்ட முடியுமா?/ நாம் ஒழுங்காக இருந்தால் மற்றவர்கள் விரலை நீட்டப் பயப்படுவார்களே.

விரலை மடக்கு: (எத்தனை என்று) எண்ணிச் சொல்லுதல் (எண்ணிச் சொல்ல முடியாது என்று உறுதிபடக் கூறுவது); list the instances (used as a bold assertion). என் வார்த்தையை நீ என்றைக்கு மதித்து நடந்திருக்கிறாய், விரலை மடக்கு பார்ப்போம்!/ நம் குடும்பத்தைத் தவிர வேறு எந்தக் குடும்பத்தில் ஒட்டியாணம் செய்திருக்கிறார்கள் என்று விரலை மடக்கிச் சொல் பார்ப்போம்!/ அந்த நடிகரை

விடச் சிறப்பாக வேறு யாரால் நடிக்க முடியும், உன்னால் விரலை மடக்க முடியுமா?

வில்லாதி வில்லன்: *எதையும் எவரையும் சமாளித்துவிடும் சாமர்த்தியசாலி (ஒருவருடைய சாமர்த்தியத்தை வியந்து கூறுவது);* very clever person. *அவன் வில்லாதி வில்லன், எப்படிப்பட்ட ஆளையும் பேச்சில் மடக்கிவிடுவான்.*

விலாசம் இல்லாமல்:* *(ஒருவர் அல்லது ஓர் அமைப்பு) இருந்ததற்கான அடையாளமே இல்லாமல்;* without a trace (of one's existence). *நீ அவருக்கு எதிராக வேலைசெய்கிறாய் என்பது தெரிந்தால் உன்னை விலாசம் இல்லாமல் ஆக்கி விடுவார்!/ இந்தப் பொதுத்தேர்தலுக்குப் பிறகு பல கட்சி கள் அட்ரஸ் இல்லாமல் போய்விட்டன.*

* அட்ரஸ்

விலைகொடுத்து வாங்கு: *(பிரச்சினை, தொல்லை முதலியவற்றை) தேவை இல்லாமல் தேடிக்கொள்ளுதல்; வீணாக இழுத்துப்போட்டுக்கொள்ளுதல்;* ask for trouble; **ask for it**. *நீ எல்லாரோடும் இப்படி இழைந்துகொண்டிருக்கக் கூடாது, அதற்காக விரோதத்தை விலைகொடுத்து வாங்க வேண்டும் என்பதில்லை,/ ஆபத்து என்று தெரிந்தும் அதை விலைகொடுத்து யாராவது வாங்குவார்களா?*

விலைபேசு: *(உயர்வாகக் காக்கப்பட வேண்டியதையும்) ஆதாயம் தரும் வாணிபப் பொருளாகக் கொள்ளுதல்;* sell out. *மானத்தையே விலைபேசிவிடத் துணிந்தவனிடம் போய் உபதேசம்செய்துகொண்டிருக்கிறாயே./ பணத்திற்கும் பதவிக்கும் ஆசைப்பட்டுச் சுயமரியாதையை விலைபேசி விட்டாரே.*

விலைபோ: *(தந்திரம் போன்றவை) பலன் அளித்தல் அல்லது எடுபடுதல்;* (of tricks, etc.) work; sell. *அவளிடம் உன்னுடைய தந்திரம் எதுவும் விலைபோகாது./ ஊருக்குப் புதியவர்கள் என்றால் உடனே பழக்கப்படுத்திக்கொள் வான், அவர்களிடம்தானே அவனுடைய ஏமாற்று வேலைகள் விலைபோகும்!*

விவரம் தெரிந்த: *உலக நடைமுறையை நன்றாக அறிந்துள்ள; அனுபவம் உள்ள;* having worldly knowledge; mature. *அவன் விவரம் தெரிந்த ஆளாயிற்றே, அவனா இப்படிப் பேசினான்?/ அவர் விவரம் தெரிந்தவர், அவரிடம் கலந்து பேசி முடிவுசெய்வது நல்லது./ வயது இருபத்தைந்தாகிறது, இன்னும் விவரம் தெரியாத பிள்ளை*

இ.வே. தெரியாத
பொ.வி. 2

யாக இருப்பதுதான் கவலைக்குரிய விஷயம்.

விவரம் தெரிந்த நாளிலிருந்து: இது இன்னது என்று பாகுபடுத்தித் தெரிந்துகொள்ளும் அறிவு வரப்பெற்ற வயதிலிருந்து; from the time when one is able to discriminate; as far as one's memory goes. எனக்கு விவரம் தெரிந்த நாளிலிருந்து இந்தச் சமையல்காரர் எங்களுடனேயே இருந்து வருகிறார்./ இந்த ஊர் இப்படியேதான் இருக்கிறது, எங்களுக்கு நினைவு தெரிந்தது முதல். மா.வ. விவரம்/ நினைவு தெரிந்தது முதல்

விழலுக்கு இறைத்த நீர் (உ.வ.): (பயன் விளைவிக்க வேண்டியது) பயன்படாமல் போனது; wasted effort; futile efforts. ஏனைய ஆட்டக்காரர்கள் சரியாக விளையாடாததால் அணித் தலைவர் அடித்த சதம் விழலுக்கு இறைத்த நீர் ஆயிற்று./ என் நண்பர் மீண்டும் குடிக்கத் தொடங்கிவிட்டார், என் அறிவுரைகளும் முயற்சிகளும் விழலுக்கு இறைத்த நீர்தான்.

(கண்) விழி பிதுங்கு 1: (நிலைமையைச் சமாளிக்க) திணறுதல்; (ஒன்றை நிறைவேற்ற) பெரும் பாடுபடுதல்; struggle (to cope). மக்கள் விலைவாசி ஏற்றத்தால் விழி பிதுங்குகிறார்கள்./ ஜூன் மாதம் பள்ளிக்கூடம் திறந்ததும் மூன்று குழந்தைகளுக்கும் புத்தகம், சீருடை, பள்ளிக் கட்டணம் என்று விழி பிதுங்கிப்போகும்./ கல்யாணத்திற்கு மண்டபம் ஏற்பாடுசெய்வது என்பது கண் விழி பிதுங்கும் காரியம்தான். **2:** வியப்படைதல்; show surprise or disbelief; **raise one's eyebrows**. இவனுக்கு அமெரிக்காவில் வேலை கிடைத்துவிட்டதா? எல்லாருக்கும் முழி பிதுங்கியது! விழி→ முழி

விழுந்தடித்துக்கொண்டு: (பரபரப்பு வெளிப்படையாகத் தெரியுமாறு) மிக வேகமாக அல்லது அவசரஅவசரமாக; (rush to a place) in great haste. தன்னைத் தேடுகிறார்கள் என்று தெரிந்ததும் எங்கிருந்தோ விழுந்தடித்துக்கொண்டு ஓடிவந்தான்./ மலிவு விலையில் பொருள்கள் கிடைக்கின்றன என்றால் விழுந்தடித்துக்கொண்டு வாங்க வருவார்கள்.

விழுந்து கிட (பொ.பெ.): (வேலைசெய்யாமல் அல்லது வேலை இல்லாமல் ஓரிடத்தில்) சும்மா இருத்தல்; remain doing nothing (in a place). வேலைக்குப் போகாமல் வீட்டில் விழுந்து கிடக்கிறான்./ ஒரு வாரமாக இங்கு விழுந்து கிடந்துவிட்டு இப்போதுதான் எங்கோ போயிருக்கிறான்.

விழுந்து பிடுங்கு: (பதில் பேசுவதற்கே இடம்கொடுக்காமல்) *எரிச்சல் அடைந்து நிதானம் இழந்து பேசுதல்;* snap at (s.o.). *கேள்வி கேட்டதும் விழுந்து பிடுங்கிய பேராசிரியரிடம் பேசவே பயமாக இருந்தது அவளுக்கு!/ வீட்டுக்குள் நுழைந்தும் நுழையாததுமாக அப்பாவை ஏன் விழுந்து பிடுங்குகிறாய்?*

விழுந்துவிழுந்து 1: (ஒரு செயலை) *அளவுக்கு அதிகமாக;* excessively. *அவள் விழுந்துவிழுந்து சிரிக்கும்படி நீ என்ன சொன்னாய்?/ தேர்வு வந்துவிட்டால் விழுந்துவிழுந்து சாமி கும்பிடுவான்./ கல்யாணத்திற்கு வந்திருந்த நடிகரை விழுந்துவிழுந்து உபசரித்தார்கள்.* **2:** (ஈடுபாட்டுடன்) *தீவிர மாக;* enthusiastically; intensely. *கல்கியின் சரித்திர நாவல் களை என் தங்கை விழுந்துவிழுந்து படிப்பாள்./ காலையி லிருந்து அப்படி என்ன விழுந்துவிழுந்து சமைக்கிறாய்?/ அவர்கள் எதையோ விழுந்துவிழுந்து தேடிக்கொண்டிருந் தார்கள்.*

விளக்கெண்ணெய் சாப்பிட்டது* போல்: *சங்கடத்தில் இருப்பது போல்;* having a feeling of discomfort. *முதல் வகுப் போடு நிற்காமல் இரண்டாவது வகுப்பிலும் இலக்கணப் பாடத்தை ஆசிரியர் தொடர்ந்ததும் மாணவர்களுக்கு விளக்கெண்ணெய் சாப்பிட்டது போல் ஆகிவிட்டது./ உறவினர் வீட்டுக்குப் போக வேண்டும் என்றாலே இவர் ஏன் விளக்கெண்ணெய் சாப்பிட்டவர் போல் ஆகி விடுகிறார்?*

* **குடித்தது**
இ.வே. சாப்பிட்ட வன் *(பொ.வி. 3)*

விளக்கேற்று: (பொறுப்பேற்று ஒரு குடும்பத்தில் அல்லது ஒருவருடைய வாழ்க்கையில்) *சிறப்பும் மேன்மையும் கிடைக்கச்செய்தல்;* bring prosperity. *நீ மருமகளாக வந்து தான் இந்தக் குடும்பத்தில் விளக்கேற்ற வேண்டும்./ என் வாழ்க்கையில் விளக்கேற்றி வைத்தவர் அவர்தான்.*

விளையாட்டுப் போல 1: *எந்த ஒரு திட்டமோ நோக்கமோ இல்லாமல்; வேடிக்கையாக;* with no serious intention. *காகிதத்தில் பை செய்வதை விளையாட்டுப் போலத் தொடங்கினேன், இப்போது அது எனக்கு வருமானம் தரும் தொழிலாகிவிட்டது.* **2:** (காலம் கழிவது அல்லது செயல் நிகழ்வது) *கவனத்தில் பதியாத அளவிற்கு விரைவாக;* without one being aware (of the passage of time or sth. happening). *நாங்கள் சென்னைக்கு வந்து விளையாட்டுப் போல இருபது வருஷம் ஓடிவிட்டது./ விளையாட்டுப் போல ஐந்து மைல் நடந்துவந்துவிட்டோமே./ விளை*

யாட்டுப் போல ஆயிரம் ரூபாய் செலவாகிவிட்டது.

விளையாட்டு வினையாகு: வேடிக்கை என்று நினைத்துச் செய்தது விபரீத விளைவுகளை ஏற்படுத்துதல்; எதிர்பாராத பாதகமான விளைவுகளை ஏற்படுத்துதல்; take an unexpectedly serious turn. ஒரு பெண் எழுதுவது போல் ஒரு கடிதம் எழுதி நண்பனுக்கு அனுப்பினேன், விளையாட்டு வினையாகிவிட்டது, அவனுடைய பெற்றோர் அவன்மேல் சந்தேகப்படத் தொடங்கிவிட்டார்கள்./ 'இந்த வங்கியில் குண்டு வைக்கப்போகிறேன்' என்றெல்லாம் பேசாதே, விளையாட்டு வினையாகலாம்.

விஷப்பரிட்சை: *மிகவும் ஆபத்தான முயற்சி*; risky venture; dangerous experiment. இவ்வளவு முதல் போட்டு வேற்று மொழியில் படம் எடுக்கும் விஷப்பரிட்சை வேண்டாம்.

வீட்டில் சொல்லிக்கொண்டு வந்துவிட்டாயா: சாவது என்று முடிவுசெய்துகொண்டு வந்துவிட்டாயா (*ஆபத்து வரும் அளவிற்குக் கவனக்குறைவாக நடந்துகொள்ளும் ஒருவரைக் கோபத்தோடு கேலிசெய்யும் வகையில் கூறப்படுவது*); 'have you said goodbye to your family?' (an expression of good humoured admonition of s.o. whose recklessness nearly cost him his life). அந்த ரௌடியிடம்போய் முறைக்கிறாயே, வீட்டில் சொல்லிக்கொண்டு வந்துவிட்டாயா?/ வீட்டில் சொல்லிக்கொண்டு வந்துவிட்டாயா? இவ்வளவு வண்டிகள் வரும்போது சாலையின் குறுக்கே ஓடுகிறாயே.

வீட்டுக்கு அனுப்பு: வேலையிலிருந்து அல்லது வகிக்கும் பொறுப்பிலிருந்து நீக்குதல்; dismiss (s.o. from a job); **give one his marching orders**. வேலையை ஒழுங்காகச் செய்யாவிட்டால் வீட்டுக்கு அனுப்பிவிடுவேன்./ அவர் தொகுதி மக்களுக்கு எந்த நன்மையும் செய்யவில்லை, #இந்தத் தேர்தலில் போட்டியிட்டால் அவர் வீட்டுக்கு அனுப்பப்படுவது நிச்சயம். #செயப்பாட்டு வினை வடிவம்

வீட்டுக்கு வர வழி தெரிந்ததா: நீண்ட காலம் வராமல் இருந்த ஒருவர் வருகிறபோது 'இப்போதாவது வர முடிந்ததே' என்று கேலியாகக் கூறப்படும் தொடர்; a jocular expression to greet s.o. visiting after a long time. ஒரு வருடம் கழித்துத் தங்கை வீட்டுக்குப் போனபோது 'இப்போதுதான் வீட்டுக்கு வர வழி தெரிந்ததா?' என்றார் மைத்துனர் கண்ணைச் சிமிட்டிக்கொண்டே.

வீட்டுக்கு வீடு வாசற்படி: (வாழ்க்கைப் பிரச்சினைகளைக் குறிப்பிடும்போது) எங்கானாலும் நிலைமை ஒன்றுதான்; (referring to life's vexations) things are the same everywhere. எந்த வேலைக்குப் போனாலும் தொல்லை இருக்கத்தான் செய்யும், வீட்டுக்கு வீடு வாசற்படி, என்ன செய்வது?/ என் பையன்தான் ஒழுங்காகப் படிப்பதில்லை என்று நினைத்தேன், அவர் பையனும் அப்படித்தானாம், வீட்டுக்கு வீடு வாசற்படி!/ என் கஷ்டத்தை அவரிடம் சொல்லலாம் என்று போனேன், அவர் தன் கஷ்டங்களைக் கொட்டித் தீர்த்தார், வீட்டுக்கு வீடு வாசற்படிதான்.

வீடு தேடி வா: (முயன்றாலும் கிட்டாமல் போகக் கூடியது) எவ்வித முயற்சியும் செய்யாமல் கிடைத்தல்; come one's way without much effort on one's part; come unsought. இந்த வேலைக்காக அவன் யாரையும் போய்ப் பார்க்கவில்லை, அதுவே வீடு தேடி வந்தது./ வீடு தேடி வரும் வாய்ப்பை வேண்டாம் என்று தள்ளுவதா?

வீடுவாசல் 1: சொத்து (குறிப்பாக வீடு); property (especially house). வெள்ளத்தால் வீடுவாசல் இழந்து நிற்கின்றனர் மக்கள்./ வீடுவாசல் இல்லாதவனுக்குப் பெண்ணைக் கொடுக்கிறேன் என்கிறாயே! **2:** சொத்தும் குடும்பமும்; property and family. வீடுவாசலைத் துறந்து சுதந்திரப் போராட்டத்தில் பங்குகொண்டனர்.

வீரதீரம்: துணிவு மிக்க வீரம் (உயர்வாகவோ பரிகசிக்கும் முறையிலோ பயன்படுத்துவது); valour (used appreciatively or mockingly). குழந்தைகளிடம் விக்கிரமாதித்தனின் வீரதீரங்களைப்பற்றிச் சொல்லிக்கொண்டிருந்தார்./ ஒரு கரப்பான் பூச்சியை அடிக்கத் துப்பில்லை, உன்னுடைய வீரதீரத்தை நீதான் மெச்சிக்கொள்ள வேண்டும்!

வெட்டவெளிச்சம்: (குறிப்பிட்டுக் கூறப்படுவது) அனைவரும் அறிந்திருக்கும் வகையில் இருப்பது; மிகத் தெளிவாகத் தெரிவது; வெளிப்படை; starkly evident. இது சாதாரணத் தொழில் தகராறு என்று கூறிவந்தது உண்மை அல்ல என்பது வெட்டவெளிச்சம்./ நாட்டில் நடக்கும் சம்பவங்களைப் பார்க்கும்போது இன்றையப் பொதுவாழ்வின் தரம் எப்படிப்பட்டது என்பது வெட்டவெளிச்சம்./ அவன் உன்னை விரும்புகிறான் என்பது வெட்டவெளிச்சமாகிவிட்டது.

வெட்டி முறி: (ஏளனமாக) பெரிய வேலையைச் செய்து

முடித்தல் அல்லது முடியாததைச் சாதித்தல்; (ironically) do a lot of hard work. நீ வீட்டில் வெட்டிமுறித்தது போதும், கடைக்குப் போய் இந்தச் சாமான்களை வாங்கி வா./ வாரத்தில் ஆறு நாட்கள் என்னவோ வெட்டிமுறித்த மாதிரி அல்லவா ஞாயிற்றுக்கிழமையில் சாப்பிடக்கூட எழுந்திருக்காமல் தூங்குகிறான்./ கன்றுக்குட்டியைப் பிடித்துக் கட்டத் தெரியவில்லை, எதையோ வெட்டி முறித்தது போல் பேசுகிறான் பார்.

வெட்டு ஒன்று துண்டு இரண்டு: *எந்த நாசூக்கும் பார்க்காத கறாரான முறை;* leaving no room for doubt. என்னென்ன சீர்வரிசை செய்ய வேண்டும் என்று வெட்டு ஒன்று துண்டு இரண்டாகச் சொல்லியிருந்தால் இந்த மனத்தாங்கலே வந்திருக்காது./ அவர் அப்படி வெட்டு ஒன்று துண்டு இரண்டு என்று பேசிவிட்ட பிறகு நான் என்ன செய்ய முடியும்?/ தேர்தலில் கூட்டணி அமைப்பது குறித்துத் தனது கட்சியின் நிலையை வெட்டு ஒன்று துண்டு இரண்டாக அவர் வெளிப்படுத்தியிருக்கிறார்.

வெட்டுப் பழி குத்துப் பழி: *ஒருவருக்கொருவர் காட்டும் வெளிப்படையான விரோதம்; கடும் பகை;* bitter enmity; virulent animosity. எங்கள் கிராமத்தில் வசதிபடைத்த இந்த இரு குடும்பத்திற்கு இடையே எப்போதும் வெட்டுப் பழி குத்துப் பழிதான்./ நீங்கள் சகோதரர்கள்தானா? இப்படி வெட்டுப் பழி குத்துப் பழி என்று நிற்கிறீர்களே.

வெடி வை: *(ஒருவர் வகித்துவரும் பதவிக்கு அல்லது ஒருவருக்குக் கிடைத்துவரும் ஒன்றிற்கு) கேடு விளைவித்தல்;* put an end to; put in jeopardy; undermine. அதிகாரியிடம் ஏதோ சொல்லி என் வேலைக்கு வெடி வைத்துவிட்டான்./ முதலாளி வீட்டிலிருந்து எங்களுக்கு வந்துகொண்டிருந்த மதியச் சாப்பாட்டிற்கு யாரோ வெடி வைத்துவிட்டார்கள்./ அரசுத் துறைகளில் நடக்கும் ஊழல்கள் ஜனநாயகத்தின்மீது மக்கள் கொண்டுள்ள நம்பிக்கைக்கு வெடி வைத்துவிடும் போலிருக்கிறது

வெண்கலக்கடையில் யானை நுழைந்தது* மாதிரி: *(ஒருவர் இருக்கும் இடம்) மிகுந்த கலகலப்புடன்; (ஓர் இடம் முழுவதும் சத்தத்தால்) அதிரும்படியாக;* in a noisy and uproarious manner. அவர் பெருத்த சத்தத்துடன் சிரிப்பார், பேசுவார். யார் வீட்டில் அவர் இருந்தாலும் வெண்கலக்கடையில் யானை நுழைந்தது மாதிரிதான் இருக்கும்./ வெண்கலக்கடையில் யானை புகுந்தது போலத்

* புகுந்தது

திடீர்ப் பிரவேசம்செய்தார்.

வெந்த புண்ணில் வேல் பாய்ச்சு (உ.வ.): (ஒருவரின்) *வேதனையை மேலும்மேலும் கிளறிவிடுதல்;* add to the pain (of s.o.); **rub salt into the wound**. செய்த தவறு குறித்து நானே நொந்துபோயிருக்கிறேன், நீயும் அதையே சொல்லி வெந்த புண்ணில் வேல் பாய்ச்சாதே!/ என்னுடைய இக்கட்டான நிலையைப் புரிந்துகொண்டு வெந்த புண்ணில் # வேலைப் பாய்ச்சாமல் இருந்தால் போதும். # -ஐ உருபுடன்

வெள்ளிடை மலை (உ.வ.): (கூறப்படும் கூற்று) *மிகவும் வெளிப்படை; தெளிவாகப் புலனாவது;* very obvious; plain to see. எந்தத் துறையில் வேலை வாய்ப்பு அதிகமோ அந்தத் துறைப் படிப்பையே மாணவர்கள் நாடுகிறார்கள் என்பது வெள்ளிடை மலை./ பெரும்பாலான மக்களிடம் பழி வாங்கும் மனப்பான்மையைவிட மன்னிக்கும் மனப் பான்மையே அதிகம் இருப்பதை வெள்ளிடை மலையாகக் காண முடிகிறது.

வெள்ளைக்கொடி காட்டு: *எதிர்ப்பதை விட்டுப் பணிந்துபோதல்; சமாதானத்தை வேண்டுதல்;* surrender; show the white flag. அவரைப் பகைத்துக்கொண்டு வாழ்வது கடினம், வெள்ளைக்கொடி காட்டிவிடுவதுதான் புத்தி சாலித்தனம்./ என்ன இது, 'என்னை மன்னித்துவிடு' என்று கூறி உடனே வெள்ளைக்கொடி காட்டிவிட்டாய்!

வெள்ளை மனம்*: *எதையும் நம்பிவிடக்கூடிய இயல்பு;* guileless nature. வெள்ளை மனமுடைய உனக்கு எந்தக் கெடுதலும் வராது./ அவள் வெள்ளை மனம்கொண்டவள், எதையும் தவறாக எடுத்துக்கொள்ளத் தெரியாது. * உள்ளம்

வெள்ளையும் சொள்ளையுமாக (பொ.பெ.): *சலவை செய்த, மடிப்புக் கலையாத உடையுடன்;* spotlessly dressed. அவன் வெள்ளையும் சொள்ளையுமாகப் போய் வருவதைப் பார்த்தால் கார் பழுதுபார்க்கும் வேலை செய்பவனாகத் தெரியவில்லையே./ இந்தச் சொற்ப வருமானத்தில் அவனால் எப்படி எப்போதும் வெள்ளையும் சள்ளையுமாக இருக்க முடிகிறது? மா.வ. வெள்ளையும் சள்ளையுமாக

வெளிக்குப்போ (பொ.பெ.): *மலம் கழித்தல்;* defecate. இரண்டு நாளாகக் குழந்தை சரியாக வெளிக்குப்போக வில்லை. மா.வ. வெளிக்கிரு

வெளிச்சத்துக்குக் கொண்டுவா: (வெளிப்படாத நிலையில் இருக்கும் ஒன்றை) பலரும் அறியும்படி செய்தல்; bring (sth.) to light. நாட்டில் எத்தனையோ ஊழல்கள் நடக்கின்றன, இவற்றையெல்லாம் யார் வெளிச்சத்துக்குக் கொண்டுவரப்போகிறார்கள்!/ கொத்தடிமைத் தொழிலாளர்களின் அவல வாழ்க்கையை ஒரு பத்திரிகையில் வெளியான செய்திதான் வெளிச்சத்துக்குக் கொண்டுவந்தது.

வெளிச்சம்போட்டுக் காட்டு 1: (தெரியாமல் இருந்ததை அல்லது ஒரு நிலையை) எல்லாரும் அறியும்படி செய்தல்; பகிரங்கப்படுத்துதல்; reveal; expose. வாரப் பத்திரிகை ஒன்று அவரைப்பற்றிய உண்மைகளை வெளிச்சம்போட்டுக் காட்டிவிட்டது./ இந்தக் கட்சி நடத்திய பொதுக்கூட்டத்திற்கு நூறு பேர்கூட வரவில்லை, இது கட்சிக்கு மக்கள் மத்தியில் ஆதரவில்லை என்பதை வெளிச்சம்போட்டுக் காட்டிவிட்டது. 2: விளம்பரப்படுத்துதல்; display. விரல்களில் அவர் அணிந்திருந்த வைர மோதிரங்கள் அவருடைய செல்வச் செழிப்பை வெளிச்சம்போட்டுக் காட்டின.

வெளிச்சம் போடு: பகட்டுக் காட்டுதல்; put up a show. வீட்டில் ஒன்றும் இல்லாவிட்டாலும் வெளிச்சம் போடுவதில் மட்டும் குறை இருக்காது!

வெளுத்ததெல்லாம் பால்: எல்லாமே நம்பத் தகுந்தது (ஒருவர் வெகுளியாக இருப்பதால் அனைத்தையும் நம்பி விடுகிறார் என்பது குறிப்பு); too willing to believe anything. அவருக்கு வெளுத்ததெல்லாம் பால்! நல்லது எது, கெட்டது எது என்று தெரியாது./ 'வெளிநாட்டுக் கடிகாரம், இருநூறு ரூபாய்க்குத் தருகிறேன்' என்று எவனோ சொல்லியிருக்கிறான், இவளுக்குத்தான் வெளுத்ததெல்லாம் பாலாயிற்றே, பணத்தைக் கொடுத்து வாங்கிவந்து ஏமாந்து நிற்கிறாள்.

வெளுத்துவாங்கு 1: (பலரும் பாராட்டும் வகையில் அல்லது வியக்கும் வகையில் ஒன்றை) சிறப்பாகச் செய்தல்; do extremely well. மிருதங்க வித்துவான் வெளுத்து வாங்கிவிட்டார்./ நம் அணியின் தொடக்க ஆட்டக்காரர்கள் இருவரும் வெளுத்துவாங்கி ஓட்டங்களைக் குவித்தனர்./ வாய்ப்பும் வசதியும் இருந்தால் நம் இளைஞர்கள் எல்லாத் துறைகளிலும் வெளுத்துக் கட்டுவார்கள்! 2: (வெயில் அல்லது மழை) பலமாக அடித்தல்; (of sunshine or rain) be intense or furious; be

மா.வ. வெளுத்துக்கட்டு (முதல் இரு பொருளில்)

unrelenting. போன வருடம் வெயில் வெளுத்துவாங்கியது போலவே மழையும் வெளுத்துக்கட்டிவிட்டது. **3:** (ஒருவரை) *கடுமையாக விமர்சித்தல்;* blast (s.o.); **tear to shreds**. அவர் செய்த ஊழல்களைப் பட்டியல்போட்டு வெளுத்துவாங்கி விட்டீர்களே!

வெற்றிலை பாக்கு மாற்று: *திருமணம் உறுதிசெய்தல்;* conclude a proposal of marriage (by ceremonially exchanging betel leaves, etc.). எங்களுக்குப் பெண்ணைப் பிடித்து விட்டது, உடனே வெற்றிலை பாக்கு மாற்றிவிடுவோமே./ என்றைக்கு வெற்றிலை பாக்கு மாற்றிக்கொள்ளலாம் என்று கேட்டுப் பெண் வீட்டாரிடமிருந்து கடிதம் வந்திருக்கிறது.

மா.வ. பாக்கு மாற்று (சில வட்டாரங்களில்)

வெற்றிலை பாக்கு வாங்கு: (பெரும்பாலும் கலைஞர்கள் நிகழ்ச்சியை ஒப்புக்கொண்டதற்கு அடையாளமாக) *முன் பணம் பெறுதல்;* (of performing artistes) receive an advance (offered ceremonially with betel leaves, etc.) in acceptance of an engagement. இதே தேதியில் வேறு ஊரில் கச்சேரிசெய்வ தற்கு வெற்றிலை பாக்கு வாங்கிவிட்டேன்./ கோயில் திரு விழாத் தேதி முடிவானவுடன் முதலில் கூத்துக் கலைஞர் களுக்குத்தான் # வெற்றிலை பாக்குக் கொடுப்போம்.

கொடு என்ற வினையுடன்

வெற்றுவேட்டு 1: *செயலில் காட்டாது வெறுமனே செய்யும் ஆரவாரம்;* without substance; hollow; empty. அவருடைய வெற்றுவேட்டு வாக்குறுதிகளை நம்பி ஏமாந்துவிட்டேன்./ அவனுடைய மிரட்டல் எல்லாம் வெற்றுவேட்டு, பயப் படாதே./ இந்த வெற்றுவேட்டுத் திட்டங்களால் என்ன பயன்? **2:** *எதையும் செயல்படுத்தத் திறமை இல்லாத, ஆரவாரமாகப் பேசும் நபர்;* gasbag. அவர் சொல்வதை நம்பிக் காரியத்தில் இறங்கிவிடாதே! அவர் ஒரு வெத்து வேட்டு.

வெற்று→ வெத்து

வெறுங்கையால் முழம்போடு: (ஒன்றை நிறைவேற்று வதற்கு) *தேவைப்படும் எந்த அடிப்படை வசதிகளும் இல்லாமல் செயலில் இறங்குதல்;* try to do sth. without the necessary resources; **make bricks without straw**. வீடு கட்டப் பணம் வேண்டாமா? வெறுங்கையால் முழம்போட முடியுமா?/ நாங்கள் வெறுங்கையில் முழம்போடுகிறவர் கள், திட்டங்கள் மட்டும் நிறையப் போடுவோம்.

இ.வே. வெறுங் கையில்

வெறுங்கையுடன் 1: (எதிர்பார்ப்பிற்கு மாறாக) *ஒன்றும் கொண்டுபோகாமல்; ஒன்றும் எடுத்துவராமல்;* bringing or taking nothing; empty-handed. குழந்தைகள் இருக்கிற

வீட்டுக்கு வெறுங்கையுடன் எப்படிப் போவது?/ புடவைக் கடையில் இரண்டு மணி நேரம் இருந்துவிட்டு ஒன்றும் பிடிக்கவில்லை என்று வெறுங்கையுடன் வருகிறீர்களே! **2:** நோக்கம் நிறைவேறாமல் ஏமாற்றத்துடன்; having achieved nothing; empty-handed. ஒலிம்பிக் போட்டியில் கலந்துகொண்ட விளையாட்டுக் குழு வெறுங்கையுடன் திரும்பி வந்தது./ எத்தனையோ எதிர்பார்ப்புகளுடன் வெளி நாடு சென்றிருக்கும் வர்த்தகத் தூதுக்குழு வெறுங்கையுடன் வராமல் இருக்க வேண்டும்./ இவ்வளவு முயற்சிசெய்து விட்டு வெறுங்கையுடன் திரும்ப மனம்வருமா?

வெறும் வாயை மெல்: (விஷயமே இல்லாமல்) புரளி கிளப்புதல்; வம்பு பேசுதல்; have the habit of gossiping (though wanting a subject). வெறும் வாயை மெல்கிற ஆசாமியிடம் போய் ஏன் உன் சொந்த விஷயங்களை யெல்லாம் சொல்கிறாய்?/ அவளுக்காக நான் இதைச் செய்தேன் என்பது மட்டும் வெளியே தெரிந்தால் வெறும் வாயை மெல்பவர்கள் அமர்க்களப்படுத்திவிடுவார்கள்.

வேகாத வெயில்: கடுமையான, பதைபதைக்கும் வெயில்; scorching sun; scorching hot. இந்த வேகாத வெயிலில் குழந்தையைத் தூக்கிக்கொண்டு இவ்வளவு தூரம் நடந்து வந்திருக்கிறாயே.

வேட்டு வை 1: காண்க: வெடி வை. **2:** (பொ.பெ.) (ஒருவருக்குத் திடீரென்று) பெரும் செலவு ஏற்படுத்துதல்; put s.o. to an unexpected and heavy expense. நட்சத்திர ஓட்டலுக்குக் கூட்டிக்கொண்டுபோய் எனக்கு ஆயிரம் ரூபாய்க்கு வேட்டு வைத்துவிட்டார்./ நேற்று ஒரே நிமிஷத் தில் எனக்கு நூறு ரூபாய்க்கு வேட்டு வைக்கப் பார்த்தான் இவன்!

வேண்டாத விருந்தாளி: மதிப்பில்லாதவராக ஆகிவிட்ட நபர்; (யாருக்கும்) வேண்டாதவர்; (in a group) s.o. who is no longer treated with respect. 'இந்த வீட்டில் நான் வேண்டாத விருந்தாளியாகிவிட்டேன்' என்று பாட்டி புலம்பிக்கொண் டிருந்தாள்./ கட்சி தம்மை வேண்டாத விருந்தாளியாக நடத்துவதாகக் குறைபட்டுக்கொண்டார்.

வேண்டா வெறுப்பாக: செய்ய வேண்டியிருக்கிறதே என்ற வெறுப்போடு; விருப்பம் இல்லாமல்; reluctantly; unwillingly. பத்து ரூபாய் கேட்டேன், வேண்டா வெறுப்பாகக் கொடுத்தார்./ பல முறை கேட்டுக்கொண்ட பிறகு

— வேண்டிக்கிடக்கிறதா 348

வேண்டா வெறுப்பாகச் சம்மதித்தான்.

— **வேண்டிக்கிடக்கிறதா:** குறிப்பிட்ட சூழ்நிலையில் ஒருவர் செய்வது பொருத்தம் இல்லாமல் இருப்பதைக் குறைகூறும் முறையில் பயன்படுத்தும் தொடர்; can do without ... (implying that the act of s.o. is inopportune). *அப்பா உடம்பு சரி இல்லாமல் படுத்திருக்கும்போது உனக்குச் சினிமா வேண்டிக்கிடக்கிறதா?/ துக்கம் விசாரிக்கப் போகும்போது அலங்காரம் என்ன வேண்டிக்கிடக்கிறது?* மா.வ. என்ன வேண்டிக் கிடக்கிறது

வேண்டுமென்றே: தற்செயலாகவோ தவறுதலாகவோ இல்லாமல் தெரிந்தே; intentionally; deliberately; wilfully. *நான் வழி கேட்டபோது வேண்டுமென்றே தவறான வழி காட்டி விட்டார்கள்./ அவனுக்கு விடை தெரியும், வேண்டு மென்றே 'தெரியாது' என்று கூறுகிறான்.*

வேதவாக்கு: பெருமதிப்புடன் ஏற்றுக்கொள்ளப்பட வேண்டிய கூற்று; மறுக்காமல் ஏற்றுக்கொள்ளப்பட வேண்டிய கூற்று; absolute gospel. *தலைவர் எது சொன்னா லும் தொண்டர்களுக்கு அது வேதவாக்குத்தான்./ மருத்து வரை நம்ப வேண்டியதுதான், ஆனால் அதற்காக அவர் சொல்வதையெல்லாம் வேதவாக்காகக் கொள்ள வேண்டும் என்பதில்லை.*

வேப்பிலை அடி (பொ.பெ.): (நயமாகத் திரும்பத்திரும்பப் பேசி ஒருவருடைய) மனத்தை மாற்றுதல்; talk s.o. into a suggestible mood. *அவளுக்கு நன்றாக வேப்பிலை அடித் திருக்கிறான் போலிருக்கிறது, அவன் சொல்வதற் கெல்லாம் சரி, சரி என்கிறாளே!/ நேற்று முழுவதும் அவனுடன் இருந்து வேப்பிலை அடித்ததற்கு எந்தப் பயனும் இருப்பதாகத் தெரியவில்லையே.*

வேரூன்று: ஆழமாகப் பதிதல்; உறுதியுடன் நிலைத்தல்; get established; take root. *நம்மிடம் வேரூன்றியிருக்கும் நம்பிக்கை களை எளிதில் அகற்றிவிட முடியாது./ ஒரு நாட்டின் பண்பாட்டிற்கு மாறான தத்துவங்கள் எவையும் அந்த நாட்டில் வேரூன்ற முடியாது.*

வேலை மெனக்கெட்டு (பொ.பெ.): (குறிப்பிட்ட காரியத் திற்காக) சொந்த வேலைகளை ஒதுக்கிவிட்டு அல்லது (தன்) வேலையைக் கெடுத்துக்கொண்டு; leaving aside one's work. *இதைச் சொல்லவா வேலை மெனக்கெட்டு இவ்வளவு தூரம் வந்தாய்?/ உன்னைப் பார்ப்பதற்காக வேலை மெனக்*

கெட்டு வந்தால் நீ பார்த்தும் பார்க்காதது போலப் போகிறாயே.

வேலையைக் காட்டு: (ஏமாற்றும் நோக்கத்தில் வழக்கமாகச் செய்யும்) விஷமத்தனமான காரியம்செய்தல்; play a dirty trick. உங்களிடம் மட்டும் அல்ல, வேறு சிலரிடமும் அவன் வேலையைக் காட்டியிருக்கிறான்./ அவர் எவ்வளவு வய தானவர், அந்த வயதுக்குக்கூட மரியாதை தராமல் அவரிடம் உன் வேலையைக் காட்டிவிட்டாயே.

வேலையைப்* பார்த்துக்கொண்டு போ: பிறர் காரியத் தில் தலையிடாமல் இருத்தல் (ஒருவரின் தலையீட்டால் எரிச்சல் அடைந்தவர் கூறுவது); mind one's (own) business. நீ எனக்குப் புத்தி சொல்ல வந்துவிட்டாயா? உன் வேலை யைப் பார்த்துக்கொண்டு போ!/ அவன் யாரைக் கல்யாணம்செய்துகொண்டால் என்ன? நீ உன் வேலை யைப் பார்த்துக்கொண்டு போ!/ இவன் தன் வேலையைப் பார்த்துக்கொண்டு போக வேண்டியதுதானே, எதற்காக என் விஷயத்தில் தலையிடுகிறான்?

* சோலியை (சில வட்டாரங்களில்)

வேலைவெட்டி (பொ.பெ.): செய்யத் தக்கதான ஏதேனும் ஒரு வேலை; any job; occupation. நான் என்ன வேலைவெட்டி இல்லாதவன் என்று நினைத்தாயா?

வேளாவேளைக்கு: (குறிப்பிட்ட நேரத்துக்கு ஒரு முறை என்ற வகையில்) உரிய நேரத்தில்; at regular hours. வேளாவேளைக்கு மருந்து கொடுத்து நோயாளிகளைக் கவனித்துக்கொள்கிறார்.

வேளை கெட்ட வேளையில்: (ஒன்றைச் செய்வதற்குரிய) நேரம் கடந்தபின்; (ஒன்றைச் செய்ய) பொருத்தம் இல்லாத நேரத்தில்; at an unusual hour. இப்படி வேளை கெட்ட வேளையில் குளித்தால் சளிப் பிடித்துவிடும்./ எதற்காக இப்படி நேரம் கெட்ட நேரத்தில் வந்து கதவைத் தட்டுகிறீர்கள்?

மா.வ. நேரம் கெட்ட நேரத்தில்

வேளையும் பொழுதும்: (நல்ல நிகழ்ச்சி நிகழ) ஏற்ற நேரம் (மனித முயற்சி மட்டும் போதாது என்ற கருத்தில் கூறுவது); the destined moment (implying that the human effort alone is not sufficient). வேளையும் பொழுதும் வந்தால் எல்லாம் நடக்கும்./ நாம் என்னதான் முயற்சிசெய்தாலும் வேளையும் பொழுதும் வர வேண்டும், அப்போதுதான் எல்லாம் கைகூடும்.

வேறு ஆளைப் பார்: *பிறர் விருப்பத்திற்கோ வற்புறுத்தலுக்கோ இணங்கித் தனக்கு ஒப்புதல் இல்லாத ஒன்றைச் செய்யச் சம்மதித்துவிடக்கூடிய ஆள் தான் அல்ல என்பதைத் தெரிவிக்கப் பயன்படுத்தும் தொடர்;* 'I am not the person for the job' (said while firmly rejecting what is proposed). *அவரிடம் போய் நான் மன்னிப்புக் கேட்க வேண்டுமா? அதற்கு வேறு ஆளைப் பார்./ சட்டத்திற்குப் புறம்பாக நான் இதைச் செய்ய முடியாது. அதற்கு வேறு ஆளைப் பாருங்கள்.*

வேறு வேலை இல்லை: *உருப்படியாக வேறு எதுவும் செய்யத் தெரியாது (ஒருவர் சொல்வதை அல்லது செய்வதைக் குறித்துச் சலிப்புடன் மற்றவர் கூறுவது);* have nothing better to do (while dismissing what s.o. says as inconsequential). *பாட்டிக்கு வேறு வேலை இல்லை, எப்போதும் எதையாவது கேட்டுக்கொண்டே இருப்பாள்./ அவனுக்கு வேறு #வேலையே இல்லையா, எப்போதும் சினிமாவைப்பற்றியே பேசிக்கொண்டிருக்கிறானே.*

-ஏ இடைச் சொல்லுடன்

வேஷம்போடு: *உண்மை நிலை வெளியே தெரியாதவாறு நடந்துகொள்ளுதல்; பாவனைசெய்தல்;* make a pretence of sth. *மூடப்பட்ட தொழிற்சாலையைத் திறக்க உரிய நடவடிக்கை எடுக்காமல் எல்லாக் கட்சிகளுமே வேஷம் போடுவதாகத் தொழிலாளர்கள் நினைக்கிறார்கள்./ அவன் உடம்பு நன்றாகத்தான் இருக்கிறது. சும்மா வேஷம் போடுகிறான்.*

வைக்க வேண்டிய இடத்தில் வை: *(ஒருவர் வரம்பு மீறி நடந்துகொள்ளும்போது அவருடைய) நிலையையும் தகுதியையும் உணர்த்தி அவற்றுக்கு ஏற்ற முறையில் நடக்கச்செய்தல்;* put s.o. in his place. *அந்த முரடனை வைக்க வேண்டிய இடத்தில் வைத்திருந்தால் நம்மை இப்படி மதிக்காமல் பேசுவானா?/ இவர்கள் திமிர்பிடித்தவர்கள், இவர்களை எங்கே வைக்க வேண்டுமோ அங்கே வைக்க வேண்டும்.*

மா.வ. எங்கே வைக்க வேண்டுமோ அங்கே வை

வைத்த கண்* வாங்காமல்: *(கவனத்தை ஈர்த்த ஒன்றின் மீது) செலுத்திய பார்வையைச் சற்றும் விலக்காமல் (பார்த்தல்);* without taking one's eyes off (sth. or s.o. that holds one's interest); riveting one's eyes on sth. *வீட்டின்முன் நின்றிருந்த புது மாதிரியான காரை வைத்த கண் வாங்காமல் பார்த்துக்கொண்டிருந்தான்./ வைத்த விழி வாங்காமல் என்னைப் பார்த்தபடியே இருந்தாரே அவர்*

* விழி

தான் மாப்பிள்ளையின் தாயாரா?/ சர்க்கஸ் வீரர் சிங்கத்தின் வாய்க்குள் தலையை விட்டு எடுப்பதைக் குழந்தைகள் எப்படி வைத்த கண் வாங்காமல் பார்க்கிறார்கள்!

வைத்த கண்ணை எடுக்க முடியவில்லை: (ஒருவரின் அல்லது ஒன்றின்) அழகு அல்லது கவர்ச்சி காரணமாகச் செலுத்திய பார்வையை மீட்க முடியவில்லை; unable to take one's eyes off (s.o. or sth.). குழந்தை தங்க விக்கிரகம் போல் இருந்தது, அதன்மேல் வைத்த கண்ணை எடுக்க முடியவில்லை.

(ஒரு பேச்சுக்கு) வைத்துக்கொள்: (உரையாடலுக்காகவோ விவாதத்திற்காகவோ ஒன்று நடப்பதாக) பாவித்துக் கொள்ளுதல்; கற்பனைசெய்துகொள்ளுதல்; suppose ... நீ ஊரில் இல்லாதபோது நான் மருத்துவமனையில் சேர வேண்டியதாகிவிட்டது என்று ஒரு பேச்சுக்கு வைத்துக் கொள்வோம்./ பணம் எடுத்துக்கொள்ளாமல் ஊருக்குப் போகிறாய் என்று வைத்துக்கொள்.

வைரம் பாய்ந்த: உறுதியான (உடல், உள்ளம்); toughened (body); tough (mind). வைரம் பாய்ந்த தோள்கள்/ வைரம் பாய்ந்த மனம் அவருக்கு, எதற்கும் கலங்க மாட்டார்.

ஜாடைமாடையாக: (வெளிப்படையாக இல்லாமல்) குறிப்பாக; மறைமுகமாக; (convey sth.) in hints; obliquely. அவள் விஷயத்தை ஜாடைமாடையாகச் சொன்னாள்.

ஜால்ராப் போடு*: (ஒருவரைத் திருப்திப்படுத்துவது தனக்குப் பலன் தரும் என்பதால் அவர்) சொல்வதையெல்லாம் கண்மூடித்தனமாக ஒப்புக்கொண்டு ஆமோதித்தல்; ஒத்தூதுதல்; toady. அந்தப் பணக்காரரைச் சுற்றி எப்போதும் ஜால்ராப் போடும் கும்பல் ஒன்று இருக்கும்./ யாருக்கும் ஜால்ராத் தட்ட வேண்டிய அவசியம் எனக்கு இல்லை. * தட்டு

ஜுர வேகத்தில் (அ.வ.): பரபரப்பாகவும் துரிதமாகவும்; மிக விரைவாக; with feverish haste; feverishly. அதிகாரிகள் ஜுர வேகத்தில் காரியமாற்றினார்கள்./ கட்டுமானப் பணிகள் ஜுர வேகத்தில் நடந்துகொண்டிருந்தன.

ஜோஸ்யமா தெரியும்: என்ன அல்லது எப்படி நடக்கும் என்பதை முன்னரே அறிந்திருக்க முடியாது என்பதைத் தெரிவிக்கப் பயன்படுத்தும் தொடர்; 'how could one predict';

'there is no way of telling'. 'அவரைக் கைதுசெய்திருக்கிறார்களே, அவரைச் சீக்கிரம் விட்டுவிடுவார்களா?' 'எனக்கென்ன ஜோஸ்யமா தெரியும்?'/ அவனும் படிக்கட்டும் என்றுதான் இந்தப் புத்தகத்தைக் கொடுத்தேன், இப்படித் தொலைத்துவிட்டு வருவான் என்று எனக்கு ஜோஸ்யமா தெரியும்?

ஹைதர் காலம்: (நாகரிகக் குறைவாக இன்று கருதப்படும் பழக்கங்கள், பொருள்கள் வழக்கில் இருந்த) பழைய காலம்; (belonging to) another age; bygone era. பதினாறு முழப் புடவை கட்டுவதெல்லாம் ஹைதர் காலத்துப் பழக்கம்!/ ஊருக்குப் போகப் பெட்டி இல்லை என்றவுடன் அம்மா ஒரு ஹைதர் காலத்துப் பெட்டியைக் கொண்டு வந்து கொடுத்தாள்.

144 போடு: (கேலியாக) தடை விதித்தல்; (jocularly) issue a prohibitory order (the reference being to section 144 of the Criminal Procedure Code). 'அவன் முன்போல் நம்முடன் சினிமாவுக்கு வருவதில்லையே, ஏன்?' 'ஒருவேளை அவன் அப்பாவோ அம்மாவோ 144 போட்டிருக்கலாம்'/ என்னுடன் பேசுவதற்குக்கூடவா உனக்கு 144 போட்டிருக்கிறார்கள்?

தொடர்களில் உள்ள சொற்களுக்கு அடைவு

அகராதியில் மரபுத்தொடர்கள் அகரவரிசையில் இருப்பதால் அவற்றின் முதல் சொற்கள் வழியாக எந்தத் தொடரையும் கண்டுகொள்ளலாம். ஆனால் ஒரு தொடரின் முதல் சொல் எது என்பதை உறுதிபடுத்திக் கொள்ள முடியாதபோது தொடரிலுள்ள பிற சொற்கள் வழியாகவும் தொடர்களைக் கண்டுகொள்வதற்காக இந்த அடைவு தரப்பட்டிருக்கிறது.

இந்த அடைவில் தலைத்தொடர்களாகத் தரப்பட்டிருப்பவற்றில் முதல் சொல் நீங்கலாக உள்ள சொற்களும், தலைத்தொடர்களின் சொற்களுக்குப் பதிலீடாகக் காட்டப்பட்டுள்ள சொற்களும், தலைத்தொடர்களுக்குத் தரப்பட்டுள்ள மாற்று வடிவங்களிலுள்ள சொற்களும் இடம் பெற்றிருக்கின்றன. இவை அகரவரிசையில் தரப்பட்டிருக்கின்றன.

1. அடைவுச் சொல் தலைத்தொடரில் ஒரு முறை அல்லது இரு முறை வருமானால் அதன்கீழ் முழுத் தொடர் தரப்பட்டு அந்தச் சொல் தொடரில் வரும் இடம் அல்லது இடங்கள் நெளிகோடு இட்டுக் காட்டப்பட்டிருக்கும்.

   எழுத்தால்

   பொன் ~ பொறி

   இரண்டும்

   இரண்டும் ~ நாலு

   முறை

   ஆடிக்கு ஒரு ~ அமாவாசைக்கு ஒரு ~

2. நெளிகோடு அடைப்புக்குறிக்குள் இருக்குமானால் தலைத்தொடரில் அந்தச் சொல் அடைப்புக் குறிக்குள் தரப்பட்டிருப்பதைக் காட்டும்.

   இருந்து

   இருந்தாற் போல் (~)

3. அடைவுச் சொல் தலைத்தொடரில் ஒரு சொல்லுக்குப் பதிலாக வருகிறது என்பதைக் காட்ட, தலைத்தொடரில் பதிலீட்டை ஏற்கும் சொல்லின் அருகே உடுக்குறி இடப்பட்டிருக்கும்.

   உள்ளம்

   வெள்ளை மனம்*

4. ஒருசொல் போல் தரப்பட்டிருக்கும் தொடரிலுள்ள சொல் அடைவில் இடம்பெற்றிருக்காது. 'உரித்துவை' என்பது ஒருசொல் போல எழுதப்பட்டிருப்பதால் அதிலுள்ள 'வை' அடைவில் இடம் பெற்றிருக்காது. ஒருசொல் போல் சேர்த்து எழுதப்பட்டிருப்பதில் ஏதேனும் ஒரு சொல்லுக்குப் பதிலாக வேறொரு சொல் இருக்குமானால், அந்தப் பதிலீட்டுச் சொல்லை மட்டும் அடைவில்

காட்டாமல் அந்தச் சொல்லைக் கொண்ட முழுத் தொடரும் தரப்பட்டிருக்கும்; அதற்குரிய தலைத்தொடரில் உடுக்குறி இருக்கும்.

இராத்திரிபகலாக

*இரவுபகலாக**

கண்போடு

*கண்வை**

5. அடைவுச் சொல் தலைத்தொடரின் மாற்று வடிவத்தில் உள்ள சொல்லாக இருக்குமானால், தலைத்தொடர் தரப்பட்டு அதன்பின் அடைப்புக்குறிக்குள் 'என்பதன் மாற்று வடிவத்தில்' என்ற குறிப்பும் இடம்பெற்றிருக்கும்.

உதைத்து

ஏறி வந்த ஏணியை எட்டி உதை (என்பதன் மாற்று வடிவத்தில்)

மாற்று வடிவம், ஒருசொல் போல் சேர்த்து எழுதப்பட்டிருக்குமானால் அந்தத் தொடர் முழுமையாக அடைவில் தரப்பட்டிருக்கும்; அதற்குரிய தலைத்தொடரின்பின் அடைப்புக்குறிக்குள் 'என்பதன் மாற்று வடிவம்' என்ற குறிப்பும் சேர்க்கப்பட்டிருக்கும்.

உயிரையெடு

உயிரை வாங்கு (என்பதன் மாற்று வடிவம்)

6. ஒரு அடைவுச் சொல் பல தொடர்களில் வரும்போது அடைவில் அந்தச் சொல்லின்கீழ் அது வரும் தொடர்கள் அனைத்தும் அகர வரிசையில் தரப்பட்டிருக்கும். அந்தச் சொல் வரும் இடம் நெளி கோடு இட்டுக் காட்டப்பட்டிருந்தாலும் அங்கு சொல் இருப்பதாகவே கணக்கில் எடுத்துக்கொண்டு அகரவரிசைப்படுத்தப்பட்டிருக்கும்

வந்தது

உயிர் போய் உயிர் ~

உயிர் ~

தலைத்தொடரில் அடைப்புக்குறிக்குள் தரப்பட்டிருக்கும் சொல், அகராதியில் அகரவரிசைப்படுத்தும்போது கணக்கில் எடுத்துக் கொள்ளப்படவில்லை (பார்க்க, அகராதியைப் பயன்படுத்த உதவும் குறிப்புகள்). அடைவிலும் இதே முறையைப் பின்பற்றித் தொடர்கள் வரிசைப்படுத்தப்பட்டிருக்கின்றன.

போட்டுக்கொள்

சூடு ~

(இழுத்து) தலைமேல் ~

வாரி

மண்ணை (~) போடு

மண்ணை ~ இறை

அக்கரை
  இக்கரைக்கு ~ பச்சை
அகப்படு
  வாயில் மாட்டிக்கொள்*
அங்கே
  வைக்க வேண்டிய இடத்தில் வை (என்பதன் மாற்று வடிவத்தில்)
அசல்
  அச்சு ~
அசலா
  அல்லா ~
அசைக்க
  சுண்டுவிரலைக்கூட ~ முடியாது
அசைக்கவில்லை
  (சுண்டு)விரலைக்கூட ~
அசைந்து
  ஆடி ~
அட்ரஸ்
  விலாசம்* இல்லாமல்
அடக்கம்
  கையில் ~
அடகுவைத்தாவது
  தலையை ~
அடங்கு
  சப்தநாடியும் ஒடுங்கு*
அடி
  ஒரு கல்லில் இரண்டு மாங்காய் ~
  கால்*(எடுத்து) வை
  காற்று வீசு*
  சாட்டை ~
  சாவுமணி ~
  செத்த பாம்பை ~
  டப்பா ~
  டமாரம் ~
  டேரா போடு*
  தம்பட்டம் ~
  தர்ம ~
  பல்டி ~
  பைத்தியமாக ~
  மரண ~
  லாட்டரி ~
  வேப்பிலை ~
அடிக்க
  காலில் கட்டி ~
  புத்தியைச் செருப்பால் ~ வேண்டும்
அடிக்கிற
  ஆளை (தூக்கி) ~ மாதிரி
அடித்தாற்
  ஆணி ~ போல
  பொட்டில் ~ போல
  முகத்தில் ~ போல்
அடித்துக்கொள்
  தலைதலையாய் ~
  தலையில் ~
  மனம் ~
  வாயிலும் வயிற்றிலும் ~
அடை
  காதை ~
  வாயை ~
அத்தோடு
  பத்தோடு பதினொன்று (~ இது ஒன்று)
அந்த
  இந்தக் காதில் வாங்கி ~ காதில் விடு
அப்பன்
  எங்கள் ~ குதிருக்குள் இல்லை
அப்பனுக்கும்
  உனக்கும் பெப்பே உன் ~ பெப்பே
அம்பாரம்
  ஆள் அம்பு (என்பதன் மாற்று வடிவத்தில்)
அம்பு
  ஆள் ~
அமாவாசைக்கு
  ஆடிக்கு ஒரு முறை ~ ஒரு முறை
அயல்
  அண்டை ~
அரக்கப்பறக்க
  பறக்கப்பறக்க (என்பதன் மாற்று வடிவம்)
அரி
  கை ~
அரை
  அரைத்த மாவையே ~
  தலையில் மிளகாய் ~

அலறியடித்துக்கொண்டு
   அலறிப்புடைத்துக்கொண்டு*
அலை
   கையில் வெண்ணெயை
      வைத்துக்கொண்டு நெய்க்கு ~
   நாயாய் ~
அவசரம்
   ஆத்திர ~
அவதாரமெடு
   நரசிம்ம ~
அவல்
   (வெறும்) வாய்க்கு (மெல்ல) ~
   அவலாகப்போ
   ஆறி ~
அவிந்தா
   கண் ~ போயிற்று
அவிழ்
   மூட்டையை ~
அழ
   அடித்தால் ~ தெரியாது
   யாரிடம் சொல்லி ~
அழியாமல்
   அன்று கண்ட மேனிக்கு அழிவு
      இல்லாமல் (என்பதன் மாற்று
      வடிவத்தில்)
அழிவு
   அன்று கண்ட மேனிக்கு ~
      இல்லாமல்
அழு
   கட்டி(கொண்டு) ~
   கையில் வெண்ணெயை
      வைத்துக்கொண்டு நெய்க்கு
      அலை*
   தண்டம் ~
   பிழியப்பிழிய ~
   மூக்கால் ~
அழுகிப்போகும்
   நாக்கு ~
அழுவதா
   சிரிப்பதா ~
அழை
   தாம்பூலம் வைத்து ~
   துணைக்கு ~
அழைத்துக்கொள்

பகவான் ~
அள்ளி
   தலையில் நெருப்பை ~ போடு
   மண்ணை (வாரி)* போடு
   வயிற்றில் மண்ணை (~) போடு
   வாயில் மண்ணை (வாரி)* போடு
அள
   கதை ~
அறியாத
   உலகம் தெரியாத*
   ஒரு பாவமும் ~
அறுத்துக்கொள்
   கையை ~
அறுத்துக்கொள்கிறேன்
   காதை ~
அறைந்த
   கன்னத்தில் ~ மாதிரி
அறைந்தார்
   ஆணி அடித்தார்* போல
   பேய் ~ போல்
   பொட்டில் அடித்தார்* போல
   முகத்தில் அடித்தார்* போல்
அன்றிருந்த
   அன்று கண்ட மேனிக்கு அழிவு
      இல்லாமல் (என்பதன் மாற்று
      வடிவத்தில்)
அனுப்பு
   வீட்டுக்கு ~
ஆக்கு
   இருக்கும் இடம் தெரியாமல் செய்*
ஆகாசத்துக்கும்
   வானத்துக்கும்* பூமிக்குமாகக் குதி
ஆகாயப்பந்தல்
   ஆகாயக்கோட்டை கட்டு (என்பதன்
      மாற்று வடிவத்தில்)
ஆகாரம்
   அன்ன ~
ஆகு
   கழுதை தேய்ந்து கட்டெறும்பு ~
   (உடம்பு) பாதி ~
ஆசை
   உயிர்மேல் ~
ஆட்டில்
   ஆட்டைத் தூக்கி மாட்டில் போட்டு

மாட்டைத் தூக்கி ~ போட்டு
ஆட்டிவை
ஆட்டிப்படை (என்பதன் மாற்று வடிவம்)
பம்பரமாக ~
ஆட்டு
கண்ணில் விரலை விட்டு ~
குழந்தையைக் கிள்ளிவிட்டுத் தொட்டிலையும் ~
ஆடுகிறது
தலை இருக்க வால் ~
ஆண்டிவரை
அரசன்முதல் ~
ஆண்பிள்ளை
மீசை முளைத்த ~
ஆணிவேறாக
அக்குவேறு ~
ஆபத்து
தலைக்கு ~
ஆயுசு
உனக்கு ~ நூறு
நித்திய கண்டம் பூரண ~
ஆவன்னா
அனா ~
ஆவி
உடல் பொருள் ~
ஆள்
ஏன் என்று கேட்க ~ இல்லை
ஆளை
வேறு ~ பார்
இட்ட
காலால் ~ வேலையைத் தலையால் செய்
குடத்தில் ~ விளக்கு
இடத்தில்
காட்டிய ~ கையெழுத்துப் போடு
வைக்க வேண்டிய ~ வை
இடது
வலது கை கொடுப்பது ~ கைக்குத் தெரியாது
இடம்
இருக்கும் ~ தெரியாது
இருக்கும் ~ தெரியாமல் செய்
ஊசி குத்த ~ இல்லை
ஊசி நுழைய ~ இல்லை
எள் போட்டால் எள் விழாது (என்பதன் மாற்று வடிவத்தில்)
நாலு ~
புதைத்த ~ புல் (முளைத்துப்போயிருக்கும்
போன ~ தெரியவில்லை
இடமெல்லாம்
தொட்ட ~
இடி
அவலை நினைத்து(கொண்டு) உரலை ~
இடிமேல் ~
இரண்டு பக்கமும் ~
தலையில் ~ விழு
இதயத்தை
மனத்தைக்* கல்லாக்கிக்கொள்
இது
பத்தோடு பதினொன்று (அத்தோடு ~ ஒன்று)
இரண்டகம்செய்
உண்ட வீட்டுக்கு ~
இரண்டாம்
மூன்றாம்* பேருக்குத் தெரியாமல்
இரண்டு
ஒரு கல்லில் ~ மாங்காய் அடி
வெட்டு ஒன்று துண்டு ~
இரண்டும்
இரண்டும் ~ நாலு
இரத்தமும்
நகமும் சதையும் போல் (என்பதன் மாற்று வடிவத்தில்)
இரவுபகல்
இரவுபகலாக (என்பதன் மாற்று வடிவத்தில்)
இராத்திரிப்பகலாக
இரவுபகலாக*
இரு
உச்சாணிக் கொம்பில் ~
கண்ணாக ~
காலில் சக்கரம் கட்டி(கொண்டு) ~
குளிக்காமல் ~
நாணயத்தின் ~ பக்கங்கள்

போகவர ~
இருக்க
    தலை ~ வால் ஆடுகிறது
இருக்காது
    ஏன் என்று கேட்க ஆள் இல்லை
        (என்பதன் மாற்று வடிவத்தில்)
இருக்கிற
    சும்மா கிடக்கிற* சங்கை ஊதிக்
        கெடு
இருக்கிறது
    கையில் (ஒன்றும்) இல்லை
        (என்பதன் மாற்று வடிவத்தில்)
    வாயில் ~ வழி
இருக்குமோ
    எந்தப் புற்றில் எந்தப் பாம்பு ~
இருந்த
    பெருங்காயம் வைத்த* பாண்டம்
இருந்தால்
    இன்றைக்கெல்லாம் ~
இருந்தாலும்
    ஆயிரம்(தான்) ~
இருந்து
    இருந்தார் போல் (~)
இல்லா
    தண்ணீர் ~ காடு
இல்லாத
    ஒரு நாளும் ~ திருநாளாக
இல்லாததற்கு(எல்லாம்)
    ஒன்றும் ~
இல்லாமல்
    அன்று கண்ட மேனிக்கு அழிவு ~
    பருப்பு ~ கல்யாணமா
    மூச்சுப்பேச்சு ~
    விலாசம் ~
இல்லை
    ஆபத்துக்குத் தோஷம் ~
    உண்டு ~ என்று
    உப்புக்கல்லுக்குப் பிரயோஜனம் ~
    ஊசி குத்த இடம் ~
    ஊசி நுழைய இடம் ~
    எங்கள் அப்பன் குதிருக்குள் ~
    ... போட்டால் என் விழாது
        (என்பதன் மாற்று வடிவத்தில்)
    டன் பெயர் — ~

ஏன் என்று கேட்க ஆள் ~
கடவுளுக்குக் கண் ~
காதலுக்குக் கண் ~
கையில் (ஒன்றும்) ~
சுரைக்காய்க்கு உப்பு ~
சொல்கிற மாதிரி ~
தலையும் ~ வாலும் ~
நல்லதுக்குக் காலம் ~
வார்த்தைகள் (கிடைக்க) ~
வேறு வேலை ~
இலை
    தாமரை ~ தண்ணீர்
    முளைத்து மூன்று ~ விடவில்லை
இலைக்கு
    பக்கத்து ~ பாயசம்
இலைமறை
    இலைமறைவு காய்மறைவாக
        (என்பதன் மாற்று வடிவத்தில்)
இழு
    ஊர் கூடித் தேர் ~
    கால் ~
    கால் பின்னே ~
    கையைப் பிடித்து ~
    சந்திக்கு ~
    மயிரைக் கட்டி மலையை ~
    வம்புக்கு ~
இழுத்து
    (~) தலைமேல் போட்டுக்கொள்
இழுப்புக்கு
    இழுத்த ~
இறங்க
    ஏற ~ பார்
இறங்கு
    ஏறி ~
    கை ~
    தெருவில் ~
இறங்குவது
    எச்சில் விழுங்கினால்
        தொண்டையில் ~ தெரியும்
இறுக்கி
    வயிற்றை (~) கட்டு
இறை

என்ளும் தண்ணீரும் தெளி*
சேற்றை வாரி ~
தண்ணீராகச் செலவழி (என்பதன்
    மாற்று வடிவத்தில்)
மண்ணை வாரி ~
இறைத்த
    விழலுக்கு ~ நீர்
இன்று
    நேற்று (பெய்த மழையில் ~)
    முளைத்த காளான்
இன்றைக்கு
    இன்று மழை பெய்யப் போகிறது
    (என்பதன் மாற்று வடிவத்தில்)
    நேற்று (பெய்த மழையில் இன்று)
    முளைத்த காளான் (என்பதன்
    மாற்று வடிவத்தில்)
இன்னமும்
    இதுவும் வேண்டும் ~ வேண்டும்
இன்னும்
    ஒரு பயல் ~ பிறக்கலில்லை

ஈ
    தேனில் விழுந்த ~ போல
    வாயில் ~ நுழைவது தெரியாது
ஈயத்தை
    காதில் ~ காய்ச்சி ஊற்றினாற்
    போல்
ஈயாடவில்லை
    முகத்தில் ~
ஈரத்துணியை
    வயிற்றில் ~ போட்டுக்கொள்

உட்காரவை
    மூலையில் ~
உடம்பு
    இடுப்பு* வளை
    பச்சை ~
    (~) பாதி ஆகு
உடம்பும்
    எண் சாண் ~ ஒரு சாணாகக்
    குறுகு
உடன்
    கடன் ~
உடை
    போட்டு ~
    மூக்கை ~

உடைத்துக்கொள்
    மண்டையை (போட்டு) ~
உண்டு
    கோடிப் புண்ணியம் ~
    சுவருக்குக்கூடக் காது ~
உண்மை
    முக்காலும் ~
உதறி
    துண்டை ~ தோளில்
    போட்டுக்கொண்டு
உதறு
    கைகால் ~
    கையை ~
    பிய்த்துக் கட்டு (என்பதன் மாற்று
    வடிவத்தில்)
உதிக்கும்
    கிழக்கில் ~ சூரியன் மேற்கில்
    உதித்தாலும்
உதித்தாலும்
    கிழக்கில் உதிக்கும் சூரியன்
    மேற்கில் ~
உதிர்ந்துவிடும்
    (பேசினால்) முத்து ~
உதை
    ஏறி வந்த ஏணியை எட்டி ~
உதைத்து
    ஏறி வந்த ஏணியை எட்டி உதை
    (என்பதன் மாற்று வடிவத்தில்)
உப்பு
    சுரைக்காய்க்கு ~ இல்லை
உப்புக்கு
    உப்புக்கல்லுக்குப்* பிரயோஜனம்
    இல்லை
உபசாரம்
    ராஜ ~
உபதேசம்
    ஊருக்கு ~
உமிழ்
    காறித் துப்பு*
உயர்த்திவிட்டுக்கொள்
    காலரைத் தூக்கிவிட்டுக்கொள்*
உயர்த்து
    புருவத்தை ~
    போர்க்கொடி ~
உயிர்

உயிர் போய் ~ வந்தது
உயிராக
உயிருக்கு ~
உயிரையெடு
உயிரை வாங்கு (என்பதன் மாற்று வடிவம்)
உரலை
அவலை நினைத்து(கொண்டு) ~ இடி
உரி
கல்லில் நார் ~
உருக்கி
காதில் ஈயத்தைக் காய்ச்சி* ஊற்றினாற் போல்
உருகு
தவித்துத் தண்ணீராக ~
உருட்டு
தலையை (போட்டு) ~
உருள்
தலை ~
உழை
செருப்பாய் ~
மாடாக ~
உள்ள
மலைக்கும் மடுவுக்கும் ~ வித்தியாசம்
உள்ளங்காலில்
உள்ளங்கால் வெள்ளெலும்பு தேய (என்பதன் மாற்று வடிவத்தில்)
உள்ளத்தில்
உதட்டில் ஒன்று ~ ஒன்று
உள்ளம்
வெள்ளை மனம்*
உறிஞ்சு
மூக்கைச் சிந்து (என்பதன் மாற்று வடிவத்தில்)
உறுத்து
கண்ணை ~
உறை
இரத்தம் ~
உன்
உனக்கும் பெப்பே ~ அப்பனுக்கும் பெப்பே
சொந்தக் காலில் நில் (என்பதன் மாற்று வடிவத்தில்)
ஊசி
வாழைப்பழத்தில் ~ ஏற்றுவது போல்
ஊதி
சும்மா கிடக்கிற சங்கை ~ கெடு
ஊது
ஊதுகிற சங்கை ~
ஊருக்கு
எட்டு ~ கேட்கும்
போகாத ~ வழி சொல்
ஊரை
ஊமை ~ கெடுக்கும்
ஊற்றிக்கொண்டு
கண்ணில் விளக்கெண்ணெய் ~
காலில் கஞ்சியை ~
ஊற்றினாற்
காதில் ஈயத்தைக் காய்ச்சி ~ போல்
ஊற்று
எரிகிற நெருப்பில் எண்ணெய் ~
கஞ்சி ~
ஊறிய
ஒரு குட்டையில் ~ மட்டை
ஊறு
நாக்கில் எச்சில் ~
எகிறி
தாண்டிக்* குதி
எங்கே
முகத்தை ~ கொண்டுபோய் வைத்துக்கொள்வது
வைக்க வேண்டிய இடத்தில் வை (என்பதன் மாற்று வடிவத்தில்)
எச்சில்
நாக்கில் ~ ஊறு
எட்டடி
— ~ பாய்ந்தால் — பதினாறடி பாய்
எட்டவில்லை
கைக்கு எட்டியது வாய்க்கு ~
எட்டாது
ஏணி வைத்தாலும் ~
எட்டாமல்
கைக்கு எட்டியது வாய்க்கு எட்டவில்லை (என்பதன் மாற்று வடிவத்தில்)

எட்டி
 ஏறி வந்த ஏணியை ~ உதை
எட்டிய
 கைக்கு எட்டியது வாய்க்கு
 எட்டவில்லை (என்பதன் மாற்று
 வடிவத்தில்)
எட்டியது
 கைக்கு ~ வாய்க்கு எட்டவில்லை
எடு
 ஒரு நாள் கூத்துக்கு மீசையை ~
 கடைந்த மோரில் வெண்ணெய் ~
 கணக்கில் சேர் (என்பதன் மாற்று
 வடிவத்தில்)
எடுக்க
 கண்ணை ~ முடியவில்லை
 வைத்த கண்ணை ~ முடியவில்லை
எடுத்தவன்(எல்லாம்)
 தடி ~ தண்டல்காரன்
எடுத்தெறிந்தார்
எடுத்தெறிந்து (என்பதன் மாற்று
 வடிவத்தில்)
எடுப்பில்
 எடுத்த ~
எண்ணிக்கொண்டிரு
 நாளை ~
எண்ணு
 எலும்பை ~
 கம்பி ~
 விரல்விட்டு ~
எண்ணெய்
 எரிகிற நெருப்பில் ~ ஊற்று
எண்ணெயாக
 எள் என்பதற்குள் ~
எதற்கெடுத்தாலும்
 எடுத்ததற்கெல்லாம் (என்பதன்
 மாற்று வடிவம்)
எதிர்பார்
 கையை ~
எதில்
 எந்தக் கணக்கில் சேர்த்தி (என்பதன்
 மாற்று வடிவத்தில்)
எந்த
 எந்தப் புற்றில் ~ பாம்பு இருக்குமோ
எரி
 (வீட்டில்) அடுப்பு ~

பெற்ற வயிறு (பற்றி) ~
வயிறு (பற்றி) ~
எழுத்தால்
 பொன் ~ பொறி
எழுத்து
 நாலு ~
 நீர்மேல் ~
எழுதி
 நெற்றியில் ~ ஒட்டியிரு
எழுதவை
 தண்ணீரில் ~
எழுது
 தலையில் ~
எள்
 எள் போட்டால் ~ விழாது
எள்ளத்தனை
 எள்ளளவும் (என்பதன் மாற்று
 வடிவம்)
என்னும்கொள்ளும்
 முகத்தில் ~ வெடி
எள்ளுருண்டை
 ஏழைக்கேற்ற ~
எளிய
 ஏழை ~
எறும்பு
 இருதலைக்கொள்ளி ~
 (ஒரு) ஈ காக்கை (என்பதன் மாற்று
 வடிவத்தில்)
என்
 சொந்தக் காலில் நில் (என்பதன்
 மாற்று வடிவத்தில்)
என்கிறது
 காடி வாவா ~
என்பதற்குள்
 எள் ~ எண்ணெயாக
என்றாகு
 போதும்போதும் ~
என்றால்
 என்னடா ~
 கத்திரிக்காய் ~ பத்தியம்
 முறிந்துவிடாது
 நெருப்பு ~ வாய் வெந்துவிடாது
என்றிரு
 இன்றைக்கோ நாளைக்கோ ~

என்று
 இழுத்துக்கொள் பறித்துக்கொள் ~
 உண்டு இல்லை ~
 எடுத்தேன் கவிழ்த்தேன் ~
 ஏன் ~ கேட்க ஆள் இல்லை
 குப்யோமுறையோ ~
 சிவனே ~
 செத்தேன் பிழைத்தேன் ~
 தப்பித்தோம் பிழைத்தோம் ~
 நான் நீ ~
 பல்லைக்கடி நெல்லைக்கடி ~
 பிய்த்துக்கொள் பிடுங்கிக்கொள் ~
 — பேர்வழி ~
 போடுபோடு ~ போடு
 போனோம் வந்தோம் ~
என்ன
 கையில் (ஒன்றும்) இல்லை
  (என்பதன் மாற்று வடிவத்தில்)
 படி ~ விலை
 பணம் (~) மரத்திலா காய்க்கிறது
 — வேண்டிக்கிடக்கிறதா (என்பதன்
  மாற்று வடிவத்தில்)
எனக்காயிற்று
 உனக்காயிற்று ~
ஏணியை
 ஏறி வந்த ~ எட்டி உதை
ஏது
 என்ன பண்ணுவாயோ ~
 பண்ணுவாயோ
ஏதோவென்று
 என்னவோ ~
ஏந்து
 திருவோடு தூக்கு*
ஏவல்
 இடம் பொருள் ~
ஏற்ற
 விரலுக்குத் தகுந்த* வீக்கம்
ஏற்று
 கூண்டில் ~
ஏற்றவது
 வாழைப்பழத்தில் ஊசி ~ போல்
ஏறி
 முதுகில் (~) சவாரிசெய்

ஏறு
 உச்சாணிக் கொம்பில் ~
 கழுத்தில் தாலி ~
 காதில் ~
 தலைமேல் ~
 மண்டையில் ~
 வாசல் படியை மிதி (என்பதன்
  மாற்று வடிவத்தில்)
ஒட்ட
 வாலை (~) நறுக்கு
ஒட்டவில்லை
 (குப்புற விழுந்தும்) மீசையில் மண் ~
ஒட்டிக்கொள்
 நாக்கு ~
ஒட்டியிரு
 நெற்றியில் எழுதி ~
ஒடி
 இடுப்பு ~
 கை ~
ஒடிந்தார்
 கை ~ போல
ஒடுங்கு
 சப்தநாடியும் ~
ஒதுங்கியதில்லை
 மழைக்குக்கூடப் பள்ளிக்கூடத்தில் ~
ஒரு
 ஆடிக்கு ~ முறை அமாவாசைக்கு
  முறை
 ஆயிரத்தில் ~ வார்த்தை
 ஆற்றில் ~ கால் சேற்றில் ~ கால்
 இந்தக் காதில் வாங்கி அந்தக்
  காதில் விடு (என்பதன் மாற்று
  வடிவத்தில்)
 (~) ஈ காக்கை
 எண் சாண் உடம்பும் ~ சாணாகக்
  குறுகு
 (~ பேச்சுக்கு) வைத்துக்கொள்
ஒருத்தன்
 ஒரு பயல்* இன்னும்
  பிறக்கவில்லை
ஒருவர்
 ஆயிரத்தில் ~
ஒருவேளை
 ஒருபொழுது*

ஒழிச்சல்
  ஓய்வு ~
ஒழியாமல்
  ஓயாமல் ~
ஒழிவு
  ஓய்வு ஒழிச்சல்*
ஒழுகு
  தேன் ~
ஒற்றிக்கொள்
  கண்ணில் ~
ஒன்று
  உதட்டில் ~ உள்ளத்தில் ~
  ஒன்றுக்குள் ~
  ஒன்று கிடக்க ~
  ஒன்றே ~ கண்ணே கண்ணு
  பத்தோடு பதினொன்று (-அத்தோடு இது ~)
  வெட்டு ~ துண்டு இரண்டு
ஒன்றுக்கு
  ஒன்றுக்கிரு (என்பதன் மாற்று வடிவத்தில்)
ஒன்றும்
  கையில் (~) இல்லை
ஓங்கு
  கை ~
ஓசை
  இரண்டு கை தட்டினால்தானே சப்தம்*
ஓட்டாத
  எச்சில் கையால் காக்கை ~
ஓட்டு
  காலத்தை ~
  துண்டுச் சட்டியில் குதிரை ~
  வண்டியை ~
  வாயை ~
ஓடவில்லை
  கையும் ~ காலும ~
ஓடியா
  எங்கே ஓடிவிடப் போகிறது (என்பதன் மாற்று வடிவத்தில்)
ஓடிவிட
  எங்கே ~ போகிறது
ஓடிவிடவா
  எங்கே ஓடிவிடப் போகிறது

(என்பதன் மாற்று வடிவத்தில்)
ஓடு
  பாலும் தேனும் (பெருக்கெடுத்து) ~
  பிய்த்துக்கொண்டு ~
  வண்டி ~
ஓடுகிறது
  உடம்பில் நல்ல ரத்தம் ~
ஓய்
  கை இறங்கு*
ஓ உயிர்
  ஈருடல் ~
கக்கு
  அனல் ~
கச்சேரி
  தேங்காய்முடிக் ~
கச்சேரிக்கு
  எங்கள் வீட்டுக்காரரும் ~ போகிறார்
கசக்கு
  கண்ணைக் ~
  மூளையைக் ~
கஞ்சி
  ஆறின ~
கஞ்சியை
  காலில் ~ ஊற்றிக்கொண்டு
கட்டி
  கண்ணைக் ~ காட்டில் விட்டது போல
  காலில் ~ அடிக்க
  கொடி ~
  கொடி ~ பற
  கோயில் ~ கும்பிடலாம்
  மயிரைக் ~ மலையை இழு
  வாயைக் ~ வயிற்றைக் ~
கட்டிக்கொண்டு
  இறக்கை ~ பற
  கண்ணைக் ~ வா
  காலில் சக்கரம் ~ இரு
  கையைக் ~
கட்டிக்கொள்
  புண்ணியம் ~
  வயிற்றில் ஈரத்துணியைப் போட்டுக்கொள்*
  (அடி)வயிற்றில் நெருப்பைக் ~

கட்டிவை

மூட்டை ~

கட்டினாற்

ஆண்டிகள் கூடி மடம் ~ போல

கட்டு

ஆகாயக்கோட்டை ~

கடையைக் ~

கதை ~

கப்பம் ~

கழுத்தில் ~

கையைக் ~

கொடி ~

கோட்டை ~

சப்பைக்கட்டுக் ~

சமாதி ~

தலையில் ~

நடையைக் ~

நாக்கைக் ~

பட்டம் ~

பிய்த்துக் ~

பிளந்து ~

மனக்கோட்டை ~

வயிற்றை (இறுக்கி) ~

வாயைக் ~

கட்டுண்ட

மந்திரத்தால் ~ நாகம் போல

கட்டெறும்பு

கழுதை தேய்ந்து ~ ஆகு

கட்டை

நெஞ்சு வேகாது (என்பதன் மாற்று வடிவத்தில்)

கடத்து

காலம் ~

கடன்

புத்தியைக் ~ கொடு

கடி

காக்காய்க்கடி ~

காதைக் ~

கையைக் ~

பல்லைக் ~

கடிக்க

வாயில் விரலை வைத்தால் ~ தெரியாது

கடிக்கிற

பாக்குக் ~ நேரம்

கடித்து

ஆட்டைக் ~ மாட்டைக் ~

கடித்துக்கொண்டு

பல்லைக் ~

கடித்துக்கொள்

உதட்டைக் ~

பல்லைக் ~

கடிதம்

மொட்டைக் ~

கடுக்கன்

காதில் ~ மாட்டியிரு

கடுதாசி

மஞ்சள் ~

கண்

ஆண்டவன் ~ திற

ஒரு ~ வை

கடவுளுக்குக் ~ இல்லை

கண்மூடிக் ~ திறப்பதற்குள்

கழுகுக் ~

காதலுக்குக் ~ இல்லை

காமாலைக் ~

(~) விழி பிதுங்கு

வைத்த ~ வாங்காமல்

கண்கண்ட

கைகண்ட*

கண்கள்

இரு ~

கண்கொத்தி

கண்குத்திப்* பாம்பு போல்

கண்ட

அன்று ~ மேனிக்கு அழிவு இல்லாமல்

ஊமை ~ கனா

சூடு ~ பூனை

ருசி ~ பூனை

கண்டம்

நித்திய ~ பூரண ஆயுசு

கண்ணசை

நாவசை*

கண்ணாக

கண்ணுக்குக் ~
கருமமே ~
கண்ணில்
ஒரு ~ வெண்ணெய் மற்றொரு ~ சுண்ணாம்பு தடவு
கண்ணீர்
இரத்தக் ~ வடி
நீலிக் ~
முதலைக் ~
கண்ணு
ஒன்றே ஒன்று கண்ணே ~
கண்ணும்
அழுத ~ சிந்திய மூக்குமாக
கண்ணே
ஒன்றே ஒன்று ~ கண்ணு
கண்ணை
வைத்த ~ எடுக்க முடியவில்லை
கண்போடு
கண்வை*
கண்மண்
கண் மூக்குத் தெரியாமல் (என்பதன் மாற்று வடிவத்தில்)
கணக்காக
முள்ளங்கிப்பத்தை ~
கணக்கில்
எந்தக் ~ சேர்த்தி
கத்தரித்தாற்
பட்டுக் ~ போல்
கத்தி
கழுத்துக்குக் ~ வா
கத்திரிக்காயாவது
— ~
கத்து
கரடியாய்க் ~
கதை
அத்தைபாட்டிக் ~
கதையடி
கதை அள (என்பதன் மாற்று வடிவம்)
கதைவிடு
கதை அள (என்பதன் மாற்று வடிவம்)
கப்பலேற்று
மானத்தைக் ~
கப்பலேறு
மானம் ~
கம்பலையுமாக
கண்ணீரும் ~
கயிறாக
மணலைக் ~ திரி
கயிறு
ஒரு முழக் ~
தொடையில் ~ திரி
கரடி
சிவ பூஜையில் ~
கரம்
இரு ~ நீட்டி
வலது ~
கரம்கொண்டு
இரும்புக் ~
கரி
கரு* நாக்கு
கரியாக்கு
காசைக் ~
கருணைக்கிழங்கு
கை ~
கருத்துமாக
கண்ணும் ~
கரும்
கறுப்புப்* புள்ளி
கரை
(அடி)வயிற்றில் புளியைக் ~
கரைத்த
கடலில் ~ பெருங்காயம்
கரைத்தாற்
கடலில் கரைத்த பெருங்காயம் (என்பதன் மாற்று வடிவத்தில்)
கரையேற்று
கரைசேர்[2] (என்பதன் மாற்று வடிவம்)
கரையேறு
கரைசேர்[1] (என்பதன் மாற்று வடிவம்)
கல்
கிணற்றில் போட்ட ~ மாதிரி
கல்யாணமா
பருப்பு இல்லாமல் ~
கல்லாக்கிக்கொள்
மனத்தைக் ~
கல்லாட்டம்

கிணற்றில் போட்ட கல் மாதிரி*
கல்லில்
 ஒரு ~ இரண்டு மாங்காய் அடி
கல்லை
 தலையில் ~ (தூக்கி)போடு
கல
 இரண்டறக் ~
கலக்கு
 (அடி)வயிற்றைக் ~
கலங்கு
 (அடி)வயிறு ~
கவ்வு
 மண்ணைக் ~
கவலை
 வயிற்றுக் ~
கவிழ்த்தேன்
 எடுத்தேன் ~ என்று
கவிழ்ந்துவிட்டது
 கப்பல் ~ போல
கழல்
 மரை ~
கழி
 காலம் தள்ளு*
கழித்து
 கூட்டிக் ~ பார்த்தால்
கழுத்தில்
 (~) மூன்று முடிச்சுப் போடு
 (~) மூன்று முடிச்சு விழு
கழுத்துமாக
 மாலையும் ~
கழுதை
 — ~ வயது
கழுவு
 கையைக் ~
 வயிற்றைக் ~
 வாயைக் ~
கள்ளன்
 ஆடு திருடன ~ போல
களவுமாக
 கூயும் ~
களப்பன்
 பழைய ~
குறுப்பு

காற்று ~
கன்று
 கறிவேப்பிலைக் கொடுத்து* மாதிரி
கனம்
 மடியில் ~
கனவு
 பகல் ~
கனா
 ஊமை கண்ட ~
கனி
 எட்டாக் ~
காக்கும்
 தர்மம் தலை ~
காக்கை
 (ஒரு) ஈ ~
 எச்சில் கையால் ~ ஒட்டாத
காசு
 செல்லாக் ~
 நாலு ~
 பிச்சைக் ~
காசுபண்ணு
 பணம்பண்ணு*
காட்சி
 கண்டதே ~ கொண்டதே கோலம்
காட்டில்
 கண்ணைக் கட்டிக் ~ விட்டது
 போல
காட்டு
 அழகு ~
 கண்ணாமூச்சி ~
 கண்ணில் ~
 கண்ணைக் ~
 கைவிரைசையக் ~
 கோடி ~
 கோடிட்டுக் ~
 தோலுரித்துக் ~
 பச்சைக்கொடி
 படம் ~
 படம்பிடித்துக் ~
 பல்லைக் ~
 பூச்சாண்டி ~
 போக்குக் ~

முகம் ~
முதுகைக் ~
வெள்ளைக்கொடி ~
வெளிச்சம்போட்டுக் ~
வேலையைக் ~
காடு
   தண்ணீர் இல்லாக் ~
காடுகண்ணி
   காடுகரை *(என்பதன் மாற்று வடிவம்)*
காடுகழனி
   காடுகரை *(என்பதன் மாற்று வடிவம்)*
காண்பி
   கோடி காட்டு*
   பச்சைக்கொடி காட்டு*
காணாத
   வரலாறு ~
காணாததற்கு
   போதும் போதாததற்கு *(என்பதன் மாற்று வடிவத்தில்)*
காணாது
   உறைபோடக் ~
காணாமலும்
   கண்டும் ~
காணும்
   போதும் போதாததற்கு *(என்பதன் மாற்று வடிவத்தில்)*
காணோம்
   கண்ணிலேயே ~
   தலையும் இல்லை வாலும் இல்லை *(என்பதன் மாற்று வடிவத்தில்)*
   துண்டைக் ~ துணியைக் ~
காத்த
   இலவு ~ கிளி
காதாக
   காதாடி ~
காதில்
   இந்தக் ~ வாங்கி அந்தக் ~ விடு
காது
   இந்தக் காதில் வாங்கி அந்தக் காதில் விடு *(என்பதன் மாற்று வடிவத்தில்)*
   ஊசிக் ~
   கண் ~ மூக்கு (ஒட்ட)வை
   காதும் காதும் வைத்தாற் போல *(என்பதன் மாற்று வடிவத்தில்)*
   சுவருக்குக்கூடக் ~ உண்டு
காதும்
   காதும் ~ வைத்தாற் போல
காதோடு
   காதும் காதும் வைத்தாற் போல *(என்பதன் மாற்று வடிவத்தில்)*
காப்பது
   புதையலைப் பூதம் ~ போல
காப்பி
   ஈயடிச்சான் ~
காம்பு
   கோடாலிக் ~
காய்
   மண்டை ~
   வயிறு ~
காய்க்கிறது
   பணம் (என்ன) மரத்திலா ~
காய்க்கும்
   பருத்தி புடவையாகக் ~
காய்ச்சி
   காதில் ஈயத்தைக் ~ ஊற்றினாற் போல
   பணம் ~ மரம்
காய்ந்த
   காட்டில் ~ நிலா
காய்மறையாக
   இலைமறைவு காய்மறைவாக *(என்பதன் மாற்று வடிவத்தில்)*
காய்மறைவாக
   இலைமறைவு ~
காயப்போடு
   வயிற்றைக் ~
காயாக
   இலைமறைவு காய்மறைவாக *(என்பதன் மாற்று வடிவத்தில்)*
கால்
   ஆற்றில் ஒரு ~ சேற்றில் ஒரு ~
   கால்மேல் ~ போட்டுக்கொண்டு
   குழிக்குக் ~ நீட்டு
   தரையில் ~ பாவவில்லை
   நான் பிடித்த முயலுக்கு மூன்று ~
கால்மாடாக
   தலைமாடு ~
கால்வயிறுமாக

காலடி
    அரைவயிறும் ~
கால்*(எடுத்து) வை
காலணா
    கால்காசு* பெறாது
காலத்து
    ஆயிரம் ~ பயிர்
காலம்
    நல்லதுக்குக் ~ இல்லை
    போதாத ~
    (~) மலையேறி(போய்)விட்டது
    விடிவு ~
    ஹைதர் ~
காலிபண்ணு
    இடத்தைக் ~
காலில்
    ஒற்றைக் ~ நில்
    கையில் ~ விழு
    சொந்தக் ~ நில்
காலிலே
    பட்ட ~ படு
காலும்
    கையும் ஓடவில்லை ~ ஓடவில்லை
    தலையும் புரியவில்லை ~
        புரியவில்லை
காலை
    ஆழம் தெரியாமல் ~ விடு
    தலையைக் ~ வலி
    முன்வைத்த ~ பின்வை
காளான்
    நேற்று (பெய்த மழையில் இன்று)
        முளைத்த ~
காற்றடி
    காற்றாடு (என்பதன் மாற்று வடிவம்)
காற்று
    காற்றாடு (என்பதன் மாற்று
        வடிவத்தில்)
    காற்றுள்ளபோதே தூற்றிக்கொள்
        (என்பதன் மாற்று வடிவத்தில்)
கிட
    காலடியில் விழுந்து ~
    பழியாய்க் ~
    விழுந்து ~
கிடக்க

    ஒன்று ~ ஒன்று
கிடக்கிற
    சும்மா ~ சங்கை ஊதிக் கெடு
கிடக்கிறது
    காலம் கெட்டுக் ~
கிடைக்க
    வார்த்தைகள் (~) இல்லை
கிடையாது
    ஊசி குத்த இடம் இல்லை*
கிண்டு
    வாயைக் கிளறு*
கிணறு
    அரைக் ~ தாண்டு
கிரீடம்
    தலையில் ~ வைத்தது மாதிரி
கிலோ
    படி* என்ன விலை
கிழக்கு
    உழக்கில் ~ மேற்கு
கிழம்
    நூற்றுக் ~
கிழம்கட்டை
கிழுடுகட்டை*
கிழி
    காதைக் ~
    சீட்டுக் ~
    சீட்டைக் ~
    நார்நாராகக் ~
கிழிகிறது
    வாய் ~
கிழிந்த
    கிழித்துப் போட்ட நார் போல்
        (என்பதன் மாற்று வடிவத்தில்)
கிழிய
    தொண்டை ~
    வாய் ~
கிள்ளியெறி
    முளையிலேயே ~
கிள்ளிவிட்டு
    குழந்தையைக் ~ தொட்டிலையும்
        ஆட்டு
கிளப்பு
    தூள் ~
கிளறு

வாயைக் ~
கிளி
இலவு காத்த ~
கிளியாட்டம்
கிளி போல*
கிளையில்
உச்சாணிக் கொம்பில்* இரு
கிறுக்கு
அரைப் பைத்தியம்*
கீழ்மூச்சு
மேல்மூச்சு ~ வாங்கு
கீறின
கிழித்த* கோட்டைத் தாண்டு
குங்குமம்
மஞ்சள் ~
குஞ்சு
மன்மதக் ~
குட்டி
குழந்தை ~
குட்டு
குனியக்குனியக் ~
குட்டுப்படு
மோதிரக் கையால் ~
குட்டையில்
ஒரு ~ ஊறிய மட்டை
குடத்து
குடத்தில் இட்ட விளக்கு (என்பதன் மாற்று வடிவத்தில்)
குடத்துள்
குடத்தில் இட்ட விளக்கு (என்பதன் மாற்று வடிவத்தில்)
குடி
உயிரைக் ~
ஊருக்காகப் பால் ~
கரைத்துக் ~
தலையால் தண்ணீர் ~
மனப்பால் ~
குடிக்கும்
அழுத பிள்ளைதான் பால் ~
குடிக்குமா
இந்தப் பூனையும் பால் ~
குடிகெட்டுப்போ
குடிமுழுகிப்போ (என்பதன் மாற்று வடிவம்)
குடித்த
தேன் ~ நரி
குடித்தது
தண்ணீர் ~ போல
விளக்கெண்ணெய் சாப்பிட்டது* போல்
குடித்தனமும்
குடியும் ~
குடிமூழ்கிவிடு
குடிமுழுகிப்போ (என்பதன் மாற்று வடிவம்)
குடுமி
— ~ — கையில்
குடைக்கீழ்
ஒரு ~
குணம்
நாய்க் ~
குத்த
ஊசி ~ இடம் இல்லை
குத்து
கண்ணை உறுத்து*
முதுகில் ~
வெட்டுப் பழி ~ பழி
குத்துக்கல்லாட்டம்
குத்துக்கல் மாதிரி*
குதறு
கடித்துக் ~
குதி
தாண்டிக் ~
வானத்துக்கும் பூமிக்குமாகக் ~
குதிகால்
பின்னங்கால்* பிடரியில் பட
குதித்தவன்
ஆகாயத்திலிருந்து ~
குதிருக்குள்
எங்கள் அப்பன் ~ இல்லை
குதிரை
குண்டுச் சட்டியில் ~ ஓட்டு
யானை விலை (~ விலை)
குப்புற
(~ விழுந்துப்) மீசையில் மண் ஒட்டவில்லை
கும்பலோடு
கூட்டத்தோடு* (சேர்ந்து)

கோவிந்தாப் போடு
தும்பிடலாம்
கோயில் கட்டிக் ~
தும்பிடு
கையெடுத்துக் ~
தூங்கு
இஞ்சி தின்ற ~ போல்
தூரலில்
ஓரே ~
தூழுக்கு
கூப்பிட்ட ~
துலுக்கி
தளுக்கிக் ~ மினுக்கு
துலுக்கு
தோளைக் ~
தலையுயிருமாக
குற்றுயிரும் ~
குழந்தை
பச்சைக் ~
குழப்பு
குட்டையைக் ~
குளம்
கோயில் ~
குளியல்
காக்காய்க் ~
குளிர்
அஸ்தியில் ஜூரம்*
குறி
நாள் ~
குறுக்கே
தும்பிடப் போன தெய்வம் ~ வந்தது போல
குறுகு
எண் சாண் உடம்பும் ஒரு சாணாகக் ~
குறையுயிருமாக
குற்றுயிரும் குலையுயிருமாக (என்பதன் மாற்று வடிவத்தில்)
குன்று
மாமிசக் ~
குனி
குட்டக்குட்டக் ~
கூட்டு
ஊரைக் ~

கூடாது
சும்மா சொல்லக் ~
கூடி
ஆண்டிகள் ~ மடம் கட்டினாற் போல
ஊர் ~ தேர் இழு
கூடு
கூடு விட்டுக் ~ பாய்
கூத்தாடு
கெஞ்சிக் ~
தலைமேல் (தூக்கி) வைத்துக் கொண்டாடு*
கூத்துக்கு
ஒரு நாள் ~ மீசையை எடு
கூப்பிடு
சொடக்குப் போட்டுக் ~
தாம்பூலம் வைத்து அழை*
கூப்பிடும்
கோழி கூவும்* நேரம்
கூர்
தீட்டிய மரத்தில் ~ பார்
கூலிகொடு
ஆண்டவன் ~
கூலியா
கரும்பு தின்னக் ~
கூவும்
கோழி ~ நேரம்
கெஞ்சு
கால் ~
கெட்ட
வேளை ~ வேளையில்
கெட்டது
நல்லது ~
கெட்டு
எக்கேடு ~ போ
காலம் ~ கிடக்கிறது
கெடு
குடியைக் ~
சும்மா கிடக்கிற சங்கை ஊதிக் ~
கெடுக்கும்
ஊமை ஊரைக் ~
கெடுத்துக்கொள்
கண்ணைக் ~

கேட்க
ஏன் என்று ~ ஆள் இல்லை
காதுகொடுத்துக் ~ முடியவில்லை
கேட்கவில்லை
பெற்ற வயிறு ~
மனம் ~
கேட்கவே
கேட்க வேண்டுமா (என்பதன் மாற்று வடிவத்தில்)
கேட்கிறேன்
தெரியாமல்தான் ~
கேட்கும்
எட்டு ஊருக்குக் ~
கேட்ட
இடியோசை ~ நாகம் போல்
கேட்டு
கேட்பார் பேச்சைக் ~
கேட்டேன்
அதுதானே ~
கேட்பான்
காசு ~
கேடுகெட்ட
கடைகெட்ட (என்பதன் மாற்று வடிவம்)
கேள்
ஒரு வார்த்தை ~
காதுகொடுத்துக் ~
பேச்சைக் ~
கை
அடி மடியில் ~ வை
இரண்டு ~ தட்டினால்தானே சப்தம்
ஒரு ~ கொடு
ஒரு ~ பார்
ஓட்டைக் ~
கரிக் ~
தலையில் ~ வை
தலையில் ~ வைத்துக்கொள்
நெஞ்சில் ~ வைத்துச் சொல்
பெரிய ~
வலது கரம்*
வலது ~ கொடுப்பது இடது கைக்குத் தெரியாது
கைக்கு
அறுந்த ~ சுண்ணாம்பு தராத
வலது கை கொடுப்பது இடது ~ தெரியாது
கைப்பிள்ளை
எடுப்பார் ~
கைபோட்டு
மீசைமேல் ~
கையாக
கையோடு (~)
கையால்
எச்சில் ~ காக்கை ஓட்டாத
மோதிரக் ~ குட்டுப்படு
கையில்
உயிரைக் ~ பிடித்துக்கொண்டிரு
உயிரைக் ~ பிடித்துக்கொண்டு
— குடுமி — ~
குரங்கு ~ பூமாலை போல்
கையிலிருந்து
கையை விட்டு (என்பதன் மாற்று வடிவம்)
கையெழுத்து
காட்டிய இடத்தில் ~ போடு
கையை
காலை (பிடித்து) ~ பிடித்து
கைலாசம்
கூண்டோடு ~ போ
கைவேலை
கைக்காரியம்*
கொக்கா
— ~
கொஞ்சுகிறது
கிளி ~
கொட்டிக்கொண்டு
காலில் கஞ்சியை ஊற்றிக்கொண்டு*
கொட்டியது
திருடனுக்குத் தேள் ~ மாதிரி
கொட்டு
குப்பை ~
கூரையைப் பிய்த்துக்கொண்டு ~
கொட்டை
பழம் தின்று ~ போட்ட
கொடாக்கண்டன்
விடாக்கண்டன் ~

கொடு
   ஒரு கை ~
   கடுக்காய் ~
   கையடித்துக் ~
   துடு ~
   தலையைக் ~
   புத்தியைக் கடன் ~
   போட்டுக் ~
கொடுத்த
   சாவி ~ பொம்மை
கொடுத்தால்
   இடத்தைக் ~ மடத்தைப் பிடுங்கு
கொடுத்தாவது
   எந்த விலை ~
கொடுத்து
   உயிரைக் ~
   கண்ணில் விரலை விட்டு* ஆட்டு
கொடுப்பது
   வலது கை ~ இடது கைக்குத் தெரியாது
கொடுப்பினை
   கொள்வினை ~
கொடுமை
   வயிற்றுக் ~
கொண்டதே
   கண்டதே காட்சி ~ கோலம்
கொண்டாடு
   தலைமேல் (தூக்கி) வைத்துக் ~
கொண்டுபோய்
   முகத்தை எங்கே வைத்துக்கொள்வது
கொண்டுவா
   வழிக்குக் ~
   வெளிச்சத்துக்குக் ~
கொத்து
   கறிவேப்பிலைக் கொழுந்து* மாதிரி
கொதி
   இரத்தம் ~
கொப்பளி
   வாயைக் கழுவு*
கொம்பில்
   உச்சாணிக் ~ இரு
   உச்சாணிக் ~ ஏறு

கொம்பிற்கு
   உச்சாணிக் கொம்பில் ஏறு
   (என்பதன் மாற்று வடிவத்தில்)
கொல்லைக்கிரு
   கொல்லைக்குப் போ (என்பதன் மாற்று வடிவம்)
கொழுக்கட்டையா
   வாயில் ~
கொழுத்து
   தலை ~
கொழுந்து
   கறிவேப்பிலைக் ~ மாதிரி
கொள்ளி
   கோவிந்தாக் ~
கொள்ளியில்
   எரிகிற நெருப்பில்* எண்ணெய் ஊற்று
கொள்ளை
   குபேரப் பட்டணம் ~ போகிறது போல
   பகல் ~
கொளுத்து
   சுட்டுப் பொசுக்கு*
கோட்டை
   கிழித்த ~ தாண்டு
கோணு
   முகம் ~
கோபம்
   மூக்குக்குமேல் ~ வா
   மூக்கு நுனியில் ~
கோயிலில்
   எந்தக் ~ போய்ச் சொல்ல
   கோயில் கட்டிக் கும்பிடலாம்
   (என்பதன் மாற்று வடிவத்தில்)
கோலம்
   கண்டதே காட்சி கொண்டதே ~
   தலைவிரி ~
கோவிந்தா
   கூட்டத்தோடு (சேர்ந்து) ~ போடு
சக்கரம்
   காலில் ~ கட்டி(கொண்டு) இரு
சகதியை
   சேற்றை* வாரி இறை
சங்கை
   ஊதுகிற ~ ஊது

சும்மா கிடக்கிற ~ ஊதிக் கெடு
சட்டியில்
   குண்டுச் ~ குதிரை ஓட்டு
சட்டியும்
   பானையும் ~ செய்
சண்டை
   குடுமிபிடிச் ~
சதையும்
   நகமும் ~ போல்
சதையுமாக
   நகமும் சதையும் போல் (என்பதன் மாற்று வடிவத்தில்)
சந்திரன்
   இந்திரன் ~
சப்தம்
   இரண்டு கை தட்டினால்தானே ~
சப்பாணி
   ஒப்புக்குச் ~
சமாதானம்
   நொண்டிச் ~
சமானம்
   சரிநிகர் ~
சமுத்திரத்தில்
   கடலில்* கரைத்த பெருங்காயம்
சர்க்கரை
   வாய்க்குச் ~ போட வேண்டும்
சர்வநாடியும்
   சப்தநாடியும் ஒடுங்கு (என்பதன் மாற்று வடிவத்தில்)
சல்லிக்காசு
   கால்காசு* பெறாது
சலி
   சல்லடை போட்டுச் ~
சவாரிசெய்
   முதுகில் (ஏறி) ~
சள்ளையுமாக
   வெள்ளையும் சொள்ளையுமாக (என்பதன் மாற்று வடிவத்தில்)
சனம்
   சாதி ~
சனி
   ஏழரை நாட்டுச் ~
   நாக்கில் ~
   சாக்கில்

சந்தடி ~
சாண்
   எண் ~ உடம்பும் ஒரு சாணாகக் குறுகு
   ஒரு ~ வயிறு
சாணாக
   எண் சாண் உடம்பும் ஒரு ~ குறுகு
சாத்து
   (பட்டை) நாமம் ~
சாப்பிட்டது
   விளக்கெண்ணெய் ~ போல்
சாப்பிடலாம்
   இலை போட்டுச் ~
சாப்பிடு
   ஆளை விழுங்கு*
   உட்கார்ந்து ~
   உப்புப் போட்டுச் ~
   தூக்கிச் ~
சாப்பிடுவது
   அல்வா ~ போல
சாமி
   ஆமாம் ~ போடு
சாய்
   தலையைச் ~
சாயம்
   முலாம்* பூசு
சாவு
   கல்யாணச் ~
சிங்கம்
   ஆண்பிள்ளைச் ~
   பல் போன ~
சிண்டை
   குடுமியைப்* பிடி
   தலையைப்* பிய்த்துக்கொள்
சித்தன்
   சித்தம் போக்கு சிவம் போக்கு (என்பதன் மாற்று வடிவத்தில்)
சிந்திய
   அழுத கண்ணும் ~ மூக்குமாக
சிந்து
   மூக்கைச் ~
சிரமேல்
   சிரமேற்கொண்டு (என்பதன் மாற்று வடிவத்தில்)

சிரி

கைகொட்டிச் ~

சந்தி ~

சிரிப்பாய்ச் ~

சிரை

ஒரு நாள் கூத்துக்கு மீசையை எடு*

சிலை

அடித்துவைத்த ~ போல

சிவம்

சித்தம் போக்கு ~ போக்கு

சிவன்

சித்தம் போக்கு சிவம் போக்கு (என்பதன் மாற்று வடிவத்தில்)

சீவு

கொம்பு ~

சுகம்

சொத்து ~

சுகமா

கருடா சௌக்கியமா*

சுட்டுக்கொள்

கையைச் ~

சுட்டுவிடாது

நெருப்பு என்றால் வாய் வெந்துவிடாது (என்பதன் மாற்று வடிவத்தில்)

சுடுகாடு

செத்தால்தானே ~ தெரியும்

சுடுதண்ணீரை

காலில் கஞ்சியை* ஊற்றிக்கொண்டு

சுண்டு

முகம் ~

சுண்ணாம்பாகு

செத்துச் ~

சுண்ணாம்பு

அறுந்த கைக்குச் ~ தராத

ஒரு கண்ணில் வெண்ணெய் மற்றொரு கண்ணில் ~ தடவு

சுயகாரிய

சுயநலப்* புலி

சுரண்டு

சட்டி ~

சுருக்கமாக

ரத்தினச் ~

சுருட்டிக்கொள்

வாலைச் ~

சுரைக்காய்

ஏட்டுச் ~

சுவர்களுக்குள்

(வீட்டின்) நான்கு ~

சுழல்

பம்பரமாகச் ~

சுழற்றிக்கொண்டு

கண்ணைக் கட்டிக்கொண்டு* வா

சுளி

முகம் ~

சுளை

தோலிருக்கச் ~ விழுங்கு

சுற்றி

தலையைச் ~ (தூக்கி)எறி

சுற்றிக்கொள்

வயிற்றில் ஈரத்துணியைப் போட்டுக்கொள்*

சுற்றி(சுற்றி)வா

காலைச் ~

சுற்று

ஊர் ~

காதில் பூச் ~

சூடாக

சூட்டோடு ~

சூடு

(வெற்றி)வாகை ~

சூத்திரம்

பிரம வித்தை*

சூரத்தனம்

ஆரம்ப ~

சூரியன்

கிழக்கில் உதிக்கும் ~ மேற்கில் உதித்தாலும்

செத்துப்போ

நாக்குச் ~

முகம் ~

செய்

இடி முழக்கம் ~

இருக்கும் இடம் தெரியாமல் ~

காலால் இட்ட வேலையைத் தலையால் ~

பானையும் சட்டியும் ~

செருப்பாக
   உடம்பைச் ~ தைத்துப் போடு
செருப்பால்
   புத்தியைச் ~ அடிக்க வேண்டும்
செல்லம்
   அப்பா பிள்ளை (என்பதன் மாற்று வடிவத்தில்)
செலவழி
   தண்ணீராகச் ~
செவி
   பாம்புச் ~
சேதி
   தெரியும் ~
சேர்
   கணக்கில் ~
சேர்க்கிற
   குருவி ~ மாதிரி
சேர்த்தி
   எந்தக் கணக்கில் ~
சேர்ந்த
   பூவோடு ~ நார்
சேர்ந்து
   கூட்டத்தோடு (~) கோவிந்தாப் போடு
சேலையோடு
   கட்டிய துணியோடு*
சேற்றில்
   ஆற்றில் ஒரு கால் ~ ஒரு கால்
சொத்து
   பாட்டன் வீட்டுச் ~
சொப்பனம்
   சிம்ம ~
சொர்க்கம்
   திரிசங்கு ~
சொல்
   நெஞ்சில் கை வைத்துச் ~
   படித்துப்படித்துச் ~
   போகாத ஊருக்கு வழி ~
சொல்ல
   எந்தக் கோயிலில் போய்ச் ~
   கேட்க* வேண்டுமா
   சும்மா ~ கூடாது
சொல்லி
   யாரிடம் ~ அழ
சொல்லிக்கொண்டு
   வீட்டில் ~ வந்துவிட்டாயா
சொல்லும்படியாக
   சொல்கிற மாதிரி இல்லை (என்பதன் மாற்று வடிவத்தில்)
சொள்ளையுமாக
   வெள்ளையும் ~
சொறி
   தலையைச் ~
   முதுகு ~
சொறிந்துகொள்
   கொள்ளிக்கட்டையால் தலையைச் ~
சோணகிரி
   ஏமாந்த ~
சோலியை
   வேலையைப்* பார்த்துக்கொண்டு போ
சோற்றில்
   முழுப் பூசணிக்காயைச் ~ மறை
சௌக்கியமா
   கருடா ~
டிக்கெட்
   அரை ~
தக்க
   விரலுக்குத் தகுந்த* வீக்கம்
தகுந்த
   விரலுக்குத் ~ வீக்கம்
தங்கம்
   பத்தரைமாற்றுத் ~
தட்டியெடு
   தூசு ~
தட்டிவை
   தலையில் ~
தட்டினால்தானே
   இரண்டு கை ~ சப்தம்
தட்டு
   கதவைத் ~
   தொடை ~
   முண்டாத் ~
   ஜால்ராப் போடு*
தடவிக்கொண்டு
   நாக்கில் தேனைத் ~
தடவு
   ஒரு கண்ணில் வெண்ணெய்

மற்றொரு கண்ணில்
சுண்ணாம்பு ~
தலையைத் ~
தடவை
ஆடிக்கு ஒரு முறை*
அமாவாசைக்கு ஒரு முறை*
தடி
பேச்சுத் ~
தடுக்குவதுமாக
தாங்குவதும் ~
தண்டம்
சாம பேத தான ~
தண்டல்காரன்
தடி எடுத்தவன்(எல்லாம்) ~
தண்ணீர்
தலைக்குத் ~ விடு
தலையால் ~ குடி
தவித்த வாய்க்குத் ~ தராத
தாமரை இலைத் ~
தொண்டைத் ~
தண்ணீராக
தவித்துத் ~ உருகு
தண்ணீரும்
எள்ளும் ~ தெளி
தப்பாமல்
அப்பனுக்கு மகன் ~ பிறந்திருக்கிறான்
தப்பியது
தலை ~ தம்பிரான் புண்ணியம்
தப்பினால்
கரணம் ~ மரணம்
தப்பு
தலை ~
தம்பிரான்
தலை தப்பியது ~ புண்ணியம்
தர்பார்
காட்டுத் ~
தரம்
ஆடிக்கு ஒரு முறை*
அமாவாசைக்கு ஒரு முறை*
நொடிக்கு நூறு ~
தராத
அறுந்த கைக்குச் சுண்ணாம்பு ~

தவித்த வாய்க்குத் தண்ணீர் ~
தரிக்கவில்லை
கால் ~
தலை
உன் ~
தர்மம் ~ காக்கும்
தலைக்குத் ~
பெரிய ~
தலைதெறிக்க
தலைதெறிக்கிற வேகத்தில் (என்பதன் மாற்று வடிவம்)
தலைநீட்டு
தலைகாட்டு (என்பதன் மாற்று வடிவம்)
தலைப்பாடாய்
தலைதலையாய் அடித்துக்கொள் (என்பதன் மாற்று வடிவத்தில்)
தலையால்
(~) அடித்துக்கொள்
காலால் இட்ட வேலையைத் ~ செய்
தலையில்
குருவித் ~ பனங்காயை வை
(~) பூச்சி பற
தலையை
கொள்ளிக்கட்டையால் ~ சொறிந்துகொள்
தலையையும்
தலையும் இல்லை வாலும் இல்லை (என்பதன் மாற்று வடிவத்தில்)
தலைவலி
இரட்டைத் ~
தவளை
கிணற்றுத் ~
தவறுமாக
தப்பும் ~
தள்ளிவிடு
படுக்கையில் ~
தள்ளு
உள்ளே ~
ஏறி வந்த ஏணியை எட்டி உதை (என்பதன் மாற்று வடிவத்தில்)
கழுத்தைப் பிடித்துத் ~
காலம் ~

(வாயில்) நுரை ~
படுகுழியில் ~
பாழுங்கிணற்றில் ~
பிடரியைப் பிடித்துத் ~
தன்
சொந்தக் காலில் நில் (என்பதன் மாற்று வடிவத்தில்)
தாங்கி
சிரமேற்கொண்டு (என்பதன் மாற்று வடிவத்தில்)
தாங்கு
உள்ளங்கையில் வைத்துத் ~
நாடியை (பிடித்து) ~
தாண்டு
அரைக் கிணறு ~
கிழித்த கோட்டைத் ~
துண்டு போட்டுத் ~
தாம்பூலம்
முதல் ~
தாலி
கழுத்தில் ~ ஏறு
மஞ்சள் பலம் (என்பதன் மாற்று வடிவத்தில்)
தாழ்ப்பாள்
இரட்டைத் ~ போடு
தான
சாம பேத ~ தண்டம்
திட்டம்
கண் ~
திண்ணையுமாக
தெருவும் ~
திரி
கயிறு ~
தொடையில் கயிறு ~
மணலைக் கயிறாகத் ~
திருடின
ஆடு ~ கள்ளன் போல
திருநாளாக
ஒரு நாளும் இல்லாத ~
திருப்பிக்கொள்
முகத்தைத் ~
திருப்பு
ஏட்டைத் ~
திசை ~
திரும்பி
உயிர் போய் உயிர் வந்தது (என்பதன் மாற்று வடிவத்தில்)
திற
ஆண்டவன் கண் ~
கண்ணைத் ~
கண் ~
நெற்றிக்கண்ணைத் ~
வயிறு ~
வாய் ~
திறந்தாற்
மடை ~ போல்
திறப்பதற்குள்
கண்மூடிக் கண் ~
தின்கிறது
சிறுகுடலைப் பெருங்குடல் ~
தின்ற
இஞ்சி ~ குரங்கு போல்
தின்றால்
எதைத் ~ பித்தம் தெளியும்
தின்று
பழம் ~ கொட்டை போட்ட
தின்ன
கரும்பு ~ கூலியா
தின்னு
உப்புப் போட்டுச் சாப்பிடு*
உப்பைத் ~
குந்தித் ~
தீட்டிக்கொள்
காதைத் ~
தீபம்
குன்றின்மேலிட்ட ~
தீயில்
எரிகிற நெருப்பில்* எண்ணெய் ஊற்று
தீயை
நெருப்பை* மிதித்தாற் போல்
தீர்
கணக்குத் ~
பழங்கணக்குத் ~
தீரும்
எதைத் தின்றால் பித்தம் தெளியும்*

பார்த்தால் பசி ~
தீவட்டி
பகல் கொள்ளை (என்பதன் மாற்று வடிவத்தில்)
துடி
மீசை ~
துடைத்துக்கொள்
தொட்டுக்கொள் ~
துண்டு
கழுத்தில் ~ போட்டு
வெட்டு ஒன்று ~ இரண்டு
துண்டை
தலையில் ~ போட்டுக்கொண்டு
துணி
துண்டு* போட்டுத் தாண்டு
துணியை
தலையில் துண்டைப்* போட்டுக்கொண்டு
துண்டைக் காணோம் ~ காணோம்
துணியோடு
கட்டிய ~
துப்பவும்
மெல்லவும் முடியாமல் விழுங்கவும்* முடியாமல்
துப்பு
காறித் ~
துருவி
தூண்டித் ~
துலங்கு
தொட்டது(எல்லாம்) ~
துளிர்த்துப்போ
துளிர்விட்டுப்போ (என்பதன் மாற்று வடிவம்)
துளை
காதைக் கிழி*
மூக்கைத் ~
துளைத்து
தூண்டித் துருவி*
தூக்கி
ஆட்டைத் ~ மாட்டில் போட்டு மாட்டைத் ~ ஆட்டில் போட்டு
ஆளை (~) அடிக்கிற மாதிரி
கல்லை (~)போடு
குண்டை (~)போடு
தலைமேல் (~) வைத்துக் கொண்டாடு
தலையில் கல்லை (~)போடு
தலையைச் சுற்றி (~)எறி
தூக்கிப்போடாத
துரும்பைக்கூடத் ~
தூக்கிவிட்டுக்கொள்
காலரைத் ~
தூக்கிவைத்துக்கொள்
தலையில் ~
முகத்தைத் ~
தூக்கு
கூஜா ~
கொடி பிடி*
திருவோடு ~
பல்லக்குத் ~
போர்க்கொடி உயர்த்து*
தூங்குகிறது
அடுப்பில் பூனை ~
தூசு
கால் ~
தூரம்
இவ்வளவு ~
காத ~
கூப்பிடு ~
தூவு
கண்ணில் மண்ணைத் ~
தூற்றிக்கொள்
காற்றுள்ளபோதே ~
தூற்று
சேற்றை வாரி இறை*
மண்ணை வாரி இறை*
தெய்வம்
கண்கண்ட ~
கும்பிடப் போன ~ குறுக்கே வந்தது போல
தெரிந்த
விவரம் ~
விவரம் ~ நாளிலிருந்து
தெரிந்ததா
வீட்டுக்கு வர வழி ~
தெரிந்தது
விவரம் தெரிந்த நாளிலிருந்து

(என்பதன் மாற்று வடிவத்தில்)
தெரிந்தவர்
 நாலும் ~
தெரிந்து
 கண் ~
தெரிய
 உள்ளங்கால் வெள்ளெலும்பு தேய
(என்பதன் மாற்று வடிவத்தில்)
தெரியவில்லை
 போன இடம் ~
தெரியாத
 உலகம் ~
 கண்மண் ~
 முகம் ~
தெரியாது
 அடித்தால் அழத் ~
 இருக்கும் இடம் ~
 கண் ~
 தலைகால் ~
 வலது கை கொடுப்பது இடது
  கைக்குத் ~
 வாயில் ஈ நுழைவது ~
 வாயில் விரலை வைத்தால்
  கடிக்கத் ~
தெரியாமல்
 ஆழம் ~ காலை விடு
 இருக்கும் இடம் ~ செய்
 கண் மூக்குத் ~
 திக்குத்திசை ~
 போன இடம் தெரியவில்லை
(என்பதன் மாற்று வடிவத்தில்)
 மூன்றாம் பேருக்குத் ~
தெரியும்
 எச்சில் விழுங்கினால்
  தொண்டையில் இறங்குவது ~
 செத்தால்தானே சுடுகாடு ~
 ஜோஸ்யமா ~
(நடு)தெருவில்
 சந்தியில்* நில்
(நடு)தெருவுக்கு
 சந்திக்கு* வா
தெளி
 எள்ளும் தண்ணீரும் ~

தண்ணீர் ~
 தெளித்துவிடு
தண்ணீர் ~
 தெளியும்
 எதைத் தின்றால் பித்தம் ~
 தெறிக்க
 குடல் ~
தேடி
 வீடு ~ வா
தேடிக்கொள்
 புண்ணியம் கட்டிக்கொள்*
தேய்
 ஓடாகத் ~
தேய்ந்து
 கழுதை ~ கட்டெறும்பு ஆகு
தேய
 உள்ளங்கால் வெள்ளெலும்பு ~
தேர்
 ஊர் கூடித் ~ இழு
தேள்
 ஆள் ~
 திருடனுக்குத் ~ கொட்டியது மாதிரி
தேன்மாரி
 சர்க்கரைப் பந்தலில் ~ பெய்தது
  போல்
தேனும்
 பாலும் ~ (பெருக்கெடுத்து) ஓடு
தேனை
 நாக்கில் ~ தடவிக்கொண்டு
தைத்து
 உடம்பைச் செருப்பாகத் ~ போடு
தொங்க
 நாக்கைத் ~ போட்டுக்கொண்டு
தொங்கப்போட்டுக்கொள்
 முகத்தைத் ~
தொங்கு
 கயிற்றில் ~
 முகம் விழு*
தொட்டகுறை
 விட்டகுறை ~
தொட்டிலையும்
 குழந்தையைக் கிள்ளிவிட்டுத் ~
  ஆட்டு

தொட்டு
நெஞ்சில் கை வைத்துச் சொல்
(என்பதன் மாற்று வடிவத்தில்)
தொடு
சுற்றிவளைத்து மூக்கைத் ~
தொண்டை
ஊசித் ~
தொண்டையில்
எச்சில் விழுங்கினால் ~ இறங்குவது தெரியும்
தோண்டி
குழி ~ புதை
தோண்டு
குழி பறி*
தோலுமாக
எலும்பும் ~
தோலை
உடம்பைச்* செருப்பாகத் தைத்துப் போடு
தோள்
தோளோடு ~ நில்
தோளில்
துண்டை உதறித் ~ போட்டுக்கொண்டு
தோஷம்
ஆபத்துக்குத் ~ இல்லை
பழகின ~
நட்சத்திரம்
நம்பிக்கை ~
நட்புக்கரம்
நேசக்கரம்* நீட்டு
நட
கத்திமேல் ~
கயிற்றின்மேல் ~
நடையாக ~
நடுங்கு
குலை ~
தொடை ~
நடை
அன்ன ~
நடையாக
பொடி ~
நம்ப
கண்களை ~ முடியவில்லை
காதுகளை ~ முடியவில்லை
நரம்பில்லாமல்
நாக்கில் ~
நரி
தேன் குடித்த ~
நல்ல
உடம்பில் ~ ரத்தம் ஓடுகிறது
நல்லகாலம்
நல்லவேளை*
நழுவி
பழம் ~ பாலில் விழுந்தது
நழுவு
கை ~
நறுக்கு
வாலை (ஒட்ட) ~
நனை
கை ~
தொண்டையை ~
நாக்கில்
நுனி ~
நாக்கு
இரட்டை ~
கரு ~
பல்மேல் ~ போட்டு
நாக்குமேல்
பல்மேல் நாக்குப் போட்டு (என்பதன் மாற்று வடிவத்தில்)
நாக்கை
உதட்டைக்* கடித்துக்கொள்
(~) சப்புக்கொட்டு
வாயைக்* கட்டு
நாகம்
இடியோசை கேட்ட ~ போல்
மந்திரத்தால் கட்டுண்ட ~ போல
நாட்டு
ஏழரை ~ சனி
நாடகம்
கபட ~
நாடாறு
காடாறு மாதம் ~ மாதம்
நாதி
ஏன் என்று கேட்க ஆள் இல்லை
(என்பதன் மாற்று வடிவத்தில்)
நார்

கல்லில் ~ உரி
கிழித்துப் போட்ட ~ போல்
பூவோடு சேர்ந்த ~
நாராக
கிழித்துப் போட்ட நார் போல் (என்பதன் மாற்று வடிவத்தில்)
நாராயணன்
தரித்திர ~
நடுத்தெரு ~
நாலு
இரண்டும் இரண்டும் ~
நாழிகையும்
அறுபது ~
நாள்
ஒரு ~ கூத்துக்கு மீசையை எடு
நாளிலிருந்து
விவரம் தெரிந்த ~
நாளும்
ஒரு ~ இல்லாத திருநாளாக
நாளைக்கோ
இன்றைக்கோ ~ என்றிரு
நிமிர்த்த
நாய் வாலை ~ முடியாது
நிமிர்த்திக்கொண்டு
நெஞ்சை ~
நில்
ஒற்றைக் காலில் ~
குறுக்கே ~
கைகட்டி (வாய் புதைத்து) ~
சந்தியில் ~
சொந்தக் காலில் ~
தலைகீழாக ~
தோளோடு தோள் ~
மல்லுக்கு ~
நிலத்தில்
நெற்றி வியர்வை ~ விழ
நிலா
காட்டில் காய்ந்த ~
நிலையில்
நின்ற ~
நிற்கவை
நடுத்தெருவில் நிறுத்து (என்பதன் மாற்று வடிவத்தில்)
நிறுத்து
தூக்கி ~
நடுத்தெருவில் ~
நிறைந்த
கண் ~
நிறைய
கை ~
வாய் ~
நினைத்து(கொண்டு)
அவலை ~ உரலை இடி
நினைவு
விவரம் தெரிந்த நாளிலிருந்து (என்பதன் மாற்று வடிவத்தில்)
நீ
நான் ~ என்று
நீங்கு
நாடு ~
நீட்டி
இரு கரம் ~
நீட்டிய
காட்டிய* இடத்தில் கையெழுத்துப் போடு
நீட்டு
கட்டையை ~
கம்பி ~
கழுத்தை ~
குழிக்குக் கால் ~
நேசக்கரம் ~
மூக்கை நுழை*
விரலை ~
நீர்
நாக்கில் எச்சில்* ஊறு
விழலுக்கு இறைத்த ~
நீள்
நாக்கு ~
நீளம்
நாக்கு ~
நுழை
தலையைக் கொடு*
மூக்கை ~
நுழைந்தது
வெண்கலக்கடையில் யானை ~ மாதிரி
நுழைய

ஊசி ~ இடம் இல்லை
நுழையவில்லை
வாயில் ~
நுழைவது
வாயில் ஈ ~ தெரியாது
நுனியில்
மூக்கு ~ கோபம்
விரல் ~ வைத்திரு
நூலிழையில்
மயிரிழையில் (என்பதன் மாற்று வடிவம்)
நூற்றில்
ஆயிரத்தில்* ஒரு வார்த்தை
நூறு
உனக்கு ஆயுசு ~
நூற்றுக்கு ~
நொடிக்கு ~ தரம்
நெஞ்சை
நெஞ்சில் கை வைத்துச் சொல் (என்பதன் மாற்று வடிவத்தில்)
நெட்டுரு
பொட்டை ~
நெடுக்குமாக
குறுக்கும் ~
நெடுஞ்சுவர்
நின்றவரை ~
நெய்க்கு
கையில் வெண்ணெயை வைத்துக்கொண்டு ~ அலை
நெரி
குரல்வளையைப் பிடி*
நெருப்பாக
நீறுபூத்த ~
நெருப்பில்
எரிகிற ~ எண்ணெய் ஊற்று
நெருப்பை
தலையில் ~ அள்ளிப் போடு
(அடி)வயிற்றில் ~ கட்டிக்கொள்
நெல்லிக்கனி
உள்ளங்கை ~
நெல்லைக்கடி
பல்லைக்கடி ~ என்று
நேரத்தில்
நேரங்கெட்ட ~
வேளை கெட்ட வேளையில் (என்பதன் மாற்று வடிவத்தில்)
நேரம்
கையெழுத்து மறையும் ~
கோழி கூவும் ~
பாக்குக் கடிக்கிற ~
வேளை கெட்ட வேளையில் (என்பதன் மாற்று வடிவத்தில்)
நேரே
முகத்துக்கு ~
நேற்று
இன்று ~
நேற்றைய
நேற்று (பெய்த மழையில் இன்று) முளைத்த காளான் (என்பதன் மாற்று வடிவத்தில்)
நொள்ளைக்கண்ணா
உள்ளதும் போச்சுடா ~
நோட்டு
பச்சை ~
பக்கங்கள்
நாணயத்தின் இரு ~
பக்கம்
பகலில் ~ பார்த்துப் பேச வேண்டும்
பக்கமும்
இரண்டு ~ இடி
பக்கவாத்தியம்
பக்கமேளம்* வாசி
பகுதி
சிவப்பு விளக்குப் ~
பச்சை
இக்கரைக்கு அக்கரை ~
பசி
பார்த்தால் ~ தீரும்
பஞ்சடை
கண் ~
பஞ்சாங்கம்
பழைய ~ படி
பட்டணம்
குபேரப் ~ கொள்ளை போகிறது போல
பட்டை
(~) நாமம் சாத்து
பட

பின்னங்கால் பிடரியில் ~
படவில்லை
பச்சைத்தண்ணீர்கூடப் பல்லில் ~
படாத
  கால் ~
  நாய் ~ பாடு படு
படாததுமாக
  பட்டும் படாமல் (என்பதன் மாற்று
    வடிவத்தில்)
படாமல்
  உடம்பில் வெயில் ~
  பட்டும் ~
படி
  எழுத்தெண்ணிப் ~
  ஒரு ~ மேலே
  பழைய பஞ்சாங்கம் ~
  ராமாயணம் ~
  வாசல் படியை மிதி (என்பதன்
    மாற்று வடிவத்தில்)
படியாள்
  ஆண்டவன் கூலிகொடு*
படியை
  வாசல் ~ மிதி
படு
  கண்ணில் ~
  காதில் விழு*
  காற்றுப் ~
  தலைவைத்துப் ~
  நாய் படாத பாடு ~
  பட்ட காலிலே ~
படுக்கை
  படுத்த ~
  பெட்டி ~
படுக்கையுமாக
  பாயும் ~
படை
  ஆள் அம்பு (என்பதன் மாற்று
    வடிவத்தில்)
பண்ணு
  ஒரு வழி ~
பண்ணுவாயோ
  என்ன ~ ஏது ~
பணமா

காசா ~
பத்தாக்கு
  ஒன்றைப் ~
பத்தாக
  ஒன்றுக்குப் ~
பந்தியம்
  கத்திரிக்காய் என்றால் ~
    முறிந்துவிடாது
பத்து
  அர்ச்சுனன் பேர் ~
பதம்
  திட்டிய மரத்தில் கூர்* பார்
பதினாறடி
  — எட்டி பாய்ந்தால் — ~ பாய்
பதினொன்று
  பத்தோடு ~ (அத்தோடு இது ஒன்று)
பந்தலில்
  சர்க்கரைப் ~ தேன்மாரி பெய்தது
    போல்
பயல்
  ஒரு ~ இன்னும் பிறக்கவில்லை
பயிர்
  ஆயிரம் காலத்துப் ~
பயில்வான்
  புல்தடுக்கி ~
பரத்து
  தூள் கிளப்பு*
பரப்பு
  கடை விரி*
பராக்கில்
  பேச்சுப் ~
பல்
  பல்மேல் நாக்குப் போட்டு (என்பதன்
    மாற்று வடிவத்தில்)
  வாயெல்லாம் ~
பல்லில்
  பச்சைத்தண்ணீர்கூடப் ~
  படவில்லை
பலப்படுத்து
  கரத்தைப் ~
பலம்
  மஞ்சள் ~
பலி-ஆடு
  பலிகடா*

பலிக்காது
 பாச்சா ~
பழம்
 இந்தப் ~ புளிக்கும்
பழி
 வெட்டுப் ~ குத்துப் ~
பழு
 பிஞ்சில் ~
பள்ளிக்கூடத்தில்
 மழைக்குக்கூடப் ~ ஒதுங்கியதில்லை
பற்றி
 பெற்ற வயிறு (~) எரி
 வயிறு (~) எரி
பற
 ஆலாய்ப் ~
 இறக்கை கட்டிக்கொண்டு ~
 காற்றாய்ப் ~
 காற்றில் ~
 கொடி கட்டிப் ~
 சிட்டாய்ப் ~
 தீப்பொறி ~
 தூள் ~
 பஞ்சாய்ப் ~
 (தலையில்) பூச்சி ~
 பேயாய்ப் ~
பறக்க
 காற்றில் (~) விடு
பறத்து
 தூள் கிளப்பு*
பறவை
 சிறைப் ~
பறி
 கண்ணைப் ~
 குழி ~
பறிக்க
 இழுக்கப் ~
பறித்துக்கொள்
 இழுத்துக்கொள் ~ என்று
பனங்காயை
 குருவித் தலையில் ~ வை
பாக்கியம்
 மஞ்சள் பலம் (என்பதன் மாற்று வடிவத்தில்)
பாக்கு
 தாம்பூலம்* வைத்து அழை
 வெற்றிலை ~ மாற்று
 வெற்றிலை ~ வாங்கு
பாட்டன்
 அப்பன் ~
பாடம்
 குருட்டுப் ~
 தலைகீழ்ப் ~
 பால ~
பாடு
 தண்ணீர்பட்ட ~
 நாய் படாத ~ படு
 பஞ்சப்பாட்டுப் ~
 பல்லவி ~
 பின்பாட்டுப் ~
 மங்களம் ~
பாண்டம்
 பெருங்காயம் வைத்த ~
பாத்திரம்
 பெருங்காயம் வைத்த பாண்டம்*
பாதகம்
 சாதக ~
பாதாளம்வரை
 பணம் ~ பாயும்
பாதி
 அரைக்* கிணறு தாண்டு
பாதியாக
 ஒன்றுக்குப் ~
பாம்பு
 எந்தப் புற்றில் எந்தப் ~ இருக்குமோ
 கண்குத்திப் ~ போல்
 பல் பிடுங்கப்பட்ட ~
 பெட்டிப் ~
பாம்பை
 செத்த ~ அடி
பாய்
 — எட்டடி பாய்ந்தால் — பதினாறடி ~
 கூடு விட்டுக் கூடு ~
பாய்ச்சல்

நாலுகால் ~
பாய்ச்சு
   வெந்த புண்ணில் வேல் ~
பாய்ந்த
   வைரம் ~
பாய்ந்தது
   குருட்டுப் பூனை விட்டதில் ~ மாதிரி
பாய்ந்தால்
   — எட்டி ~ — பதினாறடி பாய்
பாயசம்
   பக்கத்து இலைக்குப் ~
பாயும்
   பணம் பாதாளம்வரை ~
பார்
   ஆழம் ~
   இரண்டிலொன்று ~
   ஏற இறங்கப் ~
   ஒரு கை ~
   கண்ணெடுத்துப் ~
   தீட்டிய மரத்தில் கூர் ~
   பழங்கணக்குப் ~
   பூக்கண்ணாடி வைத்துப் ~
   மீனமேஷம் ~
   — முகத்துக்காகப் ~
   வேறு ஆளைப் ~
பார்க்க
   கண்கொண்டு ~ முடியவில்லை
பார்க்கப்போனால்
   சொல்லப்போனால் (என்பதன் மாற்று வடிவம்)
பார்த்தால்
   கூட்டிக் கழித்துப் ~
பார்த்து
   பகலில் பக்கம் ~ பேச வேண்டும்
பார்த்துக்கொண்டு
   மோட்டுவளையைப் ~
   வாய் ~
   வேலையைப் ~ போ
பார்த்தேன்
   அதுதானே கேட்டேன் (என்பதன் மாற்று வடிவத்தில்)
பாரத்தை

   பகவான்மேல் ~ போடு
பாராமல்
   இரவுபகலாக (என்பதன் மாற்று வடிவத்தில்)
பால்
   அழுத பிள்ளைதான் ~ குடிக்கும்
   இந்தப் பூனையும் ~ குடிக்குமா
   ஊருக்காகப் ~ குடி
   கறந்து வைத்த ~
   பாம்பிற்குப் ~ வார்
   வெளுத்ததெல்லாம் ~
பாலில்
   பழம் நழுவிப் ~ விழுந்தது
பாலை
   வயிற்றில் ~ வார்
பாவம்
   ஆபத்துக்குத் தோஷம்* இல்லை
பாவமும்
   ஒரு ~ அறியாத
பாவவில்லை
   தரையில் கால் ~
பாவை
   கைப் ~
பிச்சை
   போட்ட ~
பிசகாமல்
   அட்சரம் ~
பிசை
   கையைப் ~
   நெஞ்சைப் ~
   வயிற்றைப் ~
பிடரியில்
   பின்னங்கால் ~ பட
பிடி
   காக்காய் ~
   காலைப் ~
   குடுமியைப் ~
   குரங்குப் ~
   குரல்வளையைப் ~
   கொடி ~
   கோட்டையைப் ~
   சனியன் ~

தும்பை விட்டு வாலைப் ~
பிடித்த ~
பிடித்தாலும் புளியங்கொம்பாய்ப் ~
பேனாப் ~
மென்னியைப் ~
விட்டுப் ~

பிடிக்க
கையால் ~ முடியாது

பிடித்த
அகராதி ~
நான் ~ முயலுக்கு மூன்று கால்

பிடித்தாற்
நூல் ~ போல்

பிடித்து
கழுத்தைப் ~ தள்ளு
காலை (~) கையைப் ~
கையைப் ~ இழு
நாடியை (~) தாங்கு
பிடரியைப் ~ தள்ளு

பிடித்துக்கொடு
கையில் ~

பிடித்துக்கொண்டிரு
உயிரைக் கையில் ~

பிடித்துக்கொண்டு
அடிவயிற்றைப் ~
உயிரைக் கையில் ~
முந்தானையைப் ~
மூச்சைப் ~

பிடித்துப்பார்
நாடி ~
பல்லைப் ~

பிடியாக
உடும்புப் ~

பிடுங்கப்பட்ட
பல் ~ பாம்பு

பிடுங்கல்
பிக்கல் ~

பிடுங்கிக்கொள்
நாக்கைப் ~
பிய்த்துக்கொள் ~ என்று

பிடுங்கிக்கொள்கிறாற்
நாக்கைப் ~ போல

பிடுங்கு
இடத்தைக் கொடுத்தால் மடத்தைப் ~
குடலைப் ~
பல்லைப் ~
பிய்த்துப் ~
மேலே விழு (என்பதன் மாற்று வடிவத்தில்)
வாயைப் ~
விழுந்து ~

பித்தம்
எதைத் தின்றால் ~ தெளியும்

பிதுக்கு
உதட்டைப் ~

பிதுங்கு
(கண்) விழி ~

பிய்
காதைக் கிழி*

பிய்த்துக்கொண்டு
கூரையைப் ~ கொட்டு

பிய்த்துக்கொள்
தலையைப் ~
மண்டையை (போட்டு) உடைத்துக்கொள்*

பிரயத்தனம்
பகீரதப் ~
பிரமப் ~

பிரயோஜனம்
உப்புக்கல்லுக்குப் ~ இல்லை

பிராணனை
உயிரை* வாங்கு

பிராணி
சந்தேகப் ~
வாயில்லா ஜீவன்*

பிழி
கசக்கிப் ~
சக்கையாகப் ~
நெஞ்சைப் பிசை (என்பதன் மாற்று வடிவத்தில்)

பிழை
செத்துப் ~

பிழைக்க
பஞ்சம் ~ வந்த

பிழைத்தது
தலை தப்பியது* தம்பிரான்

புண்ணியம்
   பிழைத்தேன்
      செத்தேன் ~ என்று
   பிழைத்தோம்
      தப்பித்தோம் ~ என்று
பிழைப்பு
   நாய்ப் ~
பிள்ளை
   அப்பனுக்கு மகன்* தப்பாமல் பிறந்திருக்கிறான்
   அப்பா ~
   அழுத ~ வாய் மூடும்
   குழந்தை* குட்டி
   பச்சைக் குழந்தை*
   வாயுள்ள ~
பிள்ளைதான்
   அழுத ~ பால் குடிக்கும்
பிள்ளையாய்
   தாயாய்ப் ~
பிள்ளையார்
   பிடித்து வைத்த ~ போல
பிள்ளையாராட்டம்
   பிடித்து வைத்த பிள்ளையார் போல*
பிள்ளையை
   குழந்தையைக்* கிள்ளிவிட்டுத் தொட்டிலையும் ஆட்டு
பிள
   காதைக் கிழி*
   நெஞ்சைப் ~
   மண்டையைப் ~
   வாயைப் ~
பிறக்கவில்லை
   ஒரு பயல் இன்னும் ~
பிறந்த
   கூடப் ~
   நேற்றுப் ~
பிறந்திருக்கிறான்
   அப்பனுக்கு மகன் தப்பாமல் ~
பிறந்துதான்
   இன்னொருவர் ~ வர வேண்டும்
பின்வை
   முன்வைத்த காலைப் ~
பின்னால்

   முதுகுக்குப் ~
பின்னே
   கால் ~ இழு
முன்னே ~
பீரங்கி
   பிரச்சார ~
புகுந்த
   ஆமை ~ வீடு
புகுந்தது
   வெண்கலக்கடையில் யானை நுழைந்து* மாதிரி
புகுந்து
   வாயில் ~ புறப்படு
புகையாது
   நெருப்பில்லாமல் ~
புடவையாக
   பருத்தி ~ காய்க்கும்
புடவையோடு
   கட்டிய துணியோடு*
புடைக்க
   வயிறு முட்ட*
புண்ணாகு
   வயிறு ~
புண்ணியம்
   கோடிப் ~ உண்டு
   தலை தப்பியது தம்பிரான் ~
புண்ணில்
   வெந்த ~ வேல் பாய்ச்சு
புத்தகம்
   திறந்த ~
புத்தி
   அரணைப் ~
   குரங்குப் ~
புதை
   குழி தோண்டிப் ~
புதைத்து
   கைகட்டி (வாய் ~) நில்
புரட்ட
   மலையைப் ~ முடியாது
புரட்டு
   குடலைப் பிடுங்கு*
   நாக்கைப் ~
புரியவில்லை

தலையும் ~ காலும் ~
புரியாது
தலைகால் தெரியாது*
புல்
புதைத்த இடம் ~
முளைத்துப்போயிருக்கும்
புலி
சுயநலப் ~
பசுத்தோல் போர்த்திய ~
புழு
புத்தகப் ~
புழுதியை
சேற்றை* வாரி இறை
புழுபூச்சி
வயிற்றில் ~
புள்ளி
கறுப்புப் ~
புளி
இடித்த ~ மாதிரி
உப்புப் ~
புளிக்கும்
இந்தப் பழம் ~
புளிக்குமில்லை
உப்புக்குமில்லை ~
புளித்ததோ
வாய் ~ மாங்காய் ~
புளித்துப்போ
காது ~
புளியங்கொம்பாய்
பிடித்தாலும் ~ பிடி
புளியாட்டம்
இடித்த புளி மாதிரி*
புளியை
(அடி)வயிற்றில் ~ கரை
புற்றில்
எந்தப் ~ எந்தப் பாம்பு இருக்குமோ
புறப்படு
வாயில் புகுந்து ~
புறமும்
உள்ளும் ~
புனுகு
புண்ணுக்குப் ~ பூசு
பூ
காதில் ~ சுற்று
பூச்சி
பூச்சாண்டி* காட்டு
வாயில்லாப் ~
பூசணிக்காயை
முழுப் ~ சோற்றில் மறை
பூசிக்கொள்
சேற்றை வாரிப் ~
பூசு
(முகத்தில்) கரி ~
புண்ணுக்குப் புனுகு ~
முலாம் ~
பூத்தாற்
அத்தி ~ போல்
பூதம்
புதையலைப் ~ காப்பது போல்
பூமாலை
குரங்கு கையில் ~ போல்
பூமி
பொன் விளையும் ~
பூமிக்குமாக
வானத்துக்கும் ~ குதி
பூரண
நித்திய கண்டம் ~ ஆயுசு
பூராவும்
உடம்பு ~ மூளை
உடம்பு முழுவதும்* விஷம்
பூனை
அடுப்பில் ~ தூங்குகிறது
உத்திராட்சப் ~
குருட்டுப் ~ விட்டத்தில் பாய்ந்தது
மாதிரி
சூடு கண்ட ~
மதில்மேல் ~
ருசி கண்ட ~
பூனையும்
இந்தப் ~ பால் குடிக்குமா
எலியும் ~
பூஜை
சிவ பூஜையில் கரடி (என்பதன்
மாற்று வடிவத்தில்)
பூஜையில்
சிவ ~ கரடி

பெப்பே
  உனக்கும் ~ உன் அப்பனுக்கும் ~
பெய்த
  எருமை மாட்டின்மேல் மழை ~
    மாதிரி
  நேற்று (~ மழையில் இன்று)
    முளைத்த காளான்
பெய்தது
  சர்க்கரைப் பந்தலில் தேன்மாரி ~
    போல்
பெய்ய
  இன்று மழை ~ போகிறது
பெயர்
  என் ~ — இல்லை
  பட்டப் ~
பெயரை
  என் பெயர் — இல்லை (என்பதன்
    மாற்று வடிவத்தில்)
பெருக்கெடுத்து
  பாலும் தேனும் (~) ஓடி
பெருங்காயம்
  கடலில் கரைத்த ~
பெருங்குடல்
  சிறுகுடலைப் ~ தின்கிறது
பெருச்சாளி
  கோயில் ~
  பழம் ~
பெருமை
  அருமை ~
பெறாத
  உப்புப் ~
பெறாது
  கால்காசு ~
பெறும்
  அட்சர லட்சம் ~
பேச்சு
  குடிகாரன் ~
  பேச்சுக்குப் ~
பேச்சுக்கு
  ஒரு ~
  (ஒரு ~) வைத்துக்கொள்
பேச்சை
  கேட்பார் ~ கேட்டு
பேச

பகலில் பக்கம் பார்த்துப் ~
  வேண்டும்
பேசினால்
  (~) முத்து உதிர்ந்துவிடும்
பேசு
  முகம்கொடுத்துப் ~
பேசுவது
  கிணற்றுக்குள்ளிருந்து ~ போல்
பேத
  சாம ~ தான தண்டம்
பேர்
  அர்ச்சனன் ~ பத்து
  நாலு ~
பேர்வழி
  — ~ என்று
பேருக்கு
  மூன்றாம் ~ தெரியாமல்
பைத்தியம்
  அரைப் ~
பொசுக்கு
  சுட்டுப் ~
பொட்டும்
  பூவும் ~
பொத்திக்கொள்
  காதைப் ~
  வாயை மூடிக்கொள்*
பொதுவாக
  பொத்தாம் ~
பொம்மை
  கைப் பாவை*
  சாவி கொடுத்த ~
பொருள்
  இடம் ~ ஏவல்
  உடல் ~ ஆவி
பொல்லாதது
  நல்லது கெட்டது*
பொல்லாததும்
  இல்லாததும் ~
பொழுது
  பொழுது விடிந்து ~ போனால்
பொழுதும்
  வேளையும் ~
பொழுதொரு

நாளொரு மேனியும் ~
வண்ணமுமாக
பொறி
    பொன் எழுத்தால் ~
பொன்
    தொட்டதெல்லாம் ~
பொன்னேட்டில்
    பொன் எழுத்தால் பொறி (என்பதன்
        மாற்று வடிவத்தில்)
போ
    இழுத்துக்கொண்டு ~
    உச்சாணிக் கொம்பில் ஏறு
        (என்பதன் மாற்று வடிவத்தில்)
    உயிர் ~
    ஊர்மேல் ~
    எக்கேடு கெட்டுப் ~
    ஒன்றுக்கிரு (என்பதன் மாற்று
        வடிவத்தில்)
    காற்றோடு ~
    கூண்டோடு கைலாசம் ~
    கைவிட்டுப் ~
    கொத்திக்கொண்டு ~
    கொல்லைக்குப் ~
    சரிக்கட்டி(கொண்டு) ~
    தட்டி(கொண்டு)செல்*
    விடிந்தது ~
    வேலையைப் பார்த்துக்கொண்டு ~
    (தேய்ந்து)போ
    ஓடாகத் தேய் (என்பதன் மாற்று
        வடிவத்தில்)
போக்கில்
    கால் போன ~
    மனம் போன ~
போக்கு
    சித்தம் ~ சிவம் ~
போகிறது
    இன்று மழை பெய்யப் ~
    எங்கே ஓடிவிடப் ~
    குபேரப் பட்டணம் கொள்ளை ~
        போல
    போனால் ~
போகிறவன்
    வருகிறவன் ~
போகிறார்
எங்கள் வீட்டுக்காரரும் ~
    கச்சேரிக்குப் ~
போச்சுடா
    உள்ளதும் ~ நொள்ளைக்கண்ணா
போட்ட
    கிணற்றில் ~ கல் மாதிரி
    கிழித்துப் ~ நார் போல்
    பழம் தின்று கொட்டை ~
போட்டபடி
போட்டது ~
போட்டால்
    எள் ~ எள் விழாது
போட்டி
    ஏட்டிக்குப் ~
போட்டிரு
    காதில் கடுக்கன் மாட்டியிரு*
போட்டு
    ஆட்டைத் தூக்கி மாட்டில் ~
        மாட்டைத் தூக்கி ஆட்டில் ~
    இலை ~ சாப்பிடலாம்
    உப்புப் ~ சாப்பிடு
    கழுத்தில் துண்டு ~
    காலில் ~ மிதி
    சல்லடை ~ சலி
    சொடக்குப் ~ கூப்பிடு
    தலையை (~) உருட்டு
    துண்டு ~ தாண்டு
    பல்மேல் நாக்குப் ~
    மண்டையை (~)
        உடைத்துக்கொள்
போட்டுக்கொண்டு
    கண்ணில் விளக்கெண்ணெய்
        ஊற்றிக்கொண்டு*
    கால்மேல் கால் ~
    தலையில் துண்டைப் ~
    துண்டை உதறித் தோளில் ~
    நாக்கைத் தொங்கப் ~
போட்டுக்கொள்
    கன்னத்தில் ~
    காதில் ~
    சூடு ~
    (இழுத்து) தலைமேல் ~

தலையில் மண்ணை வாரிப் ~
பைக்குள் ~
மனத்தில் ~
முக்காடு ~
வயிற்றில் ஈரத்துணியைப் ~
வாயில் ~
போட
   உடைப்பில் போடு (என்பதன் மாற்று வடிவத்தில்)
   எள் போட்டால் எள் விழாது (என்பதன் மாற்று வடிவத்தில்)
   வாய்க்குச் சர்க்கரை ~ வேண்டும்
போடாமல்
   சத்தம் ~
போடு
   அடி மடியில் கை வை*
   ஆகாயக்கோட்டை கட்டு (என்பதன் மாற்று வடிவத்தில்)
   ஆமாம் சாமி ~
   இரட்டைத் தாழ்ப்பாள் ~
   இலை ~
   உடம்பைச் செருப்பாகத் தைத்துப் ~
   உடைப்பில் ~
   கட்டையை நீட்டு (என்பதன் மாற்று வடிவத்தில்)
   கடிவாளம் ~
   கணக்குப் ~
   காட்டிய இடத்தில் கையெழுத்துப் ~
   காதில் ~
   கால்கட்டுப் ~
   கிட்டி ~
   குட்டிக்கரணம் ~
   கூட்டத்தோடு (சேர்ந்து) கோவிந்தாப் ~
   கூழைக்கும்பிடு ~
   கைக்குள் ~
   சக்கைப்போடு ~
   சலாம் ~
   சொக்குப்பொடி ~
   சோறு ~
   டேரா ~
   தப்புக்கணக்குப் ~
   தலையில் நெருப்பை அள்ளிப் ~

   தலையில் ~
   தார்க்குச்சி ~
   தோப்புக்கரணம் ~
   (பட்டை) நாமம் சாத்து*
   பகவான்மேல் பார்த்தைப் ~
   பிள்ளையார்சுழி ~
   போடுபோடு என்று ~
   மண்டையைப் ~
   மண்ணை (வாரி) ~
   முடிச்சுப் ~
   (தலை)முழுக்குப் ~
   (கழுத்தில்) மூன்று முடிச்சுப் ~
   மொட்டைத்தலைக்கும் முழங்காலுக்கும் முடிச்சுப் ~
   வயிற்றில் மண்ணை (அள்ளி) ~
   வாய்க்கரிசி ~
   வாய்ப்பூட்டுப் ~
   வாயில் மண்ணை (வாரி) ~
   வெளிச்சம் ~
   ஜால்ராப் ~
   144 ~
போதாததற்கு
போதும் ~
போய்
   உயிர் ~ உயிர் வந்து
   எங்கே ~ முட்டிக்கொள்வது
   எந்தக் கோயிலில் ~ சொல்ல
போய்விட்டது
   போன இடம் தெரியவில்லை (என்பதன் மாற்று வடிவத்தில்)
போயிற்று
   கண் அவிந்தா ~
போர்த்திய
   பசுத்தோல் ~ புலி
போல்
   அடித்துப்போட்டார் ~
   அத்தி பூத்தாற் ~
   இஞ்சி தின்ற குரங்கு ~
   இடியோசை கேட்ட நாகம் ~
   இருந்தாற் ~ (இருந்து)
   எடுத்தெறிந்து (என்பதன் மாற்று வடிவத்தில்)

ஓடிந்து விழுபவன் ~
கண்குத்திப் பாம்பு ~
கப்பல் கவிழ்ந்துவிட்டது ~
காதில் ஈயத்தைக் காய்ச்சி
    ஊற்றினார் ~
காதும் காதும் வைத்தார் ~
கிணற்றுக்குள்ளிருந்து பேசுவது ~
கிழித்துப் போட்ட நார் ~
குரங்கு கையில் பூமாலை ~
சர்க்கரைப் பந்தலில் தேன்மாரி
    பெய்தது ~
சிகரம் வைத்தார் ~
நகமும் சதையும் ~
நூல் பிடித்தார் ~
நெருப்பை மிதித்தார் ~
பசுப் ~
பசுமரத்தாணி ~
பட்டுக் குத்தரித்தார் ~
புதையலைப் பூதம் காப்பது ~
புற்றீசல் ~
பூசினார் ~
பூனை ~
பேய் அறைந்தார் ~
பொன் ~
மடை திறந்தார் ~
மலை ~
மனம் ~
மனம் ~ மாங்கல்யம் ~
முகத்தில் அடித்தார் ~
வாழைப்பழத்தில் ஊசி ஏற்றுவது ~
விளக்கெண்ணெய் சாப்பிட்டது ~
போல
அடித்துவைத்த சிலை ~
அல்வா சாப்பிடுவது ~
ஆடு திருடின கள்ளன் ~
ஆண்டிகள் கூடி மடம் கட்டினார் ~
ஆணி அடித்தார் ~
ஒருநாளைப் ~
கடல் ~
கடலில் கரைத்த பெருங்காயம் ~
    (என்பதன் மாற்று வடிவத்தில்)

கண்ணைக் கட்டிக் காட்டில்
    விட்டது ~
கழுகுக்கு மூக்கில் வேர்ப்பது ~
கிளி ~
குபேரப் பட்டணம் கொள்ளை
    போகிறது ~
கும்பிடப் போன தெய்வம் குறுக்கே
    வந்தது ~
கை ஒடிந்தார் ~
சொல்லிவைத்தார் ~
தண்ணீர் குடித்தது ~
தேனில் விழுந்த ஈ ~
நறுக்குத்தெறித்தார் ~
நாக்கைப் பிடுங்கிக்கொள்கிறார் ~
பிடித்து வைத்த பிள்ளையார் ~
பூப் ~
பொட்டில் அடித்தார் ~
மந்திரத்தால் கட்டுண்ட நாகம் ~
விளையாட்டுப் ~
போன
உயிர் போய் உயிர் வந்தது
    (என்பதன் மாற்று வடிவத்தில்)
கால் ~ போக்கில்
கும்பிடப் ~ தெய்வம் குறுக்கே
    வந்தது போல
பல் ~ சிங்கம்
மனம் ~ போக்கில்
போனால்
பொழுது விடிந்து பொழுது ~
போனாலும்
உயிர் ~
மகன்
அப்பனுக்கு ~ தப்பாமல்
    பிறந்திருக்கிறான்
மகாதேவன்
மலை விழுங்கி ~
மட்டை
ஒரு குட்டையில் ஊறிய ~
மடக்கு
விரலை ~
மடத்தை
இடத்தைக் கொடுத்தால் ~ பிடுங்கு
மடம்

ஆண்டிகள் கூடி ~ கட்டினாற்
போல
மடியில்
அடி ~ கை வை
(அடி)வயிற்றில்* நெருப்பைக்
கட்டிக்கொள்
மடுவுக்கும்
மலைக்கும் ~ உள்ள வித்தியாசம்
மண்
பச்சை ~
(குப்புற விழுந்தும்) மீசையில் ~
ஒட்டவில்லை
வாயில் ~ விழு
மண்காட்டு
முதுகுக்கு ~
மண்டை
தலை* வெடித்துவிடாது
மண்டையை
தலையை* (போட்டு) உருட்டு
மண்ணடி
வயிற்றில் மண்ணை (அள்ளி)
போடு (என்பதன் மாற்று
வடிவத்தில்)
மண்ணாகு
மண்ணோடு ~
மண்ணை
கண்ணில் ~ தூவு
தலையில் ~ வாரிப் போட்டுக்கொள்
வயிற்றில் ~ (அள்ளி) போடு
வாயில் ~ (வாரி) போடு
மணியடி
வயிற்றில் ~
மதிப்பு
கண் திட்டம்*
மந்திரக்காளி
சூ ~
மந்திரம்
தலையணை ~
தாரக ~
மயிரை
தலையைப்* பிய்த்துக்கொள்
மரணம்
கரணம் தப்பினால் ~
மரத்தில்
தீட்டிய ~ கூர் பார்
மரத்திலா
பணம் (என்ன) ~ காய்க்கிறது
மரம்
பணம் காய்ச்சி ~
மரியாதை
மாலை ~
மானம் ~
ராஜ உபசாரம்*
மலர்ந்தருள்
திருவாய் ~
மலை
மாமிசக் குன்று*
வெள்ளிடை ~
மலையை
மயிரைக் கட்டி ~ இழு
மழை
இன்று ~ பெய்யப் போகிறது
எருமை மாட்டின்மேல் ~ பெய்த
மாதிரி
காட்டில் ~
மழைதான்
இன்று மழை பெய்யப் போகிறது
(என்பதன் மாற்று வடிவத்தில்)
மழையில்
நேற்று (பெய்த ~ இன்று) முளைத்த
காளான்
மற்றொரு
இந்தக் காதில் வாங்கி அந்தக்
காதில் விடு (என்பதன் மாற்று
வடிவத்தில்)
ஒரு கண்ணில் வெண்ணெய் ~
கண்ணில் சுண்ணாம்பு தடவு
மறந்தும்
மறந்து(போய்)கூட (என்பதன் மாற்று
வடிவம்)
மறுவார்த்தை
மறுபேச்சு*
மறை
கண்ணை ~
திரைபோட்டு ~
மானத்தை ~
முழுப் பூசணிக்காயைச் சோற்றில் ~
மறையும்

கையெழுத்து ~ நேரம்
மன்றாடு
உயிருக்கு ~
மன்னன்
மன்னாதி ~
முடிசூடா ~
மனத்துடன்
திறந்த ~
மனத்தை
நெஞ்சைப்* பிசை
மனம்
வெள்ளை ~
மனம்விட்டு
மனம்திறந்து (என்பதன் மாற்று வடிவம்)
மனுஷன்
மூன்றாம் ~
மனோவேகம்
வாயுவேகம் ~
மாங்கல்யம்
மனம் போல் ~
மாங்காய்
ஒரு கல்லில் இரண்டு ~ அடி
வாய் புளித்ததோ ~ புளித்ததோ
மாசுமறுவில்லாத
மாசுமறுவற்ற*
மாட்டிக்கொள்
வாயில் ~
மாட்டியிரு
காதில் கடுக்கன் ~
மாட்டில்
ஆட்டைத் தூக்கி ~ போட்டு மாட்டைத் தூக்கி ஆட்டில் போட்டு
மாட்டின்மேல்
எருமை ~ மழை பெய்த மாதிரி
மாட்டை
ஆட்டைக் கடித்து ~ கடித்து
ஆட்டைத் தூக்கி மாட்டில் போட்டு ~ தூக்கி ஆட்டில் போட்டு
மாதம்
காடாறு ~ நாடாறு ~
மாதிரி
ஆளை (தூக்கி) அடிக்கிற ~
இடித்த புளி ~
எருமை மாட்டின்மேல் மழை பெய்த ~
கப்பல் ~
கல்லுக்குண்டு ~
கல்லுப்பிள்ளையார் ~
கறிவேப்பிலைக் கொழுந்து ~
கன்னத்தில் அறைந்த ~
கிணற்றில் போட்ட கல் ~
குத்துக்கல் ~
குருட்டுப் பூனை விட்டத்தில் பாய்ந்தது ~
குருவி சேர்க்கிற ~
கொட்டாப்புளி ~
கொடுத்துவைத்த ~
சொல்கிற ~ இல்லை
தலையில் கிரீடம் வைத்தது ~
திருடனுக்குத் தேள் கொட்டியது ~
பட்டிக்காட்டான்
மிட்டாய்க்கடையை முறைக்கிற ~
மலை போல்*
லட்டு ~
வெண்கலக்கடையில் யானை நுழைந்தது ~
மாரடி
கட்டி(கொண்டு) அழு*
கூலிக்கு ~
மாலைசூட்டு
மாலையிடு*
மாவையே
அரைத்த ~ அரை
மாற்றிவைத்துக்கொள்கிறேன்
என் பெயர் — இல்லை (என்பதன் மாற்று வடிவத்தில்)
மாற்று
பிளேட்டை ~
வெற்றிலை பாக்கு ~
மாறாத
பால்மணம் ~
மாறாமல்
அட்சரம் பிசகாமல்*
மிஞ்சு
தோளுக்கு ~

மிட்டாய்க்கடையை
    பட்டிக்காட்டான் ~ முறைக்கிற மாதிரி
மிதி
    காலில் போட்டு ~
    வாசல் படியை ~
மிதித்தாற்
    நெருப்பை ~ போல்
மிளகாய்
    தலையில் ~ அரை
மிளகாய்ப்பொடியை
    கண்ணில் மண்ணைத்* தூவு
மினுக்கு
    தளுக்கிக் குலுக்கி ~
மீசையை
    ஒரு நாள் கூத்துக்கு ~ எடு
முக்கித்தக்கி
    முக்கிமுனகி (எனபதன் மாற்று வடிவம்)
முகத்தில்
    (~) கரி பூசு
    நரி ~ விழி
    நெற்றியில்* எழுதி ஒட்டியிரு
முகத்துக்காக
    — ~ பார்
முகத்தை
    எந்த முகத்தோடு (என்பதன் மாற்று வடிவத்தில்)
முகத்தோடு
    எந்த ~
முகம்
    பால் வடியும் ~
மகூர்த்தம்
    வாய் ~
முட்ட
    வயிறு ~
முட்டிக்கொள்
    (தலையால்) அடித்துக்கொள் (என்பதன் மாற்று வடிவம்)
முட்டிக்கொள்வது
    எங்கே போய் ~
முட்டிக்கொள்ள
    எங்கே போய் முட்டிக்கொள்வது (என்பதன் மாற்று வடிவத்தில்)
முட்டிக்கொள்ளலாம்
    குட்டிச்சுவரில் ~
முட்டை
    கோழி ~
முடி
    கதை ~
    கதையை ~
    சிண்டு ~
    முடிச்சுப்* போடு
    மொட்டைத்தலைக்கும் முழங்காலுக்கும் முடிச்சுப்* போடு
முடிச்சு
    (கழுத்தில்) மூன்று ~ போடு
    (கழுத்தில்) மூன்று ~ விழ
    மொட்டைத்தலைக்கும் முழங்காலுக்கும் ~ போடு
முடிந்து(போட்டு)கொள்
    முந்தானையில் ~
முடிந்து(வைத்து)கொள்
    காசை ~
முடியவில்லை
    கண்களை நம்ப ~
    கண்கொண்டு பார்க்க ~
    கண்ணை எடுக்க ~
    காதுகளை நம்ப ~
    காதுகொடுத்துக் கேட்க ~
    வைத்த கண்ணை எடுக்க ~
முடியாது
    கையால் பிடிக்க ~
    சுண்டுவிரலைக்கூட அசைக்க ~
    நாய் வாலை நிமிர்த்த ~
    மலையைப் புரட்ட ~
முடியாமல்
    உடம்புக்கு ~
    சொல்லவும் ~ மெல்லவும் ~
    மெல்லவும் ~ விழுங்கவும் ~
(தலை)முடியை
    தலையைப்* பிய்த்துக்கொள்
முதல்
    விவரம் தெரிந்த நாளிலிருந்து (என்பதன் மாற்று வடிவத்தில்)
முதலுமாக
    வட்டியும் ~

முதலை
  பண ~
முதுகு
  இடுப்பு* ஒடி
முயலுக்கு
  நான் பிடித்த ~ மூன்று கால்
முயற்சி
  கன்னி ~
முழ
  ஒரு ~ கயிறு
முழக்கத்துடன்
  கொட்டு ~
முழக்கம்
  இடி ~ செய்
முழக்கு
  நீட்டி ~
முழங்காலுக்கும்
  மொட்டைத்தலைக்கும் ~ முடிச்சுப் போடு
முழம்போடு
  வெறுங்கையால் ~
முழியுமாக
  மூக்கும் ~
முழுகாமல்
  குளிக்காமல்* இரு
முழுவதும்
  உடம்பு ~ விஷம்
முள்ளங்கிப்பத்தையாட்டம்
  முள்ளங்கிப்பத்தை கணக்காக*
முளை
  கால் ~
  கொம்பு ~
  சிறகு ~
முளைத்த
  நேற்று (பெய்த மழையில் இன்று) ~ காளான்
  மீசை ~ ஆண்பிள்ளை
முளைத்துப்போயிருக்கும்
  புதைத்த இடம் புல் ~
முற்றிப்போ
  கலி ~
முறி
  நெட்டியை ~
  முகத்தை ~
முறிந்துவிடாது
  கத்திரிக்காய் என்றால் பத்தியம் ~
முறுக்கு
  மாப்பிள்ளை ~
  மீசையை ~
முறை
  ஆடிக்கு ஒரு ~ அமாவாசைக்கு ஒரு ~
முறைக்கிற
  பட்டிக்காட்டான் மிட்டாய்க்கடையை ~ மாதிரி
முன்னால்
  ஊருக்கு ~
மூக்கில்
  கழுகுக்கு ~ வேர்ப்பது போல
மூக்கு
  கண் காது ~ (ஒட்ட)வை
  கண் ~ தெரியாமல்
மூக்குமாக
  அழுத கண்ணும் சிந்திய ~
மூக்கை
  சுற்றிவளைத்து ~ தொடு
மூச்சில்
  ஒரே ~
மூச்சு
  ஒரு ~
மூஞ்சி
  முகம்* காட்டு
மூஞ்சியில்
  (முகத்தில்)* கரி பூசு
  முகத்தில்* விட்டெறி
மூஞ்சியை
  முகத்தைத்* தூக்கிவைத்துக்கொள்
  முகத்தைத்* தொங்கப்போட்டுக்கொள்
மூட்டை
  சோற்று ~
  பண ~
மூடாமல்
  திறந்த வாய் ~
மூடிக்கொண்டு
  கண்ணை ~

முடிக்கொள்
   கண்ணை ~
   வாயை ~
மூடு
   ஊர்வாயை ~
   கண்ணை ~
   வாயை ~
மூடும்
   அழுத பிள்ளை வாய் ~
மூலைக்கு
   எந்த ~
மூளை
   உடம்பு பூராவும் ~
மூன்று
   நான் பிடித்த முயலுக்கு ~ கால்
   முக்காலே ~ வீசம்
   முளைத்து ~ இலை விடவில்லை
மெய்யுமாக
   கையும் களவுமாக (என்பதன் மாற்று
     வடிவத்தில்)
மெல்
   வெறும் வாயை ~
மெல்ல
   (வெறும்) வாய்க்கு (~) அவல்
மெல்லவும்
   சொல்லவும் முடியாமல் ~
     முடியாமல்
மெனக்கெட்டு
   வேலை ~
மெய்
   ஊர் ~
   ஏறி ~
   கழுதை ~
   நுனிப்புல் ~
மேலே
   ஒரு படி ~
மேற்கில்
   கிழக்கில் உதிக்கும் சூரியன் ~
     உதித்தாலும்
மேற்கு
   உழக்கில் கிழக்கு ~
மேனி
   அன்று கண்ட மேனிக்கு அழிவு
     இல்லாமல் (என்பதன் மாற்று
     வடிவத்தில்)
மேனிக்கு
   அன்று கண்ட ~ அழிவு இல்லாமல்
மேனியும்
   நாளொரு ~ பொழுதொரு
     வண்ணமுமாக
மைந்தர்
   மண்ணின் ~
மொட்டைப்போட்டுக்கொள்
   மொட்டையடித்துக்கொள்*
மோசம்
   முதலுக்கு ~
மோரில்
   கடைந்த ~ வெண்ணெய் எடு
யாரிடம்
   எங்கே போய் முட்டிக்கொள்வது
     (என்பதன் மாற்று வடிவத்தில்)
யானை
   வெண்கலக்கடையில் ~ நுழைந்தது
     மாதிரி
யுத்தம்
   நிழல் ~
ரகசியம்
   ஊரறிந்த ~
   சிதம்பர ~
ரத்தம்
   உடம்பில் நல்ல ~ ஓடுகிறது
   கண்ணில் ~ வருகிறது
   சுண்டினால் ~ வரும்
ராமன்
   சாப்பாட்டு ~
ராஜ்ஜியம்
   அல்லி ~
ராஜா
   தனிக்காட்டு ~
ரிஷிமூலம்
   நதிமூலம் ~
லகான்
   கடிவாளம்* போடு
லட்சணமாக
   — ~
லட்சத்தில்
   ஆயிரத்தில்* ஒருவர்
லட்சம்

அட்சர ~ பெறும்
வஞ்சகம்செய்
   வயிற்றுக்கு ~
வடக்காக
   தெற்கு ~
வடி
   இரத்தக் கண்ணீர் ~
   முகத்தில் விளக்கெண்ணெய் ~
வடியும்
   பால் ~ முகம்
வண்ணமுமாக
   நாளொரு மேனியும் பொழுதொரு ~
வணங்கு
   தலை ~
வந்த
   ஏறி ~ ஏணியை எட்டி உதை
   நேற்றுப் பிறந்த*
   பஞ்சம் பிழைக்க ~
வந்தது
   உயிர் போய் உயிர் ~
   உயிர் ~
   கும்பிடப் போன தெய்வம் குறுக்கே ~ போல
   வாயில் ~
வந்தபடி
   வாய்க்கு ~
வந்துவிட்டாயா
   வீட்டில் சொல்லிக்கொண்டு ~
வந்தோம்
   போனோம் ~ என்று
வயது
   உனக்கு ஆயுசு* நூறு
   — கழுதை ~
   தள்ளாத ~
வயிற்றிலும்
   வாயிலும் ~ அடித்துக்கொள்
வயிற்றுப்பாடு
   வயிற்றுப்பிழைப்பு*
வயிற்றை
   வாயைக் கட்டி ~ கட்டி
வயிற்றையும்
   வாயைக் கட்டி வயிற்றைக் கட்டி (என்பதன் மாற்று வடிவத்தில்)

வயிறு
   ஒரு சாண் ~
   பெற்ற ~ (பற்றி) எரி
   பெற்ற ~ கேட்கவில்லை
வயிறும்
   வாயும் ~ வேறு
வயிறுமாக
   வாயும் ~
வர
   இன்னொருவர் பிறந்துதான் ~ வேண்டும்
   வீட்டுக்கு ~ வழி தெரிந்ததா
வரவேற்பு
   சிவப்புக்கம்பள ~
வராது
   கை ~
   தூக்கம் ~
வருகிறது
   கண்ணில் ரத்தம் ~
   வாயில் ~
வரும்
   சுண்டினால் ரத்தம் ~
வலி
   தலையைக் காலை ~
வலிக்காமல்
   வாய் ~
வலித்துக்காட்டு
   பழித்துக்காட்டு (என்பதன் மாற்று வடிவம்)
வலுப்படுத்து
   கரத்தைப் பலப்படுத்து*
வழி
   ஒரு ~ பண்ணு
   கடவுள் விட்ட ~
   குறுக்கு ~
   கொல்லைப்புற ~
   போகாத ஊருக்கு ~ சொல்
   முகத்தில் விளக்கெண்ணெய் வடி*
   வாயில் இருக்கிறது ~
   வீட்டுக்கு வர ~ தெரிந்ததா
வழிக்கவா
   நாக்கு ~
வழியாக

இந்தக் காதில் வாங்கி அந்தக்
    காதில் விடு *(என்பதன் மாற்று*
    வடிவத்தில்)
வளர்
    நாக்கை ~
    வயிறு ~
    வாயை ~
வளை
    இடுப்பு ~
    வானத்தை வில்லாக ~
வா
    இரண்டுக்கு ~
    உடம்புக்கு ~
    கண்ணைக் கட்டிக்கொண்டு ~
    கழுத்துக்குக் கத்தி ~
    சந்திக்கு ~
    பிய்த்துக்கொண்டு ~
    முட்டிக்கொண்டு ~
    மூக்குக்குமேல் கோபம் ~
    (வளைய)வளைய ~
    வீடு தேடி ~
வாங்க
    பிச்சை ~ வேண்டும்
வாங்கல்
    கொடுக்கல் ~
வாங்காமல்
    வைத்த கண் ~
வாங்கி
    இந்தக் காதில் ~ அந்தக் காதில் விடு
வாங்கு
    உயிரை ~
    கசத்து ~
    காதில் ~
    காற்றாடு *(என்பதன் மாற்று வடிவத்தில்)*
    காற்று ~
    தவிட்டுக்கு ~
    நெக்கு ~
    பிய்த்துக் கட்டு *(என்பதன் மாற்று*
    வடிவத்தில்)
    பிய்த்து ~
    மானத்தை ~
    மேல்மூச்சு கீழ்மூச்சு ~
    வக்காலத்து ~
    வம்பை விலைகொடுத்து ~
    விலைகொடுத்து ~
    வெற்றிலை பாக்கு ~
வாசம்
    அஞ்ஞாத ~
வாசலை
    வாசல் படியை மிதி *(என்பதன்*
        மாற்று வடிவத்தில்)
வாசற்படி
    வீட்டுக்கு வீடு ~
வாசனை
    பூர்வஜென்ம ~
வாசி
    அடக்கி ~
    பக்கமேளம் ~
வாசியுமாக
    வட்டியும் முதலுமாக *(என்பதன்*
        மாற்று வடிவத்தில்)
வாத்து
    பொன்முட்டையிடும் ~
வாய்
    அழுத பிள்ளை ~ மூடும்
    ஒரு ~
    கைகட்டி (~ புதைத்து) நில்
    திறந்த ~ மூடாமல்
    நெருப்பு என்றால் ~ வெந்துவிடாது
    வாய்க்கு ~
வாய்க்கு
    கைக்கு எட்டியது ~ எட்டவில்லை
    தவித்த ~ தண்ணீர் தாரத
வாய்க்கும்
    கைக்கும் ~
வாயசை
    நாவசை*
வாயில்
    (~) நுரை தள்ளு
வாயை
    வெறும் ~ மெல்
வாயையும்
    வாயைக் கட்டி வயிற்றைக் கட்டி
        (என்பதன் மாற்று வடிவத்தில்)
வார்
    எரிகிற நெருப்பில் எண்ணெய்
        ஊற்று*

கஞ்சி ஊற்று*
   தாரை ~
   பாம்பிற்குப் பால் ~
   வயிற்றில் பாலை ~
வார்த்தை
   ஆயிரத்தில் ஒரு ~
   ஒரு ~ கேள்
   பேச்சுத்* தடி
வாரி
   சேற்றை ~ இறை
   சேற்றை ~ பூசிக்கொள்
   தண்ணீராகச் செலவழி (என்பதன் மாற்று வடிவத்தில்)
   தலையில் மண்ணை ~ போட்டுக்கொள்
   மண்ணை (~) போடு
   மண்ணை ~ இறை
   வாயில் மண்ணை (~) போடு
வாரு
   காலை ~
வால்
   தலை இருக்க ~ ஆடுகிறது
வாலும்
   தலையும் இல்லை ~ இல்லை
   தலையும் புரியவில்லை காலும்* புரியவில்லை
வாலை
   தும்பை விட்டு ~ பிடி
   நாய் ~ நிமிர்த்த முடியாது
வாலையும்
   தலையும் இல்லை வாலும் இல்லை (என்பதன் மாற்று வடிவத்தில்)
வாவா
   காடு ~ என்கிறது
வாழ்ந்தது
   விடிந்தது போ (என்பதன் மாற்று வடிவத்தில்)
விட்ட
   கடவுள் ~ வழி
விட்டத்தில்
   குருட்டுப் பூனை ~ பாய்ந்து மாதிரி
விட்டது
   கண்ணைக் கட்டிக் காட்டில் ~

போல
விட்டு
   உயிரை ~
   கண்ணில் விரலை ~ ஆட்டு
   கூடு ~ கூடு பாய்
   கையை ~
   தும்பை ~ வாலைப் பிடி
விட்டுக்கொண்டு
   காலில் கஞ்சியை ஊற்றிக்கொண்டு*
விட்டெறி
   முகத்தில் ~
விட்டெறிந்துபார்
   கல்லை ~
விடவில்லை
   முளைத்து மூன்று இலை ~
விடாமல்
   அட்சரம் பிசகாமல்*
   ஒன்று ~
விடி
   தலையில் ~
விடிந்தால்
   பொழுது ~
விடிந்து
   பொழுது ~ பொழுது போனால்
விடு
   ஆழம் தெரியாமல் காலை ~
   ஆளை ~
   இந்தக் காதில் வாங்கி அந்தக் காதில் ~
   இரத்தக் கண்ணீர் வடி*
   உயிரை ~
   எடுத்து ~
   எரிகிற நெருப்பில் எண்ணெய் ஊற்று*
   எள்ளும் தண்ணீரும் தெளி*
   (விழுங்கி) ஏப்பம் ~
   காற்றில் (பறக்க) ~
   தலைக்குத் தண்ணீர் ~
   தலையைக் கொடு*
   தொங்கலில் ~
   நட்டாற்றில் ~
   நடுத்தெருவில் நிறுத்து (என்பதன் மாற்று வடிவத்தில்)

பேசாமல் ~
  மனசை ~
  (இழுத்து)விடு
  சந்தியில் ~
வித்தியாசம்
  மலைக்கும் மடுவுக்கும் உள்ள ~
வித்தை
  பிரம ~
வியர்
  மூக்கில் ~
வியர்வை
  நெற்றி ~ நிலத்தில் விழ
விரலசை
  நாவசை*
விரலை
  கண்ணில் ~ விட்டு ஆட்டு
  மூக்கில் ~ வை
  வாயில் ~ வைத்தால் கடிக்கத்
    தெரியாது
விரி
  கடை ~
  சிவப்புக்கம்பளம் ~
  வலை ~
விரித்த
  (~) வலையில் விழு
விருந்தாளி
  வேண்டாத ~
வில்லன்
  வில்லாதி ~
வில்லாக
  வானத்தை ~ வளை
விலை
  அடிமாட்டு ~
  எந்த ~ கொடுத்தாவது
  கடைந்த மோரில் வெண்ணெய் எடு
    (என்பதன் மாற்று வடிவத்தில்)
  படி என்ன ~
  யானை ~ (குதிரை ~)
விலைக்கு
  வம்பை விலைகொடுத்து வாங்கு
    (என்பதன் மாற்று வடிவத்தில்)
விலைகொடுத்து
  வம்பை ~ வாங்கு

விழ
  எள் போட்டால் எள் விழாது
    (என்பதன் மாற்று வடிவத்தில்)
  நெற்றி வியர்வை நிலத்தில் ~
விழாது
  எள் போட்டால் எள் ~
விழி
  நரி முகத்தில் ~
  முகத்தில் ~
  வழிமேல் ~ வைத்து
  வைத்த கண்* வாங்காமல்
விழு
  இடி ~
  இலை ~
  எரிந்து ~
  கண்ணில் படு*
  காதில் ~
  காய் ~
  காலில் ~
  குறுக்கே ~
  கையில் காலில் ~
  தலையில் இடி ~
  நாடி ~
  படுக்கையில் ~
  படுகுழியில் ~
  பார்வை ~
  முகம் ~
  (கழுத்தில்) மூன்று முடிச்சு ~
  மேலே ~
  (விரித்த) வலையில் ~
  வாயில் மண் ~
  வாயில் ~
விழுங்கவும்
  மெல்லவும் முடியாமல் ~
    முடியாமல்
விழுங்கி
  (~) ஏப்பம் விடு
  மலை ~ மகாதேவன்
விழுங்கினால்
  எச்சில் ~ தொண்டையில்
    இறங்குவது தெரியும்
விழுங்கு

ஆளை ~
   தோலிருக்கச் சுளை ~
   மென்று ~
விழுந்த
   தேனில் ~ ஈப் போல
விழுந்தது
   பழம் நழுவிப் பாலில் ~
விழுந்தால்
   தடுக்கி ~
விழுந்து
   காலடியில் ~ கிட
   மேலே விழு (என்பதன் மாற்று வடிவத்தில்)
   மேலே ~
   வாயில் புகுந்து புறப்படு (என்பதன் மாற்று வடிவத்தில்)
விழுந்தும்
   (குப்புற ~) மீசையில் மண் ஒட்டவில்லை
விழுபவன்
   ஓடித்து ~ போல்
விளக்கு
   குடத்தில் இட்ட ~
   குன்றின்மேலிட்ட தீபம்*
   சிவப்பு ~ பகுதி
விளக்கெண்ணெய்
   கண்ணில் ~ ஊற்றிக்கொண்டு
   முகத்தில் ~ வடி
விளாசு
   பிய்த்துக் கட்டு (என்பதன் மாற்று வடிவத்தில்)
விளையாட்டு
   மைனர் ~
விளையாடு
   நெருப்போடு ~
   புகுந்து ~
விளையும்
   பொன் ~ பூமி
விற்றுவிடு
   ஊரை ~
வினையாகு
   விளையாட்டு ~
விஷம்
   உடம்பு முழுவதும் ~

நாக்கில் ~
வீக்கம்
   விலுக்குத் தகுந்த ~
வீங்கு
   மண்டை ~
வீசம்
   முக்காலே மூன்று ~
வீசிக்கொண்டு
   (வெறும்) கையை ~
வீசியடி
   முகத்தில் விட்டெறி*
வீசு
   காற்று ~
   சேற்றை வாரி இறை*
   வலை விரி*
வீசுகிறபோதே
   காற்றுள்ளபோதே தூற்றிக்கொள் (என்பதன் மாற்று வடிவத்தில்)
வீட்டில்
   (~) அடுப்பு எரி
வீட்டின்
   (~) நான்கு சுவர்களுக்குள்
வீட்டு
   பாட்டன் ~ சொத்து
வீட்டுக்காரரும்
   எங்கள் ~ கச்சேரிக்குப் போகிறார்
வீட்டுக்கு
   உண்ட ~ இரண்டகம்செய்
வீடு
   ஆமை புகுந்த ~
   பிறந்த ~
   புகுந்த ~
   மாமியார் ~
   வீட்டுக்கு ~ வாசற்படி
வீழ்த்து
   ஒரு கல்லில் இரண்டு மாங்காய் அடி*
வெகு
   காத தூரம் (என்பதன் மாற்று வடிவத்தில்)
வெட்டி
   குழி தோண்டிப்* புதை
வெட்டு
   குழி பறி*

வெடி
  முகத்தில் எள்ளும்கொள்ளும் ~ வயிறு புண்ணாகு (என்பதன் மாற்று வடிவத்தில்)
வெடித்துவிடாது
  தலை ~
வெண்ணெய்
  ஒரு கண்ணில் ~ மற்றொரு கண்ணில் சுண்ணாம்பு தடவு
  கடைந்த மோரில் ~ எடு
வெண்ணெயை
  கையில் ~ வைத்துக்கொண்டு நெய்க்கு அலை
வெந்துவிடாது
  நெருப்பு என்றால் வாய் ~
வெந்நீரை
  காலில் கஞ்சியை* ஊற்றிக்கொண்டு
வெயில்
  உடம்பில் ~ படாமல்
  வேகாத ~
வெல்லக்கட்டி
  உயிர் ~
வெள்ளம்
  தலைக்குமேல் ~
வெள்ளெலும்பு
  உள்ளங்கால் ~ தேய
வெளிக்கிரு
  வெளிக்குப்போ (என்பதன் மாற்று வடிவம்)
வெளிச்சம்
  ஆண்டவனுக்குத்தான் ~
வெளு
  சாயம் ~
வெளுத்துக்கட்டு
  வெளுத்துவாங்கு (என்பதன் மாற்று வடிவம்)
வெற்றிலை
  தாம்பூலம்* வைத்து அழை
வெறுப்பாக
  வேண்டா ~
வெறும்
  (~) கையை வீசிக்கொண்டு
  (~) வாய்க்கு (மெல்ல) அவல்
வேகத்தில்

தலைதெறிக்கிற ~
ஜூர ~
வேகாது
  நெஞ்சு ~
  பருப்பு ~
வேட்டியோடு
  கட்டிய துணியோடு*
வேடம்
  இரட்டை ~
வேண்டாம்
  கேட்க வேண்டுமா (என்பதன் மாற்று வடிவத்தில்)
வேண்டிக்கிடக்கிறதா
  — ~
வேண்டிக்கிடக்கிறது
  — வேண்டிக்கிடக்கிறதா (என்பதன் மாற்று வடிவத்தில்)
வேண்டிய
  வைக்க ~ இடத்தில் வை
வேண்டும்
  இதுவும் ~ இன்னமும் ~
  இன்னொருவர் பிறந்துதான் வர ~
  உடைப்பில் போடு (என்பதன் மாற்று வடிவத்தில்)
  நன்றாய் ~
  பகலில் பக்கம் பார்த்துப் பேச ~
  பிச்சை வாங்க ~
  புத்தியைச் செருப்பால் அடிக்க ~
  வாய்க்குச் சர்க்கரை போட ~
வேண்டுமா
  கேட்க ~
வேண்டுமோ
  வைக்க வேண்டிய இடத்தில் வை (என்பதன் மாற்று வடிவத்தில்)
வேதனை
  நரக ~
வேர்ப்புது
  கழுக்கு மூக்கில் ~ போல
வேல்
  வெந்த புண்ணில் ~ பாய்ச்சு
வேலை
  சகுனி ~
  நாரதர் ~
  வேறு ~ இல்லை

வேலையை
   காலால் இட்ட ~ தலையால் செய்
வேளை
   போதாத காலம்*
வேளையில்
   சிவ பூஜையில் கரடி (என்பதன்
     மாற்று வடிவத்தில்)
   வேளை கெட்ட ~
வேறு
   வாயும் வயிறும் ~
வேஷம்
   பகல் ~
வை
   அகலக்கால் ~
   அடி மடியில் கை ~
   உடைப்பில் போடு*
   ஐஸ் ~
   ஒப்பாரி ~
   ஒரு கண்ணில் வெண்ணெய்
   மற்றொரு கண்ணில்
     சுண்ணாம்பு தடவு*
   ஒரு கண் ~
   காதில் பூச் சுற்று*
   கால்(எடுத்து) ~
   குருவித் தலையில் பனங்காயை ~
   குழியில் ~
   கொள்ளி ~
   தலையில் கை ~
   மூக்கில் விரலை ~
   வாயில் ~
   வெடி ~
   வேட்டு ~
   வைக்க வேண்டிய இடத்தில் ~
(ஒட்ட)வை
   கண் காது மூக்கு ~
வைத்த
   கறந்து ~ பால்
   பிடித்து ~ பிள்ளையார் போல
   பெருங்காயம் ~ பாண்டம்
வைத்து
   தலையில் கிரீடம் ~ மாதிரி
வைத்தால்
   வாயில் விரலை ~ கடிக்கத்
     தெரியாது
வைத்தாலும்
   ஏணி ~ எட்டாது
வைத்தார்
   காதும் காதும் ~ போல்
   சிகரம் ~ போல்
வைத்தியம்
   அதிர்ச்சி ~
   ராஜ ~
வைத்திரு
   உயிரை ~
   விரல் நுனியில் ~
வைத்து
   உள்ளங்கையில் ~ தாங்கு
   கண்ணில் ~
   கோயில் கட்டிக் கும்பிடலாம்
     (என்பதன் மாற்று வடிவத்தில்)
   தலைமேல் (தூக்கி) ~ கொண்டாடு
   தாம்பூலம் ~ அழை
   நெஞ்சில் கை ~ சொல்
   பூதக்கண்ணாடி ~ பார்
   வழிமேல் விழி ~
வைத்துக்கொண்டு
   எந்த முகத்தோடு (என்பதன் மாற்று
     வடிவத்தில்)
   கையில் வெண்ணெயை ~ நெய்க்கு
     அலை
வைத்துக்கொள்
   தலையில் கை ~
   மனத்தில் போட்டுக்கொள்*
வைத்துக்கொள்வது
   முகத்தை எங்கே கொண்டுபோய் ~
ஜீவன்
   வாயில்லா ~
ஜுரம்
   அஸ்தியில் ~
ஜோட்டால்
   புத்தியைச் செருப்பால்* அடிக்க
     வேண்டும்